ഗ്രീൻ ബുക്സ്

വ്യതിചലനങ്ങൾ

എർവി ലി ടെലീർ

ഫ്രഞ്ച് സാഹിത്യകാരനായ എർവി ലി ടെലീർ
1957 ഏപ്രിൽ 24ന് ജനിച്ചു.
കഥ, നോവൽ, ലേഖനം തുടങ്ങിയ
വിഭാഗങ്ങളിൽ മുപ്പതോളം പുസ്തകങ്ങൾ.
പത്രപ്രവർത്തകനായും മാത്തമാറ്റീഷ്യനായും
അദ്ധ്യാപകനായും പ്രവർത്തിച്ചിട്ടുണ്ട്.
യൂലിപോ (oulipo) അന്താരാഷ്ട്ര
സാഹിത്യസംഘത്തിൽ അംഗവും
നാലാമത്തെ പ്രസിഡണ്ടുമാണ്.
2020ലെ ഗോൻകൂർ (Goncourt) അവാർഡ്
'അനോമലി' എന്ന നോവലിനു ലഭിച്ചു.

രാജലക്ഷ്മി മാനഴി: തൃശ്ശൂർ ജില്ലയിലെ
അവണൂരിൽ ജനനം. തൃശ്ശൂർ വിമല കോളേജിൽ നിന്ന്
സാമ്പത്തികശാസ്ത്രത്തിൽ ബിരുദാനന്തര ബിരുദം.
ഇന്ദിരഗാന്ധി നാഷണൽ ഓപ്പൺ യൂണിവേഴ്സിറ്റിയിൽ
നിന്ന് BLIS. ഫ്രഞ്ച് ഭാഷയിൽ ഡിപ്ലോമ (DELF).
പാറമേക്കാവ് ദേവസ്വം വിമൻസ് കോളേജിൽ അധ്യാപിക.

നോവൽ

വ്യതിചലനങ്ങൾ

എർവി ലി ടെലീർ

വിവർത്തനം
രാജലക്ഷ്മി മാനഴി

ഗ്രീൻ ബുക്സ്

green books private limited
gb building, civil lane road, ayyanthole,
thrissur- 680 003, kerala, ph: +91 487-2381066, 2381039
website: www.greenbooksindia.com
e-mail: info@greenbooksindia.com

branches:
thrissur 8589095302
thiruvananthapuram 8589095301
calicut 8589095307

original french title
L'ANOMALIE

novel
by
Hervé Le Tellier

english
the anomaly

malayalam
vyathichalanangal

translated by
rajalakshmi manazhi

published june 2024

PAP
TAGORE

the work is published with the support of
publication assistance programme of the institut français

cover design : s. mahendra

printed in india
repro india ltd

isbn : 978-81-19486-98-4

GBPL/1363/2024

മുഖക്കുറി

2021 മാർച്ച് മാസം 10ന് എയർഫ്രാൻസിന്റെ പാരീസിൽ നിന്നുള്ള 006 ഫ്ളൈറ്റ് ന്യൂയോർക്കിൽ ഇറങ്ങുന്നു. ഇറങ്ങുന്നതിനു മുമ്പ് പ്രക്ഷുബ്ധമായ ഒരു മേഘഭീമാകാരത്തിലൂടെ കടന്നുപോന്നിരുന്ന വിമാനം അനിതരസാധാരണമായ വ്യതിചലനങ്ങൾക്ക് വിധേയമായിരുന്നു. ഇത് അതിലെ യാത്രക്കാരുടെ ജീവിതഗതികളെ മാറ്റിമറിക്കുന്ന അത്യസാധാരണമായ സംഭവപരമ്പരകളുടെ തുടക്കം കുറിക്കുകയാണ്.

ഇതേ വിമാനം ഇതേ യാത്രക്കാരോടുകൂടെ മൂന്നു മാസത്തിനു ശേഷം ജൂൺ 24ന് ന്യൂയോർക്ക് വിമാനത്താവളത്തിൽ വീണ്ടും എത്തുമ്പോഴാണ് അമേരിക്കയും മറ്റു ലോകരാഷ്ട്രങ്ങളും ഇതിലെ ദുരൂഹതയും മറ്റ് അപകടസാധ്യതകളും തിരിച്ചറിയുന്നത്. അസാധാരണമായ ഈ പ്രതിസന്ധി നേരിടാനായി ലോകശക്തികൾ യുദ്ധകാലാടിസ്ഥാനത്തിൽ ഏർപ്പെടുത്തുന്ന വിവിധ പദ്ധതികളിലൊന്ന് ഇരട്ടകളായ ഈ യാത്രക്കാരെ തമ്മിൽത്തമ്മിൽ കണ്ടുമുട്ടിക്കുക എന്ന ഉദ്വേഗജനകമായ കാര്യമാണ്. ഇതിനിടെ മാർച്ചിൽ ഇറങ്ങിയ യാത്രക്കാരിൽ ചിലരുടെ വിവാഹം, പ്രസവം, അസുഖമൂർച്ഛകൾ, മരണം എന്നിവ നടന്നുകഴിഞ്ഞിരുന്നു.

മൂടിവെക്കാൻ കഴിയാത്ത ഈ സംഭവവികാസങ്ങൾ മാദ്ധ്യമങ്ങളിലൂടെ പൊട്ടിത്തെറിക്കുകയും ജനങ്ങൾക്കിടയിൽ സംഭ്രാന്തി പരത്തുകയും ചെയ്തു. പല സിദ്ധാന്തങ്ങളും ഉരുത്തിരിഞ്ഞെങ്കിലും ഒരു വ്യക്തത വരുത്തുവാൻ ആർക്കുമാവുന്നില്ല. തത്ത്വശാസ്ത്രം, അനുരാഗസന്ദർഭങ്ങൾ, ആധുനികശാസ്ത്രസാങ്കേതിക വിവരങ്ങൾ, സയൻസ് ഫിക്ഷനോട് ചേർന്നുനിൽക്കുന്ന അദ്ധ്യാത്മികദർശനങ്ങൾ, കാലശക്തി, മായ മുതലായ പല വിജ്ഞാനശകലങ്ങളും ഇടകലർന്നുവരുന്ന ഈ നോവലുകളുടെ നോവലെന്നു പറയപ്പെടാവുന്ന കൃതി ഫ്രഞ്ച് സാഹിത്യത്തിലെ ഏറ്റവും പ്രശസ്തവുമായ പ്രി ഗോൺകോർട്ട് (Prix Goncourt) പുരസ്കാരം നേടിയിട്ടുണ്ട്.

എഡിറ്റർ

നീ സ്വപ്നം കാണുന്നുവെന്ന് ഞാൻ പറയുമ്പോൾ
ഞാനും സ്വപ്നം കാണുന്നുവെന്ന് പറയും.

സുവാൻസി

ഒരു യഥാർത്ഥ അശുഭാപ്തിവിശ്വാസിക്കറിയാം അത്
ഒന്നാകാൻ ഇതിനകം വളരെ വൈകിപ്പോയി എന്ന്.

ദ അനോമലി

വിക്ടർ മിസേൽ

വിവർത്തകക്കുറിപ്പ്

എർവി ലി ടെലീറിന്റെ അനോമലി എന്ന ഈ നോവൽ ഫ്രഞ്ചിൽനിന്നും നേരിട്ടുതന്നെയാണ് വിവർത്തനം ചെയ്തിരിക്കുന്നുത്. ഈ നോവലിന്റെ പേരിൽതന്നെ ഒരു അസ്വാഭാവികത അനുഭവപ്പെട്ടിരുന്നു. നോവലിലെ പ്രതിപാദ്യവിഷയമാണെങ്കിൽ ഒരു ഫ്രഞ്ച് യാത്രാവിമാനത്തിന്റെ വ്യതിചലനത്തിലെ യാത്രികനായ ഒരു സാഹിത്യകാരനും പരിഭാഷകനുമായ വിക്ടർ മിസേൽ എന്ന വ്യക്തി തർജ്ജമകൃതിക്ക് ലഭിച്ച അവാർഡ് വാങ്ങാൻ പോയ സന്ദർഭത്തിലാണ് ഈ സംഗതികൾ വന്നു ഭവിക്കുന്നത്. ഇത് ഒരുപക്ഷേ ഈ നോവലിനുള്ളിലെ നോവലായോ നോവലിലൂടെ നടത്തുന്ന ഫിലിം ഷോ ആയോ വായനക്കാർക്ക് അനുഭവപ്പെടും.

സൃഷ്ടിയിലൂടെ ബന്ദിയാക്കപ്പെടുന്ന ഭാഷയെ സ്വതന്ത്രമാക്കുകയാണ് വിവർത്തകന്റെ കടമ എന്ന് നോവലിൽ വിക്ടർ മിസേൽ പറയുന്നുണ്ട്. വിവർത്തനം ചെയ്യുമ്പോൾ എനിക്ക് വളരെ ഊർജ്ജം പകർന്ന വരികളാണിവ.

" ഒരു വിമാനവും ഒരിക്കലും നമ്മുടെ ആകാശം തുറക്കുന്നില്ല."

"മുത്തിനെ ഉൾക്കൊള്ളുന്ന ചിപ്പിക്ക് വേദന അറിയില്ല."

"എന്റെ തിരോധാനം എന്റെ ചലനത്തെ ബാധിക്കും, എന്നാൽ എനിക്ക് എന്നെത്തന്നെ കാണാൻ സാധിക്കും."

ഇത്തരം തത്വചിന്തകൾ ഈ നോവലിലെ കഥാപാത്രത്തിലൂടെ വിക്ടർ മിസേൽ എന്ന ഗ്രന്ഥകാരൻ വരച്ചു കാണിക്കുന്നു. തന്റെ നോവലിലെ അവസാനവരി എഴുതി പബ്ലിഷർക്ക് അയച്ചുകൊടുത്ത് മരണം വരിച്ച ഗ്രന്ഥകാരനെയാണ് നാം മിസേലിലൂടെ കാണുന്നത്.

ഈ വിമാനത്തിന്റെ വ്യതിചലനത്തിലൂടെ നടക്കുന്ന സംഭവപരമ്പര ഭ്രമാത്മകതയുടെ ഉന്നതതലങ്ങളിലെത്തിക്കുന്നു. ഈ

പുസ്തകത്തിന്റെ തർജ്ജമവേളയിൽ എന്നെ ജിജ്ഞാസാഭരിതയാക്കിയ ഭാഗങ്ങളാണിവയെല്ലാം.

ഈ നോവലിന്റെ അവസാനം ഹവർ ഗ്ലാസ്സിന്റെ രൂപത്തിൽ കാലിഗ്രാഫിയിൽ നൽകിയിരിക്കുന്നതിന്റെ പ്രസക്തി വായനക്കാരുടെ വ്യാഖ്യാനത്തിനായി സമർപ്പിക്കുകയാണ്.

■

ആമുഖം

ഫ്രഞ്ച് എഴുത്തുകാരനും യൂലിപ്യൻ ലിറ്ററി ഗ്രൂപ്പ് പ്രസിഡണ്ടുമായ (Herve'Le Tellier) എർവി ലി ടെലീറിന്റെ പ്രശസ്ത നോവലാണ് 'Anomaly' 2020ലെ (Goncourt) ഗോൻകൂർ പ്രൈസ് നേടിയ കൃതി.

നോവൽ മൂന്നു ഭാഗങ്ങളായി അവതരിപ്പിച്ചിരിക്കുന്നു. Aussi noir que le ciel - 'ആകാശത്തോളം ഇരുണ്ടത്' എന്ന ആദ്യഭാഗത്ത് എയർഫ്രാൻസ് വിമാനത്തിലെ യാത്രക്കാരായ പതിനൊന്ന് വ്യക്തികളെ പരിചയപ്പെടുത്തുന്നു. മാത്രമല്ല വിമാനത്തിൽ അനുഭവിച്ച പ്രയാസങ്ങളാണ് ആവിഷ്കരിച്ചിരിക്കുന്നത്.

അവരുടെ ആഘാതങ്ങൾ, വിമാനം യാത്രക്കാർക്കൊപ്പം രണ്ടു പ്രാവശ്യം ലാൻഡ് ചെയ്തത്, (മാർച്ചിലും ജൂണിലും), തുടർന്ന് വിമാനത്തിലെ അവരുടെ ജീവിതം എന്നിവയാണ് ഇരട്ടിക്കൽ പ്രതിഭാസം. രണ്ടാംഭാഗമായ La vie est un songe, Dit-on - 'ജീവിതം ഒരു സ്വപ്നമാണ്, അവർ പറയുന്നു' എന്നതിൽ അനാവൃതമാകുന്നത്.

മൂന്നാംഭാഗമാകട്ടെ, La Chanson Du Neant 'ശൂന്യതയുടെ ഗാനം' എന്ന പേരിലാണ്. മാർച്ചിൽ ലാൻഡ് ചെയ്ത വിമാനയാത്രക്കാർ ജീവിക്കുന്നതിനൊപ്പം അവരുടെ വ്യത്യസ്ത സ്വഭാവങ്ങളെ മക്ഗ്വർ വിമാനത്താവളത്തിൽ കാണുന്നു. വിചിത്രമായ ആ രംഗങ്ങളുടെ ഒടുവിൽ ഗ്രന്ഥകാരൻ വായനക്കാരെ ഫാന്റസിയുടെ തലത്തിലെത്തിച്ച്, കാലിഗ്രാം രൂപത്തിൽ അവസാനവാക്ക് 'Fin' എന്നു നൽകി വായനക്കാരുടെ സ്വന്തം നിഗമനങ്ങളിൽ എത്തിച്ചേരുവാൻ അനുവദിക്കുന്നു.

പാരീസ്-ന്യൂയോർക്ക് ട്രാൻസ് അറ്റ്ലാന്റിക് ഫ്ളൈറ്റ് ബോയിംഗ് 787 ചില വിഷമതകൾ നേരിട്ട് മാർച്ച് മാസത്തിൽ കെ.ജെ.എഫ്.കെ. വിമാനത്താവളത്തിൽ അടിയന്തിരമായി

ഇറക്കുന്നു. എന്നാൽ മൂന്നു മാസങ്ങൾക്കുശേഷം ഇതേ 243 (വ്യാജയാത്രക്കാർ) യാത്രക്കാരുമായി ബോയിംഗ് 787 സീരീസ് വിമാനം മക്ഗ്വർ സൈനികത്താവളത്തിൽ രഹസ്യമായി ലാൻഡ് ചെയ്യുന്നു. യഥാർത്ഥ യാത്രികർ മാർച്ചിൽ ഇറങ്ങി സാധാരണ ജീവിതം നയിക്കുമ്പോൾ, വ്യാജയാത്രക്കാർ മക്ഗ്വറിൽ. സിമുലേഷൻ സിദ്ധാന്തപ്രകാരം അപരർ (കപടനാട്യസിദ്ധാന്തം) കൃത്രിമലോകത്ത് ജീവിക്കുന്നു.

ഓരോരുത്തരും മൂന്നു വ്യത്യസ്ത രീതികളിലാണ് ചിന്തിക്കുന്നത്. അതിപ്രകാരമാണ്.

നിങ്ങളാണെന്നു കരുതുന്ന നിങ്ങളോട് എങ്ങനെ ജീവിതം പങ്കിടാനാകും?

നഷ്ടപ്പെട്ട ഇരട്ടകളിൽ ഒരാളായി തിരികെ വന്നതാണെന്ന് സമാധാനിക്കുന്നവർ.

ഈ രംഗം നേരിടാനാകാതെ സ്വയം അപ്രത്യക്ഷമാകുവാൻ ഒരുങ്ങുന്നവർ.

ഈ കൃതിയിൽ പതിനൊന്നോളം കഥാപാത്രങ്ങളെ പ്രധാനമായി അവതരിപ്പിച്ചിട്ടുണ്ട്. ഇവരിൽ പ്രധാനിയാണ് എഴുത്തുകാരനും പരിഭാഷകനുമായ വിക്ടർ മിസേൽ (Victor Miesel). ഇദ്ദേഹം പെട്ടെന്നുതന്നെ ഒരു നോവൽ പൂർത്തീകരിച്ച് 'അനോമലി' എന്ന പേരിൽ പബ്ലിഷർക്ക് അയച്ചുകൊടുത്തശേഷം ആത്മഹത്യ ചെയ്യുന്നു. ഈ നോവൽ ഏറെ ജനശ്രദ്ധ നേടുന്നു. മക്ഗ്വറിൽ, വ്യാജയാത്രക്കാരുള്ള വിമാനത്തിൽ വിക്ടർ മിസേൽ രംഗപ്രവേശം ചെയ്യുകയാണ്. താൻ ജീവിച്ചിരിക്കുമ്പോൾ തനിക്കു കിട്ടാതെ പോയ അംഗീകാരം, തന്റെ കൃതികൾക്ക് മരണാനന്തരം ലഭിച്ചതായി അദ്ദേഹം അറിയുന്നു. മാത്രമല്ല, ജീവിച്ചിരിക്കുമ്പോൾ കൈവിട്ടുപോയ ഒരു പ്രണയിനിയെ അദ്ദേഹം സ്വന്തമാക്കുകയും ചെയ്യുന്നു.

മറ്റൊരു പ്രധാന കഥാപാത്രമാണ് സാഹചര്യങ്ങളുടെ സമ്മർദ്ദത്താൽ കൊലയാളിയായ ബ്ലെയ്ക്ക്. മറ്റൊരു യാത്രക്കാരിയായിരുന്നു ചലച്ചിത്ര സംവിധായിക ലൂസി ബൊഗേർട്ട്. തന്നേക്കാൾ മുപ്പത് വയസ്സ് പ്രായക്കൂടുതലുള്ള ആർക്കിടെക്റ്റ് ആന്ദ്രേ വാനിയറുമായുള്ള അവരുടെ പ്രണയവും പൈലറ്റ് ഡേവിഡ് മർക്കിളിന്റെ തിരസ്കാരവും നോവലിന്റെ വിഷയമാണ്.

സോഫിയ ക്ലെഫ്മാൻ എന്ന ഏഴു വയസ്സുകാരി തന്റെ കളിക്കൂട്ടുകാരിയാക്കിയ 'ബെറ്റി' എന്ന തവള, അവളുടെ അമ്മ, സഹോദരൻ ലിയാം. ലെഫ്റ്റനന്റ് ക്ലർക്കായ അച്ഛനിൽനിന്ന് സോഫിയയ്ക്കുണ്ടായ മോശം പെരുമാറ്റവും അത് കുട്ടിക്കുണ്ടാക്കിയ മാനസികാഘാതവും അച്ഛനു ശിക്ഷ ലഭിച്ചതും സാമൂഹിക അവബോധം നൽകുന്ന വിഷയമാണ്.

ജൊവാന എന്ന പ്രമുഖ അഭിഭാഷക, ഹെപ്റ്റോക്ലോറൈനിന്റെ (ഒരു മരുന്ന്) പാർശ്വഫലങ്ങൾ അനുഭവിച്ച അവരുടെ കക്ഷിക്കുവേണ്ടി ഒരു ഫാർമസിക്കെതിരെ കേസ് വാദിക്കുന്നയാളാണ്. എബി എന്ന അവരുടെ സ്നേഹിതനെ കപടവേഷക്കാരനായ മറ്റൊരു ജൊവാന ആഷ്ബറിയുമായി അവർക്കു പങ്കുവെക്കേണ്ടി വരുന്നു. ജൊവാന എഴുതുന്ന കത്തിലൂടെ പ്രമുഖ ഇറ്റാലിയൻ ചിത്രകാരനായ പാമി ഷാനിനോയുടെ ഛായാചിത്രവും ജോൺ ആഷ്ബറിയുടെ നീളമേറിയ കവിതയും പ്രതിപാദിക്കപ്പെടുന്നു.

സ്ലിംബോയ് എന്ന നൈജീരിയൻ പോപ്സ്റ്റാർ ഫെമി അഹ്മദ് കെദൂനയുടെ സ്ത്രൈണഭാവവും സ്വവർഗ്ഗരതിക്കാരായ നൈജീരിയൻ യുവാക്കളും അവരുടെ പ്രശ്നങ്ങളും നോവലിൽ ചർച്ച ചെയ്യുന്നുണ്ട്.

പ്രോട്ടോക്കോൾ 42ന്റെ വക്താക്കളായി രംഗപ്രവേശം ചെയ്യുന്ന മാത്തമാറ്റീഷ്യനായ അഡ്രിയാൻ ടിന ടോപ്പോളജിസ്റ്റ് മെറിഡിത്ത്, എഫ്.ഐ.ബി. ഉദ്യോഗസ്ഥ ജാമി പുഡ്ലോവ്സ്കി എന്നിവർ നോവലിലെ ശ്രദ്ധേയ കഥാപാത്രങ്ങളാണ്.

സ്റ്റെഫാൻ കോൾബർട്ടിന്റെ നിശാപ്രദർശനത്തിലൂടെ അഡ്രിയാന എന്നു പേരുള്ള ഇരട്ടനടിമാർ സിനിമാപ്രദർശനത്തിനു മിഴിവേകുന്നു. എന്നാൽ ജേക്കബ് ഇവാൻസ് എന്ന തീവ്രവാദിയാൽ ഇവർ കൊല്ലപ്പെടുന്നു. മതഭ്രാന്തിനാൽ, ലോകത്തു സംഭവിക്കുന്ന കഷ്ടതകളെ തുറന്നുകാണിക്കുന്ന രംഗമാണിത്.

വിക്ടർ മിസേൽ, ഓരോരുത്തരേയും കൃത്യമായി സുരക്ഷിതസ്ഥാനങ്ങളിൽ എത്തിക്കുന്നുണ്ട്. കാലിഗ്രാം ചിത്രത്തിൽ ഹവർഗ്ലാസിന്റെ ഫണൽ രൂപത്തിൽ അക്ഷരങ്ങളെ ഒരുക്കി വാക്കുകൾ ചുരുക്കിവെക്കുന്ന തരത്തിലാണ് നോവൽ അവസാനിക്കുന്നത്.

അമേരിക്കൻ പ്രസിഡണ്ടിന്റെ നിർദ്ദേശത്താൽ മിസൈലാക്രമണം നടത്തി കൃത്രിമവിമാനത്തെ തകർക്കുന്ന രംഗത്തിനു കൗണ്ട് ഡൗൺ തുടങ്ങി എന്നു ഹവർഗ്ലാസിന്റെ അക്ഷരരൂപത്തെ സൂചിപ്പിക്കുന്നു. ഇതു എല്ലാ ജീവജാലങ്ങളേയും ബാധിക്കുന്നതാണ്.

പത്രപ്രവർത്തകൻ, മാത്തമാറ്റീഷ്യൻ, അദ്ധ്യാപകൻ എന്നീ പല നിലകളിൽ പ്രശസ്തനായ എർവി ലി ടെലീർ എന്ന ഗ്രന്ഥകാരൻ തന്റെ ശാസ്ത്രസിദ്ധാന്തപരിജ്ഞാനം, അസ്ട്രോഫിസിക്സ്, മതങ്ങളോടുള്ള സമീപനം, സാമൂഹിക തിന്മകൾ, മാധ്യമങ്ങളുടെ പങ്ക്, സ്വവർഗ്ഗരതി, പ്രണയം, യുദ്ധം,

വൈമാനികശാസ്ത്രം, ചികിത്സാരംഗം, ഹോളിവുഡ് സിനിമാ സ്വാധീനം, മുംബൈയിലെ തെരുവുകൾ, സംഗീതജ്ഞർ ഇങ്ങനെ ഒരുപാട് മേഖലകളിലൂടെ വായനക്കാരനെ വഴിനടത്തുന്നുണ്ട്. സ്വയം വിക്ടർ മിസേലിനെ ആവാഹിക്കുന്നുമുണ്ട് അദ്ദേഹം.

സമൂഹത്തിനു സന്ദേശം നൽകുന്നതോടൊപ്പം ചില തമാശരംഗങ്ങളുമുണ്ട്. വിക്ടർ മിസേലിനോട് 'യുണൈറ്റഡ് സ്റ്റേറ്റ്സി'ലെ നിങ്ങളുടെ അനുഭവം എങ്ങനെ എന്ന മാധ്യമ പ്രവർത്തകരുടെ ചോദ്യത്തിന് അദ്ദേഹം പറയുന്നത്, "അവർ ഇപ്പോഴും സ്റ്റേറ്റുകളായിത്തന്നെയാണ് നിൽക്കുന്നത്. അവർ യുണൈറ്റഡ് ആയോ?" എന്നാണ്. അദ്ദേഹത്തിന്റെ പുസ്തകമായ 'മലകൾ നിങ്ങളെ കണ്ടെത്തും' എന്ന തലക്കെട്ട് 'മരണം നിങ്ങളെ കണ്ടെത്തും' എന്നു തിരുത്താൻ ഉദ്ദേശിക്കുന്നതായും പറയുന്നു.

'അനോമലി'യിൽ പൊരുത്തക്കേട് അഥവാ അപാകതകളാണ് ചർച്ച ചെയ്യുന്നതെങ്കിലും ഇതിൽ 'L'Anomalieക്ക് ഒരു ആനാഗ്രാം (ANAGRAM) പറയുന്നുണ്ട്. Amo ilena 'L' Amo എന്ന ലാറ്റിൻ പദത്തിന് I love (ഐ ലവ്) എന്നാണ് അർത്ഥം. ഞാൻ 'ഇലെന'യെ സ്നേഹിക്കുന്നു എന്നാണോ 'അനോമലി' എന്ന പേരുകൊണ്ട് ഉദ്ദേശിക്കുന്നത് എന്നു വിക്ടറിനോടു ചോദിക്കുമ്പോൾ അദ്ദേഹം ചിരിക്കുക മാത്രമാണ്.

■

ഭാഗം ഒന്ന്

ആകാശംപോലെ ഇരുണ്ടത്

(മാർച്ച്-ജൂൺ 2021)

എല്ലായ്പ്പോഴും അറിവ്, ബുദ്ധി,
പിന്നെ പ്രതിഭയെ പോലും മറികടക്കുന്ന
പ്രശംസനീയമായ മറ്റെന്തോ ഒന്ന് ഉണ്ട്,
അത് മനസ്സിലാക്കാൻ കഴിയാത്തതാണ്.

ദി അനോമിലി
വിക്ടർ മിസേൽ

ബ്ലെയ്ക്ക്

ആരെയെങ്കിലും കൊല്ലുന്നത് വെറുതെയാണ്. അത് വളരെയേറെ ചിന്തിച്ച്, എപ്പോൾ, എങ്ങനെ എന്നു തീരുമാനിക്കപ്പെടേണ്ടതാണ്. ശൂന്യമായ ഈ പ്രപഞ്ചത്തെ ഏറ്റവും ചുരുങ്ങിയ അവസ്ഥയിൽ തോക്കിൻകുഴലിലൂടെയോ കത്തിമുനയിലൂടെയോ വീക്ഷിക്കുന്നു. കോപത്തിനു വശംവദനാകാതെ, ചിട്ടയോടെ ക്രമപ്രകാരം ആസൂത്രണം നിർവ്വഹിക്കാൻ ഇപ്പോൾ ബ്ലെയ്ക്കിന് അറിയാം. മുൻപ് അവന് അറിവുണ്ടായിരുന്നില്ല. ഇപ്പോൾ അവൻ ഓരോ ചുവടുകളും തിരിച്ചറിയുവാൻ തുടങ്ങിയിരിക്കുന്നു.

ഓരോ മരണങ്ങൾ സംഭവിക്കുന്നതിലൂടെയും ബ്ലെയ്ക്ക് സ്വന്തം ജീവിതം ചിട്ടപ്പെടുത്തുന്നു. ധാർമ്മിക പഠനത്തിൽ അവനു വിശ്വാസമില്ല. എങ്കിലും ധാർമ്മികത ചർച്ചചെയ്യുവാൻ അവൻ ഒരുക്കമാണ്. അവൻ ക്ഷമ ചോദിക്കുന്നു . അവന് അവ സ്ഥിതിവിവരക്കണക്കുകൾ മാത്രമായേ കരുതാനാകൂ. ആരോഗ്യമന്ത്രിയുടെ ബജറ്റ് അവതരണത്തിൽ നിലവിലുള്ള സി.ടി. സ്കാൻ മെഷീന്റെ എണ്ണവും ഡോക്ടറുടെ എണ്ണവും കുറച്ച് അതിതീവ്രവിഭാഗത്തെ പുനരുജ്ജീവിപ്പിക്കുന്ന തന്ത്രം മാത്രം. ഇത് ആരോഗ്യവിഭാഗത്തിലെ ഡോക്ടർമാരിലൂടെ അവർ നടത്തിയെടുക്കുന്നു. എന്നാൽ ഒട്ടേറെ അപരിചിതരായ മനുഷ്യരുടെ നിലനില്പിനെത്തന്നെ ബാധിക്കുന്ന, വളരെ ഉത്തരവാദിത്തത്തോടെ ചെയ്യേണ്ടുന്ന ഇത്തരം കാര്യങ്ങൾ ആരും അറിയുന്നതായി ഭാവിക്കുന്നില്ല. അവനും അവയെ കാര്യമായി കണക്കാക്കുകയോ ന്യായീകരിക്കുകയോ ചെയ്യാറില്ല.

കൊല നടത്തുക എന്നത് ഒരു തൊഴിലല്ല. അത് ഒരു മനോഭാവമാണ്. ഒരാളുടെ മാനസിക നിലയാണ് അതു നിശ്ചയിക്കുന്നത്. ബ്ലെയ്ക്ക് എന്നത് അയാളുടെ യഥാർത്ഥ പേരല്ല. അയാൾക്കു പതിനൊന്ന് വയസ്സ് പ്രായമുള്ളപ്പോൾ അമ്മയോടൊപ്പം പ്യൂഷോയിൽ, ബോർഡോയ്ക്കു സമീപമുള്ള ഡിപ്പാർട്ട്മെന്റൽ റോഡിലായിരുന്നു താമസം. അമ്മ വളരെ വേഗത്തിൽ ഒരിക്കലും വാഹനം ഓടിക്കാറില്ല. ഒരു ദിവസം അമ്മയ്ക്കൊപ്പം കാറിൽ യാത്ര ചെയ്യുന്നതിനിടയിൽ ഒരു നായ കാറിനു കുറുകെ ചാടി. അതു മനസ്സിന് വലിയ ആഘാതമുണ്ടാക്കി. യാത്രയിൽ

അമ്മ ഉറക്കെ പറഞ്ഞുകൊണ്ടിരുന്നു. "ബ്രേക്ക് വളരെ കഠിനമാണ്. വണ്ടി തെന്നിമാറിക്കൊണ്ടാണ് പോകുന്നത്. എഞ്ചിൻ നിർത്താനാവുന്നില്ല."

"പ്രിയപ്പെട്ടവരേ, എന്റെ ദൈവമേ, ബ്ലെയ്ക്ക് യന്ത്രം അനുസരിക്കുന്നില്ല." അവൻ അമ്മയോടൊപ്പം അസ്വസ്ഥനായി തുടർന്നു.

നരച്ച മുടിയുള്ള ഒരു നായ അവരുടെ വാഹനമിടിച്ച് തളർന്നുവീണു കിടക്കുന്നു. അവന്റെ ഹൃദയത്തിൽ അത് കനത്ത മുറിവ് സൃഷ്ടിച്ചു. അവർ രക്തത്തിൽ കുളിച്ചുകിടക്കുന്ന നായയുടെ അടുക്കലേക്കു ചെന്നു. ഹാവൂ, ശ്വാസം നിലച്ചിരുന്നില്ല. ഒരു കൊച്ചുകുഞ്ഞ് കരയുന്നതുപോലെ നിലവിളി ഉയർന്നു. അവന്റെ അമ്മ നാലു ഭാഗത്തേക്കും പരിഭ്രാന്തയായി ഓടി. ബ്ലെയ്ക്കിന്റെ കണ്ണിന്മേൽ കൈ മറച്ചുപിടിച്ച് അവർ വിക്കിവിക്കി പറയുന്നു.

"ആംബുലൻസ് എവിടെനിന്നാണ് കിട്ടുക?"

അപ്പോൾ അവൻ അമ്മയോടു പറഞ്ഞു. "അത് ഒരു തെരുവുപട്ടി മാത്രമാണ്."

നായ കിതച്ചുകൊണ്ട് തന്റെ വളഞ്ഞൊടിഞ്ഞ ശരീരം ഉയർത്തുവാൻ ശ്രമിക്കുന്നു. വളരെ ജിജ്ഞാസയോടെ കണ്ടുനിന്നിരുന്ന ബ്ലെയ്ക്കിന്റെ കൺമുന്നിൽ വച്ച് ആ ജീവി സ്വന്തം ജീവൻ വെടിയുന്നത് അവൻ മനസ്സിലാക്കി. മരവിച്ചുനിൽക്കുന്ന അമ്മയുടെ മുന്നിൽ, സങ്കടം ഉണ്ടെങ്കിലും ഇല്ലെന്നു ഭാവിച്ച് ആ മൃഗത്തെ ഉപേക്ഷിച്ചു പോകുവാൻ തീരുമാനിക്കുന്നു. അമ്മയുടെ കൈ പിടിച്ച് അവൻ മുന്നോട്ടുവലിച്ചു.

അമ്മയോട് പറയുന്നു. "ഇനി ഇവിടെ നിന്നിട്ടു കാര്യമില്ല. അത് ചത്തു. നമുക്ക് പോകാം. ഉപയോഗശൂന്യമായ ഇവിടം വിട്ട് നമുക്ക് പോകാം. എനിക്ക് ഫുട്ബോൾ കളിയുണ്ട്, വൈകും."

'കൊല' നടത്തുക എന്നത് ഒരു കഴിവാണ്. അതിനു താൻ പ്രാപ്തനാണെന്ന് ബ്ലെയ്ക്ക് മനസ്സിലാക്കുന്നത് അയാളുടെ അമ്മാവൻ ചാൾസിന്റെ 'വേട്ട'യിലൂടെയാണ്. അമ്മാവൻ അവന് അതിനാവശ്യമായ മൂന്നു കാര്യങ്ങൾ ഉപദേശിച്ചുകൊടുത്തിരുന്നു. ഒന്ന്-വേട്ട, രണ്ട്- പ്രഹരം, മൂന്ന്- സമ്മാനമായി മുയൽ. ഇവ ലഭിക്കുവാനായി വേഗത്തിലും കൃത്യതയോടെയും ലക്ഷ്യമിട്ടിരുന്നു. മത്സരത്തിനിറങ്ങുമ്പോൾ ഏറ്റവും മോശം തോക്കുമായി പൊരുത്തപ്പെടാനും അവൻ ശീലിച്ചിരുന്നു. പെൺകുട്ടികൾ അവനെ കളിസ്ഥലങ്ങളിലേക്ക് തള്ളിവിടുമായിരുന്നു. അവൻ ജിറാഫിനെയും ആനയെയും ഗെയിം ബോയിയെയും ആഗ്രഹിച്ച് വീണ്ടും മുന്നേറിക്കൊണ്ടിരുന്നു. കളിയിടങ്ങളിൽ അവർ മൃദുവായ ചെറുകളിപ്പാട്ടങ്ങൾ വിതരണം നടത്തി ഷൂട്ടിംഗിന്റെ ഭയപ്പാട് അകറ്റിയിരുന്നു. അമ്മാവൻ ചാൾസ്, ഷൂട്ടിംഗ് വിദ്യകൾ അഭ്യസിപ്പിക്കുന്നതും അവ മാറി മാറി പ്രയോഗിക്കുന്നതും അവന് ഏറെ ഇഷ്ടമായിരുന്നു. മാനുകളെ അറുക്കുകയും മുയലുകളെ കശാപ്പു ചെയ്യുകയുമാണ് വേണ്ടതെന്ന വ്യത്യാസം അവൻ മനസ്സിലാക്കിയിരുന്നു. എന്നാൽ ഗുരുതരമായി

പരിക്കേറ്റ മൃഗത്തെ കൊല്ലുന്നതിൽ സന്തോഷമില്ലെന്നും അവൻ തിരിച്ചറിഞ്ഞു. അവൻ ഒരിക്കലും വക്രതയുള്ളവനല്ല. അവനെ പ്രസാദിപ്പിക്കുന്നത് എന്താണോ അതു സാങ്കേതികമായി, കുറ്റമറ്റ രീതിയിൽ അവൻ ആവർത്തിച്ച് സ്ഥാപിച്ചെടുത്തു.

ഫ്രഞ്ച് ഭാഷയിൽ ലിപോവ്സ്കി ഫർസതി അഥവാ മാർട്ടിൻ എന്നു പേരുള്ള ബ്ലെയ്ക്കിന് ഇരുപത് വയസ്സുള്ളപ്പോൾ അവനെ ഹോട്ടൽ മാനേജ്മെന്റ് പഠിപ്പിക്കുന്ന സ്കൂളിൽ ചേർത്തു. ആൽപ്സിലുള്ള ഒരു ചെറിയ പട്ടണത്തിലായിരുന്നു സ്കൂൾ. ഇത് അവന്റെ തീരുമാനമായിരുന്നില്ല. അവനു വിവിധ ഭാഷകൾ നന്നായി അറിയുമായിരുന്നു. ഇലക്ട്രോണിക് പ്രോഗ്രാമിംഗ് ഇഷ്ടമായിരുന്നു. ലണ്ടനിലുള്ള ലാംഗിൽ ഇന്റേൺഷിപ്പ് പരിശീലനമുണ്ടായിരുന്നു. മൂന്നുമാസത്തോളം അവൻ അവിടെ ഉണ്ടായിരുന്നു. അതിനാൽ ഇംഗ്ലീഷ് ഭാഷ നന്നായി സംസാരിക്കും. എങ്കിലും അവന് ഏറ്റവും ഇഷ്ടപ്പെട്ടത് പാചകം ചെയ്യലായിരുന്നു. പാചകക്കുറിപ്പ് തയ്യാറാക്കുന്ന നിമിഷങ്ങൾ അവന് അടുക്കളയിലെ അഭിമാനകരമായ സന്ദർഭങ്ങളായിരുന്നു. തിടുക്കമില്ലാതെ കടന്നുപോകുന്ന ശാന്തമായ നിമിഷങ്ങളിൽ അവൻ ചട്ടിയിൽ വെണ്ണ ഉരുക്കി വെളുത്തുള്ളി അരിഞ്ഞിട്ട് നീണ്ട ഒരു ശ്വാസമെടുത്ത് ആ ഗന്ധം ആസ്വദിക്കാറുണ്ട്. വിവിധ ഗന്ധങ്ങൾ, സുഗന്ധവ്യഞ്ജനങ്ങൾ ഇവയെല്ലാം അവൻ ഒരുപാട് സ്നേഹിച്ചിരുന്നു. അടുക്കളയിലെ പ്ലേറ്റുകളിൽ അവൻ പല നിറങ്ങളിലും ഗന്ധത്തിലുമുള്ള ഭക്ഷണം തയ്യാറാക്കി ഭംഗിയായി അലങ്കരിക്കാറുണ്ട്.

സ്കൂളിലെ ഏറ്റവും തിളക്കമാർന്ന, മിടുക്കനായ വിദ്യാർത്ഥിയായിരുന്നു ലിപോവ്സ്കി ഫർസതി എന്ന മാർട്ടിൻ. എങ്കിലും ഉപഭോക്താക്കളോട് അല്പം ദയ കാണിക്കുന്നില്ലെങ്കിലും അവൻ നന്നേ ബുദ്ധിമുട്ടി അവരെ ഉപദ്രവിക്കാതിരിക്കുന്നതിനുള്ള ശ്രമത്തിലാണ്. ഇതു മഹത്തായ ഒരു സേവനമാണെന്നും അത്തരം ഉദ്യോഗമാണ് ഈ സേവനം ലക്ഷ്യമിടുന്നതെന്നും മാർട്ടിൻ വിചാരിക്കുന്നു.

ഒരു സായാഹ്നത്തിൽ ബാറിൽ വച്ച് അമിതമായി മദ്യപിച്ചിരുന്ന ഒരാൾ ബ്ലെയ്ക്കിനെ സമീപിക്കുന്നു. അയാൾ അവനോട് ഒരാളെ കൊല്ലണമെന്ന് ആവശ്യപ്പെടുന്നു. അയാൾക്കത് അതാവശ്യമാണ്. അതിനു മതിയായ കാരണവും കാണും.

“ഞാൻ എത്ര പണം വേണമെങ്കിലും അതിനുവേണ്ടി നൽകുവാൻ തയ്യാറാണ്.”

ബ്ലെയ്ക്ക് പറയുന്നു, “നിങ്ങൾക്കു ഭ്രാന്താണ്, പൂർണ്ണമായ ഭ്രാന്ത്. സുഹൃത്തേ, ഞാൻ നിങ്ങൾക്കു പണം തരാം. മൂന്നു പൂജ്യങ്ങൾ ഉള്ളത്.”

“ഇല്ല. നീ കളിയാക്കുകയാണോ?”

ബ്ലെയ്ക്ക് ചിരിച്ചുകൊണ്ട് സാവധാനം കുടിച്ചുകൊണ്ടിരുന്നു. കുടിച്ചുകൊണ്ടിരിക്കുന്നതിനിടെ ഒരാൾ ബാറിൽ തളർന്നുവീഴുന്നു. അയാളെ കുലുക്കിനോക്കിക്കൊണ്ട് ബ്ലെയ്ക്ക് പറയുന്നു.

"ഇത് ചെയ്യാൻ പറ്റിയ ആളെ എനിക്കറിയാം. പക്ഷേ ഞാൻ ഒരിക്കലും കണ്ടിട്ടില്ല. ഞാൻ പറയാം, നാളെ അവനെ എങ്ങനെ കണ്ടെത്താനാവുമെന്ന്. പക്ഷേ, വീണ്ടും എന്നോട് ഒരിക്കലും ആവശ്യപ്പെടരുത്."

"ശരി?"

ആ രാത്രിയിലാണ് ബ്ലെയ്ക്ക് എന്ന വില്യം ബ്ലെയ്ക്ക് താനാരാണെന്നു തിരിച്ചറിഞ്ഞത്. അയാൾ അന്നു രാത്രി 'റെഡ് ഡ്രാഗൺ' എന്ന സിനിമ കണ്ട് ആന്റണി ഹോപ്കിൻസിനെ ആസ്വദിക്കുകയും ഇഷ്ടമുള്ള കവിത വായിക്കുകയും ചെയ്യുന്നു.

"അപകടങ്ങൾ നിറഞ്ഞ ലോകത്തേക്ക് കുതിക്കുവാനായി അയാൾ തയ്യാറെടുക്കുന്നു. നിസ്സഹായനും നഗ്നനുമായി അയാൾ ഉറക്കെ നിലവിളിച്ചു. അലറി. മേഘപാളികൾക്കിടയിൽ ഒളിഞ്ഞിരിക്കുന്ന പിശാചിനെപ്പോലെ."

പിന്നീട് ബ്ലെയ്ക്കിനു മുന്നിൽ കലങ്ങിമറയുന്ന കറുത്ത തടാകം, കറുത്ത തടാകം മാത്രം തെളിഞ്ഞുവരുന്നു.

അടുത്ത ദിവസം വടക്കേ അമേരിക്കൻ ഇന്റർനെറ്റ് ശൃംഖലയിൽ ഒരു ഇമെയിൽ സൃഷ്ടിക്കപ്പെട്ടു. അറിയാത്ത ഒരാൾ ഉപയോഗിച്ച ഒരു ലാപ്ടോപ്പ്, അയാളുടെ 'നോക്കിയ പ്രീപെയ്ഡ് കാർഡ്', ടെലിലെൻസ് ക്യാമറ എന്നിവ പണം കൊടുത്ത് ബ്ലെയ്ക്ക് വാങ്ങിയിരുന്നു. ഇവയെല്ലാം സജ്ജീകരിച്ച് ബ്ലെയ്ക്ക് എന്ന ആളുടെ അപ്രന്റീസ് കുക്ക്, ബാറിൽ കണ്ട പയ്യനുമായി സമ്പർക്കത്തിൽ വരുന്നു. വിലാസം ഉറപ്പില്ലെങ്കിലും ആ അഡ്രസ്സ് നിലവിലുണ്ടായിരുന്നതിനാൽ അവൻ കാത്തിരുന്നു. മൂന്നു ദിവസം കഴിഞ്ഞപ്പോൾ ബാറിൽ കണ്ട ആ മനുഷ്യൻ ബ്ലെയ്ക്കിനു സങ്കീർണ്ണമായ ഒരു സന്ദേശം അയച്ചു. ബ്ലെയ്ക്ക് അവനെ കരുതലോടെ വീക്ഷിക്കുവാൻ തീരുമാനിച്ചു.

ദിവസങ്ങൾ കടന്നുപോകുന്നു. ബ്ലെയ്ക്ക് ടാർജറ്റ് ലോജിസ്റ്റിക്സ് - ലക്ഷ്യത്തിലേക്കുള്ള മാർഗ്ഗങ്ങൾ, കൃത്യം ചെയ്യേണ്ട സമയം ഇവയെക്കുറിച്ചെല്ലാം അവനോടു സംസാരിക്കുന്നു. ഈ മുൻകരുതൽ അവനു കൂടുതൽ ധൈര്യം നൽകി. അവർ തമ്മിൽ ഉടമ്പടിയിലെത്തി. ബ്ലെയ്ക്ക് പകുതി പണം അഡ്വാൻസായി ആവശ്യപ്പെട്ടു. മാത്രമല്ല, ഇതിനകം തന്നെ ഉടമ്പടിത്തുക നാല് പൂജ്യങ്ങളായി. അവൻ ഈ കൃത്യം ചെയ്യണമെന്ന് ഇതോടെ നിർബന്ധിതനായി. ഈ കൊലപാതകം ഒരു സ്വാഭാവികമരണമാണെന്ന് ആവശ്യപ്പെട്ടതിനാൽ അവൻ കൂടുതൽ തുകയോടൊപ്പം ഒരു മാസം സമയവും ആവശ്യപ്പെട്ടു. പരിചയസമ്പന്നർ കാര്യങ്ങൾ എങ്ങനെ കൈകാര്യം ചെയ്യുന്നുവെന്ന് ഇതിനകം ബ്ലെയ്ക്ക് മനസ്സിലാക്കിയിരുന്നു. അയാൾ അവന്റെ എല്ലാ നിബന്ധനകളും അംഗീകരിച്ചു.

ഇത് അവന്റെ ആദ്യത്തെ ഉദ്യമമാണ്. അവന് സമ്മിശ്രമായ വികാരങ്ങളാണ്. വളരെ ജാഗ്രതയോടെ ഭാവനാത്മകമായി കാര്യങ്ങൾ

ആസൂത്രണം ചെയ്യുന്നു. അവൻ വളരെയേറെ ഹോളിവുഡ് സിനിമകൾ കാണുന്നു. ഹോളിവുഡിലെ തിരക്കഥാകൃത്തുക്കളോട് ഗുണ്ടകൾക്കുള്ള കടപ്പാട് അചിന്തനീയമാണ്. ഊഹിക്കുന്നതിലും വളരെ മുകളിലാണ്. ഈ പ്രൊഫഷന്റെ തുടക്കംതന്നെ ഉടമ്പടി, കരാർ വിവരങ്ങൾ, കരാർ തുക എന്നിവ ഏതു സ്ഥലത്ത്, എങ്ങനെ സ്വീകരിക്കണം എന്നു തീരുമാനിക്കുന്നു. ചിലപ്പോൾ ഒഴിഞ്ഞ ഒരു പ്ലാസ്റ്റിക് ബാഗ്, ഒരു ബസ്, ഫാസ്റ്റ് ഫുഡ് നിർമ്മാണസ്ഥലം, ചവറ്റുകുട്ട, പാർക്ക് ഇങ്ങനെ എവിടെയാണെന്ന് അവൻ മുൻകൂട്ടി നിശ്ചയിക്കുന്നു. ഒറ്റപ്പെട്ട പ്രദേശങ്ങൾ ഒഴിവാക്കി ആരും എത്തിച്ചേരാത്ത പ്രദേശത്തു മണിക്കൂറുകൾക്കു മുമ്പ് അവനെത്തുന്നു. ഏകനായി, കയ്യുറകൾ, ഹുഡ്, തൊപ്പി, കണ്ണട എന്നിവ ധരിച്ച് നിശ്ചയിച്ച സ്ഥലത്ത് എത്തുന്നു. അവൻ മുടി ചായംപൂശിയും ഹെയർ പീസുകൾ ഉപയോഗിച്ചും രൂപമാറ്റം നടത്തുന്നു. കവിളുകൾ പൊള്ളിച്ച് ആഴത്തിൽ മുറിവ് സൃഷ്ടിക്കുവാനും പരിശീലിച്ചു. വിവിധ രാജ്യങ്ങളിലെ ഡസൻകണക്കിനു രജിസ്റ്റേർഡ് ലൈസൻസുകൾ അവനുണ്ട്. ഇതിനൊപ്പം അവൻ കത്തി എറിഞ്ഞ്, ദൂരം അറിഞ്ഞ് 'ഹാഫ്സ്പിൻ' അല്ലെങ്കിൽ 'ഫുൾ സ്പിൻ' ചെയ്യാനും പഠിച്ചു. ബോംബ് നിർമ്മാണവും ജെല്ലി ഫിഷിൽനിന്ന് വേർതിരിച്ചെടുക്കുന്ന വിഷം എങ്ങനെ പ്രയോജനപ്പെടുത്തുമെന്നും മനസ്സിലാക്കി. അവന് ഏതാനും നിമിഷങ്ങൾക്കുള്ളിൽ 9 എം.എം. ബ്രൗണിംഗ് ഗ്ലോക്ക് 43 സംയോജിപ്പിക്കുവാനും പിളർത്താനും അറിയാം. ബിറ്റ്കോയിനുകളിലൂടെ ആയുധങ്ങൾ വാങ്ങുവാനും ശീലിച്ചു. തിരിച്ചറിയുവാൻ കഴിയാതെ ഇടപാടുകൾ നടത്തുന്ന ക്രിപ്റ്റോകറൻസിയിലൂടെ അവൻ വെബ്സൈറ്റിൽ ഡാർക്ക്നെറ്റിലൂടെ കളിക്കാറുണ്ട്. ഇന്റർനെറ്റിൽ എല്ലാത്തിനും ട്യൂട്ടോറിയലുകളുണ്ട്, തിരഞ്ഞാൽമാത്രം മതി.

അമ്പതു വയസ്സുള്ള ഒരാളെയാണ് അവൻ ലക്ഷ്യമിടുന്നത്.

അയാളുടെ യഥാർത്ഥപേരിനുപകരം പക്ഷേ, 'കെൻ' എന്ന പേരു വിളിക്കുവാൻ അവൻ തീരുമാനിച്ചു. ബാർബിയുടെ ബോയ്ഫ്രണ്ടിനെപ്പോലെ കെൻ അതു ചെയ്യുന്നില്ല. അവന് അസ്തിത്വമില്ല.

കെൻ ഒറ്റയ്ക്കു താമസിക്കുന്നതായി അവൻ സങ്കല്പിക്കുന്നു. വിവാഹിതൻ, മൂന്നു കുട്ടികളുടെ അച്ഛൻ എന്നിങ്ങനെ അവന് സങ്കല്പിക്കാനാവുന്നില്ല. അത്തരം അവസരങ്ങൾ സൃഷ്ടിക്കുവാൻ അവന് സാധ്യമായിരുന്നില്ല. ഈ പ്രായത്തിൽ ഒരു സ്വാഭാവിക മരണം, അതിന്റെ വിവിധ തലങ്ങൾ അവൻ കണക്കാക്കി. ഒരു വാഹനാപകടം, ഗ്യാസ് ചോർച്ച, ഹൃദയാഘാതമാവാം അല്ലെങ്കിൽ ആകസ്മികമായ ഒരു വീഴ്ചയുണ്ടാകാം. അട്ടിമറികൾ സംഭവിക്കാം. ബ്രേക്ക് തകർന്ന് സ്റ്റിയറിംഗിലാകാം. പക്ഷേ, എങ്ങനെ ചെയ്യണമെന്ന് ഇതുവരെ തീരുമാനിച്ചില്ല. പൊട്ടാസ്യം ക്ലോറൈഡ് എങ്ങനെ വാങ്ങിക്കാമെന്നും അവന് അറിഞ്ഞുകൂടാ. അതുമൂലമുള്ള ഒരു ഹൃദയാഘാതത്തിലൂടെയോ വാതകച്ചോർച്ചമൂലമുള്ള ശ്വാസംമുട്ടലിലൂടെയോ... മരണം എങ്ങനെ വേണമെന്ന് അവനു

നിശ്ചയമില്ല. പ്രതിവർഷം പതിനായിരത്തോളം മരണങ്ങൾ, ഒട്ടുമിക്ക വയും പ്രായമായവരുടെ. പക്ഷേ കെൻ അതു ചെയ്തിരിക്കും. നിശ്ചയം. കെൻ ഒരു കായികതാരമായിരുന്നില്ല. അതിനാൽ ഒരു പോരാട്ടം പ്രതീക്ഷി ക്കുന്നില്ല.

അടുത്തുള്ള ഫ്ളാറ്റിന്റെ താഴത്തെ നിലയിലുള്ള എഫ്3യിലാണ് കെൻ ആനെമാസ്സിൽ താമസം. മൂന്നാഴ്ചയോളം ബ്ലെയ്ക്ക് പദ്ധതികൾ ആസൂത്രണം ചെയ്ത് നിരീക്ഷണം നടത്തി. ഇതിനായി അവൻ മുൻകൂട്ടി ഒരു പഴയ റെനോ വാനിന് അഡ്വാൻസ് നൽകി. അതിൽ അടിസ്ഥാന സൗകര്യങ്ങൾ ഇരിപ്പിടം, മെത്ത, വെളിച്ചത്തിനായി ബാറ്ററികൾ എന്നിവ ഘടിപ്പിച്ചു. നോക്കെത്താദൂരത്ത്, ആളുകൾ തീരെ ശ്രദ്ധിക്കാത്ത ഒരു മരുഭൂമിയുടെ അതിർത്തിപ്രദേശത്തു വണ്ടി നിർത്തിയിട്ടു.എല്ലാ ദിവ സവും കെൻ അപ്പാർട്ട്മെന്റിൽനിന്ന് രാവിലെ എട്ടരയോടെ സ്വിസ് അതിർത്തി കടന്നുള്ള ജോലിസ്ഥലത്തേക്കു പുറപ്പെടുന്നു. ഏഴുമണിക്കു മടങ്ങിവരുന്നു. വാരാന്ത്യങ്ങളിൽ ചിലപ്പോൾ ഒരു സ്ത്രീ അവനോടൊപ്പം പത്തു മൈൽ അകലെ ബോനെവിയിലുള്ള ഫ്രഞ്ച് ടീച്ചറെ കാണുവാൻ പോകും. ചൊവ്വാഴ്ചകൾ ഏറ്റവും കൃത്യമായി പ്രവചിക്കാവുന്ന ദിവസ മാണ്. മടങ്ങിവന്ന ഉടൻ കെൻ വീണ്ടും പുറത്തുപോവും. ജിമ്മിൽനിന്ന് രണ്ടു മണിക്കൂർ കഴിഞ്ഞ് മടങ്ങിയെത്തി ഏകദേശം ഇരുപതു മിനിറ്റ് ബാത്ത്റൂമിൽ ചെലവഴിക്കുന്നു. തുടർന്ന് ടെലിവിഷൻ കണ്ടുകൊണ്ട് ഭക്ഷണം കഴിക്കുന്നു. കമ്പ്യൂട്ടറിൽ കുറച്ചുനേരം പരതിയതിനുശേഷം ഉറങ്ങുന്നു. ചൊവ്വാഴ്ച അങ്ങനെ അവസാനിക്കുന്നു.

ബ്ലെയ്ക്ക് തന്റെ കക്ഷിക്ക് അവരുടെ കോഡ് ഭാഷയിൽ സന്ദേശം അയച്ചു. "തിങ്കളാഴ്ച 8 മണി." ഒരു ദിവസം കുറവ്. രണ്ടു മണിക്കൂർ കുറവ് എന്നിങ്ങനെ. ചൊവ്വാഴ്ച 10 മണിക്ക് സ്പോൺസർക്ക് ഒരു അലിബി തയ്യാറാക്കാനുള്ള സമയം.

പറഞ്ഞ ദിവസത്തിന് ഒരാഴ്ച മുമ്പ് ബ്ലെയ്ക്ക് കെന്നിനു പിസാ ഡെലിവറി നടത്തി. ഡെലിവറി മാൻ ബെല്ലടിച്ചപ്പോൾ ഒരു മടിയോ സംശ യമോ കൂടാതെ കെൻ വാതിൽ തുറക്കുന്നു. ബ്ലെയ്ക്കിന് കൂടുതൽ ഒന്നും അറിയേണ്ടതായ ആവശ്യമില്ല, എല്ലാം വിചാരിച്ചതുപോലെ സംഭവിക്കുന്നു.

ചൊവ്വാഴ്ച പിസാ ബോക്സുമായി ബ്ലെയ്ക്ക് ലാൻഡിംഗിൽ എത്തി. വിജനമായ തെരുവ്, ഒരു നിമിഷം അവൻ നിരീക്ഷിക്കുന്നു. അവന്റെ തെന്നിവീഴാത്ത ഓവർ ഷൂസുകൾ, കയ്യുറകൾ. എല്ലാം വീണ്ടും പരി ശോധിച്ച് ഉറപ്പുവരുത്തി ആ നിമിഷത്തിനായി കാത്തിരുന്നു, കെൻ പുറത്തുവരുന്ന നിമിഷത്തിന്. വാതിലിൽ മണി അടിക്കുന്നതു കേട്ട്, കെൻ ബാത്റൂമിൽനിന്ന് പെട്ടെന്നുവന്ന് വാതിൽ തുറക്കുന്നു. അവൻ ബാത്ത് റോബിൽ വന്ന് പിസാ ഡെലിവറി നടത്തുന്നയാളെ കണ്ട് നെടുവീർ പ്പിടുന്നു. അവന് ഒരു വാക്ക് ചോദിക്കുവാൻ സമയം ലഭിക്കുന്നതിനു മുമ്പ്, ശൂന്യമായ ഒരു പെട്ടി താഴെ വീഴുന്നു. ബ്ലെയ്ക്ക് തന്റെ കൈയി ലുള്ള രണ്ട് വൈദ്യുതദണ്ഡുകൾ അമർത്തി അവന്റെ നെഞ്ച്

തകർക്കുന്നു. കെൻ, മുട്ടുകുത്തി ഡമ്പിനടിയിൽ വീഴുന്നു. വീഴുന്നതിനൊപ്പം, ബ്ലെയ്ക്ക് അവനെ ദണ്ഡുപയോഗിച്ച് പത്ത് സെക്കൻഡോളം തുടർന്നും അമർത്തിപ്പിടിച്ചു. അവൻ അനങ്ങാൻ സാധിക്കാത്തവിധം ദണ്ഡ് നിർമ്മാതാക്കൾ എട്ട് ദശലക്ഷം വാൾട്ട് വരെ വൈദ്യുതി പ്രവേശിപ്പിക്കാനാവുമെന്നു പരസ്യപ്പെടുത്തിയിരുന്നെങ്കിലും ഒരു ദണ്ഡ് കൊണ്ടുമാത്രം സ്വയം പരീക്ഷിച്ച് ബോദ്ധ്യപ്പെട്ടിരുന്ന ബ്ലെയ്ക്ക് കൃത്യം നിർവ്വഹിച്ചു. ബോധരഹിതനായ കെന്നിനെ അവൻ കുളിമുറിയിലേക്കു വലിച്ചിഴച്ചു. അതുല്യപ്രസ്ഥാനത്തിന്റെ ആശ്വാസകരമായ, ഒരു അക്രമത്തിന്റേതായ ആംഗ്യം അവൻ കാണിക്കുന്നു.തേങ്ങ ഉപയോഗിച്ച് ചുരുങ്ങിയത് പത്തുതവണയെങ്കിലും. ഈ കൃത്യം അവൻ പരീക്ഷിച്ചിരുന്നു. അവൻ കെന്നിന്റെ തല ഉയർത്തിപ്പിടിച്ച് കൃത്യമായി സർവ്വശക്തിയോടെ പുറകിലേക്ക് തള്ളി. അവന്റെ തലയോട്ടി ബാത്ടാങ്കിന്റെ അരികിൽ ഇടിച്ചുതകരുന്നു. ടൈലുകൾ കട്ടറുപയോഗിച്ച് അറുക്കുന്നതുപോലെ, വജ്രക്കഷ്ണങ്ങൾ നാലുഭാഗത്തും ചിതറി വീണു. ഞെട്ടലുണ്ടാക്കുന്ന വിധം രക്തം ചിതറിത്തെറിച്ചു. നല്ല ചുവപ്പുനിറമുള്ള നെയിൽപോളിഷ് വീണ് ഒഴുകുന്നതുപോലെ. ഇരുമ്പിന്റെ മണമുള്ള ചുടുരക്തം ഒഴുകി. വായ പകുതി തുറന്നുപിടിച്ച് കണ്ണുകൾ മുകളിലേക്ക് ഉറ്റുനോക്കുന്ന നിലയിൽ അവന്റെ ശരീരം കിടക്കുന്നു. വിശാലമായ സീലിംഗ്. ബ്ലെയ്ക്ക് അവന്റെ ബാത് റോബ് പകുതി തുറന്നുനോക്കുന്നു. വൈദ്യുതാഘാതത്തിന്റെ അടയാളപ്പെടുത്തലുകൾ ഇല്ലെന്ന് ഉറപ്പുവരുത്തുന്നു. ദാരുണമായ വീഴ്ചയിൽ ഗുരുത്വാകർഷണം വഴി ഉണ്ടാവുന്ന സാങ്കല്പികപാതയനുസരിച്ച് അവൻ ആ ശരീരത്തെ തനിക്കാകാവുന്ന രീതിയിൽ ക്രമീകരിച്ചു.

അവൻ എഴുന്നേറ്റ് അവന്റെ ജോലിയെ സ്വയം അഭിനന്ദിക്കുന്നു. മൂത്രമൊഴിക്കാനുള്ള അതിശയകരമായ പ്രേരണ അവനെ തീവ്രമായി പിടികൂടുന്നു. ബ്ലെയ്ക്ക് അതിനെക്കുറിച്ച് ഒരിക്കലും ചിന്തിക്കുമായിരുന്നില്ല. സിനിമകളിൽ കൊലപാതകി മൂത്രമൊഴിക്കുന്നില്ല. സ്വയം ആശ്വാസം കണ്ടെത്തുവാനായി ഒരു പാത്രത്തിൽ കാര്യം നടത്തിയ ശേഷം വൃത്തിയാക്കി വെക്കുവാൻപോലും അവൻ ചിന്തിച്ചു. പൊലീസുകാർ അല്പം ബുദ്ധിമാന്മാരാകാൻ തുടങ്ങിയാൽ, വ്യവസ്ഥാപിതമായ നടപടിക്രമങ്ങൾ പാലിക്കുവാൻ ആവശ്യപ്പെട്ടാൽ അവർ ഡി.എൻ.എ. കണ്ടെത്തും, അനിവാര്യമായും. ബ്ലെയ്ക്ക് അതിനാൽ നിയന്ത്രണം പാലിച്ച് മൂത്രമൊഴിക്കാതെ സ്വയം പീഡനം സഹിച്ചു. അവൻ സോപ്പ് കൊണ്ടുവന്ന് കെന്നിന്റെ കുതികാലിൽ അമർത്തി അടയാളം സൃഷ്ടിച്ചു. അവൻ ഉദ്ദേശിച്ച കോണിലേക്ക് എറിയുന്നു. അതു ടോയ്‌ലറ്റിന്റെ പുറകുവശത്തു ചെന്നുവീണു.

പൂർണ്ണത - അത് അന്വേഷകനെ ആനന്ദിപ്പിക്കുന്നതാണ്. ആ പ്രഹേളിക പരിഹരിച്ചതിൽ അവനു വളരെ സന്തോഷം തോന്നി. ബ്ലെയ്ക്ക്, ഷവറിന്റെ താപനില പരമാവധി നിയന്ത്രിച്ച് ഷവർ ഹെഡ് മൃതശരീരത്തിന്റെ മുഖത്തേക്ക് അടുപ്പിക്കുകയും ശരീരവുമായുള്ള

നീരാവിയുടെ സമ്പർക്കം പരമാവധി ഒഴിവാക്കുകയും ചെയ്ത് ബാത്റൂമിൽനിന്ന് പുറത്തുകടന്നു.

ബ്ലെയ്ക്ക് ജനലിനരികിലേക്കു ചെന്ന് കർട്ടനുകൾ നീക്കുന്നു. മുറി മുഴുവൻ ശ്രദ്ധാപൂർവ്വം പരിശോധിച്ച് ശരീരം വലിച്ചിഴച്ചതായി സൂചനകളൊന്നും അവശേഷിക്കുന്നില്ലെന്ന് ഉറപ്പുവരുത്തി. ശവശരീരത്തിന് ഏതാനും മീറ്ററുകൾ അകലെ മഞ്ഞുതുള്ളികൾ വാതിലിനകത്തേക്ക് ഒഴുകുവാൻ തുടങ്ങി. കെന്നിന്റെ കമ്പ്യൂട്ടർ അപ്പോഴും പ്രവർത്തിച്ചുകൊണ്ടിരുന്നു. അതിന്റെ സ്ക്രീനിൽ ഇംഗ്ലീഷ് പുൽത്തകിടികൾ, പുഷ്പമെത്തകൾ എന്നിവയുടെ ചിത്രങ്ങൾ തെളിയുന്നു. കെന്നിന് ഒരു പച്ചപ്പെരുവിരൽ(അത് കെന്നിന്റെ ഐഡന്റിറ്റി ആയിരുന്നു) ഉണ്ടായിരുന്നു. ബ്ലെയ്ക്ക് കെട്ടിടം വിട്ട് പുറത്തുപോവുന്നു. ബ്ലെയ്ക്ക് കയ്യുറകൾ ഊരി ഇരുന്നൂറ് മീറ്ററോളം ദൂരെയുള്ള സ്കൂട്ടർ നിർത്തിയിരുന്ന ഗാരേജിലേക്ക് തിടുക്കത്തിൽ നടന്നു. ഒരു കിലോമീറ്റർ യാത്ര ചെയ്തശേഷം അവൻ ടോയ്ലറ്റിൽ പോയി. നാശം, അവൻ വീണ്ടും കറുത്ത പരുത്തിവസ്ത്രവും ഷൂസും ധരിക്കുന്നു.

രണ്ടു ദിവസം കഴിഞ്ഞ് ആശങ്കാകുലനായ അവന്റെ സഹപ്രവർത്തകൻ ബ്ലെയ്ക്കിനെ അറിയിക്കുന്നു, സാമുവൽ ടാഡ്ലറുടെ അപകടമരണം സംഭവിച്ചതു സംബന്ധിച്ച് പൊലീസ് അന്വേഷണം തുടങ്ങിയെന്ന്. കുറച്ചു ദിവസങ്ങൾക്കകം അവനു ബാക്കി വിവരങ്ങളും കിട്ടി.

ഇക്കാര്യങ്ങളെല്ലാം സംഭവിച്ചതു വളരെ കാലങ്ങൾക്കു മുമ്പാണ്. ബ്ലെയ്ക്ക് പിന്നീട് സ്വന്തമായി രണ്ടു ജീവിതങ്ങൾ സൃഷ്ടിച്ചു. ഒന്നിൽ അവൻ അദൃശ്യനാണ്. വിവിധ പാസ്പോർട്ടുകളിൽ, ഇരുപത് വിവിധ പേരുകളിൽ, ആദ്യപേരുപോലെ യഥാർത്ഥ ബയോമെട്രിക് രേഖകൾ ചേർത്ത് വിവിധ ദേശീയതകളായി സൃഷ്ടിച്ചു. അവന് ഇതെല്ലാം വളരെ എളുപ്പമായിരുന്നു. ഒന്നിൽ അവൻ 'ജോ' എന്ന പേരിൽ സുന്ദരിയായ സ്ത്രീയായിരുന്നു. അവൻ വളരെ ദൂരെയിരുന്ന് പാരിസിയൻ കമ്പനിക്കു പാകം ചെയ്ത പച്ചക്കറി ഭക്ഷ്യസാധനങ്ങൾ ഹോം ഡെലിവറിയായി എത്തിച്ചുകൊടുക്കുന്ന അനുബന്ധസ്ഥാപനങ്ങളുമായി ഇടപാടു നടത്തുന്നു, ബോർഡോ, ലിയോൺ, ബെർലിൻ, ന്യൂയോർക്ക് എന്നിവിടങ്ങളിലേക്ക്... അവന്റെ സഹകാരിയായിരുന്ന ഫ്ളോറ ഇപ്പോൾ അവന്റെ ഭാര്യയും. പക്ഷേ ബ്ലെയ്ക്ക് രണ്ടു മക്കളും കുടുംബമായി ഇടയ്ക്കിടെ യാത്ര നടത്തുന്നു. ദൈർഘ്യമേറിയ യാത്രകളാണ് ചിലപ്പോൾ അവൻ നടത്താറുള്ളത് എന്ന് അവർ സ്ഥിരം പരാതിപ്പെടുന്നു. ഇതു സത്യവുമാണ്.

2021 മാർച്ച് 21, ക്വാഗ്,
ന്യൂയോർക്ക് സ്റ്റേറ്റ്

2021 മാർച്ച് 21ന് ബ്ലെയ്ക്ക് യാത്രയിലായിരുന്നു. അവൻ നനുത്ത മഴയിൽ മണൽത്തരികൾക്കു മുകളിലൂടെ ഓടി. അവനൊപ്പം ബന്ദനന്വും.

നീളമുള്ള സുന്ദരമായ മഞ്ഞ മുടിയും ഇരുണ്ട കണ്ണടയും വച്ച് മഞ്ഞയും നീലയും കലർന്ന ട്രാക്ക്സ്യൂട്ട് ധരിച്ച അവളുടെ ശരീരത്തിനു വർണ്ണാഭമായ അദൃശ്യത. അവൻ പത്തുദിവസങ്ങൾക്കു മുമ്പുതന്നെ ന്യൂയോർക്കിൽ എത്തി, അവന്റെ ആസ്ട്രേലിയൻ പാസ്പോർട്ട് ഉപയോഗിച്ച്. അറ്റ്ലാന്റിക് സമുദ്രവിമാനയാത്ര വളരെ ഭയങ്കരമായിരുന്നു. ദുർഘടങ്ങൾ കൊണ്ട് തീവ്രമായിരുന്നു. അവൻ തന്റെ അവസാന മണിക്കൂറുകൾ വന്നു ചേർന്നുവെന്ന് ശരിക്കും വിശ്വസിച്ചു. ആകാശം തന്റെ എല്ലാ കരാറുകൾക്കും പ്രതികാരം ചെയ്യുവാൻ വിളിക്കുന്നു എന്നു തോന്നിപ്പോയി.

അനന്തമായ വിഹായസ്സിൽ വായുച്ചുഴികളാൽ ശക്തമായ കാറ്റ് വീശിയപ്പോൾ അവളുടെ തലപോലും ഉപേക്ഷിച്ച് വിഗ്ഗ് പറന്നുയർന്നു. മൂന്നു കിലോമീറ്റർ നീളമുള്ള കടൽത്തീരത്തു നിർമ്മിച്ച, തന്റെ പത്തു ദശലക്ഷം ഡോളർ വിലവരുന്ന 'ഷാക്ക്' എന്ന ചെറുകുടിലുകൾക്കു മുന്നിൽ, ക്വാഗിലെ ചാരനിറമുള്ള ആകാശത്തിനു കീഴിൽ അവർ മൺകൂനകൾ നിർമ്മിച്ച് ആ സ്ട്രീറ്റിനെ ഡ്യൂൺ റോഡ് എന്ന് ജ്ഞാനസ്നാനം ചെയ്തു. ലളിതമാക്കുവാനായി പൈൻ മരങ്ങളും ഞാങ്ങണയും നട്ടുപിടിപ്പിച്ച് ഓരോ വില്ലകളും പരസ്പരം കാണാത്ത വിധത്തിൽ, ഓരോ ഉടമസ്ഥനും സമുദ്രം മുഴുവനും തനിക്കു സ്വന്തമാണെന്നു വിശ്വസിക്കുന്നതുപോലെ നിലനിർത്തി.

തിരക്കില്ലാത്ത ജനക്കൂട്ടത്തിൽ ബ്ലെയ്ക്ക് എല്ലാ ദിവസവും ഒരേ സമയം ഓടാറുണ്ട്. പെട്ടെന്ന് റെഡ്വുഡ് മരപ്പലകകളാൽ അലങ്കരിച്ച വിശാലമായ ബേവിൻഡോ ജാലകങ്ങളുള്ള ഒരു അതിശയിപ്പിക്കുന്ന വീട് കാണുന്നു. ആ വീടിന്റെ ടെറസ്സിലേക്കുള്ള ഗോവണി കടലിന്റെ തീരത്താണ് ആരംഭിക്കുന്നത്. അവൻ ഗോവണിയിലൂടെ ടെറസ്സിലെത്തി. അവനു ശ്വാസതടസ്സം തോന്നി. സാങ്കല്പികമായ ആ ശ്വാസതടസ്സം അവന്റെ നടുവിനെ രണ്ടായി വളയ്ക്കുന്നു. അവൻ പെട്ടെന്ന് തലയുയർത്തി നോക്കിയപ്പോൾ, അമ്പതു വയസ്സു പ്രായം തോന്നുന്ന ഒരു മനുഷ്യൻ കുറച്ചു ദൂരെനിന്ന് തന്റെ അടുത്തേക്കു കൈനീട്ടുന്നതായി തോന്നി. പാരപ്പറ്റിൽ ചാരിനിന്ന് ഒരു കോഫി കുടിച്ച് ആശ്വാസം കണ്ടെത്തുന്നു. നല്ല ഉയരത്തിൽ, നീളംകുറഞ്ഞ മുടിയുള്ള ഒരു ചെറുപ്പക്കാരൻ ആ മനുഷ്യനൊപ്പം ഉണ്ടായിരുന്നു. അയാൾ പുറകുവശത്ത് പലക കൊണ്ട് നിർമ്മിച്ചിരിക്കുന്ന മതിലിൽ ചാരിനിൽക്കുന്നു. ഉത്കണ്ഠ നിറഞ്ഞ നോട്ടമായിരുന്നു അവന്. അസ്വസ്ഥനായ അയാൾ അവന്റെ ജാക്കറ്റിനിടയിൽ ഒരു ഹോൾസ്റ്റർ ഗൺ കണ്ടു. അത് അയാളുടെ പോക്കറ്റ് വളരെ വീർത്ത നിലയിലാക്കിയിരുന്നു. ഒരു വലംകൈയൻ. ആഴ്ചയിൽ രണ്ടാമത്തെ തവണയാണ് അവനെ കാണുന്നത്. ബ്ലെയ്ക്ക് മണൽ നിറഞ്ഞ പാതയിൽ പുഞ്ചിരിച്ച് ചൂലിനും പുല്ലുകൾക്കുമിടയിലൂടെ അവരെ സമീപിക്കുന്നു.

കരുതലോടെ ബ്ലെയ്ക്ക് മൂരിനിവർന്ന് കോട്ടുവായിടുന്നു. അവൻ ബാക്ക്പാക്കിൽനിന്ന് ടവലെടുത്ത് മുഖം തുടച്ച്, ഫ്ളാസ്കിൽനിന്ന്

തണുത്ത ചായയെടുത്ത് ഒരു കവിൾ മുഴുവൻ ഇറക്കുന്നു. പ്രായമുള്ള ഒരാൾ അവനോട് എന്തോ സംസാരിക്കുവാനായി കാത്തു നിന്നിരുന്നു.

അയാൾ അവനെ അഭിസംബോധന ചെയ്തുകൊണ്ട് "സുഖ മാണോ" എന്നു ചോദിച്ചു.

"ഹായ്, ഫ്രാങ്ക്, എല്ലായ്പോഴും വയറു കൊതയ്ക്കുന്ന ആ പ്രശ്നം ഇപ്പോൾ എനിക്കില്ല" എന്ന് അവൻ ശരീരഭാഷയിലൂടെ അറിയിച്ചു.

ഒരാഴ്ച മുമ്പ് ആദ്യമായി കണ്ടുമുട്ടിയ നരച്ച മീശയും താടിയും വളർന്ന ആ മനുഷ്യൻ അവനോടു പറഞ്ഞു.

"താങ്കൾക്ക് ഓടുന്നതിന് ഇപ്പോൾ ഏറ്റവും മോശം സമയമാണ്."

"അതെ, മോശം ദിവസം."

ഇതു പറഞ്ഞുകൊണ്ട് ബ്ലെയ്ക്ക് അവരിൽനിന്ന് അഞ്ചു മീറ്ററോളം മാറിനിന്നു.

"ഓറക്കിൾ സ്റ്റോക്ക് വിലനിലവാരം കണ്ട് ഞാൻ ഇന്നു രാവിലെയും നിങ്ങളെക്കുറിച്ചു ചിന്തിച്ചു."

"അതിനെക്കുറിച്ച് എന്നോടു പറയരുത് ഫ്രാങ്ക്. എന്റെ പ്രവചന ശേഷം വരുംദിവസങ്ങളിൽ നിങ്ങൾ അറിയും."

"ഇല്ല."

ബ്ലെയ്ക്ക് ടവൽ മടക്കി ബാക്ക്പാക്കിൽ വെയ്ക്കുന്നു. ഒപ്പംതന്നെ അതിവേഗത്തിൽ പിസ്റ്റളെടുത്ത് ചെറുപ്പക്കാരനുനേരെ മൂന്നു പ്രാവശ്യം വെടിയുതിർത്തു. ആഘാതത്താൽ അയാൾ പിൻവശത്തുള്ള ബെഞ്ചിലേക്കു മറിഞ്ഞുവീഴുന്നു. പിന്നെ ഫ്രാങ്കിനു നേരെ മൂന്നു തവണ. അമ്പരന്നു നിന്ന ഫ്രാങ്ക് വിറയലോടെ മുട്ടുകുത്തി പാരപ്പെറ്റ് മറികടന്ന് മന്ദഗതിയിൽ താഴെ വീണു. ഓരോ തവണയും നെഞ്ചിൽ രണ്ട് ആഘാതങ്ങൾ, ഒന്നുവീതം നെറ്റിയുടെ മധ്യത്തിൽ. ഒരു സെക്കന്റിൽ ആറ് ഷോട്ടുകൾ പി.226ന്റെ സൈലൻസറിലൂടെ തിരമാലകൾപോലെ വന്ന് ശബ്ദായമാനമാക്കി. ഒരു കരാർകൂടി അവൻ അടയാളങ്ങൾ ബാക്കിവെക്കാതെ നടപ്പിലാക്കി. ഒരു ലക്ഷം ഡോളർ എളുപ്പത്തിൽ സമ്പാദിച്ചു.

ബ്ലെയ്ക്ക് സിഗ്സോവർ ബാഗിൽ തിരികെവച്ചു. മണലിൽ പൂഴ്ന്നുകിടന്നിരുന്ന ആറു ഷെല്ലുകൾ പെറുക്കിയെടുത്തു. വീണു കിടക്കുന്ന ബോഡിഗാർഡിനെ നോക്കി നെടുവീർപ്പിടുന്നു. പാർക്കിംഗ് ഗാർഡുകളെ നിയമിക്കുന്ന സ്ഥാപനം രണ്ടുമാസം മാത്രം പരിശീലനം നൽകി മറ്റു കമ്പനികൾക്കു നൽകുന്നു. അവരെ യഥാർത്ഥലോകത്തിലേക്ക് എറിഞ്ഞുകൊടുക്കുന്നു. ഇവർ തികച്ചും അമേച്വർമാരായിരിക്കും. ജോലിയിൽ വൈഭവം സൃഷ്ടിച്ചെടുത്താൽ ഇവർ മേലധികാരികളുടെ പട്ടികയിൽ ആദ്യസ്ഥാനങ്ങളിൽ കുറിക്കപ്പെടും. അല്ലെങ്കിൽ വളരെ ദൂരെ മാറ്റിവച്ച ഫോട്ടോകളിൽ ഒതുങ്ങും. ഓറക്കിൾ എന്ന കമ്പനിയുടെ പേര് വളരെ ക്ഷണികമായി ബ്ലെയ്ക്ക് പരാമർശിക്കുന്നു. ഓറക്കിൾ - ന്യൂജേഴ്സിയിലെ ലോജിസ്റ്റിക് അസിസ്റ്റന്റ് ഡയറക്ടറെ തിരയുന്നവർ നീളമുള്ള മുടിയോടെ

സുന്ദരിയായ ബ്ലെയ്ക്കിന്റെ രൂപം കാണുന്നു. ഡസൻകണക്കിന് ഓർഗനൈസേഷൻ ചാർട്ടുകളിലൂടെ കടന്നുപോയി ആയിരക്കണക്കിന് മുഖങ്ങൾക്കിടയിൽനിന്ന് വിശ്വസനീയമായ ഒരു ഇരട്ടമുഖം കണ്ടെത്തുവാൻ ആർക്കു കഴിയാനാണ്? ബ്ലെയ്ക്കിന് ഇനിയും ഡസൻകണക്കിന് ഫ്ളോ ചാർട്ടുകളിലൂടെ കടന്നുപോകേണ്ടതുണ്ട്.

ബ്ലെയ്ക്ക് തന്റെ ഓട്ടം പുനരാരംഭിക്കുന്നു. ശക്തമായ മഴ തുടങ്ങി. മഴ അവന്റെ കാല്പാടുകൾ മായ്ക്കുന്നു. അവൻ വാടകയ്ക്കെടുത്ത ടൊയോട്ട 200 മീറ്റർ അകലെയാണ് നിർത്തിയിരുന്നത്. അതിന്റെ നമ്പർ പ്ലേറ്റ് ഒരാഴ്ച മുമ്പ് ബ്രൂക്‌ലിൻ തെരുവുകളിൽ കണ്ടിരുന്ന സമാനമായ കാറിന്റേതാണ്. അഞ്ചു മണിക്കൂറിനുശേഷം ബ്ലെയ്ക്കിന്റെ വിമാനം ലണ്ടനിലേക്കും, പിന്നീട് യൂറോസ്റ്റാറിൽ പാരീസിലേക്കും പുതിയ ഐഡന്റിറ്റിയുടെ ബലത്തിൽ അവൻ പറന്നുയരും. പത്തുദിവസം മുൻപ് നടന്ന പാരീസ്-ന്യൂയോർക്ക് യാത്രയേക്കാൾ, മടക്കവിമാനയാത്ര തിരക്കേറിയതല്ലെങ്കിൽ എല്ലാം നന്നായിരിക്കും.

ബ്ലെയ്ക്ക് പ്രൊഫഷണലായി മാറിയതിനാൽ, ആ സമയത്ത് അവനു വീണ്ടും മൂത്രമൊഴിക്കുവാൻ തോന്നിയില്ല.

ഞായർ 2021 ജൂൺ 27, 11.43 AM

ലത്തീൻ ക്വാർട്ടർ, പാരീസ്

ബ്ലെയ്ക്കിനോടു ചോദിക്കൂ, സീൻ സ്ട്രീറ്റിന്റെ ഒരു കോണിലുള്ള ബാറിലിരുന്ന് സെന്റ് ജർമ്മനിയിലെ ഏറ്റവും മികച്ച കോഫി കുടിച്ചത് - ഞങ്ങൾ കുടിക്കുന്നതായി ശരിക്കും കാണുന്നു. നല്ല കോഫി, ശരിക്കും നല്ലത് എന്നാണ് അവൻ അർത്ഥമാക്കുന്നത്. അത്ഭുതകരമാണ്. ഏറ്റവും മികച്ച സംസ്കരണംകൊണ്ട് ലഭിക്കുന്നത്. നിക്കരാഗ്വയിലെ കാപ്പിക്കുരു പുതുതായി വറുത്ത് മയത്തിൽ പൊടിച്ചെടുത്ത് അരിക്കുന്നു. സിംബാലി എല്ലാ ദിവസവും വൃത്തിയായി കഴുകുന്ന പെർകൊലേറ്ററിൽ വെള്ളമൊഴിച്ച് ഉണ്ടാക്കുന്നത്.

ബ്ലെയ്ക്ക് അവന്റെ ആദ്യത്തെ വെജിറ്റേറിയൻ റസ്റ്റോറന്റ് ഓഡിയോണിനടുത്തുള്ള ബുസി സ്ട്രീറ്റിൽ ആരംഭിച്ചപ്പോൾ മുതൽ പുതിയ ശീലങ്ങൾ പാലിച്ചുതുടങ്ങി. നിരാശപ്പെട്ട എന്നാണ് അർത്ഥമാക്കുന്നതെങ്കിലും പാരീസിലെ ടെറസ്സിൽ നിങ്ങൾക്കും ഇതു പരീക്ഷിക്കാം. അവന്റെ അയൽക്കാർ 'ജോ' എന്നു വിളിക്കുന്നു. അവൻ യഥാർത്ഥത്തിൽ ജോനാഥൻ, ജോസഫ്, ജോഷ്വ അങ്ങനെ ആരു വേണമെങ്കിലും ആകാം. രജിസ്റ്റർ ചെയ്ത കമ്പനിയുടെ ഉടമസ്ഥതാ രേഖകളിലാണ് യഥാർത്ഥ പേരുള്ളത്. മറ്റെവിടെയും തന്റെ ശരിയായ പേര് ദൃശ്യമാകില്ല. വ്യാപാരത്തിൽ അവൻ എല്ലായ്പോഴും രഹസ്യസ്വഭാവം പുലർത്തിയിരുന്നു. എല്ലാത്തിനും കാരണം അവൻ വിവേകത്തോടെയാണ് ഓരോന്നിനേയും സമീപിക്കുന്നത് എന്നതാണ്.

ബ്ലെയ്ക്ക് തന്റെ കാവൽക്കാരെ വേണ്ടെന്നു വയ്ക്കുന്നു. ഷോപ്പിംഗിനു പോവുന്നു, കുട്ടികളെ സ്കൂളിൽ കൊണ്ടുപോകുന്നു. ഫ്ളോറയോടൊപ്പം തിയറ്ററിൽ പോയി സിനിമ കാണുന്നു. പുതിയ നാല് റസ്റ്റോറന്റുകൾ ആരംഭിച്ചു. അവിടെ മാനേജർമാരെ നിയമിക്കുന്നു. നിസ്സാരമായ ലൗകികജീവിതം എവിടെ വേണമെങ്കിലും പരിക്കേൽക്കാവുന്ന രീതിയിലാണ് നീങ്ങുന്നത്. ഒരു ദിവസം ആകസ്മികമായി, മെറ്റിൽഡയോടൊപ്പം കുതിരസവാരി നടത്തിയപ്പോൾ അശ്രദ്ധകൊണ്ട് അവിടെയുള്ള കമാനത്തിനു മുകളിൽ തട്ടി അവന്റെ പുരികത്തിനു മുറിവു പറ്റി. അവന്റെ ദ്വന്ദ വ്യക്തിത്വങ്ങൾക്കിടയിലെ ഒരേയൊരു മുദ്ര. 'ജോ'യും ഫ്ളോറയും ലക്സംബർഗിൽ രണ്ടു മുറികളുള്ള ഒരു അപ്പാർട്ട്മെന്റ് വാങ്ങി വായ്പ തിരിച്ചടച്ചിരുന്നു. കൂടാതെ പന്ത്രണ്ട് വർഷം മുമ്പ് നോർഡിലെ ഗാരേജിനു രണ്ടു മീറ്റർ അകലെ ബ്ലെയ്ക്ക് പണം നൽകി വാങ്ങിയ വീട് ലാ ഫെയത് സ്ട്രീറ്റിലെ വീടിനു വാതിലുകളും ജനലുകളും കവചിതമാക്കിയും സുരക്ഷാമതിലുകൾ പണിതും സുരക്ഷ ഉറപ്പാക്കി. യഥാർത്ഥ വാടകക്കാരൻ വാടക നൽകുന്നു. ഒപ്പം ഓരോ വർഷവും പേരു മാറുന്നു. അവനെപ്പോലെതന്നെ നിലവിലില്ലാത്ത ഐഡന്റിറ്റി. ഇക്കാര്യങ്ങൾ വളരെയേറെ ശ്രദ്ധിക്കുവാൻ അവനു കഴിയാറില്ല.

ബ്ലെയ്ക്ക് കോഫി കുടിക്കുമ്പോൾ, പഞ്ചസാരയോ ആശങ്കകളോ കലർത്താൻ അനുവദിക്കാറില്ല. ഫ്ളോറയുടെ നിർദ്ദേശപ്രകാരമുള്ള പുസ്തകം അവൻ വായിക്കുവാൻ തെരഞ്ഞെടുക്കുന്നു. കഴിഞ്ഞ മാർച്ചിലെ പാരീസ്-ന്യൂയോർക്ക് യാത്രയിൽ ഈ പുസ്തകത്തിന്റെ രചയിതാവിനെ കണ്ട കാര്യം അവൻ ഭാര്യയോടു പറഞ്ഞിരുന്നില്ല. ഉച്ചയായപ്പോൾ ഫ്ളോറ, ക്വെന്റിനേയും മെറ്റിൽഡയെയും അവളുടെ മാതാപിതാക്കൾക്കടുത്തേക്കു കൊണ്ടുപോയിരുന്നു. ഉച്ചഭക്ഷണം കഴിഞ്ഞ് അവൾ പെട്ടെന്നു മടങ്ങിവരുന്നു. തലേന്നു രാത്രി ഒരു കരാർ ഉറപ്പിക്കുന്ന കാര്യത്തിന്റെ ചർച്ചയ്ക്കായി മൂന്നുമണിക്ക് ഒരു കൂടിക്കാഴ്ച ബ്ലെയ്ക്ക് നിശ്ചയിച്ചിരുന്നു. വളരെ ലളിതമായ ജോലി, നല്ല പ്രതിഫലം, കക്ഷി കാര്യങ്ങൾ വേഗത്തിൽ നടപ്പിലാവണമെന്നും ആവശ്യപ്പെടുന്നു. അവൻ എല്ലായ്പോഴും ചെയ്യാറുള്ളതുപോലെ ലാ ഫെത്ത് സ്ട്രീറ്റിലേക്ക് മടങ്ങി. ആവശ്യമായ മാറ്റങ്ങൾ സ്വയം വരുത്തി യാത്ര പോവുന്നു. അവനിൽനിന്ന് മുപ്പതു മീറ്റർ അകലെ ഒരു ഹുഡ് ധരിച്ച ആൾ അവനെത്തന്നെ നിരീക്ഷിക്കുന്നു.

വിക്ടർ മിസേൽ

വിക്ടർ മിസേലിന് ആകർഷണീയതയ്ക്ക് കുറവൊന്നുമുണ്ടായിരുന്നില്ല. അയാളുടെ നീണ്ട മെലിഞ്ഞ മുഖവും വളരെ കട്ടിയുള്ള മുടിയും റോമൻ മൂക്കും ഇരുണ്ട കറുത്ത മൃദുവായ ചർമ്മവും കാഫ്കയെ ഓർമ്മപ്പെടുത്തും. നാല്പതു കഴിഞ്ഞിട്ടും അദ്ദേഹത്തിന്റെ ഊർജ്ജസ്വലവും ഉയരവുമുള്ള ശരീരം ഇപ്പോഴും മെലിഞ്ഞതാണ്. എന്നാലും ഉദ്യോഗസംബന്ധമായ ജീവിതശൈലി അദ്ദേഹത്തെ അൽപ്പം തടിച്ചവനാക്കിയിരിക്കുന്നുവെന്ന് പറയാം.

വിക്ടർ ഒരു എഴുത്തുകാരനാണ്. അദ്ദേഹത്തിന്റെ രണ്ടു നോവലുകൾ 'പർവ്വതങ്ങൾ വരും ഞങ്ങളെ കണ്ടെത്താൻ', 'തോൽവിയുടെ പരാജയങ്ങൾ' എന്നിവയ്ക്ക് നല്ല നിരൂപണങ്ങൾ ഉണ്ടായെങ്കിലും വേണ്ടത്ര പ്രശസ്തി ലഭിച്ചില്ല. പാരിസിയൻ ലിറ്ററി അവാർഡ് കിട്ടിയിട്ടും റെഡ്ബാൻഡ് പുസ്തകവില്പനയിൽ ആയിരം കോപ്പികൾപോലും വിറ്റില്ല. ദാരുണമായ നിരാശ, പരാജയത്തിന്റെ വിപരീതമാണെന്ന് അദ്ദേഹം തന്നെത്തന്നെ ബോദ്ധ്യപ്പെടുത്തി.

തന്റെ ജീവിതത്തിൽ നാൽപ്പത്തിമൂന്ന് വയസ്സിനിടയിൽ, പതിനഞ്ച് വർഷങ്ങൾ എഴുത്തിനായി അദ്ദേഹം മാറ്റിവച്ചു. അദ്ദേഹത്തിന്റെ കാഴ്ചപ്പാടിൽ, സാഹിത്യലോകം ഒരു പ്രഹസനമായാണ്. ട്രെയിനിൽ ടിക്കറ്റില്ലാതെ കയറുന്നവരെപ്പോലെയുള്ളവർ, പ്രതിഭകളുണ്ടായിട്ടും പുറന്തള്ളപ്പെട്ടുപോകുന്നവർ, അപ്രത്യക്ഷനാണെന്ന് സ്വയം വിശ്വസിക്കാത്ത ഒരു തിരോധാനം. എന്നിട്ടും അദ്ദേഹത്തിന് മടുപ്പ് അനുഭവപ്പെട്ടില്ല. അതിനെക്കുറിച്ച് കൂടുതൽ ആകുലപ്പെടാതെയിരുന്നു. പുസ്തകമേളകളിലിരുന്ന് മണിക്കൂറുകൾക്കുള്ളിൽ നാല് പുസ്തകങ്ങളിൽ മാത്രം ഒപ്പിടാമെന്നു സമ്മതിച്ചു. പരാജയപ്പെട്ട കൂട്ടുകാരനെ മേശപ്പുറത്ത് ഉപേക്ഷിച്ച് വിശ്രമവേളകളിൽ സന്തോഷത്തോടെ സംസാരിച്ചിരുന്നു. മിസേലിനു നർമ്മമുള്ള മനുഷ്യന്റെ പ്രശസ്തിയുണ്ടെങ്കിലും എല്ലായ്പോഴും 'നർമ്മത്തിന് വഴങ്ങില്ല?'

വിവർത്തനങ്ങളിൽനിന്നാണ് മിസേൽ വരുമാനമുണ്ടാക്കിയത്. കുട്ടിക്കാലത്ത് മുത്തശ്ശി അവനോട് ഇംഗ്ലീഷ്, റഷ്യൻ, പോളിഷ് ഭാഷകളിൽ സംസാരിച്ചിരുന്നു. അതുകൊണ്ട് വ്ളാഡിമിർ ഒഡോയ്വ്സ്കി,

നിക്കോളെ ലെസ്കോവ് തുടങ്ങിയവരുടെ കൃതികൾ അദ്ദേഹത്തിനു തർജ്ജമ നടത്താനായി. അവസാന നൂറ്റാണ്ടിലെ ഈ എഴുത്തുകാരെ ലോകം വേണ്ടവിധത്തിൽ വായിക്കുന്നില്ല. അതുപോലെ ഇനിയും സംഭവിക്കാം. ക്ലിങ്കണിൽ, 'ഗോദോയെ കാത്തിരിക്കുന്നതിനിടയിൽ' എന്ന നാടകം ഒരു ആഘോഷത്തിന്റെ ഭാഗമായി വിവർത്തനം ചെയ്തു. സ്റ്റാർട്രെക്ക് സിനിമയിലെ അവശേഷിക്കുന്ന ക്രൂരത നിറഞ്ഞ അന്യഗ്രഹജീവികളുടെ ഭാഷയിൽ തന്റെ ബാങ്കറുമായി നല്ല ബന്ധം നിലനിർത്തുവാൻവേണ്ടി മാത്രം ചെയ്തത്, ആംഗ്ലോ സാക്സൺ ബെസ്റ്റ് സെല്ലറുകൾ വിവർത്തനം നടത്തുന്ന ജോലിയും ഏറ്റെടുത്തു. അതു സാഹിത്യലോകത്തിൽ ഉയർന്ന പദവിയിലെത്തിച്ചു. മൈനർമാർക്കുള്ള മൈനർ ആർട്ട് - പ്രായപൂർത്തിയാകാത്തവരുടെ ചെറിയ കല - എന്ന് അദ്ദേഹം അതിനെ വിശേഷിപ്പിച്ചു. പ്രശസ്തരായ പല പ്രസാധകരുടെയും വാതിലുകൾ അദ്ദേഹത്തിനു മുന്നിൽ തുറക്കുന്നു. സ്വന്തം കൈയെഴുത്തു പ്രതികളേക്കാൾ വില്പനയുണ്ടായി.

മിസേലിന് ഒരു അന്ധവിശ്വാസമുണ്ട്. അതിനാൽ ജീൻസിന്റെ പോക്കറ്റിൽ എല്ലായ്പോഴും ഒരു ഇഷ്ടികക്കഷ്ണം (ലെഗോ ബ്രിക്ക്) ചെറിയ കളിപ്പാട്ടംപോലെ സൂക്ഷിക്കാറുണ്ട്. കടുംചുവപ്പിലുള്ള നാല് സ്റ്റഡുകൾ രണ്ടു ജോടി. കുട്ടിക്കാലത്ത് അച്ഛൻ അവൻ കിടക്കുന്ന മുറിയിൽ നിർമ്മിക്കാൻ തുടങ്ങിയ കോട്ട. കൊട്ടാരത്തിന്റെ കോട്ടപണി നടക്കുന്നതിനിടയിൽ അപകടം സംഭവിച്ചു. അതോടെ അവന്റെ അച്ഛന്റെ കോട്ടയുടെ മാതൃക പണിതീരാതെയിരുന്നു. കുട്ടിക്കാലത്ത് മുറിയിൽ നിശ്ശബ്ദനായിരുന്ന് പടയോട്ടങ്ങൾ, വിവിധ രംഗങ്ങൾ, പ്രതിമകൾ, രഹസ്യപാതകൾ, തുറുങ്കുകൾ എല്ലാം അവൻ പിന്തുടരാറുണ്ട്. നിർമ്മാണം തനിയെ പൂർത്തിയാക്കൽ മരണം വരിക്കലാകും. പൊളിച്ചുമാറ്റാനും വയ്യ. മുപ്പത്തിനാല് വർഷങ്ങൾക്കുമുമ്പ് ചുമരിൽനിന്ന് വിക്ടർ ഒരു ഇഷ്ടിക അടർത്തിമാറ്റി പോക്കറ്റിൽവച്ച് കോട്ട തകർത്തു. രണ്ടു തവണ വിക്ടറിന് ഈ ഇഷ്ടിക നഷ്ടമായിട്ടുണ്ട്. അതു വീണ്ടെടുക്കുകയും ചെയ്തു. ആദ്യം വേദനയോടെ, പിന്നെ മനസ്സില്ലാതെ. അമ്മ മരിച്ചപ്പോൾ പോക്കറ്റിൽനിന്ന് ശവപ്പെട്ടിയിലേക്ക് ഇഷ്ടിക തെറിച്ചുവീണു. ഉടനെ അതു മാറ്റിയെടുത്തു. ചെറിയ ചുവന്ന സമാന്തര പിപ്പ് യഥാർത്ഥ പിതാവല്ല. ഒരു ഓർമ്മയ്ക്ക്, ഓർമ്മയ്ക്കുവേണ്ടി മാത്രം എഴുത്തുകാരന്റെ വിശ്വസ്തതയുടെ നിലവാരസൂചിക മാത്രം.

മിസേലിന് കുട്ടികളില്ല. വികാരാധീനനാകുമെങ്കിലും പരാജയത്തിൽ നിന്ന് ഉത്സാഹത്തോടെ പറന്നുയരുന്നു. പലപ്പോഴും വിജയം അതിവിദൂരമെങ്കിലും ആരെയും ഒന്നും ബോദ്ധ്യപ്പെടുത്താൻ ശ്രമിക്കാറില്ല. ഒരിക്കലും ആ സ്ത്രീയെ കണ്ടിട്ടില്ല. കണ്ട ഇഷ്ടപ്പെട്ട ആ സ്ത്രീയെ പിന്നെ കാണാൻ കഴിഞ്ഞിട്ടില്ല. അവരുടെ ജീവിതത്തിന്റെ ഒരുപാട് കാലം കടന്നുപോയി. ഒരിക്കലും അവിടെ ഇനി വരില്ലായിരിക്കാം. അല്ലെങ്കിൽ ചിലപ്പോൾ തന്റെ പങ്കാളിയുമായി ഒത്തുപോകാനാവില്ലെന്ന് വിചാരിച്ചിരിക്കാം.

അങ്ങനെ പറയുന്നതു നുണയായി കണക്കാക്കാം. നാലു വർഷം മുമ്പ് ഒരു സ്ത്രീയെ കണ്ടുമുട്ടിയിരുന്നു. അസ്സീസിൽ (De la Traduction d' Arles) തർജ്ജമകൃതികളുടെ ചർച്ചായോഗ പ്രസംഗത്തിനിടയിൽ 'ഗോൻദ്ചരോവിന്റെ നർമ്മം' എങ്ങനെ വിവർത്തനം നടത്താമെന്നു വിശദീകരിച്ചു. അവിടെ മുൻനിരയിൽ അവൾ ഇരിപ്പുണ്ടായിരുന്നു. അവളെ നോക്കാതിരിക്കുവാൻ പരമാവധി ശ്രമിച്ചു. കാരണം എന്താണെന്നോ - ഒരു എഡിറ്ററുടെ തെരഞ്ഞെടുപ്പ്. ഒരു റഷ്യൻ ഫെമിനിസ്റ്റായ ലിയോബോ ഗോരേവിച്ചിനൊപ്പം?

അവർ വിക്ടറിനോട് 'നിങ്ങളും ഞങ്ങൾക്കുവേണ്ടി പ്രവർത്തിക്കുന്നുവെങ്കിൽ നന്നായിരിക്കും' എന്നു പറയുന്നു?

"നിങ്ങൾ എന്താണീ പറയുന്നത്? കൊള്ളാം."

പക്ഷേ, വിക്ടറിന് ഒഴിഞ്ഞുമാറാനായില്ല. രണ്ടു മണിക്കൂറുകൾക്കു ശേഷം ക്യൂവിൽനിന്ന് ക്ഷമയോടെ മധുരപലഹാരങ്ങൾ കഴിക്കുവാനെടുക്കുമ്പോൾ പുറകിൽ അവൾ പുഞ്ചിരിച്ചുകൊണ്ട് നിൽക്കുന്നു. ആത്മാർത്ഥമായ സ്നേഹം ഹൃദയം മനസ്സിലാക്കുന്നു. നമ്മൾ ഇഷ്ടപ്പെടുന്ന വ്യക്തിയോട് അതു വെളിപ്പെടുത്തുന്നില്ല. അറിയാതെ അത് മനസ്സിലാക്കപ്പെടുന്നു. അദ്ദേഹത്തോടു കീഴടങ്ങിയെന്നത് മറയ്ക്കുവാൻ അവൾ സംസാരിക്കുന്നു.

പകുതി വേവിച്ച ചോക്ലേറ്റ് വിഭവങ്ങളുടെ അടുത്തെത്തിയപ്പോൾ വിക്ടർ തിരിഞ്ഞുനിന്ന് അവളോട് ചോദിച്ചു, വിക്കലോടെയുള്ള ചോദ്യം.

"ഈ ഫ്രഞ്ച് ക്രീം, ചമ്മട്ടി ക്രീം ആയതിനാൽ അത് എങ്ങനെ ഇംഗ്ലീഷിൽ വിവർത്തനം നടത്തും? ക്ഷമിക്കണം, എനിക്ക് മികച്ചത് ഒന്നും കണ്ടെത്താനായില്ല."

അവൾ ചിരിച്ചുകൊണ്ട് മറുപടി പറഞ്ഞു: "അസ്കോട്ട് ക്രീം തെരഞ്ഞെടുക്കൂ."

അവളുടെ പരുക്കൻ ശബ്ദം യക്ഷിക്കഥകളിലെപ്പോലെ തോന്നിച്ചു. അതു പറഞ്ഞ് അവൾ ചങ്ങാതിമാർ ഇരിക്കുന്ന മേശയ്ക്കരികിലേക്ക് മടങ്ങിപ്പോയി. ഇംഗ്ലീഷ് അസ്കോട്ട് ക്രീം എന്നത് ഒരു റേസ്ട്രാക്ക് ആണെന്നു മനസ്സിലാക്കുവാൻ അദ്ദേഹത്തിനു കുറച്ചു സമയമെടുത്തു.

അവളുടെ നോട്ടത്തിലൂടെ അവളെ വായിച്ചെടുത്തു. അദ്ദേഹം ബാറിലേക്കു നീങ്ങിയപ്പോൾ അവൾ അനുഗമിക്കുമെന്നു കരുതി. പക്ഷേ, ആ പ്രതീക്ഷ തെറ്റി. അവൾ കൂട്ടുകാരുമൊത്ത് ചർച്ച തുടങ്ങിയിരുന്നു. ഒരു കൗമാരക്കാരനെപ്പോലെ താൻ വിഡ്ഢിയാക്കപ്പെടുകയാണ് എന്നു മനസ്സിലാക്കിയ അദ്ദേഹം ഹോട്ടലിലേക്കു മടങ്ങി. അദ്ദേഹം ഹോട്ടലിൽ ഇടപെടുന്നവർ, അവരുടെ ചിത്രങ്ങളുടെ കൂട്ടത്തിൽ, പ്രാസംഗികരുടെ ഇടയിൽ, എവിടെയെങ്കിലും വീണ്ടും കണ്ടുമുട്ടാൻ സാധിക്കുമെന്നു കരുതി. എല്ലാ പ്രഭാതത്തിലും വിവിധ കാരണങ്ങളുണ്ടാക്കി അദ്ദേഹം മേളകൾ സന്ദർശിച്ചു. അസ്സീസിലെ ക്ലബ്ബിന്റെ സമാപനപാർട്ടിയിലും അവളെത്തിയില്ല. ഒടുവിൽ ആ ചിന്ത അദ്ദേഹത്തിൽ അലിഞ്ഞ് ഇല്ലാതായി. ഒരു

ദിവസം സംഘടനയിലെ ഒരു സുഹൃത്തിനൊപ്പം ഉച്ചഭക്ഷണം കഴിക്കുന്ന സമയത്ത് ഈ സംഭവം വിവരിച്ചു. എന്നാൽ ഈ വലിയ ലോകത്തിലെ തന്റെ കൗതുകമായ ചെറിയ 'ഇരുണ്ട' 'സുന്ദരി'യെ ഒരിക്കലും നിർവ്വചിച്ചില്ല.

തുടർച്ചയായ രണ്ടുവർഷം വിക്ടർ അസ്സീസിലെ ക്ലബ്ബിൽ ചെന്നിരുന്നു. അവളെക്കുറിച്ചുള്ള സ്മരണയെ മറികടക്കുകയായിരുന്നു ലക്ഷ്യം. അതിനുശേഷം 'ഗുരുതരമായ ഔദ്യോഗിക ദുരാചാരം' ഓർമ്മിപ്പിക്കുന്ന അസ്കോട്ട് റേസ്കോഴ്സ്-കസ്റ്റാർഡ് അദ്ദേഹം കൃതികളിൽ പ്രതിഫലിപ്പിച്ചു. ഇതിനു തുടക്കം കുറിച്ചത് ഗോരേവിച്ചിന്റെ ലേഖനങ്ങൾ സമാഹരിച്ച് അവ ഉപയോഗപ്പെടുത്തിയാണ്. റഷ്യൻ ഭാഷയിൽ അദ്ദേഹം കുറിച്ച വരി ഇപ്രകാരമാണ്.

"എന്തെങ്കിലും കാരണത്താൽ നിങ്ങൾ എന്തിനാണ് സ്ത്രീകൾക്ക് എല്ലാ സ്വാതന്ത്ര്യവും അവകാശങ്ങളും നൽകുന്നത്. സ്വാതന്ത്ര്യം ഒരു ചോക്ലേറ്റ് കേക്കിന്റെ കസ്റ്റാർഡല്ല, അത് അവകാശമാണ്." ആർക്കറിയാം അതു വിവേകപൂർണ്ണമായിരുന്നുവെന്ന്? അദ്ദേഹം അതിനെക്കുറിച്ച് പിന്നീട് ചിന്തിച്ചതേയില്ല. ഗോന്ദ്ചരോവിനെക്കുറിച്ച് അവൾക്കു ധാരാളം അറിയാമെങ്കിലും പുസ്തകം വായിക്കുമ്പോൾ ഈ കൂട്ടിച്ചേർക്കലോ എഡിറ്റിംഗോ വായനക്കാർ ആരും ശ്രദ്ധിക്കുവാനിടയില്ല. തന്റെ ജീവിതം മുന്നോട്ടു പോവാനുള്ളതാണ്. നിരാശപ്പെടേണ്ടതില്ല എന്ന് വിക്ടർ തീരുമാനിച്ചു.

വർഷാരംഭത്തിൽ ഒരു ഫ്രഞ്ച് അമേരിക്കൻ സംഘടന ഫ്രഞ്ച് എംബസിയുടെ സാംസ്കാരിക സേവനങ്ങൾക്കു ധനസഹായം നൽകിയിരുന്നു. ഇതിന് അനുബന്ധമായി വിക്ടറിന്റെ ചില ത്രില്ലറുകൾ വിവർത്തനത്തിനുള്ള പുരസ്കാരങ്ങൾക്ക് അർഹമായി. ഇത് അദ്ദേഹത്തിനു വളരെ പ്രോത്സാഹനമേകി.

മാർച്ച് ആദ്യവാരം ഈ പുരസ്കാരം സ്വീകരിക്കുന്നതിന് അമേരിക്കയിലേക്ക് യാത്രതിരിച്ചു. സഞ്ചരിച്ച വിമാനം പ്രക്ഷുബ്ധതയിൽ അകപ്പെടുന്നു. ശക്തമായ കൊടുങ്കാറ്റ് യന്ത്രത്തെ വളച്ചൊടിക്കുവാൻ തക്ക ശക്തമായിരുന്നു. പല ദിശകളിലേക്കും തെന്നിമാറുന്നു. വിമാനത്തിലെ ക്യാപ്റ്റൻ യാത്രക്കാരെ ആശ്വാസവാക്കുകൾ പറഞ്ഞ് സമാധാനിപ്പിക്കുന്നു. ക്യാബിനിലെ ആർക്കും ഒരു സംശയവുമില്ല. കടൽജലം തീർത്ത വലിയ ഭിത്തിയിൽ വിമാനം തകർന്നുവീഴുമെന്ന് വിക്ടർ ഉറപ്പിച്ചു. ചെറുത്തുനിൽപ്പിനായി കുറച്ചുനേരം ശ്രമം നടത്തിയെങ്കിലും ശക്തമായ കുലുക്കം പേശികളെ തളർത്താതിരിക്കുവാൻ കസേരയിൽ അമർന്നിരുന്നു. ജനലുകളിലൂടെ നോക്കുമ്പോൾ രാത്രി ആരംഭിക്കുന്നുവെന്നു മനസ്സിലായി. ആലിപ്പഴം ശക്തമാകുന്നു. അദ്ദേഹത്തിനു മുന്നിൽ ഇനി വളരെ കുറച്ച് വഴികൾ. ഒന്നും തനിക്കു ചെയ്യുവാൻ കഴിയില്ലെന്നു ബോധ്യപ്പെട്ടു. മഞ്ഞമുടിയുള്ള ഒരു സ്ത്രീ സ്ലീപ്പിംഗ് ഹുഡ് ധരിച്ച് ഉറങ്ങുന്നുണ്ടായിരുന്നു. ഒന്നിനും ഒരു ശക്തിക്കും അവരെ ഉണർത്തുവാനാകില്ല എന്നു തോന്നും. ബോർഡിംഗ് സമയത്ത് അദ്ദേഹം അവളെ

കണ്ടിരുന്നില്ല. കണ്ടിരുന്നെങ്കിൽ അവളിൽനിന്ന് കണ്ണെടുക്കുമായിരുന്നില്ല. ഇവളിലെ അർലീസിയൻ ദുർബലതയുടെ സവിശേഷതകൾ അദ്ദേഹത്തിൽ ക്രൂരമായ ഓർമ്മകളുണ്ടാക്കുന്നു. ധാന്യത്തിന്റെ നിറമുള്ള മെലിഞ്ഞ ശരീരം കണ്ടാൽ ചെറുപ്പക്കാരിയാണെന്നു തോന്നും. പക്ഷേ, കണ്ണുകൾക്കു ചുറ്റുമുള്ള ചെറിയ ചുളിവുകൾ, പ്രായം മുപ്പതിനു മുകളിലാണെന്നു വ്യക്തമാക്കുന്നു. അവളുടെ ആമത്തൊണ്ടു ഗ്ലാസ്സുകൾ മൂക്കിൽ ക്ഷണികമായ ഈച്ച ചിറകു വിരിക്കുന്നു. അവൾക്കരികിൽ ഇരിക്കുന്ന പുരുഷന് ഏകദേശം അച്ഛന്റെ പ്രായം തോന്നും. വിമാനത്തിന്റെ ആഘാതം അവരെ രസിപ്പിക്കുന്നുവെന്നു തോന്നും. തെന്നിമാറലിന്റെ ഞെട്ടൽ അവരിൽ ഉണ്ടായിരുന്നില്ല.

പെട്ടെന്ന് വിമാനം മറ്റൊരു വായുഗർത്തത്തിൽ പതിക്കുന്നു. എന്തോ തകരുന്ന ശബ്ദം. അദ്ദേഹം കണ്ണുകൾ അടച്ച് ശരീരത്തെ തടഞ്ഞു നിർത്താതെ സ്വതന്ത്രമാക്കി. പരിശോധനശാലകളിൽ പരീക്ഷണത്തിനായി സൂക്ഷിച്ചിരിക്കുന്ന എലികൾ ജീവനു രക്ഷയില്ല എന്നു മനസ്സിലാക്കുമ്പോൾ സമ്മർദ്ദം അവസാനിപ്പിച്ച് സമരം നിർത്തി സ്വയം മരിക്കുവാൻ തയ്യാറാകുന്ന അവസ്ഥ അനുഭവിക്കുന്നു.

കുറേ കഴിഞ്ഞപ്പോൾ വിമാനത്തിന്റെ എഞ്ചിൻ നിയന്ത്രണവിധേയമായി. കൊടുങ്കാറ്റിൽനിന്ന് രക്ഷപ്പെടുന്നു. മിസേൽ സാഷ്ടാംഗം പ്രണമിച്ചു. യാഥാർത്ഥ്യം തിരിച്ചറിഞ്ഞ് ആളുകൾ ചിരിച്ചും കരഞ്ഞും ജീവിതം തിരികെ ലഭിച്ചതു മനസ്സിലാക്കി. അദ്ദേഹം വളരെ ചിന്താധീനനായിരുന്നു. തെളിഞ്ഞ ലാൻഡിംഗ് വരെ ആരെയും ഇളകുവാൻ ക്യാപ്റ്റൻ അനുവദിച്ചില്ല. തന്റെ ഊർജ്ജം മുഴുവൻ വിനിയോഗിച്ച മിസേലിന് ഇരിപ്പിടത്തിൽനിന്ന് പുറത്തിറങ്ങാനായില്ല. വാതിലുകൾ തുറന്നയുടൻതന്നെ യാത്രക്കാർ മുന്നോട്ടുനീങ്ങി പുറത്തിറങ്ങുവാൻ ഉത്സുകരാകുന്നു. വിമാനം ശൂന്യമായിട്ടും ജാലകത്തിനടുത്തുള്ള ഇരിപ്പിടത്തിൽ മിസേൽ ഇരുന്നു. ഹോസ്റ്റസ് അദ്ദേഹത്തെ തോളിൽതട്ടി വിളിച്ചു. അദ്ദേഹം എഴുന്നേറ്റ് കൂടുതൽ തീവ്രമായി താൻ കണ്ട യുവതിയെക്കുറിച്ച് ചിന്തിച്ചു. ഈ അഗാധതയിൽനിന്ന് പുറത്തെടുക്കുവാൻ അവൾക്കു മാത്രമേ കഴിയൂ എന്നു തോന്നും. അസ്തിത്വമില്ലാത്ത അവളെ കണ്ണുകളാൽ തിരയുന്നു. പക്ഷേ, അവൾ കാഴ്ചയ്ക്കപ്പുറത്താണ്. പുറത്തേക്കുള്ള ഇടനാഴിയുടെ അറ്റംവരെ നോക്കിയെങ്കിലും അവളെ കാണാനായില്ല.

പുസ്തക പ്രസിദ്ധീകരണ കാര്യാലയ തലവൻ വിമാനത്താവളത്തിലെത്തി അദ്ദേഹത്തെ കൂട്ടിക്കൊണ്ടുപോയി. ഈ വിവർത്തകന്റെ ആശങ്ക നിശ്ശബ്ദവും വികലവുമായ ഭാഷയിൽ പ്രകടിപ്പിച്ചുകൊണ്ട്, “മിസ്റ്റർ മിസേൽ, നിങ്ങൾക്കു കുഴപ്പമൊന്നും ഇല്ലെന്ന് ഉറപ്പാണോ” എന്നു ചോദിച്ചു.

“അതേ, ഞങ്ങൾ മിക്കവാറും മരിച്ചു എന്നാണ് കരുതിയത്. പക്ഷേ, ഇപ്പോൾ എനിക്കു പ്രശ്നമില്ല.”

വിക്ടറിന്റെ അസ്വസ്ഥമായ, മടുപ്പിക്കുന്ന സ്വരം കോൺസുലേറ്റ് പ്രതിനിധിയെ വിഷമിപ്പിച്ചു. ഹോട്ടലിൽ എത്തുന്നതുവരെ അവർ ഒന്നും

സംസാരിച്ചില്ല. പിറ്റേന്ന് ഉച്ചകഴിഞ്ഞ് അയാൾ വരുമ്പോൾ മിസേൽ തന്റെ മുറിവിട്ട് പുറത്തിറങ്ങുകയോ ഭക്ഷണം കഴിക്കുകയോ പോലും ചെയ്തിരുന്നില്ല എന്നു മനസ്സിലാക്കി. കുളിക്കുകയോ നല്ല വസ്ത്രം ധരിക്കുകയോ ചെയ്യാത്ത മിസേലിനെ അയാൾ നിർബന്ധിച്ചു. സെൻട്രൽ പാർക്കിന് അഭിമുഖമായുള്ള അഞ്ചാം അവന്യൂവിലെ ആൽബർട്ടൈൻ പുസ്തകശാലയിലാണ് സ്വീകരണവേദി എന്ന് അറിയിച്ചു. സമയബന്ധിതമായി അവിടെ എത്തിച്ചേരുവാൻ സാംസ്കാരിക അറ്റാഷെ അഭ്യർത്ഥിച്ചു.

അപ്പോൾ അദ്ദേഹം പോക്കറ്റിൽനിന്ന് താൻ തയ്യാറാക്കിയ നന്ദി പ്രസംഗം ആംഗ്യഭാഷയിൽ ഉയർത്തിക്കാണിച്ചു. ഞാൻ പാരിസിൽ നിന്നു തന്നെ തയ്യാറാക്കി. തുടർന്നു ശൂന്യമായ ശബ്ദത്തിൽ വിവർത്തകന്റെ പങ്ക് സ്ഥിരീകരിക്കുന്നു. "സൃഷ്ടിയിലൂടെ ബന്ദിയാക്കപ്പെടുന്ന ശുദ്ധമായ ഭാഷയെ സ്വതന്ത്രമാക്കുകയാണ് വിവർത്തകന്റെ കടമ"യെന്ന് പ്രഖ്യാപിച്ചു. ചിന്തിക്കാതെ ലഭിക്കുന്ന എല്ലാ നന്മകളും അവകാശവാദങ്ങളില്ലാതെ അമേരിക്കൻ രചയിതാവിന്റേതു തന്നെയെന്നു പറഞ്ഞുനോക്കുമ്പോൾ, ഉയരമുള്ള, ദുഷ്ടയായ ആ സുന്ദരിസ്ത്രീ അരികിൽ നിൽക്കുന്നു. പുഞ്ചിരിച്ചിരുന്ന അദ്ദേഹം പെട്ടെന്ന് അസ്വസ്ഥനായി. ഈ രംഗം അഭിമുഖീകരിച്ച രചയിതാവ് മൈക്രോഫോൺ അദ്ദേഹത്തിൽനിന്നു വാങ്ങി ഊഷ്മളമായി നന്ദി രേഖപ്പെടുത്തി. അതിശയകരമായ തന്റെ കൃതി ഇനിയും രണ്ടു വാല്യങ്ങൾകൂടി പ്രസിദ്ധീകരിക്കുമെന്നു പറഞ്ഞു. വായനക്കാർക്ക് പുതുഅനുഭവമായിരിക്കുമെന്നും അറിയിച്ചു.

പിന്നീട് കോക്ക്ടെയിൽ വിരുന്നിന്റെ സമയമാണ്. മിസേൽ മനസ്സില്ലാമനസ്സോടെ പങ്കെടുക്കുന്നു.

"നാശം, ഇത്തരം ഉത്സവങ്ങൾക്ക് എന്തുമാത്രം വില കൊടുക്കുന്നുവെന്നത് എത്ര നിസ്സാരമാണ്. ചെലവ് കണക്കിലെടുക്കുമ്പോൾ." സാംസ്കാരിക പുസ്തക ഉപദേഷ്ടാവ് ചെറിയ ഒരു ശ്രമം നടത്തുവാനെങ്കിലും സാധ്യമാക്കുമെന്നു മന്ത്രിച്ചു. പുസ്തക ഉപദേഷ്ടാവ് ഒളിഞ്ഞും തെളിഞ്ഞും അവ്യക്തമായി അതിനെ പ്രതിരോധിച്ചു.

പിറ്റേന്നു രാവിലെയുള്ള വിമാനത്തിൽ മിസേൽ പാരീസിലെത്തിയപ്പോൾ ആരോ ചൊല്ലിക്കൊടുക്കുന്നപോലെ രചന തുടർന്നു. അനിയന്ത്രിതമായ രചനയിൽ മുഴുകിയപ്പോൾ വേദനാജനകമായ അഗാധതയിൽ തന്റെ പുസ്തകത്തിന് L' Anomalie - അപാകത എന്ന പേരു നൽകി. അദ്ദേഹത്തിന്റെ ഏഴാമത്തെ പുസ്തകമായി.

"അത് തന്റെ ജീവിതപുസ്തകമാണ്. ജീവിതത്തിൽ ഞാൻ ഒരു നീക്കവും നടത്തിയിട്ടില്ല. സമയം എന്നെ ചലിപ്പിച്ചു. ഓരോ ചലനവും നിയന്ത്രണാധീനവുമായിരുന്നില്ല. വരികൾക്കിടയിലൂടെ എനിക്കില്ലാത്ത ജീവിതം ജീവസ്സുള്ളതാക്കി. അതു പറയുവാൻ നല്ല കരുത്തും ധൈര്യവുമുണ്ട്. സ്പെയ്സിൽ നാം യജമാനന്മാരാണ്. ശക്തി കുറഞ്ഞ വക്രങ്ങളെ പിന്തുടരുന്നു. പരിമിതികളുടെ പരിധി കണ്ടെത്തുവാനാകുന്നു. ഒരു വിമാനവും ഒരിക്കലും നമുക്കായി നമ്മുടെ ആകാശം തുറന്നുതരുന്നില്ല."

ഏതാനും ആഴ്ചകൾക്കുള്ളിൽതന്നെ മിസേൽ ഗ്രാഫൊമെയ്ൻ (എഴുത്തിൽ ഭ്രമമുള്ള ആൾ) ഗാനരചനയ്ക്കും അതീന്ദ്രിയതയ്ക്കുമിടയിൽ ചാഞ്ചാടിക്കൊണ്ടിരുന്നു. നൂറോളം പേജുകൾ നിറയ്ക്കുന്നു.

"മുത്തിനെ ഉൾക്കൊള്ളുന്ന ചിപ്പിക്കു വേദന മാത്രമാണുണ്ടാകുന്നത്. മുത്ത് വേർപെടുത്തുമ്പോൾ വേദനയുടെ ആനന്ദമാണ് അനുഭവിക്കുന്നത്..."

തലയണയുടെ തണുപ്പ് ഓരോ തവണയും അദ്ദേഹത്തിന്റെ രക്തപ്രവാഹത്തിന്റെ ഊഷ്മാവ് അറിയുന്നു. അതിനൊപ്പം ശരീരം തണുത്തു വിറയ്ക്കാറുമുണ്ട്. രോമകൂപങ്ങൾ അദ്ദേഹത്തിന്റെ ഏകാന്തലോകത്തെ കരകയറ്റി ഉണർത്തുന്നതിൽ പരാജയപ്പെടുന്നു.

കഴിഞ്ഞ കുറച്ചു ദിവസങ്ങളായി അദ്ദേഹം വീട്ടിൽനിന്ന് പുറത്തു പോകാറില്ല. അന്തിമഘട്ടത്തിലേക്ക് അതിരുകൾ മറികടക്കാനാവാത്ത നേട്ടം അഥവാ പ്രസിദ്ധീകരണശാലയ്ക്കുള്ള അവസാന ഖണ്ഡികയെഴുതുന്നു. "ഞാൻ ഇല്ലായിരുന്നുവെങ്കിൽ ഈ ലോകം എങ്ങനെ വ്യത്യസ്തമാകും? അത് അദ്ദേഹത്തിന് അറിയുന്നില്ല. ഞാനുണ്ടായിരുന്നെങ്കിൽ ഏതു തീരത്തിലൂടെയാണ് സഞ്ചരിക്കുക. തന്റെ തിരോധാനം ആ ചലനത്തെ എങ്ങനെ ബാധിക്കും. ഇതാ ഞാൻ പാതയിലൂടെ നടക്കുന്നു. അജ്ഞാതമായ കല്ല് നിറഞ്ഞ വഴികളിലൂടെ എങ്ങും എത്താതെ. ജീവിതവും മരണവും ഒന്നിക്കുന്ന ഒരു ഇടത്തിൽ എത്തിച്ചേർന്നതിന്റെ ആശയക്കുഴപ്പത്തിലാണ്. അവിടെ ജീവനുള്ളവരുടെ മുഖംമൂടികൾ മറയുന്നു. വ്യക്തമായ ഇന്നത്തെ പ്രഭാതത്തിൽ എനിക്ക് എന്നെത്തന്നെ കാണാനാകുന്നു. ഞാനും മറ്റുള്ളവരെപ്പോലെയാണ്. ഞാൻ എന്റെ അസ്തിത്വം അവസാനിപ്പിക്കുന്നില്ല. ഞാൻ അനശ്വരതയെ ജീവിതത്തിലേക്ക് വ്യാപിപ്പിക്കുന്നു. ഒടുവിൽ അവസാനവാചകം എഴുതുന്നു."

ഈ വാക്കുകളോടെ വിക്ടർ മിസേൽ, ഫയൽ എഡിറ്റർക്ക് അയച്ചു കൊടുത്തു. കടുത്ത മനോവിഷമത്തെ അതിജീവിച്ച്, വേദനയാൽ ആക്രമിക്കപ്പെട്ട മനസ്സുമായി ഒരു പേരിടാൻ അദ്ദേഹത്തിനു സാധിക്കുന്നില്ല. അദ്ദേഹം ബാൽക്കണിയിലേക്കു കടക്കുന്നു. അതിനിടയിൽ കാലിടറുന്നു. ഒരു കത്തും വാചകവും ഉപേക്ഷിക്കാതെ അദ്ദേഹം തന്റെ ആത്യന്തിക ചലനത്തിലേക്ക് നയിക്കപ്പെടുന്നു. തന്റെ അസ്തിത്വം അവസാനിപ്പിക്കാതെ അനശ്വരതയ്ക്കു ജീവൻ നൽകുന്നു.

2021 ഏപ്രിൽ 22ന് ഉച്ചയ്ക്ക്.

ലൂസി

തിങ്കൾ 2021, ജൂൺ 28,
മെനിൽ മോതോം, പാരിസ്

അതിരാവിലെ ത്രികോണ മുഖമുള്ള ഒരാൾ നിശ്ശബ്ദമായി കിടപ്പുമുറിയുടെ വാതിൽ തള്ളിത്തുറക്കുന്നു. അയാളുടെ തളർന്ന ദൃഷ്ടികൾക്ക്, ആ കട്ടിലിൽ ഒരു സ്ത്രീ ഉറങ്ങിക്കിടക്കുന്നുവെന്ന് മനസ്സിലാകുമായിരുന്നില്ല.

മൂന്നു സെക്കന്റ് മാത്രം ദൈർഘ്യമുള്ള ഒരു ഷോട്ട് ആയിരുന്നു. പക്ഷേ, ലൂസി ബൊഗേർട്ടിനു തൃപ്തിയായില്ല. അവർ അതു രേഖപ്പെടുത്തുന്നു. ഇതു വളരെ ചിതറിയതും തെളിച്ചമുള്ളതും എന്നാൽ സ്ഥായിയുമാണ്. ഛായാഗ്രാഹകനും ഡയറക്ടറും അപ്പോഴേക്കും ഉറക്കംതൂങ്ങുന്നുണ്ടായിരുന്നു. അവർക്കു ചില നിർദ്ദേശങ്ങൾ നൽകുന്നു. ചില പ്രത്യേക ഇഫക്റ്റുകൾ ഗാമയിൽ ചെയ്യേണ്ടിവരും. എങ്കിൽ മാത്രമേ ദൃശ്യതീവ്രത വരൂ. കൂടാതെ, പശ്ചാത്തലത്തിൽ ആ മേശയും ശ്രദ്ധിക്കണം. വിൻസെന്റ് കാസെലിന്റെ മുഖം സൂം ചെയ്ത് ദൃശ്യം ചെറുതായി പുനർസൃഷ്ടിക്കുന്നു. ഷോട്ടുകൾ അയാൾക്കുവേണ്ടി കുറെക്കൂടെ മന്ദഗതിയിലാക്കി താളാത്മകമായി ചെയ്യുന്നു. ഒരു മിനിറ്റ് കൊണ്ട് ചെയ്തുതീർത്ത് വളരെ മികച്ചതാക്കി. അവളുടെ സഹജാവബോധത്തിലൂടെ ലഭിച്ച ശ്രദ്ധ, പല സംവിധായകരുടെയും പ്രിയപ്പെട്ട എഡിറ്ററാക്കി അവളെ മാറ്റിയിരിക്കുന്നു.

അതിരാവിലെ അഞ്ചുമണി. ലൂയിസ് ഉറങ്ങുകയാണ്. രണ്ടു മണിക്കൂറിനുള്ളിൽ അവനെ ഉണർത്തും, അല്ലെങ്കിൽ ഉണരും. അതിനിടയിൽ അവൾ പ്രഭാതഭക്ഷണം തയ്യാറാക്കുന്നു. അത് അവനെ കഴിപ്പിക്കും, അല്ലെങ്കിൽ കഴിച്ചിരിക്കും. വീണ്ടും അവനെ കാണും. അഞ്ചു വർഷങ്ങളായുള്ള ക്രമരഹിതമായ ജോലികൾക്കുശേഷം പെട്ടെന്ന് രംഗചിത്രീകരണത്തിനായി മുകളിലേക്കു പോകുന്നു. ഒരു മേവാൻ (Maiwenn) ഇന്റീരിയർ രംഗം നിർബന്ധമായും ഉൾപ്പെടുത്തുവാൻ അവർ ഉച്ചയ്ക്കു മുമ്പ് ചർച്ച നടത്തി നിർദ്ദേശം നൽകിയിരുന്നു. അവർ ഒരുമിച്ച് അവലോകനം ചെയ്യേണ്ടതായ ഒരു മേവാൻ അകത്തളത്തിലേക്കാണ് ലൂസി അടിയന്തരമായി മടങ്ങിയത്. അവളുടെ കഴുത്ത് വേദനിക്കുന്നുണ്ട്.

കണ്ണുകൾ വരണ്ടിരിക്കുന്നു. എങ്കിലും എഴുന്നേറ്റു. മുറിയിലെ ഫയർ പ്ലേസിനടുത്തുള്ള വലിയ കണ്ണാടിയിൽ അവളുടെ ചെറിയ മെലിഞ്ഞ മുഖം തെളിയുന്നു, മൃദുലമായ ചർമ്മത്തോടെ വിളറിയ മഞ്ഞനിറമുള്ള രൂപസവിശേഷതകളുള്ള ഒരു പെൺകുട്ടിയുടേത്. ചെറിയ തവിട്ടുനിറ മുള്ള മുടിയും സുന്ദരമായ യവനനാസികയ്ക്കു മുകളിൽ പതിഞ്ഞിരി ക്കുന്ന ആമത്തൊണ്ടു കണ്ണടയുംകൂടി കണ്ടാൽ ഒരു വിദ്യാർത്ഥിനിയാണ് എന്നു തോന്നും. അവൾ സ്വീകരണമുറിയുടെ ജനലിനരികിലേക്കു നടന്നു നീങ്ങി. ഏകാന്തത ആവശ്യമെന്നു തോന്നുമ്പോൾ അവൾ എല്ലാ യ്പോഴും ജനലിനരികിൽ പോകുന്നു. മെനിൽ മോതാം ഉറങ്ങുകയായി രുന്നുവെങ്കിലും അതവളെ വിഴുങ്ങുന്നു. പ്രകൃതി അവളിൽ ലയിക്കുന്നു.

അവളുടെ ഇമെയിൽ അലർട്ട് ശബ്ദിച്ചു. ആന്ദ്രെയുടെ പേരു കണ്ട് അവൾ നെടുവീർപ്പിട്ടു. ആദ്യം ദേഷ്യം വന്നുവെങ്കിലും അവന് സഹായി ക്കുവാനാവില്ലെന്ന് അറിയാമായിരുന്നതിനാൽ തടഞ്ഞില്ല. അതിനാൽ ദേഷ്യത്തിന്റെ കാഠിന്യം കുറഞ്ഞു. ഒരേസമയം അവനെങ്ങനെ ബുദ്ധി മാനും ദുർബലനുമായിരിക്കുവാൻ കഴിയുന്നു? പ്രണയത്തിന് അങ്ങനെ യല്ല. മനസ്സിനെ ചവിട്ടിമെതിക്കുന്നതിൽനിന്ന് ഹൃദയത്തെ തടയുവാൻ അതിനു കഴിയും.

മൂന്നു വർഷങ്ങൾ മുമ്പാണ് അവൾ ആന്ദ്രെയെ കണ്ടുമുട്ടുന്നത്. സിനിമാനിർമ്മാണരംഗത്തെ സുഹൃത്തുക്കളുമൊത്തുള്ള ഒരു സായാഹ്നം. അന്ന് അവൾ എത്തിച്ചേരുവാൻ വൈകുന്നു. അവിടെ എത്തിച്ചേരുമ്പോൾ മറ്റുള്ളവർ യാത്രപറഞ്ഞ് മടങ്ങുകയായിരുന്നു. സുഹൃത്തുക്കൾ അവനെ കളിയാക്കുന്നു. അവൻ മടങ്ങിപ്പോകാതെ നിൽക്കുകയായിരുന്നു. കൂട്ടു കാർ അവനോടു പറഞ്ഞു...

“ആന്ദ്രെയ്ക്ക് ഇപ്പോൾ വീട്ടിലേക്കു മടങ്ങുവാൻ ഒരു തിടുക്കവുമില്ല. സുന്ദരിയായ ലൂസി എത്തിയപ്പോൾ.”

അതാണ് ആന്ദ്രെ വാനിയർ, ദ്വാനിയർ ആൻഡ് എഡ്ൽമാൻ എന്നറിയപ്പെടുന്ന ആർക്കിടെക്റ്റ്. അയാൾ മെലിഞ്ഞ് നല്ല ഉയരത്തി ലാണ്. ലൂസി ആന്ദ്രെയുമായി സംസാരിച്ചു. അയാൾക്കു കാഴ്ചയിൽ അമ്പതു വയസ്സ് തോന്നിക്കും. നീളമുള്ള കൈകൾ, ദുഃഖമാർന്നതെങ്കിലും പ്രസരിപ്പുള്ള കണ്ണുകൾ, അത് അയാളുടെ യുവത്വത്തെ നശ്വരമാക്കി നിലനിർത്തുന്നു. അവളുടെ സംസാരരീതി അയാളെ വല്ലാതെ ആകർ ഷിച്ചു. അവളെ ആന്ദ്രെ മനസ്സിന്റെ തടവറയിലാക്കിയിരുന്നു.

അതിനുശേഷവും അവർ വീണ്ടും കണ്ടുമുട്ടി. അവളുടെ വിവേക ബുദ്ധി അവന് ഇഷ്ടമായി. അവൻ അവളെ വശീകരിക്കുവാൻ ശ്രമിച്ചു. അതിൽ അസ്വസ്ഥത തോന്നിയെങ്കിലും അവളുടെ പരിഹാസത്തെയാണ് അവൻ അൽപ്പമെങ്കിലും ഭയപ്പെട്ടത്. ആദ്യം അവൾ അവന്റെ ഇഷ്ടം നിരസിക്കാൻ ശ്രമിച്ചെങ്കിലും ഇടയ്ക്കിടെ അവർ തമ്മിൽ കണ്ടു. അവൻ രസികനായിരുന്നു. ഒറ്റയ്ക്കുള്ള തന്റെ ജീവിതത്തിൽ അവൻ അഭിമാനി ക്കുന്നില്ലെന്ന് അവൾക്ക് മനസ്സിലായി. ഇക്കാര്യം കേൾക്കുന്നത് അവന് ഇഷ്ടമായിരുന്നില്ല. ചില തന്ത്രങ്ങൾ പ്രയോഗിക്കാനും അവൾ മടിച്ചില്ല.

ഒരു വസന്തകാല സായാഹ്നത്തിൽ ആന്ദ്രെ ലൂസിയെ വീട്ടിലേക്ക് (ഒരു ഹോസ്മാനിയൻ അപ്പാർട്ട്മെന്റ് - മരം കൊണ്ടുള്ള ഫർണീച്ചറുകളും അലങ്കാരങ്ങളും നിറഞ്ഞ അപ്പാർട്ട്മെന്റ്) അത്താഴത്തിനു ക്ഷണിച്ചു. അപ്പോൾ അവിടെ വന്നിരുന്ന ഒരു ഇംഗ്ലീഷ് സർജൻ, ലോകപ്രശസ്ത പത്രപ്രവർത്തകൻ, ലേ മോണ്ടെ എഴുതിയ സ്ത്രീ, കൗണ്ടർ മദ്യത്തോട് അഭിനിവേശമുള്ള ഒരു ലൈബ്രേറിയൻ, ഭക്ഷണത്തിനിടയിൽപ്പോലും ഫ്രഞ്ച് ചാരവൃത്തി ചെയ്യുന്ന അഹ്മോ മെലൂവ തുടങ്ങിയ അവന്റെ സുഹൃത്സംഘം കണ്ട് അവൾ അത്ഭുതപ്പെട്ടു. ഭക്ഷണത്തിനിടയിൽ ആന്ദ്രെയുടെ മുറിയിൽ, തൊലിയുരിഞ്ഞു ശില്പികൾക്കു മുന്നിൽ കിടക്കുന്ന ശിൽപ്പങ്ങളെപ്പോലെ, പുസ്തകങ്ങൾ അലങ്കോലമാക്കി കിടക്കുന്നത് ലൂസി കണ്ടു. ഷെൽഫിൽ മിക്കി മൗസിന്റെ ഒരു പ്ലാസ്റ്റർ പ്രതിമ വളരെ ആകർഷകമായ നിറത്തിൽ ഇരിക്കുന്നു. അവൾ വിരലുകൾക്കിടയിൽ പ്രതിമയെടുത്ത് വിസ്മയത്തോടെ നിന്നു.

ആന്ദ്രെ അവളെ സമീപിച്ച് പ്രതിമയെ ചൂണ്ടിക്കൊണ്ട് പറയുന്നു,

"അത് ഭയങ്കരിയാണല്ലേ?"

ലൂസി ചിരിച്ചു.

"ജീവിതത്തെ നവീകരിക്കാൻ ഞാൻ വാങ്ങിയതാണ്. നിങ്ങൾക്ക് വൃത്തികെട്ടതുമായി പൊരുത്തപ്പെടാൻ ചിലപ്പോൾ കഴിയില്ല. ഇത് ജീവിതമാണ്. വൃത്തികെട്ട ജീവിതം. എന്നാൽ ജീവിതം ജീവിതംതന്നെ."

വൈകുന്നേരങ്ങളിൽ ലൂസിയുടെ ദൃഷ്ടി വീണ്ടും കാന്തംപോലെ മിക്കിമൗസിന്റെ പ്രതിമയിൽതന്നെയായിരുന്നു. ഈ മനുഷ്യനിലൂടെ സന്തോഷം ലഭിക്കുമെന്ന് ആ പ്രതിമ അവളോടു പറഞ്ഞു.

അവൾ ലൂയീസിനെ ആന്ദ്രെയ്ക്ക് പരിചയപ്പെടുത്തി. കണക്കുകൂട്ടലുകൾക്കൊന്നും ഇട നൽയില്ല. ഒരു മിടുക്കനും തമാശക്കാരനുമായ അവനുമായി ഉടൻ ഒരു സഖ്യമുണ്ടാക്കുവാൻ ആന്ദ്രെ ആഗ്രഹിച്ചില്ല. എന്നാൽ അവൻ അത്ര വിഡ്ഢിയല്ല. അവനുമായി ശത്രുതയുണ്ടാക്കി ലൂസിയെ വിഷമിപ്പിക്കാനും അവൻ ആഗ്രഹിച്ചില്ല.

ഒരു ദിവസം ഉച്ചഭക്ഷണശേഷം പരസ്പരം യാത്ര പറയുമ്പോൾ റോഡ് മുറിച്ചുകടക്കുവാൻ ശ്രമിക്കുന്ന ലൂസിയെ അയാൾ പെട്ടെന്ന് കൈപിടിച്ച് പുറകിലേക്കു വലിച്ചു. അവൾ കടക്കുന്നതിനു മുന്നിലൂടെ ഒരു ട്രക്ക് അതിവേഗം കടന്നുപോയി. ശക്തമായി വലിച്ചപ്പോൾ അവൾക്കു തോളിൽ കടുത്ത വേദന അനുഭവപ്പെട്ടു. ആന്ദ്രെയുടെ മുഖം വിളറി. പരിഭ്രമിച്ച് ഒരു നിമിഷം അവർ അടുത്തടുത്തു നിന്നു. നഗരം ശബ്ദായമാനമായി. അയാൾ അതിവേഗം ശ്വസിക്കുന്നു. ഒറ്റശ്വാസത്തിൽ അയാൾ അവളെ കെട്ടിപ്പിടിച്ച് പറഞ്ഞു.

"ഞാൻ നിന്നെ വേദനിപ്പിച്ചു അല്ലേ? ക്ഷമിക്കണം. ഞാൻ ഭയപ്പെട്ടു. എനിക്കു തോന്നുന്നു, ഞാൻ നിന്നെ ഒരുപാട് സ്നേഹിക്കുന്നുണ്ട്."

അയാൾ അറിയാതെ വായിൽനിന്നു വീണ വാക്കിൽനിന്ന് ഭയപ്പാടോടെ, വിക്കലോടെ ക്ഷമ ചോദിച്ചു പിൻവാങ്ങി. അയാൾ അകന്നു

മാറിയത് അവൾ നിരീക്ഷിക്കുന്നു. ആദ്യമായി അയാൾ നേരായും വേഗത്തിലും നടന്നുപോകുന്നത് അവൾ ശ്രദ്ധിക്കുന്നു. അയാൾ ഇപ്പോഴും ചെറുപ്പമാണ്!

അസ്വസ്ഥയായ അവൾ പതിനഞ്ച് ദിവസങ്ങൾ കഴിഞ്ഞാണ് പിന്നീട് അയാളെ കണ്ടത്. അപ്പോൾ പഴയ കാര്യമൊന്നും അയാൾ പറഞ്ഞില്ല.

അയാൾ പറഞ്ഞ വാചകങ്ങൾ കുറച്ചു നേരത്തേ പറഞ്ഞുപോയെന്ന് അവൾക്കു തോന്നി. ഞാൻ നിന്നെ സ്നേഹിക്കുന്നു എന്ന വാക്യത്തിൽ അവൾക്കു വളരെ ജാഗ്രതയുണ്ട്. അവൾ മറ്റൊരാളെ സ്നേഹിച്ചിരുന്നു. ആ മനുഷ്യൻ ഈ നുണപ്രയോഗം വളരെ മോശമായി ഉപയോഗിച്ച് അവൾ അപമാനിതയായി. ഇടയ്ക്കിടെ അപ്രത്യക്ഷമാകുന്നു. അവൾ ക്ഷീണിതയാണെന്നും തനിക്കു മടുപ്പ് വന്നെന്നും ആന്ദ്രെയോടു പറയണമെന്നുണ്ട് അവൾക്ക്. അവളുടെ മൃദുവായ ചർമ്മവും മെലിഞ്ഞ കാലുകളും വിളറിയ ചുണ്ടും സൗന്ദര്യസങ്കല്പങ്ങളും അവർക്കു സന്തോഷം നേടുവാൻ മാത്രം ആഗ്രഹിക്കപ്പെടുന്നു. വേട്ടക്കാരനായി തന്നെ സമീപിക്കുന്നവരെ അവൾക്കു മടുത്തു. ഒരു ട്രോഫി പോലെ ചുവരിൽ അലങ്കരിക്കുവാനുള്ള ആഗ്രഹം. ആവേശകരമായ കാമത്തേക്കാൾ അവൾ ആഗ്രഹിക്കുന്നതു സ്നേഹമാണ്. അതിന് അവൾ അർഹയുമാണ്. അവൾ അയാളോടു പറയുവാനാഗ്രഹിക്കുന്നതും അതാണ്. അതുകൊണ്ടുതന്നെയാണ് കുറച്ചുകാലം കഴിഞ്ഞുമാത്രം അവൾ അയാളെ സമീപിച്ചത്. അയാൾ അവൾക്കു നൽകിയ സമയത്തിന്റെ മാധുര്യത്തെ അവൾ ബഹുമാനിക്കുന്നു. അതിനായി അയാളെ നിർബന്ധിതനാക്കുന്നു. അയാളെ പഴയ കാമുകൻപദവിയിൽ നിലനിർത്തുവാൻ കഴിയുന്നില്ല. അഗാധമായ നിശ്ശബ്ദത എങ്ങനെയാണ് അറിയുക. പൂർണമായും പ്രതിരോധിക്കാതെ മുന്നേറുവാൻ അനുവദിക്കുക. അയാളെ ലജ്ജിപ്പിക്കുന്നതിനു പരമാവധി ശ്രമിക്കുന്നു. ചിലപ്പോൾ കഠിനമായി വർദ്ധിച്ചുവരുന്ന ആകർഷണത്തെ ചെറുത്തുനിൽക്കുന്നു.

ഒരു ശീതകാലം വീണ്ടും കടന്നുപോയി. നാലുമാസത്തിലേറെയായി മറൈയിൽ ഉള്ള കിം റസ്റ്റോറന്റിലെ കൊറിയൻ ശീലങ്ങൾ സ്വീകരിച്ചിട്ട് എന്ന് അവളോടു പറഞ്ഞു.

"ലൂസി ഞാൻ നിന്നെ ശ്രദ്ധിക്കുന്നുണ്ട്. നിന്റെ കൂടെയാവുമ്പോൾ ശീലങ്ങൾ മനസ്സിലാക്കുന്നു. നമുക്കിടയിൽ എതിരായി ഒന്നുമില്ലെങ്കിൽ, എപ്പോഴെങ്കിലും എന്നെ ഒരു കൂട്ടാളിയായി നീ ആഗ്രഹിക്കുന്ന കാലത്തോളം അതു തുടരും." ആദ്യം സ്വീകരിച്ച രൂപത്തിലല്ല അവൾക്കു നൽകുന്ന ആ നിമിഷങ്ങൾ. അവൾ ആശയക്കുഴപ്പത്തിലായി. അവൾ പുഞ്ചിരിച്ചു. സ്വയം കുറച്ച് സമയം നൽകണമെന്ന് അയാൾ കണ്ടെത്തിയതിൽ അവൾക്കു സന്തോഷം തോന്നി. അവൾ ഒരു തീരുമാനമെടുക്കുന്നു. ചുവന്ന മുടിയുള്ള ഗ്രീക്ക് ദേവനായ കെയ്റോസിനെ സങ്കൽപ്പിച്ചുകൊണ്ട് ഒരു ഭാഗ്യപരീക്ഷണത്തിന് തയ്യാറാകുന്നു. അതിനായി അവളുടെ മുഴുവൻ സത്തയും വിനിയോഗിക്കുന്നു. അയാൾക്കടുത്ത് ബെഞ്ചിലിരുന്ന്

വളരെ ആർദ്രമായി. അവൾ ചുംബിക്കുന്നു. റൊമാന്റിക് ഇംഗ്ലീഷ് കോമഡികളിലില്ലാത്ത മനോഹരമായ ആദ്യരംഗം അവൾക്കു ധൈര്യം നൽകി.

അവൾ ഒന്നിനും പശ്ചാത്തപിക്കുന്നില്ല. ഈ അതിശയകരമായ നിമിഷം മുതൽ ആന്ദ്രെയും അവളും വിട്ടുപിരിയാനിഷ്ടപ്പെട്ടില്ല. രണ്ടാഴ്ചകൾ കഴിഞ്ഞ് ആന്ദ്രെ ന്യൂയോർക്കിലെ സിൽവർ റിംഗിലെ സൈറ്റിലേക്കു പോവുന്നു.

മാർച്ച് ആദ്യവാരം, അവൾ 'വോൻതോത്ത'യുടെ എഡിറ്റിംഗ് ജോലി പൂർത്തീകരിച്ചിരുന്നു. മയ്വാൻ കഴിഞ്ഞു. പിന്നെ ഒരു മാസത്തേക്ക് പുതിയ പദ്ധതികളൊന്നും എടുത്തില്ല. അവൾ തന്നോടൊപ്പം ഉണ്ടാവണമെന്ന് ആന്ദ്രെ ആഗ്രഹിച്ചു. അവർക്ക് സെൻട്രൽ പാർക്കിലെ ആർക്കിടെക്റ്റ് മ്യൂസിയത്തിലെ താറാവുകളെ ആദരിക്കൽ, ഗൗഗിൻ ഹാമിലെ ക്ലീ സന്ദർശനം, ബ്രോഡ്‌വേയിലെ സംഗീതാസ്വാദനം ഇവയ്ക്കെല്ലാം സമയം കണ്ടെത്തണം. ആന്ദ്രെ നിർദ്ദേശിച്ച സ്ഥലങ്ങൾ എതിർപ്പ് കൂടാതെ അവൾ അംഗീകരിച്ചു. അവന്റെ വീക്ഷണങ്ങളുടെ ഭാഗമായി അവളുണ്ടാകണമെന്ന് അവനാഗ്രഹിച്ചു. അവൾ വീട്ടിൽ എത്തിയശേഷം സന്തോഷത്തോടെ സ്യൂട്ട്കേസ് ഒരുക്കി. കെറ്റ്സിയുടേതുപോലുള്ള പുസ്തകങ്ങൾ, ഹോപ്പ്, റോമൻ ഗാരെയുടെ പ്ലെയാദ് ഇവ എടുക്കുന്നു, അത്ര ഭാരമില്ലാത്തവ. കറുത്ത വസ്ത്രം, പാവാട വളരെ ചെറുതാണ്. പക്ഷേ, ടൈറ്റ്സ് ധരിക്കും. ഫെബ്രുവരിയിൽ നല്ല തണുപ്പായിരിക്കും. അവൾ അതിൽ സന്തോഷിച്ചു. ലൂയീസിനെ കുറച്ചുനാൾ മുത്തശ്ശിയെ ഏല്പിക്കുവാൻ സമ്മതിച്ചു.

അവരുടെ വിമാനം വളരെ പ്രക്ഷുബ്ധവും ഭയപ്പെടുത്തുന്നതുമായിരുന്നു. വിമാനം രണ്ടായി പിളർന്നുവീഴുമോ എന്ന ഭയം അയാളിലുമുണ്ടായി. അവൾക്കു സ്വയം നിയന്ത്രിക്കുവാനായില്ല. ആന്ദ്രെ പുഞ്ചിരിച്ചുകൊണ്ട് അവളുമായി സംസാരം തുടർന്നു. അവൾ ന്യൂയോർക്കിനെ വളരെ സ്നേഹിച്ചിരുന്നു. അവൾക്ക് അയാളേക്കാൾ വളരെ കുറച്ചു മാത്രമേ അറിയൂ. അവർ എട്ടു ദിവസത്തേക്കായിരുന്നു താമസിക്കുവാനുദ്ദേശിച്ചത്. പക്ഷേ, അത് പതിനഞ്ച് ദിവസങ്ങളോളം നീണ്ടുപോയി. കിഴക്കൻ പ്രവിശ്യയിലെ ഒരു ഹെയർ ഡ്രസ്സറിനടുത്തു ചെന്ന് അവൾ തന്റെ നീണ്ടു തവിട്ടുനിറമുള്ള മുടി മുറിച്ചു. ഇപ്പോൾ അവളുടെ മുടി വളരെ ഹ്രസ്വമാണ്.

"ഞാൻ ഇതിനുമുമ്പ് ഒരിക്കലും ധൈര്യപ്പെടുമായിരുന്നില്ല. നിങ്ങൾക്കറിയാമോ? ഒരു പുതിയ ജീവിതത്തിനു തുടക്കം കുറിക്കുന്നു." ജീവിതം, അത് ഏറ്റവും മോശമായ പ്രശ്നമായിരുന്നു. ആന്ദ്രെയെ വിടാതിരുന്നത് വളരെ നന്നായെന്നും എന്നും നന്ദിയുള്ളവളുമായി അവൾക്കു തോന്നി. അയാൾ എത്രമാത്രം ധൈര്യപ്പെടുത്തിയിരിക്കുന്നുവെന്ന്, അത്രയേറെ പരസ്പരം സ്നേഹിക്കാമെന്ന് അവൾ മനസ്സിലാക്കി.

പാരീസിലേക്ക് അവർ മടങ്ങിവന്നതിനുശേഷം കാര്യങ്ങളെല്ലാം പതുക്കെപ്പതുക്കെ താഴേക്കു പോവുന്നു. ക്രമേണ ആന്ദ്രെയുടെ

ഉയർച്ചയിൽ ആയുധമായി അവളെ ഉപയോഗിക്കുവാൻ, അയാൾക്ക് അഭിവൃദ്ധിയുണ്ടാകുവാൻ അവളെ അവതരിപ്പിക്കുവാൻ ശ്രമിച്ചു. അയാൾ തീർച്ചയായും ജയിക്കുമായിരുന്നു. ഒരു യുദ്ധത്തിൽ ബന്ധിപ്പിക്കുവാനും കൊള്ളയടിക്കാനുമാണ് ശ്രമം എന്നറിഞ്ഞപ്പോൾ അവൾ പിന്തിരിഞ്ഞു. എലിയെ പൂച്ച പിടിച്ചതുപോലെ, യുദ്ധോപഹാരമായി അവളെ അവതരിപ്പിക്കുന്നു. എലികളെ പിടിക്കുന്ന പൂച്ചകൾ അവയെ ജീവിക്കുവാൻ അനുവദിക്കാത്തതെന്തുകൊണ്ട് എന്നതുപോലെ. അത്തരത്തിലുള്ള അധിനിവേശം അവൾക്ക് ഇഷ്ടപ്പെട്ടില്ല. അനിവാര്യതകൾ അംഗീകരിക്കുമായിരുന്നു. പക്ഷേ, മന്ദഗതിയിലുള്ളതും ശാന്തവുമായ ഇടപെടലാണ് അവൾ ആഗ്രഹിച്ചത്. അയാളുടെ അത്യാഗ്രഹം, പേടിച്ചരണ്ട ആ മനുഷ്യന്റെ അടിച്ചമർത്തപ്പെട്ട കാമം ഉണർത്താനുള്ള ആഗ്രഹം ജനിച്ചിരുന്നില്ലെങ്കിൽ എന്ന് ആഗ്രഹിച്ചുപോകുന്നു. അവൻ അത് മനസ്സിലാക്കുവാനാഗ്രഹിക്കുന്നില്ല. ആന്ദ്രെ നന്നായി മറച്ചുവെച്ചിരുന്ന അവന്റെ ദുർബലത ഇപ്പോൾ വളരെ വ്യക്തമാണ്. അവൾ അവനെ ഇനി ധൈര്യപ്പെടുത്തുവാൻ ആഗ്രഹിക്കുന്നില്ല. ഇനി അങ്ങനെ ചെയ്യേണ്ടതില്ല. അയാളുടെ ആത്മബോധത്തെ വേദനിപ്പിക്കുവാൻ ഉദ്ദേശിക്കുന്നില്ല. അവളുടെ ഉറക്കെ കരയുന്ന നായക്കുട്ടിയുടെ നോട്ടം - എന്നെ എടുക്കൂ എന്ന് ആവർത്തിക്കുന്ന നോട്ടം എന്തുകൊണ്ടാണ് അയാൾ കാണാത്തത്, അതിനു വിസമ്മതിക്കുന്നത്. അയാൾ അവളെ തന്റെ കിടക്കയിൽ, കൈകളിൽ കുടുക്കിയിടുന്നത് എന്തുകൊണ്ടാണ്. അയാളെ നിരസിച്ചതിൽ അവൾക്കു കുറ്റബോധം തോന്നേണ്ടതില്ല. എന്തുകൊണ്ടും അതാവശ്യമാണ്. അവൾ ആഗ്രഹിക്കുന്ന അവസാനത്തെ കാര്യത്തിന് ഗൃഹപാഠം ആവശ്യമാണോ?

ജൂൺ മാസാരംഭത്തിൽ അവളെ ഡിന്നറിനായി ക്ഷണിക്കുന്നു. അയാൾ കിം റസ്റ്റോറന്റിൽ ഡിന്നർ നടത്തുവാനായി അവളെ വിളിച്ചതു മറ്റൊരു പ്രതീക്ഷയിലായിരുന്നു. അവൾ മുമ്പ് അയാളിൽ നിന്നകന്നപ്പോൾ തിരികെ കൊണ്ടുവരാൻ കഴിഞ്ഞിരുന്ന വേദിതന്നെ തിരഞ്ഞെടുക്കണമെന്ന നിർബന്ധമായിരുന്നു. അവിടുത്തെ പഴയ രീതിയിലുള്ള അലങ്കാരങ്ങൾക്കും അർദ്ധസെൻ, അർദ്ധഗാഗ്നം രീതിയിലുള്ള അയാളുടെ സ്റ്റൈലിനും അവളിൽ മാന്ത്രികശക്തി ചെലുത്താനാകും. അയാൾക്ക് ഇഷ്ടപ്പെട്ട 'ബിസോത്ത് ക്രീം പാസ്ത'യ്ക്കു മുന്നിൽ അയാളെ മാത്രം ശ്രദ്ധിച്ച്. അയാളുടെ സംസാരം അവളെ ത്രസിപ്പിക്കാറുണ്ട്.

വിടപറയലുകൾ പലപ്പോഴും മോശപ്പെട്ട വാക്കുകൾ പറഞ്ഞ് വൃത്തികെട്ടതാക്കുന്നു. അയാൾ അവളുടെ കൈപിടിച്ച് മരവിപ്പ് മാറ്റി. അവൾ സുന്ദരനായ വൃദ്ധനോടു പുഞ്ചിരിതൂകി ഇരിക്കുന്നു. അവൾ തന്നെ വിട്ടെന്ന് അയാൾക്കു മനസ്സിലാകുന്നില്ല. ഒരുപക്ഷേ, അവൾക്കുവേണ്ട ഊർജ്ജവും സ്നേഹവും ഇല്ലാത്തതിനാലാണോ? അവൾ സ്നേഹം എന്ന ആ പദത്തെ വെറുക്കുന്നു. എന്നിരുന്നാലും അയാൾ ഒരു ലേപനം പോലെ, ഒരു തൈലംപോലെ തന്റെ പങ്ക് നിർവ്വഹിച്ചു. വെറുപ്പിക്കുന്ന

മണമാണെങ്കിലും മുറിവുണക്കുവാൻ അത് പര്യാപ്തമായിരുന്നുവോ? ഇല്ല, അതു തെറ്റാണ്. അവരുടെ മനോഹരമായ തുടക്കത്തെ എന്തി നാണ് കയ്പേറിയതായി വായിക്കപ്പെടുന്നത്. അത് അവളല്ല. അയാളാണ് അവരുടെ പ്രതീക്ഷയ്ക്കൊത്ത് ഉയരാനാകാഞ്ഞത്.

അവൾ ഹോട്ടൽ ബിൽ പങ്കുവയ്ക്കാൻ തയ്യാറായി. ഇനി നമ്മൾ അല്ല, നാം വേറെവേറെയാണ് എന്ന് അയാളെ അറിയിക്കുവാൻ. അയാൾ അവൾക്ക് ഒരു പുസ്തകം കൈമാറി. വിക്ടർ മിസെലിന്റെ 'ല് അനോ മലെ'. ആ പേര് ചില ഓർമ്മകൾ ഉണർത്തുന്നു.

"ഇതു നിങ്ങൾക്ക് ഇഷ്ടപ്പെടും." അയാൾ പറഞ്ഞു.

അവൾ പുസ്തകമെടുത്ത് പേജുകൾ മറിച്ചുനോക്കി. ഒരു വാചക ത്തിൽ ദൃഷ്ടി പതിയുന്നു. പ്രതീക്ഷയാണ് നമ്മുടെ സന്തോഷത്തിന്റെ അളവിന്റെ തോത് നിർണയിക്കുന്നത്. നമുക്ക് ഈ വരികളെ വിശ്വ സിക്കാം. നിർഭാഗ്യത്തിന് ഒരു താൽക്കാലിക ഇടത്താവളത്തിലെത്തിയ തായി കരുതാം.

"ദൈവമേ, രൂപകങ്ങളാണല്ലോ മുഴുവൻ. വിശദീകരണം എല്ലാ യ്പോഴും പ്രധാന കലയെ തകർക്കുന്നതിനു സാദ്ധ്യതകൾ വരുത്തുന്നു. അവൾ കലാകാരിയായതിനാൽ പ്രാധാന്യമേറിയ കലാരീതിയോടൊപ്പം നീങ്ങാം."

അവൾ സമ്മാനം സ്വീകരിച്ച് തിരികെ പോവുന്നു.

മൂന്നാഴ്ചകൾക്കു മുമ്പ് ആന്ദ്രെ ബോംബെയ്ക്കു പോയി. അയാൾ നിർമ്മിച്ച സുയാരോ ടവറിനുവേണ്ടി. ആന്ദ്രെ ബോംബെയ്ക്ക് പോയ തിനുമുമ്പ് അയാൾ നിർമ്മിച്ചതിലൊന്നും അവൾക്ക് യാതൊരു താത്പര്യ വുമില്ലായിരുന്നു.

സ്ക്രീനിൽ അയാൾ ഇന്നലെ അയച്ച ഇമെയിൽ ഇപ്പോഴും വലിയ നീലനിറത്തിൽ ഉരുണ്ട അക്ഷരങ്ങളിൽ കാണുന്നു.

അവൾ അത് തുറന്നുനോക്കി. അയാൾക്കു തോന്നാത്ത ഒരു വാക്യ മല്ല. സംസാരശേഷിയുള്ള, പൊള്ളയായ പരിഹാസ്യമായ ഒന്നും അവളെ സ്പർശിച്ചില്ല. പക്ഷേ, സംശയമില്ല. "അത് നേടാൻ കഴിയുമായിരുന്നില്ല. ഞാൻ ചെയ്യുവാൻ ഇഷ്ടപ്പെടുമായിരുന്നു. നിങ്ങളോടൊപ്പം ഏറ്റവും ദൈർഘ്യമേറിയ യാത്രയായിരുന്നു. ഏറ്റവും ഏറ്റവും ദൈർഘ്യമുള്ളത്." സാധ്യമായ വഴികൾ, അരസികമായ അല്ലെങ്കിൽ മുഷിപ്പിക്കുന്ന വഴികൾ. അവൾ കണ്ണുകൾ ഉരുട്ടി. ഒടുവിൽ ഈ ദയനീയ നിരസിക്കൽ. ഞാൻ ഉത്തരത്തിനായി കാത്തിരിക്കുന്നില്ല.

"എന്തായാലും ഉത്തരം പറയുക. ലൂസി ഇതിനെക്കുറിച്ച് ചിന്തി ക്കുന്നില്ല."

ലൂസി മറുപടി അയച്ചതേയില്ല.

പെട്ടെന്ന് ടെലിഫോൺ ശബ്ദിക്കുന്നു. അപരിചിതമായ ഒരു നമ്പർ. ഒരു തിങ്കളാഴ്ച, അർദ്ധരാത്രിയിൽ ലൂയിസിനൊപ്പം മുറിയിൽ

ഉറങ്ങുമ്പോൾ... ലൂസി കോപാകുലയായി ഫോൺശബ്ദം നിർത്തുവാനായി കൈയിലെടുത്തപ്പോൾ ഒരു സ്ത്രീശബ്ദം കേട്ടു.

"ലൂസി ബൊഗേർട്ട് ആണോ?"

"അതെ." ലൂസി താഴ്ന്ന സ്വരത്തിൽ പറഞ്ഞു.

"ദേശീയ പൊലീസിലെ കമ്മീഷണർ മോപ്പസ് ആണ്."

പക്ഷേ, "നിങ്ങൾക്ക് ആളു മാറിക്കാണും" എന്ന് ലൂസി പറയുന്നു.

"നിങ്ങൾ യഥാർത്ഥത്തിൽ 1989 ജനുവരി 22-നു മോൺട്രൂവിൽ ജനിച്ചത്?"

"അതെ, ശരിയാണ്."

"നിങ്ങളുടെ അടുത്ത് ഞങ്ങൾ എത്തിച്ചേർന്നിരിക്കുന്നു. നമുക്ക് വിശദമായി പറയാം. ദയവായി അടുത്തു വന്നാലും."

"പക്ഷേ, എന്തിന്? നിങ്ങൾ എന്റെ മകനെ ഉണർത്താൻ വരുന്നോ?"

"ഞങ്ങൾ വിശദീകരിക്കാം. ഞങ്ങൾക്ക് ഒരു ഉത്തരവ് തരാനുണ്ട്. അതു തരുവാൻ ഇപ്പോൾ നിങ്ങളുടെ വാതിലിനു മുന്നിൽ ഉണ്ട്. ദയവായി തുറക്കുക."

ഡേവിഡ്

മെയ് 29, 2021,
മൂന്നാം അവന്യൂ, ന്യൂയോർക്ക്

ഫിക്കസിന് ദാഹിക്കുന്നു. അതിന്റെ തവിട്ടു നിറമുള്ള ഇലകൾ ചുരുണ്ടിരിക്കുന്നു. വരൾച്ചയാൽ ശാഖകൾ ഇതിനകം ഉണങ്ങിപ്പോയി. പ്ലാസ്റ്റിക് ചട്ടി എന്നിട്ടും അതിനെ ശൂന്യതയിൽ ഉൾക്കൊള്ളുന്നു. ഒറ്റപ്പെട്ട ഒരു പച്ചസസ്യത്തിന് അനുയോജ്യമായ രീതിയിൽ അവതരിച്ചതിനാൽ. നമ്മൾ വെള്ളം നൽകിയില്ലെങ്കിൽ താമസിയാതെ അതു മരിക്കുമെന്ന് ഡേവിഡ് കരുതുന്നു.

യുക്തിസഹമായി, സമയത്തിന്റെ ഉറച്ച പാതയിൽ എവിടെയെങ്കിലും തിരിച്ചുവരാനാവാത്ത ഒരു ബിന്ദു കണ്ടെത്താൻ നമുക്ക് കഴിയണം. മാറ്റാനാവാത്ത ഒരു നിമിഷം, അതിൽനിന്ന് ആർക്കും ഒന്നിനും ഫിക്കസിനെ സംരക്ഷിക്കുവാൻ കഴിയില്ല. വ്യാഴാഴ്ച രാവിലെ 5.35ന് ആരെങ്കിലും അതിനു വെള്ളം നൽകും. അത് അതിജീവിക്കും. വ്യാഴം 5.36ന് ആരെങ്കിലും ഒരു കുപ്പി വെള്ളം കാണിച്ചുകൊണ്ട് അതില്ലേ, ഹണീ, അത് മുപ്പതു സെക്കന്റുകൾ... പറയാനാകില്ല. നല്ലതാണ്, ഞാൻ പറയുന്നില്ല. ചിലപ്പോൾ പക്ഷേ, നിങ്ങൾ കരുതുന്നതുപോലെ യന്ത്രം പ്രവർത്തനക്ഷമമാക്കുവാൻ കഴിയുന്ന ഒരേ ഒരു സെൽ അയൽക്കാരെ എങ്ങനെ ഉണർത്താമെന്നും അവരോടു യുക്കാരിയോട്ട് പറയുന്നു. (വ്യക്തമായി നിർവ്വചിക്കപ്പെട്ട ന്യൂക്ലിയസ് ഉള്ള ഒരു കോശം അല്ലെങ്കിൽ ജീവി പറയുന്നു.)

വരൂ പെൺകുട്ടികളേ, ഞങ്ങൾ വീണ്ടും പ്രചോദിപ്പിക്കും. ഞങ്ങൾ വീർപ്പിക്കും, പ്രതികരിക്കും, വെറുതെ വിടില്ല. അവസാനത്തെ രണ്ടെണ്ണം ഞങ്ങളെ വിട്ടുപോയി. നിങ്ങൾ വളരെ വൈകി. നിങ്ങളുടെ വൃത്തികെട്ട ചെറിയ കുപ്പി. വിട, വിട എന്ന് ടൈംലൈനിൽ കുറിക്കപ്പെടും, എവിടെയോ?

"ഡേവിഡ്..."

മൃദുവായ ഒരു പുരുഷശബ്ദം ഡേവിഡിനെ സസ്യാത്മകവും അസ്തിത്വപരവുമായ സ്വപ്നത്തിൽനിന്ന് പുറത്തേക്കു കൊണ്ടുവരുന്നു.

അയാൾ എഴുന്നേറ്റ് കെട്ടിപ്പിടിക്കുന്നു. അമ്പതുകളുടെ പ്രായമുള്ള അയാളേക്കാൾ പ്രായവും ഉയരവുമുള്ള വെളുത്ത മുടിയുള്ള മനുഷ്യൻ. അത് അയാളോടൊപ്പമുള്ള ഒരാളായി, ഒരു പൊതു ഡി.എൻ.എയുടെ ഇടമായി തോന്നി.

"ഹായ് പോൾ."

"നിങ്ങൾക്ക് സുഖമാണോ ഡേവിഡ്? ജോഡി നിങ്ങൾക്കൊപ്പം വന്നില്ലേ?"

"അവൾ എത്രയും വേഗം നമ്മുടെ അടുത്തേക്ക് വരും. അവൾക്ക് ഗോത്തെ ഇൻസ്റ്റിറ്റ്യൂട്ടിലെ ക്ലാസിനു വൈകരുത് എന്നു കരുതി ഞാൻ യാത്ര തടഞ്ഞില്ല."

"ഓ, ശരി."

ഡേവിഡ് സഹോദരനെ പിന്തുടരുന്നു. ഒരു ഫ്രഞ്ച് ഓഫീസ് സാമ്രാജ്യം, ഓക്ക് ബുക്ക് ഷെൽഫുകൾ, പുതിയ ക്രിസ്റ്റൽ ആർട്ട് ഭിത്തി, വെളിച്ചങ്ങൾ, വെൽവറ്റ് കടുംചുവപ്പ് കർട്ടനുകൾ. ജനലിലൂടെ നോക്കുമ്പോൾ ലെക്സിംഗ്ടൺ തെരുവിന്റെ സുന്ദരമായ കാഴ്ച. നേരെ എതിർ ഭാഗത്ത് മൂന്നാമത്തെ തെരുവിന്റെ കോണിൽ വെള്ളിയാഴ്ചകളിൽ സ്ക്വാഷ് കളിക്കുന്ന ക്ലബ്ബ് കവാടം. അത് ഒരു മികച്ച ഓങ്കോളജിസ്റ്റിന്റെ പരിശോധനാമുറിയാണ്. മുറി എന്താണെന്ന് അറിയാത്ത രീതിയിൽ മറച്ചിരിക്കുന്നു.

"നിങ്ങൾക്ക് ചായയോ കാപ്പിയോ വേണ്ടത് ഡേവിഡ്?"

"കാപ്പി."

പോൾ പെർകോലേറ്ററിൽ ഒരു കാപ്സ്യൂൾ ഇട്ട് നല്ല ഭംഗിയുള്ള ഇറ്റാലിയൻ കപ്പിൽ ഒഴിച്ച് സഹോദരന്റെ നോട്ടം കുറച്ചു നിമിഷങ്ങൾകൂടി മറയ്ക്കുവാനായി ശ്രമിച്ചു. അയാൾ ഊഹിക്കുന്നു, ഡേവിഡ് അവന്റെ ആദ്യപേര് ആവർത്തിച്ചു പറയുവാൻ ശ്രമിക്കുന്നുവെന്ന്. യുദ്ധസിനിമകളിൽ ഒരു സൈനികൻ രക്തം വാർന്നു മരണത്തോടു മല്ലടിക്കുമ്പോൾ സാർജന്റ് അയാളോടു പറയുന്നു.

"ജിം, എല്ലാം ശരിയാകും." ഇത് ഒരിക്കലും നല്ലതല്ല. നന്നായി ഉണരുന്ന വാചാടോപം മാത്രം. ഇറ്റാലിയൻ എസ്പ്രസ്സോയുടെ ക്രീം നുര ആസ്വദിച്ച്, എല്ലാ മോശം കാര്യങ്ങളും അവതരിപ്പിക്കുന്ന നിമിഷം നിരന്തരം മാറ്റിവെക്കുന്നതിനുള്ള ഒരു മാർഗ്ഗമാണെന്നു മാത്രം.

ഡേവിഡ് തലയാട്ടി. യാന്ത്രികമായി കപ്പ് വാങ്ങി മേശമേൽ വച്ചു.

"പറയൂ, ഞാൻ തയ്യാറാണ്."

"ശരി. ഇന്നലെ എൻഡോസ്കോപ്പിക്കൊപ്പം ഒരു ബയോപ്സി ചെയ്തത് ഡേവിഡ് ഓർക്കുന്നുവോ? അതിന്റെ ഫലം വന്നു."

പോൾ കപ്പ് മാറ്റിവച്ച് കവറിൽനിന്ന് ചിത്രങ്ങൾ എടുത്ത് അത് സഹോദരനുമുന്നിൽ മേശമേൽ വെക്കുന്നു.

"ഞാൻ ഭയപ്പെട്ടിരുന്നത് ഇതാണ്. നിങ്ങളുടെ ചെറുകുടലിന്റെ മറുഭാഗത്ത് പാൻക്രിയാസിന്റെ അറ്റത്ത് ഒരു ട്യൂമറുണ്ട്. അത് കാൻസറസുമാണ്. ട്യൂമർ രക്തക്കുഴലുകളെയോ അടുത്തുള്ള ലിംഫനോയിഡുകളേയോ മാത്രമല്ല, കരളിലും ചെറുകുടലിലും വ്യാപിച്ചിട്ടുണ്ട്. ക്ലിനിക്കലായി പറഞ്ഞാൽ സ്റ്റേജ് ഫോർ. എന്നു പറഞ്ഞാൽ വളരെ വ്യാപിച്ചിട്ടുണ്ട്. പാൻക്രിയാസ് നീക്കം ചെയ്യേണ്ടിവരും. അതായത് പാൻക്രിയാസും പ്ലീഹയും നീക്കം ചെയ്യണം."

ഡേവിഡ് തന്റെ മോശം അവസ്ഥയെ ശപിക്കുന്നു. ദീർഘമായി നിശ്വസിക്കുന്നു. പോൾ ഒരു ഗ്ലാസ് വെള്ളം ഡേവിഡിനു നൽകി. അവന്റെ മുഖത്തേക്കു സൂക്ഷിച്ചു നോക്കിയപ്പോൾ അവന്റെ കണ്ണിൽ അനാരോഗ്യകരമായ ഒരു മഞ്ഞനിറം കണ്ട് അതു കൂടുതൽ പരിശോധനകൾ ആവശ്യമുള്ളതാണെന്നു മനസ്സിലാക്കുന്നു.

ഡേവിഡ് ദീർഘനിശ്വാസത്തോടെ ചോദിക്കുന്നു, "പ്രവചനാതീതം അല്ലേ?"

"നമുക്ക് കൂടുതൽ കാത്തുനിൽക്കാനാവില്ല. കീമോ തെറാപ്പിയും റേഡിയേഷനും ചെയ്ത് ട്യൂമറിന്റെ വലുപ്പം ചെറുതാക്കണം.

ഡേവിഡ് വീണ്ടും പോളിനോട് ആവർത്തിക്കുന്നു. "പ്രവചനാതീതം."

"ഞാൻ എങ്ങനെ പറയും? അതു കളവാകും."

"എന്താണ് അർത്ഥമാക്കുന്നത്? എന്റെ സാധ്യതകൾ? അഞ്ചുവർഷം കൂടിയുള്ള എന്റെ ജീവിതസാധ്യത 20 ശതമാനം കാണുന്നുവോ? സാധ്യതകൾ മറ്റെന്താണ്?"

"അതിലൊന്നും അർത്ഥമില്ല. അതിനേക്കാൾ നന്നായി നമുക്ക് കാര്യങ്ങൾ നിശ്ചയിക്കുവാൻ സാധിക്കും.'

"ഞാൻ നിങ്ങളെ അംഗീകരിക്കുന്നു. സോളുമായി ഒരു കൂടിക്കാഴ്ച നടത്തി നമുക്ക് രണ്ടാമതൊരു അഭിപ്രായം തേടാം."

"അതു ശരിയാണ്. അതാണ് നല്ലത്."

"അയാൾക്കു നാളെ പറയുവാൻ സാധിക്കും. ഞാൻ എം.ആർ.ഐ. സ്കാൻ ഉൾപ്പെടെയുള്ള പരിശോധനാഫലങ്ങൾ അയച്ചുകൊടുത്തിട്ടുണ്ട്."

"പോൾ അസ്വസ്ഥനാവേണ്ട. ഞാൻ താങ്കളെ വിശ്വസിക്കുന്നു. താങ്കൾ പറയുന്നപ്രകാരം ചെയ്യാം. പറഞ്ഞോളൂ, എവിടെനിന്ന് തുടങ്ങണം? എപ്പോൾ?"

"എത്രയും വേഗം. ഇന്നു മുതൽ നീ മൂന്നുമാസത്തെ ലീവെടുക്കണം. കമ്പനിയെ അറിയിക്കൂ. നിനക്ക് ഏറ്റവും നല്ല മെഡിക്കൽ ആനുകൂല്യം ലഭിക്കും."

"കിട്ടുമെന്നു തോന്നുന്നു. ഞാൻ ഇതുവരെ നോക്കിയിട്ടില്ല. ഉണ്ടാകുമായിരിക്കാം."

ഡേവിഡ് എഴുന്നേറ്റ് രണ്ടടി നടക്കുന്നു. ദേഷ്യംകൊണ്ട് വിറയ്ക്കുന്നു. ദേഷ്യത്താൽ ശരീരം താങ്ങിനിർത്തുവാൻ സാധിക്കാത്തതുപോലെ.

"ദൈവമേ, ഒരാഴ്ച മുമ്പ് എന്തിനാണ് നമ്മൾ ഇങ്ങോട്ടു തിരികെ വന്നത്. എന്തുകൊണ്ടാണ് തിരിച്ചറിവില്ലാതെ എന്നെ അന്ധനാക്കിയത്. ആഴം മനസ്സിലാക്കുവാൻ കഴിയാതെ പോയത്? കഴിഞ്ഞ ദിവസങ്ങളിലെ അശ്രദ്ധമായ ജീവിതം; സന്തോഷിക്കാതെ, ഡിന്നറിനു പോകാതെ, തമാശകൾ പറയാതെ, കുട്ടികളെ സിനിമയ്ക്കു കൊണ്ടുപോകാതെ, ജോഡിയുമൊത്ത് ലൈംഗികതയില്ലാതെ, പോളിനൊപ്പം സ്ക്വാഷ് കളിക്കാതെ... ചിലപ്പോൾ അതെല്ലാം അത്ര മതിയാകും, ധാരാളമായിക്കാണും. മൂന്നു മാസങ്ങൾക്കുമുമ്പ് സ്കാൻ ചെയ്തിരുന്നുവെങ്കിൽ രക്ഷപ്പെടുമായിരുന്നു."

ഡേവിഡ് എന്തോ ഊഹിച്ചു കണ്ടെത്തിയതുപോലെ. അയാൾക്ക് ഇനി ഒന്നും അറിയേണ്ടതില്ല.

"എപ്പോഴാണ് തുടങ്ങാൻ പോകുന്നത്? തുടങ്ങിയത്?"

"അറിയില്ല ഡേവിഡ്. അതു പറയാനാകില്ല. ട്യൂമർ ഉണ്ടായിട്ട് ചിലപ്പോൾ ഒരു വർഷം, രണ്ടു മാസം... ആർക്കും പറയാനാകില്ല. പാൻക്രിയാസിലുണ്ടാകുന്ന കാൻസറുകളെല്ലാം വളരെ വ്യത്യസ്തമാണ്."

"രണ്ടു മാസം മുമ്പ് ഞങ്ങൾക്ക് ഇടപെടാൻ കഴിഞ്ഞില്ല. ഭയാനകമായ പാരീസ്-ന്യൂയോർക്ക് വിമാനത്തിലാരംഭിച്ച കൂട്ടക്കൊലയുടെ അവസ്ഥ എന്റെ വിമാനത്തെ ബാധിച്ചു. ഞാൻ വല്ലാതെ തളർന്നിരുന്നു. ഓർമ്മയുണ്ടോ? വല്ലാതെ കറുത്തുപോയി. അന്ന് പരിശോധനകൾക്കു സമയവുമുണ്ടായില്ല."

"എനിക്ക് അറിയില്ല. നമുക്കിനി ഒരു കാര്യം മാത്രം തീർച്ചപ്പെടുത്താം. ഇനിയിപ്പോൾ എന്തു ചെയ്യാനാകുമെന്ന്, ഒരുപാടു ചെയ്യാനുണ്ട്."

"പുതിയ ചികിത്സകളോ മരുന്നുകളോ ഉണ്ടോ?"

"ശരി. എന്തെല്ലാം ഉണ്ടോ, അതെല്ലാം ഉപയോഗപ്പെടുത്താം. നമുക്കു വേണമെങ്കിൽ മാർക്കറ്റിൽ ഇല്ലാത്ത ഏതെങ്കിലും പരീക്ഷിക്കാവുന്നതുമാണ്. ഞാൻ വാക്കു തരാം."

"പോൾ കളവു പറയുന്നു. ഇതു നിഷ്ഫലമാണ്. ഇല്ലെന്നു പറയുന്നതല്ലേ നല്ലത്?"

"അത്ഭുതകരമായ ചികിത്സകളൊന്നുമില്ല. ഇപ്പോഴും നമുക്കറിയില്ല. കൃത്യമായ പരിശോധനാക്രമത്തിലൂടെ പോകണം."

"വളരെ വേദനാജനകമായ രോഗമാണ് അല്ലേ?"

"നമുക്ക് ചെയ്യാവുന്നതെല്ലാം, ചികിത്സയുടെ ഇടയിലുണ്ടാകുന്ന ബുദ്ധിമുട്ടുകൾ കുറയ്ക്കുവാൻ ചെയ്യാം."

"പാർശ്വഫലങ്ങൾ എന്തെങ്കിലും ഉണ്ടാകുമോ?"

"എന്തെങ്കിലും ചെയ്യുമ്പോൾ ഉണ്ടാകുമല്ലോ. ശൂന്യതയിൽനിന്ന് ഒന്നും ഉണ്ടാവുകയില്ല. സഹോദരാ, ധൈര്യം ചോർത്തിക്കളയരുത്. മുടികൊഴിച്ചിലും പുരികങ്ങൾ പൊഴിച്ചിലും ഭാരക്കുറവും ഉണ്ടാകും. ഇരുപതു കിലോ വരെയും."

"പിന്നീടെന്തുണ്ടാകും?"

"രണ്ടോ മൂന്നോ മാസങ്ങൾ കൊണ്ട് തിരികെവരും."

"അഞ്ചുവർഷംകൂടെ ജീവിക്കുമെന്നതിന് ഇരുപതു ശതമാനം ഉറപ്പു നൽകാനാകുമോ?"

"ഈ ഘട്ടത്തിലെത്തിയ അസുഖത്തിനു പത്തിൽ ഒരംശത്തിന്റെ വിജയസാധ്യതയേ കാണാവൂ."

"നിരാശാജനകം. ഇത് അന്യായമാണ്."

പോൾ, ചാരുകസേര ഡേവിഡിനരികിലേക്കു കുറച്ചുകൂടി അടുപ്പിച്ച് ഇടുന്നു. അയാൾ അനങ്ങാൻ കഴിയാത്തവിധം ക്ഷീണിതനായതിനാൽ പക്ഷാഘാതം വന്നതുപോലെ. പോൾ ഡേവിഡിന്റെ കൈകളെ ചേർത്തു പിടിക്കുന്നു. അയാളുടെ പരിഭ്രാന്തി ശമിപ്പിക്കുവാൻ, ഇരുട്ടിലായ മനസ്സിനു വെളിച്ചം പകരുന്നതിനു വേണ്ടിയുള്ള ശ്രമം.

നിരവധി വർഷങ്ങളുടെ പരിശീലനവും ഡോക്ടറായി സേവനമനുഷ്ഠിച്ച പരിചയസമ്പന്നതയും. നൂറോളം കൈവിട്ട കേസുകൾ കണ്ടവൻ - എങ്കിലും മാന്ത്രികചിന്തകളെ അതു തടയുന്നില്ല. ഏതെങ്കിലും മാന്ത്രികശക്തിയുടെ ആവിർഭാവം ചികിത്സയെ സ്വാധീനിക്കുമെന്ന ചിന്ത അയാളിൽ ഉണർന്നു. പെട്ടെന്ന് അയാളിലേക്ക് ആ ചിന്ത തിരികെ വന്നു. പോൾ ചിന്തിച്ചു. എന്തുകൊണ്ട് ഇപ്പോൾ? പിയോറിയയിലെ ചിരികൾ എന്തിനായിരുന്നു. ഡേവിഡ് നന്നായി ബാറ്റ് ചെയ്യുമ്പോൾ ബൗളിംഗിലെ ആ ചിരി എന്തിന്.

ഭാഗ്യസൂചകമായ ഫ്രഞ്ച് വരികൾ അയാളുടെ മനസ്സിലുദിച്ചു. "Elle a le cul borde' de nouilles"-ഏതൊരു കഴുതയാണ് ന്യൂഡിൽസിന്റെ അതിരുകൾ പങ്കിടുന്നത്. വളരെ ഭാഗ്യവാനായി ഇരിക്കുന്ന അവസ്ഥയിൽ അമ്മായി ലൂണയുടെ അടുപ്പിൽ കരിച്ചെടുത്ത മാഷ് മെല്ലോയുടേയും നല്ല പഴുത്തുചുവന്ന, മധുരഗന്ധമുള്ള, ചെറിയ ചെമ്പൻമുടിയുള്ള ഡെബോറ സ്പെൻസറിനോടുള്ള ആഗ്രഹങ്ങൾ, ഒപ്പം വളരെ സ്നേഹത്തോടെ അവൾക്കൊപ്പം ഉറങ്ങിയ വിഡ്ഢിയായ ടോണി എന്ന ദിനോസർ - പക്ഷേ, എന്തുകൊണ്ട് അങ്ങനെ വിളിക്കുന്നു എന്നറിയില്ല.

ഇതിനകം ഡേവിഡിന്റെ ആദ്യവിവാഹം ഫിയോണയുമായുള്ളത് - അതും പരാജയമായി - വിഡ്ഢിത്തവും ഗംഭീരമായ മണ്ടത്തരവുമായി ഒതുക്കപ്പെട്ടുവെങ്കിലും അതിൽ അവനുണ്ടായ മകൻ, മറ്റൊരു ഡേവിഡ് തന്നെ, അവൻ അമ്മാവൻ പോളിന്റെ കൈകളിൽ കിടന്ന് മാതൃത്വത്തിന്റെ വികാരമറിഞ്ഞ് ഉറങ്ങിയിരുന്നതും ഓർമ്മിക്കുന്നു. വൈകാരികമായി

തളർത്തിക്കളയുന്ന കറുത്ത ചുഴികളിലേക്ക് കാൻസർ എന്ന രോഗം വിഴുങ്ങിക്കളയുന്നു. പെട്ടെന്ന് കരച്ചിൽ അനിയന്ത്രിതമായി വരുന്നു. പോളിനു നിയന്ത്രിക്കുവാനാവുന്നില്ല. ഒരു ഓങ്കോളജിസ്റ്റ് കരയുക യാണോ? സ്വയം നിയന്ത്രിച്ച് ഒരു ടിഷ്യു പേപ്പറെടുത്ത് മൂക്കുചീറ്റുന്നു.

പെട്ടെന്ന് മുറിയിലേക്ക് ഒരു പ്രകാശം വരുന്നു. നല്ല സമയമല്ല എങ്കിലും ഡേവിഡ് ആ സുവർണ്ണപ്രകാശം, ആ പ്രത്യാശയുടെ കിരണം, ക്ഷണികമായ ഒരു അത്ഭുതമായി കണ്ടുകൊള്ളട്ടെ എന്നു കരുതി. രണ്ട് അംബരചുംബികൾക്കിടയിലൂടെ ആ നശിച്ച സൂര്യൻ പടിഞ്ഞാറോട്ട് പ്രയാണം നടത്തുമ്പോൾ 5 മണി 21 സെക്കന്റ്. പന്ത്രണ്ട് സെക്കന്റ് നീണ്ടുനിന്ന അത്ഭുതം. ശൈത്യവും വേനലും. 5 മണി 33 സെക്കന്റിന് അതു തീരും.

ഡേവിഡ്, ഇനി ഇന്നു ഞാൻ രോഗികളെ നോക്കുന്നില്ല. ജോഡി വരുവാനായി നമുക്ക് കാത്തിരിക്കാം. ഞാൻ പ്രോട്ടോക്കോൾ വിവരിച്ചു തരാം.

പോൾ പറയുന്നതെല്ലാം ഡേവിഡ് ശ്രദ്ധയോടെ കേൾക്കുന്നു. അടുത്ത ദിവസം വീണ്ടും ഒന്നുംവിടാതെ വിശദീകരിക്കും. ഡേവിഡ് ജോഡിയുടെ മുഖത്തെക്കുറിച്ച്, ആ കണ്ണുകളിലെ വിഷമം, അച്ഛന് സുഖ മില്ലെന്നറിയുമ്പോൾ മകന്റെ വെറുപ്പ് എല്ലാം ചിന്തിക്കുന്നു. അസുഖത്തെ ക്കുറിച്ച് വിശദീകരിക്കുമ്പോൾ, എന്റെ പ്രിയരേ നമ്മൾ ധൈര്യം സംഭരി ക്കണം. നന്ദി ബെഞ്ചമിൻ, നിങ്ങളുടെ അമ്മയെ സഹായിക്കുകയും വളരെ ബുദ്ധിമാനായിരിക്കുകയും വേണം. പോൾ തന്റെ സ്വന്തം അവസ്ഥ - പത്തു വർഷത്തെ ജീവിതം - പതിനഞ്ച് മുതൽ ഇരുപത്തി യഞ്ച് വയസ്സുവരെ പുകവലിച്ചിരുന്ന കാര്യം ആരോടും പറഞ്ഞിട്ടില്ല. ആരും അന്വേഷിക്കുകയും നിന്ദിക്കുകയുമില്ല. ശവസംസ്കാരം കഴിയു ന്നതുവരെയുള്ള ദുഃഖകരമായ അവസ്ഥ, അനിവാര്യമായ അന്തിമനാളു കളുടെ ഒഴിവാക്കാനാവാത്ത വേദനയെക്കുറിച്ച് അയാൾ ചിന്തിക്കുന്നു. സുഹൃത്തുക്കളോടൊത്തുള്ള സംഗീതസല്ലാപവും എല്ലാം ഓർക്കുന്നു.

“നല്ല കാര്യം.” പോൾ പറഞ്ഞു. പക്ഷേ, അവന്റെ അഭ്യർത്ഥന വളരെ വലുതാണ്. ഭാരമുള്ളതാണെന്ന് എനിക്കറിയില്ലെന്നു ഡേവിഡ് ചിന്തി ച്ചിരിക്കും. മകന്റെ ട്യൂഷൻ ഫീസിലേക്കും അവന്റെ അപ്പാർട്ട്മെന്റ് വായ്പാതിരിച്ചടവിലേക്കും പണം അടയ്ക്കണം. എന്തൊരു മോശം സമയം. മരണ ഇൻഷുറൻസ് തുക മുഴുവനും അടച്ചുതീർക്കുവാനുള്ള വരാനിരിക്കുന്ന വിചിത്രമായ പല കാര്യങ്ങളെക്കുറിച്ചും അവൻ ചിന്തി ച്ചിട്ടുണ്ടാകും.

“പോൾ, നിങ്ങൾ വെയ്റ്റിംഗ് റൂമിലുള്ള ഫിക്കസ്?”

“അതെ.”

“ഈ ഫിക്കസ്, നിങ്ങൾ അതു നനയ്ക്കണം.”

ഇപ്പോൾ 5 മണി. 33 സെക്കന്റ്. സൂര്യനസ്തമിക്കുന്നു.

വ്യാഴം, ജൂൺ 24, 2021, 10 മണി 28 സെക്കന്റ്

മൗണ്ട് സിനായ് ആശുപത്രി, ന്യൂയോർക്ക്

പോളിന്റെ കാത്തിരിപ്പുമുറിയിൽ ഫിക്കസ് മരിച്ചിട്ടില്ല. പക്ഷേ, ഡേവിഡ് തിരികെ വന്നില്ല. അംബരചുംബികൾക്കിടയിലൂടെ അയാൾ ഒരിക്കലും സൂര്യനെ കാണില്ല. മൗണ്ട് സീനായ് ആശുപത്രിയുടെ 344-ാം നമ്പർ മുറി വടക്കോട്ടു തിരിഞ്ഞാണ്. അല്പദിവസങ്ങൾക്കുള്ളിൽ അയാളെ സ്വതന്ത്രനാക്കും. അയാളിൽ ക്ഷീണത്തിന്റെ ലക്ഷണങ്ങൾ കണ്ടുതുടങ്ങി.

വേദന കൂടാതെയിരിക്കുവാൻ നാനോ ടെക്നോളജി മരുന്നുകൾ മോർഫിനു പുറമെ നൽകുന്നു. കുറഞ്ഞ ഡോസിൽ മെഡിക്കൽ സംഘം നൽകിക്കൊണ്ടിരിക്കുന്നു. ഉഗ്രശക്തിയുള്ള, ആക്രമണശക്തിയുള്ള ഏറ്റവും നവീനമായ മരുന്നുകൾ പ്രയോഗിക്കുന്നു.

വാതിലിൽ മുട്ടുന്ന ശബ്ദം. ആരും പ്രതികരിക്കുന്നില്ല. ഡേവിഡ് ബോധരഹിതനായി കിടക്കുന്നു. ജോഡി രാത്രികളിൽ ഉറക്കമൊഴിച്ചിരുന്നതിനാൽ തളർന്ന് ചാരുകസേരയിലിരുന്ന് ഉറങ്ങുന്നു. മൂന്നു ദിവസങ്ങളായി കുട്ടികൾ പോളിന്റെ വീട്ടിലാണ്. വാതിൽ തുറന്ന് കറുത്ത സ്യൂട്ട് ധരിച്ച രണ്ടുപേർ, സുവർണ ബാഡ്ജ് ധരിച്ചവർ, ഡേവിഡിനടുത്ത് കുനിഞ്ഞുനിന്ന് ചുണ്ടുകളിലെ സ്രവം എടുത്ത് ടെസ്റ്റ്യൂബിലാക്കി മുറിവിട്ടുപോയി. രണ്ടാമത്തെയാൾ ഒരു സെൽഫോൺ എടുത്ത്, മരിക്കാറായി, ട്യൂബിട്ടു കിടക്കുന്ന വ്യക്തിയുടെ ശോഷിച്ച മുഖത്തിന്റെ ഫോട്ടോകൾ എടുത്തു കൈമാറുന്നു. അവന്റെ കണ്ണുകൾ ആ മെലിഞ്ഞ മുഖത്തുനിന്ന് എടുക്കാൻ കഴിയാതെ കസേരയിലിരുന്നു.

വാഷിങ്മെഷിൻ

മാർച്ച് 10, 2021
യു.എസ്. ഈസ്റ്റ്കോസ്റ്റ് ഇന്റർനാഷണൽസ്
$42^0 8'50''$, N 65^0 25′ 9″ W

എല്ലാ ശാന്തമായ വിമാനങ്ങളും പ്രക്ഷുബ്ധമായ വിമാനങ്ങളും ഓരോ രീതിയിലാണ്. പാരീസിൽനിന്ന് ന്യൂയോർക്കിലെ തെക്കൻ സ്കോട്ട് ലൻഡിലേക്ക് (New Scotland) AF006 വിമാനം വരുമ്പോൾ 16.13 (4.13 p.m.) ആയിരുന്നു. അതിനു മുന്നിൽ കൊടുങ്കാറ്റും ഇടിമിന്നലുമുണ്ടാക്കാൻ കരുത്തുള്ള വലിയ മേഘപാളികൾ തടസ്സം സൃഷ്ടിച്ചിരുന്നു. വിമാനം വളരെ വേഗം പറന്നുയരാൻ തുടങ്ങി, യാത്രയുടെ ഏകദേശം കാൽമണിക്കൂർ പിന്നിട്ടപ്പോൾ ഒരു കമാനം പോലെ വടക്കൻദിശയിൽ നിന്ന് തെക്കൻദിശയിലേക്ക് വിമാനം നൂറു കിലോമീറ്ററോളം ഇളകിയാടി. ഏകദേശം 45000 അടി ഉയരത്തിലേക്കു മാറുന്നു. ന്യൂയോർക്കിൽ ഇറങ്ങുവാൻ തുടങ്ങുന്ന വിമാനം രക്ഷപ്പെടുവാൻ കഴിയാത്തവിധത്തിൽ പറക്കുന്നു. കോക്പിറ്റിൽ നിന്ന് ചെറുത്തുനിൽപിനുള്ള ശ്രമങ്ങൾ പെട്ടെന്ന് ഉണ്ടാകുന്നു. സഹപൈലറ്റ് ഭൂപടങ്ങളും കാലാവസ്ഥാ റഡാറുകളും താരതമ്യം ചെയ്യുന്നു. വിശാലമായ, തണുത്തു മേഘാവൃതമായ മുൻഭാഗം വ്യക്തമാവുന്നില്ല. ഷിദ് ഫേവ്റു ആശ്ചര്യപ്പെടുന്നില്ലെങ്കിലും വളരെ ആശങ്കാകുലനാണ്.

അതാര്യമായ ചാരനിറമുള്ള മതിലിനു മുകളിൽ സൂര്യൻ, മിന്നുന്ന വേഗത്തിൽ കാണപ്പെടുന്നു. അതിനെ പോഷിപ്പിക്കുകയും നിലനിർത്തുകയും ചെയ്യുന്ന മേഘപാളി. കമാൻഡർ മർക്കിൾ ബോസ്റ്റൺ ഫ്രീക്വൻസി (Boston Frequency) പരിശോധിക്കുന്നു. എല്ലാ ഉപകരണങ്ങളും വീണ്ടും പരിശോധിച്ചു. കാലാവസ്ഥാ റഡാർ 120 ഡിഗ്രി നോട്ടിക്കൽ മൈൽ ചുവപ്പുനിറത്തിൽ പ്രദർശിപ്പിക്കുന്നു. കമാൻഡർ മർക്കിൾ കാപ്പി താഴെ വെച്ച് തലയാട്ടിക്കൊണ്ട് ബോസ്റ്റൺ ഫ്രീക്വൻസി അറിയിപ്പ് നോക്കുന്നു.

“ബോസ്റ്റൺ നിയന്ത്രണത്തിലുള്ള എല്ലാ വിമാനത്താവളങ്ങളും കിഴക്കൻ തീരമേഖലയിലെ പ്രത്യേക അവസ്ഥ മാനിച്ച് KJFK (John F Kennedy International Airport) ഒഴികെ എല്ലാം അടച്ചിരിക്കുന്നു.”

അരമണിക്കൂറായി ഈസ്റ്റ് കോസ്റ്റ് വിമാനങ്ങൾ പറന്നുയരുന്നില്ല. കാലാവസ്ഥാമാറ്റം വളരെ പെട്ടെന്നു വരുന്നതിനാൽ മുൻകൂട്ടി എല്ലാ വിമാനങ്ങൾക്കും അറിയിപ്പ് നൽകാനാവുന്നില്ല. കെ.ജെ.എഫ്.കെയിൽ ലാൻഡ് ചെയ്യുവാൻ തയ്യാറെടുത്തിരിക്കുന്നു.

“ബോസ്റ്റൺ കൺട്രോൾ, ഹലോ, എയർഫ്രാൻസ് 006, 390 ഡിഗ്രിയിൽ കെനിബങ്കിലേക്ക് തിരിച്ചുവിടുക. മുന്നിൽ ഭയാനകമായ ഒരു രാക്ഷസരൂപമുണ്ട്. അടുത്തതായി 350 ഡിഗ്രിയിൽ 80 നോട്ടിക്കൽ മൈലിൽ പോവുക.”

“എയർഫ്രാൻസ് 006, ബോസ്റ്റൺ നിയന്ത്രണം വിട്ടു. സ്വതന്ത്രമായ തന്ത്രം സ്വീകരിക്കുന്നു. ഇപ്പോൾ കെന്നഡിയുമായി 1257ൽ ബന്ധപ്പെടുന്നു. ബൈ, ബൈ.”

മർക്കിൾ നെറ്റി ചുളിച്ചുകൊണ്ട് വടക്കുനിന്നു തെക്കുഭാഗത്തേക്കു പോകുന്ന ചക്രവാളമേഘങ്ങളെ നിരീക്ഷിക്കുന്നു. അറ്റ്ലാന്റിക്കിനു മുകളിലെ അവസാന വിമാനം അവിസ്മരണീയമായ ഓർമ്മകളുമായി പോകുന്നു. അയാൾ എയർപോർട്ടുമായി ബന്ധപ്പെടുന്നു.

കെന്നഡിയുമായി “ഇത് എയർഫ്രാൻസ് 006 ആണ്. ഞങ്ങൾക്കു വാഷിംഗ്ടണിനു തെക്കോട്ടു പോയി മേഘപാളികളെ മറികടക്കുവാൻ ആവശ്യമായ ഇന്ധനമുണ്ട്.”

മറുഭാഗത്തുനിന്ന് ഒരു സ്ത്രീശബ്ദം കേൾക്കുന്നു. വളരെ മോശം. അവ്യക്തം.

“ക്ഷമിക്കണം 006, നെഗറ്റീവ്, നോർഫ്ളോക്കിന് അപ്പുറവും ഇതേ അവസ്ഥ നിലനിൽക്കുന്നു. തെക്കോട്ട് നീങ്ങുംതോറും കൂടുതൽ മോശമാണ്. 80 ഡിഗ്രിയിൽ കെനിബങ്കിലേക്ക് അതേ സംവിധാനത്തിൽ ക്രമീകരണങ്ങൾ തുടർന്നുപോവുക.”

മർക്കിൾ തല കുലുക്കുന്നു. ടെലിഫോൺ ബന്ധം നിറുത്തിവെച്ചു. കാബിനിലെ മൈക്രോഫോണിലൂടെ യാത്രക്കാരോട് ഉറച്ച സ്വരത്തിൽ പറയുന്നു. “ഞാൻ ക്യാപ്റ്റൻ മർക്കിൾ, എല്ലാവരും സ്വന്തം ഇരിപ്പിടങ്ങളിൽ ഇരുന്ന് സീറ്റ്ബെൽറ്റ് ഇടുക.” ആദ്യം ഇംഗ്ലീഷിലും പിന്നീട് ഫ്രഞ്ചിലും പറയുന്നു.

“ഞാൻ ഈ വിമാനത്തിലെ ക്യാപ്റ്റൻ, നിങ്ങളെല്ലാവരും സ്വന്തം ഇരിപ്പിടങ്ങളിലേക്കു മടങ്ങി സീറ്റ് ബെൽറ്റ് ഇടുക. എല്ലാ ഇലക്ട്രോണിക് ഉപകരണങ്ങളും ഓഫാക്കിവെക്കുക. നമ്മുടെ വിമാനം വളരെ പ്രക്ഷുബ്ധമായ ഒരു അവസ്ഥയിലൂടെയാണ് കടന്നുപോകുന്നത്. ഞാൻ ആവർത്തിക്കുന്നു, വളരെ പ്രക്ഷുബ്ധമാണ്. നിങ്ങൾ സീറ്റ് ബെൽറ്റ് ഇട്ട് സുരക്ഷ ഉറപ്പുവരുത്തി സീറ്റിനടിയിലുള്ള സ്റ്റോറേജ് സ്ഥലത്തു കമ്പ്യൂട്ടർ ബാഗ് എന്നിവ സുരക്ഷിതമായി സൂക്ഷിക്കുക. ദ്രവരൂപത്തിലുള്ള ഒരു വസ്തുക്കളും കൈയിൽ കരുതരുത്. സീറ്റിനു മുന്നിലുള്ള ടാബ്ലറ്റ് അടച്ചുവെക്കുക. വിമാനജീവനക്കാർ ഓരോ യാത്രക്കാരനും അവരുടെ

സീറ്റിൽ സുരക്ഷിതരായെന്ന് ഉറപ്പു വരുത്തുക. സുരക്ഷാനടപടികൾ പരിശോധിച്ച് അതതു സീറ്റിൽ ഓരോരുത്തരും മടങ്ങിയെത്തിയെന്ന് ഉറപ്പു വരുത്തുക. ഞാൻ ആവർത്തിക്കുന്നു, ജീവനക്കാർ, യാത്രക്കാർ സീറ്റിൽ സുരക്ഷിതരായെന്ന് ഉറപ്പു വരുത്തുക."

ഭീമാകാരമായ മേഘക്കൂട്ടവും (ക്യുമുലോനിംബസ്) ശക്തമായ കാറ്റും മഴയും വന്നുകൊണ്ടിരിക്കുന്നു. പക്ഷേ, അത് വളരെ അകലെയാണ്. ലോഹംകൊണ്ടുള്ള കുടക്കല്ലുപോലെ, ഇത്തരം ഡസനോളം മേഘപാളികൾ ഏതോ അദൃശ്യകരങ്ങളാൽ ഉയർത്തിപ്പിടിച്ചതുപോലെ ട്രോപ്പോപോസിൽ വായുവിൽ വിലയിക്കുന്നുണ്ട്. (Tropopause-ൽ ടോപോസ്ഫിയറിനും സ്ട്രാറ്റോസ്ഫിയറിനും ഇടയിലെ ശൂന്യമായ സ്ഥലം) സമുദ്രങ്ങളിൽ കപ്പലുകൾ ന്യൂനമർദ്ദത്താലുണ്ടാകുന്ന അഗാധ ഗർത്തങ്ങളിലേക്കു താഴ്ന്നുപോകാറുണ്ട്. അന്ത്യം സംഭവിക്കാറുണ്ട്. ഇരുപതു വർഷമായുള്ള ദീർഘമായ യാത്രകളിൽ മർക്കിൾ ഒരിക്കൽ പോലും ഇത്തരം രംഗങ്ങൾക്കു സാക്ഷ്യം വഹിച്ചിട്ടില്ല. വർഷത്തിലെ കൊടുങ്കാറ്റിനു ശക്തി കുറവാണ്. സ്ട്രാറ്റോസ്ഫിയറിലെ മേഘക്കൂട്ടത്തിനു പതിനാറ് കിലോമീറ്ററോളം ഉയരം കാണും. ഈ മേഘപാളികൾക്കിടയിലൂടെ വേണം വിമാനത്തിന്റെ ചലനം. കാലാവസ്ഥാസൂചകമായ റഡാറിൽ, ഐസിനും വെള്ളത്തിനുമിടയിൽ ചുവന്ന മതിൽ സൃഷ്ടിച്ചതുപോലെ തോന്നിച്ചു.

"എത്ര പെട്ടെന്നാണ് അത് ഉയർന്നുവരുന്നത്?" ഷിദ് വ്യാകുലപ്പെട്ടു.

ഇരുപതു വർഷത്തെ യാത്രയ്ക്കിടയിൽ ഇത്തരം അനുഭവം ഉണ്ടായിട്ടില്ല. നമ്മൾ പാർശ്വഭാഗത്തിലൂടെ പെട്ടെന്ന് ഒരു കുതിപ്പ് നടത്താൻ പോകുന്നു. മർക്കിൾ ചിന്തിച്ചു.

ഷിദ് വ്യാകുലപ്പെടാൻ കാരണമുണ്ട്, മർക്കിൾ പറയുന്നു, അറ്റ്ലാന്റിക് സമുദ്രയാത്രകളിൽ മുന്നിൽ ഒരു വർഷം മാത്രം. അയാൾ മൈക്രോഫോൺ വീണ്ടും ഓണാക്കി ക്യാബിൻ തുറന്നു.

"ഹലോ ഫ്രണ്ട്സ്, ഞാൻ കമാൻഡർ മാർക്കിൾ. നിങ്ങളോരോരുത്തരും സീറ്റുകളിലിരുന്ന് സീറ്റ് ബെൽറ്റ് ഇട്ടുവെന്ന് വീണ്ടും ഉറപ്പുവരുത്തുക. കുട്ടികളെ ശ്രദ്ധിക്കുക. അവർ എല്ലാ ഇലക്ട്രോണിക് ഉപകരണങ്ങളും ഓഫാക്കിയെന്ന് ഉറപ്പുവരുത്തുക. നാം വലിയ ഒരു വായുഗർത്തം ഏതാനും മിനിറ്റുകൾക്കുള്ളിൽ നേരിടും. നേരിടാൻ പോകുന്നു. ഓരോ ജീവനക്കാരും യാത്രക്കാരെല്ലാവരും അവരുടെ സീറ്റുകളിൽ സുരക്ഷാക്രമീകരണങ്ങളോടെ ഇരിക്കുന്നു എന്ന് ഉറപ്പുവരുത്തുക."

"എല്ലാം സുരക്ഷിതമാണ്." കാബിൻ അറ്റൻന്റന്റുമാരുടെ തലവൻ അറിയിച്ചു.

"ഓക്കെ. വെരി ഗുഡ്. ഞാൻ പറഞ്ഞത് നിങ്ങൾ എല്ലാവരും ഓർക്കണം. ഞാൻ നിങ്ങൾക്ക് ഒന്നുമാത്രം ഉറപ്പു നൽകാം. ശരിയായി ബെൽറ്റ് ധരിച്ച് സീറ്റുകളിൽ ഉറപ്പിച്ചിരുന്നാൽ ആപൽക്കരമാവില്ല. അല്ലാത്തവർക്ക് ഉത്സവസീസണിലെ റോളർ കോസ്റ്റർ അനുഭവമാകും."

പെട്ടെന്ന്, ബോയിംഗിന്റെ മുൻഭാഗത്തു ചൂട് ലഭിക്കുന്നതിനു മുമ്പു തന്നെ വേണ്ട വായുസഞ്ചാരം ലഭിക്കാത്തതിനാൽ വിമാനം മൂക്കുകുത്തി. കാബിൻ വാതിൽ അടച്ചിരുന്നെങ്കിലും മർക്കിളിനും ഫേവ്റുവിനും യാത്ര ക്കാരുടെ മുറവിളി കേൾക്കാമായിരുന്നു.

വിമാനം അനിയന്ത്രിതമായ പത്തു സെക്കന്റുകളിലൂടെ കടന്നുപോയി. മേഘപാളികളുടെ കനത്ത പ്രഹരം വിമാനത്തിന്റെ പ്രധാന ഭാഗങ്ങളിൽ ഇടിക്കാതെ, തെക്കുപടിഞ്ഞാറുദിശയിൽ ഭയാനകമായ കുലുക്കത്തോടെ 30 ഡിഗ്രി കോണീയദിശയിൽ നിറുത്താൻ പൈലറ്റിനു സാധിച്ചു. തുടർന്ന് കോക്പിറ്റ് മേഘപാളികൾക്കിടയിലെ മിന്നൽപ്പിണരുകളാൽ പ്രകാശമാന മായി. രാത്രിയുടെ കറുപ്പും ഭയങ്കരമായ ഒരു തകർച്ചയും. നൂറുകണക്കിന് ആലിപ്പഴം പോലുള്ള കൂറ്റൻ മഞ്ഞുകട്ടകൾ ജനലുകളിൽ തുളച്ചുകയറി കവചിത ഗ്ലാസിൽ ആഘാതമേൽപ്പിച്ചു. ഏതാനും നിമിഷങ്ങൾ അനന്ത മായി തോന്നി. ചുഴലിക്കാറ്റിനിടയിലും ആഘാതങ്ങളിൽനിന്ന് ഊഷ്മള മായ നവീകരണത്തോടെ ഉയരുവാൻ വിമാനം ശ്രമം തുടരുമ്പോൾ റോളർ കോസ്റ്ററിന്റെ അടിഭാഗം ഞെരുങ്ങുന്ന അനുഭവമാണുണ്ടായത്.

മർക്കിൾ തന്റെ സീറ്റിൽ ഉറച്ചിരുന്നു. രണ്ട് നല്ല ജനറൽ ഇലക്ട്രിക് ഉപകരണങ്ങൾ പരമാവധി തള്ളി. കാരണം ഇതെന്താണ്. ഈ വ്യത്തി കേട് റിയോ മാഡ്രിഡിന് നല്ലതാണോ? ഭൂമദ്ധ്യരേഖയ്ക്കു നേരെ വടക്കൻ അറ്റ്ലാന്റിക്കിന്റെ മദ്ധ്യഭാഗത്ത് റെക്കോർഡ് നാശം. ഇതു വളരെ മണ്ട ത്തരമാണ്. ഞങ്ങൾക്കു ശക്തമായ ബോയിലറുകളുണ്ട്. വഴക്കമുള്ള ചിറകുകളുണ്ട്. വിസ്മയകരംതന്നെ. നമ്മെ തകർക്കുവാൻ സാധിക്കില്ല. അതിനനുവദിക്കില്ല. ഒരു സ്കെയിൽ മോഡൽ തന്നെ, നമ്മളെ രണ്ടായി തകർക്കുവാൻ അനുവദിക്കില്ല. അതു സാധ്യമല്ല. ഞങ്ങൾ എഞ്ചിനുകൾ ഉപയോഗിച്ച് ഡസൻ തവണ ചെയ്തിട്ടുണ്ട്. ഹാർബറിലെ ഓൺബോർഡ് കമ്പ്യൂട്ടറുകളിലൂടെ സമ്മർദ്ദം ചെലുത്തിക്കൊണ്ട് പുറത്തിറക്കിയവ, യഥാർത്ഥജീവിതത്തിൽ അവ ചതിക്കുവാൻ പോകുന്നില്ല. മർക്കിൾ തന്റെ ഭാര്യയെയോ മക്കളെക്കുറിച്ചോ അല്ല ചിന്തിച്ചത്. അതിനുമുമ്പു തന്നെ പലപ്പോഴും പൈലറ്റുമാർതന്നെ മരിക്കുന്നു. അവരുടെ ജീവിത ത്തിലൂടെ പരതിനോക്കാൻ സമയംപോലുമില്ലാതെ മർക്കിൾ പ്രവർത്തി ക്കുന്നു. യാത്രക്കാരെ രക്ഷിക്കാനായി ശ്രമിക്കുന്നു. ഹൃദയത്തിലൂടെ പഠിച്ചുവച്ച ആംഗ്യങ്ങൾ റിഫ്ളക്സ് പ്രവർത്തനം നടത്തുന്നു. ഇരുപതു വർഷത്തെ അനുഭവപാഠം. പക്ഷേ, അതെല്ലാംതന്നെ ഇപ്പോൾ ഒരു നരകം.

മർക്കിളും ഫേവ്റുവും ഇളകിയാടുന്നു. ഭ്രാന്തമായും, പരിഹസിച്ചു കൊണ്ടും ഉപകരണങ്ങളിൽ ശ്രദ്ധ കേന്ദ്രീകരിച്ചുകൊണ്ട് കാലാവസ്ഥ യോടു പൊരുതുന്നു. അതു കൂടുതൽ അക്രമാസക്തമാകുന്നുവെന്ന് തിരി ച്ചറിയുന്നു. കഴിഞ്ഞ പത്തുവർഷത്തിനിടെ ഏറ്റവും വേഗത്തിൽ ടർബൈൻ ഇൻഡിക്കേറ്റർ ഇടതുഭാഗത്ത് പതിനഞ്ചു ശതമാനം വൈദ്യുതിനഷ്ടം സൂചിപ്പിക്കുന്നു. തീവ്രമായ വൈദ്യുതമണ്ഡലം ഇല ക്ട്രോണിക് ഉപകരണങ്ങളുടെ പ്രവർത്തനം തടസ്സപ്പെടുത്തുന്നു.

അവസാനം മേഘഭീഷണിയെ വിമാനം പ്രതിരോധിക്കുന്നു. ഏകദേശം തിരശ്ചീനമായി നിലനിർത്തിയതിനുശേഷം സ്ഥിരപ്പെടുത്തുന്നു. ആലിപ്പഴം ദുർബലമാകുന്നില്ലെങ്കിലും വിൻഡ്ഷീൽഡിൽ വിള്ളലുകളുണ്ടാക്കുന്നില്ല.

മർക്കിൾ വിമാനത്തിന്റെ വല്ലാതെയുള്ള ഇളക്കം കുറയുമ്പോൾ യാത്രക്കാരെ അഭിസംബോധന ചെയ്യുന്നു. കാതടപ്പിക്കുന്ന ശബ്ദമുണ്ടായിട്ടും നിലവിളിക്കാതിരിക്കാൻ ശ്രമിക്കുന്നു.

“ക്ഷമിക്കണം. പാസഞ്ചേഴ്സ്, ന്യൂയോർക്കിൽനിന്നുള്ള നമ്മുടെ യാത്ര അപകടാവസ്ഥയിലാണ് - ഒരു വാഷിംഗ് മെഷിനിൽ എന്നതുപോലെ നമുക്കു തുടർന്നേ തീരൂ.”

പെട്ടെന്ന് സൂര്യന്റെ തിളക്കമാർന്ന രശ്മികൾ കോക്പിറ്റിൽ എത്തുന്നു. ബോയിംഗ് വേഗം കൂട്ടുന്നു. വീണ്ടും നിശ്ശബ്ദത മാറി. അസ്വസ്ഥതകൾ തൊട്ടുപുറകിലുണ്ട് എന്ന് അവർ വിശ്വസിച്ചു.

മർക്കിൾ വീണ്ടും നിയന്ത്രണങ്ങൾ പരിശോധിക്കുന്നു. അമ്പരന്നു, വിമാനം വളരെ നല്ല രീതിയിൽ പറക്കുന്നു. സ്ഥിരതയുള്ള ശബ്ദത്തോടെ. പക്ഷേ, ഉപകരണങ്ങൾ പ്രവർത്തനരഹിതമാണ്, ക്രമരഹിതമാണ്. ശരിക്കുള്ള വീഴ്ച സംഭവിച്ചിട്ടും സമുദ്രത്തിൽ നിന്നുള്ള ഉയരം (altitude) രേഖപ്പെടുത്തിയിരുന്നില്ല. 39000 അടി ഉയരത്തിൽ കാലാവസ്ഥാ വ്യതിയാനം രേഖപ്പെടുത്തുവാൻ റഡാറിനാവുന്നില്ല. മുകളിൽ സൂചനയുള്ളത് രണ്ടും ആറു പൂജ്യങ്ങളും. മർക്കിൾ കാബിനിലെ ഇന്റർകോമിൽനിന്ന് മൈക്രോഫോൺ എടുത്തു.

“ശരി, നിങ്ങൾ എന്നോടൊപ്പം കണ്ടതുപോലെ, ഭീമൻ മേഘപാളികൾക്കിടയിൽനിന്ന് നമ്മൾ വലിയ നാശനഷ്ടമില്ലാതെ രക്ഷപ്പെട്ടു. ഞങ്ങൾ പറയുന്നതുവരെ നിങ്ങൾ സീറ്റുകളിൽതന്നെ ബെൽറ്റ് ധരിച്ച്, ഇലക്ട്രോണിക് ഉപകരണങ്ങൾ ഒന്നുംതന്നെ ഉപയോഗിക്കാതെ ഇരിക്കണം. ശരി, സ്വയം നിങ്ങളെ ശ്രദ്ധിക്കൂ. നന്ദി.”

മർക്കിൾ മൈക്രോഫോൺ മാറ്റി എമർജൻസി കോഡ് 7700 അമർത്തി ട്രാൻസ്പോണ്ടറിൽ ഹെഡ്സെറ്റ് ധരിച്ച് വീണ്ടും ‘കെന്നഡി’യെ സമീപിച്ചു.

“മെയ് ദേ, മെയ് ദേ, മെയ് ദേ.. കെന്നഡിയല്ലേ, ഇത് എയർഫ്രാൻസ് 006. ശക്തമായ പ്രക്ഷുബ്ധതയിൽ മേഘപാളികൾ മുറിച്ചുകടക്കുമ്പോൾ ആലിപ്പഴം വീഴ്ച നേരിട്ടു. എങ്കിലും കാര്യമായ പരിക്കുകളില്ലാതെ, യന്ത്രങ്ങൾ പ്രവർത്തിക്കാതെ, ഉയരമറിയാതെ, വേഗതയറിയാതെ റഡാർ ക്രമരഹിതമായി, വിൻഡ്ഷീൽഡിന് സാരമായ പരിക്കുകളോടെ വരുന്നു.”

കെന്നഡിയിലെ നിയന്ത്രണമേഖലയിലെ ആൺശബ്ദം, ആശ്ചര്യപ്പെടുന്നു.

“മെയ് ദേ, കേൾക്കുന്നു. എയർ ഫ്രാൻസ് 006, ട്രാൻസ്പോണ്ടർ കോഡ് സ്ഥിരീകരിക്കാമോ 7700?”

“ന്യൂയോർക്ക്, എയർ ഫ്രാൻസ് 006, ട്രാൻസ്പോണ്ടർ കോഡ് 7700.”

വളരെ സ്പഷ്ടമല്ലാത്ത ശബ്ദത്തിൽ, “ഒന്നുകൂടി തീർച്ചപ്പെടുത്തൂ. ട്രാൻസ്പോണ്ടർ കോഡ് 7700.”

“ഞങ്ങൾ വലിയ അപകടത്തെ നേരിട്ടു. മേഘപാളികൾ കടന്നു പോയപ്പോൾ ആലിപ്പഴം വീഴ്ചയാൽ വിൻഡ്ഷീൽഡ് പൊട്ടിത്തകർന്നു. റഡാർ ആശയവിനിമയം വിച്ഛേദിക്കപ്പെട്ടു കുറച്ചു നിമിഷങ്ങൾ.”

മർക്കിൾ ഫേവ്റൂവിനു ഫോൺ കൈമാറി അദ്ദേഹം മൂന്നുതവണ ട്രാൻസ്പോണ്ടർ കോഡ് കെന്നഡിക്കു കൈമാറി. പക്ഷേ, കെന്നഡിക്ക് അവരെ തിരിച്ചറിയാനാവുന്നില്ല. പെട്ടെന്ന് ബന്ധം പുനഃസ്ഥാപിക്കുന്നു. ഇത്തവണ ഒരു സ്ത്രീശബ്ദം. പക്ഷേ, ആദ്യം കേട്ടതിലും കുറഞ്ഞ സൗഹൃദമുള്ള ശബ്ദത്തോടെ.

“എയർഫ്രാൻസ് 006, ഇതു കെന്നഡിയാണ്. സിവിൽ ഏവിയേഷൻ കൺട്രോൾ യൂണിറ്റ്. ദയവായി ക്യാപ്റ്റന്റെ പേര് പറയാമോ?”

മർക്കിൾ മൂകനായി. അദ്ദേഹത്തിന്റെ മുഴുവൻ സേവനത്തിലും ഒരു കൺട്രോളറും ക്യാപ്റ്റന്റെ പേരു ചോദിച്ചതായി കേട്ടിട്ടില്ല.

“മെയ് ദേ...” കെന്നഡിയിൽനിന്ന് ആ ചോദ്യം ആവർത്തിക്കുന്നു. ദയവായി ക്യാപ്റ്റന്റെ പേര്?

സോഫിയ ക്ലെഫ്മാൻ

വെള്ളി 25, ജൂൺ 2021
ഹവാർഡ് ബീച്ച്, ന്യൂയോർക്ക് സ്റ്റേറ്റ്

ബെറ്റി എന്ന തവളയെ ലിയാം അടുക്കളയിൽനിന്നാണ് കണ്ടെത്തിയത്. ശനിയാഴ്ച ഉച്ചയ്ക്ക് റേഡിയേറ്ററിന്റെ പുറകുവശത്ത് സിങ്കിനടുത്ത് വരണ്ടുണങ്ങിയ അവസ്ഥയിലായിരുന്നു. ഒരു തൂവലിന്റെ കനം മാത്രം. അർദ്ധസുതാര്യമായ അവസ്ഥ. ട്രേസിംഗ് ഷീറ്റ് മുറിച്ച് പേപ്പർ തവളയുടെ രൂപരേഖ തയ്യാറാക്കുമ്പോൾ തുടകളും കൈകളും മടക്കാവുന്ന രീതിയിൽ ശരിയാക്കുന്ന അവസ്ഥയിലായിരുന്നു അത്. ലിയാം തന്റെ കൊച്ചു സഹോദരിയോടു പറയുന്നു, "ബെറ്റി വളരെ ക്ഷീണിതയാണ്. വളരെ രസകരമാണ് ക്ഷീണിച്ച ബെറ്റിയുടെ കൈ ഉയർത്തി നൃത്തം ചെയ്യുന്നതു കാണാൻ." തളർന്ന ബെറ്റിയെ കണ്ട് സോഫിയ കരയാൻ തുടങ്ങി.

മൂന്നാഴ്ചകൾക്കു മുമ്പേയാണ് ബെറ്റി അവളുടെ വിവേറിയത്തിൽനിന്ന് രക്ഷപ്പെട്ടത്. വിരസതമൂലം ആയിരിക്കും അവൾ മനോഹരമായ നുരയെ വകവെക്കാതെ പോയത്. സോഫിയ അവളുടെ വിവേറിയത്തിൽ നനഞ്ഞതും തിളങ്ങുന്നതുമായ പച്ചച്ചെടികളും ഉരുണ്ട കല്ലുകളും ചാരനിറത്തിലുള്ള ചിരട്ടകൾകൊണ്ടും അലങ്കരിച്ചിരുന്നു. അവൾ കറുത്ത ഈച്ചകളെ ജീവനോടെ ബെറ്റിക്കു ഭക്ഷണമായി നൽകി. വിവേറിയം അവൾ കിടക്കയുടെ അടുത്താണ് വച്ചിരുന്നത്. ഒരു ചെറിയ മേശയ്ക്കു മുകളിൽ വെച്ച വിവേറിയത്തിൽ എല്ലാ വൈകുന്നേരവും ഒരു പതിഞ്ഞ ശബ്ദത്തിൽ ബെറ്റിയോടു സംസാരിക്കും, അവളുടെ ഓരോ ദിവസത്തെക്കുറിച്ചും. ബെറ്റി എന്നും സന്തോഷവതിയും സുരക്ഷിതയുമാകണമെന്ന് സോഫിയ ആഗ്രഹിച്ചു. വേട്ടക്കാരിൽനിന്ന് സുരക്ഷിതമാകുക എന്ന പദമാണ് അവൾ ഉപയോഗിച്ചത്. എന്തെന്നാൽ ശബ്ദം അസ്വസ്ഥതയുണ്ടാക്കും. ഇങ്ങനെയാണെങ്കിലും തവള എങ്ങനെയോ രക്ഷപ്പെട്ടു. ചൂടും ഈർപ്പവും അന്വേഷിച്ച് അവൾ ചാടിയതാവാം. അപ്പോഴായിരിക്കും കൺവെക്ടറിൽനിന്ന് ചൂട് അനുഭവപ്പെട്ടത്. അവൾക്കു വിശപ്പും ദാഹവും ഉണ്ടായി. അവളുടെ തൊലി പൂന്തോട്ടത്തിലെ നിലംപോലെ വിണ്ടുകീറി.

ദിവസങ്ങളോളം മഴപെയ്യാതെ മരവിച്ചുപോയി. ബെറ്റി നഗ്നമായ ഒരു ഏകകോശ കവചമായി.

അതിനെ തൊടാൻ സോഫിയയ്ക്കും ലിയാമിനും ഭയമാണ്. തല പിടിച്ച് അതിന്റെ ശരീരം ചുഴറ്റിയപ്പോൾ അലറിക്കൊണ്ട് ശരീരത്തിനു ചുറ്റും തിരിയുന്നു. അമ്മ അവരോട് "ശബ്ദിക്കാതിരിക്കൂ, ശാന്തമായിരിക്കൂ" എന്നിങ്ങനെ പറഞ്ഞ്, ഡാഡിയെ വിളിക്കുവാൻ പറഞ്ഞു. ഡാഡി ഇതിനകം ടീഷർട്ട് ധരിച്ച് കോണിയിറങ്ങി വരുന്നു. "എന്തൊരു നാശമാണിത്. അവ്രിൽ, കുട്ടികളോട് ബഹളമുണ്ടാക്കാതിരിക്കുവാൻ പറഞ്ഞു കൂടെ? നിങ്ങൾ എനിക്കു സൈ്വരം തരില്ലേ?" ലെഫ്റ്റനന്റ് ക്ലർക്ക് ക്ലെഫ്മാൻ ബെറ്റിയെ മരിച്ചതുപോലെ കണ്ട് സോഫിയ കരയുന്നതു കാണുന്നു. "സോഫിയ നിന്റെ തവള... നിനക്കെന്തറിയാം. ഒരു പഴയ റാവിയോളി ചൈനീസ് പാസ്ത പോലെ തോന്നുന്നു" എന്നു പറഞ്ഞ് ബെറ്റിയെ രണ്ടു വിരലുകൾക്കിടയിൽ പിടിച്ച് ഒരു കൈകൊണ്ട് ഉയർത്തി ആഴമുള്ള ഒരു പ്ലേറ്റിലെ വെള്ളത്തിൽ വെക്കുന്നു.

അവർ ഒന്നിച്ച് ബെറ്റിയുടെ ശവസംസ്കാരകർമ്മങ്ങൾക്കായി പോകുന്നു. അവർക്ക് അവളുടെ മതം അറിയില്ലെങ്കിലും അവ്രിൽ അവരെപ്പോലെതന്നെ അവളെ സ്നാനപ്പെട്ടവളായി കണക്കാക്കി. അവൾക്കു ശരിയായ രീതിയിൽ, യഥാർത്ഥമായ വിശ്വാസികളുടെ സ്നാനം ലഭിച്ചിട്ടില്ല. പക്ഷേ, അതു വ്യക്തമായി പുതിയതായി ജനിക്കുന്ന തവളകളുടെ പറുദീസയിലേക്കു പോവും, വെള്ളത്തിൽ കിടക്കുന്ന സമയംകൊണ്ട് അത് എളുപ്പമാവുമെന്നു കരുതുന്നു. ഒടുവിൽ ക്ലർക്ക് അതിനെ ടോയ്‌ലറ്റിലേക്ക് എറിഞ്ഞുകളയുമെന്നും ഭയക്കുന്നു.

ബെറ്റി, സോഫിയയുടെ ആറാം പിറന്നാളിനു ലഭിച്ച സമ്മാനമാണ്. അവളിലൂടെ സോഫിയ തവളകളെക്കുറിച്ച് കൂടുതൽ അറിവു നേടി. മുന്നൂറ് ദശലക്ഷം വർഷങ്ങൾക്കുമുമ്പേ ദിനോസറുകൾ ഉണ്ടായിരുന്നുവെന്നും, ആയിരക്കണക്കിന് ജീവിവർഗ്ഗങ്ങളുണ്ടെന്നും, കീടനാശിനിയുടെ ഒരു ഘടകമായ അട്രാസിൻ ചർമ്മത്തിൽ പ്രവേശിക്കുന്നത് അവയ്ക്ക് വൻഭീഷണി ഉയർത്തുന്നുവെന്നും, പ്രാണികളെ തവള ഭക്ഷിക്കുന്നതിനാൽ അതു സമൂഹത്തിനു പ്രയോജനകരമാകുന്നുവെന്നും അറിഞ്ഞു. സാലമാന്ററുകളും തവളകളെപ്പോലെ ഉഭയജീവികളാണ്. കൂടാതെ ബെറ്റി, 'അനാക്സിറിസ് ഡെബിലിസ്' (Andy) എന്ന കുടുംബത്തിലെ തവളയാണ്. സോഫിയ അവളുടെ പേര് ശ്രദ്ധാപൂർവ്വം ഒരു കാർഡിൽ പകർത്തി വിവേറിയത്തിൽ ഒട്ടിച്ചുവെച്ചു. യഥാർത്ഥത്തിൽ ഇത് ഒരു ആൺതവളയാകാം. വില്പനക്കാരനു ശരിയായി അറിയില്ല എന്നു നെടുവീർപ്പിട്ടു. സോഫിയ ആൻഡൈ(Andy)യുടെ ബാഡ്ജ് വായിക്കുകയായിരുന്നു. തവളയ്ക്ക് കഷ്ടിച്ച് ഒരു ഇഞ്ച് ഉയരമുണ്ട്. അതിന്റെ പ്രത്യുല്പാദന അവയവങ്ങൾ, സ്ത്രീ അല്ലെങ്കിൽ പുരുഷൻ, ഏതു ലിംഗത്തിനും പൊതുവായി മോർഗൻ അല്ലെങ്കിൽ മാഡിസൺ എന്നീ പേരുകൾ; എന്തായാലും സോഫിയ അവളെ ബെറ്റി എന്നു വിളിക്കുന്നു. സോഫിയ അടുത്തെത്തുമ്പോൾ അവൾ ഒളിച്ചിരിക്കുന്നു. അവളുടെ മാളം

വിവേറിയത്തിൽ കല്ലുകൾക്കു കീഴിലാണ്. വാക്വം ക്ലീനറിന്റെ ശബ്ദം ബെറ്റിയെ ഭയപ്പെടുത്താറുണ്ട്. Guardia എയർപോർട്ടിൽനിന്ന് ഹവാർഡ് ബീച്ചിനു മുകളിലൂടെ പറന്നുയരുന്ന വിമാനങ്ങളും ഭയമുണ്ടാക്കുന്നു. അവൾ ഭയന്ന് ഒളിച്ചിരിക്കുമ്പോൾ കണ്ടുപിടിക്കാൻ കഴിയാറില്ല. അവൾക്ക് എല്ലാവരേയും ഭയമാണ്. ക്ലർക്ക് പരിഹസിച്ചു. അവൾ ഒരു കോഴിക്കുഞ്ഞാണ്. ലിയാമിനും സോഫിയയ്ക്കും മുന്നിൽവച്ച് ഇത്തരം കാര്യങ്ങൾ പറയരുതെന്ന് അവ്രിൽ പറഞ്ഞു, ഒരു നെടുവീർപ്പോടെ.

ക്ലർക്ക് ക്ലെഫ്മാൻ ബെറ്റിയെ പ്ലേറ്റിലെ ജലത്തിൽ നിന്നെടുക്കുന്നു. സോഫിയ ഉറക്കെ പറഞ്ഞു.

“അമ്മേ, ബെറ്റി അനങ്ങി, ബെറ്റി നീങ്ങി അമ്മേ.”

“എന്ത്? പക്ഷേ, സോഫിയ ഇതു നിങ്ങളുടെ ഡാഡി അതിനെ ചെരിച്ച് ഇളക്കിയതുകൊണ്ടാണ്.”

“അല്ല അമ്മേ. അല്ല. അവൾ അനങ്ങുന്നു. അവിടെ ആ ജലാംശം ഉള്ളതിനാലാണ് അവൾ എണീറ്റത്. അമ്മേ, വെള്ളം കൊണ്ടുവരൂ.”

അവ്രിൽ അവളുടെ തോളുകൾ ഇളക്കി. പൈപ്പിൽനിന്ന് വെള്ളമെടുത്ത് ബെറ്റിയുടെ ദേഹത്തു തളിക്കുന്നു. തവള അതിന്റെ കാലുകൾ ഇളക്കി പ്ലേറ്റിലെ വെള്ളം സ്പോഞ്ചുപോലെ ആഗിരണം ചെയ്ത് പുനർജീവിക്കുന്നു. പ്ലേറ്റിൽ കൈനിവർത്തി വെള്ളം തൊടുമ്പോൾ തൊലിയിലെ നഷ്ടപ്പെട്ടുപോയ പച്ചനിറം തിരികെവരുന്നു.

“ഇത് അത്ഭുതം തന്നെ”, ക്ലർക്ക് ക്ലെഫ്മാൻ ആശ്ചര്യപ്പെടുന്നു. വരൾച്ചക്കാലത്ത് രൂപാന്തരമില്ലാതെ പ്രായപൂർത്തിയാവുന്ന ഉഭയജീവികൾ (ആക്സലോട്ടലുകൾ) ചെയ്യുന്നതുപോലെ നമ്മൾ കണ്ടില്ലേ? അവൾ അതുപോലെയാണ് ചെയ്യുന്നത്. മഴക്കാലം കാത്ത് ക്ഷീണഭാവത്തിൽ കിടക്കുക.

“ഭ്രാന്തമായ കാര്യം തന്നെ.” ക്ലാർക്ക് ആവർത്തിച്ചു. “ഇത്തരം സംഭവം ഞാൻ ഇതിനു മുമ്പ് കണ്ടിട്ടില്ല. നൂറുശതമാനവും മരിച്ച തവള, അതു വേശ്യകളെപ്പോലെ കൊഞ്ചി പുളയുന്നു. ഭ്രാന്തമായതുതന്നെ.”

അവ്രിൽ പറയുന്നു, “ക്ലാർക്ക്, ഇത്തരം പദങ്ങൾ കുട്ടികളുടെ മുന്നിൽ ഉപയോഗിക്കരുതെന്ന്...”

“വീട്ടിലല്ലേ, ഇഷ്ടമുള്ളത് ഞാൻ പറയുമെന്ന് ക്ലർക്ക്.” “നിങ്ങൾക്ക് ഞാൻ പ്രതിമാസം പണം നൽകുന്ന യന്ത്രമെഷീൻ മാത്രം, വിഡ്ഢികളുടെ നാട്ടിൽ മരിക്കപ്പെടുന്നവൻ അല്ലേ?”

“മടുത്തു എനിക്കു മടുത്തു. അവ്രിൽ, ഈ നാശം.”

അവ്രിൽ താഴേക്ക് നോക്കിനിന്നു. സോഫിയയും ലിയാമും ഇതു കേട്ട് തരിച്ചുനിന്നു. ക്ലർക്കിന്റെ ദേഷ്യം കട്ടപിടിച്ചു നിൽക്കുന്നു.

ക്ലർക്ക് പതിവുപോലെ മുഷ്ടിചുരുട്ടി ദേഷ്യം അവനിലേക്ക് അടക്കുന്നു. ദൈവമേ, അഫ്ഗാനിസ്ഥാനിൽ ആയിരുന്നപ്പോൾ ഏകദേശം പത്തുതവണ മരണത്തെ മുഖാമുഖം കണ്ടതാണയാൾ. എങ്ങനെയാണ്

നന്ദി പറയേണ്ടത്. ലോകത്തെ എല്ലാവരും വായടച്ച്, ഞങ്ങൾ രാഷ്ട്രീയക്കാരുടെ മക്കളല്ലെന്നു പറഞ്ഞ് വിയറ്റ്നാം കാലത്ത് ഈ വിഡ്ഢികൾ ഒളിച്ചിരുന്നു നാഷണൽ ഗാർഡിൽ. ശരി, കഴിഞ്ഞവർഷം ചക്രങ്ങളും പെട്ടികളും മാറ്റി ഹംവി റെജിമെന്റ് ഓഷ്കോഷിനെ തകർത്തു. വലിയ വാഹനങ്ങൾ. മോശം ആൺകുട്ടികൾ. അവർക്ക് 13 എം.എം.നെ ചെറുക്കാനുള്ള കരുത്തുണ്ടായില്ല. പക്ഷേ, ഇല്ല. പെർഫറേറ്ററുകൾ ഉപയോഗിച്ച് നാശം വരുത്താനായില്ല. ഇത് മണൽനിറമുള്ള കാർഡ് ബോർഡ് പെയിന്റ് ചെയ്തതല്ലാതെ മറ്റൊന്നുമല്ല.

രണ്ടാഴ്ച മുമ്പ്, ബെറ്റി എന്ന തവളയുടെ ഉയിർത്തെഴുന്നേല്പിനു മുമ്പ്, ബാഗ്രം നാവികത്താവളത്തിനും കാബൂളിനുമിടയിൽ ഓഷ്കോഷ് സസ്താവായിൽ ഒരു പൊട്ടിത്തെറിയുണ്ടായി. ശബ്ദംകൊണ്ട് തീർച്ചയായും അത് സിറിയയുടെ സെമി ഓട്ടോമാറ്റിക് ആണ്. പൊട്ടാത്ത ഗ്ലാസ് ആയിരുന്നെങ്കിലും ഒരു വെടിയുണ്ട ഇടതുഭാഗത്തെ വാതിൽച്ചില്ലിലൂടെ തോംസണിന്റെ നെഞ്ചിൽ ചെന്നാണവസാനിച്ചത്. ആരാണ് കണക്കെടുക്കുന്നത്. ഏതെല്ലാം വെടിയുണ്ടകൾ എത്ര ശരീരങ്ങളെ ലക്ഷ്യമാക്കി നരകതുല്യമാക്കി അലറാൻ ഇടയാക്കുന്നു എന്ന്.

തോംസൺ അർദ്ധസൈനിക അക്കാദമിയുടെ സ്ഥാപനത്തിലെ കൂലിപ്പണിക്കാരനാണ്, ഒരു മണ്ടനാണ്. ഫാക്ടറി പൂട്ടിയപ്പോൾ ജനറൽ മോട്ടോഴ്സിന്റെ ഒരു ഉപസ്ഥാപനത്തിൽ ഒരു ചീത്ത ജോലി കണ്ടെത്തി. അവിടെ മറ്റൊരു പാവപ്പെട്ടവൻ മണിക്കൂറിന് മുപ്പത് സെന്ററിന് സമാനമായ മെഴുകുതിരികൾ ഉണ്ടാക്കിയ നാട്ടിലായിരുന്നു. എല്ലാത്തിനുമായി തോംസൺ ലക്ഷ്യമിട്ടത് മൊന്താനയിലെ അദ്ദേഹത്തിന്റെ താവളമായിരുന്നു. അതിന് ആൽബമാർലെ കോർപ്പറേഷന്റെ എഞ്ചിനീയർമാരുടെ സംരക്ഷണവും അദ്ദേഹം ഉറപ്പുവരുത്തി. നാലു മാസത്തെ ലിഥിയം പ്രതീക്ഷകൾ ഭയംകൂടാതെ കാബൂളിലെ സെറീന ഹോട്ടലിലേക്കു മാറുവാനും അതിനുശേഷം ചൈനയുടെ ഗാൻഫെങ് ലിഥിയത്തിനേക്കാൾ വേഗത്തിൽ പുതിയ കരാർ ഒപ്പുവെക്കാനാവുകയും ചെയ്തു. പക്ഷേ, തോംസണ് മോശം സമയമാണ്. അക്കാദമിയുടെ സഹായവാഹനം അവനെക്കൂടാതെ കാബൂൾ വിട്ടു. ഇരുന്നൂറ് ഡോളറുകൾ അയാൾ ചെലവഴിക്കേണ്ടി വന്നു, ഓഷ്കോഷിൽ അത് സ്വീകരിക്കുവാൻ. രണ്ടു മണിക്കൂർ നീണ്ട വായുചുഴികൾ, കുഴികൾ, അവശിഷ്ടങ്ങൾ, കൊറഗേറ്റഡ് ഇരുമ്പ് എന്നിവ. പത്തു വർഷത്തെ യുദ്ധത്താൽ തകർന്ന ഒരു ദയനീയ പ്രാന്തപ്രദേശം.

സാർജന്റ് ജാക്ക് തോംസണെ നോക്കുമ്പോൾ അവന്റെ വെളുത്ത കണ്ണുകൾ ഉരുണ്ട്, രക്തം തുപ്പുന്ന നിലയാണ്. കറങ്ങുന്ന ഗോപുരത്തിലേക്ക് ക്ലർക്ക് കാൽ വഴുതിവീഴാൻ തുടങ്ങി. അയാൾക്ക് ഷോട്ടുകൾ പോയതായി തോന്നിയ സ്ഥലം, എല്ലാ അപമാനങ്ങളും ഉറക്കെ അലറിവിളിച്ചുപറഞ്ഞു. തോക്കിലൂടെ അയയ്ക്കാവുന്ന നൂറോളം മിസൈലുകൾ (projection) കുന്നിന്റെ മുകളിൽ ചെളികൊണ്ടുണ്ടാക്കിയ രണ്ടു കുടിലുകൾ രണ്ടു ബാരക്കുകൾ പുറപ്പെടുന്ന ആഘാതത്താൽ ചെളിയിൽ പുതഞ്ഞുപോകുന്നു.

ഓഷ്കോഷ് മുഴുവൻ വേഗതയിൽ ബാഗ്രാമിലേക്കു തിരിഞ്ഞു. അവിടെ ഓപ്പറേറ്റിംഗ് മുറി അവർക്കായി കാത്തിരിക്കുന്നു. ആശുപത്രി ഇതിനകംതന്നെ നിറഞ്ഞിരുന്നു. തലേദിവസം അഫ്ഗാൻ സഹായികളിൽ ഒരാൾ റിഫെക്ടറിനടുത്ത്, സമൂഹ ഭക്ഷണശാല ശുചീകരണ വിഭാഗത്തിലെ ബെൽറ്റ് ഉപയോഗിച്ച് പൊട്ടിത്തെറിയുണ്ടായി. 'അള്ളാഹു അക്ബർ' എന്ന് ഉറക്കെ വിളിച്ചുകൊണ്ട് രണ്ടുപേർ മരിച്ചു. പത്തുപേർക്ക് മുറിവു പറ്റി. മദ്യപിച്ച പട്ടാളക്കാർ ഖുർആനിലെ രണ്ട് പേജുകൾ പിഴുതെറിഞ്ഞുവെന്നു പറയുന്നു. ഒരുപക്ഷേ ഇതു സത്യമായിരിക്കാം. ഈ കഥ ഗ്വാണ്ടനാമോയിൽ അവർ പോർക്കിൻ കഷണങ്ങൾ കൂടാരങ്ങളിലേക്കെറിഞ്ഞു. മാലിന്യത്തിൽ എന്നും ദേശസ്നേഹം അഭയം കണ്ടെത്തും. എന്തായാലും ഞങ്ങൾക്കു തോംസണ് കിടക്ക നൽകേണ്ടിവന്നില്ല. കൊണ്ടുവരുമ്പോൾതന്നെ മരിച്ചിരുന്നു. കോക്ക്പിറ്റ് മുഴുവനും രക്തകലുഷിതമായിരുന്നു. ഞങ്ങൾ വെള്ളം തളിച്ച് ഉണർത്താൻ ശ്രമിച്ചെങ്കിലും തോംസണെ ജീവിതത്തിലേക്ക് തിരികെ കൊണ്ടുവരാനായില്ല.

"ക്ഷമിക്കണം ക്ലർക്ക്. നിങ്ങൾ, 'ചിക്ക്' അല്ലെങ്കിൽ അതുപോലുള്ള വാക്കുകൾ പറഞ്ഞാൽ ഞാൻ കാര്യമാക്കുന്നില്ല. കുട്ടികളുടെ മുന്നിൽ 'ചൂടുള്ള വേശ്യ' എന്നുള്ള പ്രയോഗം. ദിവസങ്ങളെടുക്കും, അവർ ജീവിക്കുന്നത് എത്ര വൃത്തികെട്ട ലോകത്താണെന്ന് മനസ്സിലാക്കുവാൻ."

"നിന്റെ അസംബന്ധം കേട്ട് ഞാൻ തളർന്നുപോകുന്നു." ക്ലർക്ക് പറഞ്ഞു. "അവ്രിൽ, നീ പോയി ആ ചെറിയവൻ, ലിയാമിനെ എടുക്കൂ. നീ ആ നശിച്ച വീഡിയോ ഗെയിം കളിക്കരുത് ലിയാം. അമ്മയെ സഹായിക്കുവാൻ പഠിക്കൂ. വരൂ സോഫിയ. ഞങ്ങൾ തവളയെ തിരികെ വിവേറിയത്തിൽ വിടാൻ പോകുന്നു."

കാറിന്റെ താക്കോലെടുക്കുന്ന അമ്മയെ സോഫിയ നിരീക്ഷിക്കുന്നു. നിശ്ശബ്ദമായി ലിയാം പിറുപിറുക്കുന്നു. അമ്മയുടെ കൈ പിടിച്ച് പിന്തുടരുന്നു. സോഫിയ അവളുടെ അച്ഛനൊപ്പം മുകൾനിലയിലേക്ക്, പൂർണമായും പുനർജീവിച്ച് പ്ലേറ്റിലിരിക്കുന്ന ബെറ്റിയുമായി പോകുന്നു.

വിവേറിയത്തിൽ കല്ലിൽ ഒട്ടിച്ചുവച്ച ഒരു ഈഫൽ ടവറുണ്ട്. നാലു മാസം മുമ്പ് ക്ലെഫ്മാൻ അവരുടെ വിവാഹവാർഷികത്തിനു പാരീസിൽ പോയിരുന്നു. അവർ ബെല്ലിവിയിലെ രണ്ടു മുറികളുള്ള അപ്പാർട്ട്മെന്റ് ബുക്ക് ചെയ്തു. കുട്ടികൾ സ്വീകരണമുറിയിലെ സോഫാ ബെഡ്ഡിൽ ഉറങ്ങി. അവർ നോത്രദാം, ട്രയംഫ് ആർക്ക്, മോണ്ട്മാത്ര് ബസലിക്ക, ഷാംപ്സ്, എലീസിയിലെ കൊട്ടാരം എന്നിവിടങ്ങളിൽ സന്ദർശിച്ചു. എങ്കിലും സോഫിയയുടെ നിർബന്ധത്തിനു വഴങ്ങി 'ഉഭയജീവികളെ' കാണാൻ പോവുന്നതിന് അവ്രിൽ സമ്മതിച്ചു. അവൾ സോഫിയയെ ചെടികൾ നിറഞ്ഞ പൂന്തോട്ടത്തിൽ കൊണ്ടുപോയപ്പോൾ ആദ്യമായി ഒരു അസാധാരണ ജീവിയെ കണ്ടു. ഒരു കണ്ണ് അല്ലെങ്കിൽ തലച്ചോറിന്റെ ഒരു ഭാഗം നഷ്ടമായാൽ പോലും പുനർനിർമ്മിക്കാൻ കഴിവുള്ള സാലമാണ്ടർ.

അവിടെനിന്ന് സോഫിയയും ലിയാമും അവരുടെ അമ്മയും നേരെ ന്യൂയോർക്കിലേക്കു പോയി, ഒരു സാധാരണ വിമാനത്തിൽ. വിമാനം പെട്ടെന്ന് പ്രക്ഷുബ്ധമായ അവസ്ഥ നേരിടുന്നു. അരമണിക്കൂറുകളോളം കുട്ടികൾ നിലവിളി തുടർന്നു. ക്ലർക്ക് അവർക്കൊപ്പം തിരികെ വീട്ടിലേക്കു മടങ്ങിയില്ല. മറ്റൊരു ദൗത്യവുമായി പാരീസിൽനിന്ന് വാർസോയിലേക്ക് പോകേണ്ടിവന്നു. അവിടെനിന്ന് ബാഗ്ദാദിലേക്ക് രണ്ടു ടാങ്കുകൾക്കൊപ്പം സി.17 അബ്രാമും. വലിയ സ്ഫോടകശക്തിയുള്ള, ബോംബുകളുടെ അമ്മ യെന്നു വിശേഷിപ്പിക്കാവുന്ന, പത്തുടൺ ഭാരവും പത്തു മീറ്റർ നീള വുമുള്ള ഒരു രാക്ഷസൻ. ക്ലർക്ക് ഒമ്പത് മാസങ്ങളോളം അവിടെയായി രുന്നു. അതുകഴിഞ്ഞ് തോംസണിന്റെ ലോഹസുഗന്ധമുള്ള രക്തം വഹി ക്കുന്ന ഹാർവാഡ് ബീച്ചിൽ പോവാറില്ല.

സോഫിയയുടെ ബുദ്ധിവൈഭവത്തിൽ അവ്രിലിന് അഭിമാനമായി രുന്നു. എന്നിട്ടും സ്വന്തം മകളോട് അവളുടെ ചടുലതയിൽ അസൂയ പ്പെടുന്നതിനു സ്വയം കുറ്റപ്പെടുത്താറുണ്ട്, അവളുടെ ജീവനുള്ള ജിജ്ഞാ സയെ. സോഫിയയുടെ പ്രായമുള്ളപ്പോൾ അവ്രിൽ എല്ലായ്പോഴും അമ്മ യോട് ഒട്ടിയിരുന്ന് മൃഗങ്ങളെ വരച്ച് നിറം കൊടുക്കുമായിരുന്നു. പ്രത്യേ കിച്ച് കുതിരകളെ. സഹോദരിമാർക്കൊപ്പം ഇരിക്കുമ്പോൾ തോറ്റു കൊണ്ടിരിക്കുന്ന അമ്മയെ മാറ്റിയിരുത്തി നൂറോളം തലകൾ വരയ്ക്കും. ഭ്രാന്തമായിരുന്നു അത്. പർപ്പിൾ, ഇൻഡിഗോ, പച്ച, ഓറഞ്ച് എന്നിങ്ങനെ മഴവിൽനിറങ്ങളിൽ കുതിരയുടെ തലകൾ വരച്ചിരുന്നു. വരച്ച എല്ലാ ചിത്ര ങ്ങളും കുതിരകളുടേതുമാത്രം. ഇതല്ലാതെ അവൾക്കു മറ്റൊന്നും ഓർമ്മ യില്ല. അക്കാലത്തെക്കുറിച്ച് ഓർക്കാറില്ല. അവൾ വളരെ ചെറുപ്രായ ത്തിൽതന്നെ മാതാപിതാക്കളെ വിട്ട്, വീടു വിട്ട് നല്ല ഉയരമുള്ള ചെമ്പൻ മുടിയും മെലിഞ്ഞ അതിലോലനുമായ ആൺകുട്ടിയെ സ്നേഹിച്ചു. അവൻ ഒരു കടലാസു തുണ്ടിൽ കവിതയെഴുതി ശ്രദ്ധയോടെ, നിശ്ശ ബ്ദമായി അവൾക്കു നേരെ ലജ്ജയോടെ നീട്ടി, ധൈര്യത്തോടുകൂടി.

മണികൾ ഊഞ്ഞാലാടുന്നു.
ഒളിച്ചുകളി നടത്തുന്നു.
ഞാൻ അവ്രിലിന്റെ കവിളിൽ
ചുംബിക്കുന്നു.

ക്ലർക്ക് അന്ന് നല്ല പരിഗണനയുള്ള ആളായിരുന്നു. അന്ന് അയാൾക്ക് ഡിപ്ലോമ ഇല്ലായിരുന്നു. ഒരു റിയൽ എസ്റ്റേറ്റ് ഏജന്റ്, ഡ്രൈവിംഗ് സ്കൂൾ പരിശീലകൻ എന്നീ നിലകളിൽ ജോലി ചെയ്തിരുന്നു. പക്ഷേ, അയാൾക്ക് പെട്ടെന്ന് നിയന്ത്രണം നഷ്ടപ്പെടുന്നു. ഉപഭോക്താവിനെ തൃപ്തനാക്കാത്ത ആളായി. ഡ്രൈവറായും ജോലിനോക്കി. പക്ഷേ, അതും ശരിയായില്ല. പക്ഷേ, സൈന്യം അയാൾക്ക് എല്ലാത്തിനും ഒരു ചട്ടക്കൂട് നൽകി. അയാളുടെ അഭിമാനം പുനഃസ്ഥാപിച്ചു. ഇരുപത്തി രണ്ട് വയസ്സ് പ്രായമുള്ളപ്പോൾ അയാൾ പതിനെട്ട് വയസ്സുള്ള കുട്ടിയെ പ്പോലെ തോന്നി. തല മൊട്ടയടിച്ച് തലയിൽ കറുത്ത തുണിത്തൊപ്പിയും,

15000 ഡോളർ ബോണസ്സും നൽകി അയാളെ വിട്ടു. ഈ തുക ഉപയോഗിച്ച് അവ്രിലിന് അവളുടെ കടബാധ്യത ഒരു പരിധിവരെ പിടിച്ചു നിർത്താനായി. റിയൽ എസ്റ്റേറ്റ് തകർച്ചയുടെ നടുവിൽ വായ്പ വാങ്ങിയും ഹാർവാർഡ് ബീച്ചിലെ വീടും വിറ്റുതീർത്തു. അതിന്റെ ഉടമകൾ പോയപ്പോൾ രോഷം കൊണ്ട് അവർ കഴിയാവുന്നതെല്ലാം - സിങ്കുകൾ, അടുക്കള, കിടപ്പുമുറിയുടെ വിഭജനമതിൽപോലും തകർത്തു. ഏതാനും വർഷങ്ങൾ അന്റാർട്ടിക്കയിലെ ത്വൈറ്റ്സ് ഹിമാനികൾ എന്ന വലിയ മഞ്ഞുകട്ടകൾ -രണ്ടു കിലോമീറ്ററോളം നീളമുള്ളത് -ഈ സമയം ഫ്ളോറിഡ ഒറ്റപ്പെട്ടുപോവുന്നു. വീടിനുള്ളിൽ വെള്ളം ഉയരും. കാൽ വെള്ളത്തിൽ മുങ്ങുന്നു. സങ്കല്പിക്കാനാവുന്നില്ല, അവർക്കു രണ്ടു പേർക്കും. പക്ഷേ, അവർ എല്ലാം ശരിയാക്കിയെടുക്കും.

അവ്രിൽ അവളുടെ വലിയ വയറിൽ ഇഷ്ടമില്ലെങ്കിലും ചായം തേച്ച് ചിത്രമൊരുക്കും. 'ദയാലുവായ അവ്രിൽ'. 'ക്രൂരയായ, സംശയാലുവായ അവ്രിൽ', 'ഇളംനിറങ്ങളിൽ പൂത്തുലയുന്ന അവ്രീൽ'.

മാസങ്ങൾ കഴിയുന്തോറും ക്ലർക്കിന്റെ ആത്മവിശ്വാസം വർദ്ധിച്ച് സ്വേച്ഛാധിപതിയായി മാറി. മേലധികാരികളെ അനുസരിക്കുന്ന ശീലം വന്നു. അവൾക്കു കവിതകൾ എഴുതുമായിരുന്ന കൊച്ചുപയ്യനെ പിന്നീട് അവനിൽ കാണാനായില്ല. അവനു നൽകിയ കർശനമായ പരിശീലനത്താൽ വളരെ കർക്കശക്കാരനായ മനുഷ്യനായിത്തീർന്നു. അവർ പരസ്പരം സ്നേഹം പ്രകടിപ്പിക്കുന്ന സമയങ്ങളിൽ അവളുടെ സ്ത്രീശരീരത്തെ ക്രൂരവും സ്വാർത്ഥവുമായ രീതിയിൽ ആക്രമിക്കുമോ എന്നുപോലും ഭയപ്പെട്ടു. ഈ വേളകളിൽ അവൾ അയാളെ ഭയപ്പെടാൻ തുടങ്ങി. ക്ലർക്കിന്റെ പരിശീലനം പൂർത്തിയാക്കി അവസാന പരീക്ഷ പാസ്സാവുമ്പോഴേക്കും ലിയാം ജനിച്ച് സോഫിയയെ ഗർഭം ധരിച്ചിരുന്നു.

അവ്രിൽ ഐസ് കൊടുങ്കാറ്റിൽ അകപ്പെട്ടു.

മൃദുവായ അവ്രിൽ, ഉറക്കംതൂങ്ങുന്ന തണുത്ത അവ്രിൽ.

മൃദുവായ ചുടുകാറ്റിൽ ഉറങ്ങുന്ന അവ്രിൽ.

വർഷങ്ങൾക്കുശേഷം മൃദുവായ അവ്രിൽ, നിഴലായ അവ്രിൽ, അവളുടെ സഹോദരിയുടെ വീട്ടിൽ അലസമായി കിടക്കുന്ന ഒരു പുസ്തകം അബദ്ധവശാൽ തുറന്നുനോക്കി. കരയിൽ അടിഞ്ഞ മത്സ്യംപോലെ അവൾ വാ തുറന്നുനിന്നു. അവൻ പണ്ടെഴുതി അവ്രിലിനു സമ്മാനിച്ച സുന്ദരമായ കവിത, അവൻ എഴുതിയെന്ന് പറഞ്ഞത്, ഇംഗ്ലീഷ് മറന്ന ഒരു കവിയുടെ 'Fall for April' എന്ന കവിതയിലെ വരികളായിരുന്നു. കീറിയ പുസ്തകത്താളിൽ ആദ്യമായി അവൾക്കു കുറിച്ചുനൽകിയവ കണ്ടെടുക്കുന്നു. അവളുടെ ഒരു പഴയ പേഴ്സിൽ ഒടിഞ്ഞുമടങ്ങിയ നിലയിൽ അവൻ വളരെ കഷ്ടപ്പെട്ട് അന്ന് ആ വരികൾ കുറിച്ചത് അവൾ സൂക്ഷിച്ചുവെച്ചത്. അവൾ കുട്ടികളെയും കൂട്ടി വീട്ടിലേക്കു പോയി. അന്നു രാത്രി ദേഷ്യവും സങ്കടവും ചേർന്ന ഒരു അവസ്ഥയിൽ ചെലവഴിച്ചു. ഭൂതകാലചിത്രത്തിന്റെ ഈ അപകർഷത, ഈ ഓർമ്മ കൈയിൽ

പിടിച്ചിരിക്കുന്നു. ക്ലർക്കിനുള്ളിലെ ചവിട്ടിമെതിക്കപ്പെട്ട കൗമാരക്കാരന്റെ നോട്ട്ബുക്കിലെ കീറിയ ഒരു പേജ്.

"അവ്രിൽ ഞാൻ നിങ്ങളെ സ്നേഹിക്കുന്നു.

* * *

ക്ലർക്ക് വിവേറിയത്തിന്റെ കൊളുത്ത് തുറന്ന് പ്ലേറ്റ് ചെരിച്ചപ്പോൾ ബെറ്റി അതിലേക്ക് ചാടി പായലിൽ മറയുന്നു. പെട്ടെന്ന് ചിരട്ട പോലുള്ള കുള ത്തിൽ അപ്രത്യക്ഷമാകുന്നു.

"ഡാഡി, നമുക്ക് ബെറ്റിക്ക് ഭക്ഷണം നൽകാം. അവൾക്കു വിശക്കു ന്നുണ്ടാകും" സോഫിയ പറയുന്നു.

"കുറച്ചു വിശ്രമിക്കൂ ഡാർലിംഗ്, ബെറ്റിയെപ്പോലെ പോയി ബാത്ത് ടബ്ബിൽ ഊളിയിടൂ" ക്ലർക്ക് സോഫിയയോടു പറഞ്ഞപ്പോൾ അവൾ മറി ച്ചൊന്നും പറഞ്ഞില്ല.

താഴെ മുറിയുടെ വാതിലടയുന്ന ശബ്ദം അവൾ കേട്ടു. അമ്മയും ലിയാമും. അവരുടെ കാലൊച്ച അകന്നുപോവുന്നു. കാറിന്റെ ഡോർ അടഞ്ഞു.

ക്ലർക്ക് ടാപ്പ് തുറന്ന് വെള്ളത്തിന്റെ താപനില പരിശോധിക്കുന്നു. സുഗന്ധപൂരിതമായ പരലുകൾ വെള്ളത്തിലിടുന്നു. ഷൂസ് ഊരിമാറ്റുവാൻ പറയുന്നു. സോഫിയ വലിച്ചെറിയുന്നു. അയാൾ നെറ്റി ചുളിക്കുന്നു. പുരികം വളയ്ക്കുന്നു.

"വേഗം വരൂ സോഫീ, നാശം, വെള്ളത്തിൽ നമുക്ക് പാരീസിലെ പ്പോലെ സമയം ഇല്ല, നമ്മുടേതായി."

വാതിലിൽ ബെല്ലടിക്കുന്ന ശബ്ദം. ഡാഡി നിറുത്തുന്നു. ബെൽ വീണ്ടും അടിച്ചു. സോഫിയ കുറ്റിയിടുന്ന ശബ്ദം കേട്ടു. ക്ലർക്ക് കണ്ണു കൾ ഉയർത്തി ആകാശത്തേക്കു നോക്കുന്നു.

ഒരു സ്ത്രീശബ്ദം കേൾക്കുന്നു.

"മിസ്റ്റർ ക്ലെഫ്മാൻ? മിസ്സിസ് ക്ലെഫ്മാൻ? ഞാൻ എഫ്.ബി.ഐ. ഏജന്റ് ചാപ്മാൻ."

"ശരി സോഫീ, ഞാൻ താഴത്തെ നിലയിലേക്കു പോകുന്നു."

"നീ ബാത്റൂമിൽ പോയി നിന്റെ കുളി പാതിവഴിയായത് പൂർത്തി യാക്കൂ."

ക്ലർക്ക് മുറിവിട്ടു പോകുന്നു.

സോഫിയ താഴത്തെ നിലയിൽനിന്ന് ഡാഡിയുടെ ഉച്ചത്തിലുള്ള ദൃഢമായ സ്വരം ഒന്നിനു പുറകെ ഒന്നായി കേൾക്കുന്നു. വാദപ്രതിവാദം തുടരുന്നു. കുളിമുറിയുടെ വാതിലിൽ മുട്ടുന്ന ശബ്ദം കേൾക്കുന്നു.

ഒരു സ്ത്രീശബ്ദം,

"ഞാൻ അകത്തു വരാമോ സോഫിയ?"

"വന്നോളൂ മാഡം." സോഫിയ മറുപടി പറയുന്നു.

ഒരു സ്ത്രീ ചിരിച്ചുകൊണ്ട് അകത്തുവരുന്നു. അവർ കറുത്തതാണ്. അവരുടെ മുടി അമ്മയുടേതുപോലെ നീളം കുറവാണ്. ഇപ്പോൾ ക്ഷീണ ഭാവം കുറഞ്ഞതുപോലെ സോഫിയയ്ക്കു തോന്നി.

എഫ്.ബി.ഐ. ഉദ്യോഗസ്ഥ മുട്ടുകുത്തിനിന്ന് അവളുടെ കവിളുകൾ തഴുകി. ന്യൂറോസയൻസ് പഠനങ്ങൾ തെളിയിച്ചിട്ടുള്ളതാണ് സ്പർശന ത്തിലൂടെ കുട്ടികളുടെ സുരക്ഷിതത്വം വാഗ്ദാനം ചെയ്യാൻ സാധിക്കു മെന്ന്.

ഓഫീസർ അവൾക്ക് ഒരു തൂവാല നൽകുന്നു.

"ഹലോ സോഫിയ, ഞാൻ ഹെതർ. ഓഫീസർ ഹെതർ ചാപ്മാൻ. വെള്ളം തുടച്ചുകളഞ്ഞ് വസ്ത്രം ധരിച്ച് വേഗം വരൂ. ഞാൻ പുറത്തു കാത്തിരിക്കാം."

"ശരി."

"അമ്മ എവിടെപ്പോയെന്ന് നിനക്ക് അറിയാമോ?"

"ലിയാമിനൊപ്പം ഷോപ്പിംഗിനു പോയിരിക്കുന്നു."

അവർ കുളിമിറിയിൽനിന്ന് പുറത്തുവന്ന് സെൽഫോൺ എടുത്ത് സോഫിയ ക്ലെഫ്മാൻ എന്നോടൊപ്പമുണ്ട് എന്നു പറയുന്നു.

"അവ്രിൽ ക്ലെഫ്മാൻ എവിടെയാണ്?"

"അവൾ ഇപ്പോൾ അടുത്തുള്ള മാസിയിൽ നിങ്ങളുടെ വാഹന രജി സ്ട്രേഷനിലുള്ള കറുത്ത ഷെവർലേ ട്രാക്സിലാണ്. അവളുടെ കൂടെ ലിയാമും ഉണ്ട്."

സോഫിയ വസ്ത്രം ധരിച്ച് താഴെ അവളെ കാത്തുനിൽക്കുന്ന സ്ത്രീയുടെ കൈ പിടിക്കുന്നു.

താഴെ ഇപ്പോൾ ഉറക്കെ സംസാരമോ നിലവിളിയോ ഇല്ല. ഡാഡി അവിടെ ഉണ്ടായിരുന്നില്ല.

"വരൂ സോഫിയ, ഞങ്ങൾ നിങ്ങളുടെ അമ്മയേയും സഹോദരനേയും കണ്ടുപിടിക്കും. ഞങ്ങൾ ഒരുമിച്ച് ഒരു യാത്ര പോകുന്നു."

"അതുകഴിഞ്ഞ് വീട്ടിലേക്കു മടങ്ങുമോ? ബെറ്റിക്കു ഭക്ഷണം കൊടു ക്കണ്ടേ?"

"ബെറ്റി?"

"അത് എന്റെ തവളയാണ് മാഡം. അവൾ മരിച്ചെന്നു വിചാരിച്ചു. ആക്സലോട്ടിലുകളെപ്പോലെ ഉണങ്ങിപ്പോയി."

ആ സ്ത്രീ കൈയിൽ വെച്ചിരുന്ന സെൽഫോൺ മാറ്റിവെക്കുന്നു.

"തവളയെ ഓർത്ത് വിഷമിക്കേണ്ട. അതിനേയും ഞങ്ങൾ സംര ക്ഷിക്കും. എല്ലാം ഞങ്ങൾ ശരിയാക്കും. എന്നെ ഹെതർ എന്നു വിളി ച്ചോളൂ. സോഫിയ സുഖമല്ലേ?"

"യെസ്, മാഡം."

ജൊവാന

വെള്ളി, ജൂൺ 25, 2021
ഫിലാഡൽഫിയ

“ജൊവാന സീൻ പ്രിയറിനോടു പറയുന്നു.

“നിങ്ങളുടെ തല ഒരു ഗോഥിക് കത്തീഡ്രൽ ആണ്.”

ജൊവാന വാസർമാൻ സീൻപ്രിയറിന്റെ നോട്ടത്തെ ശരിവയ്ക്കുന്നു വെങ്കിലും നിരാശ മറച്ചുവെച്ചുകൊണ്ട് ചോദിക്കുന്നു, “ശരിക്കും പള്ളി, ഗോഥിക്?”

ഒരു ഗംഭീര ഗോഥിക് ആണെന്ന് അഭിഭാഷകൻ. എങ്കിലും എന്തു കൊണ്ട് താജ്മഹൽ അല്ല, പിരമിഡുകൾ അല്ലെങ്കിൽ ലാസ്‌വേഗാസിലെ ജൂലിയസ് സീസറിന്റെ കൊട്ടാരമല്ല.”

ഒരു നിമിഷം അവൾ ഞെട്ടി പിൻവാങ്ങി അതിന് ഉത്തരം കണ്ടെത്തി.

“എന്തായാലും അതെല്ലാം മനുഷ്യന്റെ തലച്ചോറിനേക്കാൾ നല്ല താണ്.”

“ക്ഷമിക്കണം? സിമോൺ ദ് ബുവ, അവളുടെ അച്ഛൻ എല്ലായ്പ്പോഴും അവളോടു പറയാറുണ്ട്, അവൾക്ക് ഒരു പുരുഷമസ്തിഷ്കമാണ്.”

വാൽഡിയോയുടെ സി ഇ ഒ സിമോണിനെ എല്ലാം അറിയുന്ന മട്ടിൽ ചിരിക്കുന്നു, സിമോണും അദ്ദേഹത്തിന്റെ നായയും ഉറ്റ സുഹൃത്തുക്കളാണെന്ന പോലെ. ജൊവാന സ്വയം ചിരിച്ചു. പ്രിയറിന് സിമോൺ ആരാണെന്ന് അവ്യക്തമായ ഒരു ധാരണ മാത്രമാണുള്ളത്. മുപ്പത് ബില്യൺ ഡോളറിന്റെ ഫാർമസി ഭീമന്റെ മേധാവി, ഒരു ചെറിയ പഴുതുകൾപോലും ചൂണ്ടിക്കാണിക്കുവാൻ അനുവദിക്കില്ല. ഒരു ഗോഥിക് കത്തീഡ്രൽ. എന്തൊരു കഷ്ടമാണ്.

വാൽഡിയോയുടെ ആസ്ഥാനമായ ഫിലാഡൽഫിയയിലേക്ക് ജൊവാന അവരുടെ പങ്കാളിയായ ഒരു വക്കീലുമൊത്ത് യാത്ര പോകുന്നു. അയാൾ അവരുടെ കേസുകൾക്ക് മറ്റു സ്ഥലങ്ങളിലും ഹാജരാകാറുണ്ട്. കഴിഞ്ഞ ഏഴ് വർഷങ്ങളായി ഡെന്റൺ ആൻഡ ലോവൽ എന്ന കമ്പനി യുടെ കക്ഷിയായിരുന്നു ഈ ഫാർമസ്യൂട്ടിക്കൽ കമ്പനി. നികുതി

സംബന്ധമായ കാര്യങ്ങൾക്കും ലേലം ചെയ്ത് ഏറ്റെടുക്കുന്നതു സംബന്ധിച്ചുള്ള കാര്യങ്ങൾക്കുമായി മൂന്നു മാസം അവിടെ ജോലി ചെയ്തിരുന്നു. ഇതിൽ രണ്ടു മാസവും പ്രിയറുമായി നേരിട്ട് അറിവുണ്ടായി, അടുപ്പവുമുണ്ട്.

ആദ്യ കൂടിക്കാഴ്ചയ്ക്കുശേഷം, മന്ദഗതിയിലുള്ള ആ പദപ്രയോഗത്തോടെ, ടെക്സാസ് വളർത്തിയ വേട്ടക്കാരനെ അറിയാത്തതുപോലെ, ഒരു മാംസഭോജിയുടെ ചിരിയോടെ പ്രിയർ ചോദിച്ചു.

“മാഡം, ഡെന്റൽ ആൻഡ് ലോവൽ പ്രധാനികളിൽനിന്ന് താങ്കളെ തിരഞ്ഞെടുത്തത് എന്തുകൊണ്ടാണെന്ന് നിങ്ങൾക്ക് അറിയാമോ?”

“ഞാൻ ഒരു ഊഹം പറയാം പ്രിയർ. സ്റ്റാൻഫോർഡിൽ ക്ലാസ്സിലെ എന്റെ മികച്ച സ്ഥാനം, ഞാൻ യുവതിയായതിനാൽ, കറുപ്പായതിനാൽ തീർച്ചയായും. എല്ലാത്തിലും ഉപരിയായി, ഹാർവാർഡിൽ പഴയ വെള്ളക്കാർക്കെതിരെ നിങ്ങൾ നടത്തിയ എല്ലാ വിചാരണകളിലും ഞാൻ വിജയിച്ചതിനാൽ.”

പ്രിയർ അതുകേട്ട് പൊട്ടിച്ചിരിച്ചു.

“അതെ മാഡം, കാരണം നിങ്ങൾക്കു മാത്രമേ അത്തരം ഒരു പ്രതികരണത്തിനു ധൈര്യം ഉണ്ടാകൂ.”

“ഞാൻ നിങ്ങളെ എന്റെ കക്ഷിയായി സ്വീകരിച്ചത് എന്തുകൊണ്ടെന്നറിയാമോ പ്രിയർ, നിങ്ങൾക്ക് എന്റെ നിരക്ക് താങ്ങാനാവുമെന്നതിനാലാണ്.”

പ്രിയർ കൂട്ടിച്ചേർക്കുന്നു; അയാൾ ഒരിക്കലും അവസാന വാക്കിനായി കാത്തുനിന്നില്ല.

“ഒരു കാര്യം മറക്കരുത്. ഞാൻ വരുന്നത് ‘കാർണീജിമെലോൺ’ യൂണിവേഴ്സിറ്റിയിൽനിന്നാണ്.”

അന്നു മുതൽ ജൊവാന വാസ്ർമാനും സീൻ പ്രിയറും ഭൂമിയിലെ ഉറ്റ ചങ്ങാതിമാരായി. സമാനമായ കാര്യങ്ങൾ സംസാരിക്കാനും ചർച്ച നടത്താനും തുടങ്ങി.

പ്രിയർ അതൊരു ബഹുമതിയായി കണക്കാക്കി. തികച്ചും സാമൂഹിക, വംശീയ മിശ്രിതത്തിന്റെ ഒരു ആപേക്ഷിക നിമിഷം. കോടീശ്വരന്റെ ഏക അവകാശി എന്ന അഭിമാനവും, അത് അറിഞ്ഞാസ്വദിക്കുന്നതിനൊപ്പംതന്നെ ചെറിയ വെറുപ്പ് പോലും കാണിക്കാതെ, കണക്കാക്കാതെ ചർച്ച നടത്തുന്നു. അർഹമായ സ്കോളർഷിപ്പ് ഹൂസ്റ്റണിൽനിന്ന് ലഭിച്ച ഒരു ഇലക്ട്രീഷ്യന്റെയും തയ്യൽക്കാരിയുടെയും മകൾ - അവളുടെ എല്ലാ വിവരങ്ങളും ശേഖരിച്ചിരുന്നു.

അവർ തമ്മിലുള്ള ചർച്ചകളിൽ മുപ്പത്തിമൂന്നു വർഷത്തെ അവരുടെ വ്യാപാരങ്ങൾ കടന്നുവന്നു. അവരെ വേർതിരിക്കുന്നത് സ്റ്റോക്ക് മേഖലയിലെ ഇരുന്നൂറ് കോടി ഡോളറുകളും തിളങ്ങുന്ന ദുഷ്പേരുകളും മാത്രം. സംഭാഷണങ്ങളിലെ വിഷമുള്ള കാപട്യത്തിന്റെ സ്പർശം പരസ്പരം

മനസ്സിലാക്കി. ലാറ്റിൻ ആണെങ്കിൽ അവർ പരസ്പരം സംസാരിക്കും. ബൂർഷകൾ തോട്ടക്കാരനെ സുഹൃത്തായി പ്രഖ്യാപിക്കുന്ന സൗഹൃദത്തിന്റെ കെട്ടുകഥയിൽനിന്ന് അവൾ രക്ഷപ്പെട്ടു.

ജൊവാനയെ ഒരു തരത്തിലും വിഡ്ഢിയാക്കാനാവില്ല. അവൾ വഞ്ചിക്കപ്പെട്ടില്ല. അവൾ പ്രിയറിന്റെ പുഞ്ചിരിയിലൂടെ പുറത്തുവരാത്ത തെക്കൻ ചിന്തയുടെ അടയാളങ്ങൾ, പ്രതീകാത്മക സൂചനകൾ എല്ലാ വംശീയ ബന്ധങ്ങളിലും വ്യാപിക്കുന്നതു തിരിച്ചറിഞ്ഞിരുന്നു. സമ്പന്നയായ വെള്ളക്കാരിസ്ത്രീ നല്ല വസ്ത്രധാരണവും കേശാലങ്കാരവും ചെയ്ത് തന്റെ കറുത്ത ഡ്രൈവറിന്റെ നേരെ പ്രസന്നമായി പുഞ്ചിരിച്ചു. അതിശയകരമായ ആ പുഞ്ചിരി സ്വാഭാവികമായും അപകർഷതാബോധമുള്ള ആൾക്കു തിരിച്ചറിയാനാവില്ല. പക്ഷേ ജൊവാന കുട്ടിക്കാലം മുതൽ അവളുടെ തയ്യൽക്കാരിയായ അമ്മയുടെ ഉപയോക്താക്കളിലൂടെ ഈ വെള്ളപൂശിയ മുഖങ്ങൾ തിരിച്ചറിഞ്ഞതിനാൽ അവളുടെ ചിന്തയെ ഒരിഞ്ചുപോലും കാറ്റിൽ പറത്താനായില്ല.

* * *

ഇരുപതു വർഷങ്ങൾക്കു മുൻപ് ഒരു ദിവസം, കോളേജ് അവസാനിക്കുന്ന ദിവസം കുഞ്ഞു ജൊവാന സ്കൂൾ ബസ് കാത്തു നിൽക്കുകയായിരുന്നു. കറുത്ത ഒരു ലിമോസിൻ അവളുടെ മുന്നിൽ നിർത്തി. പിന്നാലെ കാറിന്റെ ചില്ല് താഴ്ത്തി. ക്ലാസിലെ സുഹൃത്ത് അവളോടു പുഞ്ചിരിച്ചു. സന്തോഷത്തോടെ സവാരി വാഗ്ദാനം ചെയ്തു. "എനിക്ക് ജൊവാനയ്ക്കൊപ്പം യാത്ര ചെയ്യുവാനാഗ്രഹമുണ്ട്."

"ശരിയാണ്, വരൂ ജൊവാന." അവന്റെ അമ്മ പറഞ്ഞു. "നിങ്ങളെ ഇറക്കുന്നതിന് ഞങ്ങൾക്ക് ഒരു ചെറിയ വഴി വളഞ്ഞു പോകണം. എങ്കിലും അതിൽ കാര്യമില്ല. അതു പ്രശ്നവുമല്ല."

ജൊവാന, അയാളുടെ അസ്വസ്ഥയായ അമ്മയെ കണ്ട് കാര്യം മനസ്സിലാക്കി, അയാളുടെ നിർബന്ധത്തിനു വഴങ്ങിയാണ് അങ്ങനെ ചെയ്തതെന്ന്. കാറിൽ പിറകിൽ അവൾ യാത്ര തുടർന്നു.

വണ്ടി ഓടിച്ചിരുന്ന സ്ത്രീ വളരെ മാന്യയാണെന്ന് കാണിക്കാനായി സംഭാഷണം തുടർന്നു. അവർ ജൊവാനയോട് ചോദിച്ചു.

"നീ എന്താണ് ചെയ്യുവാൻ പോകുന്നത് ഭാവിയിൽ? അമ്മയെപ്പോലെ തയ്യൽക്കാരിയാവുകയാണോ ലക്ഷ്യം?"

ജൊവാന ഒന്നും മിണ്ടിയില്ല. വീട്ടിലെത്തി അമ്മയുടെ കൈകളിലേക്കു സങ്കടത്തോടെ വീണു. പുസ്തകക്കെട്ട് വലിച്ചെറിഞ്ഞു. അമ്മയെ കെട്ടിപ്പിടിച്ച് കരച്ചിൽ തുടർന്നു. അമ്മ സമാധാനിപ്പിച്ചു.

"അവർ പറഞ്ഞ വാക്കുകൾ പെൺകുട്ടികളെ നന്ദിയുള്ള, കഠിനാധ്വാനികളായ, ആത്മാർത്ഥതയുള്ളവരുമായ വിദ്യാർത്ഥികളാക്കും."

ഇരുപതു വർഷങ്ങൾ കഴിഞ്ഞിട്ടും ജൊവാനയ്ക്ക് നല്ല ബോധ്യമുണ്ട്, അവളുടെ തുടക്കവും അവൾ എവിടേക്കാണ് പോകുന്നതെന്നും. എല്ലാത്തിനുമുപരി ഈ ഹെപ്റ്റാക്ലോറൈൻ വിചാരണ നടത്തുന്നത് മിക്കവാറും വെള്ളക്കാരികളാണ്. കറുത്ത വർഗ്ഗക്കാരുടെ വാദപ്രതിവാദങ്ങൾക്കു വളരെ താല്പര്യമുള്ള വക്കീലന്മാർ. എതിരാളികളെ വേരോടെ പറിച്ചുകളയാനുള്ള വീര്യം കാണിക്കും. അടിവേരിളക്കുവാൻ തക്ക പ്രാപ്തരാകും. പ്രിയർ അതിനെ മറികടക്കും, ഏതു സാഹചര്യത്തിലും.

ജൊവാന ഊഹിച്ചു, അവൻ അവളെ വക്കീലാക്കുവാൻ ആഗ്രഹിക്കുന്നുവെന്ന്. അതിനാൽ ഡെന്റൽ ആൻഡ് ലോവൽ ശമ്പളം നോക്കാതെ നിയമിച്ചു. നിരാശാജനകം എന്നു കരുതിയിരുന്നെങ്കിലും അവന് ഒരു പുതിയ ക്ലയന്റ് ആയി വാൽഡിയോയെ നൽകി. അയാൾക്ക് അസാധാരണമായ ഒരു പങ്കാളിയുടെ സ്ഥാനമായിരുന്നു അവർ നൽകിയത്.

പ്രിയറിന്റെ ഓഫീസ് വലിയ ഒരു കെട്ടിടത്തിന്റെ മുകളിലെ നിലയിലാണ്. ദിലാവേർ നദിക്ക് അഭിമുഖമായി ജനലുകളുണ്ട്. പ്രിയർ സന്ദർശകർക്കു മുഖം നൽകാതെ നദിയിലേക്കു നോക്കി കൈകൾ കെട്ടി, മുസ്സോളിനിയെപ്പോലെ ഉയർത്തിയ താടിയുമായി, ധ്യാനാത്മകമായി ഏതാനും സെക്കന്റുകൾ ഇരുന്ന് മറുപടി നൽകും. അയാൾക്ക് ഒരു മിനിറ്റിന് 100 ഡോളർ ആണ് ഫീസ്.

ഒരിക്കൽ അവൾ ഒരു അഭിപ്രായം പറഞ്ഞു. സ്വാർത്ഥതാല്പര്യങ്ങളാൽ അദ്ദേഹത്തിൽനിന്നും പുറത്തുചാടിയ ഒരു വാചകം.

“പണത്തെ അമിതമായി വിലയിരുത്തിയില്ലെങ്കിൽ അതിന് മൂല്യം കുറഞ്ഞുപോകും.”

ഇത് അദ്ദേഹത്തിന്റെ സൂത്രവാക്യമല്ല. എന്നാൽ പ്രിയർ അത് ഉദ്ധരിക്കാൻ ഇഷ്ടപ്പെടുന്നു. സാഹിത്യവും സംസ്കാരവും പണത്തിനെ ആധിപത്യത്തിന്റെ പ്രതീകമായി കരുതി. ഹെപ്റ്റോ ക്ലോറൈൻ സംബന്ധിച്ച ക്രിമിനൽ നിയമം അതിന്റെ വിചാരണയുടെ ഭീഷണിയാണ്. അതു പരീക്ഷിക്കാതെ, അതിന്റെ ഉത്പാദനം ആരംഭിച്ച് ഡയറക്ടർ ബോർഡിലുള്ളവർ, അതിന്റെ എല്ലാ പരീക്ഷണങ്ങളും സാധൂകരിക്കാതെ ഉൽക്കണ്ഠ രേഖപ്പെടുത്തി. ശ്രദ്ധയോടെ, അങ്ങേയറ്റം ജാഗ്രതയോടെ എന്റെ പ്രിയപ്പെട്ട സഹപ്രവർത്തകരേ, ഞാൻ ഇപ്പോൾ ആലോചിക്കുന്നത് റാൽഫ് വാൽഡോ ഇമേഴ്സന്റെ സുന്ദരമായ കവിതയെക്കുറിച്ചാണ്.

‘വഴി നിങ്ങളെ നയിക്കുകയല്ല വേണ്ടത്.
നിങ്ങളുടെ വഴികൾ ഒന്നും നഷ്ടമാകാതെ
സ്വയം കണ്ടുപിടിച്ച് യാത്ര തുടരൂ.
അവസാനിക്കാത്ത പ്രശ്നങ്ങൾക്കൊടുവിൽ
മനുഷ്യത്വത്തിനായി നമുക്ക് ഒരു
അടയാളം ബാക്കിവെക്കേണ്ടതുണ്ട്.’

ഹെപ്റ്റോക്ലോറൈൻ എന്നത് വാൽഡിയോ കമ്പനി രണ്ടായിരാമാണ്ടിൽ വികസിപ്പിച്ചെടുത്ത ഒരു സക്രിയ തന്മാത്രയാണ്. ലാർവാവസ്ഥയിലുള്ള കീടങ്ങളെ തടയുവാൻ തക്ക ശേഷിയുള്ളതാണെന്നു ജൊവാനയുടെ ഓഫീസ് കണ്ടെത്തി. വരുംവർഷങ്ങളിൽ വാൽഡിയോ സമന്വയിപ്പിക്കുന്ന നിഗമനത്തിന്റെ അടിസ്ഥാനത്തിൽ പേറ്റന്റ് അവകാശം പൊതുവേദിയിലെത്തും. മറ്റു സ്ഥാപനങ്ങൾക്കും ഉത്പാദനം സാദ്ധ്യമാകും. ഇതിന്റെ ചെറിയ ഡോസിൽപോലും കാൻസറിനു കാരണമായേക്കാവുന്ന അംശം അടങ്ങിയിരിക്കുന്നു. ഇവയ്ക്കു ഹോർമോണുകളെപ്പോലും തടസ്സപ്പെടുത്താനാവും. ഓസ്റ്റിൻ ബേക്കർ കൊടുത്ത പൊതുതാത്പര്യ ഹർജി തീർപ്പാക്കുകയാണെങ്കിൽ കോടിക്കണക്കിന് രൂപ അതിന്റെ ഉപഭോക്താക്കൾക്ക് നഷ്ടപരിഹാരമായി കൊടുക്കേണ്ടി വരും. വലിയ ഒരു ഓഹരിയെടുത്തിരിക്കുന്നു.

"സീൻ, നമുക്കു നമ്മുടെ കേസിലേക്കു കടക്കാം. അറുപത്തിയഞ്ച് രോഗികൾ ഒരുമിച്ച് വാർഡിയോയെ പ്രതിസ്ഥാനത്തു നിർത്തിയിരിക്കുന്നു. പിടിപ്പുകേടിനു വലിയ വില നൽകേണ്ടിവരുന്നു. ജൊവാനയ്ക്ക് മുൻകരുതൽ എന്ന വാക്ക് വളരെ ഇഷ്ടമാണ്. ഉദ്ദേശ്യശുദ്ധിയെ നിരാകരിക്കുന്ന പദസൃഷ്ടിയാണത്. അവൾ പക്ഷേ അക്കാര്യം എതിർക്കുന്നില്ല. ഞങ്ങൾക്ക് അവന്റെ സംരംഭം എത്ര മാത്രം കക്ഷികളുടെ ആവശ്യങ്ങളുമായി ബന്ധപ്പെട്ടിരിക്കുന്നു എന്നും മനസ്സിലാക്കം." അവൾ തുടർന്നു.

"സീൻ പറയൂ. ഓസ്റ്റിൻ ബേക്കറിന് അവതരിപ്പിക്കുവാനായി തെളിവിനുള്ള സാദ്ധ്യതയുണ്ടോ? വാൽഡിയോ അപകടം പിടിച്ച തന്മാത്രയുടെ ഉൽപ്പന്നമാണ് കൈകാര്യം ചെയ്തിരിക്കുന്നത് എന്നതിന് എന്തെങ്കിലും തെളിവ്?"

"എനിക്കറിയില്ല, എങ്ങനെ അറിയും?"

"വിചാരണവേളയിൽ താങ്കളോട് ഇതുപോലൊരു ചോദ്യം ചോദിച്ചാൽ എല്ലാറ്റിനും എങ്ങനെയാണ്, എനിക്കറിയില്ല, മനസ്സിലാകുന്നില്ല എന്നൊക്കെയാണോ ഉത്തരം നല്കുക? ഞാൻ പറയുന്നതുപോലെ പറയണം. ഞാൻ അതിനെ എതിർക്കും. ഈ തന്മാത്ര ഉപദ്രവകാരിയല്ല എന്ന് ആവർത്തിച്ചു പറയണം. "

"തീർച്ചയായും."

അവൾ ഞങ്ങളുടെ ചികിത്സാപരിശോധനകളിൽ സ്വതന്ത്രമായ പഠനങ്ങൾ നടത്തി. അവ ഓസ്റ്റിൻ ബേക്കറിന്റെ വാദങ്ങളെ എതിർക്കുന്നവയായിരുന്നു.

"വളരെ മികച്ചത്. വിദഗ്ധരേ, ഒന്നുകൂടി പറയൂ."

"സീൻ, ഇത് വിദഗ്ധരുടെ അഭിപ്രായത്തിനെതിരായുള്ള വിദഗ്ധമായ മറുപടിയായിരിക്കും."

"നമ്മുടെ പ്രശ്നം, പഴയ ആ എഞ്ചിനീയർ ഫ്രാൻസിസ് ഗോൾഡ് ഹേഗൻ ആണ്. വാൽഡിയോയുടെ വിശകലനം നിലനിർത്തരുതെന്നു

തീരുമാനിച്ചു. എന്തുകൊണ്ടെന്നാൽ അവ ഹെപ്റ്റാക്ലോറൈന്റെ പാർശ്വ ഫലമല്ലെന്നുള്ള തെളിവുകൾ നൽകുന്നു."

"അദ്ദേഹത്തിന്റെ പ്രോട്ടോക്കോളുകൾ കരുതലോടെ സൂക്ഷിച്ചു വെങ്കിലും നിഗമനങ്ങൾ തള്ളിക്കളയുന്നു."

"ഞങ്ങളുടെ അന്വേഷണത്തിൽ, അദ്ദേഹത്തിന്റെ സ്വകാര്യജീവിത ത്തെക്കുറിച്ച് അയാളുടെ ഭാര്യയോടു കള്ളം പറയുന്നുണ്ടെന്ന് ഞങ്ങൾ ക്കറിയാം. അത്തരം നടപടികൾ ഈ സംരംഭത്തിന്റെ പ്രശസ്തി ഇല്ലാതാ ക്കുമെന്ന് അറിയാം. ഈ ചെറിയ കാലയളവ് കമ്പനിയുടെ പ്രതിച്ഛായയെ ബാധിച്ചേക്കാം. ഹ്രസ്വകാലത്തെ നഷ്ടം കണക്കാക്കേണ്ടതില്ല. വാൽ ഡിയോ വളരെ ഉയരത്തിലേക്ക് വെടിയുതിർക്കാറില്ല. അതു നീതിയുക്ത മല്ല. ജൊവാന, നീതി എന്നത് അമ്മ എന്നതുപോലെ കൂടുതൽ കൂടുതൽ ആഗ്രഹങ്ങളുണ്ടാക്കും. ജൊവാന, നിങ്ങളുടെ സഹോദരി എന്തു പറ യുന്നു, എങ്ങനെയിരിക്കുന്നു."

അഭിഭാഷകൻ നെടുവീർപ്പോടെ ചോദിച്ചു. അയാൾക്ക് വക്കീലിനെ നന്നായി അറിയാം എന്നു മനസ്സിലാക്കുന്നു.

പ്രിയറിന് അവളുടെ പരിശോധനാഫലത്തിലെ കുഴപ്പങ്ങൾ അറിയാം. ഫെബ്രുവരിയിൽ അവളുടെ ചെറിയ സഹോദരിക്ക് കൊളാങ്കൈറ്റിസ് (പിത്തസഞ്ചിവീക്കം) ആദ്യഘട്ടമാണെന്ന് കണ്ടെത്തിയിരുന്നു. ഒരു യുവ വിദ്യാർത്ഥിയാണെന്നും അവന് അറിയുമായിരുന്നു. എലൻ ക്ലാസിക് ഹെൽത്ത് ഇൻഷുറൻസ് എടുത്തതിനാൽ അതു പരിഹരിക്കുമെന്ന് മനസ്സിലാക്കാതെ വന്നപ്പോൾ പകച്ചുപോയി. അത് പോസ്റ്റ് ട്രൊമാറ്റിക് ഡിസോർഡർ അല്ല.

പ്രിയർ വിശ്വസിക്കുന്നത് എലൻ ആണ് ജൊവാനയെ ഡെന്റൺ ആൻഡ് ലോവലിലെ ആ പദവി അംഗീകരിക്കുവാനും സ്വീകരിക്കുവാനും പ്രേരിപ്പിച്ചത് എന്നാണ്. നല്ല ശമ്പളം ഉറപ്പായിരുന്നു. ലിവർ മാറ്റിവെക്കു വാൻ രണ്ടു ലക്ഷം ഡോളർ ചെലവഴിച്ചില്ലായിരുന്നുവെങ്കിൽ എലന് മരണം സംഭവിക്കുമായിരുന്നു. ഇനിയും തുടർവർഷങ്ങളിൽ നൂറായിരം ഡോളർ. അവളുടെ നിലനിൽപ്പിന് പത്തോ പതിനഞ്ചോ വർഷത്തേക്ക് ഈ കൊളാങ്കൈറ്റിസ് രോഗത്തെ ചെറുക്കുവാൻ പുതിയ ചികിത്സാരീതി കണ്ടെത്തുംവരെ പിടിച്ചുനിൽക്കണം.

പ്രിയറിന് തെറ്റ് സംഭവിച്ചു. ശമ്പളം നോക്കിയിരുന്നു, എന്നാൽ ജൊവാന ഈ അന്തിമമായ ഉന്നതസ്ഥാനത്തിനു കൊതിച്ചിരുന്നു. അവന്റെ പ്രതികാരചിന്തയുടെ ആഴത്തിനു മുകളിൽ അവൾ കരുത ലോടെയിരുന്നു.

സി ഇ ഒ വളരെ ആഴമുള്ള ശബ്ദത്തിൽ സംയോജനത്തിനുള്ള പര മാവധി ശ്രമങ്ങൾ നടത്തി.

"അവൾ കടന്നുപോകുന്നത് ഒരു ഭയാനകമായ അവസ്ഥയിലൂടെ യാണ്. ഞാൻ പൂർണ്ണമനസ്സോടെ നിങ്ങൾക്കൊപ്പമുണ്ടാകുമെന്ന് വിശ്വസിക്കാം. ഇക്കാര്യം എന്നെ വളരെ സ്പർശിച്ചതാണ്. സഹോദരിക്ക്

എന്താവശ്യം ഉണ്ടായാലും - ക്ലിനിക്കൽ, മരുന്നുകൾ, പുതിയ പ്രോട്ടോക്കോൾ, ഇവയ്ക്കെല്ലാം മികച്ചത് ലഭിക്കുവാൻ കൂടെനിന്ന് സഹായിക്കും."

"സീനിന് നന്ദി. നിങ്ങൾ പറയുന്നത് സ്വീകാര്യമാണ്. ലിവർ മാറ്റി വെക്കണമെങ്കിൽ അതിനും നിങ്ങൾ പറയുന്നത് സ്വീകാര്യമാണ്."

"നമുക്ക് ഹെപ്പറ്റോക്ലോറൈന് എതിരായുള്ള കാര്യങ്ങളിലേക്ക് മടങ്ങാം. സഹപ്രവർത്തകനായ മാസ്റ്റർ സ്പെൻസറിനോട് ഈ പ്രൊജക്ട് സംഗ്രഹിക്കുവാൻ ഞാൻ ആവശ്യപ്പെടാം. ഞങ്ങളുടെ പ്രതിരോധപദ്ധതി ചുരുക്കിപ്പറയാം. "

സീൻ സൂചിപ്പിച്ചതുപോലെ യുവഅഭിഭാഷകൻ തന്റെ അവതരണം പൂർത്തിയാക്കിയപ്പോൾ താടികൊണ്ട് ചെറിയ ചലനമുണ്ടാക്കി. ഡെന്റൺ ആൻഡ് ലോവലിന്റെ പ്രതിരോധതന്ത്രം അംഗീകരിക്കുന്നു. അവർ പരസ്പരം ഹസ്തദാനം നടത്തി യോഗം അവസാനിപ്പിക്കുന്നു.

* * *

ജൊവാന ഓഫീസിൽനിന്നും പോകുമ്പോൾ അവളെ തടഞ്ഞു നിർത്തി പ്രിയർ പറഞ്ഞു.

"ഞാൻ നിങ്ങൾക്ക് ഒരു അവസരം നൽകാൻ ആഗ്രഹിക്കുന്നു. ഞങ്ങളുടെ ഡോൾദോ ക്ലബ്ബ് മീറ്റിംഗ് ശനിയാഴ്ചയുണ്ട്. അതിൽ പങ്കെടുക്കണം. ഡോൾദോ എന്താണെന്ന് അറിയാമോ?"

ജൊവാന തലയാട്ടി.

"അത് ഒരു അടഞ്ഞ ക്ലബ്ബാണ്. ബിൽഡർബഗ് മോഡലിനേക്കാൾ രഹസ്യാത്മകം. ബിൽഡർബഗ് മോഡലിൽ വ്യവസായരംഗത്തും രാഷ്ട്രീയരംഗത്തുമുള്ള നൂറോളം വ്യക്തികൾ കൂടിച്ചേരുന്നു. ഡോൾദോ ഇരുപത് ബോസുകളെ ഉൾപ്പെടുത്തി ദി ബിഗ് ഫാർമ ഗോത്താ ആയാണ് കഴിഞ്ഞ അമ്പതു വർഷമായി നടത്തിവരുന്നത്. അവരുടെ യോഗം എപ്പോഴാണെന്നു പറയാനാകില്ല. മരുന്നുകളുടെ വിലപറച്ചിലുകൾ അവിടെ നടത്തുന്നതിനു സാദ്ധ്യതയുണ്ട്. സുഹൃത്തുക്കൾക്കിടയിൽ ചെറിയ ക്രമീകരണങ്ങളും ദീർഘകാലകരാറുകളും തീരുമാനിക്കപ്പെടാറുണ്ട്. ഗൂഢാലോചനകൾക്കിടയിൽ പൊട്ടിത്തെറിക്കലുമുണ്ടാകാറുണ്ട്."

പ്രിയർ ചിരിക്കുന്നു. "ഞാൻ നിങ്ങളെ എന്റെ വ്യക്തിഗത ഉപദേഷ്ടാവ് എന്ന നിലയിൽ പരിചയപ്പെടുത്തുവാൻ ആഗ്രഹിക്കുന്നു. വാർഷികയോഗം ഇപ്രാവശ്യം അമേരിക്കയിൽവെച്ചാണ്. ഒരു അമേരിക്കക്കാരൻ എന്ന നിലയിൽ അത് എന്റേതാണ്. ഞാൻ ആമുഖപ്രാസംഗികൻ എന്ന നിലയിൽ ബഹുമാനിതനാണ്. ആദരണീയനുമാണ്. നിങ്ങൾക്കു താത്പര്യമുള്ള വിഷയമാണ് അവതരിപ്പിക്കുന്നത്. 'ദി എൻഡ് ഓഫ് ഡെത്ത്. അഥവാ മരണത്തിന്റെ അന്ത്യം. 2020ലെ നോബൽ സമ്മാന ജേതാവായ ജൂലിയോ ബ്രോൺ അദ്ദേഹത്തിന്റെ 'വർക്ക് ഓൺ ഫിസിക്സ് ഓഫ് എംബ്രിയോ' അഥവാ ഭ്രൂണത്തിന്റെ ഊർജ്ജതന്ത്രം

എന്ന കൃതി അവതരിപ്പിക്കുന്നു. രണ്ട് പ്രാസംഗികർകൂടി ഉണ്ടായിരിക്കും. അവരുടെ അവതരണം നിങ്ങളെ അത്ഭുതപ്പെടുത്തും. താങ്കളെ അറിയിക്കുവാൻ വൈകിയതിൽ ക്ഷമിക്കണം. ഞങ്ങൾ ഇടപെടുന്നത് ഒരു ഭ്രാന്തൻ മേഖലയാണ്. മാൻഹട്ടനിലെ വാൻഗോഗ് ലോഞ്ചിൽ ഈസ്റ്റ് ഹില്ലിലാണ് യോഗം ചേരുന്നത്. ഇരുപത് മണിക്കൂർ താങ്കൾ അവിടെ ഉണ്ടാകുമല്ലോ."

ജൊവാന എങ്ങനെ ശരി എന്നു പറയുമെന്നോർത്തു. എന്നാലും ഇപ്രകാരം പറഞ്ഞു.

"പ്രിയർ, എനിക്ക് അതൊരു ബഹുമതിതന്നെ. എന്നാൽ നിർഭാഗ്യവശാൽ നിങ്ങൾ പറയുവാൻ അൽപ്പം വൈകിപ്പോയി. എനിക്ക് വരാൻ കഴിയുമെന്നു തോന്നുന്നില്ല."

സഹജമായ പ്രേരണയാൽ മനപ്പൂർവ്വം അവൾ വയറിനുമേൽ കൈവെച്ച് പ്രാകൃതമായ ഒരു ആംഗ്യം കാണിച്ചു. പ്രിയറിന് അറിയുമായിരുന്നില്ല അവൾ ഗർഭിണിയാണെന്ന്.

* * *

ഏഴ് ആഴ്ചകൾക്കു മുമ്പാണ് ഡെന്റൺ ആൻഡ് ലോവൽ പങ്കാളികളുടെ കൂടിക്കാഴ്ചയിൽ സാഷിയാത്രയ്ക്കിടെ മുറിയിൽ പരിശോധന നടത്തിയത്. രണ്ട് റൂബി ഗാർനെറ്റ് വരകൾ (ചുവന്ന വരകൾ) പരിശോധനാബാറിൽ തെളിഞ്ഞപ്പോൾ ജൊവാന സന്തോഷംകൊണ്ട് പൊട്ടിത്തെറിക്കുമെന്ന അവസ്ഥയിലായി.

ജൊവാന സ്നേഹിക്കുന്നത് ഒരു ദിനപത്രത്തിന്റെ രേഖാചിത്രകാരനെയാണ്. കഴിഞ്ഞവർഷം ഒക്ടോബർ അവസാനത്തിൽ അദ്ദേഹത്തിന്റെ വരകളിൽ അപമാനകരമായ കാര്യങ്ങൾ ഉണ്ടെന്നു കരുതി ഒരു നവനാസി നേതാവ് ദിനപത്രത്തിനെതിരായി പരാതി നൽകിയിരുന്നു. അന്ന് ആ ദിനപത്രത്തിനുവേണ്ടി അവളാണ് കോടതിയിൽ ഹാജരായത്. അന്ന് അവൾ കെല്ലർ ആൻഡ് വാസർമാനിൽ വിജയിച്ചു. ഇന്ന് കെല്ലർ വാസർമാൻ കേസ് നിയമമാണ്.

പത്രത്തിലോ വാരികയിലോ മറ്റെവിടെയെങ്കിലുമോ എഴുതുന്നതിന് ഒരു വെളുത്ത മേധാവിത്വത്തിന് ചാരനിറമുള്ള ദ്രവ്യം അപമാനകരമായല്ല സൂചന നടത്തുന്നത്, മറിച്ച് അഭിപ്രായം ഒരു തിരിച്ചറിവാണ്. ഒരു രോഗനിർണ്ണയം – അത് വളരെ എളുപ്പമായിരുന്നു. അന്നുതന്നെ അവളെ എബിവാസർ ടോംബോവിലെ ഒരു റസ്റ്റോറന്റിൽ അത്താഴത്തിനു ക്ഷണിച്ചു. അയാൾക്ക് അതു വളരെ ചെലവേറുമെങ്കിലും ഭക്ഷണശേഷം അയാൾ ഹൃദയം തുറന്ന് സംസാരിച്ചു. അയാൾ ഒരുപാട് ഇടറിപ്പോയി. വരുംനൂറ്റാണ്ടിലെ അവളുടെ സങ്കൽപ്പങ്ങൾ അയാൾ നിശ്ശബ്ദം കേട്ടിരുന്നു. അവളെ സ്നേഹിക്കുവാനും പിൻതുടരുവാനുമാണ് അയാളുടെ ജന്മമെന്നു പറയുവാനും അയാൾ മടിച്ചില്ല. ജൊവാന സംശയിച്ചില്ല. അവൾ അയാൾക്ക് ഒരു വാട്ടർമാൻ പേന സമ്മാനിച്ചു.

“അത് എന്റെ ജർമ്മൻ പേരിനോടു സമാനമാണ്. എപ്പോഴും നിങ്ങൾ ഇതു കൊണ്ടുനടക്കാൻ ഞാൻ ആഗ്രഹിക്കുന്നു. ഞാൻ നിന്റേതും നീ എന്റേതും.”

അവൾ പേനയെടുത്ത് വെളുത്ത നിറമുള്ള മേശവിരിയിൽ ജൊവാന വുഡ്സ് വാസർമാൻ എന്നെഴുതി. കണ്ണീരൊഴുക്കിയില്ലെന്നു മാത്രം. ഹോട്ടൽ ഉടമസ്ഥൻ ആ മേശവിരി അവർക്കു നൽകി. അവർ യാത്ര പറഞ്ഞു പിരിഞ്ഞു.

അവർക്ക് ഉടൻ ഒരു കുഞ്ഞിനെ വേണം. അതിന് അവർ വേണ്ടതു ചെയ്തു.

“പല സ്ഥലങ്ങളിലും ഇത് വളരെ സാധാരണമാണ്.” ഡോക്ടർ വ്യക്തമാക്കി.

മാർച്ച് ആദ്യവാരത്തിൽ ജൊവാനയുടെ കഠിനമായ ആ വിമാന യാത്രയ്ക്കു ശേഷം ഏപ്രിലിൽ വിവാഹിതരാകാനും, എന്നാൽ അതിനു മുമ്പ് അവർ പരസ്പരം ലയിക്കുവാനും തീരുമാനിക്കുകയായിരുന്നു.

“വെളുത്ത മേധാവിത്വത്തോട് എത്ര നന്ദി പറഞ്ഞാലും മതിയാവുക യില്ല.” അയാൾ പറഞ്ഞിരുന്നു. എബ്രഹാം എന്നതിന്റെ ജൂത ചുരുക്കനാമ മായ എബി എന്ന പേര് ആൺകുട്ടിയാണെങ്കിൽ ഇടണമെന്നു നിർദ്ദേശി ച്ചിരുന്നു. അഡോൾഫ് എന്ന വിളിപ്പേരും. മദ്ധ്യനാമം കേട്ട് ജൊവാന യ്ക്കു ചിരിവന്നു. അവൾ പെട്ടെന്ന് അവളുടെ സഹോദരിയുടെ അവസ്ഥ യോർത്ത് ചിരി ഒതുക്കി. ചെറിയ സന്തോഷംപോലും അവൾ സ്വയം ഒതുക്കുമായിരുന്നു.

* * *

പ്രിയർ നിർബന്ധിച്ചു.

“ജൊവാനാ, നാളെ വൈകീട്ടാണ് ഡോൾദോ സമ്മേളനം. വളരെ സങ്കീർണ്ണവുമാണ്.”

ജൊവാന അവളുടെ ഗർഭത്തിന്റെ മൂന്നാംമാസം അവളുടെ മാതാ പിതാക്കൾക്കൊപ്പം ആഘോഷിക്കുവാനായി തീരുമാനിച്ചിരുന്നു. അവ നോടൊപ്പം നൃത്തം ചെയ്യാൻ താത്പര്യമില്ലാതെയല്ല.

ജൊവാന ഒരു തീരുമാനം എടുക്കുന്നതിനു മുമ്പായി പ്രിയറിന്റെ ഫോൺ ശബ്ദിച്ചു. അയാൾ ഫോൺ എടുത്ത് അൽപ്പം പ്രകോപിത നായി. തന്നെ ശല്യപ്പെടുത്തരുതെന്നു പറഞ്ഞിരുന്നു എന്നു പറഞ്ഞു കൊണ്ട് ജൊവാനയ്ക്കു നേരെ നോക്കി ചിരിച്ചു.

“ഇത് നിങ്ങളെ അത്ഭുതപ്പെടുത്തും ജൊവാനാ. ഈ വാതിലിനു പിറ കിൽ രണ്ട് എഫ്.ബി.ഐ ഉദ്യോഗസ്ഥർ നിന്നെ കാണാനായി കാത്തു നിൽപ്പുണ്ട്. എന്തായാലും ഞാൻ അവരോട് വിവരമറിയാക്കാം. എന്നിട്ട് സന്ദേഹത്തോടെ അവളെ നോക്കി. “നാളെ പരിപാടിക്ക് വരുമല്ലോ.”

മിസേലിന്റെ പ്രണയം

ഏപ്രിൽ 22നാണ് വിക്ടർ മിസേൽ ബാൽക്കണിയിൽനിന്നും വീണത്.

അന്ന് ഒരു വ്യാഴാഴ്ചയായിരുന്നു. ക്ലെമെൻസ് ബാമറുടെ റെസ്റ്റോറന്റിലെ ഉച്ചഭക്ഷണം വൈകി. അവൾ ലക്സംബർഗിൽ അതിനുശേഷം നടക്കാൻ പോകുമ്പോഴാണ് കമ്പ്യൂട്ടർ മെയിലിൽ മണി മുഴങ്ങുന്നത്.

ക്ലെമെൻസ് വിക്ടറിനെ ഇഷ്ടപ്പെടുന്നു. നല്ല കഴിവുള്ള രചയിതാവ്. പ്രതിബിംബങ്ങളെ മെച്ചപ്പെട്ട രീതിയിൽ പ്രതിഫലിപ്പിക്കുവാൻ അറിയുന്ന ആൾ. അദ്ദേഹത്തിന്റെ പുസ്തകങ്ങൾ നല്ല ഒഴുക്കോടെ വായിക്കാനാവുന്നവയാണ്. മിസേൽ ബാമർക്കു സന്തോഷമുളവാക്കുന്ന ഒരു കാര്യം പറയുന്നു. അയാളുടെ ജോലിയുടെ മഹത്വം, മന്ദഗതിയിലാണെങ്കിലും അതെന്നെങ്കിലും പൊതുജനങ്ങളിലേക്കെത്തും എന്നതാണ്. വിജയത്തിൽ നിന്നും ആരും മുക്തരല്ല. അതാർക്കും നിഷേധിക്കാനാവില്ല. എങ്ങനെയായാലും മിസേൽ അതു കണക്കിലെടുക്കുന്നില്ല. അദ്ദേഹത്തിന്റെ 'പരാജയപ്പെട്ട പരാജയങ്ങൾ' എന്ന നോവൽ മെഡിസിയിലെ ഗോൻകൂർ അവാർഡിന്റെയും റെനോദോട്ടിന്റെയും പട്ടികയിൽ ഇടംനേടിയിരുന്നു. രണ്ടാഴ്ച മുൻപുള്ള രണ്ടാമത്തെ പട്ടികയിൽ അത് അപ്രത്യക്ഷമായിരിക്കുന്നു. അവൾ വളരെ പ്രകോപിതയായി. ക്ഷമാപണ സ്വരത്തിൽ അയാളെ വിളിച്ചു. ഏതാനും നിമിഷങ്ങൾക്കുള്ളിൽ അവളെ വിളിച്ച് അയാൾ സമാധാനപ്പെടുത്തി. അവൾക്ക് തിരക്കില്ലെങ്കിൽ അടുത്തദിവസം ഓഡിയോൺ തീയേറ്ററിലെ രണ്ടു ടിക്കറ്റുകൾ ലഭിച്ചിരുന്നതിനാൽ അതിനു പോകാൻ അവളെയും ക്ഷണിച്ചു. താറാവിന്റെ ചിറകിലെ വെള്ളം പൊഴിയുന്നതുപോലെ, അയാളിൽ ഒരു പ്രതികരണവും ഉണ്ടായില്ല എന്നത് അവളും ശ്രദ്ധിച്ചു.

ക്ലെമെൻസിന് മെയിലിനൊപ്പം വന്ന പ്രമാണം ഈ റീഡറിലൂടെ എഡിറ്ററുടെ അഭിപ്രായവും ചേർത്ത് അയച്ചുകൊടുത്തു. പെട്ടെന്ന് പുസ്തകത്തിന്റെ തലക്കെട്ടുകണ്ട് കൗതുകം തോന്നി. 'ദി അനോമലി' എന്ന അസാധാരണവും ശക്തവും മൂർച്ചയേറിയതുമായ തലക്കെട്ട്. മുൻപെങ്ങും കാണാത്തതും തന്റെ പുസ്തകത്തിന്റെ പേര് വെളിപ്പെടുത്തുന്നതുമായ ഒന്നും അതിലില്ല. അവൾ തുറന്നുനോക്കി ശരിക്കും

അത്ഭുതപ്പെട്ടു. ക്ലെമെൻസ് ബാമർ പെട്ടെന്നു വായിച്ചു. അവളുടെ ജോലി അതാണല്ലോ. അതിനാൽ അര മണിക്കൂർ കൊണ്ട് വായിച്ച് മുഴുവ നാക്കി.

'ദി അനോമലി'- മറ്റ് പുസ്തകങ്ങളിൽനിന്നെല്ലാം വ്യത്യസ്തമായി രുന്നു. ഇത് ഒരു നോവലല്ല. ഒരു കുമ്പസാരമോ അല്ലെങ്കിൽ പരസ്പര ബന്ധമില്ലാതെ വലിയ വാചകങ്ങളോടെ തിളങ്ങുന്ന സൂത്രവാക്യമോ അല്ല. അതു തികച്ചും അപരിചിതമായി നമ്മെ പിന്തുടരുന്നു. വിട്ടു പോവാതെ വേട്ടയാടുന്ന വിചിത്രമായ പുസ്തകം. അത് ഉപേക്ഷിക്കാ നാവാത്തതാണെന്ന് അവൾ തിരിച്ചറിയുന്നു. മിസേലിനെ സ്വാധീനിച്ച എല്ലാ ഘടകങ്ങളുടെയും പശ്ചാത്തലം ഷോങ് ലെവിച്ച് മുതൽ കാമു ഗോൻ്ദ്ചരോവ് അങ്ങനെ പലരും.

ഒരു കറുത്ത പുസ്തകം. ആക്ഷേപഹാസ്യം പോലും ചിലപ്പോൾ വേദനജനകമാണ്. ദൈവമേ, കാപട്യം മതചൈതന്യത്തെ ചോർത്തി ക്കളയുന്നു. എല്ലാ ഉറപ്പുകളും ബുദ്ധിയെ ബാധിക്കുന്നു. മരണം മറ്റുള്ള വർക്ക് ദുരന്തമാകുമ്പോൾ വിശ്വാസിയുടെ മനസ്സ് നഷ്ടമാകുന്നു. സംശയ ങ്ങൾ തോന്നുമ്പോൾ അവ സ്വയം പഠനവിധേയമാക്കിയെങ്കിൽ എനിക്ക് ഓരോ നിമിഷവും ആസ്വാദ്യകരമായേനേ. മേഘപാളികളിലൂടെയുള്ള മിന്നുന്ന പ്രശസ്തി ഒരിക്കലും നിഗൂഢമായ വികാരത്തിൽ മുങ്ങിപ്പോയി ട്ടില്ല. ഞാൻ മുങ്ങുമെന്നു തോന്നുമ്പോൾ നീന്തുവാൻ ശ്രമിക്കുന്നു. ആർക്കിമീഡിസ് തത്ത്വങ്ങളെ പ്രാർത്ഥിക്കാൻ ഒരുങ്ങാതെ. ഈ ദിവസം ഞാൻ മുങ്ങുമ്പോൾ ഒരു സിദ്ധാന്തവും എത്തിച്ചേരാത്ത അഗാധതയി ലേക്ക് എന്റെ കണ്ണുകൾ തുറക്കുന്നു.

പെട്ടെന്ന് അശാന്തയായി ക്ലെമെൻസ് ബാമർ മിസേലിനെ വിളിക്കാ നായി സെൽഫോൺ എടുക്കുന്നു. എന്നാൽ പിന്നീട് അത് വേണ്ടെന്നു വെക്കുന്നു. കാരണം, ചിലപ്പോൾ അതുമതി പൊലീസിന് അതിന്റെ ചുരുളഴിക്കാൻ. മിസേലിന്റെ പ്രവൃത്തിയെക്കുറിച്ച് പറയുമ്പോൾ അവൾ തകർന്നുപോയി.

ഓഫീസറുടെ ചോദ്യങ്ങൾക്കെല്ലാം അവൾ മറുപടി പറഞ്ഞു. അപ്പോ ഴേക്കും യഥാർത്ഥത്തിൽ സങ്കടവും കോപവും അവളിൽ നിറഞ്ഞു. എന്നാണ് മിസേലിനെ അവസാനമായി കണ്ടത്? അവൾ ആലോചിച്ചു.

അന്ന് മാർച്ച് അവസാനം അവാർഡ് ദാനച്ചടങ്ങിൽ ഒരുമിച്ചിരുന്ന് ഭക്ഷണം കഴിച്ചു. അവളുടെ ഓന്തു ലേത്ത് സോസേജ്, പരിസിയൻ സാലഡ്, സെന്റ് ലൂപ്പിൽ ഒന്നിച്ചിരുന്നു കഴിച്ചു. സുഹൃത്തിൽനിന്നും ഒരു ചെറിയ സൂചനപോലും മനസ്സിലാക്കാനായില്ല. ദി അനോമലി - പുതിയ ദുരന്തത്തിന്റെ വെളിച്ചത്തിൽ അവൾ വീണ്ടും വായിക്കുന്നു. അതിന്റെ നിഴലിൽ അദ്ദേഹത്തിന്റെ ഒപ്പ്. അതിൽ ശൂന്യതയുടെ പ്രതീകം. ശൂന്യഗണത്തിന്റെ ചിഹ്നമായി പൂജ്യം ഉപയോഗിച്ചിരിക്കുന്നു. ഒരു പ്രണയ ദുരന്തം.

ബാമർ അവൾക്കു സാധിക്കാവുന്നവരുമായെല്ലാം ബന്ധപ്പെട്ടു. മിസേലിന് മാതാപിതാക്കളോ സഹോദരങ്ങളോ ഇല്ല. ഇലേന ലെസ് കോവ് എന്ന റഷ്യൻ അദ്ധ്യാപികയുമായി ഒരു വർഷത്തെ പ്രക്ഷുബ്ധ മായ ബന്ധത്തിനുശേഷം അത് ഉപേക്ഷിച്ചു. നിക്കോളാസ് ലെസ്കോ വിന്റെ പുസ്തകം വിക്ടർ തർജ്ജമ ചെയ്തിട്ടുണ്ട്. അവരുടെ മരുമകളാണ് ഇലേന. അവസാനമായി ഈ വാക്യം ആവർത്തിക്കുന്നു. എത്ര ഭയാ നകം. ഇത്ര പെട്ടെന്ന് മാറിനിൽക്കാൻ എങ്ങനെ സാധിക്കുന്നു? ബാമർ മിസേലിന്റെ പേനയിൽനിന്നും ഉതിർന്നുവീണ ഒരു വാക്യം ഓർക്കുന്നു.

“ആരും ആരെയും മനസ്സിലാക്കുവാൻ ശ്രമിക്കുന്നില്ല. ആരും മതി യാവോളം ജീവിക്കുന്നുമില്ല.”

എഡിറ്റർ സ്ഥാനത്തുള്ള അവൾ എല്ലാം ഏറ്റെടുത്ത് സുഹൃത്തുക്കളെ വിളിക്കുന്നു. ശവസംസ്കാരകർമ്മം, പൊതുദർശനം തുടങ്ങിയവ ലോക മെമ്പാടുമുള്ള എഴുത്തുകാർക്കിടയിൽ അറിയുവാനുള്ള ഏർപ്പാടുകൾ ചെയ്യൽ എല്ലാം.

ഓറഞ്ച് ട്രീ പബ്ലിഷിങ് കമ്പനിയുടെ എഡിറ്റോറിയൽ ടീം മുഴുവൻ ബാമറിനോടൊപ്പം ചേർന്നു. “ദുഃഖകരമായ ആ വാർത്ത ഞാൻ നിങ്ങളു മായി പങ്കുവെക്കുന്നു. വിക്ടർ മിസേൽ എന്ന നമ്മുടെ ഗ്രന്ഥകാരൻ, കവി, വിവർത്തകൻ, സുഹൃത്ത്... അങ്ങനെ വലിയ ഒരു പത്രക്കുറിപ്പ് എഴുതി തയ്യാറാക്കി. അതിൽ അഭിമാനകരമായ വിവർത്തനങ്ങൾ ഓർ മ്മിച്ചു.

കൂടാതെ വളരെ അനുകൂലമായ, വിമർശനാത്മകമായ പ്രതികരണ ങ്ങൾ ലഭിച്ച പുസ്തകങ്ങൾ എന്നിവ ഉൾപ്പെടുത്തി അവൾ അസാധാ രണമായ കൈയ്യെഴുത്തുപ്രതി പ്രസിദ്ധീകരിക്കാൻ തയ്യാറെടുത്തു. ‘ദി അനോമിലി’ അവൾ ഫ്രഞ്ച് പത്രത്തിന് കൈമാറുന്നതിനു മുമ്പ് അദ്ദേഹം അതിന്റെ അവസാന മിനുക്കുപണികൾ നടത്തിയതിന്റെ ലക്ഷണവും അവൾക്ക് കിട്ടിയിരുന്നു. അതിൽനിന്നും പ്രസക്തമായ മൂന്ന് ഭാഗങ്ങൾ എടുത്തു. സ്വതവേ മദ്യപിക്കാത്ത അവൾ ഗ്ലാസ്സിൽ വിസ്കി പകരുന്നു. വിക്ടറിന് ഏറ്റവും ഇഷ്ടമായിരുന്ന സ്കോട്ടിഷ് സിംഗിൾ മാർട്ട് അവൾ സാവധാനം നുകരുന്നു.

പിറ്റേന്നു രാവിലെ സെലക്റ്റ് കമ്മിറ്റിക്ക് രൂപം നൽകുന്നു. രണ്ട് ട്രെയിനികളെത്തി. അവൾ അദ്ദേഹത്തിന്റെ പുസ്തകത്തിന്റെ ആദ്യഭാഗം വായിച്ച് അദ്ദേഹത്തിനു സമർപ്പിച്ചു. കളക്ഷൻ ഡയറക്ടർ അവ അംഗീ കരിച്ചു. കമേഴ്സ്യൽ ഡയറക്ടർമാർ ധൈര്യമില്ലാതെ പറഞ്ഞു.

“ഈ പുസ്തകം എത്രയുംവേഗം പുറത്തിറക്കണം. ഇല്ലെങ്കിൽ ‘ശവരതി’(നെക്രോ ഫിലിക്)യെന്നൊക്കെ വിമർശനങ്ങളുയർന്നേക്കാം. എത്രയും വേഗം ഇതു പൊതുജനങ്ങൾക്കിടയിലേക്കെത്തണം. അയാൾ ഒരു ഉദാഹരണവും അവതരിപ്പിച്ചു. പതിമൂന്ന് വർഷങ്ങൾക്കു മുമ്പേ യുള്ളത്. എന്താണ് രചയിതാവിന്റെ പേര്? നമുക്ക് ആ പേര് മാറ്റാനാ വുമോ? അത് ദുഃഖകരമായ അന്ത്യത്തെ ഉണർത്തുന്നതാണോ?”

സെയിൽസ് മാനേജർ ഈ അഭിപ്രായം സൂചിപ്പിച്ചപ്പോൾ അതു സാദ്ധ്യമല്ലെന്ന് ക്ലെമെൻസ് ഉറപ്പിച്ചു പറഞ്ഞു.

“ഒരു തലക്കെട്ട് അല്ലെങ്കിൽ ഒരു കവർ മാത്രം. അതു മതി. പരാമർശസൂചന എന്ന നിലയിൽ ഒരു ഇലക്ട്രാ - (ഈഡിപ്പസ് കോംപ്ലക്സ് പോലെ) വിക്ടർ എന്നതിനു പകരം വിക്ടോർ എന്നാവാം.” (പോകുന്നതിനുമുമ്പ് അദ്ദേഹം അവസാനം എഴുതിയത് ‘വിക്ടോർ’ എന്നായിരുന്നു)

വാരാന്ത്യത്തിൽ പുസ്തകം തിരുത്തി. അതിനടുത്ത ദിവസം അയച്ചു. ഫോട്ടോകോപ്പികൾ ആദ്യഘട്ടത്തിൽ പ്രസ്സിലേക്ക് അയയ്ക്കണം. ആ ആഴ്ച അവസാനിക്കുമ്പോഴേക്കും പ്രൂഫ് നോക്കി അച്ചടിക്കാൻ വിടണം. പ്രസ് അന്നുതന്നെ അതു പുറത്തിറക്കും. മിസേലിന്റെ സംസ്കാരം നടത്തിയ അതേ പേർ ലാഷെയ്സ് ശ്മശാനത്തിൽവെച്ചുതന്നെ. ശവസംസ്കാരം കഴിയുംമുമ്പുതന്നെ പുസ്തകം വിതരണക്കാരിലെത്തിയിരിക്കും. ഇത് ഒരു റെക്കാർഡ് നേട്ടമാണ്. പ്രതികരണമുണ്ടാകും.

മെയ് മാസം ഒന്നാം തിയതി ബുധനാഴ്ച ബാമർ പതിനായിരം കോപ്പികൾ ഇറക്കുവാൻ തീരുമാനിക്കുന്നു. ലളിതമായ നീലനിറമുള്ള തലക്കെട്ടിൽ മിസേൽ എന്ന് എഴുതി. അതു പെട്ടെന്നു വിജയിച്ചു.

അതിന്റെ വിജയകരമായ മുന്നേറ്റത്തോടൊപ്പം സ്വതന്ത്രസാംസ്കാരികവകുപ്പ് അദ്ദേഹത്തെക്കുറിച്ച് രണ്ടുപേജ് വാഗ്ദാനം ചെയ്തിരുന്നതു നല്കി. ല്മോന്ത് ബുക്സ് അദ്ദേഹത്തിന്റെ എല്ലാ പുസ്തകങ്ങളും വീണ്ടെടുത്തു. അത് വലിയ ഒരു മരണാനന്തരപ്രശസ്തിയുണ്ടാക്കി. മിസേലിനെ വേണ്ടരീതിയിൽ അവതരിപ്പിച്ചതിന് ഓറഞ്ച് ട്രീ പബ്ലിഷിങ് ടീമിനെ അഭിനന്ദിച്ചു. അവർ അതർഹിക്കുന്നു. ഏതൊരു വലിയ പുസ്തകശാലയേയും നിഷ്പ്രഭമാക്കുന്ന വീഡിയോകൾ, വിക്ടറിന്റെ ഫ്രഞ്ച് ചരിത്രവും ഛായാചിത്രവും വരച്ചുകാണിക്കുന്ന വീഡിയോകൾ, അദ്ദേഹത്തിനായി മറ്റ് മൂന്ന് പ്രോഗ്രാമുകൾ എല്ലാം സമർപ്പിക്കപ്പെട്ടു. അപ്രകാരം മിസേൽ ബന്ധം ശക്തമായി. ‘പരാജയപ്പെട്ട പരാജയങ്ങൾ’ അടിയന്തരമായി കൂടുതൽ കോപ്പികൾ അച്ചടിക്കപ്പെട്ടു. കൂടാതെ അഞ്ചുവർഷം മുമ്പ് പ്രസിദ്ധീകരിച്ച ‘ഞങ്ങളെ കണ്ടെത്താൻ പർവ്വതങ്ങൾ വരും’ എന്ന പുസ്തകത്തിന്റെ സ്റ്റോക്കിലെ അവസാനത്തെ പകർപ്പുകൾ കീടങ്ങളിൽനിന്നും മോചിപ്പിച്ച് വില്പനയ്ക്കെത്തി.

പല മീറ്റിംഗുകളും സംഘടിപ്പിച്ചു. ബാമർ ഒരു കാര്യം ഉറപ്പിച്ച് മുന്നേറി. അഭിനേതാക്കൾ ചില ഭാഗങ്ങൾ വായിച്ച് പുസ്തകം അവതരിപ്പിക്കുന്നു. പുസ്തകശാലകളിൽ ‘മിസേൽ രാവ്’ സംഘടിപ്പിച്ചു. പാരീസിന്റെ കവിത, അദ്ദേഹത്തിന്റെ വീടിനു മുന്നിൽവെച്ച് ഒരു യുവാവ് സുന്ദരമായ ശബ്ദത്തിൽ ആലപിച്ചു. ദി അനോമലി എന്ന പുസ്തകം നാലു മണിക്കൂർ തുടർച്ചയായിരുന്ന് പൂർണ്ണമായി വായിക്കപ്പെട്ടു. സദസ്സിലുള്ളവർ വായന കേട്ട് കണ്ണീരണിഞ്ഞു. മെയ് മാസത്തിൽ പുസ്തകം പ്രസിദ്ധീകരിക്കുന്നത് സാഹിത്യസമ്മാനത്തിൽ പങ്കെടുക്കുന്നതിന്

അനുയോജ്യമല്ലെന്ന് മിസേൽ സ്വയം പറയാറുണ്ട്. എന്നാൽ അത് ഒഴി വാക്കാനാവില്ല എന്നാണ് പ്രചരിക്കുന്നത്.

അതേ മെയ് മാസംതന്നെയായിരുന്നു സൊസൈറ്റിയിലെ മിസേലിന്റെ സുഹൃത്തുക്കൾ, സഖാക്കളുടെ ഒരു കൂട്ടം, വ്യക്തമായി ആർക്കും അറിയാത്ത ആരാധകർ, വായിക്കുകപോലും ചെയ്യാത്ത ഗ്രൂപ്പുണ്ടായത്. മിസേലിന് ഇപ്പോൾ മിസ്റ്റർ ടി മുതൽ ഉയർന്ന ശമ്പളമുള്ള ഡാൻഡി വരെ സുഹൃത്തുക്കളായി. എപ്പോഴും ചെറിയ കറുത്ത ഒരു ജാക്കറ്റിൽ സലേർനോ സിൽവിയോ ലിവിയോ– അവളുടെ പഴയ കാമുകൻ– (ബാമർ അതിനെക്കുറിച്ച് കേട്ടിട്ടില്ല) വളരെ വേഗം ഈ കമ്പനിയുടെ പേരുമാറ്റി. 'ദി അവിമി' എന്നും 'ദി അനോമലിസ്റ്റുകൾ' എന്നുമാക്കി. ഇലേന അതിൽ ഒരു അംഗമാണ്. കൂടാതെ അവരുടെ മഹത്തായ പ്രണയകഥയുടെ അതി മനോഹരമായ ഒരു തിരുത്തിയെഴുതൽ. ഒരു പുനഃസൃഷ്ടി. മിസ് ലെസ് കോവ് ക്രമേണ ദാരുണമാ ഒരു ഔദ്യോഗികവിധവാപദവിയിലെത്തിയ അവസ്ഥ.

* * *

ക്ലെമെൻസ് ബാമർ സംഭവിക്കുന്നത് അവ്യക്തമായ വെറുപ്പോടെ ദൂരെനിന്നും നോക്കിക്കാണുന്നു. അമ്പതാം വയസ്സിലെത്തിയ വിജയം മരുഭൂമിയിലെ കല്ലുകടിപോലെയാണ്. മിസേലിന്റെ മരണാനന്തര പ്രശസ്തി സുഹൃത്തിനെ കീഴടക്കുന്നു. അവളുടെ അന്യായമായ അദൃ ശ്യത എഡിറ്ററെ ബാധിച്ചില്ല. വിക്ടർ എന്താണ് എഴുതിയത്.

"എല്ലാ മഹത്വത്തിനും കപടമായിരിക്കുവാൻ കഴിയില്ല. ഒരുപക്ഷേ ഓട്ടമത്സരത്തിലൊഴികെ."

അവളെ പ്രകോപിപ്പിക്കുവാനായിരിക്കാം അവളെ അവഗണിക്കുന്നു വെന്ന് സ്വയം അവകാശപ്പെടുന്നത്. രോഷാകുലയാക്കുന്നുവെന്ന് അവ കാശപ്പെടുന്ന ആരുടെ ശ്രമങ്ങളെയും അവൾ അവരെക്കൊണ്ടുതന്നെ ഉപേക്ഷിപ്പിക്കും.

സ്ലിം ബോയ്

വെള്ളി, ജൂൺ 25. 2021
എക്കോ അറ്റ്ലാന്റിക്, ലാഗോസ്, നൈജീരിയ

ലാഗോസിലെ ഇറ്റാലിയൻ പ്രതിനിധി വിറയ്ക്കുന്ന കാലടികളോടെ ഭക്ഷ്യവസ്തുക്കൾക്കരികിലേക്ക് നീങ്ങി.

"നൈജീരിയയ്ക്കോ ആൽക്കഹോളിനോ ആർക്കാണ് വിജയം?"

ഉഗോ ദരാഷിനി. കൈയിലെ ഷാംപെയ്ൻ ഗ്ലാസ്സിൽ നിന്നും ഒരു തുള്ളി താഴെ തെറിച്ചുവീണു. എക്കോ അറ്റ്ലാന്റിക്കിന്റെ ഹോട്ടൽ റിസപ്ഷനിലെ ആനുപാതികമല്ലാത്ത മുറിയിൽ മദ്യം വീണപ്പോൾ, മദ്യപിച്ചു പരുഷമായ ശബ്ദത്തിൽ അദ്ദേഹം ക്ഷമ ചോദിച്ചു.

ദരാഷിനി ഫ്രഞ്ച് പ്രതിനിധിയെ ബുഫെയ്ക്കിടയിൽ ഒറ്റപ്പെട്ട ഒരു പൊങ്ങുതടിപോലെ സമീപിക്കുന്നു. നാരങ്ങാനിറത്തിലുള്ള അദ്ദേഹത്തിന്റെ വസ്ത്രം ആരെയും മയക്കുന്ന തരത്തിലുള്ളതാണ്. ആ വസ്ത്രത്തിൽ അദ്ദേഹം ഫ്രഞ്ച് അനിമേറ്റഡ് സിനിമയിലെ ഗിദ്വായുടെ പിതാവ് അബുവിനെ ഓർമ്മിപ്പിച്ചു. നൈജീരിയൻ സായാഹ്നങ്ങളിൽ ബഹുവർണ്ണ ദശീകികൾ പരമ്പരാഗത യോർബ അഗ്ബദയ്ക്കു പകരം പ്രൗഢമായ ഇറ്റാലിയൻ സൂട്ടിലേക്കുള്ള മാറ്റം ശ്രദ്ധേയമാക്കുന്നു. പ്രതിനിധിയുമായി ചർച്ച നടത്തിയിരുന്ന മൂന്ന് നൈജീരിയക്കാർ ഇറ്റാലിയൻ വസ്ത്രധാരിയായ അദ്ദേഹത്തെ ഒഴിവാക്കി. പ്രതിനിധിയുടെ മേലങ്കിയുടെ മുകൾഭാഗം മുതൽ താഴെവരെയുള്ള തുറിച്ചുനോട്ടം അസ്വസ്ഥതയുണ്ടാക്കി.

ലൂയീസ് പ്രിമയുടെ 'ബോനേ സെറാ ഹെലിൻ' എന്ന ശുഭരാത്രി ഗാനം അവിടമാകെ ഒഴുകി.

"നിങ്ങളുടെ വസ്ത്രധാരണം അതിശയകരമായ അതീന്ദ്രയജ്ഞാനിയുടെ പരിവേഷം ജനിപ്പിക്കുന്നു."

"ക്ഷമിക്കണം. ഞാൻ രണ്ട് ഗ്ലാസ്സ് കഴിച്ചു."

"ഗുഡ് ഈവനിംഗ്. എനിക്ക് ഒരു മുറി വേണം. ഞാൻ വിചാരിച്ചു, നിങ്ങൾ അന്നത്തെ സംഭവത്തിനുശേഷം ഇറ്റലിയിലേക്ക് തിരികെ പോയെന്ന്. സീൻ, നിങ്ങളുടെ മകൾ അമ്മയോടൊപ്പം തിരിച്ചുപോയെന്ന് എനിക്കറിയാം. "

ദരാഷിനി വെറുപ്പും വേദനയും കലർന്ന ഭാവത്തോടെ ചിരിച്ചു. എലൻ ഷാരിയരിന് അതു മനസ്സിലാക്കുവാനായില്ല. പതിന്നാലു വയസ്സുകാരിയായ മകൾക്കായി വിലപേശുന്ന, മെത്തഡോണിന് അടിമപ്പെട്ട് തട്ടിക്കൊണ്ടുപോകുന്ന സംഘത്തെ സങ്കൽപ്പിക്കുവാൻ പോലുമായില്ല. റെനാറ്റ കടന്നുപോയതുപോലെ വിരലുകൾ മുറിച്ചെടുക്കപ്പെട്ട്, ചെവികൾ മുറിച്ചെടുത്ത്, എഴുപതിനായിരം ഡോളർ പെട്ടെന്ന് കൈവശപ്പെടുത്താനുള്ള ശ്രമങ്ങൾ. അവൻ പണം ഒരു സെക്യൂരിറ്റി കൺസൾട്ടന്റായ തായ്പ്പോയെ വിശ്വസിച്ച് ഏൽപ്പിച്ചു. എണ്ണ പര്യവേക്ഷണ ഡെപ്യൂട്ടി ഡയറക്ടറാണ് അവനെ ശുപാർശ ചെയ്തത്. മുമ്പ് അയാളുടെ മകന്റെ കുട്ടി ഉണ്ടായിരുന്നപ്പോൾ അയാൾ ഇടനിലക്കാരനായി ഭാവിച്ച് കുട്ടികളുടെ കൈമാറ്റം ഇല്ലാതാക്കി. തുറമുഖത്തിനടുത്ത് അബാപായിലെ ഇടനാഴിയിൽ ഇവാഞ്ചലിസ്റ്റ് പള്ളിയുടെ മുന്നിലായിരുന്നു. അവിടെ രണ്ടു ഭാഗത്തും കലാഷ് എന്ന റഷ്യൻ ബ്രഡ് തൂക്കിയിട്ടിരുന്നു. ഇതിലെ പോകുമ്പോൾ പ്രാർത്ഥിച്ചുപോകൂ എന്ന് മിന്നുന്ന രീതിയിൽ തൂക്കിയിട്ടിരുന്നു. അമ്പതിനായിരം ഡോളറാണ് അന്ന്. ഇന്നിപ്പോൾ എല്ലാം കൂടുകയാണല്ലോ.

അബുജായിലെ അംബാസഡർ മുതൽ ഉപദേശകസമിതിയിലെ സ്വിച്ച് ബോർഡ് പ്രവർത്തിപ്പിക്കുന്നവർ വരെ പറഞ്ഞു.

“കോൺസൽ, നിങ്ങൾ മകളെ കൂടുതൽ ശ്രദ്ധിക്കണം. ഇവിടെയുള്ള ആളുകൾ അന്താരാഷ്ട്ര സ്കൂളിലേക്കുള്ള യാത്രകളിൽ നിലനിൽപ്പിനായി, ഡോളറിനായി കുട്ടികളെ തട്ടിക്കൊണ്ടുപോകുന്നത് ഒരു ബിസിനസ്സാക്കി മാറ്റിയിരിക്കയാണ്. മറ്റേതൊരു ബിസിനസ്സിനേക്കാൾ മികച്ചതാണിത്. ”

പക്ഷേ, ലാഗോസിലെ ഉദ്യോഗം അയാൾക്ക് ഒരു വർഷം അല്ലെങ്കിൽ ഏതൻസ് കര കയറുന്നതുവരെ അത്യാവശ്യമായിരുന്നു. മരിയ അയാൾക്കൊപ്പം വരാൻ നിർബന്ധം പിടിച്ചിരുന്നു. അപ്പോൾ റെനെറ്റേയ്ക്ക് ആഫ്രിക്ക കാണുവാനും സാധിക്കുമല്ലോ. ഒരു ദിവസം പോലും സായുധ അകമ്പടി ഇല്ലാതെ മകളെ പുറത്തുവിടാൻ താത്പര്യപ്പെട്ടില്ല.

“അവർ ഇറ്റലിയിലേക്കു തിരിച്ചുപോയത് നന്നായി.”

ഫ്രഞ്ച് പ്രതിനിധി നെടുവീർപ്പിട്ടു.

“എന്തെന്നാൽ ഞാൻ ഉറപ്പിച്ചുപറയാം. ലാഗോസിൽ അവസ്ഥ വളരെ മോശമാണ്. അരമണിക്കൂർ മാത്രം വൈദ്യുതി. അതു കഴിഞ്ഞാൽ മണിക്കൂറുകളോളം നിലയ്ക്കുന്നു. ഫ്രിഡ്ജില്ലാതെ എങ്ങനെ ഭക്ഷണം സൂക്ഷിക്കുമെന്ന് അറിയില്ല. കോൺസുലേറ്റിൽ സംഘമായല്ലാതെ പ്രവർത്തിക്കുവാനാകില്ല. അതുകൊണ്ട് ജോലി ചെയ്യാനാകുന്നില്ല. ടാങ്കില്ലാത്തതിനാൽ വെള്ളമില്ല. എല്ലാ കാര്യങ്ങളും അങ്ങനെ പോകുന്നു. ഉഗോ, ഉഗോയ്ക്കറിയാം.”

ലാഗോസിന്റെ ആദ്യദർശനത്തിലൂടെ, മലിനീകരണത്തിന്റെ തവിട്ടുനിറത്തിലുള്ള മേഘങ്ങൾക്കിടയിലൂടെ കിലോമീറ്ററുകൾ

കടന്നുപോകുമ്പോൾ ചേരികൾകൊണ്ട് നിറഞ്ഞ ടിൻ മേൽക്കൂരയിട്ട കുടിലുകൾ ചതുരശ്ര കിലോമീറ്ററുകളോളം കാണാം. അവയിൽ അരാജകത്വത്തിന്റെ ഗതാഗതക്കുരുക്കുകൾ. വണ്ടുകളെപ്പോലെ മഞ്ഞയും കറുപ്പും നിറമുള്ള ആയിരത്തോളം മിനിബസ്സുകൾ. അവയെല്ലാം അപകടകാരികളും നിരോധിക്കാനാവാത്തവയുമാണ്. വേനൽക്കാലങ്ങളിൽ കൊടുങ്കാറ്റും തോരാത്ത മഴയും വരുമ്പോൾ നിരത്തുകൾ പകർച്ചവ്യാധികളുടെ ചതുപ്പുനിലമായി മാറും. ലാഗോസ് എല്ലാവരോടും പറയുന്നത് പോർച്ചുഗീസുകാർക്ക് അവ തടാകങ്ങളെപ്പോലെയാണെന്നാണ്. നൂറ്റാണ്ടുകളായി നഗരം ഉപേക്ഷിക്കപ്പെട്ട നിലയിലാണ്. അഴിമതിയാൽ വിദേശ പൊതുമരാമത്ത് കമ്പനികൾ നിർമാണ കരാറുകളൊന്നും ഏറ്റെടുത്തിരുന്നില്ല. രാജ്യം അഞ്ചു വർഷമായി ഒഴിവാക്കപ്പെട്ടു. ഒരു നൈജീരിയൻ പ്രസിഡണ്ടും ലാഗോസ് സന്ദർശിച്ചില്ല.

ലാഗോസ് സന്ദർശിച്ച് ദുരന്തകഥകൾ കേട്ട് ഉഗോ നിരീക്ഷണം നടത്തി. കാര്യങ്ങൾ പഠനവിധേയമാക്കി. അവിടെയുള്ള ഒരേയൊരു പൊതുപൈപ്പിൽനിന്നും വെള്ളമെടുക്കാനായി കാൽനടയായെത്തിയ കൗമാരക്കാരിയുടെ കഥ. അതിവേഗപാത മുറിച്ചുകടന്ന്, ഓടുന്ന വാഹനങ്ങൾ കൈ കാണിച്ചു നിറുത്തിച്ച് അതിൽ കയറി രക്ഷപ്പെടുന്നവരുടെ കഥ. പത്തോളം വാഹനങ്ങൾ നിറുത്താതെ പോയതിനാൽ അപസ്മാര രോഗിയായ മനുഷ്യനുണ്ടായ നിരാശാജനകമായ അവസ്ഥ. തലേന്ന് നരുമ എന്ന അദ്ദേഹത്തിന്റെ പാചകക്കാരൻ നേരിൽ കണ്ട കാര്യം - വാഹനത്തിനു മുന്നിൽ ചാടി വീണ് കൈ കാണിക്കുന്നതിനിടയിൽ വിറയലോടെ വഴിയിൽ വീണ് മരണപ്പെട്ട കഥ. ഒഷിദിയിലെ കുടിലിൽ നിന്നുള്ള വൃദ്ധന്റെ കഥ. തന്റെ മൂന്ന് വസ്ത്രങ്ങൾ സംരക്ഷിക്കുന്നതിനിടെ ബുൾഡോസറിന്റെ ട്രാക്കിനിടയിൽ സ്വയം എരിയപ്പെട്ട കഥ.

നിങ്ങൾ ശക്തനാണെന്ന് കരുതുന്നുവെങ്കിൽ വരൂ, ലാഗോസിലേക്ക്. നിങ്ങൾക്കു കാണാം.

* * *

കോൺസൽ കാറിന്റെ ഗ്ലാസ്സ് താഴ്ത്തി. ഉയരമുള്ള കറുത്ത ഒരു യുവതിയെ അഭിനന്ദിച്ചു. പർപ്പിൾനിറമുള്ള ദശീകി വസ്ത്രധാരണത്തോടെയുള്ള അവളുടെ അടുത്തെത്തി. അവൾ ആവേശത്തോടെ ചുംബിച്ചു.

"എലൻ, ഈ ക്ഷീണിച്ച ലാഗോസിന് ഒരു ഫാഷൻ ഡയറക്ടറെ തിരയുകയാണ് ഞാൻ. എവിടെയുണ്ടാകുമെന്നറിയില്ല."

"സൈഹിയ, ഇത് ഉഗോ ദരാഷിനി - ഇറ്റാലിയൻ കോൺസൽ. ഒരു വർഷമായി നമ്മുടെ സാംസ്കാരിക അറ്റാഷെയായി പ്രവർത്തിക്കുന്നു."

ചിരിച്ചുകൊണ്ട് ഉഗോ അവരെ ഹസ്തദാനം ചെയ്തു. മുറിയുടെ പ്രവേശനദ്വാരത്തിൽനിന്നും പെട്ടെന്ന് ഒരു മിന്നൽ. ഫ്ളാഷുകൾക്കൊപ്പം ഉച്ചത്തിലുള്ള ശബ്ദവും.

സാംസ്കാരിക അറ്റാഷേ പറഞ്ഞു."ഓ, അത് സ്ലിം ബോയ് ആണ്. അവൻ വിക്ടോറിയ ദ്വീപിൽ രണ്ടു മണിക്കൂറുകൾക്കുള്ളിൽ കച്ചേരി അവതരിപ്പിക്കുന്നുണ്ട്. എലൻ, സ്ലിം ബോയെ അറിയുമോ?"

"അറിയില്ല." എലൻ പറഞ്ഞു.

"വിലമതിക്കാത്ത പണം, അതു വിലമതിക്കുന്നു. എലൻ, നിങ്ങൾ യൂട്യൂബ് കാണാറില്ലേ? അവൻ പ്രസിദ്ധനാണ്. മൂന്നോ നാലോ മാസങ്ങൾക്കു മുമ്പുവരെ പ്രാദേശികമായ പ്രസിദ്ധിയേ ഉണ്ടായിരുന്നുള്ളൂ. ഇപ്പോൾ അന്താരാഷ്ട്രമായും പ്രസിദ്ധിയുണ്ട്. 'യോബോ ഗേൾസ്' എന്ന ഗാനം ഏതാനും ആഴ്ചകൾകൊണ്ട് ഒരു ബില്യനിലേറെപ്പേർ കണ്ട് അംഗീകാരം നേടിയതാണ്. കൊറിയയിൽ മൂന്നുവർഷം മുമ്പ് സംഭവിച്ചതുപോലുള്ള ഒരു മാദ്ധ്യമ വിസ്ഫോടനം പിന്നീട് ലഭിച്ചതു സ്ലിംബോയിക്കാണ്."

"സർ, ഇത് ഇറ്റാലിയൻ കോൺസലാണോ?"

ഉഗോ അല്ലെന്ന് തലയാട്ടി.

"ക്ഷമിക്കണം മാഡം. ഇത് സാംസ്കാരിക അറ്റാഷെയാണ്. ഞാൻ ഒരിക്കലും ഇതൊന്നും കേട്ടിട്ടില്ല. എനിക്ക് ഇറ്റാലിയൻ കളിക്കാരൻ സിമോൺ വെർഡി, ഇറ്റാലിയൻ സംഗീതസംവിധായകൻ ജ്യാക്കമോ പുസ്സിനി, അങ്ങേയറ്റം ഗായകൻ പൗലോ കോന്റ് എന്നിവരെ മാത്രമേ അറിയൂ."

ഇപ്രാവശ്യം സ്വൈഹിയ അയാളുടെ നിസ്സഹായമായ അറിവിനെ കുറച്ചുകൂടി വിപുലപ്പെടുത്തി പറഞ്ഞു.

"യോബോ ഗേൾസ് ഗിത്താറിൽ 'ആർ ആൻഡ് ബി' താളം പിടിച്ചിട്ടാണ് പാടുക. ഒരു ആഫ്രോ പോപ്പ്. അത് അവന്റെ അമ്മയോടുള്ള ആദരവാണ്. അവർ ഫാഷൻ കേന്ദ്രത്തിൽ ഒരു ബ്യൂട്ടിക് നടത്തിയിരുന്നു. എന്റെ കൂടെ വരൂ. നമുക്ക് അവർക്കൊപ്പം ചേരാം. അവർ ഒരു പത്രസമ്മേളനം നടത്തുന്നുണ്ട്. മന്ത്രാലയം കഴിഞ്ഞ മാർച്ചിൽ പാരീസിൽ ഇത്തരം ഒരു സംഗീതപരിപാടിക്കു സഹായം നല്കിയിരുന്നു. "

രണ്ട് പ്രതിനിധികളും അറ്റാഷെയെ പിന്തുടർന്നു. ആകാംക്ഷാഭരിതരായ ജനക്കൂട്ടം ഗായകനെയും അവന്റെ കൂട്ടുകാരെയും കാണാനായി റോഡിൽ എത്തിച്ചേരുന്നു. അവർക്കിടയിലൂടെ സ്ലിംബോയ്... സ്ലിംബോയ് എന്ന ആർപ്പുവിളികൾ കേട്ട് മുന്നിലേക്ക് നടക്കുന്നു. അവർ അവന്റെ ഫോട്ടോ ഉയർത്തിപ്പിടിച്ച് ചുംബിക്കുന്നുണ്ടായിരുന്നു.

ആഫ്രിക്കൻ പോപ്പ് താരചക്രവർത്തി ഫോട്ടോഗ്രാഫർമാരുടെ ഫ്ളാഷുകൾക്കിടയിൽ അവന്റെ ഫോട്ടോയിൽ ചുംബിക്കുന്നു. തലയാട്ടുന്ന പ്രായമുള്ളവർ മുതൽ കൗമാരക്കാരികൾ വരെ ഉണ്ടതിൽ. വളരെ ക്ഷമയോടെയും സംതൃപ്തിയോടെയുമാണവർ നിൽക്കുന്നത്. സന്തോഷം എന്നാൽ ചിലപ്പോൾ ഇങ്ങനെയുമാകാം.

* * *

ഫെമി അഹമ്മദ് കദൂന അതാണ് സ്ലിം ബോയിയുടെ പേര്. അവന് ഈ ബഹളം മറികടക്കാനായില്ല. മൂന്നുമാസങ്ങൾക്കു മുമ്പു വരെ ഇതൊന്നുമായിരുന്നില്ല സ്ഥിതി. അവനുണ്ടായ കുപ്രസിദ്ധി കാരണം വിജയം കണ്ടെത്താനായില്ല. ലാഗോസിലെ പെക്ഗാം, ലണ്ടന്റെ തെക്കുഭാഗത്തുള്ള വെസ്റ്റ് ഷേസിൽ, ഫെലാക്കുറ്റിയിലെ ആരാധനാലയങ്ങൾ, പാരീസ് സംഗീതക്കച്ചേരി, ന്യൂയോർക്കിലോ ഒന്നും അവൻ പ്രസിദ്ധനായിരുന്നില്ല. പാരീസ്- ന്യൂയോർക്ക് വിമാനയാത്രയുടെ അവസാന മണിക്കൂറിലാണ് അത് സംഭവിച്ചത്. അവൻ എല്ലാ ശ്രമങ്ങളും ഉപേക്ഷിച്ച് പോകാൻ തയ്യാറെടുക്കുകയായിരുന്നു. എന്നാൽ അവനൊപ്പം വന്ന യോബോ ഗേൾസ് 'ഉപേക്ഷിക്കപ്പെടുന്ന വരികൾ' എന്ന ഗാനം പാടി. അവന്റെ ബാല്യകാലവും പെൺകുട്ടികളോടുള്ള സ്നേഹവും വിളിച്ചോതുന്ന വരികളുമായിരുന്നു അവ.

'സൂചികളും കത്രികകളും' എന്ന ഗാനം അവൻ തന്റെ അമ്മയ്ക്കു സമർപ്പിച്ചതായിരുന്നു. അവനുവേണ്ടി ദിവസവും പ്രാർത്ഥിക്കുന്ന അമ്മ, അവനുവേണ്ടി മരിക്കുവാൻപോലും തയ്യാറാണെന്ന അതിശയകരവും മനോഹരവുമായ ഗാനമായിരുന്നു അത്.

ലാഗോസിലേക്കുള്ള അവന്റെ മടക്കയാത്രയിൽ അവൻ ചില തീരുമാനങ്ങളെടുത്തു. അവന്റെ പാട്ടുകൾ വലിയവർക്കുവേണ്ടിയായിരുന്നില്ല. വലിയ കാറുകൾ, സ്പീഡ് ബോട്ടുകളിൽ യാത്ര ചെയ്യുന്നവർ, നഗ്നരായ പെൺകുട്ടികൾ, ബീച്ചിൽ നൃത്തം ചെയ്യുന്നവർ, വലിയ വില്ലകളിൽ സ്വർണ്ണമാലകൾ ധരിച്ച് ശയിക്കുന്നവർ ഇവർക്കിടയിലൊന്നും പ്രാധാന്യമർഹിക്കുന്നവയായിരുന്നില്ല. അവരൊന്നും ഒരു പുഞ്ചിരിയോടെ അവന്റെ ഡോളറിന് വില കൽപ്പിക്കുകയുമില്ല. അപ്പോഴാണ് അവൻ തന്റെ തീരുമാനം മറ്റൊരു ദിശയിലേക്ക് മാറ്റിയത്, തന്റെ പാട്ടുകൾ സാധാരണക്കാർക്കുവേണ്ടിയാക്കി. തൊഴിലാളികൾ, കടയുടമകൾ, ഇസ്തിരിയിടുന്നവർ, തുന്നൽക്കാർ, ഇവരെല്ലാം തന്റെ പാട്ടു കേട്ട് നൃത്തം ചെയ്യുന്നു.

സ്ലിംബോയ് വെളുത്ത വസ്ത്രം ധരിച്ച് വൃത്തിഹീനമായ തെരുവിൽ ഇംഗ്ലീഷിലും യോർബോയിലും പാടി അവരെ ആദരപൂർവ്വം അഭിവാദ്യം ചെയ്തു. ആഫ്രോ റാപ്പ് സംഗീതതന്ത്രികൾ മീട്ടി. സാക്സഫോണിലൂടെ മെലഡിക്കു മുകളിൽ പാട്ടിനെ പിന്തുണച്ച് ശാന്തമായി ഒഴുകി. ക്യൂബക്കൻ ആയിരുന്ന വെള്ളക്കാരനായ, അസ്ഥികൂടസമാനനായ ഒരു സംഗീതജ്ഞനെ സ്ലിംബോയ് കണ്ടെത്തി. കനേഡിയൻ സംഗീതജ്ഞനായ ഒബ്രേ ഡ്രേറിക്കിനെ പഴയ ലോകം പുതുതലമുറയ്ക്കു ബാറ്റൺ കൈമാറുന്നുവെന്ന സങ്കൽപ്പത്തിൽ പ്രതീകാത്മകമായി അവതരിപ്പിച്ചു.

യോർബയിലെ നിരത്തുകളിൽ രണ്ടുദിവസം കൊണ്ട് ക്ലിപ്പുകൾ ചിത്രീകരിച്ചു. അതു വളരെ പെട്ടെന്ന് ഓൺലൈനിൽ അയച്ചു. അതു ലോകം മുഴുവൻ അലയൊലികൾ സൃഷ്ടിച്ചു.

യോബോ ഗേൾസിന്റെ നാല് റിമിക്സുകൾ ഫ്രാങ്കിന്റേതുൾപ്പെടെ ഉണ്ടായിരുന്നു. സ്ലിംബോയ് കോഷല്ല, ഉത്സവത്തിന്റെ ആശ്ചര്യമായി മാറി.

ബിയോൻസെയ്ക്കൊപ്പം പാടി. എമിനെമിനൊപ്പം യുഗ്മഗാനവും പാടി. അവൻ ഓപ്പറ വിൻഫ്രിയുടെ ഷോയിൽ അതിഥിയായി പങ്കെടുത്തു. അതാണ് സന്തോഷം എന്നു പറയുന്നത്. ഇംഗ്ലീഷ് പര്യടനത്തിനുശേഷം മെയ് മാസത്തിൽ തിരിച്ചെത്തി അവന് ഒരു മഞ്ഞ ലംബോർഗിനി വാങ്ങി. എക്കോ അറ്റ്ലാന്റിക് ടവറിൽ ഒരു ഭീമൻ അപ്പാർട്ട്മെന്റ് മുകളിലത്തെ നിലയിൽ വാങ്ങി. തറക്കല്ലിടൽപോലും തുടങ്ങുന്നതിനു മുമ്പുതന്നെ. അവൻ നിർവചിക്കാനാവാത്ത ഉയരത്തിലെത്തി.

ഒരു തരത്തിൽ പറഞ്ഞാൽ നൈജീരിയൻ യുവാക്കൾ സ്വപ്നങ്ങൾ വിൽക്കാനാഗ്രഹിക്കുന്നു. അവർ റേസ് കാറുകളിൽ ഷാംപെയ്ൻ കഴിക്കുവാനും കടൽക്കാഴ്ചകൾ കാണുവാനും ആഗ്രഹിക്കുന്നു. എല്ലാ ദിവസവും രാവിലെ അങ്ങനെ ഉണരാൻ കഴിയുമെന്ന് അവർ ആഗ്രഹിക്കുന്നു. ഉപേക്ഷിക്കപ്പെട്ട ടയറുകൾക്കും ചത്ത എലികൾക്കുമിടയിൽ അവരുടെ അഴുകിയ ടിൻകുടിലിൽ സമ്പത്തും പ്രതാപവുമില്ല. വീഥികളുടെ ഒരു മൂലയിൽ ദശലക്ഷത്തിൽ ഒരാൾക്ക് അവരുടെ സംരക്ഷണത്തിന് എന്തൊക്കെ ചെയ്യാം എന്നാണ് അവർ ശ്രദ്ധിക്കുന്നത്. കാരണം അവർക്കത് അത്യാവശ്യമാണ്.

* * *

രണ്ടു കോൺസലുകളും അറ്റാഷെയും സ്റ്റേജിനടുത്തേക്ക് സ്ലിംബോയിയുടെ അടുത്തേക്കു ചെന്നു. പത്രസമ്മേളനത്തിൽ മോശം ചോദ്യങ്ങൾ ചോദിക്കുന്നത് അവർ കേട്ടു. ഗായകൻ മൈക്രോഫോണിലൂടെ പ്രതികരിക്കുന്നുമുണ്ട്.

"എക്കോ അറ്റ്ലാന്റിക് അവർക്കും ലാഗോസിനും അവസരങ്ങൾ ഉണ്ടാക്കുമെന്ന് ഞാൻ ആഗ്രഹിക്കുന്നു. ഒപ്പം നൈജീരിയയ്ക്കും. അതിനടുത്തു താമസിക്കുന്നവർക്കും നേട്ടങ്ങളുണ്ടാകും. ആഫ്രിക്കയിലെ ഏറ്റവും വലിയ പട്ടണമാക്കി തീർക്കുക എന്നതാണ് ലക്ഷ്യം."

ഫ്രഞ്ച് കോൺസൽ തലയാട്ടി. നെടുവീർപ്പോടെ പറഞ്ഞു.

"ഈ അസംബന്ധമായ സിദ്ധാന്തത്തിന് ഇപ്പോഴും ഭാവിയുണ്ട്."

അവൾ ദരാഷിനിയിലേക്ക് തിരിഞ്ഞു.

"എന്താണ് ചിന്തിക്കുന്നത് ഉഗോ? തീർച്ചയായും ഈ ഭീകരതയെക്കുറിച്ച് ഭയമുണ്ട്. നമ്മൾ ഓരോ കെട്ടിടങ്ങളും ആരംഭിക്കുന്നു. ഒന്നിനു പുറകെ ഒന്നായി പെതിത് ഫോറിനെ(ഫ്രാൻസിലെ പ്രധാനപ്പെട്ട ഒരു ബ്രാൻഡ്) അടിസ്ഥാനമാക്കി സ്വയം ഉദ്ഘാടനം ചെയ്യുന്നു."

ഇറ്റാലിയൻ കോൺസൽ പൊട്ടിത്തെറിച്ചു.

"ശരിയാണ്. സമുദ്രത്തിനു മേലേ എക്കോ അറ്റ്ലാന്റിക് കെട്ടിപ്പടുത്ത് കൃത്രിമദ്വീപ് കീഴടക്കി എന്നതു മ്ലേച്ഛതയാണ്. ഇത് ഒഴിഞ്ഞ തരിശായ ഒരു ഭൂമിയാണ്. എന്നാൽ, ലാഗോസിലെ രണ്ട് ലക്ഷത്തോളം അതിസമ്പന്നർ ഈ മനോഹരമായ, അംബരചുംബികളായ അപ്പാർട്ട്മെന്റുകളിൽ

അഭയം കണ്ടെത്തും. മഹാനഗരത്തിന്റെ അക്രമങ്ങളിൽനിന്നും രക്ഷ നേടാൻ സായുധസുരക്ഷയോടെ ജാഗ്രത പാലിക്കും. കൊട്ടാരസദൃശമായ സ്വന്തം പാർപ്പിടത്തിൽ അവർക്കു സ്വന്തം പവർ സ്റ്റേഷൻ, മലിനജല ശുദ്ധീകരണപ്ലാന്റ്, സ്വന്തം ഭക്ഷണശാലകൾ, ഉല്ലാസയാത്രയ്ക്കായി തുറമുഖനൗകകൾ ഉവയെല്ലാം ഉണ്ടാകും. അവ അവരുടെ സന്തോഷം വർദ്ധിപ്പിക്കും."

"ഇതിനെ ആഫ്രിക്കൻ ദുബായ് എന്നാണ് അവർ വിളിക്കുന്നത്." എലൻ ഷാരിയർ പറഞ്ഞു.

"വെള്ളം ഉയർന്നാൽ അതിനെ നേരിടുവാനായി അവർ അത് ഏതാനും മീറ്ററുകൾ ഉയർത്തിയാണ് പണിതിരിക്കുന്നത്. ഈ കെട്ടിടങ്ങളുടെ മുകളിൽനിന്നും ആർഭാടമായി ലാഗോസിലെ നാൽപ്പത് ദശലക്ഷം നിവാസികളേയും കാണാം. കുറാമോ ബീച്ച് മുതൽ മക്കാക്കോയിലെ ചേരികൾവരെ ഒഴുകുന്ന മലിനജലം. ക്ഷമിക്കണം ഉഗോ, അതു ഭയാനകമായി തോന്നുന്നു. ഏറ്റവും മോശമായത് എന്തെന്ന് അറിയാമോ, ഇതാണ് ലോകം. നാളെയുടെ പ്രതീകം. ഇതെല്ലാം കുടഞ്ഞെറിഞ്ഞ് ഇതിനെയെല്ലാം മറികടക്കുവാൻ ഞങ്ങൾ ശ്രമിക്കുന്നു. എന്നാൽ ആരും രക്ഷപ്പെടില്ല. രക്ഷിക്കപ്പെടുകയുമില്ല. നാഗരികതയിൽനിന്നും അകന്നുപോകുന്നത് ലാഗോസല്ല, ഞങ്ങളാണ്. നമ്മളെല്ലാവരും എല്ലായിടത്തും ലാഗോസിനെ അന്വേഷിക്കുന്നു."

"നിങ്ങൾ അതിശയോക്തി പറയുന്നു, എലൻ."

"ഞങ്ങൾ വളരെ ആഗ്രഹിക്കുന്നു ഉഗോ."

പെട്ടെന്ന് പത്രസമ്മേളനം നടക്കുന്ന മുറിയിൽനിന്നും ശബ്ദം ഉയർന്നു.

ഒരു റിപ്പോർട്ടർ സ്ലിം ബോയിയോട് ചോദിക്കുന്നു.

"നിങ്ങൾ ഡോക്ടർ ഫെയ്ക്കിനോടൊപ്പം പാടുന്നുണ്ട്. ഇത് സ്വവർഗ്ഗരതിക്ക് അനുകൂലമായ നിലപാടാണോ? നിങ്ങൾ സ്വവർഗ്ഗരതി ഉള്ള ആളാണോ?"

പെട്ടെന്ന് അവിടെ പൂർണ്ണമായ നിശ്ശബ്ദത പരന്നു.

"സ്വവർഗ്ഗാനുരാഗികൾക്ക് ആഫ്രിക്ക മുഴുവൻ നരകമാണ്. നൈജീരിയ അതിന്റെ ഒമ്പതാമത്തെ സർക്കിളാണ്. അവരെ ഭീഷണിപ്പെടുത്തുന്ന ഒരു നിയമമുണ്ട്. പതിന്നാലു വർഷത്തെ തടവുശിക്ഷ ഭീഷണിപ്പെടുത്തി അവരെ പിന്തുടർന്നു പണം തട്ടിയെടുക്കുന്ന പൊലീസുണ്ട്. വെറുപ്പുകൊണ്ട് അവരെ തള്ളിക്കളയുന്ന ഒരു ജനവിഭാഗമുണ്ട്. ബിഷപ്പുമാരുടെയും പുരോഹിതന്മാരുടെയും സുവിശേഷവൽക്കരിക്കപ്പെട്ട വിദ്വേഷത്തിന്റെയും കിംവദന്തികളുടെയും കഥകളുണ്ട്. തെക്ക്- വടക്ക് എന്നിവിടങ്ങളിലുള്ള മുസ്ലീങ്ങളുടെ ശരീഅത്ത്. യുവാക്കൾ കൊല്ലപ്പെടാത്ത ഒരു ദിവസംപോലുമില്ല. ആൾക്കൂട്ടം, ഒരു ഗായകനും നടനുമില്ലാത്ത ദിവസമില്ല. കായികതാരത്തിന്റെ ശബ്ദത്തിൽപ്പോലും ഭീകരതയുണ്ട്. അതിൽനിന്നും സ്വയം പ്രതിരോധിക്കുകയാണവർ. ഛേ... മൂന്നുമാസം

മുമ്പ് ഡോക്ടർ ഫെയ്ക്ക് (ഒരു ആൽബം)പുരുഷന്മാരോടുള്ള തന്റെ അഭിരുചി കാണിക്കാൻ ധൈര്യപ്പെടുന്നിടത്തോളം പോകാതെ, വളരെ നിരുപദ്രവകരമായ വരികളിലൂടെ വിലക്ക് ലംഘിച്ചു. എന്നിട്ടും കാരണം അവ്യക്തമാണ്. അതിലൂടെ അദ്ദേഹം ആഹ്വാനം ചെയ്തു. നിങ്ങൾ നിങ്ങളാകുക"

പത്രസമ്മേളനത്തിൽ ധാരാളം ചോദ്യങ്ങൾ ഉന്നയിക്കുന്നുണ്ട്. അവയ്ക്കെല്ലാം സ്ലിംബോയ് ഉത്തരവും നൽകുന്നുണ്ട്.

"അതെ, ഞാൻ ഡോക്ടർ ഫെയ്ക്കിനൊപ്പം പാടാൻ പോകുന്നു. അതിന്റെ പേര് 'യഥാർത്ഥമനുഷ്യൻ സത്യം പറയുന്നു' എന്നാണ്. എന്നാൽ അത് സ്വവർഗ്ഗരതിക്ക് അനുകൂലമായി ഒന്നും പറയുന്നില്ല. ഞാൻ എന്റെ നോളിവുഡ് പ്രണയിനിക്കായി പാടുമ്പോൾ അതു പ്രണയത്തെക്കുറിച്ചുള്ള ഗാനമാണ്. ഒരു സ്വവർഗരതിഗാനമല്ല. മനസ്സിലായോ? അവ്യക്തത മാറിയോ? കൂടാതെ എനിക്ക് ഒരു സ്കൂപ്പ് നിങ്ങൾക്കു നല്കുവാനുണ്ട്. ഏതാനും നിമിഷങ്ങൾക്കു മുമ്പ് ഞാൻ ലണ്ടനിൽ എൽട്ടൻ ജോണിനൊപ്പം ഒരു ഗാനം റെക്കാർഡ് ചെയ്യാനുള്ള കരാർ ഉണ്ടാക്കി. അതിനുള്ള തയ്യാറെടുപ്പിലാണ്. അയാളുടെ ജെറ്റ് വിമാനം എന്നെ കൊണ്ടുപോകാൻ മറ്റന്നാൾ ഇവിടെയത്തും."

പത്രപ്രവർത്തകൻ വീണ്ടും ചോദിച്ചു.

"നിങ്ങൾ ഒരു ഗേ ആണോ? സ്ലിം ബോയ് ഒരു സ്വവർഗാനുരാഗിയാണോ?"

"താങ്കൾക്ക് ഒരു തിയതി വേണോ?"

സ്ലിം ബോയ് തന്റെ വിഷയത്തിലേക്ക് ശ്രദ്ധ തിരിക്കുന്നു.

"സുവോമി, നിങ്ങൾ എന്താണ് ഈ ചോദ്യം ഉന്നയിക്കാത്തത്?"

ആ സുന്ദരിയായ യുവതി ചിരിച്ചുകൊണ്ട് ഭവ്യതയോടെ പെട്ടെന്ന് സ്ലിംബോയിയെ ശക്തമായി ചുംബിച്ചു കളിക്കുന്നു. മാദ്ധ്യമപ്രവർത്തകരുടെ കൈയടികൾക്കിടയിൽ ചുംബനം അധികനേരം നീണ്ടുനിന്നില്ല.

സ്ലിം ബോയ് ധൈര്യത്തോടെ ആ രംഗം അവസാനിപ്പിച്ചുകൊണ്ട് പറഞ്ഞു.

"പക്ഷേ, ഞാൻ വായിച്ചിരുന്നു, ഒരു ഗ്രാമത്തിൽ പതിനാറ് വയസ്സുള്ള രണ്ടുപേരെ അവർ പരസ്പരം ചുംബിച്ചതിന്, അതിനെക്കുറിച്ച് പ്രാസംഗികൻ അപലപിച്ചതിനുശേഷം ഇടിച്ചുകൊന്നതായുള്ള വാർത്ത. നിങ്ങളുടെ രാജ്യത്ത് മാറ്റം വേണമെന്ന് നിങ്ങൾ ആഗ്രഹിക്കുന്നില്ലേ? ഞാനും സുവോമിയും ആഗ്രഹിക്കുന്നു. ആർക്കും ആരെയും ഒന്നിനും നിർബന്ധിക്കാനാവില്ല. മാറ്റം വരുത്തണമെങ്കിൽ അതിനു സഹനശക്തിയും സ്നേഹവും ആവശ്യമാണ്. മറ്റുള്ളവരെ ദ്രോഹിക്കുന്നതിലൂടെ എന്ത് സന്തോഷമാണ് ഇവർക്കെല്ലാം ലഭിക്കുന്നതെന്നു മനസ്സിലാകുന്നില്ല. ആർക്കെങ്കിലും അതിൽ സന്തോഷം ലഭിക്കുന്നുണ്ടെന്ന് വിശ്വസിക്കാമോ?"

അവിടെ സംസാരം തുടർന്നുകൊണ്ടിരുന്നു.

"ഇനി മറ്റു ചോദ്യങ്ങളാവാം."

സ്ലി ംബോയ് പറഞ്ഞു. മാത്രമല്ല തന്റെ മാനേജരോട് പത്രസമ്മേളനം അവസാനിപ്പിക്കുവാൻ ആവശ്യപ്പെടുകയും ചെയ്തു. സ്ലിംബോയ് അവർ പറയുന്നതിനു ചെവി കൊടുത്തിരുന്നുവെങ്കിൽ അവന്റെ സ്നേഹിതനായ ടോമിന്റെ ഗതി വരുമായിരുന്നു. ടോമിന് പതിനഞ്ച് വയസ്സുള്ളപ്പോഴാണ് ജീവനോടെ കത്തിച്ചുകളഞ്ഞത്. അവിടെ ഇബാദനിലെ വംശീയ പ്രക്ഷോഭമായിരുന്നു നടന്നിരുന്നത്. നഗ്നപാദനായി നടന്നു പോകുമ്പോഴാണ് അത് സംഭവിച്ചത്. ജനക്കൂട്ടം മീറ്റിംഗ് നടത്തുകയായിരുന്നു.

വളരെ ദയനീയവും അപകടകരവുമായ അവസ്ഥയിലായിരുന്നു നൈജീരിയയിലെ 'ഗേ'കൾ. വെള്ളക്കാരുടെ ഇടയിൽനിന്നും സ്വതന്ത്രമായി ശ്വസിക്കാൻ പറ്റുന്ന രാജ്യങ്ങളിലേക്ക് അവർ പലായനം ചെയ്തു. ഡോക്ടർ ഫെയ്ക്കിനൊപ്പം പാടി എന്നതു ശരിയാണ്. 'യഥാർത്ഥമനുഷ്യൻ സത്യം പറയുന്നു' എന്നതും പാടി. അത് വിരോധാഭാസമാണ്, കളവാണ്, വഞ്ചനയാണ് എന്ന് സ്ലിംബോയിക്കറിയാം. ലാഗോസിൽ ജീവിതം തുടരണമെങ്കിൽ മറ്റൊരു ജീവിതം കണ്ടുപിടിക്കേണ്ടിയിരിക്കുന്നു എന്നും അവനറിയാം. നോളിവുഡിലെ ഉദിച്ചുയരുന്ന താരമായ സുവോമിയുമായി ബന്ധം സ്ഥാപിച്ചു. സുവോമി വളരെ നന്നായി സ്ത്രീകളെയും പുരുഷന്മാരെയും സ്നേഹിക്കുന്നു.

പെട്ടെന്ന് എലൻ ഉയരമുള്ള, ഇരുണ്ട കറുത്ത സ്യൂട്ട് ധരിച്ച മനുഷ്യനെ ശ്രദ്ധിച്ചു. അയാൾ സ്ലിം ബോയിയെ ശ്രദ്ധിച്ചുകൊണ്ട് നിൽക്കുന്നു. അയാളെ ശ്രദ്ധിക്കുവാൻ ഉഗോയോട് എലൻ ആംഗ്യത്താൽ ആവശ്യപ്പെടുകയും ചെയ്തു.

എലൻ പറഞ്ഞു.

"ഉഗോ കാണുന്നുണ്ടോ, അയാൾ സെൽഫോണിൽ ചിത്രങ്ങളെടുക്കുന്നു."

"അയാളെ ഞാൻ പരിചയപ്പെടുത്താം. വരൂ. ഇയാളാണ് ജോൺ ഗ്രേ." ബ്രിട്ടീഷ് വാണിജ്യ അറ്റാഷേ പറഞ്ഞു.

"അയാളുടെ ശരിയായ പേര് അതാണോ എന്നെനിക്കറിയില്ല. എന്തായാലും ബ്രിട്ടീഷ് സേവനമാണെന്ന് ഉറപ്പ്. മാത്രമല്ല കോൺസുലേറ്റിന്റെ സുരക്ഷാവിഭാഗം ജീവനക്കാരായ രണ്ടുപേരുണ്ട്. എല്ലാത്തിനുമുപരി സംശയാസ്പദമായ രീതിയിൽ അപരിചിതരായ അഞ്ചാറുപേർ, മുമ്പ് കാണാത്തവരുമുണ്ട് കൂടെ. എം 16. ഞാൻ ഒന്നു പറയാം. എന്തായാലും ഒരു കണ്ണുവേണം എലൻ. ഫ്രഞ്ച് സേവനവും നിങ്ങളുംകൂടി എന്തെങ്കിലും?"

"ഇല്ല ഉഗോ, അതിനു തെളിവൊന്നുമില്ല. ഉണ്ടായിരുന്നെങ്കിൽ തീർച്ചയായും ഞാൻ നിങ്ങളോടു പറഞ്ഞേനേ."

"തീർച്ചയായും എലൻ. നിങ്ങൾക്കറിയാമോ അമേരിക്കൻ ചാരൻ റഷ്യയിലെ ചാരപ്രവർത്തനദൗത്യവുമായി നടത്തിയ പ്രവൃത്തികൾ -

അവ നമ്മെ ഉത്തേജിപ്പിക്കുന്നില്ല. ആരാണ് സ്വയം അപലപിക്കാൻ ആഗ്ര ഹിച്ച് മുന്നോട്ടുവരിക? അവൻ ലൂബിയാങ്കിയിലേക്ക് പോയി."

"എന്ത്? ലൂബിയാങ്ക?

"മോസ്കോയിലെ കെ ജി ബി(Komitet Gosudarstvennoy Bezopasnosti)യുടെ ആസ്ഥാനമാണ്." അയാൾ പറയുന്നു. "എനിക്കു കീഴട ങ്ങണം. ഞാൻ ചാരനാണ്. നിങ്ങൾ ആർക്കുവേണ്ടി പ്രവർത്തിക്കുന്നു?"

മുന്നിലെ ഡസ്കിൽ ഇരിക്കുന്ന ആൾ ചോദിച്ചു.

"യുണൈറ്റഡ് സ്റ്റേറ്റ്സ് ഓഫ് അമേരിക്ക."

"ശരി, ഓഫീസിലേക്ക് നടക്കൂ."

ചാരൻ ഓഫീസ് നമ്പർ രണ്ടിലേക്ക് നടക്കുന്നു.

"ഞാൻ അമേരിക്കൻ ചാരനാണ്. ഞാൻ കീഴടങ്ങുവാൻ ആഗ്രഹി ക്കുന്നു."

"നിങ്ങൾ സായുധനാണോ?"

"അതെ, സായുധനാണ്. ഞാൻ കീഴടങ്ങാൻ ആഗ്രഹിക്കുന്നു."

"നിങ്ങൾ ഒരു ദൗത്യത്തിലാണോ?"

"അതെ, ഞാൻ ഒരു ദൗത്യത്തിലാണ്."

അമേരിക്കൻ ഏജന്റ് ശല്യപ്പെടുത്താൻ തുടങ്ങുന്നു.

"അത് ഓഫീസ് നമ്പർ നാലാണ്. അവിടെ പോയി പറയൂ."

അവൻ ഓഫീസിൽ പോയി പറയുന്നു. "ഞാൻ അമേരിക്കൻ ചാര നാണ്. സായുധനാണ്. ഞാൻ ഒരു ദൗത്യത്തിലാണ്. ഞാൻ കീഴടങ്ങാൻ ആഗ്രഹിക്കുന്നു."

"ശരിക്കും ഒരു ദൗത്യത്തിലാണോ? എന്നാൽ അതു വേഗം നിറ വേറ്റുക. നിങ്ങളുടെ നശിച്ച ഒരു ദൗത്യം."

ഉഗോ സ്വന്തം തമാശയിൽ ചിരിക്കുന്നു.

"അവൾ വളരെ നല്ലവളാണ്."

അവളെ അറിയുന്ന എലൻ സമ്മതിച്ചു. ഫ്രഞ്ച് ചാരപ്രവൃത്തിയുടെ ആസ്ഥാനത്തിലുള്ള സ്വിമ്മിങ് പൂളിൽ ഇക്കാര്യം അറിഞ്ഞിരുന്നു. ലാഗോസ് കോൺസലായി നിയമിക്കുന്നതിനു മുമ്പ് അവൾ കെനിയയി ലേയും ദക്ഷിണാഫ്രിക്കയിലേയും പൊതുസുരക്ഷാ ഡയറക്ടർ ഓഫീ സിന്റെ സുരക്ഷയുടെ കണ്ണുകളായിരുന്നു.

ബാർബോസുകൾ (അൾജീരിയൻ ആർമി സെക്രട്ടറിയെ തുരത്താൻ ഉണ്ടാക്കിയ സേന) ഒരു ചുവടുപോലും നീങ്ങിയില്ല. അവർക്ക് സ്ലിം ബോയിയേക്കാൾ കണ്ണുകളില്ല. അവർ അവിടെ എന്താണ് ചെയ്യുന്ന തെന്നു ഞങ്ങളോടു പറയുന്നില്ല. ഇന്റലിജൻസ് സേവനവിഭാഗത്തിന് ആഫ്രോ റാപ്പിലും 'ആർ ആൻഡ് ബി' റിഥത്തിലും താത്പര്യമുള്ള തിനാൽ അവർ പറയുന്നില്ല."

അഡ്രിയാനും മെറിഡിത്തും

2021 ജൂൺ 24. വ്യാഴം.
ഫിൻഹാൾ, പ്രിൻസ്റ്റൻ യൂണിവേഴ്സിറ്റി, ന്യൂജഴ്സി

പ്രിൻസ്റ്റണിലെ ഗണിതശാസ്ത്രവിഭാഗത്തിന്റെ മുൻവശത്തുള്ള മനോഹരവും പ്രൗഢവുമായ കെട്ടിടം. ചില്ലുകൾകൊണ്ടും ചുവന്ന ഇഷ്ടികകളാലും പഴമ നിലനിർത്തുന്ന ആധുനികത. വിദ്യാർത്ഥികൾ, മേശകൾ പ്രത്യേക രീതിയിൽ സജ്ജീകരിച്ച്, വെളുത്ത മേശവിരിയിൽ കൂടാരം പോലെ കെട്ടി, ബാർബിക്യു തയ്യാറാക്കി. സ്വന്തം സോസേജുകൾ ഉപയോഗിച്ച് ആഘോഷം ഗംഭീരമാക്കി. താനിസാക്കി ഫീൽഡ് മെഡലിസ്റ്റ് എന്ന പ്രൊബബലിസ്റ്റ് അഡ്രിയാൻ മില്ലർ സഹപ്രവർത്തകയായ മെറിഡിത്ത് ഹാർപ്പറെ പുഞ്ചിരിയോടെ നോക്കി. വൈകാരികത കലർന്ന അന്തരീക്ഷം.

അലക്ഷ്യമായ വസ്ത്രധാരണത്തോടെയാണ് മെറിഡിത്തിനെ ആദ്യമായി അഡ്രിയാൻ കണ്ടത്. അത് ക്ഷണികമായിരുന്നു. ചിലർ അതായിരിക്കും എല്ലാ കാലത്തും എന്നു വിചാരിക്കും.

ബ്രിട്ടീഷ് ടോപ്പോളജിസ്റ്റ് (ഒരു കമ്പ്യൂട്ടർ ശൃംഖലയിൽ എല്ലാ അനുബന്ധ കമ്പ്യൂട്ടറുകളുടെയും സ്ഥാനനിർണയം നടത്തുന്ന സംവിധാനം) മെറിഡിത്തിന് മെലിഞ്ഞ കാലുകളും തവിട്ടുനിറമുള്ള മുടിയും നീണ്ട മൂക്കും ഇരുണ്ട കണ്ണുകളുമാണുള്ളത്. അകാരണമായ രീതിയിൽ അവ ആകർഷിക്കപ്പെടുന്നതാണെന്ന് മെറിഡിത്തിന്റെ അമ്മായി പറയാറുണ്ട്.

അവളെ സമീപിക്കുവാനുള്ള ധൈര്യത്തിന് അഡ്രിയാൻ ഒന്നിനുപുറകെ ഒന്നായി ബിയർ കുടിക്കുവാൻ തുടങ്ങി. മെറിഡിത്ത് ഒരിക്കൽ അഡ്രിയാനോട് പറഞ്ഞിരുന്നു, അയാൾക്ക് കനേഡിയൻ നടനായ റയാൻ ഗോസ്ലിങ്ങിന്റെ ശരീരഘടനയുണ്ടെന്ന്. ചെറിയ കഷണ്ടി. മദ്യപനെപ്പോലെ തോന്നുന്ന വ്യക്തി. ഒരു പ്രൊബബലിസ്റ്റ് ഒരു നിഗമനത്തിലെത്തുവാൻ 27 ശതമാനം മാത്രം വിജയസാദ്ധ്യത. മദ്യപിക്കാത്ത വേളകളിൽ 40 ശതമാനം. മറുവശത്ത് അവന്റെ പ്രതീക്ഷ 60 ശതമാനവും.

ബീച്ചിൽ പാട്ടുപാടുന്ന സംഘത്തിനൊപ്പമാണ് അഡ്രിയാൻ തന്റെ ജീവിതത്തിന്റെ അധികഭാഗവും ചെലവഴിച്ചത്. അയാൾക്കു കുടുംബമില്ല.

വ്യക്തമായ ഒരു സിദ്ധാന്തവും ജീവിതത്തിൽ ഉയർത്തിക്കാണിക്കാനുമില്ല.

മെറിഡിത്ത് വളരെക്കാലമായി അയാളുടെ ആദ്യസ്നേഹമാണ്. അയാൾക്ക് അവളെ കൂടുതൽ സ്നേഹിക്കണമെന്നുണ്ട്.

"ഞാൻ മദ്യപിച്ചിട്ടുണ്ട്." അഡ്രിയാൻ മെറിഡിത്തിനോട് പറഞ്ഞു.

മെറിഡിത്തിന് ഒന്നും മനസ്സിലായില്ല.

"ഞാൻ ബിയറിൽ മുങ്ങിയിരിക്കയാണ്. ക്ഷമിക്കണം."

"ഞാനും കഴിച്ചിട്ടുണ്ട് അഡ്രിയാൻ. അതിനാൽ എനിക്ക് നിങ്ങളോട് സംസാരിക്കാനാവുന്നില്ല".

ഒഴിഞ്ഞ ഒരു കുപ്പി ഉയർത്തിക്കാണിച്ച് മെറിഡിത്ത് പറഞ്ഞു. അവളും മദ്യപാനിയാണ് എന്ന് സൂചന.

"ഇത് വിരസതയുടെ കാലമാണ്, മെറിഡിത്ത്, എനിക്ക് പ്രിൻസ്റ്റണിൽ ബോറടിച്ചിരിക്കുന്നു. ഒരു ലണ്ടൻകാരൻ ഈ നഗരപ്രവിശ്യ ഇഷ്ടപ്പെടുന്നില്ല. ജാപ്പാനീസ് റെസ്റ്റോറന്റ് ഉള്ള ഈ നഗരം വൈകി മാത്രം തുറക്കുന്നു. ഒമ്പതരയാവുമ്പോഴേക്കും അടയ്ക്കുവാൻ പോകുന്നു എന്ന സൂചന നല്കുന്നു. വിളക്കുകൾ പ്രകാശിപ്പിക്കുന്നു. ഈ കാമ്പസ് അതിന്റെ തടവറകളുമായി ഹോഗ് വാട്സിനെപ്പോലെ കാണാൻ ശ്രമിക്കുന്നു. പത്തൊമ്പതാം നൂറ്റാണ്ടിൽനിന്നുള്ള അതിന്റെ മദ്ധ്യകാലസൂചന നൽകുന്ന മണിയടിക്കുന്ന രീതി ഉപയോഗിക്കുന്ന കെട്ടിടമല്ല. ഈ കാമ്പസിൽ വരുന്ന കുട്ടികൾ ജുപ്പിറ്ററിന്റെ തുടയിൽനിന്നുണ്ടായ ഡയനീഷ്യസാണെന്നു കരുതുന്നു. അറുപതിനായിരം ഡോളർ ട്യൂഷനായി ചെലവഴിക്കുന്നു. മാതാപിതാക്കൾ അവർ മികച്ചതാണെന്നു ഭാവിക്കുന്നു. ഏതു സമയത്തും സിദ്ധാന്തങ്ങളെക്കുറിച്ചുള്ള നിസ്സാരചോദ്യങ്ങൾ മെയിൽ അയയ്ക്കുന്നു. ഗ്രോമോവിന്റെ വിപുലീകരിക്കാത്ത സിദ്ധാന്തങ്ങളെക്കുറിച്ചുള്ള ചോദ്യങ്ങൾക്ക് അവർ അടിയന്തിരമായി പ്രതികരണം ആവശ്യപ്പെടുന്നു. നാശം, വിക്കിപീഡിയയിലെ പ്രസക്തമായ എൻട്രി പരിശോധിച്ചാലറിയാം. അവർക്ക് അതിനുള്ള ഉത്തരം ലഭിക്കുന്നു. അതിനാൽ അവർ അദ്ധ്യാപകരെ വെറുക്കുന്നു. ഉയരമുള്ള സെന്റ് പ്രിൻസ്റ്റണുമായി പൊരുത്തപ്പെടാൻ അവർക്കു കഴിയുന്നില്ല. കാരണം അവർ ക്യു ഇ ഡി യിൽ ഉണ്ട്."

അഡ്രിയാൻ അങ്ങനെയല്ല. അങ്ങനെയായിരുന്നെങ്കിൽ വക്രത കുറഞ്ഞ അയാളെ മെറിഡിത്തിന് ഇഷ്ടമാണെന്നു മനസ്സിലാക്കാമായിരുന്നു. സാദ്ധ്യതകൾ അന്വേഷിച്ചു നടക്കുന്ന ഒരാൾ ഒരു സ്വപ്നാടനക്കാരനാണ്. ഒരു പ്രൊബബലിസ്റ്റിന്റേതെന്ന് കരുതാവുന്ന പച്ചക്കണ്ണുകളുണ്ട്. ഗെയിം സൈദ്ധാന്തികന്റേതുപോലുള്ള നീളമുള്ള മുടിയുണ്ട്. ട്രോട്സ്കിയൻ ടീ ഷർട്ടുകൾ. സ്റ്റീൽ ഗ്ലാസ്സുകൾ ഇവകൊണ്ടെല്ലാമാവാം, ബീജഗണിതജ്ഞനും യുക്തിവാദിയും കായികാഭ്യാസിയുമായ, മെലിഞ്ഞ അയാളെ എല്ലാവരും പരിഹസിക്കുന്നു. അയാൾ വിചാരിക്കുന്നു,

മെറിഡിത്ത് മിടുക്കിയാണെന്ന്. പണമില്ലായിരുന്നുവെങ്കിൽ അയാൾ എന്നേ അപ്രത്യക്ഷനായേനെ. അഡ്രിയാൻ മിടുക്കനാണ്. എന്നാൽ ലജ്ജാലുവാണ്. വല്ലാതെ നിരാശനാകുമ്പോൾ മെറിഡിത്ത്, എനിക്കു നിന്നെ വേണമെന്ന് ആവശ്യപ്പെടുന്നു. താൻ പ്രാദേശികമായ ഇടങ്ങളിൽ നന്നായി പ്രവർത്തിക്കുന്നു എന്ന അഭിപ്രായത്തെ മെറിഡിത്ത് ഖണ്ഡിക്കുന്നു.

"അല്ല അഡ്രിയാൻ, അങ്ങനെയല്ല. അവിടെ എന്റെ മനസ്സാക്ഷിക്കനുസരിച്ച് ജോലി ചെയ്യുവാൻ മദ്യപിക്കുന്നു. ടാനിസാക്കി, സ്റ്റാൻഫോർഡിലെ മച്ചോ ബ്രെന്നർ എന്നിവരുടെ മേഖലകൾ തുറന്നുകാണിക്കുവാൻ എനിക്കു സന്തോഷമുണ്ട്. അവരുടെ ടോപ്പോളജിയുടെയും ബീജഗണിത ജ്യാമിതിയുടെയും ആമുഖപ്രശ്നങ്ങൾ. മിക്കവാറും അവരുടെ എല്ലാ ലേഖനങ്ങളിലും ഞാൻ അവരുടെ ആധിപത്യത്തിനൊപ്പം എന്റെ കൈയൊപ്പും വെച്ചിരുന്നു. ഞാൻ അപ്പോൾ അധികം ലേഖനങ്ങളൊന്നും എഴുതിയിരുന്നില്ല. ഞാൻ അന്ന് ട്രോൺടനിൽ തകർന്ന ഒരു ബംഗ്ലാവിൽ താമസിച്ചിരുന്ന കാലത്ത് അവിടെ ഒന്നിടവിട്ട് ദിവസങ്ങളിലാണ് തണുത്ത വെള്ളവും ചൂടുവെള്ളവും കിട്ടിയിരുന്നത്. എന്റെ ടയോട്ട ഹൈബ്രിഡ് ആവട്ടെ ബാറ്ററി പോയി കേടുവന്നിരിക്കയായിരുന്നു. എന്റെ മനുഷ്യനുമായി ഞാൻ വേർപിരിയുകയും ചെയ്തിരുന്നു. എന്തായാലും ഇവിടെ ഞാൻ ഒരു വർഷമുണ്ട്. ഞങ്ങൾ ലൈംഗികബന്ധത്തിൽ ഏർപ്പെടാത്ത നാല് മാസം. ഞങ്ങൾ ജൂൺ അവസാനത്തിലാണോ വേർപിരിഞ്ഞത്? അല്ല, ആറുമാസമായെന്ന് തോന്നുന്നു. അത് എനിക്ക് വിഷമകരമായിരുന്നില്ല അഡ്രിയാൻ, നിങ്ങൾക്കോ? കാറ്, വീട്, ലൈംഗികത?"

സംഭാഷണം തുടങ്ങുമ്പോഴേക്കും അഡ്രിയാൻ അസ്വസ്ഥമാകുന്ന ഒരു ട്വിസ്റ്റ് വരുത്തി.

അഡ്രിയാൻ പറഞ്ഞു. "ഓ, എന്റെ കാർ തകർന്നില്ല. എനിക്ക് ചൂടുവെള്ളവുമുണ്ട്. എപ്പോഴും ഈ വേഗതയിൽ സ്വയം വലിച്ചിടുന്നത് എന്തിനാണ്? സ്വയം മുങ്ങിമരിക്കുന്ന ദുഃഖിതനായ കോക്കർ സ്പാനിയലിനെപ്പോലെ?"(ഒരുതരം നായ) കൈയിലെ ബിയർ പൂർത്തിയാക്കി അടുത്തത് എടുക്കുന്നു.

മെറിഡിത്ത്, നിങ്ങൾക്കു കോമയിലേക്ക് പോകണമെങ്കിൽ അലമാരയുടെ പുറകിൽ ടൂറിംഗ് റൂമിൽ ഉണ്ട്."

"അത് വളരെ നല്ല ആശയമാണ്."

മെറിഡിത്ത് കൈയിലെ കുപ്പി താഴെവെച്ച് പുൽത്തകിടിയിലൂടെ വേച്ചുനടന്ന് വാതിൽക്കലെത്തി വാതിൽ തള്ളിത്തുറന്നു. അഡ്രിയാൻ അവളെ പിന്തുടർന്ന് വാതിലിനുമുന്നിൽ ചുവരിൽ ചാരിനിന്ന്, അവൾ പടികൾ കയറുമ്പോൾ അവളുടെ നിതംബത്തെ തുറിച്ചു നോക്കി. അയാൾ ഹാളിനു മുന്നിൽ ചുവരിൽ ചാരി നിന്നു.

"ഞാൻ ബ്രിട്ടീഷുകാരിയാണ് അഡ്രിയാൻ. നിങ്ങൾ എന്നെ ബലാത്സംഗം ചെയ്താലും ഞാൻ സഹിക്കും, എന്നിട്ട് അതിനെക്കുറിച്ച് ആലോചിക്കും."

"മെറിഡിത്ത്, നിങ്ങൾ വളരെയധികം കുടിച്ചിരിക്കുന്നു. ഇനിയും മതിയായില്ലേ?"

മെറിഡിത്ത്, അകത്തു കടന്ന് കസേരയിൽ മുഴുവനായി ഇരിക്കുന്നു. ചുറ്റും നോക്കി. എന്നിട്ട് ചോദിച്ചു.

"എവിടെ ടക്കീല? ശരിക്കും പറഞ്ഞാൽ ന്യായമാണോ എന്ന് എനിക്കറിയില്ല. എന്റെ അടുത്തിരിക്കൂ. പിന്നെ എന്നോട് യാദൃച്ഛിക പ്രക്രിയകളെക്കുറിച്ച് പറയരുത്. ഞാൻ അതു കണക്കാക്കുന്നില്ലെന്ന് നിങ്ങൾക്ക് അറിയാമല്ലോ."

അഡ്രിയാൻ അവളെ നോക്കി ഭയത്തോടെ അനുസരിക്കുന്നു. സ്വയം കുറ്റപ്പെടുത്താനാകില്ല. ഇരുപതാം വയസ്സിൽ അതു തമാശയായി കണ്ടതാണ്. ഓസ് മാന്ത്രികനെപ്പോലെ ഈ രംഗം അവന്റെ വ്യക്തിത്വത്തെ സ്വാധീനിക്കുമെന്ന് ഓർത്തിരുന്നില്ല.

"ഓ, അഡ്രിയാൻ, എന്നെ ചുംബിക്കൂ. നിങ്ങൾ എന്നെ കാര്യമാക്കാത്തതെന്താണ്? എന്നെ ചുംബിക്കൂ."

"മെറിഡിത്ത്, ഞാൻ നിങ്ങൾക്ക് ഉറപ്പ് തരുന്നു. എന്നാലും നിങ്ങൾ ദയവായി... ഞാൻ ഒട്ടും റൊമാന്റിക് അല്ല. പക്ഷേ... എന്താണ്?"

"ഞങ്ങൾ കുട്ടികളോടൊപ്പം അക്കാര്യം പറഞ്ഞ് ചിരിക്കും. എന്നെ ചുംബിക്കൂ. അല്ലെങ്കിൽ ഞാൻ ഉറക്കെ കരയാൻ തുടങ്ങും. അല്ലെങ്കിൽ സഹായം ചോദിച്ച് നിലവിളിക്കും."

അഡ്രിയാൻ പറഞ്ഞു."മെറിഡിത്ത്, കുഴപ്പമുണ്ടാക്കരുത്. ശാന്തമാകൂ. ഞാൻ നിന്നെ സഹായിക്കാം. ഇതാ, ഞാൻ നിന്നെ താങ്ങുന്നു. "

"എന്തുകൊണ്ടാണത്? ഒരു സ്ത്രീ മുൻകൈയെടുക്കുമ്പോൾ അത് വേറെ ആണെന്ന്, നിഷ്ഫലമാണെന്ന് നിങ്ങൾക്കു തോന്നുന്നുണ്ടോ?"

മെറിഡിത്ത് പെട്ടെന്ന് അയാളെ അവളിലേക്ക് അടുപ്പിച്ച് ചുംബിച്ചു. സ്ട്രോബെറി പോലെ ആസ്വദിച്ചു. അവൾ കണ്ണുകളടച്ചു. അവർ ചുംബിച്ചുകൊണ്ട് കുറച്ച് നിമിഷങ്ങൾ അങ്ങനെ നിന്നു. പെട്ടെന്ന് അഡ്രിയാന്റെ സ്മാർട്ട് ഫോൺ വൈബ്രേറ്റ് ചെയ്തു. സ്തംഭിച്ചുപോയ അഡ്രിയാൻ മെറിഡിത്തിൽനിന്നും പെട്ടെന്ന് അകന്നു. അയാൾ ചാരനിറമുള്ള ഫോണിലേക്ക് അത്ഭുതത്തോടെ നോക്കി. അവൾ ചോദിച്ചു.

"നിങ്ങളുടെ ഭാര്യയാണോ?"

"ഞാൻ വിവാഹിതനല്ലല്ലോ." അഡ്രിയാൻ പറഞ്ഞു.

വീണ്ടും ഫോൺ അടിക്കുന്നു. അഡ്രിയാൻ ഇപ്പോൾ ഫോണിൽ നിന്നും കണ്ണെടുക്കാതെ അതിൽതന്നെ നോക്കി. മൂന്ന് പ്രാവശ്യം മണി അടിച്ചശേഷം അതു നിശ്ചലമായി. അഞ്ചു നിമിഷത്തിനുശേഷം വീണ്ടും അടിച്ചു.

"അവൾ നിങ്ങളുടെ ഭാര്യ അല്ലെങ്കിൽ നിങ്ങൾ ഫോൺ എടുക്കണമെന്ന് നിർബന്ധമുള്ള ആളാണെന്ന് അറിയൂ. ക്ഷമിക്കണം മെറിഡിത്ത്, ഞാൻ പോകുന്നു. എനിക്കു പോയേ തീരൂ. ക്ഷമിക്കണം."

അഡ്രിയാൻ തന്റെ വിഭാഗത്തിന്റെ ഇടനാഴിയിൽകൂടി നടന്നു. വീണ്ടും ഫോൺ ശബ്ദിച്ചു. അത് അഡ്രിയാൻതന്നെയാണോ എന്ന് അപ്പുറത്തുനിന്നും ഉറപ്പ് വരുത്തി. മടിച്ചുമടിച്ച് സമ്മതിച്ചുകൊണ്ട് അയാൾ സൂചനാകോഡ് നൽകി. സൈനിക അറ്റാഷെ പ്രൊഫസർ അഡ്രിയാൻ മില്ലറാണോ എന്ന് ഉറപ്പു വരുത്തുന്നു.

അഡ്രിയാൻ ഓർക്കുന്നു.

"നമ്മൾ കാൻസാസിൽ ഇല്ല. എന്തായാലും എനിക്ക് നിങ്ങളെക്കുറിച്ചു വളരെ മതിപ്പുണ്ട്. ഇരുപതു വർഷമായി ഒരേ സ്മാർട്ട് ഫോൺ ഉപയോഗിക്കുക. അതും ഒരു മാസം ആയിരം ഡോളറിന് ഫോൺ മാറ്റുന്ന ഇക്കാലത്ത്." അത് ഒരിക്കലും കൈവിടാതിരുന്നതിനാൽ പെട്ടെന്ന് ഉത്തരം പറയുവാൻ അഡ്രിയാന് കഴിഞ്ഞു.

അപ്പോഴും മെറിഡിത്ത് വിളിച്ചുപറയുന്നുണ്ടായിരുന്നു.

"അഡ്രിയാൻ, വരൂ എന്നെ ചുംബിക്കൂ. അത് നിങ്ങളുടെ ഭാര്യയായാലും എനിക്ക് പ്രശ്നമില്ല."

അവനെ മുമ്പൊരിക്കലും ഈ ഫോണിൽ വിളിച്ചിട്ടില്ല.

എന്നാൽ ഫോണിലൂടെ അഡ്രിയാനോട് തയ്യാറായി നിൽക്കാൻ പറയുന്ന ശബ്ദം.

"ഒരു പൊലീസ് വാഹനം ഫിൻഹാളിന് മുന്നിൽ വരും. അവിടെ കാത്തുനിൽക്കൂ."

"ഫിൻഹാൾ, ഞാൻ എവിടെയാണെന്ന് നിങ്ങൾക്കറിയാമോ?"

"തീർച്ചയായും മില്ലർ. എന്നിൽനിന്നും മൂന്നു മീറ്റർ അകലെ മാത്രം. ഓപ്പറേറ്റിംഗ് സെന്ററുമായി ബന്ധം നിലനിർത്തുക."

"അഡ്രിയാൻ... നിങ്ങൾ ടൂറിങ് റൂമിൽനിന്നും എന്നെ ശരിക്കും പിരിഞ്ഞുപോകുന്നു." മെറിഡിത്ത് അലറിക്കൊണ്ട് പറഞ്ഞു. അഡ്രിയാൻ വാതിലിനടുത്തേക്ക് ഓടിമറയുന്നു. മെറിഡിത്ത് കസേരയിൽ അഴിഞ്ഞ മുടിയോടെയും രോഷാകുലയായ മുഖത്തോടെയും വിറങ്ങലിച്ചിരുന്നു.

"ക്ഷമിക്കണം മെറിഡിത്ത്, ഇത് ഒരു പ്രധാനപ്പെട്ട കാര്യമാണ്. ഞാൻ പിന്നീട് വിശദീകരിക്കാം."

അഡ്രിയാൻ നാലു പടികൾ ഒരുമിച്ചു ചാടിയിറങ്ങി.

"നിങ്ങളുടെ നരകത്തിലേക്കുള്ള യാത്രയാണിത്. ബ്ലഡി പ്രോബബലിസ്റ്റ്." അപ്പോഴേക്കും അഡ്രിയാൻ ലോബിയിലെത്തിക്കഴിഞ്ഞിരുന്നു.

* * *

2021 ജൂൺ 24ൽ എന്തുകൊണ്ടാണ് അഡ്രിയാൻ അൻഡ്രാസിറ്റ് കവചിത സ്മാർട്ട് ഫോൺ ഉപയോഗിച്ചത്?

2001 സെപ്റ്റംബർ 10ന് പ്രോബബലിസ്റ്റ് ടീമിലെ ഏറ്റവും ചെറുപ്പമായ പ്രൊഫസർ റോബർട്ട് പോസി മാസച്ചുസെറ്റ്സ് ടെക്നോളജി

ഇൻസ്റ്റിറ്റ്യൂട്ടിൽ ഇരുപത് വർഷം പൂർത്തിയാക്കുന്നു. അതിനടുത്ത ദിവസം ജപ്പാനിലെ ഭ്രാന്തൻ പശുവിന്റെ കേസുണ്ട്. ടുണീഷ്യൻ അൽ ക്വെയ്ദ അംഗങ്ങൾ ആക്രമണശേഷം കമാൻഡർ മസ്വദിനെ വധിച്ചു. തുടർന്ന് ആത്മഹത്യാപരമായ രാഷ്ട്രീയപ്രസ്താവനകൾ. വാഷിങ്ടൺ വിസാർഡിലേക്ക് ബാസ്കറ്റ്ബോൾ കളിക്കാരനായ മൈക്കേൽ ജോർദന്റെ തിരിച്ചുവരവ്, എല്ലാത്തിനുമുപരി ബെൻസ്ലിനിയുടെ ആദ്യ ജോലി ദിനംതന്നെ അയാൾ ഫെഡറൽ ഏവിയേഷൻ അഡ്മിനിസ്ട്രേഷൻ ഡയറക്ടറായി ചുമതലയേറ്റു. അവരോടൊപ്പം വെൽക്കം ഡ്രിങ്ക്, കോഫി ഡോനട്സ് എന്നിവ കഴിച്ച്, 4200 വിമാനങ്ങൾ നിലംപതിപ്പിക്കുമെന്ന അയാളുടെ അത്ഭുതകരമായ തീരുമാനം. അത്തരത്തിലുള്ള ദിവസങ്ങളായിരുന്നു അവ.

സെപ്റ്റംബർ 11. 8.14ന് ബോസ്റ്റൺ കൺട്രോളർമാർ വളരെ അസ്വസ്ഥരായി. അമേരിക്കൻ എയർലൈൻസ് 11ന്റെ ട്രാൻസ്പോണ്ടർ ബന്ധം മുറിഞ്ഞു. ആറു മിനിറ്റിനുശേഷം വിമാനത്തിലെ അറ്റന്റന്റ് കിട്ടാവുന്ന ഒരു നമ്പറിൽ അമേരിക്കൻ എയർലൈൻസിന്റെ റിസർവേഷൻ വിഭാഗത്തിലേക്ക് ഹൈജാക്ക് സൂചന നൽകി. കാബിൻ ജീവനക്കാരെ കൊല്ലുമെന്ന ഭീഷണി. കാലാവസ്ഥ പരിശോധിച്ചു അത് ഉറപ്പാക്കി. ഒരു സൂപ്രവൈസർ വ്യോമനിയന്ത്രണ വിഭാഗത്തിന് 8.25ന് മുന്നറിയിപ്പ് നൽകി. ബെൻസ്ലിനിയും എയർക്രാഫ്റ്റ് കൺട്രോളറുകളും റഡാർ എക്കോ ഉപയോഗിച്ച് എ.എ.11 മുന്നേറുന്നുവെന്ന് കണ്ടെത്തുന്നു.

തെക്കുഭാഗത്തേക്ക് ന്യൂയോർക്കിലേക്ക് വിമാനം തിരിച്ചു വിടണമെങ്കിൽ നിയമം ആവശ്യമാണ്. സിവിൽ ഏവിയേഷൻ ആസ്ഥാനത്തേക്ക് മുന്നറിയിപ്പ് നൽകുവാൻ പൈലറ്റ് ട്രാൻസ്പോണ്ടറിൽ 7500 എന്ന കോഡ് നൽകണമെന്നാണ് നിയമം. എങ്കിലും അത് തത്കാലം മറക്കാം. സിവിൽ ഏവിയേഷൻ ആസ്ഥാനമാണ് മുന്നറിയിപ്പ് നൽകുക. ആസ്ഥാനത്ത് ഹൈജാക്കിങ്ങിനെ തുടർന്ന് പെന്റഗൺ സേവനവുമായി ബന്ധപ്പെടേണ്ടതാണ്. പ്രതിരോധ സെക്രട്ടറിയുടെ ഓഫീസിലേക്ക് അറിയിപ്പ് നൽകേണ്ടത് ആരാണ്? തീരുമാനങ്ങൾ ഇറക്കേണ്ടത് ആരാണ്? എല്ലാം ചങ്ങല പോലെ നീളുന്നു. അതിനാൽ ഉത്തരവാദികൾ ഒടുവിൽ നാഷണൽ കമാണ്ടർ സെന്ററിനടുത്ത് വിമാനം തടഞ്ഞു നിർത്തി യുദ്ധവിമാനങ്ങൾ ഉപയോഗിച്ച് രക്ഷപ്പെടുത്താം എന്ന് കരുതി. കൂടാതെ ശീതയുദ്ധകാലമായതിനാൽ എയർബേസുകൾ സജ്ജമാക്കിയിരുന്നത് 26ൽനിന്നും ഏഴായി കുറച്ചിരുന്നു.

കിഴക്കൻതീരത്ത് രണ്ട് എയർബേസുകൾ മാത്രം അവശേഷിക്കുന്നു. ബോസ്റ്റണിനടുത്തുള്ള ഓട്ടിസ് ആൻഡ് ലാംഗ്ലി. ഇത് വാഷിങ്ടണിനടുത്തുള്ള സി.ഐ ഐ യുടെ ആസ്ഥാനമായ ലാംഗ്ലിയാണ്.

2001 സെപ്റ്റംബർ പതിനൊന്നിനാണ് ബോസ്റ്റൺ സൂപ്പർ വൈസർ അടിയന്തിരമായി ഓട്ടിസ് സൈനികബേസിൽ വിളിച്ചത്. അത് അയാൾ നിർവഹിക്കേണ്ട കാര്യമല്ല. ഓട്ടിസ് അയാളോട് റോമിന്റെ വടക്ക് കിഴക്ക്

പ്രവിശ്യയിലെ മിലിറ്ററി ബേസിനെ ബന്ധപ്പെടുവാൻ നിർദ്ദേശിച്ചു. ഒരിക്കൽകൂടി നിങ്ങൾ വേണ്ട രീതികൾ പാലിക്കുന്നില്ലെന്ന് സൂചന നൽകി. ഒട്ടും വിശ്വാസമില്ലാതിരുന്നിട്ടും കേണൽ റോബർട്ടുമാർ ഓട്ടിസ് ബേസിനോട് ഫൈറ്റർ വിമാനങ്ങൾ സജ്ജമാക്കാൻ ആവശ്യപ്പെട്ടു.

വളരെ മുമ്പ് സെപ്റ്റംബർ ഒമ്പതിലെ കമ്മീഷൻ തീരുമാനപ്രകാരം ഔദ്യോഗികസമീപനത്തിന് മുമ്പ് തന്നെ ഒരു ചങ്ങലപോലെ തുടർനടപടികൾ വേണ്ടതെല്ലാം ക്രമരഹിതമായി പ്രവർത്തിച്ചു. ആന്തരികമായി ഒരു ഗ്രൂപ്പിനുള്ളിൽ മറ്റൊരു ഗ്രൂപ്പിനെ തയ്യാറാക്കി അടിയന്തിരമായ സാഹചര്യം നേരിടുന്നതിന് മറ്റൊരു പ്രക്രിയ സജ്ജമാക്കുന്നു. ഈ ഗ്രൂപ്പ് ഉപകരാറെടുത്ത് ഗണിതവിഭാഗത്തിന്റെ ഔപചാരികതയെ സ്പർശിച്ച് മസാച്ചുസെറ്റ്സിലെ ടെക്നോളജി ഇൻസ്റ്റിറ്റ്യൂട്ടിലെ നിഗമനങ്ങൾ നടപ്പിലാക്കാൻ നിർദ്ദേശം നൽകുന്നു. ഇവിടെയാണ് അഡ്രിയാൻ മില്ലർ എന്ന പേര് പ്രത്യക്ഷപ്പെടുന്നത്.

ടീമിലെ ഏറ്റവും ചെറുപ്പമായ പ്രൊബബലിസ്റ്റ് പോസി മസാച്ചുസെറ്റ്സ് ഇൻസ്റ്റിറ്റ്യൂട്ടിലെ എം.ഐ ടി (APP Math - അപ്ലൈഡ് മാത്മാറ്റിക്സ്) മേധാവിയാണ്. അദ്ദേഹത്തെ പ്രതിരോധിക്കുവാൻ തന്റെ ഇരുപതാം വയസ്സിലാണ് അഡ്രിയാനെത്തുന്നത്. കെന്റൽ നൊട്ടേഷനെ അടിസ്ഥാനമാക്കിയ ഒരു തീസിസിൽ വേഗത്തിൽ മാർക്കോവ് ചെയിൻ സിദ്ധാന്തത്തിലൂടെ-മാർക്കോവ് ചെയിൻസ് ക്യൂ സിദ്ധാന്തം നടപ്പിലാക്കുവാൻ ആവശ്യപ്പെടുന്നു. ലിറ്റിൽ നിയമപ്രകാരം സ്ഥിരമായ ഒരു സിസ്റ്റത്തിന്റെ ശരാശരി യൂണിറ്റുകളുടെ എണ്ണം ശരാശരി ആവൃത്തിക്ക് സമവും സിസ്റ്റം നടത്തുന്ന ആവൃത്തിയുടെ ശരാശരി സമയവുംകൊണ്ട് ഗുണിച്ചാൽ കിട്ടുന്നതിനോട് തുല്യമായിരിക്കും. എന്നാൽ നമുക്ക് മുന്നോട്ട് പോകണം.

ലാബിലെ എല്ലാവരും വളരെ തിരക്കിലാണ്. പ്രതിരോധവകുപ്പുമായുള്ള കരാറുകൾ പോസിയെ അലോസരപ്പെടുത്തുന്നു. അഡ്രിയാൻ പുതിയ രീതിയിൽ ആളുകളെ ഉൾപ്പെടുത്തി മോഡലിംഗ് ബ്ലോക്കുകളുടെയും കണ്ടെത്തലിന്റെയും ചുമതല ഏൽപ്പിച്ചിരിക്കുന്നു. വിവിധ ഘട്ടങ്ങളുടെ സമയവും എണ്ണവും പ്രതികരണസമയവും എങ്ങനെ കുറയ്ക്കാനാവുമെന്ന്, അഡ്രിയാൻ ടീനാവാംഗിന്റെ സഹായത്താൽ ചെയ്യുന്നു. പോസിയുടെ പി.എച്ച്ഡി വിദ്യാർത്ഥികൾക്ക് അവളെ സിദ്ധാന്തത്തിന്റെ ഭാഗങ്ങളിൽ സഹായിക്കാനാവും. ഗ്രാഫുകൾ തയ്യാറാക്കുന്നത് അയാളെ ഒരു പരിധിവരെ രക്ഷിക്കുന്നു. വളരെ കുറച്ച് മാത്രം ഭക്ഷണം കഴിച്ച്, മോശം കാര്യങ്ങൾ ചെയ്യുകയും പറയുകയും അയാൾ രാത്രി വളരെ വൈകുവോളം ജോലി ചെയ്യുകയും ചെയ്തു.

പ്രതിരോധവകുപ്പിനെക്കുറിച്ച് ചിന്തിച്ച് മറ്റൊന്നും ചെയ്യാനില്ലാതാകുമ്പോൾ പഴയ ഹോണ്ടയെടുത്ത് സോഷ്യൽ ബോസ്റ്റൺ ലക്കി സെന്ററിലേക്ക് അവർ ബൗളിംഗ് ഗെയിമിന് പോകുന്നു. ആ സെന്റർ ഒരിക്കലും അടയ്ക്കാറില്ല. രാത്രി മുഴുവൻ എർഗോഡിക് ഹൈപ്പോത്തിസീസിനെക്കുറിച്ച് (നീണ്ട കാലയളവിൽ ഒരു സിസ്റ്റത്തിന് ഒരു പ്രതലത്തിൽ

ചെലവഴിക്കുന്ന സമയം ആ മേഖലയിലെ ഊർജ്ജത്തിന്റെ ആഗിരണത്തിന് സമമാണെന്ന് സിദ്ധാന്തം.) തർക്കിച്ചിരിക്കും. ലൈംഗികതയേക്കാൾ കൂടുതൽ ലൈംഗികസുഖം അവൾ അനുഭവിക്കുന്നു. ഒരു നല്ല ഓർമ്മ.

അഡ്രിയാനും ടീനയും വ്യോമഗതാഗതത്തെ ബാധിച്ചേക്കാവുന്ന എല്ലാ അസ്ഥിരഘടകങ്ങളെയും തിരിച്ചറിയുന്നു. സ്റ്റാറ്റിസ്റ്റിക്കൽ മൂല്യങ്ങളിലൂടെ ദുരന്തം ഉണ്ടായേക്കാവുന്ന എല്ലാം അവർ വ്യക്തമായി മനസ്സിലാക്കുന്നു. ഗതാഗതതടസ്സങ്ങൾ സൃഷ്ടിക്കോവുന്ന, അവർ പറയുന്ന മാതൃകകൾ പെന്റഗൺ പ്രതീക്ഷകളെ മറികടക്കുന്നു. സംഭവങ്ങളുടെ ശ്യംഖല, രീതികൾ, ആശയവിനിമയം, ഭാഷാപരമായ ധാരണാവ്യത്യാസം, യൂണിറ്റുകളുടെ എണ്ണം, അടിസ്ഥാന ഏകകം, മീറ്റർ, അടിക്കണക്കുകൾ, പൈലറ്റിന് സംഭവിച്ചേക്കാവുന്ന പിശക്, യന്ത്രങ്ങളുടെ പ്രവർത്തന പരാജയം, സാങ്കേതികപ്രശ്നങ്ങൾ, കാലാവസ്ഥാവ്യതിയാനം, ദിശ മാറിപ്പോകൽ, അട്ടിമറിപ്രവർത്തനം, തട്ടിക്കൊണ്ടുപോകൽ, കമ്പ്യൂട്ടർ ഹാക്കിങ്, റഫറൽ തെറ്റുകൾ, അറ്റകുറ്റപ്പണികളുടെ അഭാവം അങ്ങനെയങ്ങനെ നിരവധി കാര്യങ്ങൾ.

രണ്ട് ഗവേഷകരും ചേർന്ന് മുപ്പത്തിയേഴ് പ്രോട്ടോക്കോളുകൾ തിരിച്ചറിയുന്നു. ഓരോ തവണയും സൈനികബേസുകളിൽ ഏഴുമുതൽ ഇരുപതുവരെ തുടർപാതകൾ, അതായത് ഏകദേശം 500 അടിസ്ഥാന സാഹചര്യങ്ങൾ കൂടാതെ നിരവധി ഉത്തരങ്ങൾ. റിച്ചാർഡ് റീഡ് 2001 ഡിസംബറിൽ ഷൂസിന്റെ സോളിൽ സ്ഫോടകവസ്തു ഒളിപ്പിച്ച് സുരക്ഷാമാർഗ്ഗത്തിലൂടെ കടന്നുപോകുമ്പോൾ അയാളുടെ കാൽപ്പാടുകളിൽ ഞങ്ങൾ പ്രോട്ടോക്കോളിന്റെ 12 എ വകഭേദം ഉപയോഗിച്ച് കൈകാര്യം ചെയ്യുന്നതിൽ വിജയിച്ചു. ബർമിംഗ് ഹാം-മലഗാ ദുരന്തത്തിൽ കോക്പിറ്റ് പൊട്ടിത്തെറി ഉണ്ടായപ്പോൾ പ്രോട്ടോക്കോൾ 7 കെ ആണ് നടപ്പിലാക്കിയത്. മഞ്ഞുകാരണം റൺവേയിൽനിന്നും ലാന്റിംഗിന് ഹാലിഫാക്സിൽ ഇറക്കിയ അവസ്ഥയിൽ പ്രോട്ടോക്കോൾ 4 എഫ് ആയിരുന്നു. ഐസ് ലാന്റിംഗ് അഗ്നിപർവ്വതം പൊട്ടിത്തെറിയിൽ ചാരവും മറ്റും പൊട്ടിത്തെറിച്ച് 13 ഇ പ്രോട്ടോക്കോൾ പ്രകാരം പറന്നുയരലിന് നിരോധനം ഏർപ്പെടുത്തി. ലുഫ്താൻസായിലെ അപകടത്തിൽ പൈലറ്റിൽ നിന്നും മലമുകളിലേക്ക് എറിയപ്പെട്ട അവസ്ഥയുണ്ടായി. ഇത് പ്രോട്ടോക്കോൾ 25 ഡി പ്രകാരമാണ്.

അഞ്ചുമാസത്തെ ജോലിക്കുശേഷം അവരുടെ ശുപാർശകൾ രഹസ്യമെമ്മോറാണ്ടത്തിൽ രേഖപ്പെടുത്തി. 1500 പേജുള്ള ആ മെമ്മോറാണ്ടത്തിൽ 'സിവിൽ ഏവിയേഷൻ പ്രതിസന്ധി തിരിച്ചറിയൽ, സുവ്യക്തമായ പ്രതികരണങ്ങൾ എന്ന' ശീർഷകവും നല്കി. സുരക്ഷാതീരുമാനങ്ങളും പ്രോട്ടോക്കോളുകളും അവർക്ക് രണ്ടുപേർക്കും നാൽപത്തിഒന്ന് വയസ്സ് പ്രായം (ഒരുപക്ഷേ അതാവും കാരണം) അവർ ഒന്നിച്ച് രേഖപ്പെടുത്തി. പ്രൊഫസർ ടി വാങ് ആൻഡ് ഡോക്ടർ എ. മില്ലർ ആൻഡ്

അലൈ, അപ്ലൈഡ് മാത്തമറ്റിക്സ് വിഭാഗം, തിയറി വിഭാഗം ഗ്രാഫുകൾ – പ്രൊബബിലിറ്റി വകുപ്പ്, മസാച്ചുസെറ്റ്സ് ഇൻസ്റ്റിറ്റ്യൂട്ട് ഓഫ് ടെക്നോളജി. പെന്റഗൺ, വാങ് ആൻഡ് മില്ലർ അലൈ (ഹാംസ്റ്റർ ലാബിന്റെ പേരാണ്).

പെന്റഗൺ കുട്ടികളോട് എല്ലാ ഉത്തരങ്ങളും അവതരിപ്പിക്കുവാൻ ആവശ്യപ്പെട്ടു. അവർ ടോസിന് മൂന്നെണ്ണം പരിഗണിക്കുമായിരുന്നു. തലകളും വാലുകളും. അപൂർവ്വ സന്ദർഭങ്ങളിൽ ഒരു ഭാഗം അതിനരികിൽ ലംബമായി നിർത്തുവാനും. എന്നാൽ റിപ്പോർട്ട് സമർപ്പിച്ച് പത്ത് ദിവസം കഴിഞ്ഞ് (ഏപ്രിൽ 2022ൽ ചുവന്ന മഷികൊണ്ട് അടയാളപ്പെടുത്തിയ ഒരു ചോദ്യത്തോടെ അവർ നൽകിയ റിപ്പോർട്ട് ഡി.ഓ.ഡി തിരിച്ചയയ്ക്കുന്നു.

മേൽപ്പറഞ്ഞ പഠിച്ച സാഹചര്യവും അനുസരിക്കാത്ത ഒരു കേസ് നേരിടേണ്ടി വന്നാലോ? ആ സാഹചര്യം പഠിച്ചിട്ടില്ലേ എന്നായിരുന്നു ചോദ്യം.

ടീന കണ്ണുകൾ ആകാശത്തേക്കുയർത്തി അവരുടെ സിദ്ധാന്തം ശ്രദ്ധിക്കുന്നു. എറിഞ്ഞ നാണയം വായുവിൽ തൂക്കിയിട്ടതുപോലെയുള്ള അനുഭവം.

അഞ്ചു ദിവസത്തിനുള്ളിൽ അവർ, ആ സാഹചര്യം നേരിടുന്നതിനായി അവസാനപ്രോട്ടോക്കോൾ തയ്യാറാക്കി. മുമ്പ് പഠനം നടത്തിയ ഒരു സാഹചര്യവും അനുസരിക്കാത്ത കേസ് എന്ത് ചെയ്യണമെന്നാണ് അഡ്രിയാനും ടീനയും ശുപാർശ ചെയ്തത്. എവിടെയും ഉത്തരവാദിത്വം പുലർത്തേണ്ട പൊതുജനത്തിനുവേണ്ടി സൈനികരുടെയും പ്രതിനിധികളുടെയും നോട്ടം ഉറപ്പു വരുത്തുകയാണ് അവർ ചെയ്തത്. യുക്തിരാഹിത്യം കൊണ്ടാണ് പല സന്ദർഭങ്ങളും മുന്നിൽ പ്രതിസന്ധി സൃഷ്ടിക്കുന്നത്. ഏതെങ്കിലും യുക്തിരാഹിത്യംകൊണ്ട് സംജാതമാകുന്ന സാഹചര്യങ്ങളെ ന്യായീകരിക്കുന്ന ഒരു പ്രോട്ടോക്കോൾ വേണമെന്ന് ഗണിതശാസ്ത്രജ്ഞന്മാർ തീരുമാനിക്കുന്നു. അത് ഒരു കൂട്ടം ശാസ്ത്രസംഘത്തെ ഏൽപ്പിക്കുന്നു. ടീനയുടെയും അഡ്രിയാന്റെയും പേരുകളെഴുതി അവരെ ശിപാർശ ചെയ്ത് പ്രോട്ടോടൈപ്പിംഗിനായി സമർപ്പിക്കുന്നു. കവചിതമൊബൈൽ ഫോണുകൾ ഈ പ്രോട്ടോക്കോൾ പാലിക്കപ്പെടുന്നുവെന്ന് ഉറപ്പാക്കുന്നു. ഒരിക്കലും ഓഫാക്കാതെ അവർ ഇവ കൈയിൽ കരുതുന്നു.

അഡ്രിയാൻ ആരാധിക്കുന്ന ഒരു പുസ്തകമാണ് ഡഗ്ലസ് ആഡംസിന്റെ 'ദി ഹിച്ച് ഹൈക്കേഴ്സ് ഗൈഡ് ടു ഗാലക്സി.' ജീവിതം, പ്രപഞ്ചം എന്നിവയെക്കുറിച്ചുള്ള അദ്ദേഹത്തിന്റെ വലിയ ചോദ്യം, അദ്ദേഹമുയർത്തുന്ന ജീവിതത്തെക്കുറിച്ചുള്ള വലിയ ചോദ്യം ഏഴര ദശലക്ഷം വർഷങ്ങൾക്ക് ശേഷം എക്കാലത്തെയും രണ്ടാമത്തെ വലിയ കമ്പ്യൂട്ടറായ 'ഗഹനമായ' ചിന്തകൾക്ക് ഉത്തരം നൽകുന്നു. വർഷങ്ങളുടെ കണക്കുകൂട്ടൽ അത് പ്രോട്ടോക്കോൾ 42 ആയിരിക്കും.

ഗൗരവമുള്ളതോ രസകരമായതോ അല്ലെങ്കിൽ അങ്ങനെ ചെയ്യുവാൻ കാരണമായി ഒരു വാക്യം അല്ലെങ്കിൽ ഒരു ശ്രേണി അഡ്രിയാൻ പ്രാരംഭ കോഡ് ആയി ചേർത്തു.

1. ഓപ്പറേറ്റർ- എനിക്ക് തോന്നുന്നു.

2. ഉത്തരവാദപ്പെട്ടവർ- ഞങ്ങൾ ഇപ്പോൾ കാൻസാസിൽ (യൂണിവേഴ്സിറ്റി ഇൻ മാൻഹട്ടൻ) ഇല്ല.

അഡ്രിയാൻ ലാബോറട്ടറിയിൽനിന്നും പോകുമ്പോൾ ഒരു പൊലീസ് വാഹനം അവിടെ കാത്തുനിന്നിരുന്നു. സോസജുകൾ വറുക്കുന്ന ബാർബിക്യൂവിന് മുന്നിൽ സന്തോഷത്തോടെ ആ ഓഫീസർ അയാളെ അഭിവാദ്യം ചെയ്തു. നാല് സ്റ്റാറുള്ള ജനറലിനെപ്പോലെ സഹപ്രവർത്തകരുടെ കണ്ണുകൾ അഡ്രിയാനിൽ പതിക്കുന്നു. പൊലീസ് അദ്ദേഹത്തെ ഒരു ഇടത് സല്യൂട്ട് (നാല് സ്റ്റാറുള്ള ഒരു പൊലീസ് ഉദ്യോഗസ്ഥനെയെന്നപോലെ സ്വീകരിക്കുന്നത്. പല നാടുകളിലും പല തരത്തിലാണ് സല്യൂട്ട്.) നല്കി സ്വീകരിക്കുന്നു. അഡ്രിയാൻ ഇടതുകൈ ഉയർത്തി അദ്ദേഹത്തെ അഭിവാദ്യം ചെയ്തു. പരുക്കനും മേൽക്കൂരയിൽ തട്ടാതെ പിന്നിലെ ഭാഗത്തേക്ക് ഇടിച്ചു കയറുന്നതുമായ ഒരു കാർ പുറപ്പെടുന്നു. സൈറൺ മുഴക്കി ബീക്കൺ ലൈറ്റുകൾ പ്രകാശിപ്പിച്ചുകൊണ്ട്/കറങ്ങിക്കൊണ്ട് യാത്ര പോവുന്നു. അഡ്രിയാൻ മെറിഡിത്തിനൊപ്പമുള്ള ലൈംഗികബന്ധം അജ്ഞാതമായ കാരണങ്ങളാൽ ഇപേക്ഷിക്കുന്നു. അങ്ങനെ താരാപഥത്തിലെവിടെയോ ഒരാൾ ദൂരേക്ക് ഒരു നാണയം വലിച്ചെറിഞ്ഞു. അത് വായുവിൽ യഥാർത്ഥത്തിൽ തൂങ്ങിക്കിടന്നു.

തമാശ

യു.എസ്., ഈസ്റ്റ് കോസ്റ്റ് ഇന്റർനാഷണൽ വാട്ടേഴ്സ്.
41 ഡിഗ്രി 25' 27" 65" എൻ 65 ഡിഗ്രി 49' 23" ഡബ്ല്യൂ

മൈക്രോഫോൺ മർക്കിൾ പരിശോധിച്ചെങ്കിലും കൂടുതലായൊന്നും കിട്ടിയില്ല. കെന്നഡിയുമായി ബന്ധപ്പെടാനാവുന്നില്ല. കുറച്ച് സമയത്തിനുശേഷം വേറിട്ട ഒരു ശബ്ദം കേട്ടു. എയർ ഫ്രാൻസ് 006 മെയ് ഡേ, ഞാൻ ലൂഥർ ഡേവിസ്. ഫെഡറൽ ഏവിയേഷൻ അഡ്മിനിസ്ട്രേഷന്റെ സ്പെഷ്യൽ ഓപ്പറേഷൻസ് കമാണ്ടർ ആണ്. നിങ്ങൾക്ക് തിരിച്ചറിയാനാകുമോ? ദയവായി ട്രാൻസ്പോണ്ടർ കോഡ് നൽകൂ. 1,2,3,4. മർക്കിൾ ചിരിച്ചു. സൂചന കോഡ് ടൈപ്പ് ചെയ്തു. സാധാരണ പോലെയല്ല. ഓപ്പറേഷൻസ് കമാൻഡറിന്റെ ശബ്ദം. അത് മുറിഞ്ഞുപോകുന്നു. പിന്നെയും കേൾക്കുന്നു.

"നന്ദി. ഇത് എഫ്.എ.എ. ലൂഥർ ഡേവിസ് ആണ്. നിങ്ങളുടെ ജനന തിയതിയും ജനന സ്ഥലവും തരാമോ കമാണ്ടർ മർക്കിൾ?"

മർക്കിൾ ഒരു നെടുവീർപ്പോടെ അനുസരിച്ചു.

1973 ജനുവരി 12. പിയോറിയയിലെ ഇല്ലിനോയ്ഡ്

"നിങ്ങളുടെ വിമാനത്തിലെ എല്ലാ അംഗങ്ങളുടെയും ആദ്യത്തെയും അവസാനത്തെയും പേരുകൾ കൂടി തരാമോ?"

"കെന്നഡി, ഞാൻ ശ്രമിക്കാം. നിങ്ങൾക്ക് അറിയാമോ എന്ന് എനിക്കറിയില്ല. നിങ്ങൾക്കറിയാമെങ്കിൽ കേടായ ഒരു 787 നിർത്തുവാൻ ശ്രമിക്കയാണ്. ഒരു നീണ്ട ഇടവേള നിശ്ശബ്ദത. അതിനുശേഷം ബന്ധം പുനഃസ്ഥാപിച്ചപ്പോൾ ഒരു സ്ത്രീ ശബ്ദം.

"എയർ ഫ്രാൻസ്. 006കോതറിൻ ബ്ലൂംഫീൽഡ്. നൊറാഡ്. നിങ്ങൾക്ക് കേൾക്കാമോ? നൊറാഡ്, വ്യോമപ്രതിരോധം ശരിയല്ലേ?"

മർക്കിൾ നെറ്റി ചുളിക്കുന്നു.

"എയർ ഫ്രാൻസ് 006 ഞാൻ നിങ്ങൾക്ക് എന്താണ് ചെയ്തു തരേണ്ടത്? നോറാഡ്, സുരക്ഷാകാരണങ്ങളാൽ നിങ്ങൾ വിമാനത്തിന്റെ വൈഫൈ വിച്ഛേദിക്കണം."

മാർക്കിൾ വാദിക്കുന്നില്ല. അനുസരിക്കുന്നു. നന്ദി.

"ഇപ്പോൾ ദയവായി എല്ലാ യാത്രക്കാരുടെയും സെൽ ഫോണുകൾ ഇലക്ട്രോണിക് ഉപകരണങ്ങൾ ഉണ്ടെങ്കിൽ അവ ഓഫ് ചെയ്തിരിക്കുന്നു എന്ന് ഉറപ്പ് വരുത്തുക."

"കുറെ സമയമായി നൊറാദ് നിങ്ങൾ പ്രക്ഷുബ്ധത അനുഭവിക്കുകയാണ്."

"ശരിയാണ്. ഒന്നാം ഓഫീസർ ഫേവോഹ്, അടുത്ത ഏതാനും നിമിഷങ്ങൾക്കകം നിങ്ങൾക്കും വിമാനജീവനക്കാർക്കും പുറംലോകവുമായി ബന്ധപ്പെടാൻ എല്ലാ ഇലക്ട്രോണിക് ഉപകരണങ്ങളാലും - ടാബ്ലറ്റ്, ടെലിഫോൺ, മെഡിസിൻ ഉപകരണങ്ങൾ, കളിപ്പാട്ടങ്ങൾ കമ്പ്യൂട്ടർ തുടങ്ങിയവയോടെ- സാധിച്ചേക്കും."

"കമാണ്ടർ മർക്കിൾ, നമ്മൾ പുറത്തു നിന്നും വലിയ ഒരു തട്ടിക്കൊണ്ടുപോകൽ അപകടം നേരിടുകയാണ്. വാസ്തവം അറിഞ്ഞ് അനുബന്ധകാര്യങ്ങൾ ഒഴിവാക്കാതെ ചെയ്യൂ. അത് വ്യോമഗതാഗത സംവിധാനത്തെ ബാധിച്ചേക്കാം. ഈ വിവരങ്ങൾ നിങ്ങളുടെ യാത്രക്കാർ ഉചിതമായി സ്വീകരിച്ചാൽ മാത്രമേ നമുക്ക് അവരുടെ സഹകരണം ഉറപ്പാക്കാനാവൂ. എന്നാൽ അത് വളരെ മോശം സാഹചര്യം സൃഷ്ടിച്ചേക്കാം. എല്ലാവർക്കും അവ ഒരു മണിക്കൂറിനകം തിരികെ ലഭിക്കും. ന്യൂയോർക്കിൽ ഇറങ്ങിയതിനുശേഷം അവരുമായി ബന്ധപ്പെടാം"

"ഓഫീസർ ഫേവോഹ് പറയുന്നു. "നിങ്ങൾക്ക് ഏറ്റുമുട്ടലുകൾ നേരിടേണ്ടിവന്നേക്കാം എന്നാലും നിങ്ങൾ വിമാനത്തിന്റെ സുരക്ഷ ഉറപ്പ് വരുത്തണം. യന്ത്ര നിഗമനങ്ങളാൽ എത്തിച്ചേരുന്ന കാര്യങ്ങൾ ഉപയോഗിച്ച് നിങ്ങൾക്ക് എല്ലാ ഉപകരണങ്ങളും പിടിച്ചെടുക്കുവാൻ അധികാരമുണ്ട്. നമുക്ക് കൃത്യമായ പ്രോട്ടോക്കോൾ പിന്തുടരാം."

"എന്നാൽ ഇലക്ട്രോണിക് ഉപകരണങ്ങൾ എങ്ങനെ സൂക്ഷിക്കും?"

ഫേവോഹ്, അസ്വസ്ഥനായി. എല്ലാ ലാപ്ടോപ്പും ഒരുപോലെയാണ്. എങ്ങനെ തിരിച്ചറിയാനാകും?

"വോമിറ്റ് ബാഗ് ഉപയോഗിച്ച് ഇപ്പോൾതന്നെ ഇരിപ്പിടങ്ങൾക്കരികെ ചെന്ന് സീറ്റ് നമ്പർ എഴുതി വാങ്ങൂ. വിമാനം ഇറങ്ങിയ ശേഷം തിരികെ വാങ്ങണമെന്ന് അവരോട് ഉറപ്പിച്ച് പറയുക."

സഹപൈലറ്റ് ശരി എന്ന് പിറുപിറുത്തു. അയാൾ എഴുന്നേറ്റ് വിമാനത്തിലെ ജീവനക്കാർക്കും യാത്രക്കാർക്കും നിർദേശങ്ങൾ നൽകുന്നു. മർക്കിൾ കാബിൻ ഫോണിലൂടെ വിവരങ്ങൾ ധരിപ്പിച്ചു. അതിൽ എന്തെങ്കിലും വിട്ടുപോയാൽ അത് പൂരിപ്പിക്കുന്നു. സഹപൈലറ്റ് യാത്രക്കാരിൽനിന്നും പ്രതിഷേധം പ്രതീക്ഷിച്ചിരുന്നു. എന്നാൽ പ്രക്ഷുബ്ധതയുടെ മുൻ അനുഭവമാണോ ഏതോ ഭീകരരുടെ ഇലക്ട്രോണിക് ഹാക്കിങ് ഭയന്നാണോ അവർ പ്രതിഷേധിച്ചില്ല.

അല്ലെങ്കിൽ ക്യാപ്റ്റന്റെ അധികാരസ്വരം അവരെ അനുസരിപ്പിച്ചു

എന്നും പറയാം. അവർ സഹകരിച്ചു. മിനിറ്റുകൾക്കകം എല്ലാ ഇലക്ട്രോണിക് ഉപകരണങ്ങളും സുരക്ഷിതമായി ക്യാബിനിൽ എത്തി.

അതിൽ സംതൃപ്തി പൂണ്ട നൊറാദ് നടപടി ക്രമങ്ങൾ ആരംഭിച്ചു. "ഈ നടപടി ജീവനക്കാർക്കും ബാധകമാണ്. മാർക്കിൾ, ഈ വിമാനത്തിൽ നിങ്ങൾക്ക് പൂർണ അധികാരമുണ്ട്."

"ഞാൻ ഈ വിമാനത്തിന്റെ ക്യാപ്റ്റൻ ആണ് നൊറാദ്. അത് എനിക്കും അറിയാം വിമാനത്തിൽ ഞങ്ങൾ ഒന്നാണ്."

"കമാണ്ടർ മർക്കിൾ, ഇതൊരു ദേശസുരക്ഷാ പ്രശ്നമാണ്. ഞങ്ങൾ ഒരുമിച്ച് പ്രോട്ടോക്കോൾ 42 പിന്തുടരും."

മർക്കിൾ സ്തബ്ധനായി. അയാൾ അതുവരെ പ്രോട്ടോക്കോൾ 42 എന്നത് കേട്ടിരുന്നില്ല. "എയർഫ്രാൻസ് 006 നിങ്ങളുടെ അടുത്ത ലക്ഷ്യസ്ഥാനം ന്യൂജേഴ്സിയിലെ മാക്ഗ്വർ എയർഫോഴ്സ് ബേസ് ആണ്. മാക്ഗ്വർ എയർഫോഴ്സ്. ഇവിടെയാണ് 1937ൽ ജർമൻ എയർഷിപ്പ് ഹിന്റൻ ബെർഗ് രക്ഷാശ്രമത്തിനിടയിൽ അതിന്റെ പാമരം മുഴുവൻ കത്തി തൂങ്ങിക്കിടന്നത്.

മർക്കിൾ തെക്കു കിഴക്ക് ദിശയിലേക്ക് തിരിയുന്നു. ക്യാബിനിൽ ഇരുന്ന് അറിയിപ്പ് നൽകുന്നു.

"ജനങ്ങളേ, നമ്മുടെ വിമാനത്തിന്റെ യന്ത്രത്തകരാറുകൾ മൂലം വിമാനം ന്യൂജേഴ്സിയിലേക്ക് തിരിച്ചു വിടുകയാണ്."

അത് കേട്ട് യാത്രക്കാർ പ്രതിഷേധിക്കുന്നു. മുറുമുറുക്കുന്നു.

മർക്കിൾ യാത്രക്കാരോട് ഹിന്റൻബർഗ് ദുരന്തം വെളിപ്പെടുത്തിയില്ല. അതിന് അനുയോജ്യമായ സമയമല്ല എന്നറിഞ്ഞുകൊണ്ട്. പിന്നെ ന്യൂയോർക്ക് ഇന്റർകോമിൽ തിരികെ വന്നു. കെന്നഡി വീണ്ടും സമീപിച്ചു.

"കമാണ്ടർ മാർക്കിൾ, പെന്റഗണിലെ ദേശസുരക്ഷാകേന്ദ്രവുമായി ഞാൻ നിങ്ങളെ ബന്ധപ്പെടുത്താം. "

മർക്കിൾ മറുപടി പറയുന്നതിനു മുമ്പ് ഇംഗ്ലീഷ് ന്യൂഹാംപ്ഷയിൻ ചുവയോടെ മറ്റൊരു പുരുഷശബ്ദം കേൾക്കുന്നു.

"കമാണ്ടർ മർക്കിൾ, നാഷണൽ മിലിറ്ററി കമാന്റ് സെന്ററിലെ ജനറൽ പാട്രിക് സിൽവെറിയയാണ്. സെക്രട്ടറിയുടെ അധികാരത്തിലാണ് സംസാരിക്കുന്നത്. പ്രതിരോധത്തിൽ മൗനം പാലിക്കുക. രണ്ട് നാവിക പോരാളികൾ മൂന്ന് മിനിറ്റിനുള്ളിൽ നിങ്ങളുടെ അടുത്തെത്തും. യുണൈറ്റഡ് സ്റ്റേറ്റ്സ് ഹാരി എസ് ട്രൂമാൻ, നാഷണൽ വാട്ടേഴ്സിലേക്ക് നിങ്ങളെ നയിക്കും. വിമാനം പ്രതിരോധത്തിന് ശ്രമിച്ചാൽ അല്ലെങ്കിൽ അനുസരണക്കേട് കാണിച്ചാൽ അവർ ഉത്തരവിടുന്നതിനനുസരിച്ച് വെടിവെച്ചിടും."

മർക്കിൾ പൊട്ടിച്ചിരിച്ചു. ഒടുവിൽ അയാൾക്ക് മനസ്സിലായി.

"കമാന്റർ മർക്കിൾ, ഇത് നാഷണൽ മിലിറ്ററി കമാന്റ് സെന്ററിലെ ജനറൽ പാട്രിക് സിൽവേറിയായാണ്. "

മർക്കിൾ വീണ്ടും പൊട്ടിച്ചിരിച്ചു. പിന്നെ കരഞ്ഞു. എന്നിട്ട് സ്വയം പറഞ്ഞു. ഓ, എത്ര വലിയ തമാശ. നാശം, എന്തുമാത്രം നിയന്ത്രണം- ജെ.എഫ്.കെ യിൽ നൊറാദ്, പ്രോട്ടോക്കോൾ 42 ഇപ്പോൾ പെന്റഗൺ പുനരാരംഭിക്കുന്നു."

"ഹലോ, ഞാൻ ജനറൽ പാട്രിക് സിൽവേറിയായാണ്. രണ്ടും നിങ്ങൾ കണ്ടെത്തിയോ? സത്യം പറഞ്ഞാൽ എനിക്ക് വിശ്വസിക്കാനാവുന്നില്ല. വിമാനം പെട്ടെന്ന് ഇറക്കുക എന്നത് വളരെ ബുദ്ധിമുട്ടുള്ളതാണ്. അതിന്റെ പ്രഹരം വലിയ വെല്ലുവിളിയും. സമയമായി. നിങ്ങളുടെ കൊടുങ്കാറ്റിനൊപ്പം നിങ്ങൾ തെറ്റിദ്ധരിച്ചു. എന്റെ അവസാനവിമാനം നാളെ കഴിഞ്ഞ് അടുത്ത ദിവസമാണ്. ഞാൻ തിരിച്ചറിയുന്നു. ഒടുക്കത്തിൽ സമ്മാനമായി ഒരു ബൈറ്റ് കാരറ്റ് കേക്കിനേക്കാൾ നല്ലതാണ്. കെട്ടിനെ കെട്ട്കൊണ്ട് അഴിക്കുക. ഉപയോഗശൂന്യം. മണ്ടത്തരം."

"എയർ ഫ്രാൻസ് 006, ഇത് പെന്റഗണിൽനിന്നുള്ള ജനറൽ പാട്രിക് സിൽവെറിയായാണ്. യുണൈറ്റഡ് സ്റ്റേറ്റ്സ് ഹാരി എസ് ട്രൂമാൻ, എന്ന വിമാനവാഹിനിക്കപ്പൽ നിങ്ങൾക്ക് കൈമാറാം."

"ഞാൻ ക്യാപ്റ്റനാണ്."

"അത് നീയാണോ ഫ്രാങ്കി? എന്തൊരു മണ്ടൻ ഉച്ചാരണമാണ്. നിങ്ങൾ ശരിക്കും കള്ളം പറയുന്നു. നിങ്ങൾ പറഞ്ഞതിൻപ്രകാരം അഥവാ നിങ്ങളുടെ ദോഷത്താൽ ആ ഉപകരണങ്ങളെല്ലാം ക്യാബിനിൽ ഞങ്ങൾ ശേഖരിച്ചു. ആ ആശയമാണോ അതോ യാത്രക്കാരെ തട്ടിക്കൊണ്ടുപോകാം എന്ന ആഗ്രഹമാണോ? "

ഇന്റർകോമിൽ പുതിയ ഒരു ശബ്ദം. അത് കൂടുതൽ നിശിതവും ഉച്ചാരണം ഇത്തവണ ടെക്സാനുമാണ്.

"എയർഫ്രാൻസ് 006, ഞാൻ യുണൈറ്റഡ് സ്റ്റേറ്റ്സ് ഹാരി. എസ്. ട്രൂമാനിലെ അഡ്മിറൽ ജോൺ ബട്‌ലർ."

മർക്കിളിന്റെ ചുണ്ടുകളിൽ ഒരിക്കലും പുഞ്ചിരി വിടരുന്നില്ല.

"ഹായ് ജോൺ ബട്‌ലർ, കുഴപ്പമില്ല ഫ്രാങ്കി. നിങ്ങളുടെ ആക്സന്റ് നമ്പർ അവിടെ നിർത്താം. ഇനി അതുപോലുള്ള തമാശകളും."

"കമാണ്ടർ മർക്കിൾ..." അഡ്മിറൽ ബട്‌ലർ വീണ്ടും വിളിക്കുന്നു.

"നിങ്ങൾ നിലവിൽ ഞങ്ങളുടെ രണ്ട് എഫ്.എ. 18 ഹോർനെറ്റിന്റെ സംരക്ഷണത്തിലാണ്. തൊട്ടു പുറകിലാണ്. ഇന്റർസെപ്റ്റർ സ്ഥാനത്ത് മറ്റൊന്ന്. നിങ്ങൾ ദയവായി നിങ്ങളുടെ ബോയിംഗ് സ്റ്റാർബോർഡിലേക്ക് നോക്കുക."

മർക്കിൾ മുകളിലെ സീലിംഗിലേക്ക് തല തിരിച്ചു നോക്കുന്നു. ഏതാനും മീറ്ററുകൾ മാത്രം അകലെ വലത്തെ ചിറകിനടുത്ത് ഹോർനെറ്റ് - പത്ത് എയർ ടു എയർ മിസൈലുകൾക്കൊപ്പം.

"കോക്പിറ്റിൽ പൈലറ്റ് കൈ വീശി കാണിക്കുന്നു. ഇനി പറയുന്ന നിർദ്ദേശങ്ങൾ ദയവായി അനുസരിക്കണം."

ആന്ദ്രേ

2021 ജൂൺ 27, ഞായർ
മുംബൈ. ഇന്ത്യ

'ഫോട്ടോഗ്രാഫി എന്റെ റോളിഫ്ളക്സിൽ'

മുംബൈ ഗ്രാന്റ് ഹയാത്തിലെ വിശാലമായ ഹാൾ അമേരിക്കൻ സാക്സ്ഫോണിസ്റ്റ് സ്റ്റാൻ ഗറ്റ്സ്, ഗിറ്റാറിസ്റ്റുമായ ടോം ജോബിൻ, ബ്രസീലിയൻ കമ്പോസറും ബ്രസീലിയൻ ഗായകനായ ബോസ നോവ യുടെ അച്ഛനായ ജോവോ ഗിൽബർട്ടോ എന്നിവരുടെ ഗാനത്താൽ നിശ്ശബ്ദമാക്കി. എലിവേറ്ററിൽനിന്നും തളർന്ന് ദീർഘനിശ്വാസത്തോടെ പുറത്തേക്ക് വരുന്ന മനുഷ്യർ ഈ പ്രായത്തിലും മുറിയിലെ നിയോൺ വെളിച്ചത്തിന് കീഴിലായിരിക്കുമ്പോൾ കണ്ണാടി അറുപത് വർഷം പിന്നി ലേക്ക് പോകുന്നു. കണ്ണുകളെ അവൻ തട്ടിയെടുക്കുന്നു.

ആന്ദ്രേ വാനിയർ ഉറങ്ങിയില്ല. ജെറ്റ് ലാഗിൽനിന്നും അവൻ സുഖം പ്രാപിച്ചിട്ടില്ല. സങ്കടത്താൽ ചിന്തകൾ ഇരുണ്ടുപോയി. തന്റെ മുറി വിട്ടു പോവുന്നതിനുമുമ്പ് അയാൾ ലൂസിക്ക് ഒരു നീണ്ട ഇമെയിൽ എഴുതി അയയ്ക്കുന്നത് ഒഴിവാക്കാൻ പരമാവധി ശ്രമിച്ചിരുന്നതാണ്. കടലിലെ പരിഹാസ്യമായ കുപ്പി- അവൾ അയാളെ പ്രഹരിച്ചു. പാരീസിൽനിന്നും ക്ഷീണിച്ച ശബ്ദത്തിൽ- അവിടെ ഇപ്പോഴും ഇരുട്ടായിരുന്നു. അവൾ മുന്നോട്ട് പോയി. അത് അറിഞ്ഞുകൊണ്ട് അയാൾ അവൾക്കെഴുതി. ഇത് അനാവശ്യമാണെന്നും എല്ലാത്തിനുമുപരിയായി വിപരീതഫലമുണ്ടെന്നും അറിയാം. റിമോട്ട് കൺട്രോളിലെ ബാറ്ററികൾ നിർജ്ജീവമാകുമ്പോൾ നിങ്ങൾ വളരെ ശക്തമായി അമർത്തുന്നു. അത് മനുഷ്യസഹജമാണ്.

അന്താരാഷ്ട്രഹോട്ടലിൽനിന്നും ആർക്കിടെക്റ്റ് പുറത്തേക്ക് വരുന്നു. അയാൾ വൃത്തികെട്ട പച്ച റിക്ഷയിലായിരുന്നു. അയാൾക്ക് എല്ലാത്തി നോടും വിദ്വേഷമായി. ചാരുതയില്ലാത്ത ആഡംബരപൂർണ്ണവും ശ്വാസം മുട്ടലുളവാക്കുന്നതുമായ വസ്തുക്കൾ. എയർകണ്ടീഷണറിന്റെ ആർട്ടിക് അനുഭവം ഉപേക്ഷിച്ച് ഇന്ത്യൻ ഉഷ്ണമേഖല വേനൽച്ചൂളയിൽ അക പ്പെട്ട അനുഭവം. പെട്ടെന്ന് കാതടപ്പിക്കുന്ന ശബ്ദം. ശ്വാസംമുട്ടലുണ്ടാ ക്കുന്ന വായുവും തിരക്കേറിയ ബൈ ലൈൻ റോഡിൽ അയാളുടെ നേരെ

മുന്നിൽ ഹോണുകൾ തുരുതുരെ ശബ്ദമുണ്ടാക്കുന്നു. കാമാത്തിപുര ജില്ലയിലെ കെട്ടിടസൈറ്റിന്റെ വിലാസം ആന്ദ്രേ നൽകുന്നു. ഒരു പൊതു നിരക്ക് വാഗ്ദാനം ചെയ്തു. മുച്ചക്രവണ്ടിയിൽ ഇടുങ്ങിയ സ്ഥലത്ത് അയാൾ മൂന്നായി മടങ്ങിയിരുന്നു. റിക്ഷ വീണ്ടും ഹോൺ മുഴക്കിക്കൊണ്ട് വളരെ തിരക്കു പിടിച്ച, അയാൾക്ക് മാത്രം അറിയാവുന്ന വഴിയിലൂടെ യാത്ര തുടർന്നു.

"നിങ്ങൾ എന്താണ് എപ്പോഴും ഓട്ടോയിൽ യാത്ര ചെയ്യുന്നത്?"

നീൽസൺ കഴിഞ്ഞ ദിവസം അയാളോട് ചോദിച്ചിരുന്നു.

"ടാക്സികൾക്ക് ഇത്ര സമ്മർദ്ദം ഉണ്ടാകില്ല."

"ശരി."

നീൽസൺ.. അവന്റെ സുന്ദരമായ നീണ്ട മുടി, അവന്റെ ഹ്യൂഗോ ബോസ് വസ്ത്രങ്ങളും. അവന്റെ അത്‌ലറ്റിക് ശരീരത്തിനനുസൃതമായ രണ്ടു പെട്ടികളും. അവനെപ്പോലെ മിസിസിപ്പി സെന്ററിന് വേണ്ടി വലിയ പ്രൊജക്റ്റായി ജോലി ചെയ്യുന്നത് അയാൾ സ്വപ്നം കാണുന്നു. വാനിയറിന്റെ ആഡംബരങ്ങൾ അവൻ തിരയുന്നു. ശ്രീലങ്കയിൽ അയാൾ ഇരുപത് വർഷം ഉണ്ടായിരുന്നു. അവന് നേപ്പിൾസിൽ നിന്നുള്ള ഒരു ഭ്രാന്തി പെൺകുട്ടി കൂട്ടിനുണ്ടായിരുന്നു. കനത്ത മുലകളും വശീകരിക്കുന്ന ശ്വാസോച്ഛ്വാസവും. പേര് ഗിയൂലിയ. അത്രമാത്രമേ ഓർമ്മയുള്ളൂ.

റിക്ഷ സൂര്യ ടവർ നിർമാണ സൈറ്റിലേക്ക് കുതിച്ചു. ശബ്ദായമാനവും ദുർഗന്ധ പൂരിതവും ശക്തമായ, ഉച്ചത്തിലുള്ള ഹോണുകളും. കാറുകളുടെ വിൻഡോ ഗ്ലാസുകളും കണ്ണാടികളുടെ നിലനിൽപ്പും ആന്ദ്രേയെ അത്ഭുതപ്പെടുത്തുന്നു.

ഡ്രൈവർ ഒരിക്കൽ ഒരുമിച്ച് ഒരു ട്രൈസൈക്കിൾ വാങ്ങി ക്ഷീണിച്ച കൗമാരക്കാരിൽ ഒരാളല്ല. ഹൈവേ കോഡിന്റെ സമ്പൂർണ അജ്ഞതയിൽ മുപ്പത്തിയെട്ടിൽ വിധിയെ ഗൂഗിൾ മാപ്പിന് വിട്ടുകൊടുത്തുകൊണ്ട് പോവുന്നു. അയാൾ കരുത്തുറ്റ ഒരു തടിച്ച മനുഷ്യനാണ്. പ്രായപൂർത്തിയായ മനുഷ്യനാണ്. കറുത്ത എവിയേറ്റർ ഗ്ലാസുകൾ വെച്ച് ഒളിഞ്ഞു നോക്കി കാറുകളുടെയും ട്രക്കുകളുടെയും ആക്രമണാത്മക ചലനത്തിനിടയിലൂടെ കുതിച്ചു പായുന്ന ഡസനുകളോളം ചീറിപ്പാഞ്ഞു വരുന്ന വാഹനങ്ങൾ നേരെ കുതിച്ചെത്തുമെന്ന് ഭയപ്പെടാതെ ധൈര്യപൂർവ്വം രജതരേഖ മറികടക്കുന്നു. ഒഴുകിക്കൊണ്ടിരിക്കുമ്പോൾ അദ്ദേഹത്തിന്റെ അചഞ്ചലമായ പുരോഗതി അത്ഭുതാവഹമാണ്. കൈപ്പിടിയിൽ അർദ്ധ സുതാര്യ പ്ലാസ്റ്റിക് ബുദ്ധ ഒട്ടിയിരുന്നത് വെറുതെയല്ല.

വാനിയർ ആൻഡ് എഡ്ൽമാന്റെ അഭിലഷണീയമായ പ്രൊജക്ടുകളിൽ ഒന്നാണ് സൂര്യാ ടവറിലെ മുറി. അത് അറിവിന്റെയും സൗന്ദര്യത്തിന്റെയും പ്രകടനമാണ്. എൺപത് മീറ്റർ നീളത്തിൽ മുളയിൽ ചില്ലു ഗ്ലാസ്സ്കൊണ്ടുള്ള കെട്ടിടം തന്ത്രപ്രധാനമായ സ്ഥാനങ്ങളെല്ലാം നീണ്ട ഉരുക്കു പാളികളാൽ സജ്ജമാക്കിയത്. മുൻവശത്ത് വടക്കുഭാഗത്തുകൂടി

ഒഴുകുന്ന വെള്ളം ഘനീഭവിച്ച് ഭിത്തിയുടെ കിഴക്കുള്ള ചെടികൾക്ക് ജലസേചനത്തിന് ഉപയോഗിക്കുന്നു. തെക്കു പടിഞ്ഞാറൻ മതിലിൽ സ്കൈലൈറ്റുകൾ സൗരപാളികളാൽ സൂര്യനെ പ്രതീകമാക്കി വൈദ്യുതീകരിച്ചിരിക്കുന്ന കെട്ടിടം. ജില്ലാ മ്യൂസിയവും സർവകലാശാലകളും തമ്മിൽ ബന്ധിപ്പിക്കുന്ന പ്രതീകാത്മക പാലമായിരിക്കും. അത് സ്ഥാപിക്കുവാൻ പുതിയ സ്റ്റാർട്ടപ്പുകൾ പ്രതിച്ഛായയ്ക്കനുസരിച്ച് ഇതിനകം തന്നെ ബുക്ക് ചെയ്തിരുന്നു. ലാളിത്യം നശിപ്പിക്കുന്ന, ഒന്നുമില്ലാതെ, വളച്ചുകെട്ടലുകളില്ലാതെ പൂർണത കീഴടക്കി. അവരുടെ ചൈനീസ് എതിരാളികൾക്ക് പോലും തല കുനിക്കേണ്ടി വന്നു.

എന്നാൽ ഒരു ഇന്ത്യൻ ഉപകരാറുകാരൻ അസ്തിവാരത്തിന്റെ കോൺക്രീറ്റ് അടിത്തറയുടെ കാര്യത്തിൽ ചതിച്ചു. നീൽസൺ അത് കണ്ടെത്തിയത് വളരെ വൈകിയാണ്. സൈറ്റ് ഇപ്പോൾ രണ്ടാഴ്ചയോളം വൈകിയിരിക്കുന്നു. ആന്ദ്രേ അദ്ദേഹത്തിന്റെ രണ്ട് ദിവസത്തെ സന്ദർശനം ഭീഷണിപ്പെടുത്തുവാനും ചർച്ച നടത്തുവാനും തീരുമാനമെടുക്കുവാനും ഉപയോഗപ്പെടുത്തി. ഞായറാഴ്ചയാണെങ്കിൽ സാധിക്കില്ല. അതേ ദിവസം തന്നെ ഉച്ചയ്ക്കുള്ള വിമാനത്തിൽ ന്യൂയോർക്കിലേക്കും മറ്റു കറക്കങ്ങൾക്കും ആവശ്യമായി വരും.

ലൂസി വളരെ നിശ്ചയദാർഢ്യത്തോടെ തെരഞ്ഞെടുത്ത ആ വാക്കുകൾ ആന്ദ്രേ വെറുത്തു. തണുത്തുറഞ്ഞ നശിച്ച ആ ഭൂതകാലം. അവനറിയാം, ആ 'മറ്റേത്' ഇതിനകംതന്നെ മുന്നേ അവതരിപ്പിച്ചിരിക്കാം. ലൂസി ക്രൂരത ആഗ്രഹിക്കുന്നവളാണ്. ഇപ്പോൾമുതൽ അവൾ ആഗ്രഹിക്കുന്നത് പരിഹരിക്കാനാവാത്ത തിരുത്തൽ മാത്രമാണ്. പിശാച്. മൂന്ന് മാസത്തിനുള്ളിൽ അവർ ജീവിതം നിസ്സാരവും കുറെക്കൂടി പുതിയ അനുഭവവുമാക്കി മാറ്റാൻ ആഗ്രഹിച്ചു. പഴയ പേരും സൗന്ദര്യവും ഉണ്ടായിട്ടും ഇപ്പോൾ ഈ വൃദ്ധനോടൊപ്പം ഉറങ്ങുവാനും അയാൾ അടിച്ചേൽപ്പിക്കുന്ന ആഗ്രഹം നടപ്പിലാക്കാനും അവൾ തയ്യാറായില്ല. മൂന്ന് വർഷമായി ലൂസിയെ അയാൾക്കറിയാം. അന്ന് ബ്ലൂമിൽ നടന്ന ഒരു ഡിന്നർ കഴിഞ്ഞ് വിരസനായി പോകാൻ തുടങ്ങുമ്പോൾ ചെറുപ്പക്കാരിയായ ഒരു സ്ത്രീ അവിടെയത്തി.

"വൈകിയതിൽ ക്ഷമിക്കണം."

ഒരു ഫീച്ചർ ഫിലിമിലെ രംഗം നിയന്ത്രിക്കുന്നതുപോലെ ലൈറ്റുകൾ ഓൺ ചെയ്തു. ലൂസി ചീഫ് എഡിറ്ററായിരുന്നു. വിവേചനാധികാരത്തിന്റെ ശ്രമങ്ങൾ നടന്നിട്ടും ആന്ദ്രേയ്ക്ക് അവളെ തട്ടിയെടുക്കാനായില്ല. അവൾ ഒരു പ്രത്യേക തരമായിരുന്നു.അവളുടെ ശബ്ദകാഠിന്യം അയാളെ കീഴ്പ്പെടുത്തി. വാചകങ്ങൾ ഓരോന്നും നിർത്തി നിർത്തി ഒരുവിധത്തിൽ പറയുന്നുണ്ടായിരുന്നു. ഇരുപതാമത്തെ വയസ്സിൽ അവൾക്ക് ഒരു ആൺകുട്ടിയുണ്ടെന്ന് അയാൾ മനസ്സിലാക്കി. പേര് ലൂയിസ്. വേറെ വിവാഹം ചെയ്യാതെ അവനെ അവൾ വളർത്തുകയാണ്. അയാൾ ചിന്തിച്ച് അയാളുടെ അഭാവം എത്ര നിസ്സാരമാണ്.

ലൂസി ആന്ദ്രേയെ നിസ്സഹായനാക്കിയെന്ന് പറഞ്ഞാൽ അത് തെറ്റാവില്ല. ആന്ദ്രേയും ഇരുപത് വയസ്സ് പ്രായവ്യത്യാസത്തിൽ ഒരു കുഞ്ഞിനെ നൽകുമായിരുന്നു. പ്രായവ്യത്യാസം എല്ലാം അസംഭാവ്യമാക്കി. ജീൻ എന്ന് പേരുള്ള ആന്ദ്രേയുടെ മകൾക്ക് ലൂസിയുടെ പ്രായമാണ്. അവർ ഇപ്പോഴും സുഹൃത്തുക്കളാണ്. ആന്ദ്രേയ്ക്ക് അധികം പെൺസുഹൃത്തുക്കളില്ല. അവർക്കൊപ്പം ഉറങ്ങാനും കഴിയാറില്ല.

ലൂസിയെ ആന്ദ്രേ കണ്ടിട്ട് രണ്ട് വർഷമായി. അന്ന് അയാൾക്ക് നൽകിയ ആ ചുംബനം ഒരു മാന്ത്രികാനുഭവമായിരുന്നു. അതാകട്ടെ, ഏതാനും മാസം നിണ്ടുനിന്നു. ചെറുപ്പക്കാരികളായ പല സ്ത്രീകളും ആന്ദ്രെയെ ഒഴിവാക്കും. അത് ചിലപ്പോൾ ശാരീരികമായിരിക്കാം. എല്ലാം ശരീരം എന്ന നിഗമനത്തിലെത്തുന്നു. ചക്രവാളത്തിന്റെ കേന്ദ്രബിന്ദു സ്നേഹമാണെന്ന് അയാൾക്ക് അറിയാം. ലൂസി അയാൾക്ക് നല്കിയത് താഴ്‌വാരങ്ങളിലെ സ്ഥാനമാണ്. പ്രത്യക്ഷത്തിൽ അതിന്റെ പ്രാന്തപ്രദേശം.

നീണ്ട മണിക്കൂറുകളുടെ മീറ്റിംഗുകൾക്ക് ശേഷം ലൂസി ക്ഷീണിച്ച് വീട്ടിലെത്തിയപ്പോൾ ആന്ദ്രേ ചിരിച്ചുകൊണ്ട് അവളെ ആലിംഗനം ചെയ്യാനാഗ്രഹിച്ചു. എന്നാൽ അയാളെ ഗൗനിക്കാതെ അവൾ ഉറങ്ങാൻ പോയി. അവളെ ലെബൻ ഡ്രോം (ഒരു രാജ്യത്തിന്റെ നേതാവിന് രാജ്യപുരോഗതിക്ക് ആവശ്യമെന്ന് തോന്നുന്ന ഭൂമി സ്വന്തമാക്കാനുള്ള വ്യഗ്രതയാണ്. ഹിറ്റ്ലർ അത് ആഗ്രഹിച്ചിരുന്നുവത്രെ.) എന്ന പേടി കീഴിപ്പെടുത്തുന്നുണ്ടോയെന്ന് ആന്ദ്രേ ഭയന്നു. ഒരുപക്ഷേ അവൾ വിചാരിക്കുന്നത് ഒരു വൃത്തികെട്ട വൃദ്ധൻ അവളുടെ അടുത്ത് ഉറങ്ങുകയാണെന്നാണോ? അയാൾ വിഷാദത്തിൽ മുങ്ങിപ്പോയി.

രാവിലെ എഴുന്നേറ്റ ഉടനെ, അവനെ ചുംബിക്കാതെ മങ്ങിയ വെളിച്ചത്തിൽ കണ്ണടയില്ലാതെ നോക്കുന്നതുപോലെ അയാളെ തുറിച്ചുനോക്കി, ചുംബിക്കാതെ അവൾ കുളിമുറിയിലേക്ക് പോയി. ആന്ദ്രേ കണ്ണടച്ച് കിടന്നു. ബാത്റൂമിൽ വെള്ളം വീഴുന്ന ശബ്ദം കേൾക്കുകയും അവളുടെ നഗ്നമായ ദേഹം അയാളുടെ മനസ്സിലൂടെ കടന്നുപോയി. അപമാനിതനായവന്റെ വേദന അപ്പോഴേക്കും കുറഞ്ഞിരുന്നു.

ആന്ദ്രേ ആലോചിക്കുകയായിരുന്നു. തനിക്ക് മുപ്പത് വയസ്സ് പ്രായമായിരുന്നുവെങ്കിൽ, ഉറച്ച, ചുളിവ് വീഴാത്ത ചർമ്മവും കട്ടിയുള്ള കറുത്ത മുടിയും ഉണ്ടായിരുന്നുവെങ്കിൽ ലൂസി പ്രഭാതഷവറിലേക്ക് പെട്ടെന്ന് പോകുമായിരുന്നോ? അത് സുന്ദരനായ നീൽസനായിരുന്നുവെങ്കിൽ അവൾ എന്ത് ചെയ്യുമായിരുന്നു? നീൽസന്റെ ഓർമ്മയിൽ അയാൾ വിറച്ചു.

ചില സമയങ്ങളിൽ ലൂസി ആന്ദ്രേയുടെ ശരീരത്തിൽ കൈവെച്ച് മാംസപേശികളുടെ ദൃഢത ഉറപ്പു വരുത്താനായി, വരിഞ്ഞു മുറുക്കി അയാളിൽ ആഴത്തിൽ മുങ്ങും. ആന്ദ്രേയ്ക്ക് അവളെ നേരെ എതിർവശത്ത് നിർത്താനാണ് ആഗ്രഹം. എന്നാൽ ലൂസി അത് നിരസിച്ചു.

എന്നാൽ അവൾ വേഗത്തിൽ അയാളെ ആസ്വദിച്ചു. അത് ആന്ദ്രേയെ തൃപ്തനാക്കുന്നില്ല.

ക്രമേണ അയാളുടെ ആഗ്രഹം, സങ്കടം, ഉൽക്കണ്ഠ എന്നിവയെല്ലാം കുറഞ്ഞു. ആന്ദ്രെയുടെ ചില മോശം വിചാരങ്ങൾ, അതിന് ബുദ്ധിപരമായ നിലനിൽപ്പുണ്ടാകുമോ? പ്രായം അയാളെ വല്ലാതെ തളർത്തിയിരിക്കയാണ്. ഈ നാശം, ആറ് ഉപയോഗിച്ച് പത്ത് ഗുണിതങ്ങൾ. ലൂസി ആഗ്രഹിക്കുന്നില്ലെങ്കിൽ വരാനിരിക്കുന്ന വർഷങ്ങൾ അയാളെ സംബന്ധിച്ചിടത്തോളം ഒട്ടും ആകർഷകമാകില്ല.

* * *

ചളിയും മരക്കഷണങ്ങളും നിറഞ്ഞ വഴിയിലൂടെ റിക്ഷ സൈറ്റിലേക്ക് പ്രവേശിച്ചു. വാനിയർ ആൻഡ് എഡ്‌ൽമാന്റെ വിശാലവും അലംകൃതവുമായ മോഡുലാർ ബംഗ്ലാവിന് മുന്നിലേക്ക് എത്തിയപ്പോൾ ആന്ദ്രെ ഒന്നാം നിലയിലെ വലിയ ഹാളിലേക്ക് കയറി. നീൽസൺ കാത്തുനിന്നിരുന്നു. ലൂസി നീൽസനൊപ്പം ഇരിക്കുന്നു. ഇല്ല, ഇതൊരിക്കലും വിശ്വസിക്കാനാവുന്നില്ല. ഇതുതന്നെ ധാരാളം.

ഒരു യുവ ആർക്കിടെക്റ്റ് ആന്ദ്രേയോട് പറഞ്ഞു. “സിങ്സൺ സെറ്റ് നിർമ്മാണക്കമ്പനിയിലെ എഞ്ചിനീയർമാർ അവിടെ എത്തിയിട്ടുണ്ട്.”

ആന്ദ്രെ പറഞ്ഞു.“അവർ കാത്തിരിക്കട്ടെ. എനിക്ക് കുറച്ച് സമയം തരൂ.”

അയാൾ കട്ടൻകാപ്പി പകർന്നെടുത്ത് മുൻവശത്തെ ജനലിനരികിൽ സൂര്യാ ടവർ നിർമ്മാണസൈറ്റിലേക്ക് നോക്കിയിരുന്നു. പത്ത് മണിയായിരിക്കുന്നു. യോഗം ഒമ്പത് മണിക്കായിരുന്നു. ഇനി ഒരു അവസരത്തിനായി ഒന്നും അവശേഷിക്കുന്നില്ല. മര്യാദയില്ലാത്ത കാലതാമസം. അവന്റെ ചെരിപ്പുകൾ, നരച്ച ജീൻസ്, നെഹ്രു കോളറോടുകൂടിയ വെളുത്ത ഷർട്ട്, ക്യാൻവാസ് ബാക്ക് പാക്ക്, സൈറ്റ് സന്ദർശനം വളരെക്കാലമായി ഉദ്ദേശിച്ചതാണ്. പിന്നീട് ആ തീരുമാനത്തിൽ നീൽസണും കൂടിയെന്നു മാത്രം. അവരുടേതായ കാര്യങ്ങൾക്കുവേണ്ടി അവരൊന്നിച്ച് ഇന്ത്യയിലേക്ക് യാത്ര ചെയ്തു.

നിർമ്മാണത്തിലിരിക്കുന്ന സിങ്സൺ സൈറ്റിൽ എഞ്ചിനീയർമാരുടെ ഒരു സംഘം എത്തിയിട്ടുണ്ട്. അവർ ബോസിനെ ചുറ്റിപ്പറ്റി നിൽക്കുന്നു. ഇറുകിയ കറുപ്പ് വസ്ത്രം ധരിച്ച, ടൈ കെട്ടിയ ആറ് മുഖങ്ങൾ തല നീട്ടുന്നു. ആന്ദ്രെ മുറിയിൽ പ്രവേശിച്ചപ്പോൾ എല്ലാവരും എഴുന്നേറ്റ് നിന്നു. ആർക്കിടെക്റ്റ് നേരെ സിങിനടുത്തേക്ക് നീങ്ങി. അവരിലാരെയും ഒരിക്കലും കണ്ടിട്ടില്ലെങ്കിലും അവരുടെ ഫോട്ടോ നീൽസൺ അയച്ചുകൊടുത്തിട്ടുണ്ടായിരുന്നു.

നീണ്ട, നരച്ച മുടിയുള്ള അമ്പതുകൾ പ്രായമുള്ള ആ മനുഷ്യന്റെ കണ്ണുകളും പേശികളും വളരെ സജീവം. കുനിയുന്നതിനുമുമ്പ് നെഞ്ചിന്

മുകളിൽ കൈകൾ മടക്കിവെച്ച് ഇന്ത്യൻ പരമ്പരാഗത അഭിവാദ്യത്തോടെ വാനിയർ ആൻഡ് എഡ്ൽ്മാനുവേണ്ടി ശാന്തമായി കൈ മുറുകെ പിടിക്കുന്നു. അവന്റെ മോറിസ് ഷെവലിയറിന്റെ (ഫ്രെഞ്ച് നടനും ഗായകനും) പോലുള്ള ഉച്ചാരണരീതി വളരെ ശ്രദ്ധേയമായി.

“സുപ്രഭാതം മിസ്റ്റർ സിങ്”

“ബഹുമാന്യനായ മിസ്റ്റർ വാനിയർ, നമുക്ക് പ്രശ്നപരിഹാരത്തിന് രണ്ട് മണിക്കൂർ സമയമാണുള്ളത്. എനിക്ക് ഇന്ന് വൈകീട്ട് ന്യൂയോർക്കിലേക്ക് തിരികെ പോകണം. ഇത് വളരെ ഗൗരവമുള്ള കാര്യമാണ്. നമുക്ക് ഒരുമിച്ച് പണി നടക്കുന്ന സൈറ്റിലേക്ക് പോകാം.”

“താമസിക്കേണ്ട. അങ്ങനെയാകാം.”

ആന്ദ്രേ വാനിയർ ഉടനെ സൈറ്റിലേക്ക് നടന്നു. എല്ലാവരും അദ്ദേഹത്തെ പിൻതുടരുന്നു. നീൽസണും കൂട്ടരും വളരെ വേഗത്തിൽ ഫയലുകളുമായി നടന്നു. നീൽസൺ ബോസിനോട് എന്തോ പതുക്കെ പറയുന്നുണ്ട്.

“ഇന്ന് രാവിലെ ഞങ്ങൾക്ക് ലാബിന്റെ ഫലങ്ങൾ ലഭിച്ചു. മൈക്രോ പൈലുകളിൽനിന്നുള്ള കോൺക്രീറ്റിന്റെ സാമ്പിളുകളുടെ ഫലങ്ങൾ. പ്രതിരോധചോദ്യം ഇതാണ്. കംപ്രഷന് ഉപയോഗിച്ചത് അതിനാവശ്യമായ മാനദണ്ഡങ്ങളിൽനിന്നും വളരെ അകലെയാണെന്നതാണ്. സി-100/115 ആവശ്യമാണ്. അതിൽ കുറച്ചുകൂടി കുറവ്. -സി 90 ആണ്. മറ്റു മൈക്രോപൈലുകൾ സ്ഥാപിക്കുന്നതിലൂടെ ഇത് പരിഹരിക്കുവാനാകും. അവയെക്കുറിച്ച് ഞങ്ങൾ പൂർണ്ണമായും മറക്കുന്നു.”

വാനിയർ തലയാട്ടി. നീൽസൺ ആണ് അവരുടെ ഇന്ത്യൻ രഹസ്യായുധം. ഒരു മാസം മുമ്പ് ഈ യുവാവ് മുംബൈയിൽ നല്ല ഒഴുക്കോടെ വിതരണക്കാരുമായി പിരിമുറുക്കമുണ്ടാക്കുന്ന മീറ്റിംഗുകൾ സംഘടിപ്പിക്കുന്നു. ഈ യുവാവ് ആസ്ത്രേലിയൻ സർഫറെ സ്തബ്ധനാക്കി. ഹിന്ദിയിൽ പറയുന്ന കാര്യങ്ങൾ ബോസിന് വിശദീകരിക്കുന്നു. ഇന്ത്യാമഹാസമുദ്രത്തിലെ കടൽത്തീരമായ ഗോവയിൽ ബാല്യകാലം ചെലവഴിച്ചിരുന്നപ്പോൾ പഠിച്ച ഹിന്ദി ഇപ്പോൾ ഉപയോഗപ്പെടുത്തി. അത് കൃത്യമായി ബോസിന് മനസ്സിലാക്കിക്കൊടുത്തു. നീൽസന്റെ അമ്മ ഇപ്പോഴും അവിടെ ഗസ്റ്റ് ഹൗസ് നടത്തുന്നുണ്ട്. അതുകൊണ്ട് ആ ഭാഷ സംസാരിക്കുമ്പോൾ നീൽസന് സംശമൊന്നുമുണ്ടായില്ല. രണ്ടാഴ്ചയ്ക്കുള്ളിൽ സൂര്യാ ടവറിന്റെ ടെൻഡർ വാനിയർ ആൻഡ് എഡ്ൽമാൻ നേടിയെടുത്തു.

സൂര്യാ ടവർ സ്തംഭത്തിന്റെ അടിത്തട്ടിലെത്തിയ വാനിയർ തന്റെ ബാഗ് തുറന്ന് കമ്പ്യൂട്ടർ, സാറ്റലൈറ്റ് ബോക്സ്, ഒരു ലേസർ റേഞ്ച് ഫൈൻഡർ എന്നിവ പുറത്തെടുത്തു. അവ ബന്ധിപ്പിച്ച് പരിശോധനകൾ തുടങ്ങി. റേഞ്ച് ഫൈൻഡർ ഉപയോഗിച്ച് അഞ്ചും പത്തും പ്രാവശ്യം കണക്കുകൂട്ടുകയും ഒന്നിനുമുകളിൽ ഒന്നായി നോക്കുകയും ചെയ്തു.

അതേസമയം സൺ സൈറ്റ് സിങ് ഉദ്യോഗസ്ഥന്മാർ ചൂടിനാൽ വിയർത്തൊലിക്കുകയായിരുന്നു. വാനിയർ എല്ലാവരും താമസിക്കുന്ന ബംഗ്ലാവിലേക്ക് മടങ്ങുന്നു.

ബംഗ്ലാവിലെത്തി വാനിയർ എല്ലാവരോടും ഇരിക്കുവാൻ ആവശ്യപ്പെടുന്നു. എന്നിട്ട് പറഞ്ഞു.

“മിസ്റ്റർ സിങ്, ഒരു തെറ്റ് സംഭവിച്ചിരിക്കുന്നു. അതിന്റെ അനന്തരഫലങ്ങളും സംഭവിച്ചു. ഇനി അത് തിരുത്തുവാനാകില്ല. അതും വൈകി. വാസ്തുവിദ്യ ഒരു കളിയാണ്. പഠിച്ച് കളിക്കേണ്ടത്. എന്നാൽ പറയാനാവാത്തത്. നിർമ്മാണം ഒരിക്കലും ഒരു കളിയല്ല. അത് ഒരു കൂട്ടായ്മയാണ്. മനസ്സിലാവുന്നുണ്ടോ?”

സിങ് തലയാട്ടി.

* * *

ഉച്ചയോടെ വാനിയർ ഉദ്ദേശിച്ച കാര്യങ്ങളെല്ലാം ചെയ്തു. സിങ് സൈറ്റ് നിർമ്മാണക്കമ്പനിക്ക് പുതിയ ഒരു ഷെഡ്യൂൾ നല്കി. വാനിയർ ആൻഡ് എഡ്ൽമാൻ ചുമത്തുന്ന കുറഞ്ഞ പിഴത്തുകയും. നിർമ്മാണത്തിന്റെ ചെലവുകളും അഭിഭാഷകന്റേതും മാത്രമാണ് ആ തുകയെന്ന് അഭിഭാഷകൻ പറയുന്നു.

“ഞങ്ങളുടെ കുതിരയെ കൊടുങ്കാറ്റിന് നടുവിലിട്ട് കൊല്ലരുത്.”

പുതിയ ഡ്രില്ലിങ് അന്ന് ഉച്ചയ്ക്കുതന്നെ ആരംഭിക്കും. പുതിയ കോൺക്രീറ്റ് കമ്പ്രഷനാൽ ഒറ്റ രാത്രികൊണ്ട് കുത്തിവെക്കപ്പെടും. തണുപ്പുള്ള സമയത്ത് അടിയന്തിരാവസ്ഥ കണക്കിലെടുത്ത് വാനിയർ ഒരു സി-115 നിലവാരം മാത്രമല്ല ഉപ്പുവെള്ള പ്രതിരോധത്തിനുള്ള ഒരു എസ്2 ക്രമീകരണംകൂടി നടത്തി. ചൂടിൽ ഒരാഴ്ചയ്ക്കുള്ളിൽ അത് ഉണങ്ങും. അപ്പോൾ അതിൽ മൂന്നായി (പൈലിംഗ്) പണി നടത്താനാവും.”

സിങ് സൺ സെറ്റിലെ എഞ്ചിനീയർമാർ പുതിയ ഷെഡ്യൂൾ നോക്കി വാദപ്രതിവാദങ്ങൾ നടത്തി. വാനിയർ ഇന്ത്യൻ മാതൃകയിൽ തല കുനിച്ച് നീൽസനോടൊപ്പം പുറത്തിറങ്ങി.

അവർ തണുത്ത രണ്ട് കിങ് ഫിഷർ വഴിയോരക്കച്ചവടക്കാരനിൽ നിന്നും വാങ്ങി തുറമുഖത്തിനടുത്തേക്ക് നടന്നു. വാനിയറിന് ന്യൂയോർക്ക് വിമാനത്തിൽ പോകാൻ ഇനിയും മൂന്ന് മണിക്കൂറുണ്ട്. പെട്ടെന്ന് നീൽസൺ വളരെ താത്പര്യത്തോടെ ആന്ദ്രേയോട് ലൂസിക്ക് സുഖമാണോ എന്ന് ചോദിച്ചു.

“അവർ ചെയ്തിരുന്ന വോൺട്രോത്തായുടെ ജോലി പൂർത്തീകരിച്ചിരിക്കുന്നു.”

വാനിയർ വെറുതെ ചിരിച്ചു. മറുപടി പറയാതെ ഒഴിഞ്ഞുമാറി. നീൽസൺ വാസ്തവം അറിയുന്നത് തന്റെ ജീവിതത്തിന് വഴിത്തിരിവായേക്കും. അതിനാൽ അക്കാര്യം ഒഴിവാക്കി. അയാൾ അപമാനിതനാകുന്നതു

പോലെ. ജീവിതത്തിലാദ്യമായി അയാളുടെ പ്രായക്കൂടുതൽ അയാളെ ലജ്ജിപ്പിച്ചു. അവനോട് അനീതി കാണിച്ചു എന്ന തോന്നൽ.

"ലൂസി പുതിയ പദ്ധതികൾ തുടങ്ങുകയാണ്." നീൽസൺ പറഞ്ഞു.

ആന്ദ്രേ വിചാരിച്ചു. ഒരു ദിവസം എല്ലാറ്റിനും പശ്ചാത്തപിക്കും. അന്ന് ആഗ്രഹിച്ചതിനേക്കാൾ തീവ്രത കുറവായിരിക്കും. (ഇരുട്ടിൽ ഉറങ്ങുന്ന അവനിൽനിന്ന് പ്രകാശവർഷം ചൊരിയുമെന്ന് പ്രതീക്ഷിക്കുവാനാകുമോ?

* * *

ന്യൂയോർക്കിലേക്കുള്ള യാത്രാമദ്ധ്യേ വാനിയർ വിക്ടർ മിസേലിന്റെ അനോമിലിയിലെ വാചകം വീണ്ടും ഓർത്തു. ആ എഴുത്തുകാരനെക്കുറിച്ച് ലൂസിയോട് പറഞ്ഞ ആ വാചകം. പത്താം തവണയും അയാൾക്ക് ഇമെയിൽ അയയ്ക്കാനാകുന്നില്ല. കഷ്ടപ്പാടുകൾ ലൂസിയെ പ്രകോപിതയാക്കി. എന്നാലും അയാൾക്ക് ആ വേർപിരിയൽ സഹിക്കാനാവുമായിരുന്നില്ല. പരാജയത്തിന്റെ വേദന അനുഭവിക്കുമ്പോൾ സ്വയം കുറ്റപ്പെടുത്തുകയല്ലാതെ മറ്റെന്ത് വഴി? അയാൾ തന്റെ അക്ഷമയെ ശപിച്ചു. താൻ നല്ല കാമുകനും വിദ്യാഭ്യാസമുള്ളവനും ആർദ്രതയുള്ളവനുമാണെന്ന് സ്വയം കരുതി. ലൈംഗികതയിലൂടെ ലൂസിയെ കൂടെ നിർത്താമെന്നും മോഹിച്ചു. അത് മണ്ടത്തരമായി. ആഗ്രഹം മാത്രമാണ് മണ്ടത്തരം. ജീവിതത്തിന്റെ ഈ സാരംശം സ്പിനാസോയെ- (ദൈവം സൃഷ്ടികർത്താവല്ല എന്നാൽ ലോകം ദൈവത്തിന്റെ ഒരു ഭാഗം മാത്രമാണ്.) വിശ്വസിച്ച് ആന്ദ്രേ അവളെ തിരികെ കൊണ്ടുവരാൻ ആഗ്രഹിച്ചു.

"ഞാൻ ഒഴിവാക്കിയ കിടക്കയിലേക്ക് നിങ്ങളുടെ ആഗ്രഹം എന്നെ അടിച്ചമർത്തുന്നു. നിങ്ങൾക്ക് എന്റെ ആഗ്രഹത്തെ എങ്ങനെയങ്ങനെ കൊല്ലാനാവുന്നു?" ലൂസി ഒരിക്കൽ ചോദിച്ചു.

ഡോ. സ്പിനോസയ്ക്കെതിരെ മിസ് പ്ലാറ്റോ തോറ്റു. സ്പിനോസ തോറ്റു.

അവൾ ഒരു ബ്രേക്ക് ആവശ്യപ്പെട്ടു.

ഇതെല്ലാം ആന്ദ്രേ എഴുതുകയോ മെയിൽ അയയ്ക്കുകയോ ചെയ്യുന്നത് പരിഹാസ്യത്തിന് ഇടയാക്കും.

"ഏറ്റവും കഠിനമായ പാതയിലും ഞാൻ നിന്നോടൊപ്പം സഞ്ചരിക്കാനാഗ്രഹിക്കുന്നു."

ഇത്തരം പദങ്ങളെ ആന്ദ്രേ വെറുക്കുന്നുവെങ്കിലും അവ എഴുതി അയയ്ക്കുന്നു. പാരിസിലിപ്പോൾ സമയമെത്രയായിരിക്കും? ഇവിടെ തിങ്കളാഴ്ചയായി. അവൾ ഉറങ്ങുകയായിരിക്കുമോ?

മെലാറ്റൊനിന്റെ ഉപയോഗത്താൽ അവൾ സ്വപ്നങ്ങൾപോലും ഒഴിവാക്കി. ഉറക്കത്തിലായിരിക്കും. ജോൺ എഫ് കെന്നഡിയിൽ കസ്റ്റംസ് പരിശോധനയ്ക്കിടെ ക്ഷീണിതനെങ്കിലും പാസ്പോർട്ട് സ്കാൻ ചെയ്യുന്ന

ഓഫീസർ സൂക്ഷിച്ച് നിരീക്ഷണവും പരിശോധനയും നടത്തി. ഒരു സ്ത്രീയും പുരുഷനും അയാളുടെ അരികെ എത്തുന്നതുവരെ. അവർ നന്നായി വസ്ത്രം ധരിച്ചവരായിരുന്നു. അതിൽ പുരുഷൻ ഒരു ക്യാഷ്വൽ കറുത്ത സ്യൂട്ട്, സ്ത്രീ ഗ്രേ സ്യൂട്ട് ധരിച്ചവർ. അവർ ഫെഡറൽ ബ്യൂറോ ഓഫ് ഇൻവെസ്റ്റിഗേഷൻ ഉദ്യോഗസ്ഥരാണെന്ന് തോന്നി. അവർ നീല നിറമുള്ള കാർഡും മാർഷലിന്റെ സ്വർണ്ണബാഡ്ജും പുറത്തെടുത്തു. അവിടെ നീതിദേവതയുടെ മുഖമുള്ള, ഒരു കൈയിൽ നീതി നൽകുന്ന ത്രാസും ഒരു വാളുമുണ്ട്.

"മിസ്റ്റർ ആന്ദ്രേ വാനിയർ?"

അയാൾ തലയാട്ടി. ആ സ്ത്രീ ടി.വി. സ്ക്രീനിൽ ഒരു ചിത്രം കാണിച്ചു.

"നിങ്ങൾക്ക് ഈ വ്യക്തിയെ അറിയുമോ?"

അത് ലൂസിയാണ്. ലൂസി ചെറിയ ഒരു മുറിയിൽ മഞ്ഞ നിയോൺ വെളിച്ചത്തിൽ ഇരിക്കുന്നു. അവൾ വല്ലാതെ പേടിച്ച് എന്തെല്ലാമോ പറയുന്നു. അവളുടെ നോട്ടത്തിൽപ്പോലും എന്തെല്ലാമോ കുഴപ്പങ്ങളുള്ളതു പോലെ.

"ഉവ്വ്, എനിക്കറിയാം. ലൂസി ബോഗേർട്ട്. എന്റെ സുഹൃത്താണ്. എന്തെങ്കിലും സംഭവിച്ചോ? അവൾ പാരീസിലല്ലേ?"

ഇത് നിങ്ങളോട് ചോദിക്കുവാനുള്ള ഉത്തരവ് മാത്രമേ ഞങ്ങൾക്കുള്ളൂ. മിസ്റ്റർ വാനിയർ ഞങ്ങളെ പിൻതുടരുക. ഞങ്ങളുടെ ഒരു കോൺസുലേറ്റ് അംഗം നിങ്ങളെ അഭിവാദ്യം ചെയ്യും. ഞങ്ങൾ നിങ്ങളെ അവിടേക്ക് നയിക്കുന്നു. വേണമെങ്കിൽ നിങ്ങൾക്ക് നിരസിക്കാം. അവർ വരുന്നതുവരെ നിങ്ങൾക്ക് വേണ്ടി ഞങ്ങൾ കാവലിരിക്കാം."

വാനിയർ തലയാട്ടി.

എയർപോർട്ടിന് പുറത്തെത്തിയപ്പോൾ കറുത്ത ഒരു ലിമോസിനടുത്ത് ഒരു മനുഷ്യൻ കാത്തുനിൽക്കുന്നുണ്ടായിരുന്നു. അയാൾ ബാഗെടുത്ത് ഒരു പെട്ടിയിൽ വെച്ചു. അവർ കാറിൽ പുറകുവശത്തിലൂടെ കയറി. ഡ്രൈവറെ ചില്ലിൽതട്ടി വിളിച്ചു. കാർ നീങ്ങുവാൻ തുടങ്ങിയപ്പോൾ വാനിയർ ശ്രദ്ധിച്ചു. കാറിന്റെ എല്ലാ ജനലുകളും അതാര്യമാണ്.

"ദയവായി നിങ്ങൾ സെൽഫോൺ ഓഫ് ചെയ്ത് എന്റെ കൈയിൽ തരൂ."

ആ സ്ത്രീ ആവശ്യപ്പെട്ടു.

"ക്ഷമിക്കണം, ചില നടപടിക്രമങ്ങളാണ്."

വാനിയർ അവനുവേണ്ടിയും ലൂസിക്കുവേണ്ടിയും എല്ലാം അനുസരിച്ചു. അയാൾക്ക് ഭയമുണ്ട്.

ആദ്യ മണിക്കൂറുകൾ

2021 ജൂൺ 24 വ്യാഴം.
മക്ഗ്വർ എയർഫോഴ്സ്ബേസ്, ട്രോന്റൺ, ന്യൂജഴ്സി

ഒരു ബോയിംഗ് 787 വിമാനം കേടുവന്ന പ്രധാനഭാഗങ്ങളോടെ രണ്ടാമത്തെ റൺവേയുടെ അറ്റത്ത് യു.എസ് സൈനികസേനയുടെ വലിയ രണ്ട് പ്രൊപ്പല്ലർ എഞ്ചിനോടുകൂടിയ ബ്ലാക്ക്ഹോക് ഹെലികോപ്റ്ററുകളുടെ അടുത്താണ് കിടക്കുന്നത്. മൂന്ന് കവചിത വാഹനങ്ങൾ വളരെ ദൂരെ കടൽക്കാറ്റിന്റെ ഗന്ധമേറ്റ് ചൂട് രാത്രിയിൽപുല്ലുകളും ചെടികളും വളർന്ന് പടർന്ന് പിടിച്ച ഒരു സ്ഥലത്ത് കിടക്കുന്നു.

വെയർഹൗസിനടുത്ത് സൈനികട്രക്കുകൾ ഒന്നിനു പുറകെ ഒന്നായി നിർബ്ബാധം വന്നുകൊണ്ടിരിക്കുന്നു. അച്ചടക്കവും അടിയന്തിരവും സമ്മിശ്രാവസ്ഥ സൃഷ്ടിക്കുന്നു. നൂറോളം സൈനികർ നിർമ്മിച്ച വലിയ ഹാംഗറിലാണ്. എയർക്രാഫ്റ്റ് റിപ്പയറിംഗിനും മറ്റുമുള്ള സ്ഥലം ലോക്ഹീഡ് സി 5 ഗാലക്സി കാർഗോ വിമാനം പുതുക്കിപ്പണിതത്. വലിയ സ്ലൈഡിങ് വാതിലുകൾക്ക് പുറമേ ചെറിയ മൂന്ന് വഴികളുമുണ്ട്.പണിയെടുക്കുന്ന സ്ത്രീകളുടെ വസ്ത്രധാരണം അവർക്ക് അനുയോജ്യമല്ലാത്ത രീതിയിലായിരുന്നു.

പുരുഷന്മാർ കറുത്ത സ്യൂട്ടിലായിരുന്നു. അവിടെയുള്ള മറ്റൊരു വ്യക്തി നീളമുള്ള, കട്ടിയുള്ള മുടിയും വൃത്താകൃതിയിലുള്ള ഗ്ലാസ്സും ധരിച്ച് മൂക്കിന്മേൽ സ്റ്റീൽ ഭാഗം തെന്നിവീഴുന്ന പോലെ വച്ചിരുന്നു. അയാളുടെ ടീഷർട്ടിൽ, ഞാൻ, പ്രണയചിഹ്നം, പൂജ്യം, ഒന്ന് തുടങ്ങിയ ഫിബോനാസി നമ്പറുകൾ (ഞാൻ നിന്നെ സ്നേഹിക്കുന്നു) 0,1,3,5 അടയാളപ്പെടുത്തിയിരുന്നു. അയാളുടെ വിയർപ്പിന് ബിയറിന്റെ രൂക്ഷഗന്ധമുണ്ടായിരുന്നു.

അഡ്രിയാൻ മില്ലർ രണ്ട് കുപ്പി വെള്ളം കുടിച്ചു. അവന്റെ തല ഇപ്പോഴും കറങ്ങിക്കൊണ്ടിരിക്കുന്നു. അയാൾ കാറിൽനിന്നിറങ്ങിയതും രണ്ട് പൊലീസ് ഉദ്യോഗസ്ഥർ അയാളുടെ നേരെ ചെന്നു. മില്ലർ അവരുടെ പേരുകൾ മറന്നിരുന്നു. സി.ഐ.എയിൽനിന്നും ആണ്. എഫ് ബിഐ യിലെ സ്ത്രീയെപ്പോലെയാണ് അവർ എന്ന് തോന്നി മില്ലറിന്.

മനസ്സില്ലാമനസ്സോടെ അവർ മില്ലറിന്റെ വിരലുകളിൽ അമർത്തിപ്പിടിച്ചു. അവ കേടായ മത്സ്യത്തിന്റെ ചെതമ്പലുകൾപോലുള്ള വിരലുകളാണ്.

എഫ്.ബി.ഐയിലെ ലത്തീൻസ്ത്രി സവിശേഷതയുള്ള ഒരു വ്യക്തിയാണ്. അവർ മുപ്പതുകളിൽ ജീവസ്സുറ്റവളും നിശ്ശബ്ദയുമായിരുന്നു. അവൾ മില്ലറിനെ ആദ്യം കാണുന്നത് ജോൺ കുസാക്ക് വിമാനത്തിലാണ്. അവൾ വിസ്മയവും ബഹുമാനവും കലർന്ന ശബ്ദത്തിൽ അയാളോട് പറഞ്ഞു.

"ഞങ്ങൾക്ക് മില്ലർ പറഞ്ഞ റിപ്പോർട്ട് കാണാപാഠം അറിയാം. നിങ്ങളുടെ അനുഭവങ്ങൾ ഞങ്ങൾക്ക് കൂടുതൽ അറിയണം. ഡോക്ടർ ബ്രൂസ്റ്റർ വാംഗും താങ്കളും പ്രോട്ടോക്കോൾ 42 ഇതിനകം നേരിട്ടിട്ടുണ്ട്."

അഡ്രിയാൻ മില്ലർ പതുക്കെ ഇല്ല എന്ന് മന്ത്രിച്ചു. അയാൾക്ക് ടീനാ വാംഗിന്റെ ജീവിതത്തിലേക്ക് ബ്രൂസ്റ്റർ പ്രവേശിച്ചത് കുറച്ചേ അറിയൂ. അവന്റെ അറിവിൽ പ്രോട്ടോക്കോൾ 42 അവർ നേരിട്ടിട്ടില്ല. ആസൂത്രിതമായ പരിപാടികളൊന്നുമില്ല. പരിമിതമായ സംഭാവ്യത. പ്രോട്ടോക്കോളും വന്നില്ല. വ്യോമഗതാഗതം തടസ്സപ്പെടുത്തുന്ന മൂന്ന് പ്രോട്ടോക്കോളുകൾ. അന്യഗ്രഹജീവികളുടെ വരവ്. ഏറ്റുമുട്ടലുകൾ മൂന്നാമത്തേതായ ലോകയുദ്ധവും. അജ്ഞാതമായ ഉദ്ദേശ്യത്തോടെ ഓരോന്നിനും ഒരു ഡസനോളം വകഭേദങ്ങൾ. ഗോഡ്സില്ല ഉൾപ്പെടെ.-രാക്ഷസരൂപികൾ. ടീനയ്ക്ക് സന്തോഷമുളവാക്കുന്ന ടീനയുടെ സാമ്പിൾ വ്യോമാക്രമണവും കൂടാതെ മറ്റു വാമ്പയറുകൾ- രക്തരക്ഷസ്സുകൾ- അല്ലെങ്കിൽ ഏതെങ്കിലും ഉൽക്കകളാലുള്ള എയറോബിക് പകർച്ചവ്യാധി, എബോളപോലെ. ഹെമരാജനിക് പനി അല്ലെങ്കിൽ കൊറോണ വൈറസ്സ് മറ്റ് അഞ്ചുപേരിൽ പരിഗണിക്കുന്നു. ഒരു സിദ്ധാന്തംപോലെ വ്യോമഗതാഗതം ഒരു കൃത്രിമ ബുദ്ധി നിയന്ത്രണം ഏറ്റെടുക്കുന്നതുപോലെ. ഗതാഗതം അത് സ്വമധേയ പ്രവർത്തിക്കുന്ന പ്രോട്ടോക്കോൾ 29 അല്ലെങ്കിൽ ഒരു വിദൂരനിയന്ത്രണ വിദേശശക്തി പ്രവർത്തിക്കുന്ന പ്രോട്ടോക്കോൾ 30. അത് കൂടുതൽ വിശ്വസനീയമെങ്കിലും സാദ്ധ്യതകൾ വളരെ ഉണ്ടെങ്കിലും അക്കാര്യം ഇനിയും സംഭവിച്ചിട്ടില്ല.

"പക്ഷേ പ്രോട്ടോക്കോൾ 42 ഞങ്ങൾ അത് നേരിട്ടിട്ടില്ല."

മില്ലർ ഒരു കവിൾ വെള്ളം ഇറക്കി പറഞ്ഞു തുടങ്ങി.

"മാഡം, ക്ഷമിക്കണം. ഞാൻ നിങ്ങളുടെ പേര് മറന്നു."

"ഞാൻ സീനിയർ ഏജന്റ് ഗ്ലോറിയ ലോപ്പസ്. ഇത് എന്റെ സി.ഐ.ഐ കൗണ്ടർ പാർട്ട് മാർക്കുസ് കോക്സ്."

"നല്ലത്. സീനിയർ ഏജന്റ് ഗ്ലോറിയ ലോപ്പസ് ഉൾപ്പടെ നിങ്ങൾ എല്ലാവർക്കുമായി ഞാൻ ഏറ്റു പറയുന്നു. പ്രോട്ടോക്കോൾ 42 എങ്ങനെ തയ്യാറാക്കും? രൂപപ്പെടുത്തും?"

അഡ്രിയാൻ മില്ലർ വീണ്ടും വെള്ളം കുടിക്കുന്നു. വാക്കുകൾ പുറത്തേക്ക് വരുന്നില്ല. അയാൾക്ക് എല്ലാം ഏറ്റു പറയാനും സാധിക്കുന്നില്ല.

എന്തെല്ലാം പറയണം? അത് ഗണിതത്തിന്റെ മോശം തമാശയാണെന്ന്. നികുതിദായകന് അര ദശലക്ഷം ഡോളർ ചെലവ് വരുത്തിയെന്നത്. ഇരുപത് വർഷം കണക്കാക്കിയാൽ എല്ലാ സമയത്തും കവചിതസെൽ ഫോണുകൾ കൊണ്ടുനടക്കാൻ സംസ്ഥാനം രണ്ട് തമാശക്കാർക്ക് പണം നൽകി. ഒരിക്കലും ഈ ഫോണിൽനിന്ന് വിളിക്കാൻ പാടില്ല. അയാൾ വലിയ ബോയിംഗ് കാണുന്നു.

“ഞങ്ങൾ എന്തിനാണ് ഇവിടെ വന്നതെന്ന് നിങ്ങൾക്ക് കൃത്യമായി അറിയാമോ? ഈ വിമാനത്തിന്റെ പ്രത്യേകത എന്താണ്? അതിന്റെ നേർത്ത കുഴിമൂക്കും” - റാഡോം എന്ന് വിളിക്കുന്നു. പ്രത്യേക ഏജന്റിനെ തിരുത്തുന്നു.

യുവതി അവരുടെ സംഭാഷണത്തിൽ ഇടപെടുന്നു.

“പ്രൊഫസർ മില്ലർ, ഞങ്ങൾക്ക് കൂടുതലായൊന്നും അറിയില്ല. പ്രൊഫസർ ബ്രൂസ്റ്റർ വാംഗ് വരുന്നുണ്ട്.”

“ഇവിടെ ഈ കറുത്ത പുള്ളിയുടെ വടക്കുഭാഗത്ത് അതിൽ ഈ ഷീറ്റിന് താഴെ ഒപ്പിടണം.”

“പ്രൊഫസർ മില്ലർ,”കോൺസ്റ്റബിൾ കോക്സ് ഒരു കവർ തുറന്നിട്ട് പറഞ്ഞു.

“ഇത് വളരെ രഹസ്യാത്മകമായ പ്രതിബദ്ധതയാണ്. സമ്മതപത്രമാണ്. എല്ലാ വിവരങ്ങളും നിങ്ങൾക്ക് നല്കിയത് ക്ലാസിഫൈഡ് ആണ്. നിങ്ങൾ ഒപ്പിടാൻ വിസമ്മതിച്ചാൽ സൈനികട്രിബ്യൂണലിന് റിപ്പോർട്ട് ചെയ്യേണ്ടി വരും. ദേശസുരക്ഷാ ഭീഷണി ഉന്നയിച്ച് രീതിയനുസരിച്ച് ബലം പ്രയോഗിച്ചേക്കാം. യുണൈറ്റഡ് സ്റ്റേറ്റ്സിന്റെ 18 യു എസ് കോഡ്എസ് 79 പ്രകാരം ഉയർന്ന രാജ്യദ്രോഹക്കുറ്റം ചുമത്തും. നിങ്ങൾ ഒപ്പിട്ട് സഹകരിച്ചതിന് നന്ദി.”

ആർതർ രാജാവിന്റെ കാലഘട്ടത്തിൽ അദ്ദേഹത്തിന്റെ മന്ത്രിമാർ സൈനികരുമായി ചർച്ചയ്ക്കായി ഒരു മേശയ്ക്ക് ചുറ്റുമായി വൃത്താകൃതിയിൽ ഇരിക്കാനിഷ്ടപ്പെട്ടിരുന്നു. യോഗ്യതകൾക്കനുസൃതമായ ശ്രേണിയിലായിരുന്നു ഇരിപ്പ്. മക്ഗ്വയന്റെ എയർബേസിന് ഭൂഗർഭമുറിയുടെ മദ്ധ്യഭാഗത്ത് വലിയ വട്ടമേശയുടെ ചുറ്റുമായാണ് കമാന്റന്റ് യോഗം കൂടുന്നത്. വളരെ ശക്തമായ പ്രകാശസംവിധാനം അവിടെ സജ്ജമാക്കിയിരുന്നു. ആ മുറിയുടെ ചുവരുകൾ വലിയ സ്ക്രീൻകൊണ്ട് മറച്ചിരുന്നു. പല ഭാഗങ്ങളിലും ബോയിംഗ് 787 ന്റെ ചിത്രം പ്രദർശിപ്പിച്ചിരുന്നു. ഒരു ബാറ്ററിയിൽ പ്രവർത്തിക്കുന്ന എല്ലാ വശത്തുനിന്നും ചിത്രീകരിക്കുന്ന തരം ക്യാമറകൾ സജ്ജമാക്കിയിട്ടുണ്ട്.

* * *

നക്ഷത്രചിഹ്നങ്ങളണിഞ്ഞ ജനറൽമാരെ അഭിമുഖീകരിച്ചുകൊണ്ട് ടീനയും അഡ്രിയാനും അടുത്തടുത്ത് ഇരുന്നു. വിവിധ ഏജൻസികളിലെ

സ്ത്രീകളും പുരുഷന്മാരും അവരുടെ പേരുകളും പദവികളും ഇരു ഭാഗത്തും രേഖപ്പെടുത്തിയ സുതാര്യമായ ഒരു ബോർഡിലെഴുതിവെച്ചിട്ടുണ്ട്. അത് എളുപ്പത്തിൽ മായ്ക്കാനും സാധിക്കാവുന്ന തരത്തിലുള്ളതാണ്. എഫ്.ബി ഐ പ്രതിരോധവകുപ്പ് ഇവ കൂടാതെ വിദേശകാര്യം, അമേരിക്കൻ വ്യോമസേന, സി.ഐ.എ, (സെൻട്രൽ ഇന്റലിജൻസ് ഏജൻസി) എൻ എസ്.എ (ദേശീയ സുരക്ഷാ ഏജൻസി) എൻ ഓ ആർ എ.ഡി (നോർത്ത് അമേരിക്കൻ എയ്റോ സ്പേസ് ഡിഫൻസ് കമാന്റ്) എഫ്.എ.എ (ഫെഡറേ ഏവിയേഷൻ അഡ്മിനിസ്ട്രേഷൻ) മറ്റുള്ളവർ മില്ലർ കേട്ടിട്ടില്ലാത്ത ചില ചുരുക്കപ്പേരുകളും.

ടീനയുടെയും മില്ലറുടെയും പദവികൾ, ആദ്യപേര്, കുടുംബപ്പേര്, യഥാർത്ഥപേര് എല്ലാം മസാച്ചുസൈറ്റസ് ഇൻസ്റ്റിറ്റ്യൂട്ട് ഓഫ് ടെക്നോളജിക്കു കീഴിലാണ്. അവർ രണ്ടുപേരും ഇപ്പോൾ അവിടെ ജോലി ചെയ്യുന്നില്ലെങ്കിലും.

ടിനാ വാംഗിന് കാഴ്ചയിൽ കാര്യമായ മാറ്റങ്ങളൊന്നും സംഭവിച്ചിട്ടില്ല. ഗോഥിക് തിസീസ് പെൺകുട്ടി വസ്ത്രധാരണത്തേക്കാൾ ബുദ്ധിമാന്റെ സ്വീകരിച്ചിരിക്കുന്നു. അവൾ ഇനി പഠിപ്പിക്കുന്നില്ലെന്ന് പറഞ്ഞു. അവൾ ജോർജ്ജ് ബ്രൂസ്റ്ററെ വിവാഹം കഴിച്ചു. കൊളംബിയായിലെ കഫെറ്റേരിയായിൽ വെച്ചു കണ്ടുമുട്ടിയ ഭൗതികശാസ്ത്രജ്ഞൻ. അവൾക്ക് അഡ്രിയാനെ കണ്ട് തിരിച്ചറിയുവാൻ പ്രയാസമുണ്ടായില്ല. എന്നത് ഒരു നുണയായിരിക്കും. അയാളിപ്പോൾ നോം ഡി ല റോസ് എന്ന ചിത്രത്തിലെ ക്രിസ്ത്യൻസ്ലേറ്റർ എന്ന അമേരിക്കൻ നടനെപ്പോലെയല്ല. കനേഡിയൻ നടനായ കിനു റിവ്സി ക്കിലേക്ക് രൂപമാറ്റം വന്നിരിക്കുന്നു. അവൾ ആ രൂപം കണ്ട് അയാളെ അഭിനന്ദിച്ചു.

ശക്തമായ മുഴക്കത്തോടെയുള്ള ശബ്ദം. ശബ്ദായമാനമായ അന്തരീക്ഷം. ഈ മഹദ് വ്യക്തിക്ക് വെസ്റ്റ് പോയന്റ്(യു എസ്. മിലിറ്ററി പോർട്ട്) കൊളറാഡോ സ്പ്രിംഗ്സ് (കൊളറാഡോ മുനിസിപ്പാലിറ്റി) ഹോംസ് (സിറിയൻ സിറ്റി) മെഗാഡിസിയോ(സോമാലിയ തലസ്ഥാനം) എന്നിവിടങ്ങളിലെ അദ്ദേഹത്തിന്റെ ധീരമായ പ്രവർത്തനങ്ങൾക്ക് ഗ്വർ (Guerre) ഫ്രഞ്ച് മിലിറ്ററി അവാർഡുള്ളതാണ്. പൗരുഷ സവിശേഷതകൾ ഉൾക്കൊള്ളുന്ന അദ്ദേഹത്തിന്റെ കോളറിലെ മൂന്ന കറുത്ത നക്ഷത്രങ്ങൾ ഇക്കാര്യം സാക്ഷ്യപ്പെടുത്തുന്നു. ചീകിയൊതുക്കിയ അയാളുടെ വെളുത്ത മുടിയോടുകൂടിയ രൂപം അദ്ദേഹത്തിന്റെ പാഠ്യപദ്ധതിയെ വിലമതിക്കുന്നതാണ്. അഥവാ മൂല്യം ഉയർത്തുന്നവയാണ്. അദ്ദേഹത്തിന്റെ പരിഷ്കൃതമായ മുറിയിലെ മരപ്പണികൾ ചാരപ്പച്ചനിറത്തോടുകൂടിയ (ലാറ്റിസ്) ജാലകത്തട്ടി ഇപ്പോൾ ഉപയോഗ്യയോഗ്യമല്ല.

"സ്ത്രീകളേ... മാന്യവ്യക്തികളേ, ഞാൻ ദേശീയ സൈനിക കമാന്റ് കേന്ദ്രത്തിലെ ജനറൽ പാട്രിക് സിൽവേറിയ. പ്രതിരോധസെക്രട്ടറിയേറ്റിന്റെ പൂർണ്ണഅധികാരത്തോടെയാണ് സംസാരിക്കുന്നത്. സാഹചര്യം വളരെ രഹസ്യമായിരിക്കട്ടെ. പ്രസിഡണ്ട് ഇപ്പോൾ ഒന്നും ചെയ്യുവാൻ

താത്പര്യപ്പെടുന്നില്ല. റിയോയിലുള്ള അദ്ദേഹത്തിന്റെ അജണ്ടയിൽ മാറ്റം വരുത്തി. പക്ഷേ അദ്ദേഹത്തിന് സ്ഥിരമായി വിവരങ്ങൾ ലഭ്യമാവുന്നുണ്ടെന്നറിയുക. ഞാൻ ജനറൽ ബുച്ചനാന്റെ ഇടതുഭാഗത്താണ്. അദ്ദേഹമാണ് മാക്ഗ്വർ എയർബേസിന്റെ കമാൻഡായി നമ്മളെ കുറച്ചു ദിവസങ്ങളായി സ്വാഗതം ചെയ്ത് സംസാരിച്ചത്. എന്റെ വലതുഭാഗത്തിരിക്കുന്ന പ്രൊഫസർ മില്ലർ, ബ്രൂസ്റ്റർ വാംഗ് എന്നിവരെ ആരും അറിയുമെന്ന് കരുതുന്നില്ല. അവർ രണ്ട് ഗണിതശാസ്ത്രജ്ഞന്മാരാണ്. സെപ്റ്റംബർ പതിനൊന്ന് മുതൽ നമ്മൾ പിന്തുടരുന്ന പ്രതിസന്ധി പ്രോട്ടോക്കോളിന് നാം അവരോട് കടപ്പെട്ടിരിക്കുന്നു."

അവർ രണ്ടുപേരും അസ്വാഭാവികരീതിയിൽ അഭിവാദ്യം ചെയ്ത് അംഗീകരിക്കുന്നു.

ക്ഷീണിച്ച ശബ്ദത്തോടെ സിൽവേറിയ തുടരുന്നു.

"പ്രൊഫസർ മില്ലർ, പ്രിൻസ്റ്റണിൽ അദ്ധ്യാപകനാണ്. പ്രൊഫസർ ബ്രൂസ്റ്റർ വാംഗ് നാസയിലെയും. ഗൂഗിൾ കോർപ്പറേഷന്റെയും കൺസൾട്ടന്റാണ്. പ്രോട്ടോക്കോൾ 42 നടപ്പിലാക്കുന്നതിന് അവർക്ക് പൂർണ്ണസ്വാതന്ത്ര്യമുണ്ട്. ഈ പ്രവർത്തനത്തിന്റെ കോർഡിനേറ്റർ ഞാനായിരിക്കും. മുമ്പ് സി.ഐ. എ യ്ക്ക് ദേശസുരക്ഷാമേഖലയിൽ പ്രവർത്തിക്കുവാൻ അധികാരമില്ലെന്ന് എന്നോട് പറഞ്ഞിരുന്നു. പ്രോട്ടോക്കോളിന് എല്ലാ ഏജൻസികളുടെയും സഹകരണം ആവശ്യമാണെന്ന് ഞാൻ വ്യക്തമാക്കുന്നു. "

ഓരോ ഉദ്യോഗസ്ഥർക്കും ടാബ്ലെറ്റും ക്ലാസിഫൈഡ് ഇൻഫർമേഷൻസ് എന്ന ലേബലിൽ കട്ടിയുള്ള ഫോൾഡറും ഒരു ഉദ്യോഗസ്ഥൻ വിതരണം ചെയ്യുന്നു. സിൽവേറിയ സീനിയർ എഫ്.ബി ഐ ഏജന്റ് മുതൽ എല്ലാവരെയും പരിചയപ്പെടുത്തുന്നു. മറ്റെല്ലാവരും സി.ഐ എ ഒഫീഷ്യൽ ഏജന്റ് മാനേജർ, ഡിജിറ്റൽ നിരീക്ഷണം നടത്തുന്ന എൻ എസ്.എ വരെയും.

മുപ്പതുകളിൽ സോഷ്യൽ നെറ്റ് വർക്ക് സ്ഥാപകനായ ഗീക്കിനെ ശല്യപ്പെടുത്തിയിരുന്ന ജാമി പുഡ്ലോവ്സ്കി. മൃദുവും വ്യക്തമായ ശബ്ദവുമുള്ള സ്ത്രീ. അത്ര പ്രായം തോന്നുന്നില്ല. അവർ സ്പെഷ്യൽ കമാന്റ് ഓപ്പറേഷൻ ഹെഡും (എസ്.ഓ.സി) മാനസികവിശകലനവിഭാഗത്തിൽ (പിഎസ് വൈ -ഒ പി) വിദഗ്ധയുമാണ്. അവരെല്ലാം പ്രോട്ടോക്കോൾ 42 ന്റെ അനുബന്ധമായ ജോലികളിൽ വ്യാപൃതരായിരിക്കുകയാണ്.

മില്ലറിന് ഓർമ്മ വരുന്നു. ഈ മേശയ്ക്ക് ചുറ്റും റാങ്ക് നോക്കാതെ ഇരിക്കുന്ന എല്ലാ ഗവൺമെന്റ് ഏജൻസികളുടെയും സാന്നിദ്ധ്യം അതിന്റെ പ്രാധാന്യം മില്ലറും ടീനയും വ്യക്തമാക്കിയിരുന്നില്ല.

"വരാനിരിക്കുന്ന മണിക്കൂറുകളിൽ നമ്മുടെ ടീം ഗണ്യമായി ശക്തിപ്പെടും." സിൽവേറിയ പറഞ്ഞു.

“ഇപ്പോൾ ജീവിതത്തിന്റെ പല തലങ്ങളിൽ പ്രവർത്തിക്കുന്ന നിരവധി പേർ സൈനികബേസിൽ വന്ന് സ്ഥിതിഗതികൾ നേരിടുന്നതിന് സഹായിക്കുന്നുണ്ട്. പി.എസ്. വൈ ഒ പി എസ്സിലെ പുഡ്ലോവ്സ്കിയോട് ചോദിക്കുന്നുണ്ട്. എഫ്.ബി.ഐ സ്പെഷ്യൽ ഏജന്റുമാരായി എത്ര പേരെയാണ് പറഞ്ഞയച്ചിരിക്കുന്നത്. നൂറിലേറെ പേർ ഞങ്ങളുടെ ന്യൂയോർക്ക് ഓഫീസിലിരുന്ന് ജോലി ചെയ്യുന്നുണ്ട്. നന്ദി. നിങ്ങളുടെ മുന്നിലുള്ള ഇപ്പോഴത്തെ അവസ്ഥ അറിയാവുന്നതാണ്. ടാർമാക്കിലെ 787 നമുക്ക് വിലപ്പെട്ടതാണ്. എല്ലാവരും ഇവിടെ ഉണ്ടായിരിക്കണം. അദ്ദേഹം ജൂൺ 24ന് ഇന്ന് രാവിലെ ഏഴ് മണി മൂന്ന് മിനിറ്റ് കെന്നഡി വിമാനത്താവളവുമായി ബന്ധപ്പെട്ടു. അവർ എയർഫ്രാൻസ് 006 പാരീസ്- ന്യൂയോർക്ക് വിമാനമാണെന്ന് സ്വയം തിരിച്ചറിഞ്ഞു. ഈ ഉപകരണത്തിന് ഗുരുതരമായ കേടുപാടുകൾ റിപ്പോർട്ട് ചെയ്തിട്ടുണ്ട്. മിനിറ്റുകൾക്കകം ഇതിന്റെ അടിസ്ഥാനത്തിൽ പതിവ് പുനഃക്രമീകരണങ്ങൾ. ക്യാപ്റ്റൻ ഡേവിഡ് മർക്കിളാണെന്ന് അവകാശപ്പെടുന്നു. സഹപൈലറ്റ് ഗിദിയോ ഫേവറൂ എന്ന ആൾ. ബോർഡിലെ ജീവനക്കാരുടെയും യാത്രക്കാരുടെയും പൂർണ്ണമായ പട്ടിക കണ്ടുപിടിക്കുക. അത് ഉടൻതന്നെ എൻ എസ് എയുടെ ബ്രയാൻ മിറ്റ്നിക്കിന് കൈമാറുന്നു. ബ്രയാൻ, ടാബ്ലറ്റുകളെക്കുറിച്ച് പറയൂ.”

ദേശസുരക്ഷാ ഏജൻസി ഉദ്യോഗസ്ഥൻ എഴുന്നേറ്റു. അദ്ദേഹം കൗമാരക്കാരുടെ ആവേശത്തോടെ ഒരു നേർത്ത കറുത്ത ദീർഘചതുരത്തിലുള്ള എന്തോ ഒന്ന് ഉയർത്തിക്കാണിക്കുന്നു.

“എല്ലാവർക്കും നമസ്കാരം. ഇപ്പോൾ എന്റെ കൈയിലുള്ള ടാബ്ലെറ്റ് പോലെ നിങ്ങളുടെ കൈയിലും ഉണ്ടല്ലോ.” നിങ്ങളുടേത് വ്യക്തിപരമാണ്. പൂട്ടിയതല്ല. നിങ്ങൾ തുറന്ന ഉടനെ ഹോം പേജിൽ നോക്കിയാൽ ബോയിംഗ് 787ന്റെ ഒരു മാപ്പ് കാണും. ഓരോ സീറ്റിലും ക്ലിക് ചെയ്യുമ്പോൾ അതിൽ ഇരിക്കുന്നവരുടെ പേര് ഒരു വിൻഡോയിൽ പ്രത്യക്ഷമാകും. ഓരോ സീറ്റിന്റേയും വിമാനഅറ്റന്റന്റുമാരുടേതുൾപ്പടെ. എൻ. എസ്.എ വിവരങ്ങൾ അപ്പപ്പോൾ പുതുക്കിക്കൊണ്ടിരിക്കും. നിങ്ങൾക്ക് ടാബ്ലെറ്റ് നോക്കി വിമാനത്തിലെ ഓരോരുത്തരുടെയും വിശദാംശങ്ങൾ കാണാം. പുതിയ പേജിലുള്ള ലിങ്കിൽ ഒരു ടെക്സ്റ്റ് ഇമേജായി നീല നിറത്തിൽ കാണാം. തിരികെ വരാൻ ദിശാസൂചകം ക്ലിക് ചെയ്യുക. വളരെ എളുപ്പമാണ്. ഇനി നിയന്ത്രണസ്ക്രീനിൽ നോക്കുക.”

ഒരു വിരലിന്റെ ചലനത്താൽ മിറ്റ്നിക് മർക്കിളിന്റെയും ഫേവറൂവിന്റെയും ഫോട്ടോകളും എയർഹോസ്റ്റസുമാർ, സ്റ്റുവാർഡ്സ് എന്നിവരെയും കണ്ടു. മിറ്റിനിക് ഒരു കളിപ്പാട്ടംപോലെ അത് ആസ്വദിക്കുമ്പോൾ സിൽവേറിയ വീണ്ടും സംസാരിക്കുന്നു.

പ്രോട്ടോക്കോൾ 42 പ്രവർത്തനക്ഷമമായിട്ടുണ്ട്. ഇന്ന് കാലത്ത് മറ്റൊരു വിമാനം എയർഫ്രാൻസ് 006 നാല് മണിക്കൂറിലേറെയായി

ഇവിടെ ഇറങ്ങിയിട്ട്. ജെ.എഫ് കെ ഷെഡ്യൂളിൽ ഇത് 4.35 ന് സ്ഥിരീകരിച്ചിട്ടുണ്ട്.

മറ്റൊരു വിമാനം, മറ്റൊരു പൈലറ്റും സഹപൈലറ്റും ആണ് ചുക്കാൻ പിടിക്കുന്നുത്. മറുവശത്ത്. എയർഫ്രാൻസ് ബോയിംഗ് 787ന്റെ കീഴിൽ അതേ എയർഫ്രാൻസ് 006 കേടുപാടുള്ളത്. കമാൻഡർ മാർക്കിളിനെ സഹായിച്ചുകൊണ്ട് ഫേവറുവുമുണ്ട്. വിമാനജീവനക്കാരിൽനിന്നും അത് കൃത്യമായി മനസ്സിലാക്കാനാവും. ഇവിടെ കാണുന്ന ഈ യന്ത്രം അത് ജെ.എഫ് കെയിൽ മാർച്ച് 10ന് കൃത്യം നൂറ്റിയാറ് ദിവസങ്ങൾക്ക് മുമ്പ് രാവിലെ 5.17ന് ഇറങ്ങിയതാണ്.

ജനറലും സി.ഐ.എ ഏജന്റും ശബ്ദകോലാഹലങ്ങളാൽ അത് അവസാനിപ്പിക്കുന്നു. കൈ ഉയർത്തിപ്പിടിച്ച് ചോദിക്കുന്നു.

"ഇത് എന്താണ്, ഒരേ വിമാനം രണ്ട് പ്രാവശ്യം ഇറങ്ങുന്നത്?"

"അതെ, ഞാൻ ആവർത്തിക്കുന്നു. അത് ഒരേ യന്ത്രം/ ഉപകരണമാണ്. പരിപാലന സാങ്കേതികവിദഗ്ധരും സ്ഥിരീകരിക്കുന്നു. അയാൾ പറയുന്നു. "നാല് മാസംമുമ്പ് 787 അദ്ദേഹം ഇടപെട്ടത് ഇത് തന്നെയാണ്. പക്ഷേ ഇത്രയും കേടുപാടുകൾ ഇല്ലാത്ത വിമാനമായിരുന്നു എന്ന് അഭിപ്രായപ്പെടുന്നു. എന്നാൽ ആലിപ്പഴവീഴ്ചയാൽ പകുതി വഴിയിൽ വൈകി. വിൻഡ് ഷീൽഡിന് ചില ആഘാതങ്ങൾ. റാഡോമിന് ചില കേടുപാടുകൾ തുടങ്ങിയവ ഉറപ്പായും തിരിച്ചറിയുന്നു. പൈലറ്റുമായി നേരിട്ട് ബന്ധപ്പെട്ടിരുന്നു."

കമാന്റ് മുറിയിൽനിന്നും താഴ്ന്ന ശബ്ദത്തിൽ ഒരു മറുപടി കേട്ടു.

"ഹലോ കമാന്റന്റ് മാർക്കിൾ."

വീണ്ടും പാട്രിക് സിൽവേറിയ "ജനറൽ. ഞാൻ പ്രതിസന്ധി ജീവനക്കാർക്കൊപ്പമാണ്. നിങ്ങളെ പരിചയപ്പെടുത്തുന്നതിനായി ഒരിക്കൽക്കൂടി ജനനത്തിയതി പറയൂ."

മർക്കിളിന്റെ ക്ഷീണിച്ച ശബ്ദം മുറിയിൽ പ്രതിധ്വനിച്ചു.

"ഡേവിഡ് മർക്കിൾ ജനിച്ചത് 1973 ജനുവരി 12-ജനറൽ, യാത്രക്കാർ അവരുടെ ക്ഷമയുടെ അവസാനത്തിലാണ്. എത്രയും വേഗം അവർ ഇറങ്ങാൻ ആഗ്രഹിക്കുന്നു."

"അടുത്ത ഏതാനും നിമിഷങ്ങൾക്കകം ഞങ്ങൾ അവരെ ഇറക്കും. ഒരു ചോദ്യംകൂടി. കമാന്റർ മർക്കിൾ ഇന്ന് ഏതാണ് ദിവസം, സമയം എത്രയാണ്?"

"ഇൻസ്ട്രുമെന്റേഷൻ/യന്ത്രം തകരാറിലാണ്. ക്രമരഹിതമാണ്. ഇന്ന് മാർച്ച് 10ആണ്. എന്റെ വാച്ചിൽ 8 45."

സിൽവേറിയ ആശയവിനിമയം വിച്ഛേദിക്കുന്നു. തിളങ്ങുന്ന ഘടികാരത്തിന്റെ തിയതി ജൂൺ 24. സമയം 10 34. ആണ് പ്രദർശിപ്പിക്കുന്നത്."

വലിയ സ്ക്രീനുകളിൽ പെട്ടെന്ന് ഒരു രോഗിയുടെ ആശുപത്രിക്കിടക്കയിലെ ചിത്രം പ്രത്യക്ഷമാകുന്നു. പത്ത് മിനിറ്റ് മുമ്പ് എഫ്.ബി.ഐ ഏജന്റ് മൗണ്ട് സിനായ് 344-ാം ആശുപത്രി മുറിയിലെയാണ്.

"ഈ മനുഷ്യൻ ഡേവിഡ് മർക്കിളാണ്. ഇദ്ദേഹം എയർ ഫ്രാൻസ് 006 യാത്രാവിമാനത്തിലെ കഴിഞ്ഞ മാർച്ച് 10ലെ പൈലറ്റായിരുന്നു. ഡേവിഡ് മാർക്കിളിന് പാൻക്രിയാറ്റിക് ക്യാൻസറാണെന്ന് ഒരു മാസം മുമ്പ് തിരിച്ചറഞ്ഞിരുന്നു. മരിക്കാൻ പോകുന്നു."

സിൽവേറിയ അഡ്രിയാൻ മില്ലറിനെയും ടീന ബ്രൂസ്റ്ററിനേയും നോക്കി. അവർ നിശ്ശബ്ദരായിരിക്കുന്നു.

"നിങ്ങൾക്ക് മനസ്സിലായോ എന്തിനാണ് പ്രോട്ടോക്കോൾ 42 പ്രയോഗത്തിലാക്കിയതെന്ന്. ഇനി മുന്നോട്ടുള്ള വഴി എന്താണ്?"

ഭാഗം രണ്ട്

അവർ പറയുന്നു,
ജീവിതം ഒരു ഗാനമാണ്

(ജൂൺ 24–ജൂൺ 26, 2021)

അസ്തിത്വം സത്തയ്ക്കും മുമ്പുണ്ടാകുന്നു
കുറച്ച് അകലെയും

ദി അനോമിലി
വിക്ടർ മിസേൽ

ആ നിമിഷത്തിൽ

വ്യാഴം ജൂൺ 24, 2021
മക്ഗ്വർ എയർഫോഴ്സ് ബേസ്, ട്രോന്റൻ, ന്യൂജഴ്സി

ഒന്നിനു പുറകെ ഒന്നായി രണ്ട് വരികളിലുള്ള സായുധസൈനികർക്കൊപ്പം മലിനീകരണം ചെറുക്കുന്ന, മഞ്ഞനിറത്തിലുള്ള വസ്ത്രം ധരിച്ച് യാത്രക്കാർ ഓരോരുത്തരും ഹാംഗറിലേക്ക് (എയർക്രാഫ്റ്റിന്റെ പണികൾ നടക്കുന്ന സ്ഥലം) നടന്നു നീങ്ങി. അവർ റേഡിയോ ആക്ടീവത പരീക്ഷണത്തിനുശേഷം ബാക്റ്റീരിയ ചെറുക്കുന്ന എയർലോക്കിലൂടെ വലിയ താഴികക്കുടംപോലെ, വൃത്താകൃതിയിലുള്ള ഒരു സ്ഥലത്തെത്തി. നിരനിരയായി നിൽക്കുന്ന സൈനികർ പേര്, ആദ്യപേര്, സീറ്റ് നമ്പർ, എന്നിവ ശ്രദ്ധിച്ചു. കുറച്ചുപേർ അസ്വസ്ഥരാണ്. ചിലർ ക്ഷോഭിക്കുന്നു. ചിലർക്ക് ആകാംക്ഷമൂലമുള്ള തളർച്ച എന്നിവയുള്ളതിനാൽ പ്രതിഷേധിക്കുന്നു. ക്ഷീണിതനായ ഒരു അഭിഭാഷകന് മാത്രമാണ് പ്രൊഫഷണൽ കാർഡ് വിതരണം നടത്തുവാനുള്ള ഊർജ്ജം ഉണ്ടായിരുന്നത്.

ഹാംഗറിൽ യാത്രയ്ക്കാർക്ക് കുളിക്കുവാനായി സൈനികർ ഷവറുകളും നൂറോളം കൂടാരങ്ങളും മൊബൈൽ ടോയ്‌ലെറ്റുകളും ഭക്ഷണം കഴിക്കാൻ നീളമുള്ള മേശകളും സ്ഥാപിച്ചിരുന്നു. അവർ യാത്രക്കാർക്ക് ചൂടുള്ള ഭക്ഷണം നല്കി. അവർ വിരിച്ചിരുന്ന മെത്തകളിൽ ചിലർ വിശ്രമിച്ചു. എന്നാൽ ഉരുക്കുകൂടാരത്തിനകത്ത് കുട്ടികളുടെ ബഹളവും വാദപ്രതിവാദങ്ങളും കേട്ടുകൊണ്ടിരുന്നു. ഒരു ഡസനോളം സൈനികർ പട്രോളിംഗ് നടത്തി വരുന്നവരേയും പോകുന്നവരേയും വടക്കുഭാഗത്തെ ഒരു മൂലയിൽ മെഡിക്കൽ സംഘത്തിന്റെ ലാബറട്ടറി സജ്ജമാക്കിയിരുന്ന അണുവിമുക്തകൂടാരത്തിലേക്ക് നയിച്ചു. ഒരു ഡസനോളം നേഴ്സുമാർ ഓരോ യാത്രക്കാരുടെയും ഉമിനീരെടുത്ത് സാമ്പിൾ പരിശോധിക്കുന്നുമുണ്ട്. കിഴക്കേ മൂലയിലുള്ള മോഡുലാർ നിർമ്മാണസൈറ്റുകൾ മാനസികാരോഗ്യവിദഗ്ധർ മുഖാമുഖം കാര്യങ്ങൾ ചോദിച്ചറിയുവാൻ ആരംഭിക്കുന്നു. മില്ലറും വാംഗും ചേർന്ന് പെട്ടെന്ന് ഒരു ചോദ്യാവലി തയ്യാറാക്കി. അതിനാൽ അവസാന മണിക്കൂറിൽ പ്രോട്ടോക്കോൾ 42 വളരെയേറെ മെച്ചപ്പെട്ട നിലയിലായി.

പടിഞ്ഞാറ് ഭാഗത്തായി തറനിരപ്പിന് മുകളിൽ നിലത്തുനിന്നും അഞ്ച് മീറ്ററോളം ഉയരത്തിൽ ഒരു ലോഹനിർമ്മിത പ്ലാറ്റ്ഫോം ഹാംഗറിനുള്ളിൽ പ്രൗഢിയോടെ ആധിപത്യം പുലർത്തുന്നുണ്ട്. ടാസ്ക് ഫോഴ്സ് അംഗങ്ങൾ ബലം പ്രയോഗിച്ച്, ബേ വിൻഡോയിലൂടെ ശബ്ദായമാനവും കുഴഞ്ഞുമറിഞ്ഞതുമായ ഉറുമ്പിൻക്കൂട്ടത്തിന്റേതുപോലുള്ള അവസ്ഥ നിരീക്ഷിക്കുന്നു. ടാബ്ലറ്റുകൾ പുതിയ കണക്കുകൾ നൽകുന്നു. എൻ. എസ്.എ എല്ലാ യാത്രക്കാരെയും മിക്കവാറും എല്ലാ പാരീസ് - ന്യൂയോർക്ക് വിമാനജീവനക്കാരെയും - തിരിച്ചറിഞ്ഞു.

നാല് മാസങ്ങൾക്ക് മുമ്പ് മാർച്ച് 10ന് വിമാനം ഇറങ്ങിയതുമുതൽ ഏകദേശം നൂറോളം പേർ വീട്ടുതടങ്കലിലോ പൊലീസ് നിരീക്ഷണത്തിലോ ആണ്. ജീവശാസ്ത്ര പഠനവിദഗ്ധർ അവരുടെ ഡിഎൻഎ ഹാംഗറിലുള്ള മറ്റൊരു കൂട്ടം യാത്രക്കാരുമായി താരതമ്യപഠനം നടത്തുന്നു. അവ മക്ഗ്വയർ എയർപോർട്ടിലുള്ള വിമാനയാത്രികരുടേതിന്റെ ശരിയായ പ്രതിരൂപമായിരുന്നു.

എൻഎസ് എ യുടെ ഗീക്ക് ആയ മിറ്റനിക് മക്ഗ്വറിൽ സജ്ജീകരിച്ചിരുന്ന പ്രൊജക്ടറിന്റെ മുറിയിൽ ചിത്രം രണ്ടായി വിഭജിച്ച് കാണിക്കുന്നു.

ഇതാണ് ഒന്നാമത്തെ ക്ലാസ്സിലെ യാത്രക്കാരുടെ വീഡിയോ ക്യാമറകൾ. ഓരോന്നായി ഒന്നാം ക്ലാസ്സിലേത് ഇടതുഭാഗത്തും മാർച്ച് 10ന് ഇറങ്ങിയവരുടെ വലതുഭാഗത്തും സ്ക്രീനിൽ തെളിയുന്നു. പെട്ടെന്ന് 'നിർത്തൂ താൽക്കാലികമായി' എന്ന് കേൾക്കുന്നു. ചിത്രങ്ങളിലെ സമയസൂചകങ്ങളെ ശ്രദ്ധിക്കുന്നു. അത് നാല് മണി 26 മിനിറ്റ് മുപ്പത് സെക്കന്റാണ്. ഇപ്പോൾ. രണ്ട് ചിത്രങ്ങളും സമാനമാണ്. ഇപ്പോൾ പ്രക്ഷുബ്ധതയുടെ നടുവിലാണ്. ഓരോ ചിത്രങ്ങളായി സ്ക്രീനിൽ തെളിയുന്നു.

സ്ക്രീനിൽ നാല് മണിക്ക് 26 മിനിറ്റ് 34 സെക്കന്റ്.

ഇടതുഭാഗത്ത് നൂറിലൊന്ന് വീഡിയോകൾ വ്യതിചലിക്കുന്നു. സ്ക്രീൻ രണ്ടായി കാണുമ്പോൾ ചിത്രങ്ങൾ കളിക്കുള്ളിലെ കളിയായി മാറുന്നു. ഒരു യാത്രക്കാരന്റെ കണ്ണട പറന്നുപോകുന്നു.

എന്നാൽ വലതുഭാഗത്തെ സ്ക്രീനിൽ അത് അവരുടെ മൂക്കിന് മുകളിലാണ്. ഒന്നിൽ ലഗേജിന്റെ അറ തുറന്നിരിക്കുന്നു. മറ്റേതിൽ അടഞ്ഞിരിക്കുന്നു. എല്ലാത്തിനുമുപരിയായി വീഡിയോയുടെ ഇടതുഭാഗത്ത് ആകെ ഇരുട്ട് പരന്നിരിക്കുന്നു. പക്ഷേ വലതുഭാഗത്ത് സൂര്യരശ്മികൾ ക്യാബിൻ പ്രകാശിപ്പിക്കുന്നുണ്ട്. ആദ്യവിമാനം മാർച്ച് പത്തിന് ഇറങ്ങിയത് കൊടുങ്കാറ്റിലും ഇടിമിന്നലിലും പരുക്കൻ വഴികളിലൂടെ യാത്ര ചെയ്യുന്നതായി കാണാം. എന്നാൽ രണ്ടാമത്തേത് ജൂൺ 24ന് നാല് മണി ഏഴ് സെക്കന്റിൽ ഇറങ്ങിയത് വളരെ ശാന്തമായ സ്ഥിതിയിലാണ്.

ശബ്ദകോലാഹലങ്ങളാൽ മിറ്റ്നിക്കിന് വളരെ ഉറക്കെ- അലറിപ്പറയുന്നതുപോലെ- സംസാരിക്കേണ്ട അവസ്ഥയാണ്. അയാൾ ആവേശഭരിതമായ ശബ്ദത്തിൽ പറഞ്ഞു.

"എല്ലാം സംഭവിച്ചത് ആ നിമിഷത്തിലാണ്. നാല് മണി 26 മിനിറ്റ്, 34 സെക്കന്റ്. നൂറിലൊരംശത്തിൽ സാദ്ധ്യതയില്ലായ്മ തുടരുന്നു. നിർഭാഗ്യവശാൽ നമ്മൾ ബോയിംഗ് 787 ന്റെ ഉൾഭാഗത്തെ മൂന്ന് ക്യാമറ കളാണ് നിരീക്ഷണത്തിന് തെരഞ്ഞെടുത്തത്. ഒന്ന് മുൻവശത്ത്, മറ്റൊന്ന് മദ്ധ്യത്തിൽ വേറൊരെണ്ണം പുറകുവശത്ത്. ഓരോന്നിനുമിടയിൽ 12 അടി അകലം കാണും. 900 കിലോമീറ്റർ ഒരു മണിക്കൂറിൽ അല്ലെങ്കിൽ 270 മീറ്റർ സെക്കന്റിൽ ഈ വിമാനം 25 മീറ്ററോളം- ഒരു സെക്കന്റിൽ കാൽഭാഗം ആളുകൾ ഒരുമിച്ച് യാത്ര ചെയ്തിരുന്നു. അത്ഭുതമെന്ന് പറ യട്ടെ, ഈ ക്യാമറകൾ ഓരോ സെക്കന്റിലും ഇരുപത്തഞ്ച് ചിത്രങ്ങൾ എടുത്തതായി കാണാം. നിങ്ങൾ എന്നെ പിന്തുടരുന്നുണ്ടോ?"

പ്രതികരണത്തിന് കാത്തുനിൽക്കാതെ മിറ്റ്നിക് തുടർന്നു.

"സ്ക്രീൻ മൂന്നായി വിഭജിച്ച് ഇടതുഭാഗത്ത് ആദ്യക്യാമറയിൽ നിന്നുള്ള വീഡിയോകളും മദ്ധ്യത്തിൽ രണ്ടാമത്തേതിന്റെ വീഡിയോ കൾ വലതുവശത്ത് അവസാനത്തേതിൽ ഉള്ളതും. അതിനാൽ നാല് മണി 26 മിനിറ്റ് 34 സെക്കന്റിൽ ഇരുപത് നൂറിലൊന്ന് വേളയിൽ സൂര്യ പ്രകാശം പെട്ടെന്ന് ക്യാബിനിലേക്ക് ഒഴുകി വരുന്നതായി കാണാം. ഒന്നാ മത്തെ ക്യാമറയിലും രണ്ടാമത്തെ ക്യാമറയിലും ഇതേ പ്രതിഭാസം കാണാം. എന്നാൽ ഇനി പറയുന്ന ചിത്രത്തിൽ നാല് മണി 26 മിനിറ്റ് 34 സെക്കന്റിൽ ഇരുപത്തിനാല് നൂറിലൊന്നും. മൂന്നാമത്തേതിൽ വലതു ഭാഗത്തെ വീഡിയോയിൽ സൂര്യൻ 34 സെക്കെന്റിൽ 28 നൂറിലൊരംശവും ഒപ്പമുണ്ട്.

"അതിനർത്ഥം എന്താണ്?" സിൽവേറിയ ചോദിക്കുന്നു.

മിറ്റ്നിക് വിജയിച്ചു.

"ഓരോ ക്യാമറകളിലും തമ്മിൽത്തമ്മിൽ ഒരു സമയമാറ്റം സെക്ക ന്റിൽ 25നൂറിലൊരംശം കാണാം. നമ്മുടെ രണ്ടാമത്തെ വിമാനം നിശ്ച ലവും ലംബവുമായ ദിശയിൽ എവിടെയും കാണപ്പെടുന്നില്ല. കൊടു ങ്കാറ്റിനെ മറികടന്ന് അവർ നീലാകാശം കാണുന്നു. ഉപഗ്രഹങ്ങളുടെ നിരീക്ഷണമനുസരിച്ച് ഈ വിമാനം മാർച്ച് പത്തിലെ-കൃത്യമായി- പടിഞ്ഞാറ്. (42 ഡിഗ്രി 8' 50" എൻ 65 ഡിഗ്രി 25" 9" ഡബ്ലിയു) പക്ഷേ വിമാനം വീണ്ടും പ്രത്യക്ഷമാകുന്നത് കൂറെക്കൂടി തെക്കുപടിഞ്ഞാറ് ഭാഗത്താണ്. ഏകദേശം അറുപത് കിലോമീറ്ററോളം വ്യത്യാസത്തിൽ."

"നിങ്ങൾ ഇതിൽനിന്നും എന്ത് നിഗമനത്തിലാണ് എത്തിച്ചേരുന്നത് മിറ്റ്നിക്? ജീവിതം ഒരു സ്വപ്നമാണെന്ന് അവർ പറയുന്നു." സിൽവേ റിയ ചോദിച്ചു.

"ഓ, ഞാനോ... ഒന്നുമില്ല. ഒന്നുംതന്നെയില്ല. ഇത് പ്രിൻസ്റ്റണിലെ വലിയ തലവന്മാർക്കായി റീൽ ചെയ്യാനുള്ള ഡാറ്റയാണ്. "

ഗണിതശാസ്ത്രജ്ഞന്മാരെ നോക്കിക്കൊണ്ട് മിറ്റ്നിക് പറഞ്ഞു.

"ഇത് ഒരു ഫോട്ടോക്കോപ്പിയർപോലെ പ്രവർത്തിച്ചു. ഒരിടത്ത്

സ്കാൻ ചെയ്തത്. ചിത്രം മറ്റൊരു ഭാഗത്തും. മെഷിനിൽനിന്നും ഷീറ്റ് പുറത്തു വരുന്നുണ്ടോ?"

ടീനാ വാംഗ് ചോദിച്ചു. മിറ്റ്നിക് മറുപടി പറയാൻ മടിച്ചു. ആ ആശയം വളരെ അസംബന്ധവും അപക്വവുമായി തോന്നുന്നു. നിശ്ശബ്ദത തുടരുന്നു. എയർകണ്ടീഷനറുകൾ ഇപ്പോഴും സ്ഥാപിക്കപ്പെടാത്തതിനാൽ ഈർപ്പമുള്ള ചൂട് തീവ്രമാകുന്നു. ദേശസുരക്ഷാസേന ഉദ്യോഗസ്ഥന്റെ സന്ദേശം സെൽഫോണിൽ ചലനമുണ്ടാക്കി. അത് വായിച്ച് സിൽവേറിയ നെടുവീർപ്പിടുന്നു.

യുണൈറ്റഡ് സ്റ്റേറ്റ്സിന്റെ പ്രസിഡണ്ട് എൻ എസ് എയുടെ പരിശോധന ആവശ്യപ്പെടുന്നു. നമ്മുടെ അറ്റ്ലാന്റിക് തീരത്തിന് സമീപം മാർച്ച് പത്തിന് ഒരു റഷ്യൻ അല്ലെങ്കിൽ ചൈനീസ് കപ്പൽ ആയിരുന്നെങ്കിൽ അത് ഒരു പക്ഷേ പരീക്ഷണയാത്ര നടത്തുമായിരുന്നു.

അസ്വസ്ഥമായ ഒരു നിരാശ ജനറൽ സിൽവേറിയയെ പിടികൂടി. ഇരിപ്പിടത്തിന്റെ പുറകുവശത്തെ ഗ്ലാസ്സിനു നേരെ തല ചായ്ച്ച് പ്രകാശത്തിൽ കുളിച്ചുനിൽക്കുന്ന ഹാംഗർ വീക്ഷിച്ചു.

ഈ വിമാനം എവിടെ നിന്നാണ് വന്നത്? സിൽവേറിയ നെടുവീർപ്പിടുന്നു. "നിങ്ങൾക്ക് ചില സിദ്ധാന്തങ്ങൾ ഉണ്ടാകില്ലേ പ്രൊഫസർ വാംഗ്? സിദ്ധാന്തങ്ങളില്ലാത്ത അദ്ധ്യാപകനെന്നാൽ ചെള്ളുകളില്ലാത്ത നായ പോലെയാണ്. ക്ഷമിക്കണം, ഇപ്പോൾ എന്റെ കൈവശം പ്രക്ഷുബ്ധമായ ചിപ്പുകളൊന്നുമില്ല. നമുക്ക് പ്രതീക്ഷിക്കാം. 48 മണിക്കൂറിനുള്ളിൽ എല്ലാം കണ്ടെത്താനാവും."

സിൽവേറിയ പറയുന്നു. "അവരുടെ രാജ്യങ്ങളിലേക്ക് മടങ്ങിയ വിദേശവംശജരായ യാത്രക്കാർ ഉൾപ്പടെ മാർച്ച് പത്തിലെവരെ എല്ലാത്തിനും ഒരു വിശദീകരണം കണ്ടെത്തണം."

അഡ്രിയാൻ നിർദ്ദേശിക്കുന്നു."നമ്മുടെ സംഘം ശാസ്ത്രജ്ഞന്മാരാൽ സമ്പന്നമാകണം. ക്വാണ്ടം ഫിസിക്സ്, ആസ്ട്രോഫിസിക്സ്, മോളിക്യുലാർ ബയോളജി, ഇവയിലെ വിദഗ്ധരെ ലഭ്യമാക്കണം. ഭൗതികശാസ്ത്രത്തിലെ ഊർജ്ജകണവാദം, കണികാഊർജ്ജതന്ത്രം, ഗോളോർജ്ജതന്ത്രം, തന്മാത്രാജീവശാസ്ത്രം ഇവയിലെ വിദഗ്ധരെ ലഭ്യമാക്കണം. ഇവരെല്ലാം നാളെ രാവിലെ ഉണ്ടായിരിക്കണം."

"മുപ്പത് മിനിറ്റുകൾക്കുള്ളിൽ ശാസ്ത്രജ്ഞരുടെ പട്ടിക നൽകണമെന്ന് ടീനാ വാംഗ് ആവശ്യപ്പെടുന്നു."

"രണ്ടോ മൂന്നോ തത്ത്വചിന്തകരെക്കൂടി ആവാം." അത് എന്തിനാണെന്ന് സിൽവേറിയ ചോദിച്ചു.

"എന്തിനാണ് ഇപ്പോൾ ശാസ്ത്രജ്ഞൻ, രാത്രിപോലും ഉണർന്നു പ്രവർത്തിക്കുവാനാണോ?" സിൽവേറിയ അവളുടെ തോളിൽ തട്ടിക്കൊണ്ട് പറയുന്നു.

"ഒരാളുടെയും പേര് വേണ്ടെന്ന് വെക്കണ്ട. പിറകോട്ട് പോകരുത്. എനിക്ക് ഏത് നോബൽ ജേതാവിനെയും തട്ടിക്കൊണ്ട് വരുവാനുള്ള

പൂർണ്ണഅധികാരമുണ്ട്. അമേരിക്കൻ പ്രസിഡണ്ട് നിർദ്ദേശിച്ചിരിക്കുന്നത് കൃത്യമായ ഫോർമുലയോടെ ആവശ്യപ്പെടുമ്പോഴെല്ലാം സഹകരണം ഉറപ്പിക്കണമെന്നാണ്."

"ഞങ്ങൾക്ക് ഒരു സാങ്കൽപ്പികമുറി (ഹൈപ്പോതിസീസ് റൂം) തയ്യാറാക്കണം. ഒരുപാട് പേർ ഒന്നിച്ചിരുന്ന് ജോലി ചെയ്യാവുന്നത്. വളരെ വിശാലമായത്. മേശകൾ, ചാരുകസേരകൾ, സോഫകൾ, ബ്ലാക് ബോർഡുകൾ ചോക്ക് എന്നിവയെല്ലാം തയ്യാറാക്കണമെന്ന് പറയുന്നു. ബോർഡുകൾ വെളുത്തതും പരസ്പരം സംവേദനാത്മകവുമായിരിക്കണം. നിങ്ങൾ സുഖമായിരിക്കുമോ?"

വളരെ മൃദുവായി സിൽവേറിയ പറഞ്ഞു.

"ഉറക്കമൊഴിക്കുവാൻ നിർബന്ധമായും മൊഡാഫിനിൽ നല്കം. നമുക്ക് നൂറ്കണക്കിന് പെട്ടികളുണ്ട്. ബഹിരാകാശ രേഖാശാസ്ത്ര സിദ്ധാന്തം (Space graph Theory) തുടരുന്നത് സംബന്ധിച്ച് അറിവുള്ള ഒരു വിദഗ്ധനെ ആവശ്യമുണ്ട്. നിങ്ങളുടെ അറിവിൽ ആരെങ്കിലുമുണ്ടോ അഡ്രിയാൻ?"

"ഉണ്ട്. പ്രൊഫസർ ഹാർപ്പർ. പ്രിസ്റ്റണിലെ മെറിഡിത്ത് ഹാർപ്പർ. കുറച്ച് മുമ്പ് ഞങ്ങൾ അതെപ്പറ്റി ചർച്ച ചെയ്യുകയായിരുന്നു. ഗ്രോതെൻട്രിക് ജ്യാമിതിയുടെ തലവനാണ്."

"ഞാനുടനെ അവരെ തിരയുവാൻ ഒരു സൈനികവാഹനം അയയ്ക്കാം. അവർ ദേശസുരക്ഷാകാര്യങ്ങളിൽ വിശ്വസിക്കാവുന്ന വ്യക്തിയാണോ?"

"തീർച്ചയായും. പ്രത്യേകിച്ച് അവർ ഇംഗ്ലീഷാണ്. അതൊരു പ്രശ്നമാണ്. സംശയാസ്പദവുമാണ്, ജനറൽ സിൽവേറിയ."

"എന്തായാലും 13 ഇംഗ്ലീഷുകാർ ആ നശിച്ച വിമാനത്തിൽ ഉണ്ട്. അവർ റഷ്യൻ, ചൈനീസ് അല്ലെങ്കിൽ ഫ്രഞ്ച് അല്ലാത്തിടത്തോളം ഞങ്ങളെല്ലാം ബ്രിട്ടീഷ് സേവനങ്ങളുപയോഗിച്ച് പ്രവർത്തിക്കുന്നു. കൂടാതെ ഒരു കോഫിമെഷിൻ യഥാർത്ഥമായ ഒരെണ്ണം വേണം. എക്സ്പ്രസോ- അഡ്രിയാൻ മില്ലർ കൂട്ടിച്ചേർക്കുന്നു. "അസാദ്ധ്യമായത് ചോദിക്കരുത്."

പതിനൊന്ന് മണിയാവുന്നതിന് തൊട്ടുമുമ്പ് ഹാംഗറിന്റെ വടക്കേ മൂലയിൽ നിന്നും ചെറിയ ഇളംചാരമുള്ള പുക നിറഞ്ഞ കാറ്റ് ഉയരുന്നു. പിന്നീട് അത് കൂടുതൽ കറുത്ത് സാന്ദ്രമായിത്തീർന്നു. ഒരു മനുഷ്യന്റെ നിലവിളി ഉയരുന്നു. തീ, തീ ഭയത്തിന്റെയും പരിഭ്രാന്തിയുടെയും തിരമാല ജനക്കൂട്ടത്തിലേക്ക് പടരുന്നു. യാത്രക്കാർ അടഞ്ഞു കിടക്കുന്ന വാതിലുകൾക്കടുത്തേക്ക് ഓടുന്നു. അവർക്ക് സുരക്ഷയൊരുക്കിയിരുന്ന സൈനികരെ കളിയാക്കിക്കൊണ്ട് സുരക്ഷാസംഘം ഓടിയെത്തി. വളരെ പെട്ടെന്ന് തീ നിയന്ത്രണത്തിലാക്കാൻ സാധിച്ചു. സിൽവേറിയ മൈക്രോഫോൺ എടുത്തു.

“ഞാൻ ജനറൽ പാട്രിക് സിൽവേറിയയാണ്. നിങ്ങൾ ഭയചകിതരാ കാതിരിക്കൂ. ഞാൻ അവിടെ വന്ന് നിങ്ങൾക്ക് ആവശ്യമായ വിശദീ കരണം തരാം.”

മുറിയിൽനിന്നും കോലാഹലം ഉയരുന്നു.

* * *

ഓഫീസർ പ്ലാറ്റ്ഫോമിൽ നിന്നിറങ്ങി പോകുമ്പോൾ ടീനാ വാംഗ് ചോദിച്ചു. “നിങ്ങൾ അവരോട് എന്താണ് പറയാൻ പോകുന്നത്? ഇപ്പോൾ പറയരുത്. അവർ ഭൂമിയിൽ ശരിയല്ലാത്ത തനിപ്പകർപ്പല്ലാത്ത ആരുടെയും ശ്രദ്ധയെത്താത്ത സ്ഥലത്താണെന്ന്.”

“ഞാൻ അതിനെ അൽപ്പം പരിഷ്കരിച്ച് പറയുവാൻ ഉദ്ദേശിക്കുന്നു. അവർക്ക് അറിയില്ലല്ലോ നമ്മൾ ഈ നശിച്ച ഗ്രഹത്തിലാണെന്ന്.”

സിൽവേറിയ ഇരുനൂറ് യാത്രക്കാരുടെ മുന്നിൽ, മൈക്രോഫോണി ലൂടെ, അവർ എവിടെയാണെന്നതിൽ തെറ്റായ വിവരങ്ങൾ നൽകുന്നു. ദേശീയസുരക്ഷ, ഹാക്കിംഗ്, ആരോഗ്യം തുടങ്ങിയ പ്രശ്നങ്ങളെക്കുറിച്ചും പറയുന്നു. പൊതുജനങ്ങൾ, നാശനഷ്ടങ്ങൾ എല്ലാം പരിശോധിക്കാനും പറയുന്നു. തീ കൂടാരത്തിനുള്ളിൽ വ്യാപിക്കുന്നു.

മുപ്പത് വാര അകലെ ചെറിയ ഒരു ലോഹവാതിൽ പുറത്തേക്കുള്ളത് ക്രോബാർ ഉപയോഗിച്ച് ബലം പ്രയോഗിച്ച് തുറന്നു. പരിഭ്രാന്തമായ ഈ അവസ്ഥയിൽ കാവൽസൈനികർ നിരീക്ഷണത്തിൽ അയവു വരുത്തി. പത്ത് നിമിഷങ്ങൾക്കുള്ളിൽ ബേസ് സംരക്ഷിക്കുന്നതിന് വലയം ചെയ്തി രുന്ന വേലി അഞ്ചു മീറ്ററോളം വാഹനമിടിച്ച് തകർത്തതായി കണ്ടു. ഇത് ഇന്നലെ പെയിന്റിന്റെ അടയാളങ്ങൾ ഉള്ള ചാരനിറമായിരുന്നു. എന്നാൽ ഹാംഗറിൽനിന്നും വളരെ അകലെയല്ലാത്ത പാർക്കിംഗ് സ്ഥലത്ത് മുന്നൂറിലേറെപ്പേർ താമസിക്കുന്ന സ്ഥലത്തിനടുത്തുനിന്നും പിക്ക് അപ്പ് വാൻ അപഹരിക്കപ്പെട്ടു. ഒരു യാത്രക്കാരൻ ഓടിപ്പോയി ഒറ്റരാത്രികൊണ്ട് അപ്രത്യക്ഷനായി.

അർദ്ധരാത്രിയിൽ വിവിധമേഖലകളിലെ സംഘാംഗങ്ങളുടെ പേരു കൾ തയ്യാറാക്കുന്നു. നോബൽ സമ്മാനം, ഏബേൽ സമ്മാനം, ഫീൽഡ് മെഡൽ ജേതാക്കൾ, സാദ്ധ്യതയുള്ളവരുടേതടക്കം. അരമണിക്കൂറിനു ശേഷം എഫ്. ബി. ഐ ഉദ്യോഗസ്ഥർ വാതിലുകളിൽ മണിയടിച്ച് രാത്രി യിലെ എല്ലാ പ്രവർത്തനങ്ങളെയും തടസ്സപ്പെടുത്തി. ഉറക്കത്തിലുള്ള എല്ലാവരെയും ഉണർത്തി. യുണൈറ്റഡ് സ്റ്റേറ്റ്സ് പ്രസിഡണ്ടിന്റെ അടി യന്തിര അഭ്യർത്ഥനയാൽ കറങ്ങുന്ന ബീക്കൺ ലൈറ്റുകളുടെ പ്രകാശം രാത്രിയെ തുളച്ചു കയറുന്ന അനുഭവം സംജാതമാക്കി. പ്രഭാതത്തിൽ ഒരു മണി ആകുന്നതിനുമുമ്പുതന്നെ ബേസിലേക്ക് ശാസ്ത്രജ്ഞരെ കൊണ്ടുവരുന്നതിന്റെ കാറുകളുടെ നിര, ഹെലിക്കോപ്റ്റർ, ജെറ്റ് എന്നിവ മക്ഗ്വയറിൽ കാണാമായിരുന്നു.

മെറിഡിത്ത് അവരോടൊപ്പം ഉണ്ടെന്ന് അവളുടെ പെർഫ്യൂമിൽനിന്നും തിരിച്ചറിഞ്ഞു. കൂടാതെ അവളുടെ വോഡ്കയുടെയും ടൂത്ത്പേസ്റ്റിന്റെയും. ഞങ്ങൾ അവളെ വ്യക്തമായി കിടക്കയിൽനിന്നും പുറത്തെടുത്തു. ഒപ്പം അഡ്രിയാൻ ഒരു ആശയക്കുഴപ്പമുണ്ടാകുന്ന അവതരണത്തിലെത്തുന്നു. ഏറെ സമയമെടുത്തു അവളുടെ കോപം ശമിപ്പിക്കുവാൻ. അവൾ കേട്ടിരുന്ന് നെറ്റി ചുളിച്ചു. ജനക്കൂട്ടത്തിന് അഭിമുഖമായി താഴേക്ക് നോക്കി ഒന്നും മിണ്ടാതെയിരിക്കുന്നു. അഡ്രിയാൻ അത്ഭുതപ്പെടുന്നു.

"നിങ്ങൾക്ക് ഒന്നും ചോദിക്കാനില്ലേ?"

"നിങ്ങൾക്ക് ഉത്തരം നൽകുവാനാകുമോ?"

അഡ്രിയാൻ അമ്പരപ്പോടെ തലയാട്ടി. അവന്റെ കൈയിലെ മൊഡാഫിനിൽ ഗുളിക നല്കിക്കൊണ്ട് പറഞ്ഞു.

"ഉറങ്ങാതിരിക്കുവാനാണ്." പക്ഷേ എതിർപ്പുകളൊന്നും പറയാതെ അവൾ അത് വിഴുങ്ങി.

"അഡ്രിയാൻ, നിങ്ങളെന്നോട് പറഞ്ഞിരുന്നില്ലേ നിങ്ങളൊരു രഹസ്യ ചാരനായിരുന്നുവെന്ന്."

"അത് മുഴുവനും കൃത്യമായി അങ്ങനെയല്ല. വരൂ, ഞാൻ നിങ്ങളെ പൈലറ്റിന്റെ മുറിയിലേക്ക് കൊണ്ടുപോകാം."

അഡ്രിയാൻ വിസമ്മതിച്ചുകൊണ്ട് വാതിൽ തള്ളിത്തുറന്നപ്പോൾ, മുറിയിലെ സെറ്റിന്റെ അലങ്കാരങ്ങൾ ഇത് കണ്ട് മെറിഡിത്ത് സ്തംഭിച്ചുപോയി. പ്രിൻസ്റ്റണിലെ ഗണിതശാസ്ത്രജ്ഞൻ, ഭ്രാന്തനായ ഒരു ചാരന്റെ പുതപ്പ് എന്നീ പ്രയോഗങ്ങൾ നടത്തിയ മെറിഡിത്ത് പറയുന്നു.

"ഞാൻ ഇത് ഇഷ്ടപ്പെടുന്നു അഡ്രിയാൻ."

അവൾ ദീർഘനിശ്വാസത്തോടെ പറഞ്ഞു. "അമേരിക്കൻ ബ്രിഗേഡിയർ ഡോക്ടർ ഫൊലേമറിന്റെ വ്യാധികൾ ഇല്ലാതാക്കിയത് ബോംബുകളെ പ്രണയിച്ചപ്പോഴാണ്. ഡോ. സ്ട്രെയ്ഞ്ച് ലവ്.

സ്ക്രീനുകളിലെ ഓരോ പുതിയ ഡാറ്റകളും അസാദ്ധ്യമായതാണെന്ന് സ്ഥിരീകരിക്കുന്നു. റൺവേയിൽ ഇറങ്ങിയ വിമാനം 787 മാർച്ച് പത്തിന് ഇറങ്ങിയതിനോട് സമാനമാണ്. സമ്മതിച്ചു. പറഞ്ഞതുപ്രകാരം കേടുവന്ന ഉപകരണങ്ങൾ നന്നാക്കി. തീർച്ചയായും യാത്രക്കാർക്ക് പ്രയാസമായി. അതേ ദിവസം ഞങ്ങൾ വൈകുന്നേരം ഷിക്കാഗോയിൽ ഹാംഗറിൽ ആറ് മാസം പ്രായമുള്ള ഒരു കുഞ്ഞിന്റെ പിറന്നാൾ ആഘോഷിക്കുകയായിരുന്നു. രണ്ട് മാസം പ്രായമുള്ള ശിശുവിന്റെ കരച്ചിൽ. ഈ 106 ദിവസങ്ങൾക്കുള്ളിൽ രണ്ട് വിമാനമിറങ്ങലുകൾ. 230 യാത്രക്കാരും പതിമൂന്ന് വിമാനജീവനക്കാരും . ഒരു സ്ത്രീയുടെ പ്രസവം. രണ്ടു പുരുഷന്മാരുടെ മരണം. എന്നാൽ ജനിതകപരമായി ഇവ ഒന്നാണ്. ഒരേ വ്യക്തികൾ.

സിൽവേറിയ ഒരു കമ്മിറ്റിയെ തെരഞ്ഞെടുക്കുന്നു. ഗണിതശാസ്ത്രജ്ഞന്മാരെ ശ്രദ്ധിക്കാതെത്തന്നെ.

"ചോദ്യം ചെയ്യലുകൾ?"

മനശ്ശാസ്ത്രപരമായ പ്രവർത്തനങ്ങളിലെ ഉദ്യോഗസ്ഥയായ ജാമി പുഡ്ലോവ്സ്കി പറഞ്ഞു.

"മില്ലറും വാംഗും ചേർന്ന് വികസിപ്പിച്ചെടുത്ത ചോദ്യാവലികളിൽ കുറച്ച് കാര്യങ്ങൾ കൂടി കൂട്ടിച്ചേർത്തിട്ടുണ്ട്. ഞങ്ങൾ സംതൃപ്തരാണ്. ഞങ്ങൾ പരിചയപ്പെടുത്തുന്നതിലെ വിശദാംശങ്ങളുടെ തെറ്റുകൾ സാധൂകരിക്കുന്ന സമാനപ്രതികരണങ്ങൾ സ്വത്വങ്ങളെ പുറത്തുകൊണ്ടു വരും. തുടക്കത്തിൽ യാത്രക്കാരുടെ പേരുവിവരങ്ങൾ രഹസ്യമായി തുടരട്ടെ."

എൻ.എസ്.എയിലെ ഉദ്യോഗസ്ഥർ ടാബ്ലെറ്റ് വീണ്ടും പ്രവർത്തിപ്പിക്കുന്നു.

സാമൂഹികശൃംഖലകളിലെ അപായസാദ്ധ്യതാനിരീക്ഷണ സംവിധാനത്തിന്റെ പ്രത്യേകപദങ്ങളാൽ ബോയിംഗ് മുതൽ മക്ഗ്വർവരെ വിശകലനം നടത്തുന്നു. പ്രതിസന്ധികൾക്കും പൊട്ടിത്തെറികൾക്കും കാരണമായി വമിക്കുന്ന ഘടകങ്ങൾ തിരിച്ചറിയുവാനും വിവരവ്യാപനം പരിമിതപ്പെടുത്താനും സഹായിക്കും. എന്നാൽ നമ്മൾ ചൈനയിലോ ഇറാനിലോ അല്ല. ഇന്റർനെറ്റ് തടയുവാൻ നമുക്കാകില്ല. എങ്കിലും ഒരു ബേസ് സൈനികന്റെ പേജ് മാത്രം വിമാനത്തെ പരാമർശിക്കുന്നു.

"ഞങ്ങൾ അത് മായ്ച്ചു." പുഡ്ലോവ്സ്കി പറഞ്ഞു. "ദൈവത്തിന് നന്ദി."

എഫ്.ബി.ഐയിലെ ഉദ്യോഗസ്ഥ തലയാട്ടി. നേർത്ത വെളിച്ചത്തിൽ അവളുടെ കറുത്ത മുടിയുടെ ക്രമീകരണം മറികടക്കുന്നു. പുഡ്ലോവ്സ്കി തുടർന്നു പറഞ്ഞു.

"ദൈവം അവനിൽ ഒരു പ്രശ്നമായിരിക്കാം. ഏത് രാജ്യത്തിലുമെന്ന പോലെ നമ്മുടെ നാട്ടിലും ദൈവത്തിന്റെ ഇടപെടലുകളുണ്ട്. അല്ലെങ്കിൽ പിശാചിന്റെ പൊട്ടിത്തെറി. നമുക്ക് അന്ധവിശ്വാസത്തിന്റെ പൊട്ടിപുറപ്പെടലുകളെ തടയാതിരിക്കാനാവുമോ? ചിന്തയില്ലാതെയുള്ള പ്രവർത്തികളെ പ്രകാശമാനമാക്കുവാൻ കഴിയില്ല. എല്ലാ വിഭാഗങ്ങളിലേയും അദ്ധ്യാത്മിക നേതാക്കളുടെ യോഗം കൂടുന്നതിന് ഞാൻ മുൻകൈ എടുത്തതാണ്. പ്രസിഡണ്ടിന്റെ ആത്മീയനേതാക്കളെല്ലാംതന്നെ സുവിശേഷകരാണ്. ബോയിംഗ് തിരികെ കൊണ്ടുവരുന്നതിന് നമുക്ക് അവരോട് മാത്രം കടപ്പാട് ഒതുക്കിനിർത്താനാവില്ല. വിമാനത്തിൽ ക്രിസ്ത്യാനികൾ, മുസ്ലീങ്ങൾ, ബുദ്ധമതക്കാർ, എല്ലാമുണ്ട്. സമയം നമുക്ക് അനുകൂലമല്ല. മതവിശ്വാസം- അത്തരം കാര്യങ്ങൾ പ്രവചനാതീതമാണ്."

"ജാമീ, നിങ്ങൾക്കുള്ളിൽ ഒരു ജ്വാലയുണ്ട്."ജനറൽ പറഞ്ഞു.

അതിന്റെ കൂടെ ഒമ്പത് ബില്യൻ ഡോളർ ബജറ്റ്. നിങ്ങളുടെ ഓഫീസ് മികച്ചതാണ്. എന്തെങ്കിലും നേടുന്നതിൽ വിജയിക്കുക."

"ഫ്രഞ്ചുകാർ, യൂറോപ്യന്മാർ, ചൈനക്കാർ, മറ്റെല്ലാവർക്കും നിങ്ങൾ എന്ത് ചെയ്യും? അംബാസഡർമാരെ അറിയിക്കുമോ?" മിറ്റ്നിക് ചോദിക്കുന്നു.

"ഞങ്ങൾ അവരുടെ പൗരന്മാരെ നിയമവിരുദ്ധമായി തടഞ്ഞുവെക്കുകയാണെന്ന് പൗരന്മാർ പറയുമോ?"

"ഞങ്ങൾ ഒന്നും ചെയ്യാൻ പോകുന്നില്ല. പ്രസിഡണ്ടിന്റെ തീരുമാനത്തിനായി കാത്തിരിക്കാൻ പോകുന്നു. വേറെ എന്തെങ്കിലും?"

മുറിയുടെ പുറകുവശത്തുനിന്നും അഡ്രിയാൻ ഭയത്തോടെ വിരൽ ഉയർത്തുന്നു.

മാർച്ചിൽ ഇറങ്ങിയ ഒന്നാമത്തെയും ജൂണിലെ രണ്ടാമത്തെയും വിമാനങ്ങളിലെ ആളുകളെ തിരിച്ചറിയാനായി നമുക്ക് ഒരു കോഡ് വേണം. ഒന്ന്, രണ്ട് എന്നിങ്ങനെ."

"ആൽഫാ, ബീറ്റ, നീല അല്ലെങ്കിൽ പച്ചനിറം, ടോമും ജെറിയും ലോറലും ഹാർഡിയും എന്നിങ്ങനെ." മെറിഡിത്ത് നിർദ്ദേശിക്കുന്നു.

"നല്ല ആശയം, അത് ലളിതമാണ്." സിൽവേറിയ പറയുന്നു. "ഒന്നാമത്തേതിനെ മാർച്ച് എന്നും മറ്റേതിനെ ജൂൺ എന്നും. "

* * *

സമയം വളരെ പ്രധാനമാണ്. ബ്ലെയ്ക്കിന് അത് അറിയാം. ഹാംഗറിലുള്ള പതിനഞ്ച് നിമിഷംകൊണ്ട് അയാൾ സുരക്ഷാസംവിധാനത്തിലെ പോരായ്മ മനസ്സിലാക്കി. "രക്ഷപ്പെടാൻ ഏഴ് മിനിറ്റുകൾ കൂടി." അയാൾ പറയുന്നു.

"പഴയ ഒരു ഫോർഡ് എഫ് പിക്കപ്പിൽ അയാൾ ന്യൂയോർക്കിലേക്ക് പോകുന്നു. പാർക്കിങ് ഏരിയായിൽനിന്നും കടമെടുത്ത ഏറ്റവും വൈവിദ്ധ്യമാർന്ന വാഹനം. അയാൾ എപ്പോഴും ഒരു ബാഗ് കരുതുന്നവനാണ്. ഒരു ബാക്പാക്ക്. പാരീസിൽ അയാളുടെ ലാപ്ടോപ്പ് ഫ്ളൈറ്റ് ജീവനക്കാർക്ക് നല്കിയില്ല. ഡി.എൻ എ ടെസ്റ്റ് ഒഴിവാക്കി. പുലർച്ചെ രണ്ട് മണിക്ക് ന്യൂയോർക്കിൽ എത്തിച്ചേർന്നു. പുറത്തേക്കുള്ള യാത്രയിൽ ആസ്ത്രേലിയൻ പാസ്പോർട്ട് ചവറ്റുകൊട്ടയിലിടുന്നു. പിക്കപ്പ് ഇരുണ്ട തെരുവിൽ ഉപേക്ഷിച്ച് സ്റ്റിയറിംഗ് വീലിലും സീറ്റിലും അടയാളങ്ങൾ ഇല്ലാതിരിക്കുവാൻ വൃത്തിയാക്കിയതിനുശേഷം കൂടുതൽ സുരക്ഷ ഉറപ്പു വരുത്തുവാൻ തീയിടുന്നു.

അത് ഒരു വേനൽക്കാലരാത്രിയായിരുന്നു. കത്തുന്ന ഉഷ്ണതരംഗം പോലുള്ളത്. ബ്ലെയ്ക്ക് വർത്തമാനപ്പത്രത്തിൽ ജൂൺ 24ന് കുറഞ്ഞ താപനില രേഖപ്പെടുത്തിയത് കണ്ട് അത്ഭുതപ്പെടുന്നു. 24/24മാൻഹട്ടനിൽ ഒരു വെബ് കഫേയിലിരുന്ന് ആ മാസത്തെ ഏറ്റവും പുതിയ വാർത്തകൾ തിരയുന്നതിനിടയിൽ ക്വാഗിൽ മാർച്ച് 21ന് ഫ്രാങ്ക്സ്റ്റൺ കൊല്ലപ്പെട്ടതായി മനസ്സിലാക്കുന്നു. അയാളുമായി ബന്ധപ്പെട്ട ഒരാൾ അവന്റെ

പ്രകടനം നടത്തിയിരിക്കുന്നു. അയാൾ പാരീസിലെ റസ്റ്റോറന്റിലിരുന്ന് ഫ്ളോറയുടെ ഫേസ്ബുക് പേജ് നോക്കുന്നു. ജൂൺ 20ന് പോസ്റ്റ് ചെയ്ത ഒരു ഫോട്ടോ കാണുന്നു. അതിൽ മുട്ടുകുത്തി നിൽക്കുന്ന ഒരാൾ മകൾക്കൊപ്പം അയാളെപ്പോലെ. നെറ്റിയിൽ ഒരു ബാൻഡേജുണ്ട്. കൂടെ ഫ്ളോറയുമുണ്ട്. ഒരു അടിക്കുറിപ്പോടെ- പോണി ആ കടുത്ത വേട്ടക്കാരൻ–

അയാൾ പെട്ടെന്ന് നെറ്റിയിൽ തൊട്ടുനോക്കുന്നു. മുറിപ്പാടുകളോ രക്തം കട്ടപിടിച്ചതോ കാണാനായില്ല. ഒരുപക്ഷേ നിസ്സാരവും ചഞ്ചലവുമായൊരു വിശദീകരണം. ബ്ലെയ്ക്കിന് ഓർമ്മക്കുറവുണ്ടോ എന്ന് തോന്നി. ഇത് ഒരു തെരഞ്ഞെടുപ്പിനുള്ള അവസരമല്ല. എല്ലായ്പ്പോഴും പ്രയോഗികത വിജയിക്കുന്നു.

പതിവുപോലെ അവന് അവന്റെ ലക്ഷ്യം കണ്ടെത്തണം. ഒരു ടാക്സിയെടുത്ത് ജെ.എഫ് കെയിൽ പണം കൊടുത്ത് പുതിയ ഐഡന്റിറ്റിയിൽ യൂറോപ്പിലേക്കുള്ള ആദ്യവിമാനത്തിന്റെ ടിക്കറ്റ് എടുത്തു. ന്യൂയോർക്കിൽനിന്നും ബ്രസ്സൽസ്സിലേക്ക് ആറ് മണി പതിനഞ്ച് മിനിറ്റിൽ പോകുന്നത്. ശനിയാഴ്ച രാത്രി ഒമ്പത് മണിക്ക് യൂറോപ്പിൽ. അവിടെ പാരീസിലേക്ക് ഓരോ മണിക്കൂറിലും ബസ്സ് സർവ്വീസുണ്ട്. ബ്ലെയ്ക്കിന് ഉറങ്ങുവാൻ മണിക്കൂറുകൾ മാത്രം. അത് തിരിച്ചറിഞ്ഞില്ലെങ്കിൽ ജോലിയിൽ അക്കാര്യം പ്രതിഫലിക്കും."

ഏഴ് അഭിമുഖങ്ങൾ

ഡേവിഡ് മർക്കിളുമായി നടത്തിയ അഭിമുഖത്തിന്റെ പ്രസക്ത ഭാഗങ്ങൾ

രഹസ്യം /പ്രതിരോധം / പ്രോട്ടോക്കോൾ 42.
പരിപാലനം നടത്തിയത്:
ചാൾസ് വുഡ്‌വെർത് പി.എസ്.വൈ.ഒ.
തിയതി: 25.06.2021.
സമയം: 12 രാവിലെ.
സ്ഥലം: മക്‌ഗ്വർ എയർബേസ്
യുഎസ് ആർമി അമേരിക്കൻ സൈനിക കേന്ദ്രം
ജനന തിയതി: 12.01.1973 (48 വയസ്സ്)
പൗരത്വം: അമേരിക്കൻ.
നിയമിക്കപ്പെട്ട പദവി: പൈലറ്റ്.
ചാൾസ് വുഡ് വെർത്:
രണ്ടാംദിവസം. അർദ്ധരാത്രി:
പന്ത്രണ്ട് മണി.

"ഹലോ ഡേവിഡ് മർക്കിൾ, ഞാൻ അമേരിക്കൻ സൈനിക കേന്ദ്രത്തിലെ പ്രത്യേക ഉദ്യോഗസ്ഥൻ. ചാൾസ് വുഡ് വെർത്. നിങ്ങൾ ഡേവിഡ് ബെർനാർഡ് മർക്കിളാണ്. (ഡി.ബി.എം.) നിങ്ങൾ ജനിച്ചത് 1973 ജനുവരി 12ന് ഷിക്കാഗോയിലെ ഇല്ലിനോയ്സിൽ. നിങ്ങളുടെ അനുമതിയോടെ നമ്മുടെ മുഴുവൻ സംഭാഷണവും എൻ.എസ്.എ. രജിസ്റ്റർ ചെയ്യുകയും രേഖപ്പെടുത്തുകയും നിരീക്ഷിക്കുകയും ചെയ്യുന്നു.

മർക്കിൾ."ശരി. ഞാൻ ജനിച്ചത് 1973 ജനുവരി 12ന് ഷിക്കാഗോയിലെ പിയോറിയയിലാണ്."

ചാൾസ്‌വുഡ് വെർത്. "തിരുത്തലിനു നന്ദി."

"1997ൽ ഡെൽറ്റ എയർവെയ്സിലാണ് നിങ്ങളുടെ ജോലി ആരംഭിച്ചത്. 2003 മാർച്ചിൽ എയർ ഫ്രാൻസിൽ ചേർന്നു. നിങ്ങൾ. എയർബേസ്

എ319,320,3321 ഹ്രസ്വകാലയാത്ര മൂന്നു വർഷം. എ.330,340ലെ ദീർഘ ദൂരയാത്രയിൽ നിങ്ങൾ ഇപ്പോൾ തുടരുന്നു. ബോയിംഗ് 787ൽ ശരിയല്ലേ?"

മർക്കിൾ പറഞ്ഞു, "ശരിയാണ്."

ചാൾസ്‌വുഡ് വെർത്, "മർക്കിൾ, നമുക്ക് തിരികെ വരാം. അവസാന വിമാനയാത്രയിലുണ്ടായ കനത്ത മേഘപാളികൾ നിങ്ങൾ നേരിട്ട പ്രക്ഷുബ്ധതകൾ ദയവായി പറയുമോ?"

മർക്കിൾ പറയാൻ തുടങ്ങി. ഏകദേശം രാവിലെ നാല് മണി ഇരുപത് മിനിറ്റ്. ന്യൂയോർക്കിന് തെക്ക് നൊവോസ്കോട്ടിയയിൽനിന്നും വരുമ്പോൾ കാലാവസ്ഥാഭൂപടത്തിൽ കാണിക്കാത്ത ഒരു മേഘപാളിക്കൂട്ടം കടന്നുപോരേണ്ടി വന്നു. ഏകദേശം 15000 അടി മുകളിൽ മാർച്ച് മാസത്തിൽ വളരെ അസാധാരണമാണ്. ഞങ്ങൾ 1000 മീറ്ററോളം 25 ഡിഗ്രി കോണീയ അകലത്തിൽ തെന്നി വീണു എന്നു പറയാം. ശക്തമായ ആലിപ്പഴം പൊഴിച്ചിലിൽ അഞ്ചാറ് നിമിഷങ്ങൾ മേഘപാളികൾക്കിടയിലൂടെ കടന്നുപോയി. പെട്ടെന്ന് ആകാശത്ത് നിന്നും സൂര്യരശ്മികൾ പുറത്തേക്ക് വരുന്നു."

ചാൾസ്‌വുഡ് വെർത് ചോദിച്ചു. "നിങ്ങൾ പിയോറിയായിലായിരുന്നപ്പോൾ പ്രൈമറി സ്കൂളിൽ പോയിരുന്നുവോ?"

മർക്കിൾ പറഞ്ഞു. "ക്ഷമിക്കണം."

ഓഫീസർ: "ദയവായി എന്റെ ചോദ്യങ്ങൾക്ക് ഉത്തരം നല്കൂ കമാന്റർ മർക്കിൾ. ഏതാണ് സ്കൂൾ, പേര് ഓർമ്മയുണ്ടോ?"

"കേലാർ പ്രൈമറി സ്കൂൾ. നിങ്ങൾ സ്ഥിരമായി ടാബ്ലെറ്റ് നോക്കാറുണ്ടോ?" മർക്കിൾ ചോദിച്ചു.

"ഇത് പ്രോട്ടോക്കോൾ ആണ്. വ്യക്തിപരമായ കാര്യങ്ങൾ നിർബന്ധമായും അറിയണം. നിങ്ങളുടെ ഉത്തരങ്ങൾ നേരിൽ ചോദിച്ച് സാധൂകരിക്കുവാനാണ്. നിങ്ങൾ അദ്ധ്യാപകന്റെ പേര് ഓർക്കുന്നുണ്ടോ?" ഓഫീസർ ചോദിച്ചു.

"അത് അമ്പതു വർഷം മുമ്പുള്ള കാര്യമല്ലേ, ഓ, ഉവ്വ്, മാഡം പ്രാഷേത്." മർക്കിൾ പറഞ്ഞു.

"നന്ദി കമാന്റർ. നിങ്ങൾ ചിത്രകാരനോ സംഗീതജ്ഞനോ ആണോ, ഒഴിവുസമയങ്ങൾ എങ്ങനെ ചെലവഴിക്കും?" ഓഫീസർ ചോദിച്ചു.

"ഇല്ല." മർക്കിൾ പറഞ്ഞു.

"നിങ്ങൾ മേഘക്കൂട്ടങ്ങൾക്കിടയിൽനിന്നും പുറത്തു വന്നപ്പോൾ അസ്വസ്ഥത തോന്നിയോ? എന്തെങ്കിലും ബുദ്ധിമുട്ട് അനുഭവപ്പെട്ടോ?" ഓഫീസർ ചോദിച്ചു.

"ഇല്ല." മർക്കിൾ മറുപടി പറഞ്ഞു.

"നിങ്ങൾക്ക് സുഖകരമായ മൃദുഗാനങ്ങൾ ചെവിയിൽ അലയടിക്കാറുണ്ടോ?" ഓഫീസർ ചോദിച്ചു.

“ഇല്ല.” മർക്കിൾ പറഞ്ഞു.

“നിങ്ങൾക്ക് തലവേദനയുണ്ടാകാറുണ്ടോ അതായത് മൈഗ്രേയ്ൻ?” ഓഫീസർ ചോദിച്ചു.

“ഇല്ല.” മർക്കിൾ പറഞ്ഞു.

“നിങ്ങൾക്ക് കണ്ണിന് എന്തെങ്കിലും അസ്വസ്ഥത? അതായത് സൈനസ്സുകൾ?” ഓഫീസർ ചോദിച്ചു.

“ഉവ്വ്, അത് ഉണ്ടാകാറുണ്ട്. എന്തിനാണ് ഇത്തരം ചോദ്യങ്ങൾ?” മർക്കിൾ ചോദിച്ചു.

“അത് ഒരു പ്രോട്ടോക്കോൾ മാത്രമാണ് കമാന്റർ. നിങ്ങൾക്ക് ചൊറിച്ചിൽ... അതുമൂലം മുറിവുകൾ ഉണ്ടാകാറുണ്ടോ?” ഓഫീസർ ചോദിച്ചു.

“ഇല്ല.” മർക്കിൾ പറഞ്ഞു.

“നിങ്ങളുടെ മുന്നിലെ സ്ക്രീനിൽ പ്രദർശിപ്പിച്ചിരിക്കുന്ന, ഈ ഫോട്ടോയിൽ കാണുന്ന യുവതിയെ തിരിച്ചറിയുന്നുണ്ടോ?” ഓഫീസർ ചോദിച്ചു.

“ഉണ്ടെന്ന് എനിക്ക് തോന്നുന്നു.” മർക്കിൾ പറഞ്ഞു.

“അത് ശ്രീമതി പ്രാഷേത് ആണെന്ന് ഞാൻ കരുതുന്നു. ഇത് പമേല പ്രിഷ്തേറ്റ്. അമ്പത് വർഷത്തെ പഴക്കം. ഇപ്പോൾ 84 വയസ്സായി. ഇപ്പോഴും പിയോറിയയിൽ ജീവിക്കുന്നു.” ഓഫീസർ പറഞ്ഞു.

“ഞങ്ങളുടെ മേലുദ്യോഗസ്ഥനുമായി ബന്ധപ്പെടുവാൻ ഞാൻ ആഗ്രഹിക്കുന്നു. എന്റെ ഭാര്യയേയും വിളിക്കണം. അവൾ വളരെ വിഷമത്തിലായിരിക്കും.” മർക്കിൾ പറഞ്ഞു.

“ഞാൻ ഉടനെ വിളിക്കാം. കമാന്റർ മാർക്കിൾ അടുത്തയിടെ നടത്തിയ വൈദ്യപരിശോധനാഫലം കിട്ടിയോ?” ഓഫീസർ ചോദിച്ചു.

ഇന്റർവ്യൂ 25.06. 2021ന് ഒരു മണി നാൽപ്പത്തിമൂന്ന് മിനിറ്റുള്ളപ്പോൾ അവസാനിച്ചു.

**ആന്ദ്രേ വാനിയറുമായി നടത്തിയ
അഭിമുഖത്തിന്റെ പ്രസക്ത ഭാഗങ്ങൾ**

രഹസ്യം /പ്രതിരോധം / പ്രോട്ടോക്കോൾ 42.

പരിപാലനം നടത്തിയത്.

ലെഫ്റ്റനന്റ് ടെറിക്ലെയ്ൻ പി എസ്. വൈ. ഒ. പി, എസ് ഒ സി.

തിയതി :25.06.2021.

സമയം ഏഴ് മണി 10 മിനിറ്റ്. രാവിലെ.

സ്ഥലം : മക്ഗ്വർ എയർബേസ്.

യു എസ്. ആർമി

അമേരിക്കൻ സൈനിക കേന്ദ്രം.

പേര്: വാനിയർ

ആദ്യപേര്: ആന്ദ്രേ ഫ്രെഡറിക്

ജനന തിയതി :13.04.1958 (63 വയസ്സ്.)

പൗരത്വം : ഫ്രാൻസ്

ക്യാബിൻ: ഇക്കണോമി ക്ലാസ്

സീറ്റ്: കെ.ഒ രണ്ട്.

ഓഫീസർ ടെറിക്ലെയ്ൻ

രണ്ടാം ദിവസം.

സമയം ഏഴ് മണി 10 മിനിറ്റ്. രാവിലെ.

“ഹലോ ഞാൻ ടെറിക്ലെയ്ൻ. അമേരിക്കൻ സൈനികകേന്ദ്രത്തിലെ പ്രത്യേക കമാന്റ് ഓപ്പറേഷൻ ഓഫീസർ. നിങ്ങൾ ആന്ദ്രേ വാനിയർ. നിങ്ങൾ ജനിച്ചത് 1958 ഏപ്രിൽ 13ന് പാരീസിൽ.”

ആന്ദ്രേ വാനിയർ “അതെ.”

“സുരക്ഷാകാരണങ്ങളാൽ, നിങ്ങളുടെ അനുമതിയോടെ നമ്മളുടെ മുഴുവൻ സംഭാഷണവും ഞാൻ റെക്കാർഡ് ചെയ്യുന്നു.” ഓഫീസർ പറഞ്ഞു.

“എനിക്ക് പങ്കാളിക്ക് മുന്നറിയിപ്പ് നൽകണം. ഞങ്ങൾക്ക് ന്യൂയോർക്കിൽ ഒരു (സൈറ്റ്) നിർമ്മാണപ്രവർത്തനം നടക്കുന്ന സ്ഥലമുണ്ട്. എന്നെ ഇവിടെ പിടിച്ചുവെച്ചിരിക്കുന്ന വിവരം അദ്ദേഹത്തെ അറിയിക്കണം.” ആന്ദ്രേ വാനിയർ പറഞ്ഞു.

“എനിക്ക് അത് സംബന്ധിച്ച് ഒരു ഉറപ്പ് ഇപ്പോൾ തരാനാവില്ല മിസ്റ്റർ വാനിയർ.” ഓഫീസർ പറഞ്ഞു.

“’ശരി. നിങ്ങൾ ഓർസേയിലെ ക്വെയെ വിളിക്കൂ.” ആന്ദ്രേ വാനിയർ പറഞ്ഞു.

“എന്താണ് ക്വെ മിസ്റ്റർ വാനിയർ?” ഓഫീസർ ചോദിച്ചു.

“ഫ്രഞ്ച് വിദേശകാര്യമന്ത്രാലയം. നിങ്ങളുടെ പ്രത്യേക കമാന്റ് ഓഫീസർ ആർമോന്ത് മെലോവിസിനെ നിശ്ചയമായും അറിയും.” ആന്ദ്രേ വാനിയർ പറഞ്ഞു.

“നിങ്ങളുടെ വിവരങ്ങൾ ഞാൻ കൈമാറാം. നിങ്ങളുടെ യാത്രയെക്കുറിച്ച് പ്രത്യേകിച്ച് ആ പ്രക്ഷുബ്ധമായ അവസ്ഥകൾ.” ഓഫീസർ പറഞ്ഞു.

ഇന്റർവ്യൂ 25.06. 2021ന് ഏഴ് മണി ഇരുപത്തിയഞ്ച് മിനിറ്റുള്ളപ്പോൾ അവസാനിച്ചു.

സോഫിയ ക്ലെഫ്മാനുമായി നടത്തിയ അഭിമുഖത്തിന്റെ പ്രസക്ത ഭാഗങ്ങൾ

രഹസ്യം /പ്രതിരോധം / പ്രോട്ടോക്കോൾ 42.

പരിപാലനം നടത്തിയത്:

ലെഫ്റ്റനന്റ് മേരി തോമസ്. പി എസ്. വൈ. ഒ. പി, എസ് ഒസി.

തിയതി : 25.06.2021.

സമയം എട്ട് മണി 45 മിനിറ്റ്. രാവിലെ.

സ്ഥലം : മാക്ഗ്വർ എയർ ബേസ്.

അമേരിക്കൻ സൈനിക കേന്ദ്രം.

പേര്: ക്ലെഫ്മാൻ

ആദ്യപേര്: സോഫിയ ടെയ്‌ലർ

ജനന തിയതി :13.05.2014 (7 വയസ്സ്.)

കോഡ്: ജൂൺ.

പൗരത്വം : അമേരിക്കൻ

ക്യാബിൻ: 1. ഇക്കണോമി ക്ലാസ്

സീറ്റ്: എഫ് മൂന്ന്.

ഓഫീസർ മേരി:

രണ്ടാം ദിവസം.

സമയം എട്ട് മണി 45 മിനിറ്റ്. രാവിലെ.

“ഹലോ സോഫിയാ, ഞാൻ മേരി. അമേരിക്കൻ സുരക്ഷാസേനയിലെ പ്രത്യേക ഓപ്പറേഷൻ ഓഫീസർ. സുഖമാണോ?”

സോഫിയ: “അതെ മാഡം.”

“നിങ്ങൾക്കെന്നെ മേരി എന്ന് വിളിക്കാം. നിങ്ങൾക്ക് സുഖമായി ഉറങ്ങുവാൻ കഴിഞ്ഞുവോ? പ്രഭാതഭക്ഷണം കഴിച്ചോ?”

സോഫിയ: “ഉവ്വ്.”

“നിങ്ങൾ നന്നായി ഭക്ഷണം കഴിക്കണം. ഇന്നലെ വിമാനയാത്രയിൽ നല്ല ക്ഷീണമുണ്ടായിരുന്നു അല്ലേ? ഞാൻ നിങ്ങളോട് കുറച്ച് ചോദ്യങ്ങൾ ചോദിക്കും. സുരക്ഷാകാരണങ്ങളാൽ, നിങ്ങളുടെ അനുമതിയോടെ നമ്മളുടെ മുഴുവൻ സംഭാഷണവും ഞാൻ എന്റെ ടാബ്ലെറ്റിൽ രേഖപ്പെടുത്തും. റെക്കാർഡ് ചെയ്യും.” ഓഫീസർ പറഞ്ഞു.

“ഞാൻ എന്തെങ്കിലും തെറ്റ് ചെയ്തുവോ?” സോഫിയ ചോദിച്ചു.

“ഒരിക്കലുമില്ല. വിഷമിക്കേണ്ട. അത് കഴിഞ്ഞ് നമുക്ക് പോയി കളിക്കാം. ഏകദേശം മുപ്പത് കുട്ടികൾക്ക് വിവിധ കളികൾക്കായി രാത്രി തന്നെ സംവിധാനം ഒരുക്കിയിട്ടുണ്ട്. നിങ്ങൾക്ക് കാർട്ടൂണുകൾ കാണാനും സൗകര്യമുണ്ട്.”

“ശരി, എനിക്ക് എന്റെ ഐപാഡ് ഉണ്ട് കളിക്കുവാൻ. അതെന്റെ കൈയിൽനിന്നും വാങ്ങിക്കൊണ്ടുപോയി.” സോഫിയ പറഞ്ഞു.

“ഞങ്ങൾ അത് വേഗം തിരികെ തരാം. സോഫിയായ്ക്ക് എത്ര വയസ്സുണ്ട്?” ഓഫീസർ മേരി ചോദിച്ചു.

"ആറ്. രണ്ട് മാസം കഴിഞ്ഞാൽ ഏഴാകും." സോഫിയ പറഞ്ഞു.

"'ഓ, കൃത്യമായി തിയതി ഏതാണ്?" ഓഫീസർ മേരി ചോദിച്ചു.

"മെയ് പതിമൂന്ന്." സോഫിയ പറഞ്ഞു.

"മെയ് പതിമൂന്നാവാൻ രണ്ട് മാസം ഉണ്ടോ?" ഓഫീസർ മേരി ചോദിച്ചു.

"ഉവ്വ്." സോഫിയ പറഞ്ഞു.

"എന്ത് സമ്മാനമാണ് അഗ്രഹം?" ഓഫീസർ മേരി ചോദിച്ചു.

"മറ്റൊരു തവള. അപ്പോൾ ഇനി ബെറ്റി ഒറ്റയ്ക്കാവില്ല." സോഫിയ പറഞ്ഞു.

"ആരാണ് ബെറ്റി?" ഓഫീസർ മേരി ചോദിച്ചു.

"അത് എന്റെ തവളയാണ്. അവൾ എന്നെ കാത്ത് വീട്ടിലിരിക്കുന്നു."സോഫിയ പറഞ്ഞു.

"നിങ്ങളുടെ അമ്മയെടുത്ത ഒരു ഫോട്ടോ ഞാൻ കാണിച്ചുതരാം. നിങ്ങളുടെ വീട് തിരിച്ചറിയുമോ?" ഓഫീസർ മേരി ചോദിച്ചു.

"ഉവ്വ്." സോഫിയ പറഞ്ഞു.

"ഈ ചിത്രത്തിൽ കൂടെ ആരാണ് ഉള്ളതെന്ന് പറയാമോ?" ഓഫീസർ മേരി ചോദിച്ചു.

"അതേ, എന്റെ സ്കൂളിലെ കൂട്ടുകാരാണ്. ജെന്നി, ആൻഡ്രു, സാറാ." സോഫിയ പറഞ്ഞു.

"അതേ, സോഫിയാ, നിങ്ങൾ പറയുന്നല്ലാം ഞാൻ എഴുതിയെടുക്കുന്നു. പറയൂ, ഇത് പ്രധാനമാണ്. ഇത് ഒരു ജന്മദിനാഘോഷമാണ്. ഇതിലെ മെഴുകുതിരികൾ എണ്ണുവാൻ കഴിയുമോ നിങ്ങൾക്ക്? എത്ര മെഴുകുതിരികളുണ്ട്?" ഓഫീസർ മേരി ചോദിച്ചു

"ഉവ്വ്, ഞാൻ ഏഴ് മെഴുകുതിരികളെണ്ണി." സോഫിയ പറഞ്ഞു.

"നന്ദി സോഫിയാ. നിങ്ങൾക്ക് വല്ലാത്ത ഹൃദയവേദന ഉണ്ടായിരിക്കണം വിമാനത്തിൽ അല്ലേ?" ഓഫീസർ മേരി ചോദിച്ചു.

"ഓ, നന്നായി ഉണ്ടായിരുന്നു." സോഫിയ പറഞ്ഞു.

"ഇടയ്ക്ക് നിങ്ങൾക്ക് സംഗീതം കേൾക്കുന്ന പ്രതീതിയുണ്ടാവാറുണ്ടോ?" ഓഫീസർ മേരി ചോദിച്ചു.

"ഇല്ല മാഡം." സോഫിയ പറഞ്ഞു.

"നിങ്ങൾക്കെന്നെ മേരി എന്ന് വിളിക്കാം. നിങ്ങൾക്ക് ചിലപ്പോഴൊക്കെ തലവേദനയുണ്ടാകാറുണ്ടോ?" ഓഫീസർ മേരി ചോദിച്ചു.

"ഏയ് ഇല്ല, കാര്യമായുണ്ടാകാറില്ല." സോഫിയ പറഞ്ഞു.

"കണ്ണിന് ചൊറിച്ചിലോ അങ്ങനെയെന്തെങ്കിലും?" ഓഫീസർ മേരി ചോദിച്ചു.

“ഒന്നും തന്നെയില്ല.” സോഫിയ പറഞ്ഞു.

“ഇതുവരെയെല്ലാം നല്ലത്. മുഖത്തോ കവിളിലെ തൊലിയിലോ നെറ്റിയിലോ എവിടെയെങ്കിലും ചൊറിച്ചിലുണ്ടോ?” ഓഫീസർ മേരി ചോദിച്ചു.

“ഇല്ല.” സോഫിയ പറഞ്ഞു.

“നീ നിന്റെ അമ്മയ്ക്കും അനിയൻ ലിയാമിനും ഒപ്പമല്ലേ യാത്ര ചെയ്തിരുന്നത്?”

“അത് എന്റെ മൂത്ത സഹോദരനാണ്.” സോഫിയ പറഞ്ഞു.

“ക്ഷമിക്കണം. എനിക്ക് തെറ്റ് പറ്റിയതാണ്. നിങ്ങളുടെ അച്ഛൻ ഒപ്പമില്ലേ. കൂടെ ഉണ്ടായിരുന്നുവോ?” ഓഫീസർ മേരി ചോദിച്ചു.

“ഇല്ല, അച്ഛൻ യൂറോപ്പിലായിരുന്നു.” സോഫിയ പറഞ്ഞു.

“യൂറോപ്പിൽ നിങ്ങൾക്ക് നല്ല അവധിക്കാലം ഉണ്ടായിരുന്നുവോ?” ഓഫീസർ മേരി ചോദിച്ചു.

“അതെ, ഞാൻ തെറ്റൊന്നും ചെയ്തില്ല.” സോഫിയ പറഞ്ഞു.

“ഇല്ല. സോഫിയാ, അങ്ങനെയല്ല. നിങ്ങളുടെ അച്ഛൻ സൈന്യത്തിലാണ് അല്ലേ?” ഓഫീസർ മേരി ചോദിച്ചു.

“അതെ, അച്ഛനും തെറ്റൊന്നും ചെയ്തില്ല.” സോഫിയ പറഞ്ഞു.

“അതെ, അച്ഛനും തെറ്റൊന്നും ചെയ്തില്ല.” ഓഫീസർ മേരി പറഞ്ഞു.

“ഇല്ല. സോഫിയാ. വരൂ, കരയരുത്. തൂവാലയെടുക്കൂ. നിങ്ങൾ വിഷമിക്കേണ്ട. നിങ്ങളുടെ അമ്മയോട് ഞാൻ വരാൻ പറയണോ? ഞങ്ങളോട് സംസാരിക്കണോ?” ഓഫീസർ മേരി ചോദിച്ചു.

“വേണ്ട.” സോഫിയ പറഞ്ഞു.

“നോക്കൂ, ഞാൻ കുറച്ച് പെൻസിലുകളും പേപ്പറും കൊണ്ടുവന്നിട്ടുണ്ട്. നിങ്ങൾക്ക് വരയ്ക്കാൻ ഇഷ്ടമാണോ?” ഓഫീസർ മേരി ചോദിച്ചു.

“നിങ്ങൾക്ക് എന്നെ വേണോ ഡ്രോയിംഗിന്? ഞാൻ എന്താണ് വരയ്ക്കേണ്ടത്?” സോഫിയ ചോദിച്ചു.

“നിങ്ങൾക്ക് എന്താണ് വേണ്ടത് സോഫിയാ?” ഓഫീസർ മേരി ചോദിച്ചു.

25.6. 2021ലെ അഭിമുഖം 09. രണ്ട് മിനിറ്റ് നിർത്തിവെച്ചു.

വീണ്ടും 25.6. 2021ന് അഭിമുഖം ഒമ്പത് മണി മിനിറ്റിന് ആരംഭിച്ചു.

* * *

“ഇത് മനോഹരമായ ഒരു ചിത്രമാണല്ലോ. എല്ലാത്തിനും കറുപ്പു നിറമാണല്ലോ. മറ്റു നിറങ്ങളിലുമുള്ള മാർക്കർ പേലകൾ ഉപയോഗിക്കാതെ എന്താണ് കറുപ്പു മാത്രം?” ഓഫീസർ മേരി ചോദിച്ചു.

“അതെ.” സോഫിയ പറഞ്ഞു.

“അതിലെ ഉയരമുള്ള മനുഷ്യൻ ആരാണ്?” ഓഫീസർ മേരി ചോദിച്ചു.

“അത് എന്റെ അച്ഛനാണ്.” സോഫിയ പറഞ്ഞു.

“അടുത്ത് നിൽക്കുന്നത് ആരാണ്?” ഓഫീസർ മേരി ചോദിച്ചു.

“അത് ഞാനാണ്.” സോഫിയ പറഞ്ഞു.

“എല്ലാം കുത്തിക്കുറിച്ചിരിക്കുന്നു. അത് എന്താണ്?” ഓഫീസർ മേരി ചോദിച്ചു. സോഫിയ മിണ്ടുന്നില്ല.

“അത് നിങ്ങളുടെ വായയാണോ?” ഓഫീസർ മേരി ചോദിച്ചു. സോഫിയ തലയാട്ടുന്നു.

“നിങ്ങളുടെ അമ്മയെവിടെ? ചിത്രത്തിലില്ലേ?”ഓഫീസർ മേരി ചോദിച്ചു.

“ഇല്ല.” സോഫിയ പറഞ്ഞു.

“നിങ്ങളുടെ ജീവിതത്തെക്കുറിച്ച് എന്നോട് സംസാരിക്കുവാൻ ആഗ്രഹിക്കുന്നുണ്ടോ?” എന്നോടൊപ്പം മറ്റൊരു സ്ത്രീ കൂടി വരും. വിരോധമില്ലല്ലോ. ശരി സോഫിയ.” ഓഫീസർ മേരി ചോദിച്ചു.

“ശരി.” സോഫിയ പറഞ്ഞു.

ഇന്റർവ്യൂ 25.06. 2021ന് ഒമ്പത് പത്തൊമ്പതിന് അവസാനിച്ചു.

ജൊവാന വുഡ്സുമായി നടത്തിയ അഭിമുഖത്തിന്റെ പ്രസക്ത ഭാഗങ്ങൾ

രഹസ്യം /പ്രതിരോധം / പ്രോട്ടോക്കോൾ 42.

പരിപാലനം നടത്തിയത്:

ലെഫ്റ്റനന്റ് ഡാമിയൻ ഹെപ്സ്റ്റീൻ, പി എസ്. വൈ. ഒ. പി, എസ് ഒ സി.

തിയതി :25.06.2021.

സമയം ഏഴ് മണി 23 മിനിറ്റ്. രാവിലെ.

സ്ഥലം : മക്ഗ്വർ എയർ ബേസ്.

അമേരിക്കൻ സൈനിക കേന്ദ്രം.

പേര്: വുഡ്സ്.

ആദ്യപേര്: ജൊവാന സാറ

കോഡ്: ജൂൺ.

ജനന തിയതി :4.06. 1987 (34 വയസ്സ്.)

പൗരത്വം : അമേരിക്കൻ

പാസഞ്ചർ പോസ്റ്റ്. ക്യാബിൻ: ഒന്നാം ക്ലാസ്.

സീറ്റ്. ഡി.2

ലെഫ്റ്റനന്റ് ഡാമിയൻ ഹെപ്സ്റ്റീൻ:

രണ്ടാം ദിവസം.

സമയം 7.23 രാവിലെ

“ഹലോ ശ്രീമതി വുഡ്സ്, ഞാൻ. അമേരിക്കൻ സൈനിക കേന്ദ്രത്തിലെ എസ് ഒസി ലെഫ്റ്റനന്റ് ഡാമിയൻ ഹെപ്സ്റ്റീൻ. നിങ്ങളുടെ അനുമതിയോടെ നമ്മളുടെ മുഴുവൻ സംഭാഷണവും ഞാൻ എന്റെ ടാബ്ലെറ്റിൽ രേഖപ്പെടുത്തും. റെക്കാർഡ് ചെയ്യും.”

ജൊവാന: “ഞാൻ അത് അനുവദിക്കുന്നില്ല.”

“സഹകരിക്കുവാനുള്ള നിങ്ങളുടെ വിസമ്മതം ദേശസുരക്ഷാപശ്ചാത്തലത്തെ ബാധിക്കുന്ന പ്രവൃത്തിയായി സംശയം ജനിപ്പിച്ചേക്കാം. നിങ്ങൾ ജൊവാന വുഡ്സ് 4.6.1987 ബാൾട്ടിമോറിൽ ജനിച്ചു അല്ലേ?”

ജൊവാന: “ലെഫ്റ്റനന്റ് ഹെപ്സ്റ്റീൻ, എനിക്ക് നയതന്ത്രപരിരക്ഷയുണ്ട്. ഏതെങ്കിലും ഏകപക്ഷീയമായ തടങ്കലിനെതിരായ ഭേദഗതി നാല് പ്രകാരം നിങ്ങൾക്കെന്റെ ഓഫീസിലേക്ക് വിളിക്കാം.”

“സാഹചര്യം ന്യായീകരിക്കുന്നുവെന്ന് ഉറപ്പ് നൽകാം. നിങ്ങൾ നിയന്ത്രണവിധേയമായ നടപടികൾക്ക് വിധേയയാണ്.” ലെഫ്റ്റനന്റ് ഹെപ്സ്റ്റീൻ പറഞ്ഞു.

“ലെഫ്റ്റനന്റ് ഹെപ്സ്റ്റീൻ, ഒരു ജഡ്ജിയും ഒപ്പ് വെച്ചിട്ടില്ല. തടങ്കലിൽ വെക്കുന്നതിന് ഉത്തരവുണ്ടെങ്കിൽ കാണിക്കൂ. ഞങ്ങളെ തടങ്കലിൽ വെക്കാനാവില്ല. ഇത് ഹേബിയസ് കോർപ്പസ്സാണ്.” ജൊവാന പറഞ്ഞു.

“മനസ്സിലാക്കുന്നു ശ്രീമതി വുഡ്സ്. പക്ഷേ എല്ലാം വരും മണിക്കൂറിനുള്ളിൽ വിശദമാക്കപ്പെടും.” ലെഫ്റ്റനന്റ് ഹെപ്സ്റ്റീൻ പറഞ്ഞു.

“ഞാൻ രേഖകൾ, വസ്തുതകൾ ശേഖരിക്കുന്നത് ഫെഡറലും അന്താരാഷ്ട്രവുമായ കൂട്ടായ്മയ്ക്കുവേണ്ടിയുള്ള കാര്യങ്ങൾക്കാണ്. നാൽപ്പത്തിയേഴ് യാത്രക്കാർ ഞങ്ങളെ പ്രതിനിധീകരിക്കുന്നുവെന്ന് ഇതിനകം അംഗീകരിച്ചിട്ടുണ്ട്.” ജൊവാന പറഞ്ഞു.

“അത് നിങ്ങളുടെ അവകാശമാണ്. ഞാൻ ചില ചോദ്യങ്ങൾ ചോദിക്കട്ടെ ശ്രീമതി വുഡ്സ്.” ലെഫ്റ്റനന്റ് ഹെപ്സ്റ്റീൻ ചോദിച്ചു.

“അത് ശരിയാണെന്ന് ഞാൻ കരുതുന്നില്ല. എനിക്ക് നിങ്ങളുടെ മേലുദ്യോഗസ്ഥനെ കാണണം.”

ഇന്റർവ്യൂ 25.06. 2021ന് ഏഴ് ഇരുപത്തിയേഴിന് അവസാനിച്ചു.

ലൂസി ബോഗേർട്ടുമായി നടത്തിയ അഭിമുഖത്തിന്റെ പ്രസക്ത ഭാഗങ്ങൾ

രഹസ്യം/പ്രതിരോധം/പ്രോട്ടോക്കോൾ 42.

പരിപാലനം നടത്തിയത്:

ലഫ്റ്റനന്റ് ഫ്രാൻസിസ്കോ കാരോ. പി, എസ്.വൈ.ഒ.പി എസ് ഒ സി.

തിയതി :25.06.2021.

സമയം: ഏഴ് മണി 52 മിനിറ്റ് രാവിലെ.

സ്ഥലം: മാക്ഗ്വർ എയർ ബേസ്.

അമേരിക്കൻ സൈനിക കേന്ദ്രം.

പേര്: ബോഗേർട്ട്

ആദ്യപേര്: ലൂസി

കോഡ്: ജൂൺ.

ജനന തിയതി: 22.01. 1989 (32 വയസ്സ്.)

പൗരത്വം : ഫ്രഞ്ച്

പാസഞ്ചർ പോസ്റ്റ്. ക്യാബിൻ: 2. ഇക്കണോമി ക്ലാസ്.

സീറ്റ്: കെ.ഓ.3

ഓഫീസർ ലെഫ്റ്റനന്റ് ഫ്രാൻസിസ്കോ കാരോ:

രണ്ടാം ദിവസം.

സമയം 7.52.രാവിലെ.

"ഹലോ ഞാൻ. അമേരിക്കൻ സൈനികകേന്ദ്രത്തിലെ പ്രത്യേക ഓപ്പറേഷൻസ് കമാന്റ് പ്രാൻസിസ്കോ കാരോ. നിങ്ങൾക്ക് ഒരു വ്യാഖ്യാതാവിനെ അവശ്യമുണ്ടോ മാഡം ബോഗേർട്ട്?" ഓഫീസർ ലെഫ്റ്റനന്റ് ഫ്രാൻസിസ്കോ കാരോ ചോദിച്ചു.

"ഇല്ല." ലൂസി പറഞ്ഞു.

"നിങ്ങളുടെ അനുമതിയോടെ നമ്മുടെ മുഴുവൻ സംഭാഷണവും ഞാൻ എന്റെ ടാബ്ലെറ്റിൽ രേഖപ്പെടുത്തും. റെക്കാർഡ് ചെയ്യും. പറയുന്നത് മനസ്സിലാവുന്നുണ്ടോ?" ലെഫ്റ്റനന്റ് ഫ്രാൻസിസ്കോ കാരോ ചോദിച്ചു.

"ഞാൻ ഇംഗ്ലീഷിൽ സംസാരിക്കാമെന്ന് പറഞ്ഞുവല്ലോ." ലൂസി പറഞ്ഞു.

"നിങ്ങൾ ലൂസി ബോഗേർട്ട്, ജനുവരി 22ന് ലിയോണിൽ ജനിച്ചു." ലെഫ്റ്റനന്റ് ഫ്രാൻസിസ്കോ കാരോ പറഞ്ഞു.

"അല്ല. മോൺട്രൂയിൽ." ലൂസി പറഞ്ഞു.

"ആ തിരുത്തലിന് നന്ദി. എന്താണ് അമേരിക്കയിൽ നിങ്ങളുടെ സാന്നിദ്ധ്യത്തിന് കാരണം?" ഫ്രാൻസിസ്കോ കാരോ ചോദിച്ചു.

"വ്യക്തിപരമായ ഒരു കാരണമുണ്ട് മാഡം. എനിക്ക് പത്ത് വയസ്സായ ഒരു ആൺകുട്ടിയുണ്ട്. എനിക്ക് അവനെ വിളിക്കണം. നിങ്ങൾ എന്റെ ഫോൺ തരാൻ സമ്മതിക്കുന്നില്ല." ലൂസി പറഞ്ഞു.

"ക്ഷമിക്കണം. നിങ്ങൾക്ക് എത്രയും പെട്ടെന്ന് അവനെ ബന്ധപ്പെടാൻ സാധിക്കും." ഫ്രാൻസിസ്കോ കാരോ പറഞ്ഞു.

“ഇന്നലെ വിളിക്കേണ്ടതായിരുന്നു. അവന് വിഷമമായിക്കാണും. നിങ്ങൾക്ക് മക്കളില്ലേ മാഡം? ആരും ഒന്നും പറയാതെ ഞങ്ങളെ ഒരു മണിക്കൂറായി തടഞ്ഞുവെച്ചിരിക്കുന്നു.” ലൂസി പറഞ്ഞു.

“എനിക്ക് നിങ്ങളോട് ചില ചോദ്യങ്ങൾ ചോദിക്കാനുണ്ട്.” ഫ്രാൻസിസ്കോ കാരോ പറഞ്ഞു.

“എനിക്ക് ഉറപ്പ് തരൂ. നിങ്ങൾ ലൂവീസിനെ വിളിച്ച് സമാധാനപ്പെടുത്തുമെന്ന്. ഇതാണ് അവനെ കിട്ടാനുള്ള നമ്പർ.” ലൂസി പറഞ്ഞു.

“അതെ, മിസ് ബോഗേർട്ട്, എന്നോട് നിങ്ങളുടെ യാത്രയിലെ പ്രക്ഷുബ്ധതയുടെ നിമിഷം വിവരിക്കുമോ?” ഫ്രാൻസിസ്കോ കാരോ ചോദിച്ചു.

ഇന്റർവ്യൂ 25.06. 2021ന് ഏഴ് മണി അമ്പത്തിയൊമ്പത് മിനിറ്റുള്ളപ്പോൾ അവസാനിച്ചു.

വിക്ടർ മിസേലുമായുള്ള
അഭിമുഖത്തിന്റെ പ്രസക്ത ഭാഗങ്ങൾ

രഹസ്യം/പ്രതിരോധം/പ്രോട്ടോക്കോൾ 42.

പരിപാലനം നടത്തിയത്:

ഫ്രെഡറിക് കെന്നത് വൈറ്റ്. പി എസ്. വൈ. ഒ. പി എസ് ഒ സി.

തിയതി :25.06.2021.

സമയം എട്ട് മണി 20 മിനിറ്റ് രാവിലെ.

സ്ഥലം : മക്ഗ്വർ എയർബേസ്.

അമേരിക്കൻ സൈനിക കേന്ദ്രം.

പേര്: മിസേൽ

ആദ്യപേര്: വിക്ടർ സീർഷ്

കോഡ്: ജൂൺ.

ജനന തിയതി :03.06. 1977 (44വയസ്സ്.)

പൗരത്വം : ഫ്രഞ്ച്

പാസഞ്ചർ പോസ്റ്റ്. ക്യാബിൻ: 2. ഇക്കണോമി ക്ലാസ്.

സീറ്റ്: എൽ08

ഓഫീസർ ഫ്രെഡറിക് കെന്നത് വൈറ്റ്:

രണ്ടാം ദിവസം.

സമയം 8.20.രാവിലെ.

“ഹലോ മിസ്റ്റർ മിസേൽ, ഞാൻ അമേരിക്കൻ സൈനിക കേന്ദ്രത്തിലെ പ്രത്യേക കമാന്റ് ഓഫീസർ ഫ്രെഡറിക് കെന്നത് വൈറ്റ്.

നിങ്ങളുടെ അനുമതിയോടെ നമ്മളുടെ മുഴുവൻ സംഭാഷണവും ഞാൻ എന്റെ ടാബ്ലെറ്റിൽ രേഖപ്പെടുത്തും. റെക്കാർഡ് ചെയ്യും."

"നിങ്ങൾ വിക്ടർ സീർഷ് മിസേൽ ഫ്രാൻസിലെ ലോറിയോയിൽ ജനിച്ചു അല്ലേ?" കമാന്റ് ഫ്രെഡറിക് കെന്നത് വൈറ്റ് ചോദിച്ചു.

"ഞാൻ ജനിച്ചത് ലീയ്‌ലാണ്. ലോറിയോയിലല്ല." മിസേൽ പറഞ്ഞു.

"താങ്കളുടെ തിരുത്തലിന് നന്ദി." ഫ്രെഡറിക് കെന്നത് വൈറ്റ് പറഞ്ഞു.

"എന്താണ് നടക്കുന്നതെന്ന് വിശദീകരിക്കാനാവുമോ?" മിസേൽ ചോദിച്ചു.

"ക്ഷമിക്കണം. നിങ്ങൾ അമേരിക്കയിൽ വരാനുണ്ടായ കാരണ മെന്താണ്?" ഫ്രെഡറിക് കെന്നത് വൈറ്റ് ചോദിച്ചു.

"ഞാൻ ഒരു നോവൽ വിവർത്തനത്തിന് അവാർഡ് സ്വീകരിക്കുവാൻ വന്നതാണ്." മിസേൽ പറഞ്ഞു.

"നിങ്ങൾ ഒരു പരിഭാഷകനും ഗ്രന്ഥകാരനുമാണോ?" കമാന്റ് ഫ്രെഡ റിക് കെന്നത് വൈറ്റ് ചോദിച്ചു

"ഞാൻ നോവലുകളും ചെറുകഥകളും എഴുതുന്നു.വിവർത്തനവും അത്തരം ജോലിതന്നെ. പരിഭാഷകരും രചയിതാക്കൾത്തന്നെ. നിങ്ങളെ ന്താണ് ഇത്തരം ചോദ്യങ്ങൾ ചോദിക്കുന്നത്?" മിസേൽ ചോദിച്ചു.

"നിങ്ങളുടെ യാത്രയിലുണ്ടായ പ്രക്ഷുബ്ധത വിവരിക്കാമോ?" കമാന്റ് ഫ്രെഡറിക് കെന്നത് വൈറ്റ് ചോദിച്ചു

"വിമാനം ഊളിയിട്ട് ഞങ്ങളെല്ലാം കുലുങ്ങി മറിഞ്ഞു. വളരെ ഭയാ നകമായ ശബ്ദം ചെവിയടക്കുന്ന വിധത്തിൽ. ഞങ്ങളെല്ലാവരും ഇപ്പോൾ മരിച്ചുപോകുമെന്ന് കരുതി. പെട്ടെന്ന് ഇതാ എല്ലാം ശരിയായ നിലയി ലായി." മിസേൽ പറഞ്ഞു.

"നിങ്ങൾ ഇപ്പോൾ ഏതെങ്കിലും പുസ്തകത്തിന്റെ രചനയിലാണോ?" കമാന്റ് ഫ്രെഡറിക് കെന്നത് വൈറ്റ് ചോദിച്ചു

"ഞാൻ ഒരു ഫാന്റസി നോവലിന്റെ വിവർത്തനത്തിലാണ്. അമേരി ക്കൽ കൗമാരക്കാരുടെ വാമ്പയറുകളുടെ കഥ." മിസേൽ പറഞ്ഞു.

"നിങ്ങൾ കുറെക്കൂടി വ്യക്തിപരമായ ഒരു പുസ്തകരചനയിലല്ലേ, 'ദി അനോമിലി' ചെയ്തുകൊണ്ടിരിക്കുന്നില്ലേ?" കമാന്റ് ഫ്രെഡറിക് കെന്നത് വൈറ്റ് ചോദിച്ചു

"അസാധാരണത്വം. എന്താണ് ഇങ്ങനെ ഒരു ചോദ്യം?" മിസേൽ ചോദിച്ചു.

"നിങ്ങൾ പെയിന്റ് ചെയ്യുമോ? സംഗീതം?" കമാന്റ് ഫ്രെഡറിക് കെന്നത് വൈറ്റ് ചോദിച്ചു

"ഇല്ല." മിസേൽ പറഞ്ഞു.

നിങ്ങൾ സുഖകരവും മൃദുവുമായ ശബ്ദം കേൾക്കാറുണ്ടോ? ഇല്ല. നിങ്ങൾക്ക് തലവേദനയുണ്ടോ? മൈഗ്രെയ്ൻ?" കമാന്റ് ഫ്രെഡറിക് കെന്നത് വൈറ്റ് ചോദിച്ചു

"ഇല്ല." മിസേൽ പറഞ്ഞു.

"കണ്ണിന് അസ്വസ്ഥതകൾ? സൈനസുകൾ?" കമാന്റ് ഫ്രെഡറിക് കെന്നത് വൈറ്റ് ചോദിച്ചു.

"നിങ്ങളെന്നെ കളിയാക്കുന്നു. നിങ്ങൾ വിശ്വസിക്കുന്നു. 'ക്ലോസ്ഡ് എൻകൗണ്ടഴ്സ് ഓഫ് ദി തേർഡ് കൈൻഡ്' എന്ന സിനിമയിലെ രംഗത്തിലെപ്പോലെയുള്ള കാര്യങ്ങൾ ഉണ്ടായെന്ന്?" മിസേൽ പറഞ്ഞു.

"എനിക്ക് മനസ്സിലാവുന്നില്ല മിസ്റ്റർ മിസേൽ." കമാന്റ് ഫ്രെഡറിക് കെന്നത് വൈറ്റ് ചോദിച്ചു

"ഞാൻ സ്പിൽബർഗ്ഗിന്റെ ഈ സിനിമ ഇരുപത് തവണ കണ്ടിട്ടുണ്ട്. എനിക്ക് കാണാപ്പാഠം അറിയാം. ഫ്രഞ്ച് സംവിധായകൻ ഫ്രാങ്കോ തുഫോത് തന്റെ സിനിമയിൽ റിച്ചാർഡ് ഡ്രേഫ്യൂസിനെക്കൊണ്ട് (ഒരു അമേരിക്കൻ നടൻ) ചോദിച്ചത് നിങ്ങളെന്നോട് ചോദിക്കുന്നു. ആരാണ് ഈ ചോദ്യാവലി എഴുതിയത്?" മിസേൽ ചോദിച്ചു.

"നിങ്ങൾ എന്താണ് സംസാരിക്കുന്നതെന്ന് എനിക്കറിയില്ല. ഇത്തരം സാഹചര്യങ്ങളിൽ ദേശീയപ്രതിരോധം പിന്തുടരുന്ന പ്രോട്ടോക്കോളാണിത്." കമാന്റ് ഫ്രെഡറിക് കെന്നത് വൈറ്റ് പറഞ്ഞു.

"എന്ത് സാഹചര്യം? നിങ്ങൾ കരുതുന്നുവോ അന്യഗ്രഹജീവികളുമായി ഏറ്റുമുട്ടലുണ്ടായെന്ന്? എനിക്ക് കളികൾക്കിടെ സൂര്യാഘാതത്താൽ എന്റെ നെറ്റിയിലും മറ്റും ഉണ്ടായ പാടുകളെപ്പറ്റി ചോദിക്കുന്നു." മിസേൽ പറഞ്ഞു.

"ശരിയാണ്. നിങ്ങളുടെ മുഖത്ത് കരുവാളിപ്പുകൾ അസ്വസ്ഥതയുണ്ടാക്കുന്നുവോ?" കമാന്റ് ഫ്രെഡറിക് കെന്നത് വൈറ്റ് ചോദിച്ചു.

ഇന്റർവ്യൂ 25.06. 2021ന് എട്ട് മണി അമ്പത്തിമൂന്ന് മിനിറ്റുള്ളപ്പോൾ അവസാനിച്ചു.

ഫെമി അഹ്മദ് കടൂന എന്ന സ്ലിംബോയിയുമായി നടത്തിയ അഭിമുഖത്തിന്റെ പ്രസക്ത ഭാഗങ്ങൾ

രഹസ്യം/പ്രതിരോധം/പ്രോട്ടോക്കോൾ 42.

പരിപാലനം നടത്തിയത്:

ചാൾസ് വുഡ് വെർത്. പി എസ്. വൈ. ഒ. പി എസ് ഒ സി.

തിയതി: 25.06.2021.

സമയം: ഒമ്പത് മണി എട്ട് മിനിറ്റ് രാവിലെ.

സ്ഥലം: മക്ഗ്വർ എയർബേസ്.

അമേരിക്കൻ സേന.

പേര്: കടൂന

ആദ്യപേര്: ഫെമി അഹ്മദ്

കോഡ്: ജൂൺ.

ജനന തിയതി :19..11. 1995 (25വയസ്സ്.)

പൗരത്വം : നൈജീരിയ

പാസഞ്ചർ പോസ്റ്റ്. ക്യാബിൻ: 2. ഇക്കണോമി ക്ലാസ്.

സീറ്റ്: എൻ 04.

രണ്ടാം ദിവസം.

സമയം 9.08.രാവിലെ.

“ഹലോ മിസ്റ്റർ ചാൾസ്‌വുഡ് വെർത്. ഞാൻ അമേരിക്കൻ സേനയിലെ പ്രത്യേക കമാന്റ് ഓഫീസർ ചാൾസ്‌വുഡ് വെർത്. നിങ്ങൾ ഫെമി അഹ്മദ് ആണോ? 1995 നവംബർ19ന് നൈജീരിയയിലെ ഇബാദാനിൽ ജനിച്ചു.”

“അതെ, ലാഗോസിൽ, ഇബാദാൻ അല്ല.”

മിസ്റ്റർ കടൂന, നിങ്ങൾ അമേരിക്കയിൽ വരുവാൻ കാരണമെന്താണ്?” ഓഫീസർ ചാൾസ്‌വുഡ് വെർത് ചോദിച്ചു.

“എല്ലാവരും എന്നെ സ്ലിംബോയ് എന്ന് വിളിക്കുന്നു.ഞാനാണ് ഗ്രൂപ്പിന്റെ നേതാവ്. മറ്റു സംഗീതജ്ഞർ ഇന്നലെ എത്തി. ഞങ്ങൾക്ക് നാളെ ന്യൂയോർക്കിൽ സംഗീതപരിപാടി ഉണ്ട്. നിങ്ങൾക്ക് എന്നെ ഇതുപോലെ ഇവിടെ തടഞ്ഞുവെക്കാനാവില്ല.” ഫെമി അഹ്മദ് പറഞ്ഞു.

“മനസ്സിലായി കടൂന എന്ന സ്ലിംബോയ്. നിങ്ങളുടെ സംഗീതപരിപാടിയുടെ തിയതി എന്നാണ്?” ഓഫീസർ ചാൾസ്‌വുഡ് വെർത് ചോദിച്ചു.

“നാളെ. ഞാൻ നിങ്ങളോട് പറഞ്ഞു. മെർക്കുറി ലോഞ്ചിൽ പത്ത് മണിക്കാണ്. (22 മണി)” ഫെമി അഹ്മദ് പറഞ്ഞു.

“നിങ്ങൾ ഉദ്ദേശിക്കുന്ന തിയതി?” ഓഫീസർ ചാൾസ് വുഡ് വെർത് ചോദിച്ചു.

“മാർച്ച് 12.” ഫെമി അഹ്മദ് പറഞ്ഞു.

“ഞാൻ നിങ്ങളെ ഒരു ഗാനം കേൾപ്പിക്കാം. ‘യാബ പെൺകുട്ടികൾ.’ ദയവായി ഹെഡ് ഫോൺ വെക്കൂ.” ഓഫീസർ ചാൾസ്‌വുഡ് വെർത് പറഞ്ഞു.

സംഭാഷണം 25.06.2021ന് 9.15 മുതൽ തടസ്സപ്പെട്ടു. സംഭാഷണം വീണ്ടും തുടങ്ങിയത് 25.06.2021. 9-19ന്.

“നിങ്ങൾക്ക് ഈ ഗാനം അറിയുമോ?”ഓഫീസർ ചാൾസ്‌വുഡ് വെർത് ചോദിച്ചു.

“ഇത് മോശമില്ല. യാബാ ഗേൾസ്. യാബാ ലാഗോസിന്റെ അടുത്ത പ്രദേശമാണ്. ഇത് നൈജീരിയൻ ബാൻഡ് ആണോ? അത് വിചിത്ര മായിരിക്കുന്നു. എന്നോട് ഒന്നും പറയാത്തതാണ്.” ഫെമി അഹ്മദ് പറഞ്ഞു.

“മിസ്റ്റർ കടൂന, നിങ്ങൾ അത്തരത്തിൽ ആവർത്തിച്ചുള്ള സുഖകര മായ, മധുരമായ ശബ്ദം കേൾക്കുന്നുണ്ടോ?” ഓഫീസർ ചാൾസ്‌വുഡ് വെർത് ചോദിച്ചു.

“വ്യക്തമായും ഞാൻ ഒരു സംഗീതജ്ഞനാണ്.” ഫെമി അഹ്മദ് പറഞ്ഞു.

ഇൻർവ്യൂ 25.06. 2021ൽ 10 മണി ഏഴ് മിനിറ്റിന് അവസാനിച്ചു.

ഡെസ്കാർട്ടസ് 2.0

ജൂൺ 2021 വെള്ളി
സാങ്കൽപ്പികമുറി, മക്ഗ്വർ സൈനികത്താവളം

ക്ഷീണിതരായ ആളുകൾ വഴക്കുണ്ടാക്കുന്നവരാണ്. കുറച്ചുപേർ വളരെ തളർന്നവരാണ്. രാവിലെ ആറ് മണി. അഡ്രിയാനും ടീനയും അവരുടെ മികച്ച വിദഗ്ധരും കമാന്റ് മുറിയിലേക്ക് നടന്നു നീങ്ങുന്നു. ഏഴ് മണിക്ക് ഹെലികോപ്റ്ററുകൾ ഒരു നിശ്ചിതതാളത്തിൽ അവരെ മാക്ഗ്വറിലേക്ക് കൊണ്ടുപോകുന്നു. അവർ നാല്പത് പേരുണ്ട്. സോഫ കളും പരസ്പരബന്ധിതമായ ബോർഡുകളും സ്ഥാപിച്ചിരിക്കുന്നു. ഒരു സൈനികൻ എക്സ്പ്രസ്സോ മെഷിൻ പ്ലഗ്ഗിൽ കുത്തി പ്രവർത്തിപ്പിക്കുന്നു.

സാഹചര്യങ്ങൾ വെളിപ്പെടുവാനായി ഒരു മിനിറ്റ് ധാരാളം മതി. പത്ത് മിനിറ്റുകളോളം ചോദ്യങ്ങൾ പിന്തുടരുന്നു. ടീനയും അഡ്രിയാനും മതി യായി. സാദ്ധ്യതയില്ലാത്ത ആവർത്തനങ്ങൾ. ഹാംഗറിലുള്ള ആളുകൾ എല്ലാവരും 106 ദിവസങ്ങളായി നേരത്തെ എണീറ്റ് ഇതേ വിമാനത്തിൽ. അഡ്രിയാൻ മില്ലറും റിക്കാർഡോ ബെർത്തോനിയുമായി ഉള്ള സംഭാ ഷണം ഭൗതികശാസ്ത്രത്തിലെ നോബൽ സമ്മാനത്തിന് നാമനിർദ്ദേശം ചെയ്യപ്പെട്ടിരിക്കുന്നു. ഇരുണ്ട ദ്രവ്യങ്ങളെക്കുറിച്ചുള്ള പഠനസാഹചര്യങ്ങൾ അദ്ദേഹത്തിന്റെ പ്രവർത്തനത്തിൽ സംഗ്രഹിക്കുന്നു.

"നിങ്ങൾ ഞങ്ങളെ കളിയാക്കുകയാണോ മില്ലർ?"

രാവിലെ ഒമ്പത് മണിക്ക് ടീനാ വാംഗ് തുടരുന്നു. പരസ്പരബന്ധ മുള്ള വിഷയങ്ങളിൽ ചർച്ച നയിക്കുക, അനുമാനങ്ങളിലെത്തുക എന്നിവ നടത്തുന്നു. അഡ്രിയാൻ ദൗത്യസംഘത്തിലേക്ക് മടങ്ങി.

നല്ല ഉയരവും നനുത്ത മുടിയും ചാരനിറവും ഉന്മേഷം നിറഞ്ഞ നീലക്കണ്ണുകളുമുള്ള ഒരു മനുഷ്യനൊപ്പം മെറിഡിത്ത് അവിടെ എത്തി. സിൽവേറിയ ഉദ്ദേശിച്ചത് ഒരു ടെലികോൺഫ്രൻസ് സ്ക്രീൻ എല്ലാ മുഖ ങ്ങളും കാണാവുന്ന രീതിയിലുള്ളതായിരുന്നു.

"പ്രൊഫസർ മില്ലർ," അമേരിക്കൻ പ്രസിഡണ്ട് നേരിട്ട് റിയോയിൽ നിന്നും മറ്റു വിദേശകാര്യമന്ത്രിമാർ ദേശസുരക്ഷ വിഭാഗക്കാരും സംബ ന്ധിക്കുന്നു.

"ഈ പ്രതിഭാസം വളരെ അതിശയകരമാണ് പ്രസിഡണ്ട്."

അഡ്രിയാൻ തൊണ്ട ശരിയാക്കി പറഞ്ഞു.

"ആർതർ സി ക്ലാർക്ക് പറയുന്ന സാങ്കേതികപ്രയോഗവും പോരാതെ വരും ഈ തിരിച്ചറിയാനാകാത്ത മാന്ത്രികതയ്ക്ക്. നമ്മൾ വിവിധ സിദ്ധാന്തങ്ങളിലൂടെ പത്ത് നിഗമനങ്ങളിൽ എത്തിച്ചേർന്നു. അതിൽ ഏഴെണ്ണവും വെറും തമാശകൾ. മൂന്നെണ്ണം വളരെശ്രദ്ധിക്കേണ്ടുവയു മായാണ് കണ്ടെത്തിയിരിക്കുന്നത്. ഭൂരിപക്ഷത്തിന്റെ കൂട്ടായ ശ്രദ്ധ ആവശ്യം. ഏറ്റവും ലളിതമായതിൽനിന്നും നമുക്ക് തുടങ്ങാം."

"ദയവായി പറയൂ സിൽവേറിയാ."

"ടോപ്പോളജിസ്റ്റ് മെറിഡിത്ത് അത് നിങ്ങൾക്ക് വിശദമാക്കിത്തരും."

മെറിഡിത്ത് കറുത്ത ഒരു പെൻസിലും ഒരു ഷീറ്റ് കടലാസും മേശ യിൽനിന്നെടുത്ത് കടലാസ് പകുതിയായി മടക്കി. അവർ കുറഞ്ഞ ബജറ്റി ലുള്ള വിദ്യാഭ്യാസസംബന്ധിയായ സിനിമാപ്രദർശനം നടത്തുന്നതു പോലെ തോന്നി.

"നന്ദി അഡ്രിയാൻ. സ്പേസിനെ അഥവാ ശൂന്യാകാശത്തെ ഇതു പോലെ മടക്കിയെന്നു കരുതുക. ഒരു ദിശയിലെ അളവുകൾ നമുക്ക് ലഭ്യമല്ല. അതുപോലെ മറ്റു മൂന്ന് ദിശകളിലേയും നമുക്ക് അറിയപ്പെടാത്ത താണ്. പ്രപഞ്ചം എന്ന് പറയുന്നത് സ്ട്രിംഗ് സിദ്ധാന്തത്തിൽ അധിഷ്ഠി തമാണ്. അത് ഉയർന്ന ശൂന്യാകാശത്തിൽ പത്തോ പതിനൊന്നോ അല്ലെ ങ്കിൽ ഇരുപത്തിയാറു വ്യത്യസ്ത അളവുകളിലാകാം. ഈ മാതൃകയിൽ ഓരോ കണികയും പ്രാഥമികമായ സ്ട്രിംഗിൽനിന്നും വ്യത്യസ്തമായി ചലനാത്മകമാണ്. അതിനാൽ അളവുകൾഅവയിൽ ചുറ്റിപ്പിണഞ്ഞ് സ്വയം മാറിക്കൊണ്ടിരിക്കുന്നു. മനസ്സിലാവുന്നുണ്ടോ?"

അമേരിക്കൻ പ്രസിഡണ്ട് തുറന്ന വായയോടെ വലിയ ഒരു വിഗ്ഗ് വെച്ച, സ്വർണ്ണമുടിയുള്ള ഒരു മനുഷ്യന്റെ രൂപം സ്ക്രീനിൽ പ്രത്യക്ഷ പ്പെടുന്നു. (അമേരിക്കൻ പ്രസിഡണ്ടായി ട്രംപ് തുടരുമെന്ന വിശ്വാസ ത്തിലാവാം)

"അതിനാൽ സാങ്കൽപ്പികമായ സ്ഥലത്തെ മടക്കിയാൽ ഇതുപോലെ നമുക്ക് അതിൽ ഒരു ദ്വാരം വരുത്താം. "

മെറിഡിത്ത് പെൻസിലിന്റെ അഗ്രമുപയോഗിച്ച് അടയാളപ്പെടുത്തിയ ഭാഗം മുറിച്ച് ദ്വാരത്തിൽ ചൂണ്ടുവിരൽ ഉപയോഗിച്ച് കീറി.

"ഇപ്പോൾ നമുക്ക് സ്പേസിലെ ഒരു ബിന്ദുവിൽനിന്നും മറ്റു ഭാഗ ങ്ങളിലേക്ക് മൂന്ന് അളവുകളിൽ നീളം, വീതി, ഉയരം എന്നിങ്ങനെ വിവിധ ദിശകളിലേക്ക് ചലിപ്പിക്കാനാവും. ഇതിനെയാണ് ഐൻസ്റ്റീൻ- റോസൻ ബ്രിഡ്ജ്- ലോറൻസ് വേം ഹോൾ നെഗറ്റീവ് മാസ് എന്ന് പറയുന്നത്."

"ഞാൻ കാണുന്നു." പുരികമുയർത്തിക്കൊണ്ട് അമേരിക്കൻ പ്രസി ഡണ്ട് പറഞ്ഞു. "ഇത് ക്ലാസ്സിക്കൽ ഭൗതികശാസ്ത്രത്തിലെ നിയമ ങ്ങൾക്ക് അനുസൃതമാണ്. ഐൻസ്റ്റീനിന്റെ സിദ്ധാന്തപ്രകാരം പ്രകാശ

വേഗത പരിധി കവിയുന്നില്ല. പക്ഷേ ഹൈപ്പർ സ്പേസിൽ (സാങ്കൽപ്പിക സ്ഥലങ്ങളിൽ) ഒരു ചുഴിയുണ്ടാക്കുന്നതിലൂടെ താരാപഥങ്ങൾക്കിടയിലേക്ക് ഒരു സെക്കന്റിന്റെ ഒരംശംകൊണ്ട് സഞ്ചരിക്കുവാൻ കഴിയും."

"നോവലുകളിൽ ഇത് പൊതുവെ അമൂർത്തമായ ഒരു ആശയമാണ്." അഡ്രിയാൻ പറയുന്നു.

"മെറിഡിത്ത്, ഡ്യൂണിൽ ഫ്രാങ്ക് ഹെർബർട്ടും മറ്റുള്ളവരും നോളന്റെ ഇന്റർസ്റ്റെല്ലാർ എന്ന സിനിമയിൽ ഈ ആശയം ഉപയോഗപ്പെടുത്തിയിട്ടുണ്ട്. സ്റ്റാർ ട്രെക്കിൽ യു.എസ്.എസ് എന്റർപ്രൈസിലും കാണാം."

"സ്റ്റാർ ട്രെക്കിൽ ഞാൻ കണ്ടു." അമേരിക്കൻ പ്രസിഡണ്ട് ആശ്ചര്യത്തോടെ പറഞ്ഞു. സാധാരണ പറയുന്ന രീതി അതാണെന്ന് പറഞ്ഞുകൊണ്ട് മെറിഡിത്ത് തുടരുന്നു.

"നമ്മൾ സമയവും സ്ഥലവുമെല്ലാം തൽക്ഷണം മറികടക്കുന്നു. എന്തെങ്കിലും സംഭവിക്കുന്നതിന് പ്രത്യേകകാരണമൊന്നുമില്ല. അവിടെ നമുക്ക് തനിപ്പകർപ്പുകളാണ് രണ്ട് വിമാനങ്ങളും. "

മില്ലർ ജ്വലിച്ചുകൊണ്ട് പറഞ്ഞു. "യുഎസ് എന്റർപ്രൈസിൽ സ്പേസിൽ നിന്നും എല്ലാം രണ്ടായിവരുന്നു. രണ്ട് പൈലറ്റുമാർ, രണ്ട് കർക്കുമാർ (സ്റ്റാർ ട്രെക്കിലെ കഥാപാത്രം) രണ്ട് ഡോക്ടർമാർ."

"നന്ദി പ്രൊഫസർ മില്ലർ." സിൽവേറിയ പറഞ്ഞു. "മനസ്സിലായി. ഇനി രണ്ടാമത്തെ സിദ്ധാന്തത്തിന്റെ നിഗമനം എന്താണ്?"

"അതിനെ നമ്മൾ ഫോട്ടോകോപ്പിയർ എന്ന് വിളിക്കുന്നു. എൻ എസ്. എയിലെ ബ്രയാൻ മിറ്റ്നിക്കുമായി ചർച്ച ചെയ്തിരുന്നു."

മിറ്റ്നിക് തലയാട്ടുന്നു. നല്ല ഒരു വിദ്യാർത്ഥിയെ അഭിനന്ദിക്കുന്നതുപോലെ മില്ലർ തുടരുന്നു.

"ബയോ പ്രിന്റിംഗിലൂടെ (അവയവങ്ങളുടെ ഘടനകൾ നിർമ്മിച്ച് ജീവനുള്ള കോശങ്ങളെ ഇരട്ടിപ്പിക്കൽ) തുടങ്ങിയ വിപ്ലവം..."

"ക്ഷമിക്കുക, കൂടുതൽ വ്യക്തമാക്കാമോ?" സിൽവേറിയ ആവശ്യപ്പെട്ടു.

പ്രസിഡണ്ടിന്റെ ശല്യത്തെ ചെറുത്ത് തത്ത്വജ്ഞാനിയുടെ സ്ഥാനം ഏറ്റെടുത്ത് സിൽവേറിയ ചോദിച്ചു.

"ജീവശാസ്ത്രപരമായ അസംസ്കൃതവസ്തുവിനെ ത്രീ ഡിയിൽ പ്രിന്റ് ചെയ്യുന്നു. ഇന്ന് ഒരു മണിക്കൂറിനുള്ളിൽ അതിൽനിന്നും മൗസിന്റെ ആകൃതിയിൽ ഒരു മനുഷ്യഹൃദയം ഉണ്ടാക്കുന്നു. പത്തു വർഷത്തിനുള്ളിൽ ഈ പ്രമേയത്തിന്റെ സൂക്ഷ്മത ഇരട്ടിയായി അച്ചടിയുടെ വേഗതയും എണ്ണവും വർദ്ധിക്കുന്നു. പുനർനിർമ്മിക്കാവുന്ന വസ്തുക്കളും ഈ ഓരോ മേഖലകളിലും നേട്ടങ്ങൾ ഉണ്ടാക്കും. കഴിവുകൾ പ്രയോജനപ്പെടുത്തി മുന്നേറുകയാണെങ്കിൽ യാഥാസ്ഥിതിക മനോഭാവമില്ലാതെ മാത്രം..."

"ഞാൻ യാഥാസ്ഥിതികനാണ്." പ്രസിഡണ്ട് ഇടപെടുന്നു. മില്ലർ ഒരു നിമിഷം അത്ഭുതപ്പെടുന്നു. ഇത് തമാശയായിരുന്നോ?

ഗണിതശാസ്ത്രജ്ഞൻ തുടരുന്നു.

"രണ്ടു നൂറ്റാണ്ടുകളിലും കുറവ് മതി ഒരു സെക്കന്റിന്റെ ഒരംശത്തിനുള്ളിൽ ഈ വിമാനം പോലുള്ള ഒരു വസ്തുവിന്റെ ആറ്റം ഘടനയ്ക്കനുസൃതമായി സ്കാൻ ചെയ്ത് അച്ചടിക്കുവാൻ. പക്ഷേ രണ്ടു പ്രശ്നങ്ങൾ നേരിടുന്നു. അതിനുള്ള പ്രിന്റർ എവിടെ? വേണ്ട അസംസ്കൃതപദാർത്ഥങ്ങൾ എവിടെ നിന്ന് ലഭിക്കും? വിമാനസാങ്കേതികതയും യാത്രക്കാരെയും ഉണ്ടാക്കിയെടുക്കാനുള്ള അസംസ്കൃതവസ്തുക്കളുമെവിടെ?"

ഈ ഫോട്ടോകോപ്പിയർ ദൃശ്യത്തിൽ മെറിഡിത്ത് ഇടപെടുന്നു.

"നിങ്ങൾ വിചാരിക്കുക, ഇത് ശരിക്കുള്ളതും യാഥാർത്ഥ്യവും ഇത് പകർപ്പും ആണെന്ന്. എന്നാൽ ഞങ്ങളുടെ കോപ്പിയറിൽനിന്നും പുറത്ത് വരുന്നത് ആദ്യം പകർപ്പായിരിക്കും."

ഞാൻ കാണുന്നു, സിൽവേറിയ ചിന്തിച്ചു. പകർപ്പ് വിമാനമായിരിക്കും മാർച്ച് 10ന് ഇറങ്ങിയത്. അതേ, മറ്റേത് യഥാർത്ഥത്തിലുള്ളതും. ഈ സാഹചര്യത്തിൽ ഉയർന്നു വരുന്ന ഒരു ചോദ്യം എന്തിന് അവയെ രണ്ടായി കാണുന്നു എന്നതാണ്. രണ്ട് ഗ്രൂപ്പിലെയും അംഗങ്ങളേ, ഓർമ്മിക്കൂ... ആദ്യം വന്ന വിമാനം പകർപ്പും അടുത്തത് ശരിയായതും. (ഒറിജിനൽ) ഫോട്ടോകോപ്പി മുമ്പ് പുറത്തുവന്നുവെന്ന് മെറിഡിത്ത് ഉപസംഹരിക്കുന്നു.

"അവസാനസിദ്ധാന്തം ഞാൻ പരാമർശിക്കാനാഗ്രഹിക്കുന്നത്" മില്ലർ സൂചിപ്പിക്കുന്നു. "എല്ലാവരുടെയും പിന്തുണ ആവശ്യപ്പെടുന്നതും അതേ സമയം ഞെട്ടിക്കുന്നതുമാണ്."

സ്ക്രീനിൽ പ്രസിഡണ്ട് തല കുലുക്കുന്നു. തുടർന്ന് ഏകാഗ്രതയോടെ അദ്ദേഹം ചോദിക്കുന്നു.

"നിങ്ങൾ ഉദ്ദേശിക്കുന്നത് ദൈവത്തിന്റെ പ്രവൃത്തിയാണെന്നാണോ?"

"ഓ, ഇല്ല മിസ്റ്റർ പ്രസിഡണ്ട്.ആരും സിദ്ധാന്തം പരാമർശിച്ചിട്ടില്ല." അഡ്രിയാൻ ആശ്ചര്യത്തോടെ പറയുന്നു. സിൽവേറിയ തന്റെ നെറ്റി തുടയ്ക്കുന്നു.

"മൂന്നാമത്തേതിലേക്ക് നമുക്ക് പോകാം മില്ലർ. ഞങ്ങൾ അതിനെ ബോസ്ട്രോം സിദ്ധാന്തം എന്ന് പറയും. ഇത് വളരെ പഴയതാണ്." പ്രസിഡണ്ട് നെടുവീർപ്പിടുന്നു. ഞാൻ ഉദ്ദേശിക്കുന്നത് ഓക്സ്ഫോർഡിലെ അദ്ധ്യാപകനായ നിക് ബോസ്ട്രോം ആണ്. ഈ നൂറ്റാണ്ടിന്റെ തുടക്കത്തിൽ കൃത്യമായി പറഞ്ഞാൽ 2002ൽ നിർദ്ദേശിച്ചതാണ്." മില്ലർ തുടരുന്നു.

കൊളംബിയ സർവ്വകലാശാലയിലെ യുക്തിവാദിയായ ആർക്ക് വെസ്ലിയുടെ വാക്കുകൾ നല്കുന്നു.

ഭ്രാന്തൻ മുടിയുള്ള വലിയ ഒരു വ്യക്തി ഒരു ടേബിളിനടുത്തേക്ക് നടന്ന് വന്ന് ഒരു സമവാക്യം എഴുതുന്നു.

$$F_{sim} = (f_p f_i N_i / (f_p f_i N_i) + 1)$$

സ്ക്രീനിലേക്ക് തിരിയുന്നതിന് മുമ്പ് ചിരിയോടെയും ആവേശത്തോടെയും പ്രസിഡണ്ടിന് സുപ്രഭാതം പറഞ്ഞ് അഭിവാദ്യം ചെയ്യുന്നു.

“ഈ സമവാക്യം വിശദീകരിക്കുന്നതിന് മുമ്പ് ഞാൻ യാഥാർത്ഥ്യം പറയുവാൻ ആഗ്രഹിക്കുന്നു. എല്ലാ യാഥാർത്ഥ്യവും ഒരു നിർമ്മിതിയാണ്. കൂടാതെ നാമെല്ലാം പുനർനിർമ്മിതികളുമാണ്. നമ്മുടെ മസ്തിഷ്കം തലയോട്ടിക്കകത്ത് നിശ്ശബ്ദതയിലും ഇരുളിലും പൂട്ടിയിട്ടിരിക്കയാണ്. ലോകവുമായുള്ള ബന്ധപ്പെടൽ സെൻസറുകളിലൂടെയാണ്. അതായത് നമ്മുടെ കണ്ണുകൾ, കാതുകൾ, മൂക്ക് ത്വക്ക് എന്നിവയിലൂടെ. നമുക്ക് മണം ലഭിക്കുന്നതാകട്ടെ, വൈദ്യുതകേബിളുകൾപോലെ നമ്മുടെ നാഡീകോശത്തിൽനിന്നും മറ്റൊന്നിലേക്ക് ഞരമ്പുകളിലൂടെ കൈമാറ്റം നടക്കുന്നതിലൂടെയാണ്. രണ്ടു ന്യൂറോണുകളുടെ ഇടയ്ക്കുള്ള ജംഗ്ഷനായി പ്രവർത്തിക്കുന്നു മിസ്റ്റർ പ്രസിഡണ്ട്.”

“എനിക്ക് മനസ്സിലായി. നന്ദി.”

“തീർച്ചയായും. തലച്ചോറ് യാഥാർത്ഥ്യത്തെ പുനർനിർമ്മിക്കുന്നു. ഒരു സെക്കന്റിൽതന്നെ നാഡികോശത്തിൽനിന്നും ലഭിക്കുന്ന എണ്ണമനുസരിച്ച് മസ്തിഷ്കം മറ്റു കോശങ്ങളിലേക്ക് കോടിക്കണക്കിന് പ്രവർത്തനങ്ങൾ സൃഷ്ടിക്കും. വളരെ കുറവാണ് കമ്പ്യൂട്ടറിൽ. എന്നാൽ കൂടതൽ പരസ്പരബന്ധങ്ങളോടെ ഏതാനും വർഷങ്ങൾക്കുള്ളിൽ നമുക്ക് ഒരു മനുഷ്യമസ്തിഷ്കത്തെ അനുകരിക്കുവാൻ കഴിയും. ഇത് ഒരു നിശ്ചിത ബോധത്തിലേക്കെത്തും. നാനോ സാങ്കേതികവിദഗ്ധനായ എറിക് ഡ്രെക്സലർ സങ്കൽപ്പിച്ചത് ഒരു ലക്ഷം മനുഷ്യമസ്തിഷ്കങ്ങൾ പുനർനിർമ്മിക്കുവാൻ കഴിവുള്ള, ഒരു ക്യൂബ് പഞ്ചസാരയുടെ വലിപ്പമുള്ള സംവിധാനമാണ്.

“നിങ്ങളുടെ ശതകോടികളുടെ കണക്കുകൾ എനിക്കും എന്റെ സഹപ്രവർത്തകർക്കും മനസ്സിലാവുന്നില്ല. അത് നിർത്തു. ദയവായി നിങ്ങളുടെ അവതരണം തുടരുക.” പ്രസിഡണ്ട് പറഞ്ഞു.

“വളരെ നല്ലത് മിസ്റ്റർ പ്രസിഡണ്ട്. ഞാൻ നിങ്ങളോട് ആവശ്യപ്പെടുന്നത് നമ്മുടെ ബുദ്ധിശക്തിയിലൂടെ ഉയർന്ന ജീവികളെ സങ്കൽപ്പിക്കുവാനല്ല. മണ്ണിരയുടേതിനേക്കാൾ നമ്മുടെ പിൻഗാമികൾ അവർക്ക് കമ്പ്യൂട്ടറുകൾ ഉണ്ടെന്ന് സങ്കൽപ്പിക്കാം. അവർ സാങ്കൽപ്പികലോകത്തെ എങ്ങനെ പുനഃസൃഷ്ടിക്കാമെന്നും പൂർവ്വികരെ കൃത്യമായി നിരീക്ഷിച്ച് പരിണാമങ്ങളിലൂടെ വിവധ ലക്ഷ്യങ്ങളിലേക്ക് വികസിപ്പിക്കാമെന്നും കണ്ടെത്തി. ഒരു കമ്പ്യൂട്ടറിലൂടെ ചന്ദ്രനിൽനിന്നും തുടങ്ങി കോടി ഇരട്ടി മനുഷ്യരാശിയുടെ ചരിത്രം ഹോമോസാപ്പിയൻസ് മുതൽ അനുകരിക്കുവാൻ കഴിയും. ഇതാണ് കമ്പ്യൂട്ടർ സിമുലേഷൻ സിദ്ധാന്തം.”

“മാട്രിക്സ് എന്ന സിനിമയിലേതുപോലെ അല്ലേ?” പ്രസിഡണ്ട് ചോദിച്ചു.

“അല്ല മിസ്റ്റർ പ്രസിഡണ്ട്.” വെസ്ലി മറുപടി പറഞ്ഞു.

“മാട്രിക്സിൽ യഥാർത്ഥമനുഷ്യരുടെ ശരീരോർജ്ജം ഉപയോഗപ്പെടുത്തുന്ന യന്ത്രങ്ങളാണ്. മാംസത്താലും രക്തത്താലും ബന്ധിക്കപ്പെട്ട അടിമകൾ. ഒരു സാങ്കൽപ്പികലോകത്തിലേക്ക് അവർ അവരുടെ ജീവിതത്തെ കൊണ്ടുവരുന്നു. നമ്മുടെ സിദ്ധാന്തം ഇതിന് വിപരീതമാണ്. നമ്മൾ ജീവികളല്ല. യഥാർത്ഥ നമ്മളായിരിക്കുമ്പോൾ നമ്മൾ മനുഷ്യരാണെന്ന് വിശ്വസിക്കുന്നു. വെറും പ്രോഗ്രാമുകളല്ല, വളരെ അധികം പരിണമിച്ച പ്രോഗ്രാമുകൾ.- എല്ലാം ഒന്നുതന്നെയാണ്. മാട്രിക്സിലെ ഏജന്റ് സ്മിത്തിനെപ്പോലെ മിസ്റ്റർ പ്രസിഡണ്ട്, താനൊരു പ്രോഗ്രാം ആണെന്ന് സ്മിത്തിനറിയാം.”

“ഓ, ഞാൻ എന്റെ മേശയിലെ കോഫി കുടിച്ചില്ല.” നാം എന്ത് മനസ്സിലാക്കുന്നു എന്ത് അനുഭവിക്കുന്നു... അവ നോക്കാം. അവ അനുകരിക്കപ്പെടുമോ? നമുക്ക് കാണാം. എല്ലാം തെറ്റാണോ?” സിൽവേറിയ ചോദിച്ചു.

“ജനറൽ, അത് ഒരു മാറ്റവും വരുത്തില്ല. നിങ്ങൾ മേശയിലെ കോഫി കഴിച്ചതുകൊണ്ട് മാറ്റം സംഭവിക്കുന്നത് കോഫി ഉണ്ടാക്കുന്ന വസ്തുക്കളും മേശ ഉണ്ടാക്കുന്ന വസ്തുക്കൾക്കും മാത്രമാണ്. അത് വളരെ എളുപ്പമാണ്. മനുഷ്യന്റെ ഇന്ദ്രിയാവബോധം പരിമിതമാണ്. എല്ലാ ശബ്ദങ്ങളും ദൃശ്യങ്ങളും അനുകരിക്കത്തക്ക വലുതല്ല. സ്പർശം, ഗന്ധം എന്നീ തുച്ഛമായ അളവിൽ മാത്രം. നമ്മുടെ പരിസ്ഥിതിതന്നെ സങ്കീർണ്ണമായതാണ്. വിശദാംശങ്ങൾ വ്യാജമായ നിലവാരത്തെ ആശ്രയിച്ചാണ് ഇരിക്കുന്നത്. അനുകരിക്കപ്പെട്ട മനുഷ്യൻ അപാകതകൾ ശ്രദ്ധിക്കില്ല. സാങ്കൽപ്പികമായ പരിതസ്ഥിതികളിൽ അവർക്ക് അവരുടെ വീട്, കാറ്, നായ അവരുടെ കമ്പ്യൂട്ടർ അടക്കം അവിടെ ഉണ്ടെന്ന് അനുഭവപ്പെടും.”

ബ്രിട്ടീഷ്പരമ്പരയായ ‘ബ്ലാക് മിററിൽ’ ഉള്ളതുപോലെ അല്ലേ മിസ്റ്റർ പ്രസിഡണ്ട് എന്ന് അഡ്രിയാൻ നിശ്വാസത്തോടെ ചോദിച്ചു.

പ്രസിഡണ്ട് നെറ്റി ചുളിച്ചു. വെസ്ലി തുടർന്നു.

“പ്രപഞ്ചത്തെക്കുറിച്ച് കൂടുതൽ അറിവ് ലഭിക്കുമ്പോൾ അത് ഗണിതശാസ്ത്രത്തിൽ കൂടുതൽ അധിഷ്ഠിതമായി അനുഭവപ്പെടും. എല്ലാ ബഹുമാനത്തോടും കൂടി പറയട്ടെ പ്രൊഫസർ നമുക്ക് പരീക്ഷണം നടത്തി കാണിക്കുവാൻ ആവില്ലേ? എന്തെങ്കിലും പറ്റുമോ?” അഡ്രിയാൻ ചോദിച്ചു.

“എനിക്ക് ഭയമില്ല.” വെസ്ലി ചിരിക്കുന്നു. “അനുകരിക്കുന്ന യാന്ത്രികബുദ്ധി ഒരു അനുകരണമനുഷ്യനിലൂടെ സൂക്ഷ്മതലനിരീക്ഷണങ്ങളിലൂടെ കൂടുതൽ കൂടുതൽ അനുകരണവിശദാംശങ്ങളിലൂടെ സാദ്ധ്യമാക്കാം. തെറ്റ് സംഭവിക്കുകയാണെങ്കിൽ, തെറ്റ് അല്ലെങ്കിൽ അപാകത കണ്ടെത്തിയ ആൾക്ക് സാങ്കൽപ്പിക മസ്തിഷ്കങ്ങളിലൂടെ പുനർവിന്യാസത്തിലൂടെ സാദ്ധ്യമാക്കാൻ കഴിയും. കുറച്ച് നിമിഷങ്ങൾക്കുള്ളിൽ

തന്നെ തിരികെ വന്ന് ചെയ്തതിനെ നിഷ്ഫലമാക്കി അനുകരണം പുന സ്ഥാപിച്ച് പ്രശ്നപരിഹാരമുണ്ടാക്കാനാവും."

"നിങ്ങൾ ഈ പറയുന്നത് പരിഹാസ്യമാണ്."പ്രസിഡണ്ട് പൊട്ടി ത്തെറിക്കുന്നു. "ഞാൻ ഒരുതരം സൂപ്പർമാരിയോ അല്ല, ഞാൻ അങ്ങനെ ചെയ്യില്ല. തീർച്ചയായും നമ്മുടെ സഹപൗരന്മാർക്ക് അവർ ഒരു സാങ്കൽ പ്പികലോകത്തിലാണെന്ന്, അതിലെ പൗരന്മാരാണെന്ന് വിശദീകരിക്കു വാനാകില്ല."

"ഞാൻ മനസ്സിലാക്കുന്നു മിസ്റ്റർ പ്രസിഡണ്ട്. മറ്റൊരു വശം എന്താ ണെന്ന് വെച്ചാൽ മറ്റൊരു വിമാനം എവിടെയും കാണാത്ത മറ്റൊന്നിന്റെ പകർപ്പ്. ഒന്നിനോട് പൊരുത്തപ്പെടുന്ന മറ്റൊന്ന്. യാത്രക്കാരുടെയും മറ്റെല്ലാ ചെറിയ അടയാളംപോലും വ്യത്യസ്തമായി പതിക്കാതെ, പര വതാനിയിലെ കെച്ചപ്പ് പോലും കാണുന്നത് തികച്ചും അവിശ്വസനീയ മാണ്. ഞാൻ എഴുതിയ ഈ ഫോർമുല- (സൂത്രവാക്യം) വിശദീകരി ക്കുവാൻ താങ്കൾ അനുവദിക്കുമോ? "

"ശരി, മുന്നോട്ട് പോകൂ." ദേഷ്യം അൽപ്പം കുറഞ്ഞ് പ്രസിഡണ്ട് വളരെ വേഗം വിശദീകരിക്കുവാനാവശ്യപ്പെട്ടു.

"ഞാൻ നിങ്ങൾക്ക് പൊതുവായ ഒരു ആശയം തരാം. എനിക്ക് നിങ്ങൾക്ക് അവതരിപ്പിച്ചു തരാനുള്ളത് നമ്മളും ഈ അനുകരിക്കപ്പെട്ട ചിന്തയുടെ ഭാഗമാണെന്നുള്ളതാണ്. അനുകരണബോധങ്ങൾക്ക് സാങ്കേതിക നാഗരികതയുമായി ബന്ധപ്പെട്ട് മൂന്ന് ലക്ഷ്യങ്ങൾ അഥവാ വിധികളുണ്ട്. സാങ്കേതിക പക്വത കൈവരിക്കും മുമ്പ് പുറത്തു പോവുക എന്നത് സംഭവിക്കാം. മലിനീകരണം, ആഗോളതാപനം, വംശനാശം തുട ങ്ങിയവയെക്കുറിച്ച് പറയുന്ന ഏത് സാഹചര്യത്തിലുമാകാം. എന്റെ അഭിപ്രായത്തിൽ അനുകരിച്ചാലും ഇല്ലെങ്കിലും നമ്മൾ അപ്രത്യക്ഷ രാകും."

പ്രസിഡണ്ട് തോളുകൾ ചലിപ്പിക്കുന്നു. എന്നാൽ വെസ്ലി തുടരുന്നു.

"അതല്ല കാര്യം. എല്ലാം ഉണ്ടായിരുന്നാലും ആയിരങ്ങളുടെ നാഗ രികത സ്വയം നശിപ്പിക്കുന്നില്ല. സാങ്കേതികത്വത്തിന്റെ മറ്റൊരു തലത്തി ലേക്കെത്തി അചിന്തനീയമായ ശക്തി പ്രാപിക്കുന്നു. എല്ലാ നാഗരികത കളും നിലനിന്നാലും ആയിരത്തിലൊന്നിന് പൂർവ്വികരെ അല്ലെങ്കിൽ അവന്റെ പൂർവികരുടെ എതിരാളികളെ അനുകരിക്കുവാൻ ആഗ്രഹി ക്കുന്നു. അതുകൊണ്ട് സാങ്കേതിക നാഗരികത ദശലക്ഷങ്ങളിലൂടെ അനുകരിക്കപ്പെട്ട് കോടി സാങ്കൽപ്പിക നാഗരികതകൾ സംഭവിച്ചേക്കാം. ഓരോ തവണയും നൂറുകണക്കിന് സഹസ്രാബ്ദങ്ങൾ, സാങ്കൽപ്പിക സാഹചര്യങ്ങൾ, ദശലക്ഷക്കണക്കിന് തലമുറകൾ വിജയിക്കുന്ന സാങ്കൽപ്പികസംഭവങ്ങൾക്ക് ജന്മം നല്കിക്കൊണ്ട് ശതകോടി സമാന സാങ്കൽപ്പികചിന്താഗതിക്കാരെ സൃഷ്ടിക്കും. ഉദാഹരണത്തിന് അമ്പതി നായിരം വർഷങ്ങൾക്കുള്ളിൽ ഏകദേശം നൂറ് കോടിയിൽ താഴെ ക്രോമാ ഗ്നനുകൾ ഭൂമിയിലുണ്ടായി. ആ ക്രോമാഗ്നനുകളെ അതായത് നമ്മളെ

അനുകരിക്കുക. അത് ലളിതമായ ചോദ്യമാണ്. കമ്പ്യൂട്ടിങ്ങ് ശക്തിയാണ്. നിങ്ങൾ മനസ്സിലാക്കുന്നുണ്ടോ?"

പ്രസിഡണ്ട് കണ്ണുകൾ മേൽപ്പോട്ടുയർത്തി ആകാശത്തേക്ക് നോക്കിയിരിക്കുന്നതായി സ്ക്രീനിൽ തെളിഞ്ഞു.

വെസ്ലി സ്ക്രീനിൽ നോക്കാതെ തുടരുന്നു.

"പ്രധാനപ്പെട്ട കാര്യം ഇതാണ്. ഈ അതിസാങ്കേതികതനാഗരികതയ്ക്ക് ആയിരം ഇരട്ടിയോളം വ്യാജനാഗരികതകൾ അനുകരിക്കുവാൻ കഴിയും അഥവാ സൃഷ്ടിക്കുവാൻ കഴിയും. അത് അർത്ഥമാക്കുന്നത് നാം ചിന്താശേഷിയുള്ള മസ്തിഷ്കമാണ് എടുക്കുന്നതെങ്കിൽ അതിലൊരെണ്ണം എന്റെ അല്ലെങ്കിൽ നിങ്ങളുടെ, അങ്ങനെ ആയിരത്തിൽ തൊള്ളായിരത്തിത്തൊണ്ണൂറ്റൊമ്പൊത് സാദ്ധ്യതകൾ. അനുകരണ മസ്തിഷ്കത്തിൽ ആയിരത്തിൽ ഒരെണ്ണം യഥാർത്ഥ മസ്തിഷ്കമാകുവാൻ സാദ്ധ്യതയുണ്ട്. മറ്റൊരു തരത്തിൽ പറഞ്ഞാൽ ഡെസ്കാർട്ടസ്സിന്റെ 'ഡിസ്കോഴ്സ് ഡിലാ മെത്തെഡ്' കാലഹരണപ്പെട്ടു എന്നർത്ഥം. ഡെസ്കാർട്ടസ് 2.0 എന്ന പുതിയ സമവാക്യവ്യാഖ്യാനം ഈ സംഘത്തിലെ ടോപ്പോളജിസ്റ്റ് എന്ന നിലയിൽ ഉപയോഗപ്പെടുത്തുന്നു. പ്രസിഡണ്ട്, താങ്കൾക്ക് മനസ്സിലാകുന്നുണ്ടോ?"

പ്രസിഡണ്ട് മറുപടി പറയുന്നില്ല. വെസ്ലി അദ്ദേഹത്തിന്റെ ധാർഷ്ട്യവും കോപാകുലമായ നോട്ടവും ഭാവവും കണ്ട് തന്റെ വാക്കുകൾ ഉപസംഹരിക്കുന്നു.

"മിസ്റ്റർ പ്രസിഡണ്ട്, നിങ്ങൾ മനസ്സിലാക്കണം. ഈ സിദ്ധാന്തപ്രകാരം ഇപ്പോൾ വരെയും എന്റെ കണക്കുകൂട്ടലിൽ പത്തിലൊന്ന് സാദ്ധ്യത കണക്കാക്കി നമ്മുടെ നിലനിൽപ്പ് ഹാർഡ് ഡിസ്കിലെ പ്രോഗ്രാം മാത്രമാകുന്നു. ഈ സുന്ദരമായ അപാകത തീർച്ചപ്പെട്ടതാണ്. ഇത് 'പാരഡോക്സ് ഓഫ് ഫെർമി'യും വിശദീകരിക്കുന്നു. (അന്യഗ്രഹജീവികളുടെ വ്യക്തമായ തെളിവുകളുടെ അഭാവവും അവയുടെ നിലനിൽപ്പിനെക്കുറിച്ചുള്ള വിവിധ ഉയർന്ന കണക്കുകളും തമ്മിലുള്ള സംഘർഷമാണ് ഫെർമി വിരോധാഭാസം.) നമ്മൾ അന്യഗ്രഹജീവികളെ കണ്ടുമുട്ടിയില്ലെങ്കിൽ നമ്മുടെ അനുകരണത്തിൽ അവരുടെ അസ്തിത്വം പ്രോഗ്രാം ചെയ്യപ്പെടുമായിരുന്നില്ല. ഞാൻ ചിന്തിക്കുന്നു നമ്മൾ ഒരു പരീക്ഷണത്തെ അഭിമുഖീകരിക്കുകയാണ്. ഇനിയും മുന്നോട്ട് പോകുവാൻ അത് വേണ്ടി വരും. എന്തെന്നാൽ നമ്മൾ പ്രോഗ്രാം ആണെന്ന ധാരണയോടെ പരീക്ഷണത്തിന് വിധേയരാവുക. അനുകരണം നമ്മെ പരിശോധനാവിധേയരാക്കും. അമേരിക്ക ഇത് സംഭവ്യമാക്കണം. വളരെ രസകരമായി അത് ചെയ്യുക."

"എന്തുകൊണ്ട്?" സിൽവേറിയ ചോദിച്ചു.

"കാരണം നമ്മൾ അതിൽ പരാജയപ്പെട്ടാൽ അനുകരണത്തിന് ഉത്തരവാദികളായവർ എല്ലാം നിശ്ചലമാക്കിയേക്കാം. അഥവാ നിർത്തിയേക്കാം അല്ലെങ്കിൽ ഓഫ് ചെയ്തേക്കാം."

14-ാം നമ്പർ മേശ

2021 ജൂൺ 25 വെള്ളി, 8.30 രാവിലെ
ഹാംഗർ ബി., മക്ഗ്വർ, നാവികസേനാ ബേസ്

Close Encounters of the third world - മൂന്നാം ലോകത്തിലെ സൂക്ഷ്മ പോരാട്ടങ്ങൾ ശരിയല്ലേ?

അഭിമുഖത്തിൽനിന്നും തിരികെ എത്തിയ വിക്ടർ പരിഹാസത്തിനും കോപത്തിനുമിടയിലുള്ള ഒരു ഭാവമായി. അടുത്ത ദിവസം ഹാംഗറിൽ നടന്ന സംഗതികൾ ആരും അറിയാതെ എന്താണ് സംഭവിക്കുന്നത് എന്ന് രേഖപ്പെടുത്തുന്നു. പേനയും നോട്ടുപുസ്തകവും എടുത്ത് നിലവിളികളും ശബ്ദവും നിറഞ്ഞ ആ സ്ഥലത്തുനിന്നും ഒഴിഞ്ഞു മാറി കുറിപ്പുകൾ തയ്യാറാക്കാനിരുന്നു.

ശാന്തരായി വിമാനയാത്രികർ എഴുതുവാൻ ഉപയോഗപ്പെടുത്തുന്ന രീതിയിൽ എഴുതുന്നു.

കിഴക്കൻ ഹാംഗർ എത്രയും വിചിത്രമായ പദമാണ്.

(Haggard - ക്ഷീണിതമായ എന്നതിൽനിന്ന് വലിയ മാറ്റമില്ലാത്ത പദം.)

എന്തിനാണ് ജോർജ്ജ് പെരക്കിന്റെ (ഫ്രഞ്ച് നോവലിസ്റ്റ്) നിഴലാവുന്നത്? അവൻ എന്നെങ്കിലും രക്ഷകന്റെ കണക്കുകളിൽനിന്നും സ്വതന്ത്രനാകുമോ? എന്തുകൊണ്ടാണ് അവൻ വഞ്ചകനാകുന്നത്?

അപരിചിതമായ സ്ഥലമായതിനാൽ ക്ഷീണം തോന്നുന്നു. എങ്കിലും അയാൾ എഴുതുന്നു.

2021 മാർച്ച് -11

ഈ ഹാംഗറിൽ ധാരാളം കാര്യങ്ങളുണ്ട്. ഉദാഹരണത്തിൻ നൂറ് മൺകൂടാരങ്ങൾ, ഒരു ആശുപത്രി, നീണ്ട മേശകൾ, മെച്ചപ്പെടുത്തിയ ബാസ്കറ്റ് ബോൾ കോർട്ട്, ഡസൻകണക്കിന് മുൻകൂട്ടി തയ്യാറാക്കിയ പൊതുടോയ്ലറ്റുകൾ, ലോഹനിർമ്മിതമായ ബാരിക്കേഡുകൾ, രണ്ടു വരികളിലായി വിവരങ്ങൾ നൽകുവാൻ ആളില്ലാത്ത വിവരകേന്ദ്രം, ഒരു

സ്ഥലം ക്രിസ്തീയസഭകൾക്ക് പൊതുവായ എന്ന് രേഖപ്പെടുത്തിയതായി കാണാം. ആറ് ഭാഷകളിൽ രേഖപ്പെടുത്തിയ നാല് ജലധാരകളും കൂടാതെ മറ്റു പലതും.

കാലാവസ്ഥ ഈർപ്പം നിറഞ്ഞതും അൽപ്പം ചൂടുള്ളതുമാണ്. തനിക്ക് കാണാവുന്ന സ്ഥാവരവസ്തുക്കളെല്ലാം എ മുതൽ ഇ വരെയുള്ളവ ഹാംഗറിന്റെ ചുമരിൽ കാണാം. കാര്യസ്ഥന്മാരുടെയും ഹോസ്റ്റസ്സുമാരുടെയും പോക്കറ്റിനു മുകളിലും യാത്രക്കാരുടെ വസ്ത്രത്തിലും എയർ ഫ്രാൻസ് എന്നും ആശുപത്രി എന്നതിന് വലിയ അക്ഷരത്തിൽ എച്ച് എന്നും കാണാം. അമേരിക്കൻ വ്യോമാസേനാഗ്രൗണ്ടിൽ അപായം എന്ന് ഉയർന്ന വോൾട്ടിലുള്ള വൈദ്യുതിയാൽ ബോക്സിൽ എഴുതിവെച്ചിരുന്നു. വൈദ്യുതപ്രഭയുള്ള ചുമരിൽ വലിയ പെട്ടികളിലായി വേർതിരിച്ച് എഴുതിയിരിക്കുന്നു. ഉയർന്ന ലക്ഷ്യം, "ഉയർന്ന ലക്ഷ്യത്തിനുവേണ്ടി ഉയരത്തിൽ പറക്കുക, വിജയം നേടാൻ." 'എപ്പോഴും വിശ്വസ്തൻ' എന്ന അമേരിക്കൻ നാവികസേനയുടെ മുദ്രാവാക്യമായ ഉദ്ധരണിയാണത്.

തിടുക്കമില്ലാതെ, യാന്ത്രികമായി വിക്ടർ എഴുത്ത് തുടരുന്നു. അദ്ദേഹം ധാരാളം വായിച്ച് വിവർത്തനം ചെയ്ത് അത് ലോകത്തിന് മേൽ അടിച്ചേൽപ്പിക്കാൻ ഉദ്ദേശ്യമില്ല. അയാളുടെ ഗദ്യരചന ഗംഭീരമായി പേനയുടെ ചലനത്താൽ പുറത്തേക്ക് ഒഴുകുന്നു എന്നു വിശ്വസിക്കുന്നില്ല. വാക്യങ്ങളുടെ വെളിച്ചത്തിൽ സ്വയം സർവ്വശക്തനാവുന്നില്ല. കൺപോളകൾ അടച്ചിരുന്നുകൊണ്ട് അകക്കണ്ണ് തുറപ്പിക്കുന്നു. ഇല്ലെങ്കിൽ ആത്മാവ് നഷ്ടപ്പെട്ട് സ്വന്തം വ്യാമോഹം കത്തിച്ചാമ്പലാകും എന്ന് കരുതി. രൂപകങ്ങളിൽ വിശ്വസിക്കുന്നു. ട്രോജൻ യുദ്ധം ആരംഭിച്ചത് ചിന്തിക്കുന്നു. അയാൾക്ക് അറിയാം തന്നേക്കാൾ മിടുക്കനായ തന്നെക്കൊണ്ട് അത്ഭുതം സൃഷ്ടിക്കുവാൻ ആകുമെന്ന്.

ചിതറിക്കിടക്കുന്ന അസ്തിത്വങ്ങളെ നിരീക്ഷിക്കുന്നു. ചലിക്കുന്ന ഉൽക്കണ്ഠകൾ നിറഞ്ഞ അതായത് ഹാംഗർ എന്ന വാക്ക് അറിയാതെ ചേർക്കപ്പെട്ടു. അയാളുടെ ജീവിതം മറ്റുള്ളവരുടെ ആകർഷണത്തിന് കീഴടങ്ങുന്നു. വിക്ടർ സ്വന്തം ജീവിതം ഭദ്രമാക്കുവാൻ അവളെ തിരഞ്ഞെടുത്തു. പക്ഷേ ഒന്നിൽ നിന്ന് മറ്റൊന്നിലേക്ക് മാറി ആരെയും ഒറ്റിക്കൊടുത്തില്ല. ഒരേ സമയം വിവിധ ആഖ്യാനങ്ങൾ ഒരു വായനക്കാരൻ പിന്തുടരുന്നില്ല എന്ന് അയാൾക്ക് അറിയാം.

എങ്കിലും അത് കാര്യമാക്കുന്നില്ല. ഒരു പദ്യം എഴുതുന്നുണ്ട്. അത് അത്ര ഗംഭീരമൊന്നുമല്ല. ചിതറിക്കിടക്കുന്നവയെയെല്ലാം വിക്ടർ നിരീക്ഷിക്കുന്നുണ്ട്. വലിപ്പമുള്ള പെട്രി വിഭവത്തിലെ (ജൂലിയസ് റിച്ചാർഡ് പെട്രിക്കുശേഷം ഈ കണ്ടെയ്നർ പെട്രി എന്ന് അറിയപ്പെട്ടു.) ചലിക്കുന്ന ഉൽക്കണ്ഠകൾ- ഹാംഗർ രസകരമായൊരു വാക്കാണ്.

* * *

പതിന്നാലാം നമ്പർ മേശയിൽ യാത്രക്കാർക്ക് പുറമേ പൈലറ്റുമുണ്ടായിരുന്നു. അദ്ദേഹത്തെ കണ്ടപ്പോൾ വിക്ടറിന് തന്റെ അച്ഛനെ ഓർമ്മ വന്നു. അച്ഛനെപ്പോലെ ചാര പച്ചക്കണ്ണുകൾ. അതേ മൂക്ക്. ഒടുവിൽ യുദ്ധ വിജയം നേടിയ കട്ടിയുള്ള നരച്ച മുടിയും ഊർജ്ജസ്വലതയുമുള്ള വ്യക്തി. വിക്ടർ തന്റെ മരിച്ചുപോയ അച്ഛന്റെ ഫോട്ടോ പേഴ്സിൽനിന്നെടുത്ത് നോക്കുന്നു. ആൽബത്തിലുണ്ടായിരുന്ന ഫോട്ടോകൾ പലതും നശിച്ചുപോയിരുന്നു. എങ്കിലും ഈ ഫോട്ടോ നാശമായിട്ടില്ല. ഇരുപത് വയസ്സിലെടുത്ത ഫോട്ടോ. അതേ ചിരിയും ആരെയും കീഴടക്കുന്ന നോട്ടവും.

ഒരു ദിവസം അച്ഛൻ അയാളോട് ചിരിച്ചുകൊണ്ട് പറഞ്ഞു. “അന്ന് ഞാൻ ചെറുപ്പമായിരുന്നു. എനിക്കറിയില്ല എന്നാണ് ഞാൻ ഇത്തരത്തിൽ വഴുതിപ്പോയതെന്ന്.” പ്രഭാതത്തിന്റെ പ്രഭയിൽ മർക്കിളിനെ കണ്ടപ്പോൾ തന്റെ അച്ഛനെപ്പോലെ തോന്നി. തികച്ചും വ്യത്യസ്തനായ അച്ഛൻ.

തലേദിവസം അദ്ദേഹത്തെ എയർഫ്രാൻസിന്റെ യൂണിഫോമിൽ വേദന നിറഞ്ഞ മുഖത്തോടെയാണ് കാണപ്പെട്ടത്. പ്രകോപിതനായ കുറ്റവാളിയെ തിരയുന്നതുപോലെ. ശത്രുതയ്ക്ക് ഒരു വിഷയവും ഇനി കാരണമാകുന്നില്ല. അദ്ദേഹത്തെ കാണുന്ന ഓരോരുത്തരും പൊതുവായ ഒരു അസ്വസ്ഥത പങ്കിടുന്നതു കാണാം. മുൻഗണനാചികിത്സകളും പരിഗണനകളും ആസ്വദിക്കുന്നില്ലെന്നും പ്രത്യേകം പ്രാധാന്യമുള്ള വിവരങ്ങളൊന്നും ലഭിക്കുന്നുമില്ലെന്നും തോന്നുന്നു. അത് വിശദീകരിക്കുന്നതിനുവേണ്ടി, മറ്റുള്ളവർക്ക് ഒരു സുഹൃത്തെന്ന് തോന്നാൻ വേണ്ടി. ലളിതമായ വസ്ത്രധാരണത്തിലേക്ക് മാറിയെന്നു മാത്രം. ഫ്രഞ്ച് ജനറലായിരുന്ന ദുമോറെയ്സ് സേനയെ ഉപേക്ഷിച്ചപോലെ എല്ലായ്പോഴും സൗഹൃദം പുലർത്തി. മറ്റു യാത്രക്കാർക്കൊപ്പം വൈദ്യപരിശോധനയ്ക്കും അദ്ദേഹം വിധേയനായി.

പതിന്നാലാം നമ്പർ മേശയിൽ നല്ല ഉയരത്തിൽ കറുത്ത, സുന്ദരമായ, ആഴമുള്ള കണ്ണുകളോടെ വിഷാദമൂകയായ ഒരു യുവതിയെ കണ്ടു. അവരുടെ മുടി ജ്യാമിതീയ മാതൃകകളെന്നപോലെ ചെറുതായി വെട്ടിയിരിക്കുന്നു.

“അൽഹാംബ്ര, അവർ ജേർണി എന്ന വാക്കിനെ ജോണി എന്ന് ഉച്ചരിക്കുന്നു. യു ആർ എന്നതിന് യുവ എന്നും വിഷൻ എന്നതിന് വിഷോൺ എന്നുമാണ്. അവൻ നൈജീരിയക്കാരനാണ്. ഗിറ്റാറിസ്റ്റും ഗായകനുമാണ്. അടുത്ത രാത്രി അയാൾക്ക് ഒരുപക്ഷേ ഒരു സംഗീതക്കച്ചേരി ഉണ്ടായേക്കാം. ബ്രൂക്ലിനിലുള്ള ഒരു മുറിയിൽ പ്രതിഷേധം നടത്തിയെങ്കിലും ഫലമുണ്ടായില്ല. ടെയ്‌ലർ അവന്റെ പത്ത് സ്ട്രിംഗുകളുള്ള ഗിത്താർ ഒഴികെ ബാക്കിയെല്ലാം തിരികെ ലഭിച്ചു. അത് ക്യാബിനിലെ വലിയ പെട്ടിയിലാണ്. അവൻ മൃദുവായ താളത്തിൽ ഗാനങ്ങൾ രചിച്ച് ചിട്ടപ്പെടുത്തി പാടുന്നു.

"ഞാൻ ഇന്നലെകളിലെ നിങ്ങളുടെ
തിളക്കമാർന്ന കണ്ണുകൾ ഓർക്കുന്നു.
നിങ്ങളുടെ തിളക്കമാർന്ന പുഞ്ചിരിക്കുന്ന രീതികളും."

ഗിറ്റാർ സമ്പന്നവും വൃത്താകൃതിയുള്ളതുമായ ശബ്ദം പുറപ്പെടുവിക്കുന്നു. ശബ്ദം തപിപ്പിക്കുന്നതും പരുക്കനുമാണ്. അവൻ മെലിഞ്ഞ ഒരു ആൺകുട്ടിയാണ്. കലാകാരന് അവന്റെ പേര് നന്നായി ഇണങ്ങുന്നു. അവൻ വിക്ടറിനെ നോക്കി പുഞ്ചിരിച്ചു.

ഞാൻ ഉയർന്ന ശബ്ദത്തിൽ ഇഫക്റ്റുകളുടെ അകമ്പടിയോടെ പാടിയിട്ട് ഒരുപാട് നാളായി. അവൻ ഒരു കോർഡ് സജ്ജമാക്കി ആവർത്തിച്ചുകൊണ്ടിരുന്നു.

"എന്നാൽ യൂണിഫോമിട്ട സുന്ദരന്മാർ അത് വിലക്കുന്നു.

യൂണിഫോമിട്ട പുരുഷന്മാർ."

കാവൽ നിൽക്കുന്ന സൈനികരെ ചൂണ്ടി വിക്ടർ പറയുന്നു. "അതെ, തീർച്ചയായും എന്റെ തലക്കെട്ടുതന്നെയാകും."

താഴ്ന്ന സ്വരത്തിൽ അദ്ദേഹം തുടരുന്നു.

"വെളിച്ചത്തിലേക്കുള്ള വഴി

വെളിച്ചത്തിലേക്കുള്ള ലളിതമായ വഴി."

മേശയ്ക്കടുത്തുവന്ന് അയാൾ മന്ത്രിക്കുന്നു.

"നിങ്ങളുടെ പേര് മാത്രമാണെന്റെ ശത്രു."

വിക്ടർ ഉടൻത്തന്നെ ഷേക്സ്പിയറെ ഓർമ്മിക്കുന്നു.

"നിങ്ങൾ മൊണ്ടേഗ് പ്രഭുവല്ല. നിങ്ങൾ നിങ്ങൾ മാത്രമാണ്."

* * *

ജൂലിയറ്റ് കാപ്പുലേ എന്ന് പേരുള്ള സുന്ദരിയായ ആ ചെറുപ്പക്കാരി പറയുന്ന ഷേക്സ്പിയർ കഥയിലെ വാചകം ഇവിടെ ആവർത്തിക്കുന്നു.

എന്താണ് മൊണ്ടേഗ്? അത് ഒന്നല്ല. ഒരു കൈ. ഒരു കാൽ ഒരു ഭുജം അല്ലെങ്കിൽ ഒരു മുഖം മാത്രമല്ല. ഒരു മനുഷ്യനാണ്. ഒരു ഭാഗമല്ല. ഓ, അതിന് മറ്റെന്തെങ്കിലും പേര് നല്കാനുമോ? ഒരു പേരിൽ എന്തിരിക്കുന്നു? റോസ് എന്ന് വിളിക്കുന്ന പൂവിന്റെ സൗരഭ്യം മറ്റേതെങ്കിലും പൂവിന് ലഭിക്കുമോ? അതുപോലെ റോമിയോവിനെ ആ പേരിൽ വിളിച്ചില്ലെങ്കിൽ അയാൾ ഉൾക്കൊണ്ടിരിക്കുന്ന പരിപൂർണ്ണത സൂക്ഷിക്കാനാവുമോ?

മടിയോടെയാണെങ്കിലും അവൾക്ക് അവളെ അറിയാം. ആവശ്യമുള്ളപ്പോൾ കരയുവാനും അറിയാം.

"അടുത്ത ആഴ്ചയാണ് ഓഡിഷൻ." അവൾ വിക്ടറിനോട് പറഞ്ഞു. അവർ ഞങ്ങളെ പുറത്താക്കും. പരിശോധനകൾ പൂർത്തിയായാൽ തീർച്ചയായും."

“പരിശോധനകൾ പൂർത്തീകരിച്ചവരല്ലേ നമ്മൾ? നമുക്ക് ആളുകളെ പിന്തിരിപ്പിക്കാൻ കഴിയില്ല. ഇതൊരു സ്വതന്ത്രരാജ്യമാണ്. നിയമങ്ങൾ ഒന്നുതന്നെയാണ്.”

“അതെ, നിയമങ്ങളുണ്ട്.” കറുത്ത നിറമുള്ള മുടി പിറകിലേക്ക് ചീകി വെള്ളിബാരറ്റ് കൊണ്ട്പുറകിലേക്ക് ഒതുക്കിയ യുവതി പറഞ്ഞു. ഏകപക്ഷീയമായ അറസ്റ്റ്, നിർബന്ധപൂർവ്വം തടങ്കലിൽവെക്കൽ, നിയമവിരുദ്ധമായി സ്വത്ത് കണ്ടെടുക്കൽ. നാൽപ്പത്തിയെട്ട് മണിക്കൂറിലേറെ നിയമസഹായം ലഭിക്കുന്നതിന് സൗകര്യം നല്കാതിരിക്കൽ തുടങ്ങിയ അരഡസനോളം പരാതികൾ, വക്കീൽ അമ്പതുപേരുടെ കൈയിൽനിന്നും ശേഖരിച്ചു. എത്ര നഷ്ടമാണ് ഓരോ മിനിറ്റിലും ചാർജ്ജ് ചെയ്യുന്നത്.

അവൾക്ക് ഓഫീസിലേക്കെത്തുമ്പോൾ വൈകുമ്പൾ ഉണ്ടാകുന്ന നഷ്ടം. എബിയുടെ ശബ്ദം കേൾക്കാനാവാതെ അവൾ ഓഫീസിലെത്തുന്ന വേദന, അവൾ ഓഫീസിലെത്തുവാൻ വൈകുന്നതിന്റെ നഷ്ടം തുടങ്ങിയവയും അവളെ അസ്വസ്ഥതപ്പെടുത്തി. അവനെ ഭ്രാന്തമായി വിശ്വസിക്കണോ? ഒരാൾക്ക് ഒരു ദിവസം രണ്ടായിരം ഡോളർ നഷ്ടപരിഹാരം. വ്യോമസേനയ്ക്കും ഗവൺമെന്റിനുമുള്ള സമ്മാനമല്ലേ അത്? വീണ്ടും എന്താണ് കഥ?

ഓ, അതാ, ആ പിശാച് വക്കീലിനടുത്തേക്ക് വരുന്നു.

“ഞാനാണ് പിശാച്. എനിക്ക് നിങ്ങളോട് ഒരു ഡീൽ വാഗ്ദാനം ചെയ്യാനുണ്ട്. അത് കേൾപ്പിക്കാം. ഞാൻ നിങ്ങൾക്ക് ലോകത്തിലെ ഏറ്റവും ധനികനായ അഭിഭാഷകനെ നൽകാം. പകരം നിങ്ങൾ എനിക്ക് നിങ്ങളുടെ ആത്മാവ്, മാതാപിതാക്കളുടെ ആത്മാവ്, അഞ്ച് സുഹൃത്തുക്കളുടെ ആത്മാവ്, കുട്ടികളുടെ ആത്മാവ് എന്നിവ നല്കണം.”

വക്കീൽ അവനെ നോക്കി. അത്ഭുതത്തോടെ ചോദിച്ചു.

“ശരി, എവിടെയാണ് കെണി?”

യുവതി പുഞ്ചിരിക്കുന്നു. എന്നിട്ട് പറഞ്ഞു.

“അത് ശരിയല്ല. ആ ദുഷ്ടനായ മനുഷ്യൻ പറയുന്ന തമാശ. നിങ്ങൾ പേഴ്സിൽ ലക്ഷ്യം വയ്ക്കേണ്ടതുണ്ട്. അവർക്ക് മാത്രമേ അക്കാര്യം മനസ്സിലാകൂ.

ആ യുവതി ചെറിയ ഒരു പെൺകുട്ടിയുടെ കൈയിൽനിന്നും ഒരു ഷീറ്റ് കടലാസും കളർ പേനയും വാങ്ങി എഴുതുന്നു. കുട്ടികളുടെ അമ്മ അസ്വസ്ഥതയോടെ നോക്കുന്നു.

“എന്റെ ഭർത്താവ് സൈനികനാണ്. അദ്ദേഹത്തിന് വിഷമമുണ്ടാക്കുന്നതൊന്നും എനിക്ക് സഹിക്കില്ല.”

“മാഡം, നിങ്ങളുടെ ഭർത്താവ് ഒരു യുദ്ധവീരനായിരുന്നുവെന്ന് എന്നോട് പറഞ്ഞിരുന്നല്ലോ. അദ്ദേഹത്തിന് യുദ്ധത്തിൽ പരിക്കേറ്റതാണോ? അങ്ങനെയാണെങ്കിൽ ഈ കൂട്ടായ പ്രവർത്തനത്തിലും

ഒപ്പിടലിലും അദ്ദേഹത്തെ ഒഴിവാക്കേണ്ടിവരും. അത് നീതിക്ക് തടസ്സ മാകും. നമ്മൾ ഒന്നിച്ചു നിന്നാലേ ശക്തിയുണ്ടാകൂ. ഇനിയും വൈകാൻ പാടില്ല. സമയമില്ല. ഈ തടഞ്ഞുവയ്ക്കൽ സഹിക്കാൻ നിങ്ങൾക്ക് രണ്ട് കുട്ടികളില്ലേ അവർക്കും വിഷമമാവും."

അവർ മകനെ നോക്കുന്നു. അവൻ ഉറക്കഗുളികയുടെ ശക്തിയാൽ തൂങ്ങിയാണിരിക്കുന്നത്. മകളാകട്ടെ, കറുത്ത, അപരിചിതമായ ഇരുണ്ട ജീവികളെ വരയ്ക്കുന്നു. കഥാപാത്രങ്ങൾ കറുത്ത വരകളാണ്. അവൾ അത് കറുത്ത വരകളാൽ മായ്ച്ചു കളയുന്നുമുണ്ട്. മകൾക്കും പേടിയു ണ്ടെന്ന് മുഖം കണ്ടാലറിയാം.

* * *

പതിന്നാലാം നമ്പർ മേശയിലെ പെൺകുട്ടിയെ ശ്രദ്ധിച്ചു. പ്രായം മുപ്പതു കളിലാണ്. ഇരുണ്ട് മെലിഞ്ഞ് മുന്തിരിവള്ളിപോലിരിക്കുന്നു. വിക്ടർ സ്വയം പഴിക്കുന്നു. കുറച്ച് വർഷങ്ങൾക്ക് മുമ്പ് അസീസിയിൽവെച്ച് കണ്ട സ്ത്രീയെ ഓർമ്മ വരുന്നു. പരിഭാഷകരുടെ യോഗത്തിൽ തുളഞ്ഞു കയ റുന്ന നോട്ടമുള്ള അവളെ പിന്നീട് ഒരിക്കലും കണ്ടെത്തിയില്ല. ഗൃഹാ തുരത്വം ഒരു വില്ലനാണ്. ജീവിതത്തിന് അർത്ഥമുണ്ടെന്ന് അവൾ വിശ്വസിക്കുന്നു. വിക്ടർ അവൾക്ക് അരികിലിരുന്നു. കാന്തികവലയം പോലെ ആകർഷിക്കപ്പെട്ടു. ആകർഷണത്തിന്റെ സ്വഭാവം ആഗ്രഹിക്ക ലാണ്. അതിനാൽ അതിന്റെ ദൂരം എപ്പോഴും കുറയും.

താൻ സംസാരിക്കാൻ ആഗ്രഹിച്ചു. അവൾ വീണ്ടും പുസ്തകത്തി ലേക്ക് മടങ്ങി. അവൾക്കൊപ്പമുള്ള മനുഷ്യൻ അറുപതുകളിലെ സുന്ദരൻ അവളുടെ അച്ഛനാകാൻ വഴിയില്ല. അവളുമായി സംഭാഷണം തുടങ്ങു വാൻ ശ്രമിച്ചപ്പോൾ അത് വിക്ടർ ഊഹിച്ചു. അവൾ ഒരു ആർക്കിടെ ക്റ്റിനെ പരിചയപ്പെടുത്തി. അയാളെ വിക്ടർ നിരീക്ഷിച്ചു. അവിടെനിന്നും ശ്രദ്ധ തെന്നി പ്രായമായ അയാളെ നോക്കി. വിക്ടറിന് അയാളുടെ പേര റിയില്ല. ജോലിയും അറിയില്ല. കോൺക്രീറ്റിന്റെയും ഗ്ലാസ്സിന്റെയും ലോകം അയാൾക്ക് വിരസത നല്കുന്നു. അവൾ കണ്ടെത്തിയതാകും അയാളെ.

വിക്ടറിന് വിവർത്തനപ്രക്രിയയിൽ ചില സാങ്കേതികപദങ്ങളുടെ അർത്ഥത്തിന് ബുദ്ധിമുട്ട് അനുഭവപ്പെടുന്നുണ്ട്. വിക്ടർ ആലോചിക്കുക യായിരുന്നു. ആ പ്രായമായ മനുഷ്യന്റെ നനുത്ത കൈകളാൽ ചുളിവു വീണ നെറ്റിയിൽ തുടയ്ക്കുന്നു.

പുരുഷനോടുള്ള സ്ത്രീയുടെ ആഗ്രഹത്തെപ്പറ്റി. ഒരു പുരുഷന് ഒരു സ്ത്രീ. നമുക്കെന്താണ് അതിനെക്കുറിച്ച് കൃത്യമായി അറിയുക?

ആ മനുഷ്യൻ എഴുന്നേറ്റപ്പോൾ അവൾ കോഫി വേണോ എന്ന് ചോദിച്ചു. അയാൾ വേണ്ടെന്ന് പറഞ്ഞു. എന്നിട്ട് പെട്ടെന്ന് നടന്നകന്നു. അവിടവിടെയായി കോഫിമെഷിൻ സ്ഥാപിച്ചിട്ടുണ്ട്. വിക്ടർ വീണ്ടും ആലോചിച്ചു. ഈ ക്യാമറതന്നെ ഒരു അടിച്ചമർത്തലിന്റെ ബിംബമാണ്. അതിനാൽ അയാളുടെ സാന്നിദ്ധ്യത്തെ അത് ശ്വാസം മുട്ടിക്കില്ല.

അവൾ ഇപ്പോൾ മറിച്ചു നോക്കിക്കൊണ്ടിരിക്കുന്ന പുസ്തകം സൗത്ത് ആഫ്രിക്കൻ നോവലിസ്റ്റായ കെറ്റ്സിയുടെതാണ്.

വിക്ടർ ചോദിക്കുന്നു.

"ഇതെന്താണ് കെറ്റ്സിയോ?"

"അതെ, പക്ഷേ ഡിസ്ഗ്രേസ് (ബുക്കർ സമ്മാനം ലഭിച്ച കെറ്റ്സി യുടെ കൃതി)നോളമില്ല. എന്നാലും എനിക്ക് കുഴപ്പമില്ല. ഇത് അദ്ദേഹ ത്തിന്റെ മികച്ച കൃതിയല്ലേ? ഒരു മാസ്റ്റർ പീസ് തന്നെ."

അവൾ അയാളിൽ നിന്നും ആ കൃതി തിരികെ വാങ്ങുന്നു.

വിക്ടർ തന്റെ നോട്ടുപുസ്തകം തിരികെ എടുത്ത് ആ വാക്ക് ഡിസ്ഗ്രേസ് (അപമാനം) എന്ന വാക്ക് എഴുതുന്നു.

പുരോഗമിക്കുന്നു

2021 ജൂൺ 26. ശനി. 9.30. AM
പ്രതിസന്ധി മുറി, വൈറ്റ് ഹൗസ്, വാഷിങ്ടൺ

ജാമി പുഡ്‌ലോവ്‌സ്കിയും സംഘവും വൈറ്റ് ഹൗസിലെ ഒരു ഭൂഗർഭ പ്രതിസന്ധി മുറിയിൽ ഒരു ഡസനോളം വ്യക്തികൾക്കൊപ്പം പ്രാർത്ഥിക്കുന്നു. രണ്ട് കർദ്ദിനാളുമാർ, രണ്ട് റബ്ബി പുരോഹിതർ, ഒരു പാരമ്പര്യവാദി, ഒരു ലിബറൽ, ഓർത്തഡോക്സ് പുരോഹിതൻ, ലൂഥറിയൻ പാസ്റ്റർ, മറ്റൊരു സ്നാപകൻ, മോർമോൺ അപ്പോസ്തലൻ, മൂന്ന് ജ്ഞാനികളായ പണ്ഡിതർ, മുസ്ലീം സുന്നി വിഭാഗം, സലാഫി വിഭാഗം, വജ്രായന ബുദ്ധവിഭാഗത്തിലെ സന്ന്യാസി, മഹായാന വിഭാഗത്തിലെ ഒരാൾ എന്നിവർ ദൈവത്തിന്റെ മക്കളായി ജനിച്ചതിന് നന്ദി പറയുന്നു. മേശപ്പുറത്ത് ഒഴിഞ്ഞ കാപ്പിക്കപ്പുകൾ.

പുഡ്‌ലോവ്‌സ്കി വിമാനത്തിൽവെച്ച് തനിക്ക് നാൽപ്പത് മിനിറ്റ് ഉറങ്ങാനായതിന്റെ നേട്ടം സ്മരിക്കുന്നു.

മനശ്ശാസ്ത്രപരമായ പ്രവർത്തനങ്ങളുടെ തലവൻ വളരെ ആശങ്കാകുലനാണ്. നേർവഴിയും ചീത്ത വഴിയും വേർതിരിക്കാനാവാതെ വിഷമിക്കുന്നു. ആളുകൾ പ്രപഞ്ചത്തിന്റെയും അറിവിന്റെയും മുന്നേറ്റത്തിനായി കുതിക്കുന്നു. വിവരവ്യാപ്തിയെ അപ്രസക്തമാക്കുന്നു. പുതിയ നിയമത്തിലെ തോറയെ എവിടെ കണ്ടെത്തും? ഖുർആനിലോ മറ്റെന്തെങ്കിലും പുസ്തകത്തിലോ ന്യായീകരണമില്ല. പ്രവചനാത്മകമായ വരികൾ എവിടെ കണ്ടെത്തും? ഈ വിമാനത്തിന് സമാനമായ മറ്റൊരു വിമാനം മൂന്ന് മാസംമുമ്പ് പ്രത്യക്ഷമായതിന്റെ ഉത്തരം ആരെങ്കിലും പറഞ്ഞു തരുമോ?

ക്രിസ്റ്റഫർ കൊളംബസ്സിലൂടെ അമേരിക്കൻ ജനതയെ കണ്ടെത്തി അവരെ ജേതാക്കളുടെ കൂട്ടമായി പ്രഖ്യാപിച്ചു. അവരുടെ നിലനിൽപ്പിനെ സംബന്ധിച്ച് വിശദീകരണം നൽകുന്ന പുസ്തകങ്ങൾ തേടിപ്പിടിക്കുവാൻ അയാൾ ആവശ്യപ്പെട്ടു. തീർച്ചയായും പോളിന്റെ അഭിപ്രായത്തിൽ

ലോകാവസാനം വരെ സുവിശേഷം കേട്ടിരുന്നു. പക്ഷേ നോഹയുടെ നശിച്ച മൂന്ന് ആൺമക്കളായ ഷെം, ഹാം, യാഫെത്ത് എന്നിവർ ലോകം ചുറ്റാനും വെസ്റ്റ് ഇൻഡീസ് കടൽപരീക്ഷണങ്ങൾ നടത്താനുമുള്ള അവരുടെ തീരുമാനം വിജയിച്ചുവോ? പുതിയ ഈ മനുഷ്യർ ഇസ്രായേലിലെ നഷ്ടപ്പെട്ട ഗോത്രങ്ങളായിരുന്നുവോ? എസ്രയുടെ നാലാം പുസ്തകത്തിൽ പറയുന്ന തെർത്തൂലിയൻ പരാമർശിക്കുന്ന (ക്രിസ്ത്യൻ എഴുത്തുകാരൻ) ലോകാവസാനം ആ അപ്രത്യക്ഷമാകലാണോ? അവസാനം ഞങ്ങൾ ജോണിന്റെ സുവിശേഷത്തിൽ ഒരു സൂത്രവാക്യം കണ്ടെത്തി. ഇവർ യേശുവിന്റെ പിൻഗാമികളായിരുന്നോ എന്ന് ഇനിയും വെളിപ്പെടുത്തേണ്ടിയിരിക്കുന്നു.

ജാമി പുഡ്‌ലോവ്സ്കിയുടെ പിതാവ് കത്തോലിക്കനും അമ്മ ജൂതവംശജയുമായിരുന്നു. 1960 ജനുവരിയിൽ ബാൾട്ടിമോറിൽനിന്നുള്ള അസ്ക്കെനേസ് എന്ന ജൂതഡോക്ടർ ഒരു പൊലീസുകാരനെ ഭ്രാന്തമായി പ്രണയിച്ചു. അതാരും കാര്യമായെടുത്തില്ല. മുത്തശ്ശിമാരുടെ കൂടെയാണ് അവൾ വളർന്നത്. അമ്മയോട് സൗഹൃദമുണ്ടായിരുന്ന ജൂതന്മാരും അച്ഛന്റെ കൂട്ടുകാരായിരുന്ന കത്തോലിക്കരും പോളിഷുകാരും അതിനെ ചോദ്യം ചെയ്തു. എന്നാൽ മുത്തശ്ശിമാർ അവളെ രഹസ്യമായി മതപരമായ സ്നാനം ചെയ്യിച്ചു. അതിനടുത്ത വർഷം പന്ത്രണ്ടാം വയസ്സിൽ ജൂതന്മാരുടെ മതപരമായ ചടങ്ങായ ബാത്മിത്സ്വ (കൽപ്പനകളുടെ പുത്രി) നടത്തി. അവൾക്ക് അത്രയൊന്നും രാഷ്ട്രീയബോദ്ധ്യങ്ങളുണ്ടായിരുന്നില്ല. ജനാധിപത്യപരമായിത്തന്നെ വോട്ട് ചെയ്തു.

മനശ്ശാസ്ത്രവിഭാഗവുമായുള്ള സംഭാഷണസമയത്ത് നിയമനവിഭാഗം മാനേജർ ജാമിയോട് ജാതി ചോദിച്ചു. അവൾ ഒന്നും പറഞ്ഞില്ല. നിങ്ങൾ നിരീശ്വരവാദിയാണ് അല്ലേ എന്ന് വിണ്ടും ചോദ്യം. ഒരു കോളത്തിൽ പൂരിപ്പിക്കുന്നതുപോലെ സാങ്കൽപ്പികചോദ്യാവലിയിൽ അവർ രേഖപ്പെടുത്തി.

ജാമി പുഡ്‌ലോവ്സ്കി തോളുകൾ കുലുക്കി.

“ഞാൻ ദൈവത്തെ കാര്യമാക്കാറില്ല. എന്നെ സംബന്ധിച്ചിടത്തോളം ദൈവം ഒരു പാലം പോലെയാണ്. ഞാൻ അതിനെക്കുറിച്ച് ഒരിക്കലും ചിന്തിക്കാറില്ല. അതിനാൽ ഞാൻ പാലത്തെ ശ്രദ്ധിക്കാറില്ല എന്ന കാരണത്താൽ എന്നെത്തന്നെ നിർവചിക്കുന്നില്ല. ഞാൻ ആരുമായും കൂടിക്കാഴ്ച നടത്തുന്നുമില്ല. അവരാകട്ടെ, പാലത്തെക്കുറിച്ച് കാര്യമായൊന്നും പറയുന്നില്ല. ഉത്തരം തയ്യാറാക്കിയിരുന്നു. എസ്. ഓ. സിയിൽ പ്രവർത്തനങ്ങൾ ഏറ്റെടുക്കുന്നതിന് മുമ്പായി ആറ് വർഷങ്ങൾ അവളുടെ നാൽപ്പതുകളിൽ താഴെ പ്രായമുള്ളപ്പോൾ അവൾ സി.ഐ.എയിൽ മനശ്ശാസ്ത്ര വകുപ്പിന് നേതൃത്വം നൽകിയിരുന്നു.

ജാമി പുഡ്‌ലോവ്സ്കി മതപരമായ കാര്യങ്ങളിൽ ഇപ്പോൾ വളരെ പ്രാവിണ്യം നേടിയിരിക്കുന്നു. അവൾക്ക് ആ മുറിയിൽ സന്നിഹിതരായ

എല്ലാവരെയും അറിയാം. അവൾ മാത്രമാണ് സ്ത്രീയായി അവിടെ ഉണ്ടായിരുന്നതെങ്കിലും സ്ത്രീകളേ, പുരുഷന്മാരേ എന്ന സംബോധനയോടുകൂടിയാണ് തുടങ്ങിയത്. ആരെങ്കിലും ഒരാൾ ഈ വിരോധാഭാസം ശ്രദ്ധിക്കുമെന്ന് കരുതി. പക്ഷേ അതുണ്ടായില്ല. അവൾ വലിയ സ്ക്രീനിലേക്ക് വിരൽ ചൂണ്ടുന്നു. പ്രസിഡണ്ട് കഴിഞ്ഞ ദിവസം ചുറ്റുമുണ്ടായിരുന്ന അതേ ആളുകൾക്കൊപ്പം കുറച്ച് ആത്മീയ ഉപദേശികളും കൂടിയുണ്ടായിരുന്നു.

മിസ്റ്റർ പ്രസിഡണ്ട്, നിങ്ങൾ എപ്പോൾ വേണമെങ്കിലും ഇടപെടുക. ഇവിടെ വന്നതിന് എല്ലാവർക്കും നന്ദി.

പുഡ്ലോവ്സ്കി ഉണർന്നിരിക്കുന്ന ഒരാളും പരാതി പറയാത്ത രീതിയിൽ രാവിലെ എഴുന്നേറ്റ് വൈറ്റ്ഹൗസിൽ പ്രതിസന്ധിമുറിയിൽ എത്തിച്ചേർന്ന പുരോഹിതന്മാരോടായി പറഞ്ഞു.

ഞാൻ ജാമി പുഡ്ലോവ്സ്കി. അമേരിക്കൻ സേനയുടെ മുതിർന്ന സ്പെഷ്യൽ കമാന്റ് ഓപ്പറേഷൻ വിഭാഗം. നിങ്ങൾ ഇവിടെയുള്ള ഭൂരിഭാഗം പേരും ദേശീയമേഖലകളിൽ അവരവരുടെ ആരാധനകളെ പ്രതിനിധീകരിക്കുന്നവരാണ്.

ഞാൻ ഇപ്പോഴത്തെ സാഹചര്യം നിങ്ങൾക്ക് ഏറ്റവും ലളിതമായി പല ചോദ്യങ്ങളോടു കൂടി രൂപപ്പെടുത്തിയിട്ടുണ്ട്. എനിക്ക് നിങ്ങളിൽ നിന്നും ധാർമ്മികപ്രതികരണമല്ല ദൈവശാസ്ത്രപരമായതാണ് വേണ്ടത്. എന്റെ ലക്ഷ്യം വ്യക്തമാക്കുകയാണ്. നിങ്ങൾക്കറിയാം ചില ലബോറട്ടറികൾ ത്രീ ഡി രൂപത്തിൽ ചില ജൈവവസ്തുക്കളെ കൃത്രിമജൈവവസ്തുക്കളാക്കി കോശഘടനയും പേശികളും ഹദയവുമെല്ലാം ചിത്രീകരിച്ച് പ്രിന്റ് ചെയ്ത് രോഗികൾക്ക് അത് സ്വീകാര്യമാണോ അതോ നിരസിക്കുമോ എന്നുപോലും നോക്കാതെ ഒപ്പം നൽകുന്നു

അതിനിടയിൽ പാരമ്പര്യവാദിയായ റബ്ബൈ ഇടപെടുന്നു.

“അതെ, ഞങ്ങൾ ഇതിനകം ഏകകണ്ഠമായ ധാരണയിൽ എത്തിയിട്ടുണ്ട്. ഞങ്ങളുടെ കത്തോലിക്കരും മുസ്ലീങ്ങളുമായ സുഹൃത്തുക്കൾക്കുമൊപ്പം.”

കർദ്ദിനാൾമാരും സലാഫി ഇമാമുമാരും തലയാട്ടുന്നു. ഇസ്ലാമിക് ഫിഖ്കൗൺസിൽ (ശരിഅത്ത്) ജനിതക എഞ്ചിനീയറിംഗ് അനുവദിക്കുന്നു; അത് ജീവൻ രക്ഷിക്കുന്നതാണെങ്കിൽ.”

“നന്ദി മാന്യരേ... ഞാൻ നിങ്ങളോട് ആവശ്യപ്പെടുകയാണ് നമുക്ക് ആരെയെങ്കിലും പൂർണ്ണമായും തനിപ്പകർപ്പാക്കുവാൻ കഴിയുമെന്ന് നിങ്ങൾ സങ്കൽപ്പിക്കുക”പൂർണ്ണമായും എന്നതുകൊണ്ട് നിങ്ങൾ എന്താണ് അർത്ഥമാക്കുന്നത്? ലൂഥാറൈൻ ചോദിക്കുന്നു.

“പുനർനിർമ്മിക്കുക, അനന്തമായ കൃത്യതയോടെ സൂക്ഷ്മത ഉൾക്കൊണ്ട്. പുതിയ ഈ വ്യക്തിക്ക് ശരിയായുള്ള വ്യക്തിയുടെ അതേ

ജനിതകകോഡ് ആയിരിക്കും. ചിലപ്പോൾ അതിലുമേറെ മുന്നോട്ട് പോകാം. "

മോർമോൺ അപ്പോസ്തലൻ ചോദിക്കുന്നു. "പൂർണ്ണമായ കാർബൺ കോപ്പി അല്ലേ?"

അതെ. പുഡ്ലോവ്സ്കി ചിരിച്ചുകൊണ്ട് പറയുന്നു. "അത് ഊഹിക്കാനാകുമോ?" ഒരു ബുദ്ധസന്ന്യാസി ക്ലീഷേയുടെ അതിർത്തിയിലുള്ള ഒരു പൗരസ്ത്യ മാധുര്യത്തോടെ പറഞ്ഞു.

മനശ്ശാസ്ത്രപരമായ പ്രവർത്തനങ്ങളുടെ തലവൻ ഇടവേളയെടുത്തു. അവൾക്കാവശ്യമുള്ള അത്രയും നീണ്ട ഇടവേള.

"എന്റെ ചോദ്യം സൈദ്ധാന്തികമല്ല. നമ്മൾ ഒരു വ്യക്തിയെ മറ്റൊരാളിൽനിന്നും വ്യത്യസ്തനായി അറിയുന്നത് അയാൾ അത് അവകാശപ്പെടുമ്പോഴാണ്. ഏറ്റുമുട്ടൽ ഉണ്ടായിരിക്കുന്നു. അത് വളരെ അത്ഭുതകരവും."

"ഇരട്ടകളെപ്പോലെ."

അല്ല. ഓരോന്നിനും സ്വന്തമായ വ്യക്തിത്വവും ഓർമ്മകളും ഒരുപോലെ. ഏതാണ് യാഥാർത്ഥ്യമെന്നറിയാതെ ഒന്ന് മറ്റൊന്നിനെ പിന്തുടരുന്നു. അവയുടെ രണ്ടിന്റെയും മസ്തിഷ്കം ഒരേ കോഡ് ചെയ്തതാണ് രസതന്ത്ര, വൈദ്യുത, പരമാണുതലങ്ങളിൽവരെ ഒരേ കോഡ് ചെയ്തതാണ്.

മുറിയിൽ എതിർപ്പ് തുടരുന്നു. ദൈവനിന്ദയുടെ വാക്കുകൾ ദൈവശാസ്ത്രപരമായതിനേക്കാൾ അശ്ലീലശാസ്ത്രപരമാണ്.

"ആരാണ് ഈ അപമാനത്തിന് പിന്നിൽ?" ബാപ്റ്റിസ്റ്റ് പുരോഹിതൻ ചോദിച്ചു.

"നമുക്കറിയില്ല." ജാമി പുഡ്ലോവ്സ്കി പറഞ്ഞു. "നമുക്കിതിന്റെ ധാർമ്മികഅഭിപ്രായം നോക്കണ്ട. പക്ഷേ ഈ ജീവികൾ നിലനിൽക്കുന്നതാണ്."

"ഗൂഗിളിലാണോ?" ഒരു കർദ്ദിനാൾ ആവേശത്തോടെ ചോദിച്ചു.

"അല്ല, ബഹുമാനപ്പെട്ട വ്യക്തിത്വമേ, ഗൂഗിളിലല്ല."

"മാഡം, നിങ്ങൾ പറയൂ, ഗൂഗിൾ ഇസ്രായേലി പ്രിന്റിംഗ് കമ്പനി ത്രീഡിയുടെ പങ്കാളിത്തം ഏറ്റെടുത്തില്ലേ?" പ്രധാനപുരോഹിതൻ ചോദിച്ചു.

"അല്ല, ബഹുമാനപ്പെട്ട വ്യക്തിത്വമേ, അവരല്ല."

"എന്റെ ആദ്യചോദ്യമിതാണ്. ഈ പരിശുദ്ധനിർമ്മിതി നിയമപരമാണോ?"

പുഡ്ലോവ്സ്കിക്ക് വാക്കുകൾക്ക് ഒട്ടും ക്ഷാമമില്ല. അവർ ഒരു സംവാദത്തെ പ്രോത്സാഹിപ്പിക്കുന്നു.

ആശയക്കുഴപ്പം ആരംഭിക്കുന്നു. സലാഫിസ്റ്റുകളാണ് മൈക്രോ ഫോൺ ആദ്യം എടുത്ത് സംസാരിക്കുന്നത്.

"അല്ലാഹുവാണ് മനുഷ്യർക്കും മൃഗങ്ങൾക്കും പ്രത്യുൽപ്പാദനത്തി നുള്ള അനുഗ്രഹം നല്കിയത്. അല്ലാഹുവാണ് മനുഷ്യന് കണ്ടുപിടു ത്തങ്ങൾ നടത്തുവാനുള്ള ചിന്താശക്തി നൽകിയത്. പ്രവാചകൻ സമാധാനപരിപാലനത്തിന് അല്ലാഹുവിന്റെ അനുഗ്രഹത്തോടെ അത് നടപ്പിലാക്കുന്നുവെന്നും തീർത്ഥാടനത്തിൽ പറയുന്നു. മനുഷ്യരേ, ഒരു നീതി കഥ കേൾക്കൂ. അല്ലാഹുവിന്റെ നിർദ്ദേശത്തോടെയല്ലാതെ നിങ്ങൾക്ക് ഒരു ഈച്ചയെപ്പോലും സൃഷ്ടിക്കാനാവില്ല. എല്ലാവരും സഹ കരിച്ചാലും നീതികഥ പറയുന്നത് ഇതാണ്: മനുഷ്യന് ജീവനെ സൃഷ്ടി ക്കാനാവില്ല, ഒരു ഈച്ചയെപ്പോലും."

"എനിക്ക് മനസ്സിലായി. പക്ഷേ ഞങ്ങൾ ഇവിടെ ഈച്ചയേക്കാൾ കൂടുതൽ കാര്യങ്ങൾ കൈകാര്യം ചെയ്യുന്നു. പ്രിയ സുഹൃത്തേ,"

ജാമി പുഡ്ലോവ്സ്കി തിരുത്തുന്നു. സുന്നികൾ എഴുന്നേറ്റ് നിന്ന് പറയുന്നു.

"സാഹിഹിൽ ബുഖാരിയുടെ ഹദീസിൽ അബു സ ഈദ് അൽ ഖുദ്രി- അല്ലാബു അവന് സന്തുഷ്ടനാകട്ടെ. പ്രവാചകൻ പറയുന്നു. അല്ലാഹുവിന്റെ സമാധാനവും അനുഗ്രഹവും ഉണ്ടാകട്ടെയെന്ന്. അദ്ദേഹം പറയുന്നു അവൻ സൃഷ്ടിക്കപ്പെട്ടിട്ടില്ല. പക്ഷേ അല്ലാഹു സൃഷ്ടിച്ചു. ഇതാണ് പ്രധാനകാര്യം. അതിനാൽ നിങ്ങൾ പറയുന്നതനുസരിച്ച് ഈ ജീവികളെ സൃഷ്ടിച്ചത് ദൈവമാണ്. ഈച്ചയുടെ നീതികഥ ഞാൻ ആവർത്തിക്കുന്നില്ല." സലാഫി തുടർന്നു. "അല്ലാഹു ഈ സൃഷ്ടിയിൽ ആഗ്രഹിക്കുന്നില്ലെങ്കിൽ അത് നിലനിർത്താനനുവദിക്കുകയില്ല."

"അത് അറിയാം." പുഡ്ലോസ്കി പറഞ്ഞു. അവൾ കുറച്ചുനേരം നിശ്ശബ്ദയായി. കത്തോലിക്കരുടെയോ പ്രൊട്ടസ്റ്റന്റുകാരുടെയോ വാക്കി നായി കാത്തിരുന്നു. പാരമ്പര്യവാദികളായ റബ്ബൈകൾ പറയുവാൻ അൽപ്പം സംശയിച്ചാണെങ്കിലും പിന്നീട് പറയുവാൻ ആരംഭിച്ചു.

"ജൂതന്മാരുടെ പ്രധാനപുസ്തകമായ തൽമൂദിൽ - മിഥ്യകൾ - പ്രതി പാദിക്കുന്നുണ്ട്. സാൻഹെഡ്രിൻ (ജൂതഅസംബ്ലി) ഉടമ്പടിയിൽ റാവ അനു ഗ്രഹിക്കുന്നുണ്ട്. - മാന്ത്രികശക്തികളാൽ മനുഷ്യനെ സൃഷ്ടിക്കുന്നു. ഉടമ്പടി ഏതാണെന്ന് പറയുന്നില്ല."

"ക്ഷമിക്കണം, ആരാണ് ഈ റാവ?" പുഡ്ലോവ്സ്കി ചോദിച്ചു.

"അവൻ നാലാം തലമുറയിലെ റബ്ബൈയാണ്. അവൻ സൃഷ്ടിച്ച മനുഷ്യനെ റബ്ബൈ സേറയെ കാര്യമായെടുത്തില്ല. അവനോട് ഒരു ചോദ്യം ചോദിക്കുന്നു. പക്ഷേ മനുഷ്യനെപ്പോലെ ചോദ്യങ്ങൾക്ക് പ്രതി കരിക്കാനാവാത്തതിനാൽ താൻ സൃഷ്ടിക്കപ്പെട്ടതല്ലെന്ന് റബ്ബൈ സൈറ മനസ്സിലാക്കുന്നു. ദൈവമേ, അവൻ 'ഗോലേം' (മണ്ടനും വൈചിത്ര്യ മുള്ളവനുമായ വ്യക്തി) ആണ്. മണ്ണിലേക്ക് മടങ്ങുവാൻ അവനോട്

കൽപ്പിക്കുന്നു. പിന്നീടുള്ള പതിപ്പുകളിൽ റബൈ സംസാരശേഷി കൂട്ടിച്ചേർക്കുന്നു. പക്ഷേ പുനർനിർമ്മിക്കാൻ കഴിയില്ല. സാൻഹെദ്രിനിൽ മറ്റു പതിപ്പുകളിൽ റാവു ഹനീനവും റാവ ഓഷയും ഒരു ആടിനെ സൃഷ്ടിച്ചു. അവനെ തിന്നുവാൻ അനുവദിക്കലെല്ലാം തികച്ചും ആശയക്കുഴപ്പമുണ്ടാക്കുന്നു. ഇത് എങ്ങനെ വായിക്കണം? മനുഷ്യന്റെയും ദൈവത്തിന്റെയും സർവ്വശക്തിയും കാണിക്കുവാനായി ഒരു ഉപമ പറയാം." ഷിയ നെടുവീർപ്പിടുന്നു.

"എല്ലാം ഒന്നുതന്നെ. ഖുർ ആനിലേക്ക് മടങ്ങുന്നു. അറബിഭാഷയിൽ സൃഷ്ടിക്കുക അല്ലെങ്കിൽ നിർമ്മിക്കുക എന്ന പദം ഖലാഖ എന്നാണ്. ബൈ എല്ലാം നനുത്ത വായുവിൽനിന്നും ഉണ്ടായതാണ്.

"അത് മാത്രം എല്ലാവരും സമ്മതിക്കുന്നു. അല്ലാഹുവിന് എന്തും സാധിക്കും. നിങ്ങളുടെ റബൈറാവയുടെയും തുടക്കം ഭൂമിയിൽ നിന്നാണ്."

"പക്ഷേ മാഡം, ഇവിടെ നിങ്ങൾ പറയുന്ന ഇത് നനുത്ത വായുവിൽനിന്നല്ലേ?" (ഖലാഖ)

സി ഐ എ ഉദ്യോഗസ്ഥ പറഞ്ഞു. "അതെ, തീർച്ചയായും. എന്നിരുന്നാലും നിർമ്മാണപ്രക്രിയയെക്കുറിച്ചും ഉണ്ടാക്കുന്ന രീതികളെക്കുറിച്ചും അറിയില്ല."

ലിബറൽ റബൈ ഒരു നിമിഷത്തെ നിശ്ശബ്ദതയ്ക്കുശേഷം പറഞ്ഞു.

"നമ്മൾ ഓർക്കേണ്ടതാണ്. മെയ്മോനിഡ്സിന്റെ നിർദ്ദേശങ്ങൾ. ദൈവം മനുഷ്യന് ആത്മാവ് അഥവാ ജീവന്റെ തുടിപ്പ് നല്കി. പക്ഷേ ദൈവം അവന് നിയമങ്ങളും വീക്ഷണവും കാഴ്ചപ്പാടുകളും നല്കി. അത് മനുഷ്യന് സ്വതന്ത്രമായ ഇച്ഛാശക്തിയോടെ നല്ലതിലേക്കോ ചീത്തയിലേക്കോ പോകാനുള്ള സ്വാതന്ത്ര്യത്തോടെയാണ്."

"സ്വതന്ത്ര ഇച്ഛാശക്തിയുടെ ചോദ്യമായി എന്ത് ബന്ധമാണ് ഇതിന് ഉള്ളത് എന്ന് മനസ്സിലാകുന്നില്ല. പാരമ്പര്യവാദിയായ റബൈയ്ക്ക് അത് അരോചകമാകുന്നു. ദൈവശാസ്ത്രപരമായ ഒരു നിലപാടെടുക്കുവാൻ അത് ആവശ്യപ്പെടുന്നു. തീർച്ചയായും നിങ്ങൾ വിഷയത്തിൽനിന്നും മാറിപ്പോകുന്നു. "

"മെയ്മോനിഡ്സിലേക്ക് തിരികെ വരൂ."

"മെയ്മോനിഡ്സിലേക്ക് തിരികെ വരുന്നില്ല."

"ദയവായി..." പുഡ്ലോവ്സ്കി ആവശ്യപ്പെടുന്നു. "എന്നെ മനസ്സിലാക്കൂ. സൃഷ്ടിയുടെ ചോദ്യം ചോദിക്കുന്നില്ല. അത് എനിക്ക് വേണ്ടാത്തതാണ്. പ്രത്യേകിച്ച് ഈ മനുഷ്യനെക്കുറിച്ച് ഒരാൾക്ക് പറയുവാൻ കഴിയില്ല. ഈ പൈശാചികസൃഷ്ടി."

ബുദ്ധിമാനായ സലാഫി പ്രകോപിതനായി പറയുന്നു. "സാത്താൻ സൃഷ്ടിക്കുന്നില്ല."

"ഇല്ല." പാരമ്പര്യവാദിയായ റബ്ബൈയും വേറെ രണ്ടുപേരും അനുകൂലിച്ചു. രണ്ട് പ്രൊട്ടസ്റ്റന്റുകൾ നേതാവിന് അനുകൂലമായി തലയാട്ടി.

"ദൈവം സാത്താനെ സൃഷ്ടിച്ചു."

കുരിശിന്റെ അടയാളം വരച്ചുകൊണ്ട് കർദ്ദിനാൾമാരിൽ ഒരാൾ പറഞ്ഞു.

"മനുഷ്യരെ പരീക്ഷിക്കുവാൻ അവൻ സാത്തനെ സൃഷ്ടിച്ചു. പൂന്തോട്ടത്തിൽ സാത്താൻ സർപ്പരൂപത്തിൽ അവതരിച്ചു. ദൈവത്തിന്റെ കൗശലജീവികൾ എന്നാൽ സാത്താന് സൃഷ്ടിക്കാനാവില്ല."

"ആണോ?" പുഡ്‌ലോവ്സ്കി അത്ഭുതത്തോടെ നിഷ്കളങ്കമായി പറഞ്ഞു. എന്നിട്ടും "ഞാൻ വിശ്വസിക്കുന്നു സാത്താന്റെ സന്തതികളെക്കുറിച്ച് ഞാനും കേട്ടിട്ടുള്ളതാണ്."

"ഇത് ഭാഷാനിന്ദയാണ്. ജനപ്രിയദുരുപയോഗം, അസഭ്യം." സലാഫി പറഞ്ഞു. ഷിയ മേശയുടെ അറ്റത്തിരുന്ന് ദ്വേഷ്യഭാവത്തിലിരിക്കുന്നു.

"അസഭ്യം? എനിക്ക് അനുഭവപ്പെടുന്നത് ദൈവശാസ്ത്രജ്ഞനായ മുഹമ്മദ് അൽ മുനാജിദ് ഇതിനെ മിക്കി എന്ന് വിളിച്ചു. സാത്താന്റെ സൃഷ്ടിയായ മിക്കി മൗസ് എന്നാണ് പറയുന്നത്."

"മിക്കി മൗസ്..." പ്രസിഡണ്ട് ചാടിയെഴുന്നേറ്റു. "ഇതുവരെ ആ പദം ആരും പറയുന്നത് കേട്ടിട്ടില്ല."

"മുഹമ്മദ് അൽ മുനാജിദ് നിങ്ങൾ പറയുന്നതുപോലെ "

"അൽ മുനാജിദ് നിങ്ങൾ പറയുന്നതുപോലുള്ള ദൈവശാസ്ത്രജ്ഞനല്ല." സലാഫി പറയുന്നു. "അദ്ദേഹം ബഹുമാനപ്പെട്ട പണ്ഡിതനാണ് അത്രമാത്രം. സാത്താന്റെ പടയാളി എന്ന് പ്രത്യേകം പറഞ്ഞതും. അതുകൊണ്ടായിരുന്നു. അവിശ്വാസികളും അപ്പോസ്തലരും ഇസ്ലാം എന്ന പദത്തെ വികലമാക്കി,"

"മിക്കി മൗസിനെതിരെ അവർ ഫത്വ പുറപ്പെടുവിച്ചു. അത് വിരോധാഭാസമായി തുടർന്നു. അൽ മുനാജിദുകൾ അടിമത്തത്തിനെതിരായോ അടിമകളായുള്ള ലൈംഗികതയ്ക്കെതിരായോ പ്രതിപാദിക്കുന്നില്ല."

"ഇത് ഇജ്മ എന്നാണ് മുസ്ലീം പണ്ഡിതർ പറയുന്നത്." സലാഫി ദേഷ്യത്തോടെ പറഞ്ഞു.

മുഹമ്മദ് അൽ മുനാജിദ് മാത്രം എന്നാവർത്തിക്കുന്നു.

"ഹാ, നമുക്ക് സ്വവർഗ്ഗാനുരാഗികളെ കത്തിക്കാൻ കഴിയുമോ?" ലൂഥറൻ ചോദിക്കുന്നു. ലിബറൽ റബ്ബൈ കണ്ണുരുട്ടുന്നു.

"സ്വവർഗ്ഗാനുരാഗികളെക്കുറിച്ച് ലൂഥർ എന്താണ് പറഞ്ഞതെന്ന് ഞാൻ നിങ്ങളെ ഓർമ്മിപ്പിക്കട്ടെ."

"മാന്യരേ... മാന്യരേ..." പുഡ്‌ലോവ്സ്കി അധികാരത്തോടെ ഇടപെടുന്നു. "നമ്മൾ വ്യതിചലിക്കുന്നു. ആദ്യചോദ്യം പരിഹരിക്കപ്പെട്ടതായി ഞാൻ കരുതുന്നു."

“നമ്മുടെ മനുഷ്യർ പിശാചിന്റെ സൃഷ്ടിയല്ല. ശരി?”

“ദൈവമല്ലാതെ മറ്റൊരു സൃഷ്ടികർത്താവില്ല. നാമെല്ലാവരും. ശരി.”പാരമ്പര്യവാദിയായ റബ്ബൈ പറഞ്ഞു. ബുദ്ധസന്ന്യാസിമാർ നിശ്ശബ്ദരായിരുന്നു. അവരിൽ ഒരാൾ ദേഷ്യത്തോടെ പറഞ്ഞു

“നിങ്ങളുടെ ദൈവസൃഷ്ടിയെക്കുറിച്ചാണ് എനിക്ക് പറയാനുള്ളത്. ലോകത്തിന് ആപേക്ഷികമായ ഉൽപ്പത്തിയല്ല. അത് അനന്തമായ ഒരു ചക്രമാണ്. പ്രപഞ്ചം സൃഷ്ടിക്കും സ്ഥിതിക്കും ഇടയിൽ ചലിച്ചു കൊണ്ടിരിക്കുകയാണ്. ബ്രഹ്മാവിന്റെ കർമ്മമാണ് സൃഷ്ടി. വിഷ്ണു സ്ഥിതിയും സംഹാരം ശിവന്റെ പദവിയുമാണ്. അതായത് സൃഷ്ടി, സ്ഥിതി സംഹാരമാണ് പ്രകൃതിയുടെ നിയമം. ഞങ്ങളെ സംബന്ധിച്ചിട ത്തോളം നിങ്ങളുടെ ഈ ചോദ്യത്തിന് യാതൊരു അർത്ഥവുമില്ല. എല്ലാ ജീവജാലങ്ങളിലും ബുദ്ധചിന്തയാണ് മുന്നിട്ടു നിൽക്കുക. ബുദ്ധചിന്ത കൾക്ക് പ്രബുദ്ധത കൈവരിക്കാൻ കഴിയും. ബുദ്ധചിന്തകർ ജീവികളെ സാത്താന്റെ മക്കൾ എന്ന് വിളിക്കാറില്ല. പുതിയ സാത്താൻ എന്ന ജീവിയെ ഞങ്ങൾ സ്വാഗതം ചെയ്യുന്നു. എല്ലായ്പ്പോഴുമെന്നപോലെ സമാ ധാനത്തിന്റെ സന്ദേശം അയയ്ക്കുന്നു. ”

“മനോഹരമായ സമാധാനസന്ദേശം അത് സത്യമാണ്.” സുന്നി പറഞ്ഞു. സഹമതസ്ഥർ സഹോദരങ്ങളെ കൂട്ടക്കൊല നടത്തുന്ന അവ സരത്തിൽ ബർമ്മയിൽ റോഹിംഗ്യൻ ജനത ഭ്രാന്തമായ ഭീഷണി ‘വിരാതു’വിൽ (ബർമ്മയിലെ സന്ന്യാസിവര്യന്മാർ) നിന്നും മതതീവ്രവാദ ഭീഷണി അനുഭവിക്കുന്നു. പക്ഷേ അത് ഞങ്ങളുടെ വിഭാഗത്തിലെ ബുദ്ധ മതക്കാരല്ല. അഫ്ഗാനിസ്ഥാനിലെ ബാമിയാനിലെ ബുദ്ധമതപ്രതിമകളെ ആരാണ് നശിപ്പിച്ചത്? അക്കാര്യം ഞാൻ ആദ്യം ചോദിക്കട്ടെ. ശ്രീലങ്ക യിൽ എന്തുണ്ടായി?”

പുഡ്‌ലോവ്സ്കി വളരെ മാന്യമായി ഇടപെടുന്നു.

“ദയവായി എനിക്കറിയാം, നിങ്ങളെല്ലാവരും നന്മ നിറഞ്ഞവരാണ്. നല്ല ലക്ഷ്യമുള്ളവരാണ്. പക്ഷേ ഞങ്ങൾക്ക് ഈ മുറിയിലിരുന്ന് ഈ ഗ്രഹത്തിൽ നടക്കുന്ന എല്ലാ പ്രശ്നങ്ങൾക്കും പരിഹാരം കാണാനാ കില്ല. അതുകൊണ്ട് ദൈവത്തിന്റെ ഒരു സൃഷ്ടി അതെവിടെയാണെങ്കിലും ബൗദ്ധസാന്നിദ്ധ്യം അനുഭവപ്പെടുന്നു. ഇത് ഏറ്റെടുക്കാവുന്ന ഒരു വാദ മുഖമാണ്. ഇനി ഒരു അഭ്യർത്ഥന കൂടി. ആത്മാവ് എന്ന ആശയത്തി ന്മേൽ.”

സുന്നികൾ ആവർത്തിക്കുന്നു.“ അതെ, എനിക്ക് നിർവചിക്കാൻ കഴി യില്ല. പക്ഷേ ഇത് ഒരു തത്ത്വമാണ്. അത്യാവശ്യമാണ് അല്ലേ? ”

“’അത് അത്യാവശ്യമാണ്. പക്ഷേ സങ്കീർണ്ണമാണ്. ”

സുന്നികൾ പറയുന്നു.

“എനിക്ക് വികസിപ്പിക്കാൻ കഴിയുമോ?” സുന്നികൾ ചോദിക്കുന്നു.

"എനിക്ക് സമയമുണ്ട്." പുഡ്‌ലോവ്സ്കി പറയുന്നു.

യോഗം രണ്ട് മണിക്കൂറോളം നീണ്ടു. രണ്ട് മണിക്കൂറിനുശേഷവും ഒന്നും തീരുമാനമാവാതെ പുഡ്‌ലോവ്സ്കി ക്ഷീണിതയായി. അപ്പോൾ അവർ ഒരു സമയപരിധി വെച്ചു.

"നിങ്ങൾ ഒരാഴ്ച എടുത്താലും ഒരു തീരുമാനത്തിലെത്താനാവില്ല."

"മാന്യരേ... ദയവായി നമുക്ക് പൊതുവായ ഒരു തീരുമാനത്തിലെത്തിച്ചേരാം. ഏകകണ്ഠമായ ഒരു പ്രസ്താവന. തീർച്ചയായും താൽക്കാലികമായെങ്കിലും. പക്ഷേ പരിശുദ്ധഗ്രന്ഥങ്ങളുടെ ക്രിമിനൽ കുറ്റങ്ങളിലേക്ക് തിരിയുന്നവരെ സംരക്ഷിക്കുന്നതിനെതിരെ."

"അത് നല്ല ഒരു തീരുമാനമാണ്. ഒരു പരിഹാരവും." ബുദ്ധസന്ന്യാസി പറഞ്ഞു.

ലിബറൽ റബ്ബൈയും അക്കാര്യം സമ്മതിക്കുന്നു.

"നമുക്ക് ലെവിറ്റിക്കസിന്റെ (പഴയ നിയമത്തിലെ മൂന്നാം പുസ്തകം)" 18,19 വചനങ്ങൾ ആ മനോഹരമായ വാക്കുകൾ ഉപയോഗിച്ച് സന്തോഷിക്കാം. നിന്നെപ്പോലെ നിന്റെ അയൽക്കാരനേയും സ്നേഹിക്കുക എന്ന് ദൈവം നമ്മോട് കൽപ്പിക്കുന്നു."

ലൂഥറിയൻ പാസ്റ്റർ പറയുന്നു. "ജീനിന്റെ സുവിശേഷത്തിൽ (13.34) വചനങ്ങൾ. ജീസസ് തന്റെ ശിഷ്യന്മാരോട് പരസ്പരം സ്നേഹിക്കാൻ ആവശ്യപ്പെടുന്നതാണിത്."

സലാഫി പറയുന്നു. "നന്മ ചെയ്യുക എന്നാണ് പ്രവാചകൻ പറഞ്ഞിരിക്കുന്നത്. സമാധാനവും അനുഗ്രഹവും അല്ലാഹുവിലൂടെ അവനിലെത്തും. നന്മ ചെയ്യുന്നവനെ ഇഷ്ടപ്പെടുന്നു എന്ന് പറഞ്ഞ് കുമ്പിട്ട് ഉപസംഹരിച്ചു. അത്തരം കാര്യങ്ങൾ വേദനിപ്പിക്കാതെ സ്വാഗതം ചെയ്യുന്നതിലൂടെ തിന്മ ചെയ്യാതിരിക്കാൻ കടപ്പെട്ടിരിക്കുന്നു."

ജാമി പുഡ്‌ലോവ്സ്കി പറഞ്ഞു. "നല്ലത്. ഞാൻ കടപ്പെട്ടിരിക്കുന്നു. അവഗണിക്കാനാവാത്ത ഒരു ഘടകം കൂടി കൂട്ടിച്ചേർക്കുവാനാഗ്രഹിക്കുന്നു. അതും ഒട്ടും നിസ്സാരമല്ലാത്തത്. നമ്മൾക്ക് പകരമുള്ള ഒരു വസ്തുവിനെയല്ല അതിന്റെ സത്തയെയല്ല നേരിടുന്നത്. അവ നിരവധിയാണ്. കൃത്യമായി പറഞ്ഞാൽ 243 എണ്ണം."

പുഡ്‌ലോവ്സ്കി പറഞ്ഞു.

"സുഹൃത്തുക്കളേ, നാളെ രാവിലെ ഞാൻ നിങ്ങളെ വീണ്ടും കാണും. ആ സമയത്ത് നിങ്ങൾക്ക് എല്ലാ വിവരങ്ങളും ലഭിക്കും. ഏതെങ്കിലും തരത്തിൽ അത് സംവാദത്തിന്റെ സാരാംശത്തിൽ നിന്നും വ്യതിചലിക്കയില്ലെന്ന് ഞാൻ കരുതുന്നു. ആ യോഗത്തിന്റെ ഒരു സംഗ്രഹം ഞാൻ തയ്യാറാക്കാം. മതപരമായ വ്യത്യാസങ്ങൾ മറികടന്ന് എല്ലാം സമന്വയിപ്പിച്ച ഒരു പ്രമേയം നിങ്ങൾക്ക് സമർപ്പിക്കാം"

യോഗത്തിൽ സംബന്ധിച്ച എല്ലാവർക്കും പുഡ്‌ലോവ്സ്കി നന്ദി പറഞ്ഞു.

ഹെലിക്കോപ്റ്ററിൽ വെച്ച് അവളെ ബേസിലേക്ക് തിരികെ കൊണ്ടു വരുമെന്ന് പറഞ്ഞതിന്റെ അടിസ്ഥാനത്തിൽ അഡ്രിയാൻ മുള്ളറെ വിളിക്കുന്നു.

ഗണിതശാസ്ത്രജ്ഞൻ ചോദിക്കുന്നു. "പോകുന്നോ?"

"കൂടുതൽ മികച്ചതിന്." പുഡ്‌ലോവ്സ്കി നെടുവീർപ്പിട്ടു.

പെട്ടെന്ന് ഫോൺ വൈബ്രേറ്റ് പി.ഒ.ടി.യു.എസിൽ POTUS - പ്രസിഡണ്ട് ഓഫ് യുണൈറ്റഡ് സ്റ്റേറ്റ്സ് എന്നതിന് ഒബാമയുടെ കാലത്ത് ഉപയോഗിച്ച ചുരുക്കപ്പേര്) നിന്നുള്ള പ്രസിഡണ്ടിന്റെ ഒരു സന്ദേശം

"മികച്ച ജോലി."

ഹാംഗർ–വിമാനശാല

2021 ജൂൺ 26 ശനി.
ഹാംഗർ ബി.
മാക്ഗ്വർ എയർഫോഴ്സ് ബേസ്

"പക്ഷേ അവർ നൃത്തം ചെയ്യുന്നു."

സിൽവേറിയ പ്ലാറ്റ്ഫോമിൽനിന്നുകൊണ്ട് ആശ്ചര്യത്തോടെ പറയുന്നു. വടക്കുഭാഗത്ത് ഒരു മൂലയിൽ മേശകൾക്കും യാത്രക്കാർക്കുമിടയിൽനിന്നും നൃത്തം ചെയ്യുന്നു. യുവാക്കൾ, കുട്ടികൾ എല്ലാവരും ആവേശത്തോടെ എഡ് ഷെറീന്റെ (Edward Christopher Sheeran) സോടയേർഡ് ടു ബി മി എന്ന ഗാനം ഗിത്താറിൽ **ആർ ആൻഡ് ബി** റിഥത്തിൽ ഡാൻസ് ഹാളിൽ നൃത്തച്ചുവട് വെക്കുന്നു. പക്ഷേ സിൽവേറിയ ഇതിൽ ഒട്ടും വിദഗ്ധയല്ല. പുഡ്ലോവ്സ്കിയും മിറ്റ്നിക്കും അടുത്തു നിൽക്കുന്നുണ്ടെങ്കിലും അവർക്കും ഇക്കാര്യത്തിൽ പുഡ്ലോവ്സ്കിയെ സഹായിക്കാനാകില്ല.

സിൽവേറിയ നൃത്തം ചെയ്തിട്ട്തന്നെ വളരെ കാലമായി. രണ്ടുവർഷം മുമ്പ് മകൾക്കൊപ്പം വിവാഹച്ചടങ്ങിന്റെ ആരംഭത്തിൽ ലൂയിസ് ആംസ്ട്രോങ്ങിനെ ചുറ്റിപ്പിടിച്ച് അവളുടെ വെളുത്ത വസ്ത്രത്തിൽ ഒഴുകുന്നതിനൊപ്പം സന്തോഷത്തോടൈ നീങ്ങിയത്. അന്ന് സിൽവേറിയ അഫ്ഗാനിസ്ഥാനിൽനിന്നും തിരിച്ചു വന്നതേയുണ്ടായിരുന്നുള്ളൂ. ജിനയുമായി അച്ഛന്റെ കൈയിൽ ചുറ്റിപ്പിടിച്ച് കളിച്ച് ചിരിക്കുമായിരുന്നു. അച്ഛനൊരുമിച്ചുണ്ടാക്കിയ യുദ്ധചിത്രങ്ങൾ എന്നിവ നിരാശയും വെറുപ്പുമുണ്ടാക്കുന്നവയാണ്. കണ്ണടച്ചിരുന്ന്, മൂന്ന് ബിയർ അകത്താക്കിയ ശേഷം മകളുടെ ഗന്ധമുള്ള മധുരസ്മരണകൾ സിൽവേറിയയെ അത്ഭുതകരമായ ഒരു ലോകത്തേക്ക് കൊണ്ടുപോയി. സിൽവേറിയയ്ക്ക് വല്ലാത്ത വിഷമവും നിരാശയും അനുഭവപ്പെട്ടു.

ആരാണ് പാട്ട് വെക്കുവാൻ ഇവർക്ക് അനുവാദം നല്കിയത്? സിൽവേറിയ അസ്വസ്ഥനായി.

"വളരെ നല്ല ഉദ്യമം." പുഡ്ലോവ്സ്കി പറഞ്ഞു. "നമ്മൾ കുട്ടികൾക്കായി സിനിമകൾ കാണുവാൻ അനുവദിക്കുന്നുണ്ട്. ബോർഡ്

കളികളായ ചെസ്സ്, കാർഡ്സ്, എല്ലാം. അത് അവരുടെ സമ്മർദ്ദം കുറയ്ക്കും. അവർ നൃത്തം ചെയ്യട്ടെ."

ജനറൽ ക്ലോക്കിലേക്ക് നോക്കുന്നു. സമയം ഉച്ച കഴിഞ്ഞ് രണ്ടു മണി. ക്ഷീണം കാരണം അദ്ദേഹത്തിന് ഇരുട്ട് പരന്നതുപോലെ തോന്നുന്നു. പ്ലാറ്റ്ഫോമിൽനിന്നും നോക്കുമ്പോൾ ഹാംഗർ ഒരു കൂടാരഗ്രാമമായി മാറിയിരിക്കുന്നു. വെളുത്ത മണലു കൊണ്ട് (താൽക്കാലികമായി ഉണ്ടാക്കിയ) ആ കൂടാരത്തിൽനിന്നും ചീഞ്ഞ കൊഴുപ്പിന്റെയും അണുനാശിനികളുടെയും ഗന്ധം പരത്തുന്നു. ഇവിടത്തെ സാധാരണക്കാർക്കുവേണ്ടി സൈനികർ പരമാവധി കാര്യങ്ങൾ ചെയ്തുകൊടുക്കുന്നുണ്ട്. അവർക്ക് കുറച്ച് കാര്യങ്ങൾ മാത്രമേ അറിയൂ. അവർക്ക് നല്കിയിരിക്കുന്ന ഒരേയൊരു നിർദ്ദേശം തിയതി വെളിപ്പെടുത്തരുതെന്നാണ്. വാതിലുകളിലെല്ലാം കാവലായി സൈനികരുണ്ട്. ചിലർക്ക് കുഞ്ഞുങ്ങളെ പരിപാലിക്കുവാൻ അനുവാദമുണ്ട്. സിൽവേറിയ അവരുടെ എണ്ണം മൂന്നിരട്ടിയാക്കി. ജനങ്ങൾ പരിഭ്രാന്തരാവുമെന്നതിനാൽ മെഷിൻ ഗണ്ണുകൾ മാറ്റി മറ്റൊരു വഴി സ്വീകരിച്ചു.

പാട്രിക് സിൽവേറിയ വളരെ ക്ഷീണിതനാണെങ്കിലും തന്റെ കഴിഞ്ഞ കാലത്തെക്കുറിച്ച് ചിന്തിക്കുന്നു. അപ്പോൾ അയാൾ സ്വയം ചോദിച്ചു. വായുസേനയിലെ മെഡൽ ജേതാവും (പർപ്പിൾ ഹാർട്ട് മെഡൽ- ലീജിയൻ ഓഫ് മെറിറ്റ് അവാർഡ്) ജേതാവുമായ താൻ എന്തിനാണ് ബാല്യകാലത്തെക്കുറിച്ച് ചിന്തിക്കുന്നത്?

യൗവനകാലത്ത് അയാൾ അമ്മയെ ചികിത്സിക്കുന്ന ഡോക്ടറാവാൻ ആഗ്രഹിച്ചു. നടനാകാൻ മോഹിച്ചു. സൈദ്ധാന്തികശാസ്ത്രപഠനങ്ങൾ നടത്തി. എന്നാൽ കാറ്റിന്റെ ദിശ മാറി. ലോറൻസ് യൂണിവേഴ്സിറ്റി സ്കോളർഷിപ്പ് അയാൾക്ക് നേടാനായില്ല. അച്ഛൻ ലുക്കീമിയ ബാധിച്ച് മരിച്ചു. അമ്മ - സുന്ദരിയായ മിറ - മുപ്പത്തഞ്ച് വയസ്സുള്ള അച്ഛനെ ഉപേക്ഷിച്ച് പോയി. അത്തരം വെല്ലുവിളികളിലൂടെയാണ് താൻ വെസ്റ്റ് പോയിന്റ് പരീക്ഷ പാസ്സായത്. അയാളുടെ വീട്ടിൽനിന്നും സൈനികപദവിയിലേക്കുയരാൻ ആരും ഉണ്ടായിരുന്നില്ല. അതിനാൽ വിധിയെ ചോദ്യം ചെയ്യുവാൻ സാധിക്കാതെയായി. പതിനെട്ടാം വയസ്സിൽ ബ്രോഡ്‌വേ ക്രൈം എന്ന കോമഡിയിലെ സഹനടന്റെ വേഷം ലഭിച്ചിരുന്നുവെങ്കിലും ഹന്നാ അന്ന് വളരെ നേരത്തെ ഗർഭിണിയായിരുന്നതിനാൽ 2003 ഏപ്രിലിൽ ഷൂട്ടിങ് നടന്നില്ല. മാത്രമല്ല, മിഗ് 25 മൊസ്യൂളിന് മുകളിൽ പറത്താനും തനിക്കായില്ല. ഇപ്പോൾ അതിനെല്ലാം ഉത്തരമുണ്ട്.

അവസരങ്ങളുടെ വഴി ഒരു ദിവസം മാത്രമേ തുറക്കൂ. ലോക് ഹീഡ് ഗ്യാലക്സി വിമാനശാലയിലെ ഈ പ്ലാറ്റ്ഫോമിൽ നോബൽ സമ്മാന ജേതാക്കളാൽ ചുറ്റപ്പെട്ടവരുടെ കൂടെ റെയിലിൽ രണ്ട് കൈകളും ചേർത്തു പിടിച്ചു നിന്നു. ഇത്രയും വലിയ ആൾക്കൂട്ടം താൻ ഇതുവരെ കണ്ടിട്ടില്ല. സിംഹം മാളത്തിലേക്കെന്നപോലെ സിൽവേറിയ കൂടാരത്തിലേക്ക് പോകാൻ തീരുമാനിച്ചു.

“കുറച്ച് മുമ്പ് അവിടെ കലാപമായിരുന്നു. താങ്കളെ കഷ്ണങ്ങളാക്കിയേനേ.”

“ഞാനും അതാഗ്രഹിക്കുന്നു.”

“ഞാൻ അത് മറക്കുവാനാഗ്രഹിക്കുന്നു.” മിറ്റ്നിക് പറഞ്ഞു. “യാത്രക്കാർക്കിടയിൽ ഒരു അഭിഭാഷകയുണ്ട്. ജൊവാന വുഡ്സ്. ഞാൻ അഭിഭാഷകനല്ലെങ്കിലും അവരുടെ ഫയൽ വളരെ ഗംഭീരമാണെന്ന് തോന്നുന്നു. അത് വർണ്ണാഭമാണെങ്കിലും... ”

“വർണ്ണാഭം...” സിൽവേറിയ അത്ഭുതപ്പെടുന്നു. ഡ്രോയിംഗ് കടലാസുകളിൽ അവളുടെ സ്വന്തം അഭ്യർത്ഥനകൾ എഴുതിവെച്ചു. കുട്ടികൾക്കിടയിൽ പല നിറത്തിലുള്ള മാർക്കർ പേനകൾ വിതരണം ചെയ്യുന്നു. ജനറൽ നെടുവീർപ്പിടുന്നു. അഭിഭാഷകർക്കിടയിലെ നല്ല പത്ത് തമാശകൾ ഓർമ്മിച്ചു. അതിൽ മികച്ചത് വീണ്ടും ഓർമ്മയിൽ സൂക്ഷിക്കുന്നു. എല്ലാം സൂക്ഷ്മമായി നിരീക്ഷിക്കുന്നു.

“നിങ്ങൾ മാഡം വുഡ്സുമായി സംസാരിക്കുവാൻ ആഗ്രഹിക്കുന്നുവെങ്കിൽ അവർ പൈലറ്റിനൊപ്പം പതിന്നാലാം നമ്പർ മേശയുടെ മുന്നിലെ നിരയിലുണ്ട്.”

സിൽവേറിയയുടെ അമ്പരപ്പിക്കുന്ന നോട്ടം. മിറ്റ്നിക് തുടർന്നു.

“ജനറൽ, നിങ്ങളുടെ ടാബ്ലറ്റ് പരിശോധിച്ചാൽ ചുവരുകളിൽ നൂറുകണക്കിന് ഹൈഡെഫനിഷൻ ക്യാമറകളും നിരവധി മൈക്രോഫോണുകളും സ്ഥാപിച്ചിട്ടുണ്ട് എന്ന് കാണാനാകും. ആമുഖത്തിൽ ഒരു മുഖം തിരിച്ചറിയാനാവുന്ന സിസ്റ്റവും. സംഭാഷണവിശകലനവും നടത്താവുന്നതാണ്. എല്ലാ ഭാഷകളിലും അതിന്റെ വിവർത്തനവുമുണ്ട്. ഒരു യാത്രക്കാരന്റെ പേര് ക്ലിക്ക് ചെയ്താൽ സ്ക്രിപ്റ്റ് തത്സമയം പ്രദർശിപ്പിക്കും. മേശകളിൽ പൂച്ചെണ്ടുകൾ, ഉണങ്ങിയ പൂക്കൾ, ഇലക്ട്രോണിക് ഉപകരണങ്ങൾ എന്നിവയെല്ലാമുണ്ട്. കൂടാരങ്ങൾ പലതും തകരാറിലാണ് എന്നത് ശ്രദ്ധിക്കണം.”

“നന്നായി. നിങ്ങൾ അവിടെ ഉള്ളിടത്തോളം ടോയ്ലെറ്റ്സിൽ പ്രശ്നമൊന്നും ഉണ്ടാകില്ലല്ലോ.”

“ഞങ്ങൾ അക്കാര്യം ചർച്ച ചെയ്തു. പക്ഷേ അതിനൊരവസാനമായില്ല.” മിറ്റ്നിക്കിന്റെ മുഖത്ത് പ്രത്യേകിച്ച് ഒരു ഭാവവുമുണ്ടായില്ല.

“ആ മനുഷ്യൻ മരിച്ചുവോ അതോ അയാൾക്ക് ഗുരുതരമായ എന്തെങ്കിലും പ്രശ്നങ്ങൾ? നിങ്ങൾ വളരെ മിടുക്കനായതിനാൽ തീർച്ചയായും നിങ്ങൾക്ക് ഓടിപ്പോയ യാത്രക്കാരന്റെ ചിത്രം കിട്ടിയിരിക്കും അല്ലേ?” സിൽവേറിയ ചോദിച്ചു.

“ഇല്ല. ഞങ്ങൾ ക്യാമറയും മൈക്രോഫോണും ഇന്നലെ രാവിലെയാണ് സ്ഥാപിച്ചത്. അതിനുമുമ്പ് അയാൾ രക്ഷപ്പെട്ടിരുന്നു. അയാൾ പാരീസിൽനിന്നും മൈക്കേൽ വെബർ എന്ന പേരിലാണ് യാത്ര തുടങ്ങിയത്. അത് ശരിയായ പേരുമല്ല. ഒരു ആസ്ത്രേലിയൻ പാസ്പോർട്ടിലായിരുന്നു യാത്ര. കൂടാതെ ബയോ മെട്രിക്കിലേക്ക് മാറാത്ത രേഖകൾ

തയ്യാറാവാത്ത ഒരു രാജ്യത്തെയാണ്. ആസ്ത്രേലിയയിൽ ഡസൻ കണക്കിന് മൈക്കേൽ വെബർമാരുണ്ട്. പക്ഷേ ഇയാൾ ഗോൾഡ് കോസ്റ്റ് നിവാസിയായ ഒരു സ്കൂൾ ബസ്സ് ഡ്രൈവറാണ്. അയാൾ ഒരിക്കലും സിറ്റി വിട്ടിട്ടില്ല. വിമാനത്തിനകത്തിരുന്ന് സീറ്റിലെ വിരലടയാളം എടുക്കുവാൻ ശ്രമിച്ചപ്പോൾ അത് തുണികൊണ്ടായതിനാൽ ലഭിച്ചില്ല. ഭക്ഷണവിതരണത്തിനുള്ള ട്രേകൾ, സ്പൂൺ, കത്തി, മുള്ള് എന്നിവയും ലഭിച്ചില്ല. വന്നുപോവുന്ന എല്ലാവരുടെയും പരിശോധന, ട്രേകൾ, മറ്റു വസ്തുക്കൾ, ഇവ തയ്യാറാക്കുന്നവരുടെയടക്കം ഡി.എൻ.എ. നോക്കി. എല്ലാം അങ്ങനെയാണെങ്കിലും സങ്കൽപ്പിച്ചു നോക്കൂ. തൊലിയുടെ നിറം, കണ്ണിന്റെ നിറം, മുടിയുടെ ഘടന, പ്രായം അയാളുടെ ശരീരശാസ്ത്രം എന്നിവ വെച്ച് നമുക്ക് ഒരു റോബോട്ടിന്റെ ഛായാചിത്രം സൃഷ്ടിക്കാനാകും. ജനിതകശാസ്ത്രം സാമൂഹികശൃംഖലവഴി തിരച്ചിൽ നടത്തും. പക്ഷേ അത്ഭുതങ്ങൾ പ്രതീക്ഷിക്കുന്നില്ല."

"വിമാനത്തിലെ ചിത്രങ്ങൾ?"

ആരുടെയും കേന്ദ്രബിന്ദുവല്ലാത്ത ഇരിപ്പിടമായ സീറ്റ് 30 ഇ ആണ് അയാൾ ബുക്ക് ചെയ്തിരുന്നത്. ക്യാമറാനിയന്ത്രണമില്ലാത്ത ഭാഗത്ത്. പുറപ്പെടുന്ന സമയത്തുപോലും ആ മുഖം തിരിച്ചറിയുന്ന ഒരു ഫോട്ടോപോലും കണ്ടില്ല. ക്യാബിനിൽ അടുത്തടുത്തിരുന്നവരെ അഭിമുഖം നടത്തി. അവർക്കും കൂടുതലായൊന്നും അറിയില്ല. അവർ ശ്രമിച്ചിരുന്നില്ല. നമ്മൾ റോബോട്ട് ഛായാചിത്രം വരച്ചു. കട്ടിയുള്ള കണ്ണട മുതൽ നീണ്ട മുടിയും മീശവരെ. അത് മറ്റുള്ളവരുടെ ശ്രദ്ധ ആകർഷിക്കുകയും കണ്ണിന് കാണാനാവുന്ന പ്രധാനകാര്യങ്ങളിൽനിന്നും വ്യതിചലിക്കുകയും ചെയ്യുന്ന വിശദാംശങ്ങൾ. വിമാനയാത്രയിൽ അയാൾ ഹൂഡ് ധരിച്ചിരുന്നു.

"ഷാർ ദ് ഗേൽ എയർപോർട്ടിലെ ചിത്രങ്ങൾ പരിശോധിച്ചുവോ?"

"ഉവ്വ്. അത് മാർച്ചിൽ അധികഭാഗവും മാഞ്ഞുപോയിരുന്നു. അവ ശേഷിക്കുന്നവയിൽനിന്നും നമുക്ക് കാര്യമായൊന്നും ലഭിക്കാനില്ല. ഈ അവ്യക്തതയുടെ തലത്തിൽ നമ്മൾ ഒരു വിദഗ്ധനുമായാണ് ഇടപെട്ടിരുന്നത്."

"വിമാനശാലയിലെ പൊട്ടിത്തെറി എന്തായി?"

അയാൾ ഒരു വാതിലിൽ ബലം പ്രയോഗിച്ചതായി കാണാം. തീ പിടിച്ച് ആകെ വിഷമാവസ്ഥ നിലനിൽക്കുന്ന സമയത്ത്. ഒരൊറ്റ അടയാളവും ഉണ്ടായിരുന്നില്ല. അയാൾ ഉപയോഗിച്ച ഹാൻഡിലിലോ ഇരുമ്പ് ദണ്ഡിലോ പതിച്ചില്ല, ഉച്ചയ്ക്ക് മോഷണം പോയതും പിന്നീട് കത്തിച്ചുകളഞ്ഞതുമായ ഒരു പിക് അപ്പ് വാൻ ന്യൂയോർക്കിൽ കണ്ടെത്തി. ഒരു സാദ്ധ്യതയും - ഞാൻ നിങ്ങളോട് പറയുന്നു - ഒരു ഉറുമ്പ്പോലും പതിഞ്ഞില്ല."

"നോക്കുന്നത് തുടരുക."

"ചിറകുള്ള ഉറുമ്പ്. അത്രയല്ലേയുള്ളൂ." മിറ്റ്നിക് പുഞ്ചിരിച്ചു.

മെറിഡിത്തിന്റെ ചോദ്യങ്ങൾ

2021 ജൂൺ 26 ശനി രാവിലെ 7.30.
മാക്ഗ്വർ എയർഫോഴ്സ് ബേസ്.

"**ഞാ**ൻ ഒരു പ്രോഗ്രാം ആകുവാൻ വിസമ്മതിക്കുന്നു."

മെറിഡിത്ത് ബാധയേറ്റതുപോലെ പറഞ്ഞു.

"ഈ അനുമാനം ശരിയാണെങ്കിൽ നമ്മൾ ഗുഹയിലാണ്. അവർ ഇരട്ടിപ്പായാണ് ജീവിക്കുന്നത്. അത് അസഹ്യമാണ്. അത് യാഥാർത്ഥ്യങ്ങൾക്ക് വിദൂരവും സത്യാവസ്ഥ എന്തെന്ന് തിരിച്ചറിയാനാവാത്തതുമാണ്. ആ ഉപരിതലം സാങ്കൽപ്പികമാണ് സ്വയം സൃഷ്ടിച്ചത്."

രാവിലെ ഇത് മൂന്നാമത്തെ കാപ്പിയാണ്.

അഡ്രിയാൻ പറയുന്നു. "ഒരാളുടെ നിഗമനങ്ങൾ അയാൾക്ക് യോജിച്ച പ്രോഗ്രാം ആകുമോ എന്നറിയില്ല."

മെറിഡിത്ത് കോപാകുലയാണ്. അവളോടുതന്നെ. അത് ഒരുപക്ഷേ അവൾ കഴിക്കുന്ന ഉറക്കഗുളികകളുടേതാകാം. ഓരോ ആറ് മണിക്കൂറിലും അവൾ മെഡോഫിനിൽ കഴിക്കുന്നുണ്ടല്ലോ. അതിന്റെ പാർശ്വഫലമാകാം. അത്രയേറേ ചോദ്യങ്ങളാണ് മെറിഡിത്ത് ചോദിക്കുന്നത്. അഡ്രിയാന് ഉത്തരം പറയാനാകാത്തവിധം.

"കാപ്പി കുടിച്ചതിനുശേഷം എഴുതി തയ്യാറാക്കുന്ന പരിപാടികൾ എനിക്ക് ഇഷ്ടമല്ല. ഇന്നലെ മുതൽ ഏതോ ഒരു തരം ബാധയിലാണ്. ഒരു ടെക്കീല (മെക്സിക്കൻ മദ്യം) സ്പോഞ്ചായി മാറുന്നപോലെ. ഒരു പ്രോഗ്രാം ചെയ്യാൻ ആഗ്രഹിക്കുന്നുവെങ്കിൽ അതിനുവേണ്ടി ആഗ്രഹിക്കുകയും അതിനെ സ്നേഹിക്കുകയും അത് പ്രാവർത്തികമാക്കാൻ കഷ്ടപ്പെടുകയും വേണം. ആഗ്രഹം, സ്നേഹം, കഷ്ടത ഇവയുടെ നടപടിക്രമങ്ങൾ എന്തൊക്കെയാണ്? അതും ഒരു അനുകരണമായി മാറുമോ?"

ഞാൻ ഒരു പ്രോഗ്രാം മാത്രമാണെന്നറിയുമ്പോൾ എനിക്ക് ദേഷ്യം വരുന്നു. എനിക്ക് സ്വതന്ത്രമായ ഇച്ഛാശക്തിയില്ലേ? ആസൂത്രിതമായി

ചെയ്തവ അനിവാര്യമാണോ? അനുകരണമാകുമ്പോൾ അവയിൽ എത്ര ത്തോളം കുഴപ്പങ്ങളുണ്ടാവാം?വാസ്തവത്തിൽ ഞങ്ങൾ അനുകരണങ്ങള ല്ലെന്ന് തെളിയിക്കുവാൻ മറ്റു പോംവഴികൾ ഇല്ലെന്നുണ്ടോ?"

അത് വളരെ ബുദ്ധിമുട്ടാണെന്ന് അഡ്രിയാൻ പറയുന്നു. "സങ്കൽപ്പ ങ്ങളെല്ലാം മറികടന്നുള്ള അനുഭവമാണത്. സിദ്ധാന്തത്തിന് വിരുദ്ധമായ ഒരു ഫലം സിദ്ധാന്തത്തെ അസാധുവാക്കും. അതിന് ഒരു വിഡ്ഢിയാ വാതിരിക്കേണ്ടതുണ്ട്. ഭാവനയിൽ പരീക്ഷണം തുടരുവാൻ നിർബന്ധി തരായിത്തീരുകയാണ്. ഉയർന്ന ഊർജ്ജത്തിൽ കോസ്മിക് കിരണ ങ്ങളുടെ സ്വഭാവം നിരീക്ഷിക്കുന്നത് അസാദ്ധ്യമാണെന്ന് ജ്യോതി ശാസ്ത്രജ്ഞന്മാർ കണ്ടെത്തിയിരിക്കുന്നു. നൂറു ശതമാനം കൃത്യത യോടെ അനുകരിക്കാനും അവയുടെ അസാധാരണമായ പെരുമാറ്റവും എല്ലാ യാഥാർത്ഥ്യങ്ങളും യാഥാർത്ഥ്യങ്ങളല്ല എന്ന് തെളിയിക്കുവാനും കഴിയുമത്രെ. ഇപ്പോൾ അവ ശരിയായി പ്രവർത്തിക്കണമെന്നില്ലെന്നു മാത്രം."

അനുകരണം എന്ന ആശയത്തെ അഡ്രിയാൻ വെറുക്കുന്നു. "ജ്ഞാനശാസ്ത്രങ്ങളുടെ പഠനത്തിൽ കാർപോപ്പറിനെ (ബീക്കൺ) വഴി വിളക്കായി കണക്കാക്കുന്നു. ഈ ശാസ്ത്രജ്ഞന്റെ സിദ്ധാന്തത്തിനൊ പ്പമോ അതിനെ മറികടക്കാനോ ഉതകുന്ന ഒരു സിദ്ധാന്തമില്ല. എല്ലാ അർത്ഥത്തിലും ഒരു ചോദ്യം അത് അർഹിക്കുന്നുണ്ട്. ലളിതമായ വിശ ദീകരണം ശരിയായതിനേക്കാൾ നല്ലതാണ്. ഏറ്റവും ലളിതമായത് അത്ര നല്ലതുമല്ല. അതിൽ എന്തോ കുഴപ്പം അനുഭവപ്പെടാം. തീർച്ചയായും ശത കോടി സാങ്കൽപ്പിക ജീവികൾ അവയുടെ സാങ്കൽപ്പികാവസ്ഥ മനസ്സി ലാക്കി എങ്ങനെ അതിനോട് പ്രതികരിക്കുമെന്ന് പരീക്ഷിക്കണം."

അഡ്രിയാന് തർക്കിച്ചുകൊണ്ടിരിക്കുവാൻ സമയമില്ല. മെറിഡിത്ത് പറഞ്ഞുകൊണ്ടേയിരിക്കുന്നു.

"ഒരു മിഥ്യയായ അവസ്ഥയിൽ, ഓരോ നൂറ്റാണ്ടും ഒരു സെക്കന്റിന്റെ ഒരു ഭാഗത്തിൽ അവസാനിക്കുന്ന രീതിയിലാണോ നമ്മൾ ജീവിക്കുന്നത്? ഭീമാകാരമായ കമ്പ്യൂട്ടർ പ്രൊസസ്സറുകളാൽ ഇതെന്താണ്? ഒരു വരി യിൽ എഴുതിയ ലളിതമായ അവസാനം അഥവാ മരണത്തിന്റെ കോഡാണോ?

അനുകരണത്തിൽ ഹിറ്റ്ലർ എന്ന സമ്പൂർണ്ണനാശം അഥവാ കൂട്ട ക്കൊല നമ്മുടെ ഉള്ളിൽ മാത്രം നിലനിൽക്കുന്നതാണോ? മറ്റു ചിലതിൽ ആറ് ദശലക്ഷക്കണക്കിന് ജൂതപരിപാടികൾ നാസിപ്രോഗ്രാമുകൾ കൊല്ലപ്പെടുന്നതാണോ എന്നത്? പുരുഷപ്രോഗ്രാമാണോ അത് സ്ത്രീ പ്രോഗ്രാമിനെ ലംഘിക്കുന്നതാണോ ബലാത്സംഗം? അവ അത്യന്തം പാരാനോയിഡ്(മനോവിഭ്രാന്തി) പരമായ അസ്വസ്ഥതകളോ സിസ്റ്റമോ അല്ല. മറ്റുള്ളവയേക്കാൾ അവയ്ക്ക് വ്യക്തതയില്ല. ഇത് ഒരു ഭ്രാന്തൻ സിദ്ധാന്തമാണ്. വിപുലമായ രൂപമല്ല. ഭീമാകാരമായ പ്ലോട്ടുകൾ വികസിപ്പിച്ച് സിദ്ധാന്തം സാദ്ധ്യമാകുമോ? ഭ്രാന്തൻ അനുമാനങ്ങൾ

സാദ്ധ്യമാകുന്നുണ്ടോ? (കോൺസ്പിരസി തിയറി- 1997- ഫിലിം. പബ്ലിഷ്ഡ് ബൈ എ ടാക്സി ഡ്രൈവർ)

എന്തൊരു തല തിരിഞ്ഞ ആശയമാണ് ഇത്തരം വിഡ്ഢികളായ ജീവികളെ അനുകരിക്കുന്ന പ്രോഗ്രാമുകൾ വികസിപ്പിച്ചെടുത്തത്? ചുറ്റുപാടുകളെ അനുകരിക്കാതെ, കഷ്ടപ്പെടാത്ത രീതിയിൽ സംഗീതജ്ഞരെ അനുകരിക്കുന്ന പ്രോഗ്രാമുകൾ. മറ്റു കലാകാരന്മാർ എഴുത്തുകാരെ അനുകരിക്കുന്നു. ഇപ്പോഴും വായിക്കപ്പെടുന്ന പുസ്തകങ്ങൾ മറ്റു പ്രോഗ്രാമുകൾ എഴുതണമെന്നുണ്ടോ? അതോ മറ്റാരും വായിക്കാത്തവയാണോ പ്രോഗ്രാം ചെയ്യുന്നത്? മോസസ്, ഹോമർ, മൊസാർട്ട്, ഐൻസ്റ്റീൻ എന്നിവരുടെ പ്രോഗ്രാമുകൾ ആരാണ് രൂപകൽപ്പന ചെയ്തത്? എന്തുകൊണ്ടാണ് പല പ്രോഗ്രാമുകൾക്കും നിലവാരമില്ലാതായത്? ഇലക്ട്രോണിക് അസ്തിത്വമുള്ള എന്തെങ്കിലും സംഭാവനനല്കാതെ അനുകരണത്തിന്റെ സങ്കീർണ്ണതയിലേക്കല്ലേ അവയേറെയും കടന്നുപോകുന്നത് എന്ന് സംശയിക്കേണ്ടിയിരിക്കുന്നു."

മെറിഡിത്തിന് ദേഷ്യം അടക്കാനാവുന്നില്ല,

"നമ്മളെല്ലാം ക്രോമഗ്നാനുകളുടെയും നിയാണ്ടർത്താലുകളുടെയും അനുകരണമാണോ? ഈ സാപിയനുകളിൽ എന്തു വ്യത്യാസം? അമ്പതിനായിരം വർഷങ്ങൾക്കു മുമ്പ് ശരിക്കും എന്തിനെയാണ് പിന്തുടർന്നതെന്നും വിശ്വസിച്ചിരുന്നതെന്നും അറിയാമോ? ആഫ്രിക്കയിലെ സസ്തനിക്കൂട്ടം ഇല്ലായിരുന്നെങ്കിൽ നമുക്ക് എന്തെങ്കിലും ചെയ്യാനാവുമെന്ന ഘട്ടത്തിലേക്ക് അവർക്ക് പോകാൻ സാധിക്കുമായിരുന്നുവെന്ന് കരുതുന്നുണ്ടോ? എനിക്ക് അറിയേണ്ടത് അതാണ്. ശരി, അത് വിജയിച്ചുവെന്ന് തന്നെയിരിക്കട്ടെ. എന്നാൽ ക്രോമാഗ്നനിൽനിന്നുണ്ടായ പരിസ്ഥിതിയെ അവൻ നശിപ്പിച്ചില്ലേ? കാടുകൾ നശിപ്പിച്ചു. സമുദ്രം മലിനമാക്കി. എന്നിട്ടോ വീണ്ടും സൃഷ്ടിക്കുകയും എരിഞ്ഞടങ്ങുകയും ചെയ്തു. എല്ലാ ഫോസിലുകളും മിക്കവാറും എല്ലാ ജീവജാലങ്ങളും ചൂടുകൊണ്ട് അമ്പതു വർഷത്തിനകം ഇല്ലാതാവും. അനുകരിച്ചതല്ലെങ്കിൽ നന്നായി. ഞങ്ങൾ നല്ലതോ ചീത്തയോ അല്ല. ദിനോസറുകളുടെ പിൻഗാമികൾ ആവിഷ്കരിച്ച അനുകരണത്തിലൂടെ വന്നവരാണെങ്കിൽ ഉൽക്കാശിലകൾ നശിപ്പിക്കപ്പെടുമായിരുന്നുവോ? ലോകം ഭരിക്കുന്നത് സസ്തനികളാണോ? നമ്മൾ ഇപ്പോൾ നിൽക്കുന്നത് എവിടെയാണ്? ചുറ്റും രൂപകൽപ്പന ചെയ്ത കാർബൺ ബയോളജിയുടെ മറവിൽ ഡി.എൻ.എയ്ക്കു ചുറ്റും ജീവൻ ക്രമീകരിച്ചിരിക്കുന്ന അന്യഗ്രഹജീവികൾ അനുകരിച്ച ഒരു പ്രപഞ്ചം, സൾഫർ ആറ്റവും ചേർന്നത്. കൂടാതെ ഞങ്ങളാണെങ്കിൽപോലും-മറ്റു ജീവികളാൽ അനുകരിക്കപ്പെട്ട അസ്തിത്വങ്ങളെല്ലാം അനുകരിച്ച പ്രപഞ്ചങ്ങളാണെങ്കിലും അതിലും അനുകരണത്തിൽ ഒന്നിച്ചു ചേരുക- മരങ്ങൾ സംയോജിപ്പിച്ചെടുത്ത് മേശയുണ്ടാക്കുന്നപോലെ.

നമ്മൾ എങ്ങനെ നമ്മുടെ രൂപങ്ങളെ തിരിച്ചറിയും? പ്രോഗ്രാമുകളിൽ ഞാനൊരുപക്ഷേ സുന്ദരിയായ, ഇളംചർമ്മമുള്ള ചെറുപ്പക്കാരിയാവാം. വെള്ളക്കാരിയായതിനാൽ നീണ്ട മുടി, കറുത്ത കണ്ണുകൾ. അനുകരണത്തിൽ എന്നോട് കാണിക്കുന്ന തമാശയതാവാം. അതില്ലെന്ന് പറയാമോ? സംഭാഷകരിലൂടെ എന്റെ മുഖത്തിനും ശരീരത്തിനും പല വ്യതിയാനങ്ങളും വേണമെങ്കിൽ വരുത്താനാകും.

"ഏയ്, അഡ്രിയാൻ..."

മെറിഡിത്ത് ഇപ്പോൾ കോപത്താൽ ശ്വാസം മുട്ടുന്ന അവസ്ഥയിലാണ്.

"അത്ര അസംബന്ധമല്ലാത്ത മറ്റൊരു ആശയം. അത് തെറ്റാണോ? നമ്മുടെ മരണത്തിനുശേഷം ജീവിതം നിലനിൽക്കുന്നുണ്ടോ? ആ സംശയം സത്യമാണ്. ഈ ജീവികൾ വളരെ ഉയർന്ന നിലവാരമുള്ള ബുദ്ധിജീവികളാണോ? അനുകരണത്തിലൂടെ കൂട്ടിച്ചേർത്ത കൃത്രിമമായ ഒരു പറുദീസ. ഉത്തരവുകൾക്ക് സമർപ്പിച്ചിട്ടുള്ള, അർഹതയുള്ള പ്രോഗ്രാമുകൾക്ക് പ്രതിഫലം നൽകുവാനുള്ള നിർദ്ദേശങ്ങൾ. എന്തുകൊണ്ട് മുസ്ലീങ്ങൾക്ക് മാത്രമായി ഒരു സ്വർഗ്ഗത്തിന്റെ രൂപകൽപ്പന നടന്നില്ല? എല്ലായ്പ്പോഴും ഹലാൽ ഭക്ഷണം കഴിക്കുകയും ദിവസവും അഞ്ചു നേരവും പ്രാർത്ഥിച്ച് പരിശുദ്ധ മെക്കയിലേക്ക് പോകുകയും ചെയ്യുന്ന മുസ്ലീങ്ങൾക്കുവേണ്ടി അങ്ങനെയൊരു സ്വർഗ്ഗം എന്തുകൊണ്ട് പ്രോഗ്രാം ചെയ്തില്ല?

കുമ്പസാരിക്കുവാൻ പോകുന്ന കത്തോലിക്കക്കാർക്കുവേണ്ടി ഒരു പറുദീസാ പ്രോഗ്രാമിലൂടെ ഞായറാഴ്ച കുർബ്ബാനകൾ എന്തുകൊണ്ട് പ്രോഗ്രാം ചെയ്തില്ല?

മഴയുടെ ദൈവമായ അസ്ടെക്കിനെ ആരാധിക്കുന്ന ത്ലാലോക് വിഭാഗം അവർക്കായി പ്രോഗ്രാമിലൂടെ പറുദീസയൊരുക്കുന്നുണ്ടോ? ഈ ഇരകൾ പിരമിഡിന് മുകളിൽ ജീവൻ ബലി അർപ്പിച്ച് ഭൂമിയിലേക്ക് പൂമ്പാറ്റകളായി രൂപാന്തരം പ്രാപിച്ച് മടങ്ങുന്നുണ്ടോ?

ആയിരക്കണക്കിന് നരകങ്ങളുണ്ടെങ്കിൽ ഇത്തരം ലജ്ജാകരമായ വിശ്വാസ ത്യാഗപരിപാടികൾക്ക്, അവിശ്വാസികൾ അല്ലെങ്കിൽ സ്വതന്ത്ര ചിന്തകർ ആയിരമായിരം വിമോചിത ആത്മാക്കൾ തളരാതെ ജ്വലിക്കുന്ന ഗഹന്നയിൽ(നരകം) സാങ്കൽപ്പികമായി പീഡിപ്പിക്കപ്പെടുന്നു. ഭീകരമായ വായയോടു കൂടിയ രാക്ഷസർ വിഴുങ്ങിയ ചുവന്ന ഭൂതങ്ങളുടെ ക്രൂരമായ മുഖങ്ങളെ കണ്ടിട്ടില്ലേ. ഇതിലും നല്ലത് ഏതാണ്? തമാശക്കാരായ ഈ പ്രതിഭകൾ മതപരമായ എല്ലാ പരിപാടികളും തെറ്റായ രീതിയിൽ ദൈവത്തോട് പ്രാർത്ഥിക്കുന്നതായി സങ്കൽപ്പിക്കുന്നതല്ലേ? ഒരിക്കൽ മരിച്ചു കഴിഞ്ഞാൽ ആശ്ചര്യകരമായത് എന്റെ സുഹൃത്തേ, നിങ്ങൾ സ്നാപകനാവും. ബുദ്ധൻ, ജൂതൻ, മുസ്ലീം ആരായിരുന്നാലും ഒരു ദൈവപുത്രനായിരിക്കും.(മോർമോൺ) വിഡ്ഢീ! എല്ലാവരും എന്തിനാണ് നരകത്തിലേക്ക് വരുന്നത്?

എല്ലാത്തിനുമുപരി ആസ്ടെക് ദൈവങ്ങൾ ആവർത്തിച്ചാവർത്തിച്ച് നാല് ലോകം സൃഷ്ടിക്കുകയും നശിപ്പിക്കുകയും ചെയ്തു. ഒസലെദേനേത്യു ജഗ്വാറുകളാൽ മനുഷ്യരെ വിഴുങ്ങുന്നു. ഇക്കേനേദേത്യു അവരെ കുരങ്ങന്മാരാക്കി മാറ്റി. ക്വിയേദേനേത്യു അവരെ അഗ്നിപ്രളയത്തിൽ ദഹിപ്പിച്ചു. അറ്റേദേനേത്യു അവരെ മുക്കി മത്സ്യങ്ങളാക്കി മാറ്റി."

ഇവയൊക്കെയാണ് മെറിഡിത്തിന്റെ ചോദ്യങ്ങൾ. അല്ലെങ്കിൽ അതിന്റെ പ്രോഗ്രാം. ലോകത്ത് ധാരാളം ആസ്ടെക് ദൈവങ്ങൾ, വിശ്വാസികൾ നിലനിൽക്കുന്നു. കൂടാതെ ലോകത്തെ പ്രവർത്തനരഹിതമായ ഏകദൈവവിശ്വാസത്തെ അവഹേളിക്കാനുള്ള ശ്രമം. ദൈവങ്ങൾ തമ്മിലുള്ള അനന്തമായ സംഘർഷം കൂടുതൽ നന്നായി വിശദീകരിക്കും. മെറിഡിത്തിന്റെ ചോദ്യങ്ങൾ അഥവാ പ്രോഗ്രാമിലെ ലോകം, ആസ്ടെക് ദൈവങ്ങളെ നിലനിർത്തിയതാണോ?

ഇഷ്ടമില്ലെങ്കിലും മെറിഡിത്ത് ഒരു കാപ്പി കുടിക്കുവാനാഗ്രഹിച്ചു. അവൾ വിചാരിച്ചു. വൃത്തികെട്ട ഈ വിഡ്ഢികൾ അവരുടെ പരാജയങ്ങൾപോലും പ്രോഗ്രാം ചെയ്തുവെച്ചിരിക്കുന്നു. കാപ്പി കുടിച്ചുകൊണ്ടിരിക്കെ അവൾ അഡ്രിയാനെ നോക്കി.

മെറിഡിത്തിനെക്കുറിച്ച് അഡ്രിയാന് വലിയ മതിപ്പാണ്. ഇഷ്ടവുമാണ്. അവളുടെ റോസാപ്പൂനിറമുള്ള കവിളുകൾ, വിയർപ്പുതുള്ളികൾ തങ്ങുന്ന മൂക്ക്, വളരെ കനം കുറഞ്ഞ, അയഞ്ഞ ഷർട്ട് തുടങ്ങിയവയെല്ലാം. അവളുമായുള്ള നിമിഷംപോലും പ്രോഗ്രാം ചെയ്തതുപോലെ. അതൊന്നും അവൾ ശ്രദ്ധിക്കുന്നില്ല. ജീവിതം ആരംഭിക്കുക, നിങ്ങൾക്ക് അതില്ലെന്ന് മനസ്സിലാക്കുമ്പോഴാണ്.

എല്ലാത്തിനുമുപരി എന്ത് മാറ്റമാണുണ്ടാകുന്നത്? അനുകരണത്തിൽ എന്ത് മാറ്റമുണ്ടായാലും ഇല്ലെങ്കിലും നാം ജീവിക്കുന്നു. ചെറിയ ഒരു അടയാളപ്പെടുത്തലോടെ മരിക്കുന്നു. അറിഞ്ഞതുകൊണ്ടെന്ത് പ്രയോജനം? ശാസ്ത്രത്തേക്കാൾ അവ്യക്തതയ്ക്ക് മുൻഗണന നൽകണം. അജ്ഞത ഒരു സുഹൃത്താണ്. സത്യം ഒരിക്കലും സന്തോഷം നൽകുന്നില്ല. എന്നാൽ നിങ്ങൾ അനുകരിക്കപ്പെടുകയും സന്തോഷിക്കുകയും ചെയ്തേക്കാം.

മെറിഡിത്ത് കാപ്പി ഒരു കവിൾ കുടിച്ചുകൊണ്ട് അഡ്രിയാനെ നോക്കി. "ഇവിടെ എന്നെ എത്തിച്ചതിന് നന്ദി അഡ്രിയാൻ. നമ്മൾ ഇവിടെ അനുഭവിക്കുന്നതിന്റെ തീവ്രതയുടെ രോഷത്തിലാണ് ഞാൻ. ഈ യാത്രയിൽ നാം ഒന്നിച്ചുണ്ടായതിൽ എനിക്ക് വളരെ സന്തോഷമുണ്ട്."

ഇംഗ്ലീഷ് ടോപ്പോളജിസ്റ്റ് പൊട്ടിച്ചിരിച്ചു. ആ നിമിഷം വ്യാജമായിരുന്നുവെന്ന് അവൾ ശ്രദ്ധിച്ചില്ല. സന്തോഷമല്ല, മരുന്നിന്റെ പാർശ്വഫലമാണത്.

മെറിഡിത്ത് പാടാൻ തുടങ്ങി. തനിക്ക് സംതൃപ്തി നേടാനാകില്ല എന്നതുപോലെ.

ഇല്ല ഇല്ല
എനിക്ക് അനുകരിക്കാനാവില്ല
ഞാൻ കരയുകയില്ല
കരയുകയില്ല
ഇല്ല... ഇല്ല... ഇല്ല...

പിന്നെ അവൾ ചുഴലിക്കാറ്റുപോലെ കറങ്ങി നൃത്തം ചെയ്യാൻ തുടങ്ങി. അഡ്രിയാൻ അസ്വസ്ഥനായി. ആശയക്കുഴപ്പത്തിലായി. വികാരാവേശത്താൽ അവൾ അവന്റെ കൈ പിടിച്ച് തിരിയാൻ തുടങ്ങി.

"ഒരു പൂത്തട്ടംപോലെ നിൽക്കാതെ വരൂ അഡ്രിയാൻ...വരൂ..."

അഡ്രിയാൻ ചിന്തിക്കുകയായിരുന്നു. ഓ, വളരെ മികച്ചതുതന്നെ. ഞാൻ ഈ പെൺകുട്ടിയെ ഇഷ്ടപ്പെട്ടത് എത്ര നന്നായി. അവൻ പെട്ടെന്ന് അവളെ തന്നിലേക്ക് അടുപ്പിച്ചു. അവന്റെ കൈകളിൽ കിടന്ന് അവൾ വീർപ്പുമുട്ടി. ആർദ്രതയോടെയും ആഗ്രഹവും കൊണ്ട് തല കറങ്ങുന്നപോലെ. അതിനിടയിൽ ജനറൽ സിൽവേറിയ ആ മുറിയിലേക്ക് വന്നു.

അദ്ദേഹം പറഞ്ഞു. "ജനറൽ ഒട്ടും ലജ്ജിക്കുന്നില്ല അഡ്രിയാൻ മുള്ളർ, റൺവേയിൽ ഹെലികോപ്റ്റർ നിങ്ങളെ കാത്ത് കിടപ്പുണ്ട്, വൈറ്റ് ഹൗസിൽ പ്രസിഡണ്ട് നിങ്ങളെ പ്രതീക്ഷിക്കുന്നു. "

ചില പ്രസിഡണ്ടുമാർ

2021 ജൂൺ 26 ശനി. സമയം 11 am.
വൈറ്റ് ഹൗസ് പടിഞ്ഞാറ് ഭാഗം, വാഷിങ്ടൺ

പ്രസിഡണ്ട് ഓവൽ ഓഫീസിലേക്ക് അഗ്നിപർവ്വതസമാനമായ ആവേശത്തോടെ വെള്ള പരവതാനിയിലെ സൂര്യരശ്മികളിൽ കണ്ണുകൾ ഉറപ്പിച്ചിരിക്കുന്നു. അദ്ദേഹം മുറിയിലെല്ലായിടത്തും എതിർ ഘടികാരദിശയിൽ വ്യത്യസ്തമായി നോക്കുന്നു. ഫയർപ്ലേസിന് മുകളിലെ വിൻസ്റ്റൺ ചർച്ചിലിന്റെ പ്രതിമയിലേക്ക് ശ്രദ്ധാപൂർവ്വം നോക്കുന്നു.

പ്രസിഡണ്ടിന്റെ ഓഫീസിൽ അവർ നാല് പേർ കസേരയിൽ കാത്തിരിക്കുന്നു. പ്രത്യേക ഉപദേഷ്ടാവ്, സ്റ്റേറ്റ് സെക്രട്ടറി, അമേരിക്കയിൽനിന്നും ഒരു ശാസ്ത്ര ഉപദേഷ്ടാവ് ഒടുവിൽ അഡ്രിയാൻ മുള്ളർ. ദൃഢനിശ്ചയത്തോടെ കഴുകൻ ചിഹ്നമുള്ള ഗാംഭീര്യമുള്ള മേശയുടെ പാനലിൽ ഇരിക്കുന്ന അഡ്രിയാന് പ്രോട്ടോക്കോൾ മേധാവി വൃത്തിയുള്ള ഒരു വെളുത്ത ടീഷർട്ട് കൈ മാറി.

“നിങ്ങളുടെ ടീ ഷർട്ട് വേഗത്തിൽ കഴുകുവാൻ ഈ അവസരം ഞങ്ങൾ ഉപയോഗിക്കും പ്രൊഫസർ മുള്ളർ.”

ഫ്രഞ്ചുകാരെ വിളിക്കാൻ ഞാൻ ആഗ്രഹിക്കുന്നില്ല. അവരവരുടെ സീറ്റുകളിലേക്ക് മടങ്ങി സ്വയം സഹായിക്കുക.”

പ്രത്യേക ഉപദേഷ്ടാവ് പറഞ്ഞു.“നമുക്കിവിടെ 67 ഫ്രഞ്ച് പൗരന്മാരുണ്ട്. അത് ഒരു എയർ ഫ്രാൻസ് വിമാനമാണ്. നിങ്ങൾ അവരെ വിളിക്കുമോ മിസ്റ്റർ പ്രസിഡണ്ട്? ”

“ഇല്ല. ഞാൻ ആദ്യം ജിങ്പിങിനെയാണ് വിളിക്കുക. നമുക്ക് എത്ര ചൈനക്കാരുണ്ട്?”

“ഏകദേശം ഇരുപത് മിസ്റ്റർ പ്രസിഡണ്ട്.”

“ഫ്രഞ്ച് പ്രസിഡണ്ടിനെ ഇത് കഴിഞ്ഞാൽ ഉടനെ വിളിക്കാം.”

“നമുക്ക് നോക്കാം. ജനിഫർ, ചൈനക്കാരെ വിടൂ. ഞാൻ പ്രൊഫസർ മുള്ളർ, ഞാൻ നിങ്ങളിലൂടെ ജിങ്പിങിലേക്ക് കടന്നു പോകാം അല്ലേ?”

പ്രസിഡണ്ട് അഡ്രിയാൻ മുള്ളറിലേക്ക് തിരിയുന്നു.

'ഫോറസ്റ്റ് ഗ്രംബ്' എന്ന സിനിമയിലെ ടോംഹാംഗ്സിനെക്കുറിച്ച് ചിന്തിച്ചോ ഇതിനകം അയാളെ വിളിച്ചോ?"

അയാൾ അവ്യക്തമായി ചോദിച്ചു. അഡ്രിയാൻ വ്യക്തമായി ഉത്തരം പറഞ്ഞില്ല.

ഉറങ്ങാത്ത രാത്രികൾ അദ്ദേഹത്തിന് അസ്ഥാളിപ്പുണ്ടായി. പെട്ടെന്ന് ഓർമ്മ വരുന്നു ഞാൻ പ്രസിഡന്റിനൊപ്പമാണെന്ന്.

"പ്രൊഫസർ മുള്ളർ, ഞാൻ നിങ്ങളോടാണ് സംസാരിക്കുന്നത്."

പ്രസിഡണ്ട് ആലോചിച്ചുകൊണ്ട് പറയുന്നു. "എനിക്കിപ്പോൾ ടോംഹാംഗ്സിന്റെ ഓർമ്മ വരുന്നു." അതുപോട്ടെ.

അഡ്രിയാൻ അത് സമ്മതിച്ചു. തലയാട്ടി.

"ഞാൻ ജിങ്പിങ്ങിനെ കൈമാറുമെന്ന് പറഞ്ഞല്ലോ. നിങ്ങൾക്ക് അവനോട് വിശദീകരിക്കാം."

"പ്രൊഫസർ മുള്ളർ, എല്ലാ ചോദ്യങ്ങൾക്കും ഉത്തരം നല്കേണ്ട തായുണ്ടോ?" പ്രത്യേക ഉപദേഷ്ടാവ് ചോദിച്ചു.

പ്രസിഡണ്ട് ശരിയാണോ എന്ന രീതിയിൽ പുരികമുയർത്തി. സ്റ്റേറ്റ് സെക്രട്ടറി അക്കാര്യം ശരിയെന്ന മട്ടിൽ തലയാട്ടി.

"പ്രൊഫസർ, നിങ്ങൾക്ക് ഇഷ്ടമുള്ളതെന്തും പറയാം. അതിനപ്പുറ മൊന്നും ഞങ്ങൾക്ക് അറിയില്ല."

"മിസ്റ്റർ പ്രസിഡണ്ട്, ഞാൻ നിങ്ങൾക്ക് ചൈനീസ് പ്രസിഡണ്ടിനെ ബന്ധപ്പെടുത്തിത്തരാം."

ഒരു സ്ത്രീശബ്ദം കേൾക്കുന്നു. 11000 കിലോമീറ്റർ ദൂരെ സോങ്ങോൻ ഹായ്, പടിഞ്ഞാറ് ഭാഗത്ത് കോമ്പൗണ്ട് കെട്ടിടത്തിലെ കോൺഫറൻസ് ഹാളിൽ ടെലഫോൺ കൈമാറുന്നു.

"ഹലോ, ജിങ്പിങ് " പ്രസിഡണ്ട് പറയുന്നു. "ഞാൻ വളരെ വൈകി, ക്ഷമിക്കണം."

"ഞാൻ ഉറങ്ങുന്നില്ല പ്രിയ പ്രസിഡണ്ട്."

"അത്രയും നല്ലത്. വളരെ നല്ലത്. ഞാൻ ഇപ്പോൾ വിളിച്ചത് ഒരു പ്രധാന കാര്യം സംസാരിക്കാനാണ്. ഞങ്ങൾ ഇതുവരെയും നേരിട്ടിട്ടി ല്ലാത്ത ഒരു സാഹചര്യത്തിൽ എത്തിപ്പെട്ടിരിക്കുന്നു. ലോകം മുഴുവൻ അതിനെ അഭിമുഖീകരിക്കുന്നുണ്ട്. ആദ്യം ഞങ്ങൾ ബന്ധപ്പെടുന്നത് നിങ്ങളെയാണ്. ഞാനിപ്പോൾ ശാസ്ത്ര ഉപദേഷ്ടാക്കളോടൊപ്പമാണു ള്ളത്. അവർ എപ്പോഴും എന്റെ സഹായത്തിനുണ്ട്. രണ്ട് ദിവസം മുമ്പ് ഒരു ഫ്രഞ്ച് വിമാനം ഞങ്ങളുടെ പ്രദേശത്ത് വന്നിറങ്ങി. അത് മൂന്ന് മാസം മുമ്പ് എത്തിയതാണ്."

"അതെ." ചൈനീസ് പ്രസിഡണ്ട് പറയുന്നു. "വിമാനം ഒന്നിലധികം തവണ ഇറങ്ങാറുണ്ടല്ലോ. പ്രത്യേകിച്ച് സാധാരണ വിമാനം."

പ്രസിഡണ്ട് ചിരിക്കുന്നു.

"ഇത് വളരെ സങ്കീർണ്ണമാണ്. ഞാൻ എന്റെ ശാസ്ത്രഉപദേശകർക്ക് കൈമാറാം. പ്രൊഫസർ അഡ്രിയാൻ മുള്ളർ പ്രിൻസ്റ്റൺ യൂണിവേഴ്സിറ്റിയിലെ."

അഡ്രിയാൻ എഴുന്നേറ്റു. മുമ്പിലുള്ള ഹാന്റ് സെറ്റ് പ്രസിഡണ്ടിൽ നിന്ന് വാങ്ങി വിക്കലോടെ പറയുന്നു. പ്രൊഫസർ അഡ്രിയാൻ മുള്ളർ - മിസ്റ്റർ പ്രസിഡണ്ട് - ഒരേ സമയം വ്യക്തവും സംക്ഷിപ്തവും സമഗ്രവുമായിരിക്കുവാൻ ശ്രമിക്കുന്നു. വരിയുടെ അവസാനം പറയുന്നു അത് തെറ്റിദ്ധാരണയാണ് - വിമാനം രണ്ടു തവണ ലാൻഡ് ചെയ്തുവെന്നത് - ആവർത്തിക്കുന്നതിനു മുമ്പ് ചൈനീസ് പ്രസിഡണ്ട് ചോദിക്കുന്നു - 'രണ്ടു തവണ'? അഡ്രിയാൻ സംഭാഷണം തുടരുന്നു. ക്യുമുലോനിംബസ് മേഘങ്ങളെക്കുറിച്ചുള്ള ചോദ്യങ്ങൾ, ഡി.എൻ.എ, പരിശോധനകൾ യാത്രക്കാർ, അവരുടെ തടങ്കൽ വ്യവസ്ഥകൾ... എല്ലാം ചുരുക്കി പറഞ്ഞതിനുശേഷം അദ്ദേഹം വ്യത്യസ്ത സിദ്ധാന്തങ്ങൾ ചർച്ച ചെയ്യുന്നു. വിശദീകരിക്കുവാൻ ആകാത്തവ, വിശദീകരിക്കുവാൻ ശ്രമിക്കുന്നു. സംഭാഷകന്റെ വിസ്മയം നേരിട്ട അദ്ദേഹം ഇടപെടുന്നു. പലപ്പോഴും പുനരാരംഭിക്കുന്നു. നീണ്ട കാൽമണിക്കൂറിന് ശേഷം ചൈനീസ് പൗരന്മാരുടെ പട്ടിക മാക്ഗ്വർ വഴി ആവശ്യപ്പെടുന്നു.

അവർക്ക് അത് നിലവിലുണ്ടെന്ന് സങ്കല്പിക്കുവാനാകും. ശാസ്ത്ര ഉപദേഷ്ടാവ് പതിഞ്ഞ സ്വരത്തിൽ പറയുന്നു. അവർക്കറിയാം ഏതെല്ലാം ചൈനീസ് പൗരന്മാർ എവിടെയാണെന്ന്. അവർക്കറിയും പാരിസ്-ന്യൂയോർക്ക് വിമാനത്തിൽ ഫെബ്രുവരിയിൽ ഇറങ്ങിയവരിൽ ഉൾപ്പെട്ട വരെ.

ഞങ്ങളുടെ സഹായം പ്രശ്നപരിഹാരത്തിന് നൽകുന്നതാണ്. ചൈനീസ് പ്രസിഡണ്ട് ഉപസംഹരിക്കുന്നു. അടുത്ത ഒരു മണിക്കൂറിനുള്ളിൽ തിരികെ വിളിക്കാമെന്ന് പ്രസിഡണ്ട് ഉറപ്പു നൽകുന്നു,

മിഡിൽ കിംഗ്ഡത്തിലെ (മധ്യപ്രദേശത്തെ) ആൾ എഴുന്നേറ്റു. അഡ്രിയാൻ പരമാവധി ശ്രമം നടത്തി ഇരിക്കുന്നു. അമേരിക്കൻ പ്രസിഡണ്ട് നിശ്ചലനായി തുടരുന്നു. ഗണിതശാസ്ത്രജ്ഞൻ ഈ മനുഷ്യനെ നിരീക്ഷിക്കുന്നു. പ്രാഥമിക വിദ്യാഭ്യാസം വ്യക്തിഗതമായ അറിവില്ലായ്മകൾ കൂട്ടിച്ചേർക്കുന്നതിലൂടെ അപൂർവ്വമായി മാത്രം ഒരു കൂട്ടായ വെളിച്ചം ലഭിക്കുന്നു.

അവർ ഒരുപക്ഷേ, അവരുടെ പൗരന്മാരുടെ 'ഇരട്ടിക്കൽ' നിറുത്തുവാൻ ആഗ്രഹിക്കുന്നുവെന്ന് സെക്രട്ടറി ഉച്ചത്തിൽ പ്രതിഫലിപ്പിക്കുന്നു.

ഫ്രഞ്ച് പ്രസിഡണ്ട് മാക്രോണിനെ ബന്ധപ്പെട്ടു. മിസ്റ്റർ പ്രസിഡണ്ട് അദ്ദേഹം ഒരു മിനിറ്റിനകം ഓൺലൈനിലെത്തും. പ്രത്യേക ഉപദേഷ്ടാവ് പറഞ്ഞു.

എനിക്ക് ഈ ഫ്രഞ്ചുകാരുമായി ഒരു പ്രശ്നമാണ്. ഈ യുവാവുമായി

പ്രത്യേകിച്ച്. കൊള്ളാം, ജെനിഫർ ആ അഹങ്കാരിയായ കൊച്ചു തെമ്മാടിയെ എനിക്ക് തരൂ."

ഫോൺ വൈബ്രേറ്റ് ചെയ്യുന്നു. പ്രസിഡണ്ട് ഒരു ഗ്ലാസ് വെള്ളം ആവശ്യപ്പെടുന്നു. കുടിച്ചുകൊണ്ട് ഫോൺ എടുക്കുന്നു. ചിരിക്കുന്നു.

"പ്രിയ ഇമ്മാനുവേൽ, എനിക്ക് താങ്കളോട് സംസാരിക്കുവാൻ കഴിഞ്ഞതിൽ സന്തോഷം, സുഖമാണോ? സുന്ദരിയായ ഭാര്യയ്ക്കും സുഖമല്ലേ? തലസ്ഥാനനഗരത്തിലെ ഒരു പ്രധാന വിഷയം സംസാരിക്കുവാനാണ് വിളിച്ചത്."

പതിനൊന്നായിരം കിലോമീറ്റർ ദൂരെ ഷിജിങ്പിങ്ങ് മിഡിൽ ലേക്കിലെ (മദ്ധ്യതടാകം) സമാധാനപരമായ രാത്രിയെ ആസ്വദിക്കുന്നു. പുതിയ വിലക്കപ്പെട്ട നഗരം, അതിന്റെ തീരങ്ങളിൽ നൂറോളം ജിങ്കോമരങ്ങൾ വച്ചുപിടിപ്പിച്ചിരിക്കുന്നു ധ്യാനചിന്തയ്ക്കായി. അവയെക്കുറിച്ച് ധ്യാനിച്ച് വൃക്ഷം എപ്പോഴും അവനെ വളരെ ആകർഷിച്ചു. ദശലക്ഷക്കണക്കിനു വർഷങ്ങൾക്കു മുമ്പ് ദിനോസറുകൾ മനുഷ്യരെ തുരത്തുമെന്ന് കരുതി. 'മോറി' (ഗ്രീക്ക് സങ്കല്പം) സ്മരണയ്ക്കായി ഒരു ചെടിയുടെ പതിപ്പ്. (കീഴടക്കുക അല്ലെങ്കിൽ മരിക്കുക എന്ന ഗ്രീക്ക് സങ്കല്പം) ഷിജിങ്പിങ്ങ് യോഗം നടക്കുന്ന മുറിയിലെ ഇരിപ്പിടത്തിലേക്ക് മടങ്ങി. അവിടെ ഡസൻകണക്കിന് സൈനികരും സാധാരണ ജനങ്ങളും ശാന്തരായിരിക്കുന്നു. അവർ മുള്ളറുടെ വിശദീകരണങ്ങൾ കേട്ട് കുറിച്ചെടുക്കുന്നു. അയാളാണ് 'കറുത്ത താറാവുകളിൽ' ഏറ്റവും കറുത്തവൻ. അനന്തമായ അനന്തരഫലങ്ങളുള്ള സാധ്യതയില്ലാത്ത സംഭവങ്ങൾ. (Cygnes noirs-inidcates surprise)

പ്രസിഡൻസി റൂമിന്റെ സ്ക്രീനുകളിൽ പ്രദർശിപ്പിച്ചിരുന്ന പുതിയ (yaogan 30-06) ഉപഗ്രഹങ്ങൾ എടുത്ത ചിത്രങ്ങൾ ലോകമെമ്പാടും വിന്യസിച്ചിരിക്കുന്നു. വളരെ മികച്ച ചിത്രീകരണം. ഞങ്ങൾക്ക് എയർ ഫ്രാൻസ് ബോയിംഗ് നമ്പർ നന്നായി വായിക്കുവാൻ കഴിഞ്ഞു. വിമാനത്തിനും വിമാനശാലയ്ക്കുമിടയിലുള്ള നീണ്ട ഘോഷയാത്ര വ്യക്തമായി കാണാം. ഹെലികോപ്റ്ററുകളുടെ ബാലെ തുടർച്ചയായി നിരീക്ഷിക്കുവാനാകും. പരേഡിലെ ഓരോ യാത്രക്കാരന്റെയും മുഖങ്ങൾ. രണ്ടു ദിവസമായി രാജ്യസുരക്ഷാമന്ത്രാലയം അവരിൽനിന്ന് ലഭിക്കാവുന്ന എന്തും ശേഖരിക്കുന്നു. എൻ.എസ്.എയേക്കാൾ ഒട്ടും മികവ് കുറയാത്തത്.

അത് നന്നായി ഷിജിങ്പിങ്ങ് പറയുന്നു. അവരുടെ നാശം, ഇപ്പോഴും അതേ നിലയിലാണ്. കഴിഞ്ഞ ഏപ്രിലിൽ ബെയ്ഷിൻ ഷെൻസെൻ ഫ്ളൈറ്റിൽ ജനുവരിയിൽ ഉണ്ടായത്. അവർ 243 പേരെ കിഴക്കൻ തീര ബേസിൽ ഉൾക്കൊള്ളുന്നു. എയർബസ്സിൽ എത്രപേരായിരുന്നു?

അവർ 322 പേരായിരുന്നു. എന്റെ സുഹൃത്തായ പ്രസിഡണ്ട് - ജനറൽ പ്രസിഡണ്ടിനോട് പറഞ്ഞു. അതിലെ അധികപേരും ഇപ്പോഴും ഹുയാംങ്ങിലെ സാങ്കല്പിക സൈനിക കേന്ദ്രത്തിൽ തന്നെയാണ്.

ഈ വിമാനത്തിന്റെ അസ്തിത്വത്തെക്കുറിച്ച് നമ്മൾ അമേരിക്കക്കാർക്ക് മുന്നറിയിപ്പ് നൽകണോ? സിവിലിയൻ വസ്ത്രം ധരിച്ച ഒരു സ്ത്രീ ചോദിക്കുന്നു. ഉടനടി അല്ല. ഒരുപക്ഷേ, ഒരിക്കലും ഇല്ല. കപ്പലിലെ പതിനഞ്ച് അമേരിക്കക്കാരിൽ ഒരാളെയും കാണാനില്ലെന്നു പറയുന്നില്ല ആരും അവരെ മിസ് ചെയ്യുന്നില്ല.

നാലു നക്ഷത്രങ്ങളുള്ള മറ്റൊരു പട്ടാളക്കാരൻ പറഞ്ഞു. ഈ സിമുലേഷൻ(അനുകരണം) സിദ്ധാന്തം ഏറ്റവും നല്ല അന്വേഷണമാണ്.

അതെ, അവർക്കും... പ്രസിഡണ്ട് ഖണ്ഡിക്കുന്നു.

1415152689 – പ്രോഗ്രാമുകളുടെ പ്രസിഡണ്ട്

അഡ്രിയാൻ വൈറ്റ് ഹൗസിൽ നിന്ന് പുറത്തു പോകുമ്പോൾ പ്രോട്ടോകോൾ തലവൻ ഇടനാഴിയിൽ അവനെ കണ്ട് ഒരു കാൻവാസ് ബാഗ്, അമേരിക്കൻ പതാകയോടെ അവനു നേരെ നീട്ടുന്നു.

നിങ്ങളുടെ ടീ ഷർട്ട് അതിനുള്ളിലുണ്ട്. പ്രൊഫസർ മുള്ളർ. ഞങ്ങൾ അത് കഴുകി വൃത്തിയാക്കി തുന്നിത്തരുവാനുള്ള സ്വാതന്ത്ര്യമെടുത്തു. ഞാൻ ഇന്റർനെറ്റിൽ തിരഞ്ഞു. 'Fibonacci' എന്ന വാക്ക്. മനസ്സിലായി. നിങ്ങളുടെ 1 ♥ 0 ഫിബോനാസിയും. എനിക്ക് വളരെ തമാശ തോന്നി. നിങ്ങൾ ടി ഷർട്ട് സൂക്ഷിച്ചോളൂ. തീർച്ചയായും നിങ്ങൾക്കും ആ മധുരിക്കുന്ന ഹുഡുള്ള 'ടീ' ഷർട്ടിനൊപ്പം വൈറ്റ് ഹൗസിന്റെ അടയാളവും പ്രസിഡന്റ് നിർബന്ധം പറഞ്ഞിരുന്നു. നിങ്ങൾക്ക് വ്യക്തിപരമായി അത് സമർപ്പിക്കുന്നു.

അഡ്രിയാന് മറുപടി പറയാൻ സമയം നൽകാതെ പ്രോട്ടോക്കോൾ തലവൻ കൂട്ടിച്ചേർക്കുന്നു. നിഷ്ക്രിയം.

"വിഷമിക്കേണ്ട, പ്രൊഫസർ, ഞങ്ങൾ വാട്ടർ മാർക്കർ ആണ് പ്രസിഡണ്ടിന് ഒപ്പ് വെക്കാൻ നൽകിയത്. അത് ഒരു അലക്കലിൽ കാണാതാകും."

ജനങ്ങൾക്ക് അറിയുവാനുള്ള അവകാശമുണ്ട്

2021 ജൂൺ 27, ഞായർ
ന്യൂയോർക്ക് ടൈംസിലെ ലേഖനം

എതിർകക്ഷികളുടെ തെളിവുകൾ. യുണൈറ്റഡ് സ്റ്റേറ്റ്സ് ഓഫ് അമേരിക്കയുടെ വ്യോമവിഭാഗം ഫ്രഞ്ച് വിമാനത്തിലെ യാത്രികരെ അനധികൃതമായി തടഞ്ഞുവച്ചു. മക്ഗ്വർ സൈനിക വിമാനത്താവളത്തിൽ എന്നത് നിഷേധിച്ചു.

അന്വേഷണ ഉദ്യോഗസ്ഥർക്കായി,
അഞ്ജ സ്റ്റീൻ

വ്യാഴാഴ്ച വൈകുന്നേരം ബോയിംഗ് എയർ ഫ്രാൻസ് 787 ന്യൂജഴ്സിയിലെ മക്ഗ്വർ സൈനിക വിമാനത്താവളത്തിൽ ഇറങ്ങുവാൻ നിർബന്ധിതരായി. യാത്രക്കാരേയും ജീവനക്കാരേയും അനുയോജ്യമല്ലാത്ത ഒരു വലിയ കെട്ടിടത്തിൽ സ്വാഗതം ചെയ്ത് താമസിപ്പിച്ചിരിക്കുന്നു. നിരന്തരമായ അഭ്യർത്ഥനകളുണ്ടായിട്ടും സൈന്യമോ വ്യോമവിഭാഗ ഉദ്യോഗസ്ഥരോ എന്താണ് സംഭവിച്ചത് എന്ന് വിശദീകരിക്കുന്നില്ല.

മക്ഗ്വർ സൈനികതാവളത്തിൽ 2021 ജൂൺ 26

ജോണും ജുഡിത്ത് മാഡ്രിക്കും – അറുപത്തിയഞ്ച് അറുപത്തിയാറ് പ്രായം, വിരമിച്ച ഇരുവരും അവരുടെ കണ്ണുകൾ അത് വിശ്വസിച്ചില്ല. അവർ പൂന്തോട്ടത്തിൽ വ്യാഴാഴ്ച വൈകുന്നരം ന്യൂജഴ്സിയിലെ കോക്സ്ടൗണിൽ അത്താഴം കഴിച്ചുകൊണ്ടിരിക്കുമ്പോൾ ഒരു വിമാനത്തിന് അകമ്പടിയോടെ രണ്ടു ഫൈറ്റർ വിമാനങ്ങൾ (പോരാളികൾ) മൈലുകൾക്കകലെ മക്ഗ്വറിൽ (സൈനികതാവളത്തിൽ) വന്നിറങ്ങി. ജോണും ജുഡിത്തും വരുന്നതും പോകുന്നതും പതിവായി കാണുന്നതാണ്. പക്ഷേ, സൂപ്പർ ഹെർക്കുലിസും (നാല് എഞ്ചിനുകളോടെയുള്ള സൈനിക ഗതാഗതവിമാനം) AWACS(Airborn Warning and Control System)ഉം പക്ഷേ അവർ ഓർക്കുന്നില്ല. മുപ്പതു വർഷമായി അവർ ഇവിടെ താമസിക്കുന്നു. ഒരു സിവിലിയൻ വിമാനത്തെ ഈ സൈനികതാവളം ആതിഥേയത്വം വഹിച്ചത്

ആദ്യമായാണ്. സേനയിലെ അംഗങ്ങൾ ഉൾപ്പെടെയുള്ള മറ്റു സാക്ഷികൾ സായുധ സേനാംഗങ്ങൾ അത് ബോയിംഗ് 787 ആണെന്ന് എയർ ഫ്രാൻസ് പതാകയിൽ നിന്ന് സ്ഥിരീകരിച്ചു.

വ്യോമസേന വക്താവ് ആൻഡ്രൂം വില്ലി തടഞ്ഞുവെച്ചു എന്ന വാർത്ത നിഷേധിച്ചു. പക്ഷേ, മക്ഗ്വർ സൈനികതാവളം 86 സൈനിക ഇൻഫാൻട്രിയുടെ കർശനജാഗ്രതയിലും നിരീക്ഷണത്തിലുമാണ്. ഇരുപത്തിനാലാം തീയതി വ്യാഴാഴ്ച രാത്രി മുതൽ ഇരുപത്തിയഞ്ച് വെള്ളിയാഴ്ചയും ആ സ്ഥലത്തേക്ക് അനധികൃത ജീവനക്കാർക്ക് പ്രവേശനമുണ്ടായിരുന്നില്ല. മുമ്പ് ഏഴ് കവാടങ്ങളിലൂടെ താവളത്തിലേക്ക് വരവും പോക്കും ഉണ്ടായിരുന്നത് രണ്ടു പ്രധാന കവാടങ്ങളിലൊതുക്കി. നാലായിരം സൈനികരെ അകത്തേക്കും ഗതാഗതക്കുരുക്കില്ലാതെ വാഹനങ്ങൾ കടത്തിവിടാനും അടുത്തുള്ള നിരത്തുകൾ സംരക്ഷിക്കുവാനും നിയോഗിച്ചു.

കെന്നഡി വായുമാർഗ്ഗ നിയന്ത്രണകേന്ദ്രം പ്രവർത്തിക്കുന്ന ഒരു ഉറവിട വാർത്തയനുസരിച്ച് കേടായ ബോയിംഗ് 787 ദേശീയ വ്യോമാതിർത്തിയിൽ തെറ്റായ കോഡ് നൽകിയ പാരീസ് ന്യൂയോർക്ക് എയർഫ്രാൻസ് വിമാനം വിമാനത്താവളത്തിൽ പ്രവേശിച്ചു. ആ ഉപകരണം ഉടനെ നൊറാദിൽ നിന്ന് കിഴക്കൻ തീരപ്രദേശത്തുള്ള ഒരു സൈനിക താവളത്തിലേക്ക് ഉത്തരവു പ്രകാരം വഴിതിരിച്ചുവിട്ടു. മക്ഗ്വർ താവളത്തിലെ സിവിലിയൻ തൊഴിലാളികളുടെ അഭിപ്രായത്തിൽ അവർ അജ്ഞാതരായി തുടരാൻ ആഗ്രഹിക്കുന്നു. ഇരുന്നൂറിലധികം യാത്രക്കാർ അതോടൊപ്പം ജീവനക്കാരും ഇറങ്ങിയിരുന്നു. അവർ ആ ആവശ്യത്തിനായി സ്ഥാപിച്ച ഒരു വലിയ കെട്ടിടത്തിൽ താമസിക്കുന്നു. അന്നു മുതൽ അവരുടെ പ്രധാനപ്പെട്ട ചലനങ്ങൾ നിരീക്ഷിക്കപ്പെട്ടു.

ബോയിംഗ് പിന്നീട് മറ്റൊരു വിമാനശാലയിൽ നിർത്തിയിരുന്നു. ഈ ഓപ്പറേഷന് മുമ്പ് നിരവധി ചിത്രങ്ങൾ എടുത്തിട്ടുണ്ടാകാം അത് ഒരു 787-8 ആണെന്ന് തെളിയിക്കുന്നവ ചില ചിത്രങ്ങൾ പോസ്റ്റ് ചെയ്തു. സാമൂഹ്യമാധ്യമങ്ങളിൽ ഇട്ടിരുന്നവ പെട്ടെന്ന് അപ്രത്യക്ഷമായി, കാണാൻ ലഭിക്കാതായി.

എയർഫ്രാൻസ് വ്യോമ ആശയവിനിമയ വിഭാഗം ഡയറക്ടർ ഫ്രാൻസിസ് ബെർട്രാന്റ് ശബ്ദസന്ദേശത്തിലൂടെ ഉപകരണങ്ങൾ ഒന്നും നഷ്ടമായിട്ടില്ലെന്ന് അറിയിച്ചു. ഫ്രഞ്ച് കമ്പനി അവരുടെ ഇരുപത്തിമൂന്ന് ബോയിംഗ് 787 വിമാനങ്ങൾ ആറ് ദിശകളിൽ കെ.എൽ.എം. എന്ന അപരനാമത്തിൽ സർവ്വീസ് നടത്തുന്നതും സൂചിപ്പിച്ചു. കമ്പനിയുടെ ബോയിംഗ് 387, 787-8 ആഗോളതലത്തിൽ വിതരണം ചെയ്തു. എയർഫ്രാൻസ് യൂറോപ്പിലെ അവരുടെ രണ്ടാമത്തെ ഉപഭോക്താവാണ്. നിർമ്മാതാക്കൾ അവയുടെ അറ്റകുറ്റപ്പണി ഉറപ്പുവരുത്തുമെങ്കിലും കാണാതായ ഉപകരണത്തിന്റെ സിഗ്നൽ നൽകുന്നില്ല. അതിലുപരി തീരത്തിലെ ഒരു എയർപോർട്ടും വാണിജ്യ വിമാനത്തിന് അത്തരം ഒരു സംഭവം റിപ്പോർട്ട് ചെയ്തിരുന്നില്ല.

787ന്റെ റഫറൻസുകൾ ഇതിന്റെ ഏതാനും ചിത്രങ്ങളിലൂടെ വായിക്കാവുന്നതാണ് എന്നിരുന്നാലും കേടുവന്ന വിമാനത്തിന്റെ ഭാഗവുമായി യോജിക്കുന്നു. പരമ്പരാഗതമായി പാരിസ് ന്യൂയോർക്ക് ലൈനിൽ ബോയിംഗ് 787 വഹിക്കുന്ന ഒന്നിന്റെ നിശ്ചലത കമ്പനി തിരിച്ചറിയുന്നു. ഒരേ നമ്പർ സുരക്ഷാ കാരണങ്ങളാൽ അത് വച്ച് രാവിലെ അമേരിക്കൻ അധികാരികളുടെ കീഴിൽ ശനിയാഴ്ച കെന്നഡി എയർപോർട്ടിൽ നിർത്തിയിട്ടിരിക്കുന്നു. അവിടെ നിരവധി പരിശോധനകൾക്ക് വിധേയമാക്കി ഇത് പ്രക്ഷുബ്ധതയിലൂടെ കടന്നുപോയ ഒരു ഉപകരണമാണെന്ന് വിശ്വസിക്കപ്പെടുന്നു. കഴിഞ്ഞ മാർച്ചിൽ 'ദശാബ്ദത്തിലെ കൊടുങ്കാറ്റിൽ സർവ്വനാശം. വലിയ തടസ്സമുണ്ടായി. നിരവധി വിമാനങ്ങൾക്കും കപ്പലുകൾക്കും ഗുരുതരമായ നാശമുണ്ടായിരിക്കുന്നു.

മക്ഗ്വർ എയർബേസിൽ നിർബന്ധപൂർവ്വം ഇറക്കിയ വിമാനത്തെ സംബന്ധിച്ച് തിരിച്ചറിയലുകളെക്കുറിച്ചും യാത്രക്കാരെക്കുറിച്ചും ദുരൂഹത തുടരുന്നു. അതിലെ ഇരുന്നൂറിലേറെ വരുന്ന യാത്രക്കാർ ഇപ്പോഴും വിമാനത്താവളത്തിലുള്ള ആ വലിയ കെട്ടിടത്തിൽത്തന്നെയാണോ? സൈനിക അധികാരികളുമായി അടുത്ത ബന്ധമുള്ളവർ അത് ഉറപ്പിക്കുന്നു. ചുരുക്കം ചിലരുടെ കാര്യത്തിൽ മാത്രമാണ് - അന്താരാഷ്ട്ര വ്യോമഗതാഗത നിയമങ്ങൾ സാധാരണ പൗരന്മാരെ വിചാരണ കൂടാതെ തടഞ്ഞുവെക്കുവാൻ അനുവദിക്കൂ. ഒന്ന് ഭീകരവാദം, അല്ലെങ്കിൽ അതിലുപരി മെഡിക്കൽ കാരണങ്ങളാൽ യാത്രക്കാർക്കും വിമാനജീവനക്കാർക്കും നിർബന്ധിത ക്വാറന്റൈൻ ആകാം. പക്ഷേ, ഈ മാർഗ്ഗം നടപ്പിലാക്കുന്നതിന് പ്രസിഡണ്ട് (CDC യുടെ - Centre for Disease Control) രോഗവ്യാപന നിയന്ത്രണകേന്ദ്രത്തിന്റെ ഉപദേശത്തോടെയാണ് നടപ്പിലാക്കേണ്ടത്. സി.ഡി.സി.യുടെ ഡയറക്ടറായ കെന്നത്ത് ലോഗൻ പറയുന്നത്. അവർക്ക് അത്തരത്തിലുള്ള പകർച്ചവ്യാധി പ്രശ്നം ദേശീയ പ്രദേശത്തെ സംബന്ധിച്ച് അറിവില്ലെന്നാണ്.

ആശ്ചര്യം ഏറെ ഉണ്ടാവുന്നത് ഈ വിമാനത്തിന്റെ പിടിച്ചെടുക്കൽ, രണ്ടു ദിവസം യാത്രക്കാരെ തടങ്കലിൽ വയ്ക്കൽ ഇതിനുശേഷം എവിടെയും ഒരു ചെറിയ പ്രതികരണംപോലും ഉണ്ടാവുന്നില്ല. വൈറ്റ് ഹൗസിന്റെ പുതിയ കമ്മ്യൂണിക്കേഷൻ ഡയറക്ടർ ജെന്നവൈറ്റ് പറയുന്നു. അമേരിക്കനെയോ വിദേശപൗരന്മാരെയോ അന്യായമായി ഏകപക്ഷീയമായി തടങ്കലിലില്ല. പാരീസ് ന്യൂയോർക്ക് വിമാനത്തിൽ മൂന്നിലൊന്നുപേർ ഫ്രഞ്ചുകാരാണ്. ഫ്രഞ്ച് എംബസിയുമായി ബന്ധപ്പെട്ടു ആ പൗരന്മാർ തർക്കിക്കുന്നു. വിമാനത്താവളത്തിൽ അവരുടെ ഇഷ്ടത്തിനു വിരുദ്ധമായി തടഞ്ഞുവയ്ക്കപ്പെടുന്നു. സിദ്ധാന്തത്തെക്കുറിച്ച് അഭിപ്രായം പറയാൻ ആഗ്രഹിക്കുന്നില്ല.

2021 ജൂൺ 26, ശനി, രാത്രി11 മണി

മക്ഗ്വർ സൈനികവിമാനത്താവളം

ജനറൽ സിൽവേറിയ റിമോട്ട് കൺട്രോൾ, മേശമേൽ തിരികെ വച്ചു. ന്യൂയോർക്ക് ടൈംസിലെ ലേഖനം സ്ക്രീനിൽ തെളിയുന്നു. ലേഖനം അപ്‌ലോഡാകുന്നത് ഒരു മണിക്കൂറിനകം നടക്കരുത്. എൻ.എസ്.എ. എങ്ങനെ അത് നടപ്പിലാക്കും എന്നറിയില്ല. അവർ അത് വാഗ്ദാനം നൽകി - സ്കൂപ്പ് - ഇതാ രണ്ടു ദിവസം മാത്രം ഞങ്ങൾക്ക് ചിന്തിക്കാനാവുന്നില്ല. വലിയ ഒരു ബോയിംഗ് ഇരുന്നൂറിലേറെ യാത്രക്കാർക്കൊപ്പം കുറേ കാലത്തേക്ക് കാണാതാവുന്നു. അത് ശ്രദ്ധിക്കാതെ പോവുന്നു.

വെബ്ബിൽ ഒരു ശ്രുതി വളരെ വേഗം പ്രചരിക്കുന്നു. ബ്രയാൻ മിറ്റ്നിക്ക് പറയുന്നു അഞ്ഞൂറോളം സൂചനകൾ അത് നീണ്ടുപോകുന്നു. എയർ ഫ്രാൻസുമായുള്ള കരാർ പ്രകാരം റിസർവേഷൻ സിസ്റ്റത്തിലുണ്ടായിരുന്ന ശരിയായ യാത്രക്കാരുടെ ഫയൽ മാർച്ച് പത്തിലെ വിമാനത്തിലേത് നഷ്ടമായി. പകരം സാങ്കല്പികമായ ഒരു പട്ടിക. ഞങ്ങൾ ഇപ്പോൾ ഭൂരിഭാഗവും ഇന്റർനെറ്റ് മുഖേന വിമാനങ്ങളുമായി താരതമ്യപ്പെടുത്തിക്കൊണ്ട് ഇടപെടുന്നു. എല്ലാ യാത്രകളുടെയും അടയാളങ്ങൾ/രേഖകൾ മാഞ്ഞുപോയി. യാത്ര ചെയ്തവരുടെ വിവരങ്ങൾ ഇതുവരെയും ലഭ്യമല്ലെങ്കിലും ഓരോ രാജ്യത്തും ഇതിന്റെ ഭാഗമായി അറസ്റ്റുകൾ നടന്നുവരുന്നു.

സാങ്കേതികമായി ഇതൊന്നും അറസ്റ്റുകളല്ല. ദേശസുരക്ഷ സംബന്ധിച്ച ആവശ്യകതകളാൽ താൽക്കാലിക പിടിച്ചുവയ്ക്കൽ മാത്രമാണെന്ന് സിൽവേറിയ തിരുത്തുന്നു.

അഡ്രിയാൻ ചോദിക്കുന്നു, "ഈ പിടിക്കപ്പെട്ടവരെ എവിടേക്കാണ് കൊണ്ടുപോയത്?"

എഫ്.ബി.ഐയും എൻ.എസ്.എയും അവരെ അതാര്യമായ കറുത്ത വാനുകളിൽ വിവേകപൂർണ്ണമായി ഇവിടെ കൊണ്ടുവരുന്നു. ജനറൽ പൊട്ടിത്തെറിച്ചു വളരെ അസ്വസ്ഥനായി.

"ജാമി..." മിറ്റ്നിക്ക് പറയുന്നു."എനിക്ക് പറയാമെങ്കിൽ, ഇത് നിങ്ങളുടെ ഏജൻസികളുടെ ഭാഗത്തുനിന്ന് ഒട്ടും ബുദ്ധിപൂർവ്വകമല്ല എന്നു കരുതേണ്ടിവരും."

"ജനറൽ എനിക്ക് ഒരു മറുപടി പറയാമെങ്കിൽ" എൻ.എസ്.എയിൽ നിന്നുള്ള ഉദ്യോഗസ്ഥൻ മറുപടി നൽകുന്നു. "ഇത് നല്ല കാര്യമല്ല. ഈ വ്യക്തികളെ ഇനി ഒരിടത്ത് ഒന്നിപ്പിക്കുന്നത്. ഹാൾ 'എച്ച്'ലെ ചില യാത്രക്കാർ മറ്റുള്ളവരെ തിരിച്ചറിഞ്ഞു. അവർക്കറിയാം, അവരെല്ലാം ഒരേ വിമാനത്തിലായിരുന്നു കഴിഞ്ഞ മാർച്ചിൽ യാത്രചെയ്തത്. എയർ ഫ്രാൻസ് ഏറ്റവും മോശമായത് സങ്കല്പിക്കുന്നു. ഒരു വൈറസ് ബാധ അവർക്കിടയിൽ ഉണ്ടായോ അതോ ഒരു ഭീകരന്റെ സാന്നിധ്യം."

എഫ്.ബി.ഐയുടെ മനശ്ശാസ്ത്രജ്ഞരെ പിന്തുണച്ചുകൊണ്ട് ജാമി പറഞ്ഞു. "ഏറ്റുമുട്ടലുണ്ടാകും എന്ന പ്രതീക്ഷയിൽ പുഡ്‌ലോവ്സ്കി

അവരുടെ 'ഇരട്ടിക്കൽ' (doubling) നേരിടുവാൻ തയ്യാറാവണമെന്ന് പറയുന്നു."

"തീർച്ചയായും." സിൽവേറിയ നെടുവീർപ്പിടുന്നു.

"നമുക്ക് അവരെ വെടിവെയ്ക്കുവാൻ കഴിയില്ല. ആ ഇരുന്നൂറ്റി നാല്പത്തിമൂന്ന് പേരെ - വിമാനശാലയിലുള്ളവരെ."

"അത് ശരിയാണ്. ഞാൻ യോജിക്കുന്നു."

മിറ്റ്നിക്ക് പറയുന്നു. "പക്ഷേ, അതെങ്ങനെയാണ്?"

എൻ.എസ്.എയുടെ ഉദ്യോഗസ്ഥൻ ചിരിച്ചുകൊണ്ട് തുടരുന്നു.

'CNN, CBS, FOX' എന്നിവർ ചെറിയ സംഘം ലേഖകരെ അയയ്ക്കുന്നു. സാറ്റലൈറ്റ് വാനുകൾ, സാൻഡ്വിച്ചുകൾ, കോഫി ഒപ്പം ചൂടുവാർത്തകൾ എന്നിവയോടെ പത്രപ്രവർത്തകർ സി.ബി.എസ്. വൈകുന്നേരവാർത്തകളിൽ ചേർക്കുന്നു. എലൈൻ കിഷാനോ അതിഥികളായി ഒരു റബ്ബിയേയും പാസ്റ്ററേയും ഒരുമിച്ച് കൊണ്ടുവന്നു പത്രത്തിന്റെ അതിഥിയായി. വൈറ്റ്ഹൗസ് ചർച്ച ചെയ്യുന്നതിനായി മതപ്രതിനിധികളെ വിളിച്ചു. അവർ വെളിപ്പെടുത്തിയത് 'ആത്മാവിന്റെ സ്വഭാവം' എന്ന ഒരു പ്രധാന പ്രഖ്യാപനം വളരെ പ്രതീക്ഷയോടെയായിരുന്നു.

ലിബറൽ റബ്ബിയാണ് സംസാരം തുടങ്ങിയത്. ജാമി പുഡ്‌ലോവ്സ്കിയെ നോക്കി ചിരിക്കുന്നു. അദ്ദേഹത്തിന് സ്വയം സഹായിക്കുവാനായില്ല. അദ്ദേഹം ടെലിവിഷൻ സെറ്റുകളെ സ്നേഹിക്കുന്നു. അത് എല്ലാമാവുന്നില്ല. നമ്മുടെ എല്ലാ നിർദ്ദേശങ്ങളും ഉണ്ടായിട്ടും NBC അവരുടെ സമ്പൂർണ്ണവിവേചനാധികാരം ഉപയോഗിച്ച് പല ശാസ്ത്രജ്ഞരേയും കാണാതായവരിലുണ്ട് എന്ന് പ്രഖ്യാപിച്ചിരിക്കുന്നു. അവരിൽ ചിലർ ഇവിടെ ഒത്തുകൂടിയവരാണ്.

മാധ്യമപ്രവർത്തകന് രണ്ട് ശത്രുക്കളുണ്ട്. സെൻസർഷിപ്പും വാർത്തയും മിറ്റ്നിക്ക് ശിക്ഷാപരമായി വിധിച്ചു. "ഇതാണ് തുടക്കം."

"ഇത് തുടക്കമല്ല. അവസാനമാണ്." സിൽവെറിയ പറഞ്ഞു. "മാർച്ചിലെ വിമാനയാത്രക്കാർ തമ്മിലുള്ള ഏറ്റുമുട്ടലുകൾ ജൂണിലേതുമായി എത്രയും വേഗം ആരംഭിക്കും. പിന്നെ നാളെ രാത്രി ഞായർ, തിങ്കളാഴ്ച രാവിലെ സൈന്യം ഏറ്റവും പുതിയവരെ എഫ്.ബി.ഐയിലെ നല്ല ആളുകൾക്ക് എല്ലാ ഭാരവും ഏല്പിക്കുന്നു. അതിൽ പ്രശ്നങ്ങളെന്തെങ്കിലും ഉണ്ടോ ജാമി?"

"ഒന്നുമില്ല. ജനറൽ, എനിക്ക് ഒരു പ്രശ്നവുമറിയില്ല. പരിഹരിക്കാനാകാത്ത അഥവാ പരിഹാരത്തിന്റെ അഭാവത്തെ ഇത് പ്രതിരോധിക്കുന്നു."

(CNN - Cable News Network, CBS - Columbia Broadcasting System, FOX - Fibre Optic Extender)

ഭാഗം മൂന്ന്

ശൂന്യതയുടെ ഗാനം

2021 ജൂൺ 26ന് ശേഷം - ശൂന്യതയുടെ ഗാനം

ഒരു എഴുത്തുകാരനും
വായനക്കാരന്റെ പുസ്തകം എഴുതുന്നില്ല.
ഒരു വായനക്കാരനും
എഴുത്തുകാരനെ വായിക്കുന്നില്ല.
രചയിതാവിന്റെ പുസ്തകത്തിന്റെ അവസാനബിന്ദു
അവർക്ക് പൊതുവായേക്കാം.

അനോമലി
വിക്ടർ മിസേൽ

രണ്ടാംതരം ഏറ്റുമുട്ടൽ
Encounter of the Second Kind

2021 ജൂൺ 27, ഞായർ
റൂലാഫയേത്, പാരിസ്

കവിളിൽ ഒരു വിങ്ങലോടെ ബ്ലെയ്ക്ക് ചാരുകസേരയിൽനിന്ന് എണീക്കുന്നു. ഒരു തണുത്ത സ്റ്റീൽ കസേരയിൽ വായ് മൂടിക്കെട്ടി നഗ്നനായി ബ്ലെയ്ക്ക് ഉണരുന്നു. പ്രൊഫഷണലായുള്ള ജോലികൾക്ക് ബന്ധിക്കപ്പെട്ടതിനാൽ ഒരിഞ്ച് നീങ്ങാനാവുന്നില്ല. അവൻ തിരിച്ചറിയുന്നു. ശാന്തവും പ്രവർത്തനപരവുമായ അലങ്കാരത്താൽ അവന്റെ 'റൂലാഫയേത്' എന്ന വീട്ടിലുണ്ടെന്ന്. ശാന്തമായ പ്രവർത്തനക്ഷമത അവൻ തിരിച്ചറിയുന്നു. അവൻ കഴിഞ്ഞ ഏപ്രിലിൽ വാങ്ങിയ കനം കുറഞ്ഞ കാൻവാസ് ടേപ്പാണ് അതിന്റെ പ്രവർത്തനസാധ്യതകൾ തിരിച്ചറിയുന്നു. രണ്ടു മുറികൾ ഉള്ള അപ്പാർട്ട്മെന്റിൽ പ്രവേശിക്കുമ്പോൾ അവന് ഉത്സാഹം തോന്നി. കഴുത്തിന് പുറകിൽ മൂർച്ചയുള്ള കുത്തേറ്റ് അവൻ കുഴഞ്ഞുവീണു.

അത് ഒരു കിടപ്പുമുറിയായി ഉണ്ടായിരുന്നതാണ്. അവിടെ ഇടുങ്ങിയ കിടക്ക, കുളിമുറിയിലേക്ക് തുറക്കുമ്പോൾ വലിയ ഇനാമൽഡ് ബാത്ത് ടബ്ബ് അത് അതിന്റെ ഡിസൈൻ ആകാം. പ്രായോഗികതയാണ് എല്ലാത്തിലുമുപരിയായ ലക്ഷ്യം. അയാൾക്ക് തല തിരിക്കുവാൻ കഴിയില്ല. പക്ഷേ, അത് കണക്കാക്കേണ്ടതില്ല. മുറി മുഴുവൻ സുതാര്യമായ പ്ലാസ്റ്റിക് കൊണ്ട് മൂടിയിരിക്കുന്നു. ബ്ലെയ്ക്ക് മാർച്ച് എന്ന് അയാളെ വിളിക്കാം. അത് എന്താണെന്ന് മുമ്പെ നന്നായി സങ്കല്പിക്കുവാൻ കഴിയും.

ഈ അലങ്കാരം (Dexter Series) (ഡെക്സ്റ്റർ മോർഗൻ- കൊലയാളി. ദ്വന്ദ വ്യക്തിത്വത്തിൽ ജീവിക്കുന്നയാൾ) പൂർത്തിയാക്കുവാൻ ഉതകുന്നു. അവന്റെ വലതുവശത്ത് തിളങ്ങുന്ന മുപ്പതോളം ശസ്ത്രക്രിയാ ഉപകരണങ്ങൾ ഡെക്സ്റ്റർ സീരീസിനെ നശിപ്പിക്കാതെയിരിക്കുന്നു. സ്കാൽപ്പൽ അഥവാ പേനപോലുള്ള കത്തി, lancettes അഥവാ പാര തുളയ്ക്കുന്ന ഉപകരണങ്ങൾ, ചുണ്ണാമ്പ് കല്ല്, കത്രിക ഇവയെല്ലാം അവൻ തിരിച്ചറിയുന്നു. ചിലത് മുൻപൊരിക്കലും ഉപയോഗിക്കാത്തവ, തലയോട്ടി

ഇളക്കുന്നത്, എല്ലിലെ മജ്ജയിൽ തുളയ്ക്കുന്നത്. പക്ഷേ അവന് ഭയ മുണ്ടായില്ല. മിഡാസൊലാം കുത്തിവെച്ചതിന്റെ പാർശ്വഫലമായിരിക്കും ആശ്വാസം നൽകിയത്.

അവന് കുറച്ച് സെക്കന്റുകൾ കഴിഞ്ഞാണ് പൂർണവസ്ത്രധാരണ ത്തോടെ (ഫുൾസ്യൂട്ട്) ഉള്ള മനുഷ്യൻ മുന്നിൽ നിൽക്കുന്നത് കാണാ നായത്. അവന്റെ ദൃഷ്ടിക്കു പുറകിൽ അവൻ എണീക്കുന്നത് നിരീ ക്ഷിച്ച അവന്റെ കണ്ണുകൾ അത്ഭുതത്തോടെ വിടർന്ന് ഇരിക്കുന്നു. വിസ്മയം ഒരു ദുർബലമായ വാക്കാണ്.

രണ്ടുപേരും ദീർഘനേരം പരസ്പരം നോക്കി. ബ്ലെയ്ക്ക് ജൂൺ തട വുകാരനായ മാർച്ചിനെ നിരീക്ഷിക്കുന്നു. മൂന്നു ദിവസത്തെ ചിന്ത, യുക്തി ഒരു വിശദീകരണം കണ്ടെത്താനാകാതെയിരിക്കുന്നു. എന്നാൽ അസം ബന്ധം പ്രായോഗികനെ നിരോധിക്കുന്നില്ല. അവൻ തന്റെ കെണി ഒരുക്കിവെച്ചു. മറ്റൊരു വഴിയും ഉണ്ടായിരുന്നില്ല. ഈച്ച ഒരിക്കലും ചിലന്തിയുമായി കൂടിക്കാഴ്ച നടത്തുന്നില്ല.

ബ്ലെയ്ക്ക് മാർച്ച് പെട്ടെന്ന് പൊരുതുന്നു. മുരൾച്ചയോടെ വിലപി ക്കുന്നു. മുറുമുറുപ്പോടെ ഹെയർ ബാന്റോടെ (തലക്കെട്ട്) കണ്ണടച്ചിരി ക്കുന്നു. ബ്ലെയ്ക്ക് ജൂൺ പിൻവാങ്ങുന്നില്ല. പിന്തുടരുന്നു, പൊള്ളയായ ശബ്ദത്തിൽ ചിരിക്കാതെ ചെവിയിൽ സംസാരിക്കുന്നു.

ഞാൻ ഒരു പ്രസംഗം നടത്തുന്നില്ല. നിങ്ങൾക്ക് മനസ്സിലാകുന്നില്ല എന്താണ് സംഭവിക്കുന്നതെന്ന്. എനിക്കും ഇല്ല. അതിൽ കാര്യമില്ല. ഞാൻ നിങ്ങളെ പിന്തുടരുന്നു. നിങ്ങൾ ഞാനാണ്. ഇത് ഒരുപാട് കഴിഞ്ഞു. നമുക്ക് അവരാകാൻ കഴിയില്ല. നിങ്ങൾക്കത് നന്നായി മന സ്സിലാകും.

ബ്ലെയ്ക്ക് ജൂൺ പെൻസിലും പാഡും എടുത്ത് കമ്പ്യൂട്ടർ ഓൺ ചെയ്തുവെയ്ക്കുന്നു.

എല്ലാ ബാങ്ക് അക്കൗണ്ട് നമ്പറുകളും മാറിയിരിക്കുന്നു. എല്ലാ മൂന്നു മാസം തോറും ഞാൻ കോഡ് മാറ്റുന്നത് നീ ചെയ്തു. ഈ കോഡുകൾ ഓർമ്മവെയ്ക്കാനുള്ള രീതി നിനക്കറിയുമോ? യെസ്. 'ഉവ്വ്' എന്നതിന് തലയാട്ടുക.

ബ്ലെയ്ക്ക് മാർച്ച് അനുസരിച്ചു. ചിന്തകൾ അലട്ടുന്നു. തമാശ അത്ഭുത പ്പെടുത്തി. അവൻ സ്വപ്നം കാണുകയാണോ എന്ന് സംശയിച്ചു. അവി ശ്വസനീയമായ വിധം യാഥാർത്ഥ്യബോധമുള്ള സ്വപ്നം.

എന്റെ അക്കൗണ്ടുകളിലേക്ക് ഞാൻ നിങ്ങളുടെ മുന്നിൽ വെച്ച് കണക്ഷൻ നൽകും, ബന്ധിപ്പിക്കും. ബാങ്കും നമ്പറുകളും അക്ഷര ങ്ങളും സ്വയം നിർദ്ദേശിക്കുക. നിങ്ങൾ സ്ഥിരീകരിക്കും. തലയാട്ടുന്നു. ആദ്യതെറ്റിന് ഞാൻ ഒരു നഖം പറിച്ചെടുക്കും. രണ്ടാമത്തേതിന് ഞാൻ ഒരു എല്ലൊടിച്ചുകളയും. നിങ്ങൾ ആരാണെന്ന് എനിക്കറിയില്ല. നിങ്ങൾക്കും എന്റേതുപോലുള്ള ഓർമ്മ തന്നെയായിരിക്കും. നിനക്ക്

ഓർമ്മയുണ്ടോ രണ്ടു വർഷം മുമ്പ് ആമിയൻസ് (ഫ്രെഞ്ച് പട്ടണം) കരാർ ചെയ്തത്. ഉവ്വ് എന്നതിന് തലയാട്ടുക. (റോമൻ ആക്രമണം നടത്തി ആമിയൻ ജനത ഉടമ്പടി ചെയ്തു.)

മാർച്ച് തലയാട്ടുന്നു. അവൻ ഓർക്കുന്നു. ആൽബേനിയക്കാർക്ക് സാധാരണമായ ചിലതുണ്ട്. എന്നാൽ കക്ഷികൾക്ക് അവയുണ്ടായിരുന്നില്ല. അല്ലെങ്കിൽ അത് അവരെ ഭയപ്പെടുത്തി. അത് വളരെ വേദനാജനകമാണ്. ചിന്തിച്ചെടുക്കാനാവുന്നില്ല. തുളഞ്ഞ കാൽമുട്ടുകളും ഒടിഞ്ഞ കൈമുട്ടുകളും പുരികവും മുറിഞ്ഞ വിരലുകളും നാക്കും ജനനേന്ദ്രിയവും മുറിച്ചുമാറ്റിയും ചെവിയിൽ കർണ്ണപുടങ്ങൾക്ക് സുഷിരങ്ങൾ ഉണ്ടാക്കിയും എല്ലാത്തിനും ഉപരി കണ്ണിലെ കൃഷ്ണമണികളിൽ ആസിഡ് ഒഴിച്ചും എഴുപതിനായിരം യൂറോയോളം ലഭിക്കുന്നതിന് മനുഷ്യൻ മരിക്കാതെയിരിക്കണം.

ജൂൺ തുടർന്നു.

“എന്നേയും നിങ്ങൾ ഇതുപോലെ ചെയ്യും. പ്രത്യേകിച്ച് നിങ്ങൾ എന്റെ സ്ഥാനത്ത് ആയതിനാൽ. മാർച്ച് കണ്ണുകൾ ചുരുക്കി അവനെ നിരീക്ഷിക്കുന്നു. ബ്ലെയ്ക്ക് ജൂൺ ചിരിക്കുന്നു. അത് ക്രൂരമല്ല, മറിച്ച് ലജ്ജയോടെ അവന് ആമിയൻസിനെ ഇഷ്ടമില്ല. ധാരാളമായി... മതി.

പിശകുകൾ ഒന്നും ഇല്ലെങ്കിൽ ഞാൻ അക്കൗണ്ടുകളെല്ലാം വീണ്ടെടുക്കും. നമുക്ക് ഭാവിയെക്കുറിച്ച് ചർച്ച ചെയ്യാം. എന്താണ് ചർച്ച നടത്താൻ കഴിയുക. മനസ്സിലാവുന്നുണ്ടോ?”

മാർച്ച് തല കുലുക്കി. ജൂൺ തിരികെ ആൽകാപ്പോനിന്റെ (Alcapone - U.S. gangster) വാചകങ്ങൾ ഓർക്കുന്നു. നിങ്ങൾ സായുധനും മര്യാദയുള്ളവനുമായാൽ മര്യാദയുള്ളവനായി മാത്രം ഇരിക്കുന്നതിലും നേട്ടമുണ്ടാക്കാം.

“ശരി. നമുക്ക് ആരംഭിക്കാം. ആദ്യത്തെ ബാങ്ക് – ആദ്യം കരീബിയൻ നിക്ഷേപ ട്രസ്റ്റ്.” മാർച്ച് തല കുലുക്കുന്നു.

അവൻ കണ്ണുകൾ അടയ്ക്കുകയും ശ്രദ്ധ കേന്ദ്രീകരിക്കുകയും ചെയ്യുന്നു. ആൽപ്സിനു മുകളിൽ അര ഡസൻ അരയന്നങ്ങൾ രാത്രിയിൽ പറക്കുന്നതിനെക്കുറിച്ച് ചിന്തിക്കുക.

ആദ്യഅക്ഷരത്തിന്റെ സ്വഭാവം – ഒ.കെ. ശരി. അത് ചെറുത്? വലുത്. ‘Lനേക്കാൾ ചെറുത്. അല്ല. Tയേക്കാൾ ചെറുത്. ശരി. L,M,N,O,P,Q,R...? തികഞ്ഞത്.

ബ്ലെയ്ക്ക് .. കുറിക്കുന്നു.

രണ്ടാമത്തെ അക്ഷരത്തിന്റെ സ്വഭാവം. അക്ഷരം?

ഇല്ല. അക്കം. ശരി–ഒന്ന്, രണ്ട്, മൂന്ന്, നാല്, അഞ്ച്, ആറ്. അതെ.

തലയാട്ടുന്നു. ബ്ലെയ്ക്ക് Rനു പിന്നിൽ 6 എന്നു കുറിക്കുന്നു.

കാൽമണിക്കൂർ കഴിഞ്ഞ് ബ്ലെയ്ക്ക് ജൂൺ അക്കൗണ്ടുകളെല്ലാം വീണ്ടെടുത്തു. അവ വീണ്ടും പരിഷ്കരിച്ചു. എല്ലായ്പ്പോഴും ഒരേ രീതി

പിന്തുടരുന്നു. മൂന്ന് അക്കൗണ്ടുകളിൽ ഓരോന്നിനും ഒരു വാചകം പകർത്തിയെഴുതാൻ എളുപ്പമാണ്. ആദ്യം കരീബിയൻ നിക്ഷേപട്രസ്റ്റിനായി നോക്കൂ. ആറ് പിങ്ക് നിറമുള്ള പക്ഷികൾ. ഇല്ല. അതിന് കൂടുതൽ അർത്ഥമില്ല. പക്ഷേ, R60dcr (Regarde Six Diseaux de colour rose) എന്ന് എഴുതിയിരിക്കുന്നു. ആറ് പിങ്ക് (ഫ്ളമിംഗോകൾ) അരയന്നങ്ങൾ ഓർക്കുക. ഇതിനുള്ള തുടർച്ച ലത്വിഷാസ് ഇന്റർനാഷണൽ ബാങ്ക്. അവർ കറുത്ത ആകാശം കടക്കുന്നു.

അവർ വെനിസിൽ നിന്ന് പാരിസിലേക്ക് ഇരുണ്ട ആകാശം കടക്കുന്നു. Iticnd vap etc.

അവൻ സൈറ്റിൽനിന്ന് അവന്റെ ഡാർക്ക് നെറ്റിലേക്ക് പ്രവേശിക്കുന്ന വാക്കുകൾ. അതിന്റെ കോഡ് എല്ലാം മാറ്റുവാൻ പഠിച്ചു. അവന്റെ ലാപ്ടോപ്പിലൂടെ. അവൻ സന്ദേശങ്ങളുടെ ചരിത്രം കണ്ടെത്തി. അവൻ 'JO' പല തവണ (Timothee) തിമോത്തിയോടൊപ്പം ഭക്ഷണം കഴിച്ചു. പക്ഷേ, അവനയാളെ അറിയില്ല. പക്ഷേ, ജൂണിന് ആകാംക്ഷയില്ല. മാർച്ചിന്റെ വായിൽ നിന്ന് പിൻവലിയുവാൻ, സഹായത്തിനായി കരയുമെന്ന് അവനു ഭയമുണ്ടായില്ല. അവർക്ക് രണ്ടുപേർക്കും അറിയാം സീലിംഗും വാതിലും തറയുമെല്ലാം ശബ്ദരഹിതമാണ്. അവന് ഒരു ചെറിയ സംശയം ഉണ്ടാകാനാഗ്രഹമില്ല. ചോദിക്കുവാൻ ഒന്നിനും മടിയുമില്ല.

ജൂൺ എണീക്കുന്നത് മാർച്ച് കാണുന്നു. അതിന് വിശദീകരണമൊന്നും ആവശ്യമില്ല. വ്യക്തമായും അവനും അതുതന്നെ ചെയ്യുന്നു. അവൻ വേഗത്തിൽ പോവണമെന്ന് ആഗ്രഹിച്ച് കണ്ണടയ്ക്കുന്നു. ജൂൺ അവനു പുറകെ ഒരു തിരക്കുമില്ലാതെ 'പ്രോപോഫോൾ' ഒരു ഡോസ് കുത്തിവെയ്ക്കുന്നു. കുറച്ചു സെക്കന്റുകൾ അബോധാവസ്ഥയിലാകുന്നു. അനാവശ്യമായ യാതനകൾ സ്വയം ഒഴിവാക്കുന്നതിൽ അവന് എതിർപ്പില്ല. ഒരു മിനിറ്റ് കഴിഞ്ഞ് ക്യൂറാർ കുത്തിവയ്പ് നിർത്തുന്നു. മാർച്ചിന്റെ ഹൃദയം നിലയ്ക്കുന്നു. മരണവും ഉറക്കവും ഇരട്ടകളാണെന്ന് ഹോമർ പറഞ്ഞിട്ടുണ്ട്.

ബ്ലെയ്ക്ക് - ഇനി ഒട്ടുംതന്നെ അവ്യക്തതയില്ല. കാൻവാസ് ടേപ്പ് എടുത്ത് താഴെ വീഴാതെ ശരീരത്തെ സൂക്ഷിക്കുന്നു, ബന്ധിക്കുന്നു. അവന്റെ വസ്ത്രമഴിച്ച് ശ്രദ്ധാപൂർവ്വം വസ്ത്രങ്ങൾ ക്രമീകരിക്കുന്നു. ഇതെല്ലാം ശരീരത്തിന്റെ വലുപ്പവും സ്ഥാനവും നോക്കി ബാത്ത് ടബ്ബിൽ തലകീഴായി വച്ച കാലുകൾ വായുവിൽ ഷവർ തുറന്നുവച്ച് അവന്റെ കഴുത്തിൽ മുറിച്ച് രക്തം വാർന്നുപോകുന്നു. കാല്പാടുകൾ ഒഴിവാക്കുവാൻ കൈ ആസിഡിനു കീഴിൽ വിരലോടിച്ചു. വൈദ്യുതി ഉപയോഗിച്ച് എല്ലുകൾ ശരീരത്തിൽ നിന്ന് മുറിച്ചുമാറ്റി. വ്യക്തമായി തിരിച്ചറിയുവാൻ കഴിയുന്ന ഒരു മനുഷ്യഅവയവം ഉപേക്ഷിക്കാതിരിക്കുവാൻ ശ്രദ്ധിക്കുന്നു. ഒരു കൈ, കാൽ അവന് പരിചയക്കുറവുണ്ടായിരുന്നു. പുറകിൽ ഒരു കറുത്ത പുള്ളി മുമ്പെങ്ങും അവൻ കാണാത്തത് ക്രമരഹിതമായ

അതിരുകൾഉപയോഗിച്ച് ശ്രദ്ധിക്കുന്നു. ലൈംഗികത നിരീക്ഷിക്കുന്നു. അഴിച്ചുമാറ്റുന്നതിനിടയിൽ വെറുപ്പിന്റെ ശബ്ദം നിയന്ത്രിക്കുവാനായില്ല. മൂന്നു മണിക്കൂറുകൾകൊണ്ട് വായു കടക്കാത്ത നൂറ് ഫ്രീസർ ബാഗുകളിൽ നിറച്ചു. തല മാത്രം ബാക്കി.

നാശം, ഒട്ടിക്കുന്ന ടേപ്പ്.

ബ്ലെയ്ക്ക്, കുതിരയുടെ കുളമ്പിന്റെ പ്രഹരം ഏതാണ്ട് മറന്നു. അവൻ അരികിൽ ഒട്ടിക്കുവാനുള്ള ടേപ്പ് എടുക്കുന്നു. മാർച്ചിന്റെ നെറ്റിയിൽ ഒട്ടിച്ചിരുന്ന ടേപ്പ് അടർന്ന് അവിടെ മുറിവ് ഉണങ്ങി. ഇതിനിടെ മൂർച്ചയുള്ള ഒരു കത്തിയെടുത്ത് അവൻ ചർമ്മം ചെറുതായി മുറിച്ചു. ഭാവിയിൽ മുറിവടയാളം വിശ്വസനീയമാക്കുന്നതുവരെ അവൻ അണുവിമുക്തമാക്കുകയും നെറ്റിയിൽ പ്ലാസ്റ്റർ ഒട്ടിക്കുകയും ചെയ്യുന്നു. അയാൾ ബേസിനിൽ ഒരുക്കിയ ആസിഡ് ബാത്തിൽ മാർച്ചിന്റെ തല മുക്കുന്നു. നൈട്രിക് അംശത്തോടെ നീരാവി പുറത്ത് വരുമ്പോൾ ചർമ്മം വേർപ്പെട്ട് തകരുന്നു.

ഏഴ് മണിയായിരിക്കുന്നു. ബ്ലെയ്ക്ക് നാളെ പൂർത്തീകരിക്കും. കുളിമുറി വൃത്തിയാക്കി സുതാര്യമായ ടാർപോളിനുകൾ നീക്കം ചെയ്തു. കഷ്ടിച്ച് പൊട്ടുന്നു. വളരെ ശ്രദ്ധയോടെ മടക്കുന്നു. വളരെയേറെ ജാഗ്രത. എന്തെങ്കിലും കാരണത്താൽ വീട്ടിലെ രക്തം കണ്ടെത്തിയാൽ അത് അവന്റെയാണ്. ബാഗുകൾ ടബ്ബിൽ അടുക്കിവച്ചു. വിചാരിച്ചതിലും കുറവ് അളവു മാത്രമാണ് എട്ട് സ്യൂട്ട്കേസുകൾ നാല് യാത്രകൾ.

ഒരു ഡിസ്പോസിബിൾ ടെലിഫോണിൽ നിന്ന് അവൻ ഒരു രഹസ്യ സ്വീകർത്താവിന് ഒരു സന്ദേശം അയയ്ക്കുന്നു. മൊത്തം "എട്ട് ലോഗുകൾ ക്ലീനൻ കോർത് ബുധൻ, ഒരു മണി." ഉടൻ മറുപടി വന്നു. "ശരി, ജെ മൈനസ് 2, എച്ച് മൈനസ് 2." ഫ്രാൻസിസ് നാളെ അതായത് തിങ്കളാഴ്ച ഒരു മണിക്ക് അവനായി കാത്തിരിക്കും ക്ലീനൻ കോർത് സ്റ്റേഷനിൽ 4x4ന്റെ കൂടെ.

ക്വെന്റിനും മെത്തിൽഡേയും ഇപ്പോൾ വളർന്നു കാണുമെന്ന് ബ്ലെയ്ക്ക് വാതിൽ പൂട്ടി പുറത്തേക്ക് കടക്കുമ്പോൾ വിചാരിച്ചു. മരണശേഷമുള്ള മരണാനന്തര ജീവിതം പ്രത്യേകിച്ച് മറ്റുള്ളവരുടേത്.

2021 ജൂൺ 28 തിങ്കൾ, 9.55 പി.എം.
എലീസി പാലസ്, പാരീസ്

എല്ലാം തയ്യാറാണ്. ഇമ്മാനുവൽ, അഞ്ചു നിമിഷം നമുക്ക് വാർത്താ ചാനലുകൾ ഒരു ഫേസ്ബുക്ക് ലൈവ് യു ട്യൂബിൽ നേരിട്ടും ഉണ്ട്. പ്രശ്നമുണ്ടെങ്കിൽ ഒരു മിനിറ്റ് വ്യത്യാസത്തിൽ സംപ്രേക്ഷണം നടത്തും.

പ്രസിഡണ്ട് വാർത്താവിനിമയ തലവനെ നോക്കി ചിരിക്കുന്നു. വാഷിംഗ്ടണിൽ എല്ലാവർക്കുമിടയിൽ നിന്ന് ഇയാൾ ഷോ തട്ടിയെടുത്തേക്കും/ഹൈജാക്ക് ചെയ്തേക്കും.

അദ്ദേഹം എത്തിച്ചേരുവാൻ വൈകും പ്രസംഗം തുടരുന്നു. ആവർത്തനംപോലെ. അവൻ എപ്പോഴും എന്നെ സ്വതന്ത്രനായി കാണുന്നു.

പുടിൻ? ഷിജിൻപിംഗ്? അറിയില്ല. മിസ്റ്റർ പ്രസിഡണ്ട്. ഒരു പുരുഷശബ്ദം പറയുന്നു.

രാഷ്ട്രത്തലവൻ ഡെപ്യൂട്ടി ഡയറക്ടറിലേക്ക് തിരിയുന്നു. എതിർ ചാരവൃത്തിയിലെ ഒരു കഷണ്ടിയുള്ള ചെറിയ മനുഷ്യൻ കാണുന്നു. അവന്റെ സെൽഫോൺ വീണ്ടും ആശയക്കുഴപ്പത്തിലായി.

അത് മെലോയിസ് ആയിരുന്നോ?

എപ്പോഴാണ് അദ്ദേഹം അമേരിക്കയിൽനിന്ന് മടങ്ങുന്നത്.

അത് അദ്ദേഹമല്ല. മിസ്റ്റർ പ്രസിഡണ്ട് ഡെപ്യൂട്ടി ഡയറക്ടർ പറഞ്ഞു. ഗ്ലാം വിമാനം മക്ഗ്വർ സൈനികത്താവളത്തിൽ നിന്ന് പറന്നുയർന്നു.

പക്ഷേ, എനിക്ക് ചില വിവരങ്ങൾ ലഭിച്ചു.

ഗ്രിമാൽ ചുരുക്കി പറയുന്നു.

പത്തു ദിവസങ്ങൾക്കു മുമ്പ് ചൈനയിൽ നിന്നുള്ള ഒരു എയർ ബസ്സിന്റെ അറ്റകുറ്റപ്പണിക്കിടെ വിചിത്രമായ ഒരു കാര്യം ദുബായിൽ മെക്കാനിക്സ് വിഭാഗം കണ്ടെത്തി. ചൈനീസ് ആഭ്യന്തര ഗതാഗതത്തിന് നിയുക്തമാക്കിയ ഒരു വിമാനം ബീജിങ് ഷെൻസാൻ സജ്ജമാക്കിയിരുന്നു. അതേ സീരിയൽ നമ്പർ വഹിക്കുന്ന ഒരു (canopy) മേലാപ്പ് ആണ് മെക്കാനിക്സ് വിഭാഗം കണ്ടെത്തിയത്. എന്നാൽ ഇത് തികച്ചും അസാധ്യമാണ്. വിമാനം ഒരു (pirated copy) കൃത്രിമ പതിപ്പ് ആണെന്നു തോന്നി. ബിജിൻ ഷെൻസാന്റെ ലൈനിൽ ഏപ്രിലിലെ ഉപഗ്രഹചിത്രങ്ങളിൽ ഒരു ട്രാഫിക് അപാകത കണ്ടിരുന്നു. ഒരു അറിയപ്പെടാത്ത ഉപകരണം ഹുയാങ് സൈനിക താവളത്തിലേക്ക് തിരിച്ചുവിട്ടിരുന്നു. എയർക്രാഫ്റ്റ് നിർമ്മാതാക്കൾ ആദ്യം സംശയിച്ചത് അത് ഒരു കള്ളപ്പതിപ്പാണെന്നാണ്. ചൈനീസ് സേവനങ്ങൾ പറയുന്നു അവർക്ക് ആ വിമാനത്തിന് അവകാശമുണ്ടെന്ന്. അവർ അത് എങ്ങനെ ഡ്യൂപ്ലിക്കേറ്റാകും എന്ന് അവകാശപ്പെട്ട് അത് മുഴുവൻ അസ്ഥികൂടമാക്കി കഷണങ്ങൾ പുനരുപയോഗിച്ചു.

“അതിലെ യാത്രക്കാർ ക്രൂ/വിമാനജീവനക്കാർ?”

“ഞങ്ങൾക്ക് കൂടുതലൊന്നും അറിയില്ല.”

അമേരിക്കക്കാർ നിങ്ങൾക്ക് മുന്നറിയിപ്പ് നൽകിയില്ലേ?”

“അവർക്ക് എന്തെങ്കിലും അറിയാമെന്ന് ഒരു സൂചനയുമില്ല. അതാണ്.”

വാർത്താവിനിമയ മാനേജരായ ഉദ്യോഗസ്ഥ സമീപിച്ചപ്പോൾ അവിടെയുള്ള രണ്ടുപേർ നിശ്ശബ്ദരായി.

ഇമ്മാനുവൽ - ഇരുപത് സെക്കന്റ്

പ്രസിഡണ്ട് ഇരിക്കുന്നു. ചമയകലാകാരൻ (Makeup artist) പ്രസിഡണ്ടിന്റെ നെറ്റിയുടെ പ്രതിബിംബത്തെ ശരിയാവുംവിധം വയ്ക്കുന്നു.

പത്ത്.

വാർത്താവിനിമയ മാനേജർ കൗണ്ട് ഡൗൺ നിശ്ശബ്ദമായി അവസാനിപ്പിക്കുന്നു. പ്രസിഡണ്ട് ക്യാമറയിലേക്ക് നോക്കുന്നു. ടെലിപ്രോംപ്റ്റർ ചലിക്കുന്നു.

'ഫ്രഞ്ചുകാരേ', എന്റെ പ്രിയപ്പെട്ട ഫ്രഞ്ച് പൗരന്മാരേ,

ഞാൻ നിങ്ങളോട് ഈ വൈകിയ വേളയിൽ സംസാരിക്കുന്നതുപോലെ യു.എസ്. പ്രസിഡണ്ട് വാഷിംഗ്ടണിൽ ജർമ്മൻ ചാൻസലർ ബർലിനിൽ, റഷ്യൻ പ്രസിഡണ്ട് മോസ്കോവിൽ ലോകത്തെമ്പാടുമുള്ള രാഷ്ട്രത്തലവന്മാർ ചുറ്റും.

വ്യാഴാഴ്ച വളരെ അസാധാരണമായ ഒരു കാര്യം സംഭവിച്ചു. പത്രങ്ങളിലും സാമൂഹ്യമാധ്യമങ്ങളിലും പ്രചരിക്കുന്ന കിംവദന്തികൾ ഭാഗികമായി ശരിയായിരുന്നു. വസ്തുതകൾ ഇവയാണ്. ഒരു വിമാനം അമേരിക്കയുടെ കിഴക്കൻ ആകാശമേഖലയിൽ കഴിഞ്ഞ വ്യാഴാഴ്ച പ്രത്യക്ഷപ്പെട്ടു.

ഫ്രഞ്ച് പ്രസിഡണ്ട് സംസാരിച്ചുകൊണ്ടിരിക്കുമ്പോൾ അപൂർവ്വമായ വസ്തുത പറയുമ്പോഴേക്ക് ശാസ്ത്ര ഉപദേഷ്ടാവിനൊപ്പം അഞ്ചു മിനിറ്റ് സമയം എന്നു പറഞ്ഞ് സ്ഥലം വിട്ടു. അപരിചിതമായ അപരിചിതത്വത്തിലേക്ക് പോകാതിരിക്കുവാൻ ഗണിതശാസ്ത്രജ്ഞൻ തന്റെ പഠിച്ച വശങ്ങൾ ഒതുക്കി. ഭ്രാന്തമായ വശം അവനെ അസ്വസ്ഥനാക്കി. അവന്റെ ശല്യപ്പെടുത്തുന്ന പർപ്പിൾ ജ്വല്ലറി കൈമാറുന്നു. ബീജ് സിൽക്ക് സ്കാർഫ് ജാക്കറ്റിന്റെ പോക്കറ്റിൽ നിന്ന് വെള്ളിച്ചിലന്തിയെ എടുക്കുവാൻ ശ്രമിച്ചു. സിദ്ധാന്തങ്ങൾ സ്ഥാപിക്കുന്നതിന്റെ വ്യക്തതയ്ക്കായി അനിമേഷൻ കൂടി ഉൾപ്പെടുത്തിയിരിക്കുന്നു. അത് 'എലീസി' വെബ്സൈറ്റിലേക്ക് നൽകി വിശദമാക്കി കൂടുതൽ സംഘടിത തത്സമയസംഭാഷണങ്ങളോടെ.

ബ്ലെയ്ക്കിന്റെ വീട്ടിൽ ഫ്രാൻസിൽ എല്ലായിടത്തും എന്നതുപോലെ ശാന്തത വളരെ കേവലമാണ്. ഫ്ളോറ - "ഇത് വളരെ ഭ്രാന്തമായിരിക്കുന്നു. തികച്ചും ഭ്രാന്തമായത്."

'ജോ' എല്ലായ്പോഴും നിശ്ശബ്ദത പാലിക്കുന്നു. ഫ്ളോറ അഭിപ്രായമൊന്നും പ്രതീക്ഷിക്കുന്നില്ല. പ്രസിഡണ്ട് ഉപദേശകന് നന്ദി പറഞ്ഞുകൊണ്ട് വീണ്ടും വേദിയിലെത്തുന്നു.

"എന്റെ പ്രിയപ്പെട്ട പൗരന്മാരെ 1945 ആഗസ്റ്റിൽ സ്ഫോടനശേഷം ലോകം ആണവയുഗത്തിലേക്ക് വഴുതിവീണ ഹിരോഷിമയുടെ ഉന്മൂലനത്തെക്കുറിച്ചുള്ള ഭയം." ഗ്രന്ഥകാരനായ ആൽബർട്ട് കാമു എഴുതി- "ഇതാ ഞങ്ങൾക്ക് പുതിയ വേദന നൽകുന്നു. അത് അന്തിമമാകാൻ സാധ്യതയുള്ളത്. ഞങ്ങൾ വാഗ്ദാനം ചെയ്യുന്നു എന്നതിൽ സംശയമില്ല. മനുഷ്യത്വം അതിന്റെ അവസാന അവസരമാണ്. അതും എല്ലാത്തിനുമുപരി ഒരു പ്രത്യേക പതിപ്പിനുള്ള കാരണം പക്ഷേ, അത് കൂടുതലായും തീർച്ചയായും പലതിന്റേയും നിശ്ശബ്ദമായ പ്രതിഫലനങ്ങളായിരിക്കും." പലതിന്റേയും വിഷയമായിരിക്കും. ഈ മനോഹരമായ വാചകം നമുക്ക് പ്രചോദനത്തിന്റെ ഉറവിടമായിരിക്കണം.

അതുകൊണ്ടാണ് ഫ്രഞ്ചുകാർ - ഫ്രാൻസ് ഈ കാലഘട്ടത്തിലെന്നപോലെ കഴിഞ്ഞ വർഷത്തെ ഡ്രാമ ഈ നീണ്ട തടവിനെതിരെ - പകർച്ചവ്യാധി - വരാനിരിക്കുന്ന ദിവസങ്ങളും ആഴ്ചകളും നിർബന്ധമായും ചിന്തിക്കാനുള്ള സമയമാണ്. പക്ഷേ, അതിനുള്ള സമയമായി - സമാധാനം കണ്ടെത്തുവാനും. ശാസ്ത്രജ്ഞർ വ്യാഖ്യാനിക്കുവാൻ ആഗ്രഹിക്കുന്നു. അവർ മനസ്സിലാക്കുവാൻ ആഗ്രഹിക്കുന്നു. അവരുടെ ലക്ഷ്യം വിശദീകരിക്കുവാൻ ആഗ്രഹിക്കുന്നു. ഇതാണ് അവരുടെ ലക്ഷ്യം. എന്നാൽ എല്ലാവരും ചില ഉത്തരങ്ങൾ സ്വയം കണ്ടെത്തുക മാത്രമാണ്.

നന്ദിയോടെ സ്മരിക്കുന്നു ഫ്രഞ്ച് റിപ്പബ്ലിക് തുടരട്ടെ. ഇത് ഭ്രാന്താണ്. ഫ്ളോറ ആവർത്തിക്കുന്നു.

'ജോ' നിങ്ങളാണെങ്കിൽ, നിങ്ങൾ സങ്കല്പിക്കുക - നിങ്ങളുടെ തനിപ്പകർപ്പിനെ?

ഒരു പുരുഷൻ സ്ത്രീയെ നോക്കുന്നു

2021 ജൂൺ 28, തിങ്കളാഴ്ച
വിമാനശാല-ബി, മക്ഗ്വർ എയർഫോഴ്സ്ബേസ്

"**മി**സ്റ്റർ വാനിയർ, ജാമി പുഡ്‌ലോവ്സ്കി കമാന്റ് റൂമിന്റെ ഏകജാലകത്തിനു പിന്നിൽ നിന്നിരുന്ന ആർക്കിടെക്റ്റിനോട് ആവർത്തിച്ചു. അവർക്കു പുറകിൽ പ്ലാറ്റ്ഫോമിൽ അണിനിരക്കുന്ന ഡസൻകണക്കിന് തടസ്സങ്ങൾ, പകുതി സ്റ്റീൽ സമചതുരത്തിലുള്ള ലളിതമായ ഗ്ലാസ് വാതിലുകൾ, ചായം പൂശിയ വാതിലുകൾ. ഏതാനും മീറ്ററുകൾ അകലെ ചെറിയ ഷെഡ്ഡിൽ ഒരു ജനക്കൂട്ടത്തിന്റെ ബഹളം കേൾക്കുന്നു.

"മിസ്റ്റർ വാനിയർ നിങ്ങൾക്ക് സാഹചര്യം മനസ്സിലായോ?"

"കഴിയാവുന്നിടത്തോളം മനസ്സിലായി."

"നിങ്ങൾ ക്യാമറചിത്രങ്ങൾ വീഡിയോയിലൂടെ പ്രദർശിപ്പിച്ചുവോ? രണ്ടു വിമാനങ്ങളുടെ ഭിന്നതയുടെ ആ നിമിഷം. എൻ.എസ്.എയുടെ ചെറിയ ആനിമേറ്റഡ് സിനിമ രണ്ട് അനുമാനങ്ങൾ നടത്തിയിരിക്കുന്നു. നിങ്ങൾ വിമാനശാലയിൽ പറഞ്ഞിരുന്നു, മറ്റൊന്നിന്റെ സാന്നിധ്യം ഉണ്ടായത്. ഇരുന്നൂറ്റിനാല്പത്തിരണ്ടു യാത്രക്കാരുടെ ഇരട്ടിപ്പ് കൃത്യമായി പറഞ്ഞാൽ."

ഏത് ഉത്തരം നൽകുന്നതിനും ആന്ദ്രേവാനിയർ റെയിലിൽ കൈവച്ച് ജനക്കൂട്ടത്തെ പരിഗണിച്ചുകൊണ്ട് തിരക്ക് മനസ്സിലാക്കിയായിരുന്നു. തിരക്കിനിടയിൽ സ്വയം അയാളെ തിരിച്ചറിയുന്ന മാതൃക പക്ഷേ, നിഷ്ഫലമായി. അവന് സ്വയം കാണാനാവാതെ ചെറിയ ഭയമുണ്ടായി.

ജാമി പുഡ്‌ലോവ്സ്കി അയാളോട് സ്വയം പിന്തുടരാനായി പറഞ്ഞ് പരിശീലിപ്പിക്കുന്നു. ബ്ലോക്കുകളിൽ ഓവൽ ടേബിളിൽ നാലു സീറ്റുകൾ, ഒരു ക്യാമറ, ചുവരിൽ ഒരു വലിയ സ്ക്രീൻ, സുതാര്യമായ പാനലുകൾ, കളിമണ്ണിന്റേയും മഞ്ഞയുടെയും നിറങ്ങളോടുകൂടിയ ചുമരുകൾ, തടവിലാണെന്നു തോന്നുന്ന വശം നീക്കം ചെയ്തതിനാൽ, അത് ഒരു വലിയ മുറിയാണെന്നു തോന്നിക്കുന്നു. അകത്തേക്ക് പ്രവേശിച്ച് അവൾ വേഗം തന്നെ ടാബ്ലറ്റ് തുറക്കുന്നു.

ഞാൻ വായിച്ചിരുന്നു, നിങ്ങളുടെ വാസ്തുവിദ്യാ സ്ഥാപനമായ വാനിയർ ആന്റ് എഡ്ൽമാൻ വാഷിംഗ്ടണിലെ എഫ്.ബി.ഐന്റെ പുതിയ ആസ്ഥാനത്തിനു നൽകിയിരുന്ന പ്രോജക്റ്റ്. ആ പ്രോജക്റ്റ്, നിർഭാഗ്യവശാൽ ഫണ്ടിന്റെ അപര്യാപ്തതയാൽ വേണ്ടെന്നുവച്ചു.

ഞങ്ങൾ നിർദ്ദേശിച്ചിരുന്നു. അത് ശരിയാണ് എല്ലാം അറിയാം.

അയ്യോ ഇല്ല, ഉദാഹരണത്തിന് നിങ്ങളെ അന്ന് ഞങ്ങൾക്ക് അറിയില്ലായിരുന്നു. ഫ്രഞ്ച് കൗണ്ടർ ചാരവൃത്തിയുടെ ഡയറക്ടറെ അറിയാമായിരുന്നു. കൂടെ അത്തരമൊരു സുഹൃത്ത്. നിങ്ങൾ ഒരിക്കലും ആ മത്സരത്തിൽ വിജയിക്കില്ല. ഫ്രാൻസ് ഒരുസഖ്യകക്ഷിയാണ്. പക്ഷേ, ഞങ്ങൾ ഒരിക്കലും അങ്ങനെയല്ല.

പങ്കെടുക്കുക എന്നതാണ് പ്രധാനം. വാനിയർ നെടുവീർപ്പിട്ടു. മെലോയിസും ഞാനും ഒരേ ഹൈസ്കൂളിൽ പഠനം നടത്തി. ഞാൻ വാസ്തുവിദ്യയിലേക്കും അദ്ദേഹം നയതന്ത്രരംഗത്തേക്കും വഴിമാറി. പുഡ്ലോവ്സ്കി വിരൽ അനക്കുന്നു. സ്ക്രീനിൽ പൊതുവായുള്ള കാര്യങ്ങൾ കാണാറാകുന്നു.

ഞങ്ങൾ നിയമവിരുദ്ധമായി ചിത്രീകരിക്കുന്നതിൽ ഉദ്യോഗസ്ഥർ ക്ഷമ ചോദിക്കുന്നു. പക്ഷേ, സാഹചര്യങ്ങൾ അസാധാരണമാണ്.

വാനിയർ, മുറിയുടെ മധ്യഭാഗത്ത് സ്ഥാപിച്ചിരിക്കുന്ന ക്യാമറയിലേക്ക് നോക്കുന്നു. അവൾ ഇതിനകം എല്ലാം റെക്കോർഡ് ചെയ്യുന്നുവെന്ന് മനസ്സിലാക്കുന്നു. പുഡ്ലോവ്സ്കി അത്ഭുതപ്പെട്ട് തലയാട്ടി തുടരുവാൻ ആവശ്യപ്പെടുന്നു.

ഹൈ ഡെഫിനിഷൻ ക്യാമറകൾ, നിർദ്ദേശങ്ങൾ നൽകുവാൻ ദിശാസൂചനയുള്ള മൈക്രോഫോണുകൾ ചിലത് എൻ.എസ്.എ. സ്ഥാപിച്ചിട്ടുണ്ട്. ജീവനക്കാർ യാത്രക്കാർ അവർക്കെല്ലാം സ്വതന്ത്രമായി എഴുന്നേറ്റ് നടക്കാം. ക്യാമറകൾ സമർപ്പിതമായി അവരെ യാന്ത്രികമായി പിന്തുടരുന്നു.

അവൾ 'ടാപ്പ്' ചെയ്യുമ്പോൾ പെട്ടെന്ന് മറ്റൊരു ആന്ദ്രെ-ജൂൺ പ്രത്യക്ഷമാകുന്നു. മറ്റൊരു കൃത്രിമത്വം.

സ്ക്രീൻ രണ്ടു ഭാഗത്ത് പകുതിയാക്കി കാണിക്കുന്നു. ലൂസി മറ്റൊരു പകുതിയിലാണ്.

വാനിയറിനെ പിടികൂടി. എന്തെങ്കിലും അറിയുക എന്നത് ജീവിക്കലല്ല.

ലൂസിയും ആന്ദ്രെയും ഒരു മേശയ്ക്കരികിലിരുന്ന് സംസാരിക്കുന്നു. വളരെ ഖേദിക്കുന്നു. അവസാനം ഒരു ആംഗ്യത്തിലൂടെ പുഡ്ലോവ്സ്കിക്ക് അവരെ കേൾക്കാം - അവരുടെ സംഭാഷണം. സ്ക്രീനിൽ ഇംഗ്ലീഷിൽ തെളിയുന്നു. അത് ഒരേ സമയം തർജ്ജമ ചെയ്യപ്പെടുന്നു. ആന്ദ്രെ ജൂൺ ചിരിച്ചുകൊണ്ട് ചോദിക്കുന്നു. അമേരിക്കൻ കോഫി? "അമേരിക്ക എന്താണ് ചെയ്തത്?" സബ് ടൈറ്റിലുകൾ വിഡ്ഢിത്തം ആവുന്നു.

“കോഫിക്ക് അവരെന്തു ചെയ്തു.” സിസ്റ്റം ഇതുവരെ കൃത്യമായ ബിന്ദുവിൽ എത്തിയിട്ടില്ല. ആന്ദ്രേ മാർച്ച് ആയിട്ടില്ല. മാർച്ച് ഉറപ്പു നൽകുന്നു.

എഫ്.ബി.ഐ. ഉദ്യോഗസ്ഥ എഴുന്നേറ്റു, വാനിയറെ സ്ക്രീനിൽ തനിച്ചാക്കി അവർ അവിടെ നിന്നു പോയി.

മോഹിപ്പിച്ച്, പരിഭ്രാന്തനായി മറ്റൊരു ആന്ദ്രേയെ നോക്കുന്നു. പാൽ പോലെ, നീല കല്ലുപോലുള്ള കണ്ണുകൾ, ചുളിവുകൾ, നരച്ച മുടിയിഴകൾ, കരിഞ്ഞ കവിളുകൾ, വെളുത്ത താടിയും ചിതറിയ മുടിയും ചൂണ്ടിക്കാണിക്കുന്നു. ഓരോ പ്രഭാതത്തിലും ആന്ദ്രേ കണ്ണാടിക്കു മുന്നിൽ ഷേവ് ചെയ്തു. അവസാനിച്ചു. പക്ഷേ, അവർക്ക് പരസ്പരം മെരുക്കാനായില്ല. ഇവിടെ ക്യാമറ നശിപ്പിക്കുവാനാവില്ല. ഹൈ ഡെഫിനിഷൻ - സഹതാപമില്ലാതെ, നന്ദിയില്ലാതെ അവനെ ഒരു വൃദ്ധനായി കരുതുന്നു. ഒരു മനുഷ്യൻ നിഷ്ഫലം പ്രസരിപ്പില്ലാതെ ക്ഷീണിതൻ - അവൻ അയാളുടെ മുഖത്തെ നശിക്കാത്ത യൗവ്വനം തിരയുന്നു. അവനെപ്പോഴും ഉണ്ടെന്ന് കരുതിയത് കാണാനായില്ല. പ്രായമേറെയായി. ചളി നിറഞ്ഞ കടലിടുക്ക്. അയാൾ വളരെ തടിച്ചിരിക്കുന്നു. വീർപ്പുമുട്ടലുണ്ടാക്കുന്നു. ഭക്ഷണനിയന്ത്രണം കൊണ്ടുവരണം. പ്രായമാവുന്നത് കല്ലുകളെ ആരാധിക്കാൻ മാത്രമല്ല ബീറ്റ്ൽസിനെ (Rock Music) ഇഷ്ടപ്പെടാനുമാണ്.

ഒരു മാലാഖ ആ മനുഷ്യന് അടുത്തുണ്ട് എന്നു തോന്നും. ആ വെളിച്ചം അദ്ദേഹത്തിന് ആദരവർപ്പിക്കുന്നു. മാർച്ച് ആദ്യത്തിലെ ലൂസിയാണത്. നല്ല നീളമുള്ള മുടിയും മൃദുവായ കണ്ണുകളുമുള്ള അവന്റെ ലൂസി. അവളെ അയാൾക്ക് ഭയമില്ലാത്തതാണ്. മറ്റേ ആന്ദ്രേ ലൂസിയുടെ കൈ പിടിച്ചപ്പോൾ അസൂയയോ അതിനെ ജയിക്കാനുള്ള അഭിവാഞ്ഛരയോ ഉണ്ടായില്ല. അവളെഴുന്നേറ്റ് കോഫി മെഷിനടുത്തേക്ക് നീങ്ങുമ്പോൾ ആന്ദ്രേ നോക്കുന്നു. സഹജമായ വളവുണ്ട്. വളരെ പതുക്കെ നെഞ്ച് വിടർത്തി വേദനിക്കുന്നതുവരെ മുഷ്ടി ചുരുട്ടി.

എൻ.എസ്.എ. അയാളെ നിരീക്ഷിക്കുന്നതിനായി അനുബന്ധമായ മുറിയിൽ, പക്ഷേ, ഒന്നുമില്ല അവൻ അത് കാര്യമാക്കുന്നുമില്ല. ആന്ദ്രേ ലൂസിയെക്കുറിച്ചല്ലാതെ ഒന്നും ചിന്തിക്കുന്നില്ല. ഇത് അവനാണ്. പ്രത്യേകിച്ച് പ്രായോഗികചോദ്യങ്ങളല്ല. ഒരു നിമിഷംപോലും അയാൾ വാനിയറിനേയും എഡ്ൽമാനെയുംകുറിച്ച് വിഷമിക്കുന്നില്ല. എല്ലാത്തിനുമുപരി വാനിയർ ആൻഡ് എഡ്ൽമാൻ തന്റെ മകൾ ജീനിനെക്കുറിച്ച് ചിന്തിക്കുന്നില്ല. ഇപ്പോൾ രണ്ട് അച്ഛന്മാർ മിക്കവാറും ആവശ്യമില്ല. പക്ഷേ, സംശയമില്ല. അവന്റെ പ്രയോജനമുണ്ടാകും. അവൻ കാര്യമാക്കുന്നില്ല. അവർ പങ്കിടേണ്ട പാരീസിയൻ അപ്പാർട്ട്മെന്റ് അല്ലെങ്കിൽ അവന്റെ ഡ്രോമിലെ സ്വപ്നഗൃഹം.

അവന് അത്തരം ചിന്തകളൊന്നും വരുന്നില്ല. അതെല്ലാം സ്ക്രീനിൽ അവൻ കാണുന്ന ദുരന്തത്തിൽ നഷ്ടമായി. അവന് തന്റെ കണ്ണുകളെടുക്കാനായി സാധിക്കുന്നില്ല. അതൊരു തലകറങ്ങുന്ന ചുഴലിക്കാറ്റാണ്.

ഈ കൊച്ചുമുറിയിൽ വലിയ ഭാരം അവന്റെ നെഞ്ച് തകർക്കുന്നു. ശ്വാസം നഷ്ടമാവുന്നു. അത് ദമ്പതികളല്ല. വളരെ ശ്രദ്ധയും ഉൽക്കണ്ഠയുമുള്ള ഒരു വൃദ്ധനായ മനുഷ്യനും യുവതിയും അവളുടെ സ്നേഹത്തിനു മുന്നിൽ വിറപൂണ്ടു നിൽക്കുന്ന ഒരാളുടെ ദൂരക്കാഴ്ചയാണ്. ആന്ദ്രെ ഇപ്പോഴും ആദ്യരംഗങ്ങളുടെ ഉണർവ്വിലാണ്. അയാൾക്ക് ലൂസിയെന്നാൽ വിവേകത്തിന്റെ പ്രതീകമാണ്. അവളുടെ ജ്ഞാനത്താലുള്ള ഇളംചൂടു ഭാവം. എന്നാൽ ആന്ദ്രെ മാർച്ച് മനസ്സിലാക്കുന്നു. അവനെ ഭയപ്പെടുത്താനും അവനെ പലായനം ചെയ്യിക്കാനും ആരാധ്യയായ അവൾ ഭയപ്പെട്ടിരുന്നില്ല. ഈ വയസ്സൻ കാക്കയ്ക്കൊപ്പം. പറക്കാൻ സമ്മതിച്ചത് നശിച്ച സ്നേഹം മൂലം - നാശം അത് ഹൃദയത്തിൽ വേദനയുടെ കെട്ടായി അവശേഷിക്കുന്നു. അവനൊരിക്കലും ശാന്തനായില്ല. തീർച്ചയായും ആകാംക്ഷ അവന്റെ തോൽവി ഉൾക്കൊള്ളുന്നു.

ആന്ദ്രെ വിമാനശാലയിൽ നിന്ന് മടങ്ങുന്നു. രണ്ടു കൈയിലും കോഫിയുമായി ചിരിച്ചുകൊണ്ട്. അവന്റെ ചിരി ദരിദ്രന്റേതായിരുന്നു. പക്ഷേ, ലൂസി പുസ്തകത്തിൽ നിന്ന് തല ഉയർത്തുന്നില്ല. സ്ക്രീനിനു മുന്നിലിരുന്ന് മറ്റേ ആന്ദ്രെ ഈ അകൽച്ച തിരിച്ചറിയുന്നു. അവളുടെ ഭാവമാറ്റത്തിന്റെ രീതി. പക്ഷേ, നാശം. അത് ഉപേക്ഷിക്കൂ - പ്ലെയ്ദ് ഗാറിക്കുവിടൂ - ആ സുന്ദരമായ കണ്ണുകളിലൂടെ ഈ പഴയ രീതിയിലുള്ള പയ്യൻ അവനെ ആർദ്രമായി വീക്ഷിക്കൂ. പക്ഷേ, ഇല്ല, ഒരിക്കലും ആർക്കും - സ്വന്തം നാശത്തിന് ദൂരെ നിന്ന് സാക്ഷ്യം വഹിക്കാനും മറ്റുള്ളവരുടെ സഹതാപം വാങ്ങുന്നതിനൊപ്പം സഹതപിക്കുവാനും.

വേദനയോടെയുള്ള ചിരി അവന്റെ ചുണ്ടിൽ വിരിഞ്ഞു. അടിസ്ഥാനപരമായി ഇന്നലെകളിലെ ആന്ദ്രെയോട് അവൻ സഹതപിക്കുന്നു. ഇനി അവന് കടന്നുപോകാനുള്ളത് അപമാനത്തിന്റെയും നിരാശയുടെയും ഗതി. പ്രായത്തിന് ഒന്നും അവിടെ ചെയ്യാനാകില്ല. ഏറ്റവും കുറവ് ഇഷ്ടമുള്ളയാളെ പ്രണയിക്കുവാനാകില്ല. ഇതെന്താണ് ഇത്രയും സങ്കീർണമായത്.

സ്ക്രീനിനു മുന്നിലിരുന്ന ആന്ദ്രെ മാർച്ച് ലൂസിയിൽ നിന്ന് നടന്നകലുകയാണ്. ഒരു ഉണങ്ങിയ ഇല മരത്തിൽനിന്ന് വേർപ്പെടുന്നപോലെ അല്ലെങ്കിൽ മരം, ഉണങ്ങിയ ഇലയെ ഉപേക്ഷിക്കുന്നതുപോലെ. മാസങ്ങളായുള്ള വേദനാജനകമായ വിലാപത്തേക്കാൾ മൂല്യമുള്ളതാണ് പത്ത് നിമിഷങ്ങൾകൊണ്ട് നേടിയ സൂക്ഷ്മമായ നിരീക്ഷണം. പ്ലാറ്റ്ഫോമിൽ ആന്ദ്രെ സ്നേഹം ഇഷ്ടപ്പെട്ടിരുന്നുവെങ്കിലും ഇപ്പോൾ കുറവു മാത്രം സ്നേഹിക്കുന്നതിൽ സന്തോഷിക്കുന്നു.

വിമാനശാലയിലേക്ക് ഒരു ജനക്കൂട്ടം നീങ്ങുന്നു. സാധാരണ വസ്ത്രം ധരിച്ച ഉദ്യോഗസ്ഥർ എല്ലാവരും ചുറ്റും ഓടുന്നു. അവരെ ചോദ്യം ചെയ്ത് പരവശരാക്കുന്നു. അവരിൽ ഒരാൾ ആന്ദ്രെ വാനിയറിനെ സമീപിക്കുന്നു. അവനോട് ഒരു വാക്ക് ചോദിക്കുന്നു. രണ്ടാമൻ മനസ്സിലാകാതെ അവനെ നോക്കുന്നു. പുഞ്ചിരിയോടെ നോക്കി ലൂസിയുടെ കൈ പിടിച്ച്

അമർത്തുന്നു. പിന്നീട് അവൻ ഓഫീസിലെ ഉദ്യോഗസ്ഥനെ പിന്തുടരുന്നതിൽനിന്ന് പിന്മാറുന്നു.

ഗ്ലാസ് റൂമിൽ നിന്ന് നിരാശനായ ആന്ദ്രെ ക്ഷീണിതനായി നടക്കുന്ന ആന്ദ്രെയെ വീക്ഷിക്കുന്നു. അയാൾ മേശയുടെ അറ്റത്ത് ഒരു മെലിഞ്ഞ, ചെറിയ ഇരുണ്ട മുടിയുള്ള നാല്പത് വയസ്സ് പ്രായമുള്ള ആകർഷകമല്ലാത്ത ഒരാൾ ഒരു കറുത്ത നോട്ടുപുസ്തകത്തിൽ ഇറുകിയ അക്ഷരത്തിൽ എഴുതുന്നത് കാണുന്നു. കൂടെക്കൂടെ അയാൾ ലൂസിയെ നിരീക്ഷിക്കുന്നു. ആന്ദ്രേ മാർച്ച് പെട്ടെന്ന് തിരിച്ചറിയുന്നു. അയാളുടെ കണ്ണുകളിലെ ആശയക്കുഴപ്പം. ആകർഷണം കൊണ്ടുണ്ടായ അസന്തുലിതാവസ്ഥ. ലൂസി നിഷ്കളങ്കമായി നെയ്ത വലയിൽ ഒരു ശലഭം കൂടെ കുടുങ്ങിയിരിക്കുന്നു. അയാളെ തിരിച്ചറിഞ്ഞ് സ്തബ്ധനായി നിന്നു. 'വിക്ടർ മിസേൽ'- ഇയാളല്ലേ മരിച്ചത്? അയാൾ ആ വിമാനത്തിലുണ്ടായിരുന്നോ?

അയാൾ ഇതിനകം എന്താണ്. എഴുതിയത്- പ്രതീക്ഷയാണ് സന്തോഷത്തിന്റെ തലം - നിർഭാഗ്യത്തിന്റെ മറുവശം. അല്ലെങ്കിൽ അതുപോലെ എന്തെങ്കിലും. അതിനാൽ മിസേൽ സ്വയം വേദി കണ്ടെത്തുന്നു. ലൂസിയുടെ ശ്രദ്ധ പിടിച്ചുപറ്റാൻ ശ്രമിക്കുന്നു. ഒരുപക്ഷേ, ലൂസിയെക്കുറിച്ചുള്ള ചിന്ത അദ്ദേഹത്തിൽ സൂത്രവാക്യം ഉണ്ടാക്കിയോ? ആ മനുഷ്യൻ എഴുന്നേറ്റ് വെൻഡിംഗ് മെഷിനടുത്തേക്ക് പോകുന്നു. അവർക്കെന്താണുള്ളത്. ക്രൂരമായ ഈ മിശ്രിതം എന്തിനിഷ്ടപ്പെടുന്നു. അയാൾ നടന്നകലുന്നത് ലൂസി ശ്രദ്ധിക്കുന്നില്ല. ആന്ദ്രെ സ്വയം കുറ്റപ്പെടുത്തുന്നു. ആ ദേഷ്യം വർദ്ധിച്ച അകൽച്ച ഉണ്ടാക്കുന്നു.

മിസ്റ്റർ വാനിയർ,

ആന്ദ്രെ ചാടി തിരിയുന്നു. ജാമി പുഡ്ലോവ്സ്കി വാതിലിനു പുറകിൽ നിൽക്കുന്നു. അയാളെ ഏറെ നേരം നിരീക്ഷിച്ചു. അമ്പതുകളോളം പ്രായമുള്ള ഉയരത്തിലുള്ള ഒരാൾ കുനിഞ്ഞിരിക്കുന്നു. അയാൾക്കരികിലുള്ള അസുഖകരമായ വലിയ ശരീരമുള്ളയാൾ അടുത്തുവന്ന് കൈ നീട്ടുന്നു.

ജാക്വെസ് ലെവിൻ, കോൺസുലേറ്റിലെ വാണിജ്യ അറ്റാഷെയാണ്. ശൂന്യമായ ശബ്ദം. മടിക്കുന്ന ആംഗ്യം. ആന്ദ്രെ ചിരിക്കുന്നു. ആ മനുഷ്യൻ ഭയപ്പെടുന്നു. ലെവിൻ കൈയിൽ കുരിശും ഗ്രാമ്പൂ കായ്കളുടെ ഒരു മാലയും ധരിച്ചിരിക്കുന്നു. ആർക്കിടെക്റ്റിന് മനസ്സിലായി അയാൾ വിമാനത്തിൽ പരിചയപ്പെട്ടത് ഈ രണ്ടാമത്തെ ആന്ദ്രെയെയാണ്. അയാൾക്ക് ഭീമാകാരത മാത്രമാണ്.

"ഇതെന്തു കഥ മിസ്റ്റർ വാണിജ്യ അറ്റാഷെ? ആന്ദ്രെ തമാശകൾ പറയുന്നു. നിങ്ങളുടെ അഭിപ്രായത്തിൽ ഞാൻ ശരിയായതാണോ? അതോ പകർപ്പോ?"

ഒരു ഫ്രഞ്ച് സൈനിക വിമാനം മക്ഗ്വറിൽ മിനിറ്റുകൾക്കുള്ളിൽ വന്നിറങ്ങുന്നു. ഇരുപത് ഫ്രഞ്ച് ഏജന്റുമാരും കൗണ്ടർ ചാരവൃത്തിയിലെ

മിസ്റ്റർ മെലോയിസും അവർക്കൊപ്പമുണ്ട്. ഫ്രാൻസ് എല്ലാവരേയും അദ്ദേഹത്തിനൊപ്പം കൊണ്ടുപോകും.

"താങ്കളെ മുൻകൂട്ടി അഭിവാദ്യം ചെയ്യുവാനായി അദ്ദേഹം എന്നോട് പറഞ്ഞിരുന്നു."

"നിങ്ങൾ എന്നോട് ഹലോ പറയുവാൻ ആഗ്രഹിക്കുന്നുവോ മിസ്റ്റർ വാനിയർ? നിങ്ങൾ തയ്യാറാണോ?"

പുഡ്‌ലോവ്സ്കി ഇടപെടുന്നു.

"ഈ കളി തമാശയാവരുത്. ഞങ്ങൾ സംഘടിപ്പിക്കാം നിങ്ങളുടെ 'ഡബിളുമായി' ഒരു കണ്ടുമുട്ടൽ."

"ഞാൻ നിർബന്ധമായും ഞങ്ങളെ വെറുതെ വിടുവാൻ നിർബന്ധിക്കുന്നു."

"ഞാനും ഞാനും തമ്മിലാണെങ്കിൽകൂടി ഇത് ഒരു സ്വകാര്യ സംഭാഷണമാണ്. നിങ്ങളുടെ അപരൻ ഇതേ കാര്യം ആവശ്യപ്പെട്ടു."

"നിങ്ങളാണ് പരസ്പരം നേരിടലിനെത്തുന്ന ഫ്രഞ്ചുകാരൻ. ക്വായ് (പ്ലാറ്റ്ഫോം) എനിക്ക് ഉത്തരവ് നൽകിയിരുന്നു എല്ലായ്പ്പോഴും നിങ്ങൾ രണ്ടുപേരോടുമൊപ്പം ഉണ്ടാകണമെന്ന്. ക്ഷമിക്കണം. ലെവിൻ പറയുന്നു, എനിക്ക് അടിയന്തരമായി ഒരു റിപ്പോർട്ട് സമർപ്പിക്കുവാനുണ്ട്.

ഞങ്ങളുടെ റിപ്പോർട്ടുകളുമായി ബന്ധപ്പെട്ട് ഒരു റിപ്പോർട്ട്. അങ്ങനെ ചിലത്? വാനിയർ ചിരിക്കുന്നു.

ആർക്കിടെക്റ്റ് ക്യാമറകൾ ചൂണ്ടിക്കാണിക്കുന്നു. എഫ്.ബി.ഐ. ഉദ്യോഗസ്ഥ ലളിതമായ ഒരു ആംഗ്യം കാണിക്കുന്നു. ഉടനെ പച്ചനിറത്തിലുള്ള സൂചിക വിളക്കുകൾ അപ്രത്യക്ഷമായി. കുറഞ്ഞത് ലൈറ്റുകളെങ്കിലും ഓഫായെന്ന് അയാൾ സമാധാനിക്കുന്നു. ഇടതുഭാഗത്ത് കോൺസുലേറ്റിലെ ഒരാളെ തുറിച്ചുനോക്കുന്നു. ഗ്ലാസ് മതിലിനു പുറകിൽ മറ്റൊരാൾ നിൽക്കുന്നു. ദിശാബോധമില്ലാത്ത ഒരു ആന്ദ്രേ പെട്ടെന്ന് വാതിൽ തുറന്ന് അകത്തേക്ക് വരുന്നു.

അവർ കുറച്ചുനേരം മുഖാമുഖം നോക്കി ഒന്നും പറയാതെ, ദൃഷ്ടി പതിപ്പിക്കാതെ അസ്വസ്ഥതയുണ്ടാക്കുന്ന ആന്ദ്രെ. കണ്ണാടിയിൽ കണ്ട രൂപമല്ല ഈ ആന്ദ്രെ. ഒന്നും പരിചിതമായതല്ല. എല്ലാ സ്വഭാവ വൈപരിത്യവും അപരിചിതനെ ശത്രുവാക്കുന്നു. ഒരാൾ സംസാരിക്കുവാൻ നോക്കുമ്പോൾ മറ്റൊരാളുടെ ആംഗ്യം ഒരു നിമിഷം പുറകിലാണ്. ആന്ദ്രെ മാർച്ച്, അടുത്തു നിൽക്കുന്ന ലെവിന്റെയും പുഡ്‌ലോവ്സ്കിയുടെയും അടുത്തേക്ക് തിരിയുന്നു. പുഡ്‌ലോവ്സ്കി തലയാട്ടുന്നു. ലെവിൻ ആശ്വാസത്തോടെ മുറി വിടുന്നു. വാതിലടച്ചപ്പോൾ അവർ പരസ്പരം അറിയുന്നു. ആന്ദ്രെയുടെ വസ്ത്രത്തിന്റെ മൗലികത ശക്തമായതായിരുന്നില്ല. ഒരേ ജീൻസ് വളരെ പഴകിയ പരിചിതവും ഉറപ്പുള്ളതുമായ ഹുഡ്. നീണ്ട വിമാനയാത്രകൾ. ഒരേ കറുത്ത കരുത്തുള്ള ഷൂസുകൾ. ആറ്, എല്ലാം ഒരുപോലെയല്ല. ആന്ദ്രേ ജൂൺ ശ്രദ്ധിക്കുന്നു. രണ്ട്

ആന്ദ്രേമാരും നിശ്ശബ്ദരാണ്. പക്ഷേ, ദീർഘനേരം സംതൃപ്തരാവാൻ കഴിയില്ല. ഒരു ഇന്ത്യൻ പഴഞ്ചൊല്ല് പറയുന്നു. നിശ്ശബ്ദമായി യാചിക്കുന്നവർ നിശ്ശബ്ദമായി പട്ടിണിയിലാണെന്ന് പറയും.

"പുതിയ ഷൂസ്?"

"ഏകദേശം പതിനഞ്ച് ദിവസങ്ങൾക്കു മുമ്പ്."

രണ്ടാളുടേയും ശബ്ദത്തിൽ അത്ഭുതം. ഓരോ ആന്ദ്രേയും വിചാരിച്ചതിനേക്കാൾ ഗൗരവതരം. ഒരു പ്രതീകമാണ് മധുരം കുറഞ്ഞത്. അവൻ എല്ലായ്പ്പോഴും ഉള്ളിൽനിന്ന് വരുന്നതിനൊപ്പമാണ്. കോൺഫറൻസിലും ഒത്തുചേരുന്നു. ഇന്റർവ്യൂകളിലും അദ്ദേഹം ഒഴുക്ക് കുറച്ച് വളരെ ശ്രദ്ധാപൂർവ്വം ശബ്ദം ക്രമീകരിച്ച് മന്ദഗതിയിൽ സംസാരിക്കുന്നു. അവൻ യഥാർത്ഥ ശൂന്യത തിരിച്ചറിയുന്നു.

"ജീൻ?" ആന്ദ്രെ ജൂൺ കുറച്ചു സമയം കഴിഞ്ഞ് ചോദിക്കുന്നു.

"അവൾ സുഖമായിരിക്കുന്നു."

"അവൾക്ക് ഇതിനെക്കുറിച്ച് ഇതുവരെ അറിയില്ല."

"തീർച്ചയായും."

"ലൂസി? ലൂസിയും ഞാനും."

"ഞങ്ങൾ വേർപിരിഞ്ഞു."

ആന്ദ്രേ മാർച്ച് വീണ്ടും വരുന്നു. സ്വയം തിരുത്തുന്നു. നിങ്ങൾക്ക് എല്ലായ്പ്പോഴും നിങ്ങളോട് പോരാടാൻ കഴിയും. കളവു പറയാം. പക്ഷേ, നിങ്ങളോട് എന്തിന് കള്ളം പറയുന്നു.

"എന്തു പ്രയോജനം?" അയാൾ പുനരാരംഭിച്ചു.

"അവൾ എന്നെ വിട്ടുപോയി. എന്റേതായ ചില ചെറിയ ആഗ്രഹങ്ങൾ വളരെയേറെ നിരാശകൾ. പക്ഷേ, ഒട്ടും ക്ഷമയില്ല. നിങ്ങൾ അത് ശരിക്കും തിരിച്ചറിഞ്ഞു അല്ലേ?"

മുൻകൈ എടുത്താണ് മുന്നറിയിപ്പ് നൽകിയത്.

ഒരു നിമിഷം, ഒരു നിമിഷം മാത്രം ആന്ദ്രേയ്ക്ക് ഒരു ആശയം വരുന്നു. ആന്ദ്രെ മാർച്ച് ഇന്നലെകളിലെ ഈ ലൂസിയെ തിരിച്ചുപിടിക്കുവാൻ ശ്രമിക്കുന്നു. മാർച്ചിലെ ലൂസി ഇതുവരെ അവനെ തള്ളിയിട്ടില്ല. അവൻ പുഞ്ചിരിക്കുന്നു. ഇതിനകം ആ പുഞ്ചിരി സ്ത്രീയെ പ്രസാദിപ്പിക്കുമെന്ന് അവനറിയാമായിരുന്നു. അവൻ ചെറുപ്പമായിരുന്നപ്പോൾ അവളെ പിന്തുടർന്നു. എല്ലാവരേക്കാളും സുന്ദരനായിരുന്നില്ല. അവളുടെ ശക്തി എന്താണെന്ന് ഒരിക്കലും അറിയില്ല. തന്നോട് മത്സരിക്കുന്നത് ഒരു പുതുമയായിരിക്കും. ആന്ദ്രേ ജൂൺ മുപ്പത് വയസ്സിന്റെ വ്യത്യാസമാണ്. രണ്ട്, ആന്ദ്രെകൾ അത് ഒരു വൃദ്ധരുടെ നഴ്സിംഗ് ഹോം അഥവാ വാസസ്ഥലമാണ്. അവൾക്ക് ഓടിപ്പോകുവാനേ സാധിക്കൂ. അത് വളരെ വ്യക്തമാണ്. ആന്ദ്രെ ജൂണിന് ആശംസകൾ നേരുന്നു. അവൻ കൂട്ടിച്ചേർക്കുന്നു.

"എനിക്ക് ഒരു ഉപദേശം മാത്രമേ ഉള്ളൂ. സൗമ്യനും ശ്രദ്ധാലുവുമായിരിക്കുക. പക്ഷേ, അതേസമയം ഒരു ചെറിയ നിസ്സംഗതയുണ്ട്. കൂടാതെ വളരെയധികം ആഗ്രഹമില്ല. അവളെ നിങ്ങൾ മനസ്സിലാക്കികഴിഞ്ഞിട്ടുണ്ട്. പക്ഷേ, ഇതുവരെ സ്വീകരിച്ചിട്ടില്ല."

"ഞാൻ ഓർക്കുന്നു. നമുക്ക് പരസ്പരം പരിശീലിപ്പിക്കുവാനുള്ള അവസരം അപൂർവ്വമാണ്."

ആന്ദ്രെ ജൂൺ ഭാരം കുറയുവാൻ ആഗ്രഹിക്കുന്നു. പക്ഷേ, ഒരു കനമുള്ള വസ്തു അവന്റെ വയറുമായി ബന്ധിച്ചിരിക്കുന്നു. ഒരു മണിക്കൂറിനുള്ളിൽ അവൻ ലൂസിയെ കണ്ടെത്തും. അവരുടെ വിധി ഇതിനകം ഉറപ്പിച്ചെന്ന് സമ്മതിക്കുക. അല്ലെങ്കിൽ നിങ്ങൾ അത് അവനിൽനിന്ന് എങ്ങനെ മറയ്ക്കും.

"ആ ഓഫീസ്?" ആന്ദ്രെ ജൂൺ പറയുന്നു, "അത് എന്നെ വളരെയേറെ അസ്വസ്ഥനാക്കുന്നു, വേദനിപ്പിക്കുന്നു."

"സൂരയ്യാ ടവർ സംബന്ധിച്ച കോൺക്രീറ്റിന്റെ പ്രശ്നം അത് നിയമപരമാണ്. ഏതാനും മാസങ്ങൾക്കു മുമ്പ് ഓർക്കൂ, ഞാൻ താൽക്കാലികം അല്ലെങ്കിൽ ഒരു വിരമിക്കൽപോലും ചിന്തിച്ചതാണ്. എനിക്ക് കുറച്ച് മടുപ്പ് വന്നിരുന്നു. നിങ്ങൾക്കറിയാം."

ആന്ദ്രെ മാർച്ച് ജാലകത്തിനരികിലുള്ള വാണിജ്യ അറ്റാഷെയെ ആംഗ്യം കാണിക്കുന്നു. ലോഹത്തിന്റെ തറയിൽ നോക്കുകയാണെന്നു നടിക്കുന്നു. അയാൾ ആംഗ്യം കണ്ട് അകത്തേക്ക് വരുന്നു.

"പ്രിയപ്പെട്ട സർ, ഫ്രാൻസിന് ഒരു രണ്ടാം അസ്തിത്വം വാഗ്ദാനം നൽകാനാകുമെന്ന് നിങ്ങൾ എന്നോട് പറഞ്ഞു."

"അതെ. പുതിയ അസ്തിത്വം എന്തിനുവേണ്ടി?"

എന്നെ സംബന്ധിച്ചിടത്തോളം - ആന്ദ്രെ മാർച്ച്, ജൂണിനോട് തുടരുന്നു. "നിങ്ങൾ ഓഫീസിലേക്ക് മടങ്ങുന്നതാണ് ഇതിലും നല്ലത്. ഞാനിവിടെ എത്തി എന്റെ ജീവിതം മൂന്നുമാസത്തോളം നിങ്ങൾക്കൊപ്പമുണ്ടായി. അവനുവേണ്ടി കാത്തിരുന്ന് എന്റെ സമയം ചിലവഴിക്കുന്നത് എന്നെ ഭ്രാന്തനാക്കും. കാരണം നിങ്ങൾക്ക് പെട്ടെന്ന് മനസ്സിലാകും. ലൂസി ഒരുപാട് ജോലി ചെയ്യുന്നു. നിനക്ക് തൊഴിൽ ആവശ്യമാണ്. ഞാൻ നിങ്ങളെ അറിയിക്കും. നിർമ്മാണസ്ഥലങ്ങളിലെ ഏറ്റവും പുതിയ പുരോഗതി. ഞാൻ ഡ്രോമിലേക്ക് പോകും. ഞാൻ അവിടെ..."

ഇതിനിടയിൽ മാർച്ച് പുരികം ചുളിക്കുന്നു. വാണിജ്യ അറ്റാഷെയെ നോക്കുന്നു.

"നമുക്ക് പ്രായോഗികതയോടെ നോക്കാം. ഗവൺമെന്റ് നമ്മുടെ ഭൗതിക ചോദ്യങ്ങൾക്ക് എങ്ങനെയാണ് പ്രതികരിക്കുക? അവിടെയുള്ള ഏകദേശം എഴുപത് ഫ്രഞ്ച് പൗരന്മാരെക്കുറിച്ച്. അവർ അവരുടെ അപ്പാർട്ട്മെന്റ് പങ്കുവെക്കില്ല. അവരുടെ പകുതി സമ്പാദ്യവും

നഷ്ടമാകും. നമുക്ക് കണക്കാക്കാം. അവിടെ ഒരു പ്രകൃതി ദുരന്തമുണ്ടെന്ന്? ഇൻഷുറൻസ് ഉപയോഗപ്പെടുത്താം? സാങ്കല്പിക ദുരന്തം എന്ന ആശയം പഠനങ്ങളിൽ ഉണ്ടാകും. ഞാൻ വിരമിക്കുവാൻ തീരുമാനിച്ചാൽ എന്തു സംഭവിക്കും? ഇതിനാണോ ഞാൻ എന്റെ 'ഇരട്ട'യെ സ്വീകരിക്കേണ്ടത്? പൊതുവെ അനുബന്ധ പെൻഷൻ സമ്പ്രദായങ്ങളുടെ പരുഷത നോക്കുമ്പോൾ ഞാൻ സംശയിക്കുന്നു! - ഞാൻ ചെയ്ത എന്റെ സംഭാവനകൾ തനിപ്പകർപ്പാകുമെന്ന്, ഗവണ്മെന്റിന്റെ നിരോധനാജ്ഞ ഇല്ലെങ്കിൽ."

കോൺസുലേറ്റിൽ നിന്നു വന്ന ഉദ്യോഗസ്ഥൻ വളരെയേറെ തളർന്നതായി തോന്നുന്നു.

അയാൾ തന്റെ ലാപ്ടോപ്പിൽ നോക്കുന്നു ഒരു ലൈഫ്ലൈൻ - ഒരു മാർഗ്ഗദർശനം - ജീവിതരേഖ.

"മിസ്റ്റർ മെലോയിസ് ഒരു നിമിഷത്തിനകം ഇവിടെ എത്തിച്ചേരും."

അതാണ് പ്രശ്നം. അത് അവന് ഇഷ്ടപ്പെടും. ആന്ദ്രെ ജൂൺ ചിരിക്കുന്നു.

അതിനിടയിൽ മറ്റു കുടിലുകൾ. പഴയ പരിശീലനസത്രമായ മോൺജോയിൽ നിന്ന് ആരോടാണോ ഞാൻ മടിച്ചുനിന്നത് അത് ഇപ്പോഴും വില്പനയിലാണ്. ആന്ദ്രെ മാർച്ച് പറയുന്നു, "സാങ്കല്പിക അത്യാഹിതം എന്ന ആശയം ഉണ്ടാക്കിയാലും ഇല്ലെങ്കിലും ഞാൻ അത് വാങ്ങുവാൻ പോകുന്നു. നമ്മുടേതായി രണ്ട് വീടുകൾ ഉണ്ടാകും. പരസ്പരം പത്ത് കിലോമീറ്റർ അകലത്തിൽ. അവധിക്കാലത്ത് വരുന്ന സുഹൃത്തുക്കളെ ഞങ്ങൾ രണ്ടുപേരും പങ്കിടും. ഞങ്ങളിൽ ആരാണ് ഏറ്റവും നല്ലതെന്ന് കാണാം നമുക്ക്."

സോഫിയയുടെ ലോകം

2021 ജൂൺ 28, തിങ്കൾ
ക്ലൈഡ് ടോൾസൻ റിസോർട്ട്,
FBI അനെക്സ്, ന്യൂയോർക്ക്.

സുന്ദരമായ നീലക്കണ്ണുകളോടെ ഉയരമുള്ള മെലിഞ്ഞ് സുന്ദരിയായ പുതിയ കുട്ടി, FBI പരിശീലനകേന്ദ്രത്തിൽ നിന്ന്, കൊടിമരം പോലെ ഉറച്ച നില്പ് - നാല്പത്തിയഞ്ച് വയസ്സ് പ്രായമുള്ള അത്‌ലറ്റിക് ശരീരവും. കഷണ്ടി കീഴടക്കിയ ആളിന്റെ മുന്നിൽ. പ്രത്യേക ഏജന്റ് വാൽക്കർ ലെഫ്റ്റനന്റ് ജോനാഥൻ വെയ്നിനെ നോക്കാതെ കഷ്ടിച്ച് തല ഉയർത്തി ചോദിക്കുന്നു.

"വെയ്ൻ നിങ്ങളുടെ ട്രെയിനിംഗ് എങ്ങനെ പോകുന്നു? എനിക്ക് ഉത്തരം നൽകേണ്ട - നിങ്ങൾ ജനിച്ചത്- നിങ്ങളുടെ ഫയൽ പറയുന്നു അലാസ്കയിലാണെന്ന്."

"ഞാൻ ജുനോയിൽ നിന്നാണ്, പ്രത്യേക ഏജന്റ് വാക്കർ, പാസിഫിന്റെ മൂലയിലുള്ള ഒരു ചെറുപട്ടണം."

"നിങ്ങൾ ക്വാന്റിക്കോ വിട്ടോ?"

"ഉവ്വ്. പ്രത്യേക ഏജന്റ് വാക്കർ."

"എന്നെ പ്രത്യേക ഏജന്റ് വാക്കർ എന്നു വിളിക്കുന്നത് നിറുത്തി ജൂലിയസ് എന്നു വിളിക്കൂ."

"ശരി ജൂലിയസ്."

"ഇല്ല. അവസാനം എന്നെ പ്രത്യേക ഏജന്റ് വാക്കർ എന്നു വിളിച്ചോളൂ."

"ശരി. പ്രത്യേക ഏജന്റ്."

"ഞാൻ വായിച്ചിട്ടുണ്ട്, നിങ്ങളും അച്ഛനും ഗ്രിസ്ലി കരടികളെ വേട്ടയാടാറുണ്ടെന്ന്. നിങ്ങൾക്ക് കാട്ടുമൃഗങ്ങളെ വേട്ടയാടി അനുഭവമുണ്ടോ? ആ മേഖലയിൽ എന്നെങ്കിലും സഞ്ചരിച്ചിട്ടുണ്ടോ?"

"ഇല്ല. പ്രത്യേക ഏജന്റ് വാക്കർ."

ജൂലിയസ് വാക്കർ കൈയിൽ പിടിച്ചിരുന്ന ഫയൽ അശാന്തമായി വിഷമത്തോടെ തിരികെ വയ്ക്കുന്നു. അയാൾക്കരികിൽ നിന്നിരുന്ന സീനിയർ ഏജന്റ് ഗ്ലോറിയ ലോപ്പസ് ഒരു കപ്പ് കോഫിയുമായി നിൽക്കുന്നു. ഗ്ലോറിയയെ കണ്ട് നെടുവീർപ്പിടുന്നു. വാക്കർ വിവേകശൂന്യമായ ഒരു ദൗത്യം അവളെ ഏല്പിക്കുന്നു.

ജൂലിയസ് ഇത് അവന്റെ കഴിവുകൾ ഗ്രൗണ്ടിൽ പരിശോധിക്കുവാൻ ഒരു അവസരമാണ്. രണ്ടാം ലെഫ്റ്റനന്റ്. അന്നാ സ്റ്റെയ്ൻബക്കിനെ പങ്കാളിയാക്കാം. അവർക്ക് ഇനിയും ഒരു മാസം കൂടെയുണ്ട്. അവർ പൂർണസംതൃപ്തി അറിയിച്ചു.

രണ്ട് ലെഫ്റ്റനന്റുമാർ ഒരുമിച്ച് ദൗത്യം നിറവേറ്റുമ്പോൾ അപകട നില നാലിൽ. ഞങ്ങൾ അതിരു കടക്കുന്നു.

പ്രത്യേക ഏജന്റ് ജൂലിയസ് വാക്കർ ട്രെയിനിലേക്ക് മടങ്ങുന്നു. ലെഫ്റ്റനന്റ് വെയ്ൻ ഒരു കറുത്ത ഫയൽ നീട്ടുന്നു.

"നിങ്ങളുടെ ദൗത്യം മുറിവേൽക്കാതെ വന്യമൃഗത്തെ പിടിച്ചെടുക്കലാണ് ലെഫ്റ്റനന്റ് വെയ്ൻ."

ഉയരമുള്ള ആ സുന്ദരി അവളുടെ ഷർട്ടും വിശാലമായ ആശ്ചര്യമൂറുന്ന കണ്ണുകളും തുറക്കുന്നു. പക്ഷേ, അതൊരു തവളയാണോ?

"ഇത് ഒരു തവള. എല്ലാവരും അവനെ 'ബെറ്റി' എന്നു വിളിക്കുന്നു. അവനെ വിവേറിയത്തിലേക്ക് തിരികെ കൊണ്ടുവരികയാണ്."

"നിങ്ങൾ ഇതിനൊപ്പം പോയിരിക്കണം ലെഫ്റ്റനന്റ് വെയ്ൻ."

അവസാനമായി ഒരു കാര്യം ഗ്ലോറിയ ലോപ്പസ് കൂട്ടിച്ചേർക്കുന്നു. തവളയെ ഭീഷണിപ്പെടുത്താൻ വന്നാൽ നിങ്ങളുടെ കടമ അതിനുവേണ്ടി മരിക്കുക എന്നതാണ്.

രണ്ടു മണിക്കൂർ കഴിഞ്ഞ് ലെഫ്റ്റനന്റ് വെയ്ൻ, സ്റ്റെയിൻബക്കിനൊപ്പം അവരുടെ ദൗത്യം പൂർത്തിയാക്കി. ബെറ്റി അവിടെയുണ്ട്. യാത്രാസമയത്ത് തവളയ്ക്ക് വ്യക്തമായി വിവേറിയത്തിൽ നിന്ന് രക്ഷപ്പെടാനായി ഒരു അവസരമുണ്ടായി. അത് ഏറ്റവും അപ്രാപ്യമായ സ്ഥലത്ത് ഡ്രൈവറുടെ സീറ്റിനടിയിൽ ഇടം കണ്ടെത്തി. അന്നാ സ്റ്റെയ്ൻബക്ക് ചിരിക്കുന്നു. അടിയന്തിരപാതയിൽ നിർത്തിയിരിക്കണം. വെയ്ൻ പിന്നിലേക്ക് വളയുന്ന തവളയെ വിരലിനടിയിൽ പൊടിഞ്ഞുപോകാതെ എടുക്കുവാൻ. അവിശ്വസനീയമായ രീതി. അനൗപചാരികമായ വാക്കുകളിലൂടെ.

കൊഗ്നിറ്റീവ് സയൻസ് സ്പെഷ്യലിസ്റ്റുകൾ മൃദുവും സുഖകരവും വർണാഭവുമായ ഒരു മുറി തയ്യാറാക്കി അവിടെ കുട്ടികളുടെ തനിപ്പകർപ്പ് കളികൾക്കിടയിൽ കണ്ടുമുട്ടുന്നു.

സോഫിയ മാർച്ചും സോഫിയ ജൂണും കളിക്കുന്നു. തറയിൽ കിടക്കുന്നു. അവരുടെ പ്രായത്തിൽ തമ്മിൽ തമ്മിൽ അവർ ഭയപ്പെടുന്നില്ല എന്ന് കൊഗ്നിറ്റിഷ്യൻസ് മനസ്സിലാക്കി. പുതിയ അപരൻ ഇതുവരെ

ശത്രുവായിട്ടില്ല. 'ബെറ്റി' ഇനി ഒരു തവളയല്ല, മറിച്ച് വളരെ ഉചിതമായി വളയുന്ന ഒരു പരിവർത്തനവസ്തുവാണ്. കൂടാതെ വിവേറിയത്തിലെ ഈഫൽ ടവറിൽ ഒരു മികച്ച മൈക്രോഫോൺ സജ്ജീകരിച്ചിട്ടുണ്ട്. രണ്ടു മനഃശാസ്ത്രവിദഗ്ധർ. ലഘുഭക്ഷണത്തിന്റെ അവശിഷ്ടങ്ങൾ അദൃശ്യമാണ്. മേശയിൽ ചോക്ലേറ്റ് ചിപ്പ് മഫിനുകൾ കഴിക്കുന്ന, ഓറഞ്ച് ജ്യൂസ് കുടിക്കുന്ന ചെറിയ പെൺകുട്ടികൾ അവരുടെ ഇരട്ടകളെ ശ്രദ്ധിക്കുന്നതേയില്ല. ഇവർ എല്ലാം അഭിമുഖീകരിക്കുന്നു - ഓർമ്മകൾ, അഭിരുചികൾ - നോർമയുടെ ജന്മദിനത്തെക്കുറിച്ച് ഓർക്കുന്നുണ്ടോ? നിങ്ങളുടെ പ്രിയപ്പെട്ട ഐസ്ക്രീമിന്റെ ഗന്ധം എന്താണ്? നിനക്കറിയാം എന്താണ് അനാക്സിറസ് സിബിലസ് എന്നത്. (പച്ചത്തവള)

മറ്റെയാളെ ആദ്യം കണ്ടുപിടിക്കുന്നതിൽ ആരും വിജയിക്കുന്നില്ല. പക്ഷേ, വളരെ വേഗം സോഫിയ മാർച്ച് - അവൾ മാത്രം തിരിച്ചറിഞ്ഞു. കഴിഞ്ഞ കുറച്ച് മാസങ്ങളായി അവൾ ദുർബലമായ ഒരു പോയിന്റ് കണ്ടെത്തുന്നതിൽ വിജയിച്ചു. ഓ, ലിയാം എന്നോട് ജന്മദിനത്തിന് പറഞ്ഞത് എന്താണെന്ന് ഓർക്കുന്നില്ല?

അല്ലെങ്കിൽ അമ്മ എനിക്ക് എന്തു തന്നു?

അവൾ ആഹ്ലാദിച്ചു. സോഫിയ ജൂൺ അപ്രത്യക്ഷയാകുന്നു. അപ്പോൾ പെട്ടെന്ന് ഒരു പ്രതികരണം വരുന്നു. പതിഞ്ഞ ശബ്ദത്തിൽ സമാരംഭിക്കുന്നു. പക്ഷേ, വെല്ലുവിളികൾ നിറഞ്ഞത്.

"നീ മറന്നോ, നിന്നെ ഡാഡി സത്യം ചെയ്യിച്ചത്. ആരോടും പറയരുതെന്ന്, പ്രത്യേകിച്ച് ആ കാര്യം നിന്റെ അമ്മയോട്."

സോഫിയ ജൂൺ കുറച്ച് വാക്കുകൾകൂടി മാർച്ചിന്റെ ചെവിയിൽ മന്ത്രിച്ചു.

രണ്ടു ശിശുമനശ്ശാസ്ത്രവിദഗ്ധർ ഈ നിമിഷത്തിനായി കാത്തിരിക്കുകയായിരുന്നു. അവൾ മരവിച്ച പെൺകുട്ടികളെ നിരീക്ഷിക്കുന്നതിൽ നിന്ന് മാറി. അവരുടെ ടാബ്ലറ്റിൽ അവ്യക്തമാണെങ്കിലും വാചകങ്ങൾ സബ്ടൈറ്റിലുകളായി തെളിഞ്ഞു. കുട്ടിയുടെ വാക്കുകളാണെങ്കിലും അതിന്റെ വ്യാഖ്യാനം അവ്യക്തമാണ്.

സോഫിയ മാർച്ച് തല കുലുക്കുന്നു. അവൾ എഴുന്നേറ്റ് ഉറക്കെ നിലവിളിക്കുന്നു.

"അതിനെക്കുറിച്ച് പറയുവാൻ നിങ്ങൾക്കവകാശമില്ല."

"എനിക്ക് കഴിയുമെങ്കിൽ..."

"ഇത് ശരിയല്ല, ഇത് ശരിയല്ല."

"എന്താണ് സോഫിയ, ശരിയല്ലാത്തത്?" ഒരു മനശ്ശാസ്ത്ര വിദഗ്ധൻ മൃദുവും സ്വാഭാവികവും ആശ്വാസകരവുമായ സ്വരത്തിൽ ചോദിക്കുന്നു. തീർച്ചയായും അവരുടെ ആദ്യ പേര് കേട്ട് രണ്ട് കൊച്ചു പെൺകുട്ടികൾ അവരിലേക്ക് ഒരേസമയം തിരിയുന്നു.

സോഫിയ മാർച്ച് ദേഷ്യത്തോടെ പാനപാത്രങ്ങൾ ചൊരിയുന്നു. മറ്റേ സോഫിയ ആക്രോശിക്കുന്നു.

"നിന്റെ വായടയ്ക്കൂ, മിണ്ടാതിരിക്കുക. അച്ഛൻ ഒന്നും പറയരുതെന്നു പറഞ്ഞു ആ രഹസ്യം."

മറ്റേ സോഫിയ ഭയത്തോടെ കണ്ണുകൾ താഴ്ത്തി അടയ്ക്കുന്നു. ഗെയിം പൂർത്തിയായി. ബെറ്റിയെന്ന് പിറുപിറുക്കുന്നില്ല.

സോഫിയ ജൂണിന്റെ കൈപിടിച്ചുകൊണ്ട് – മനശ്ശാസ്ത്ര വിദഗ്ധൻ പറഞ്ഞു – "വരൂ. നമുക്ക് നടക്കാൻ പോകാം. നിങ്ങളുടെ അമ്മ ഞങ്ങളെ അനുഗമിക്കുവാൻ ആഗ്രഹിക്കുന്നുവോ എന്നു നോക്കാം."

പാരീസിലെ രഹസ്യം സോഫിയയ്ക്ക് ഇഷ്ടപ്പെട്ടില്ല.

വീട്ടിൽ ഒറ്റപ്പെട്ടുപോയ ബെറ്റിയെ ഓർത്ത് അവൾ ആദ്യം വിഷമിച്ചു. പത്തു ദിവസത്തോളമായി അവളുടെ വിവേറിയത്തിൽ നുഴഞ്ഞുകയറിയ പാവം പുഴുക്കൾക്കൊപ്പം. പിന്നീട് ലിയാം സീൻ നദിയിൽ ബോട്ടിംഗിനു പോകാൻ ആഗ്രഹിച്ചപ്പോൾ അച്ഛൻ അവളെ ഹോട്ടലിൽ തന്നെ നിർത്താനാഗ്രഹിച്ചു. അത് ഹൃദയഭേദകമായിരുന്നു. അമ്മ ലിയാമിനെ ഈഫൽ ടവറിന്റെ ഒന്നാം നിലയിലേക്ക് കൊണ്ടുപോകുമ്പോൾ അയാൾ അവളെ അവർക്കൊപ്പം പോകുന്നത് വിലക്കി. കാരണമായത് അവൾ വളരെ ക്ഷീണിതയായതാണ്. അത് എന്തായാലും, ഈ ഗോപുരം നമ്മുടെ ഏതൊരു അംബരചുംബിയേക്കാളും താഴെയാണ്. ഓരോ തവണയും അച്ഛൻ അവളെ അകത്തേക്ക് കൊണ്ടുപോയി കുളിമുറിയിൽ ചൂടുവെള്ളമുള്ള ബാത്ത് ടബ്ബിൽ കിടക്കാനാവശ്യപ്പെട്ടു. സോഫിയ അച്ഛനൊപ്പം ടബ്ബിൽ നഗ്നയാവുന്നത് ഇഷ്ടപ്പെട്ടിരുന്നില്ല. അവളുടെ അച്ഛനും നഗ്നനാവുന്നു. അവൻ എല്ലായിടത്തും സോപ്പ് പതപ്പിക്കുന്നു. വൃത്തിയായി, ഡാഡി അത് മതി എന്ന് പറയും. "പ്രിയാ, നീ എന്നേയും സോപ്പ് പതപ്പിക്കണം. അമ്മയോട് ഇതിനെക്കുറിച്ച് പറയരുത്." അത് ഞങ്ങളുടെ രഹസ്യമാണ്. സോഫിയയുടെ ദൃഷ്ടി അവളുടെ അച്ഛന്റെ ശരീരത്തിലൂടെ ഓടിമറയുന്നു. അവൻ കടപ്പാട് മറന്ന് അരുതാത്തത് കൈകൊണ്ട് ചെയ്യിക്കുന്നു. അവന്റെ കണ്ണുകൾ സ്വർണ്ണടാപ്പുകളിലും മാർസെയിൽ സോപ്പ് കുപ്പിയിലും അവന് കഴിയുന്നിടത്തോളം കടിച്ചുതൂങ്ങിക്കിടന്നു.

പിന്നീട് മെയ്മാസത്തിൽ അവളുടെ പിതാവ് ഇറാഖിൽ നിന്ന് മടങ്ങി എത്തിയപ്പോൾ സോഫിയ മാർച്ച് വീട്ടിലെ ബാത്റൂം ഒട്ടും ഇഷ്ടപ്പെട്ടില്ല. ഹവ്വാ ബീച്ചിലെ നിയോൺ വെളിച്ചത്തിന്റെ ഓരോ മിന്നലുകളും നീലാകാശത്തിലെ പൊട്ടലുകളായി, അത്തരം ഓരോ ക്രമക്കേടുകളും അവളുടെ പെയിന്റിംഗിലെ വിള്ളലുകളിലൂടെ വ്യക്തമായിരുന്നു. അവൾ സോപ്പിന്റെ മണം. ഷാംപൂവിന്റെ മണം എല്ലാം വെറുത്തിരുന്നു. പക്ഷേ, അത് ഒരു രഹസ്യമാണ്.

സ്ലിം ബോയ്സ്

2021 ജൂൺ 28, തിങ്കൾ
സ്ട്രാറ്റ്ഫോർഡ് റോഡ്, കെൻസിംഗ്ടൺ,
യുണൈറ്റഡ് കിംഗ്ഡം (UK)

“ഒരു ‘മക്കി’ കഴിക്കൂ മിസ്റ്റർ കടുന, M 16 ലെ ഉദ്യോഗസ്ഥൻ പറഞ്ഞു. സുഷി ട്രേ പിടിച്ചിരുന്നയാൾ സ്ലിം ബോയ് മാർച്ചിന് കൈമാറുന്നു. അത് കെൻസിംഗ്ടണിലെ മികച്ച ജാപ്പനീസ് കാറ്ററിംഗ് ആണ്. അവ വിക്ടോറിയൻ ദ്വീപുകളിലെ ഇഷിമിയേക്കാൾ മികച്ചതാണ്.

പക്ഷേ, ഗായകൻ ദേഷ്യപ്പെടുന്നില്ല. ലാഗോസിൽ സ്വകാര്യ ജെറ്റ് യാത്രയായിരുന്നെങ്കിൽ, പന്ത്രണ്ട് സ്ട്രിംഗോടുകൂടിയ ടെയ്‌ലർ ആന്റ് ഗിബ്സണിന്റെ ഹമ്മിംഗ് ബേർഡ് (ഗിറ്റാർ) എടുത്തിരുന്നുവെങ്കിൽ, തിളക്കമാർന്ന ഒരു യുഗ്മഗാനത്തിന്റെ സാധ്യത, പോപ്പ് സംഗീതത്തിലെ ജീവിക്കുന്ന ഇതിഹാസത്തിനൊപ്പം ഭാഗ്യമുണ്ടായാൽ നടക്കുമായിരുന്നു. പക്ഷേ, ഒരിക്കൽ ഇംഗ്ലീഷ് മണ്ണിൽ ഹോളണ്ട് പാർക്കിൽ നിന്ന് ഏറെ ദൂരെയല്ലാതെ വിക്ടോറിയൻ അപ്പാർട്ട്മെന്റിലൂടെ നീങ്ങുമ്പോൾ ഉയരത്തിലുള്ള, ഓക്സ്ഫോർഡ് ആക്സന്റോടുകൂടിയ കറുത്ത ഒരാൾ വളരെ നീളമുള്ള അപരിചിതവും ഇരുണ്ടതുമായ ഒരു പ്രസംഗം നടത്തുന്നത് കേൾക്കാനിടയായി. അത് ഒരു അപൂർവ്വനിമിഷത്തിലെ ‘ഭ്രാന്തമായ ഒരു പ്രതിഭാസമായി’ ചോദ്യമുയർത്തുന്നതായിരുന്നു. പക്ഷേ, അത് എൽട്ടൺ ജോണിന്റേതല്ല. എല്ലാം നഷ്ടപ്പെട്ടു പോയിട്ടില്ല. സ്വീകരണമുറിയുടെ മധ്യഭാഗത്ത് വരിയായി കമനീയമായ ചുവന്ന സ്റ്റെയ്ൻവേ (പിയാനോ)

എൽട്ടനെ കാണുന്നതിനായി ലണ്ടനിലേക്ക് വരാൻപോലും നിങ്ങൾ എന്നെ പ്രേരിപ്പിച്ചു. വിമാനയാത്രയിൽ മുഴുവൻ സമയവും ഞാൻ റിഹേഴ്സൽ ചെയ്തു.

അത് ശരിയാണ്, വിമാനയാത്രയിലെ അഞ്ച് മണിക്കൂർ സ്ലിംബോയ് നിങ്ങളുടെ പാട്ടിനു വേണ്ടി ചെലവഴിച്ചു. ഇത് എല്ലാ ഗായകരും നിർബന്ധമായും ചെയ്യേണ്ടതാണ് - ബില്ലിപോൾ മുതൽ ലേഡി ഗാഗ വരെ (അമേരിക്കൻ നടി, ഗായകർ) തന്റെ കരിയറിൽ ഒരിക്കൽ പുനരാരംഭിക്കുക. സ്ലിംബോയ് അതിനായി റോഡ് സ്റ്റുവർട്ടിന്റെ (ബ്രിട്ടീഷ് പോപ്പ്

ഗായകൻ, സംഗീതജ്ഞൻ) ഗിറ്റാർ പതിപ്പ് തെരഞ്ഞെടുക്കുന്നു. ഗിബ്സണിൽ അപകീർത്തികരവും നിന്ദ്യവുമായ രീതിയിൽ അപകർഷതാബോധം അവഗണിച്ചുകൊണ്ട് അവൻ ചുരുങ്ങിയ ലളിതമായ വാക്കുകളിൽ പ്ലേ ചെയ്തു. നിങ്ങൾക്ക് എല്ലാവരോടും പറയാം. "എനിക്ക് അവതരിപ്പിക്കുവാനുള്ളത് നിങ്ങളുടെ ഗാനമാണ്" എന്ന്. പെട്ടെന്ന് അവൻ മറന്നുപോയി, ഇത് അമ്പത് വയസ്സ് പ്രായമുള്ള വെള്ളക്കാരുടെ പഴയ ട്യൂൺ ആണെന്നുള്ളത്. അവൻ വാക്കുകളുടെ തടവുകാരനായിത്തീർന്നു. ഒരു കൊച്ചുകുഞ്ഞിനെപ്പോലെ. അവൻ ഓർത്തു ബെർണി ടോപിൻ (ഇംഗ്ലീഷ് ഗാന രചയിതാവ്) തന്റെ പതിനെട്ട് വയസ്സിലാണ് ഗാനരചന നടത്തിയത്. എല്ലാ വാക്കുകളും എൽട്ടന് വേണ്ടിയെഴുതി. സ്ലിംബോയിന് - അവന് സ്നേഹത്തോടെ ജീവിക്കാനോ പാടുവാനോ ഉള്ള അവകാശമില്ല. അതിനാൽ ഹീത്രൂവിലേക്ക് വിമാനയാത്ര പരുന്തിനേക്കാൾ വേഗത്തിലാക്കുവാനാഗ്രഹിച്ചു. സ്ലിം ബോയിന്റെ നിറകണ്ണുകളോടെയുള്ള ഗാനാലാപമായിരുന്നു അവന് ഒന്നും ചെയ്യുവാനായില്ല.

"ഞങ്ങൾ സുരക്ഷിതമായ കെട്ടിടത്തിലായതിനാൽ വിഷമിക്കേണ്ടതില്ല. സർ, എൽട്ടൻ ജോൺ ഉടൻ എത്തും. നെടുവീർപ്പിട്ടുകൊണ്ട് സേവന ഏജന്റ് പറയുന്നു. അവിടെ തെളിവുണ്ട്. വിശ്വസിക്കൂ. ഇന്റലിജൻസ് സേവന അപ്പാർട്ടുമെന്റുകളിൽ ഒരിക്കലും പിയാനോ പാടില്ല."

"അപ്പോൾ ഇത് ശരിക്കും അദ്ദേഹത്തിന്റെ സ്വകാര്യവിമാനമാണോ?"

"തീർച്ചയായും. ചാരുകസേരകൾ തുകൽ കൊണ്ട് നിർമ്മിച്ചതും പിങ്ക് നിറത്തിലുള്ളതുമാണ്. പക്ഷേ, നിനക്ക് മനസ്സിലായോ? ഞാൻ പറഞ്ഞത് ഇപ്പോൾ മനസ്സിലായോ, സ്വയം വിശദീകരിക്കാമോ? ഒരു പ്രദർശനത്തിന് നിങ്ങൾ തയ്യാറാണോ സർ, കടൂന?"

ഒരിക്കൽകൂടി സർ, ഞാൻ കടൂനയല്ല. സ്ലിം ബോയ് ശല്യപ്പെടുത്തുന്നു. നിങ്ങൾ - നിങ്ങളുടെ യഥാർത്ഥ പേര് - ഞാൻ ജോൺ ഗ്രേ.

ആ മനുഷ്യൻ പറയുന്നു, നിങ്ങൾക്കെന്നെ ജോൺ എന്നു വിളിക്കാം. വാതിലിനടുത്ത് നിൽക്കുന്ന സുരക്ഷാ ഉദ്യോഗസ്ഥന് ആംഗ്യം നൽകുന്നു.

പെട്ടെന്ന് മറ്റേ സ്ലിം ബോയ് പ്രത്യക്ഷനായപ്പോൾ ആദ്യത്തെയാൾ പിന്നിലേക്ക് മാറി. രണ്ടാമത്തെയാൾ മരവിച്ചതുപോലെ. രണ്ടുപേരും ദൂരെ നിന്ന് പരസ്പരം സൂക്ഷ്മമായി പരിശോധിക്കുന്നു. ഫ്രോയ്ഡ് പറയുന്നു അശാന്തമായ ഇരട്ട അപരിചിതത്വത്തെ നാർസിസ്റ്റുകൾ ആന്തരിക കണ്ണാടിയായി കാണുന്നു. ഒന്നും ഉറയ്ക്കുന്നില്ല. അപരിചിതത്വം അവരെ അസ്വസ്ഥരാക്കുന്നില്ല. അവരുടെ ഇരട്ടിയുടെ ഉയരക്കൂടുതൽ, ചെറുപ്പമായ അവരെ വശീകരിക്കരുത്. അവർക്കു മനസ്സിലാകുന്നു അവർ തങ്ങളുടേതല്ലെന്ന്. സ്ലിം ബോയ് ജൂൺ ഒടുവിൽ മുറിയിലേക്ക് മടങ്ങുന്നു. മുറിയിലെ ജനാലയ്ക്കരികിൽ നിന്ന് നോക്കിയാൽ പഴയ എഡ്വേർഡിയൻ ചത്വരം തിരിച്ചറിയുന്നു. കൈയിലെ മക്കി വായിലേക്കിട്ട് നോട്ടം മാറ്റാതെ നിൽക്കുന്നു.

സ്ലിം ബോയ് മാർച്ച് ഇരിക്കുന്നു. ഒരു മക്കി സുഷി എടുത്ത് ചെറിയ കഷ്ണങ്ങളായി കഴിച്ചുകൊണ്ടിരുന്നു. M 16ലെ പ്രത്യേക ഏജന്റ് അത് പ്രതീക്ഷിച്ചില്ല. ബ്രിട്ടീഷ് കരുതി അവർ സംശയിക്കുമെന്ന്, ചോദ്യം ചെയ്യുവാൻ ശ്രമിക്കുമെന്ന്, ഒന്നിന്റേതിൽനിന്ന് മറ്റൊന്നിന്റെ പോരായ്മ, വ്യാജമല്ലെന്ന് ഉറപ്പുവരുത്തുവാൻ പക്ഷേ ഇല്ല, അസാധാരണമായത് - അവരെ അസ്വസ്ഥരാക്കുന്നില്ല. അവർക്ക് ആശയക്കുഴപ്പമില്ല. സമാനതകളിൽ നിന്ന് വ്യത്യസ്തമായി ഒരു ഉൽക്കണ്ഠയും ഉയർത്തുന്നില്ല. മറുവശത്ത് അവന് കൂടുതൽ വിശപ്പുണ്ടാകുന്നു.

അവിടെ ഇനി സുഷി ശേഷിച്ചിരുന്നില്ല. സ്ലിം ബോയ് ജൂൺ ഒരു വാക്ക് പോലും പറയാതെ കൈത്തണ്ടയിലെ ചെറിയ മുറിപ്പാടിലേക്ക് ചൂണ്ടിക്കാണിക്കുന്നു. അവന്റെ തുറിച്ചുനോട്ടം ഒരു ചോദ്യമായി മാറി.

“ടോം മറുപടി പറയൂ.” അയാൾ ചെയ്യുന്ന കാര്യം കൈകാര്യം ചെയ്ത് അവസാനിപ്പിക്കുന്നു. “ടോം നിനക്കറിയാം.” അവൻ തന്റെ സ്ലീവ് ചുരുട്ടി ആ തിളങ്ങുന്ന പാട് ദൃശ്യമാക്കുന്നു. ആവർത്തിക്കുന്നു.

“ടോം നിനക്കറിയാം.”

“അതെ. സ്ലിംബോയ് ജൂണിന് അറിയാം. അയാൾ മാത്രമാണ് കൊലപാതകത്തിന് കാരണം. അതിനുശേഷം അവൻ ജീവിക്കുവാൻ ആഗ്രഹിക്കുന്നില്ല. അവന്റെ സിരകൾ മുറിച്ചു. അവന്റെ അമ്മ അവനെ രക്ഷിച്ചു. ഭൂമിശാസ്ത്രപരമായ കൃത്യതയോടെ അത് അവരുടെ ഉടമ്പടിയാണ്.”

ഇത് ഇബാദാനിലായിരുന്നു.

രണ്ടു മനുഷ്യരും പരസ്പരം ദുഃഖത്തോടെ ചിരിക്കുന്നു. കുറ്റകൃത്യത്തിൽ പങ്കാളിയാണെന്നറിഞ്ഞുള്ള ഒരു സാഹോദര്യത്തോടെയുള്ള ചിരി. അവസാനം ഒന്നും കളവുപറയാനില്ലാതെ, ഒളിക്കാനില്ലാതെ സങ്കോചം കൂടാതെ. ലോകം മാറിയിട്ടില്ല. പക്ഷേ, രണ്ടുപേരും കൂടുതൽ കരുത്തരായി. സ്ലിംബോയ് മാർച്ച് എഴുന്നേറ്റ് പന്ത്രണ്ട് സ്ട്രിങ്ങുള്ള രണ്ടു ഗിത്താറുകളെടുത്ത് ജൂണിന് നൽകിക്കൊണ്ട് പറയുന്നു.

“ആ ഗാനം - ‘യാ ബാ ഗേൾസ്’ ഞാൻ കേട്ടു. അവൾ സുന്ദരിയാണ്. ഞാൻ ഡ്രെയ്ക്കിനൊപ്പം ശരിക്കും ചെയ്തോ?”

“ഞങ്ങൾ ഡ്രെയ്ക്ക്, എമിനേം, ബെയോൺസ്നും ഒപ്പം മെയ്മാസത്തിൽ ലണ്ടനിലെ ആഫ്രോ പബ്ലിക് ഫെസ്റ്റിവലിൽ പ്രോഗ്രാം ചെയ്തു. രണ്ടാഴ്ചകൊണ്ട് എനിക്ക് പ്രധാന സ്ഥാനം ലഭിച്ചു. റൊമാന്റിക് നോളിവുഡ് നോവൽ - ‘വെഡ്ഡിങ്ങ് ഇൻ ലാഗോസ്’. ഞാൻ സോണി മ്യൂസിക്കുമായി പുതിയ കരാർ ഒപ്പിട്ടു. കൊക്കൊകോളയെ സ്പോൺസറായി ലഭിച്ചു. ഇതിന് അവന്റെ പുതിയ പേരിൽ, ലേബലിൽ ശരിക്കും ഒരു കൊച്ചു ആഘോഷം.”

സ്ലിം ബോയ് ജൂൺ ചിരിച്ചുകൊണ്ട് ആ പറഞ്ഞ തമാശയെക്കുറിച്ച് ആഴത്തിൽ ചിന്തിക്കുന്നു. അമേരിക്കക്കാർ ചൊവ്വയിൽ ഇറങ്ങുന്ന ദിവസം ലാഗോസിൽ കരാർ ഒപ്പിടുന്ന രണ്ട് ആൺകുട്ടികളെ അവർ കണ്ടെത്തും.

“നോക്കൂ.” സ്ലിം ബോയ് മാർച്ച് തുടർന്നു,

സ്വെറ്ററിന്റെ സിബ്ബ് താഴ്ത്തി നെഞ്ച് പൂർണ്ണമായും പ്രദർശിപ്പിച്ച് നൂറു ശതമാനവും മനുഷ്യനും സാധുതയുള്ളതുമാണ് എന്ന വരികൾ കാണിക്കുന്നു. അത് റെക്സ്യങ്ങിന്റെ (Rex Young-Actor) ടി ഷർട്ടായിരുന്നു. LGBT (ലെസ്ബിയൻ, ഗേ, ബൈസെക്ഷ്വൽ, ട്രാൻസ്ജെന്റർ) കമ്യൂണിറ്റിയുടെ ഒപ്പോടുകൂടി. വിവേകപൂർണ്ണമായ റാലിയുടെ അടയാളവും അതിനെ പിന്തുണയ്ക്കുവാൻ ധൈര്യപ്പെടുന്ന അപൂർവ്വവ്യക്തിത്വങ്ങളും.

രണ്ടുപേരും തുറന്നു ചിരിക്കുന്നു. എല്ലാ നന്ദിയും ‘യാബാഗേൾസിന്’. സ്ലിം ബോയ് ജൂൺ ഈ നേട്ടത്തിൽ അസൂയപ്പെടുന്നില്ല. അവന് അതില്ലാത്തതിൽ അത്ഭുതപ്പെടുന്നുമില്ല. അവൻ സന്തോഷവാനാണ്. ആകാശത്തുനിന്ന് വന്നെത്തുന്ന പൈതൃകംപോലെ. M 16 ലെ പയ്യൻ അവരുടെ ഇത്തരം പെരുമാറ്റം പ്രതീക്ഷിച്ചിരുന്നില്ല.

“ഞാൻ പാട്ട് എഴുതുകയും ചെയ്തു. നമ്മളെ അടച്ചിട്ടിരിക്കുന്ന ഈ വിമാനശാലയിൽ വച്ച് ‘സുന്ദരന്മാരായ യൂണിഫോംധാരികൾ’ - ഇതാണ് തലക്കെട്ട് - ‘സുന്ദരമനുഷ്യർ’ - എന്നോട് പറയരുത്, നിങ്ങളും സ്വവർഗ്ഗാനുരാഗിയാണെന്ന്. ആദ്യത്തെയാൾ മെലഡി പാടുന്നു. ഉടൻതന്നെ രണ്ടാമത്തെ ശബ്ദം വരുന്നു. കോർഡുകളിൽ ഗിറ്റാറിൽ അത് മെച്ചപ്പെടുത്തുന്നു. രണ്ടു ഗായകരും പരസ്പരം ഉത്തരം നൽകുന്നു. ഒരാൾ മറ്റേതിനെ സമ്പന്നമാക്കുന്നു മാത്സര്യമില്ലാതെ. രണ്ടുപേരും പെട്ടെന്ന് ഒരു വീഴ്ച കണ്ടുപിടിക്കുന്നു. മാർച്ച് പെട്ടെന്ന് അത് ചൂണ്ടിക്കാണിച്ചു അവന്റെ കണ്ണുകൾ തിളങ്ങുന്നു.

“നിർത്തിവയ്ക്കൂ. നമ്മൾ ഇരട്ടകളാണെന്ന് പറഞ്ഞാൽ മതി. അത് വളരെ എളുപ്പമായിരിക്കും. എല്ലാത്തിനും ഉപരി ഞങ്ങൾ ‘യോർബ’ യാണ്.” (Yorubas - African)

യോർബാസ് തീർച്ചയായും അത് സ്പഷ്ടമാണ്. അത്ചോൻ (magiciens) അബീദ്ജാനിലെ മാന്ത്രികരായ വിഭാഗം ഭയക്കുന്ന ഇരട്ടകൾ (Mandingues - West African) മണ്ടിഗ്സിന് അതിലും ഇരട്ടി ഭയമുണ്ട്. അവർക്ക് ഇരട്ടക്കാഴ്ചയുണ്ട്. അവർക്ക് ചിന്തകൾ വായിക്കുവാനുമാകും. (Bantous - ആഫ്രിക്കൻ വിഭാഗം) ബന്തൂസുകളിൽ എന്തെംബുവിനും ലെലെനും (സാംബിയയിലെയും കോംഗോയിലേയും വിഭാഗങ്ങൾ) ഇരട്ടകൾ മൃഗലോകത്തുനിന്നു പുറത്തുവന്നവരാണെന്ന സങ്കല്പമാണ് ഉള്ളത്. ഫൊലോനാസ് ഇരട്ടകൾ ജനിക്കുമ്പോൾ രാവിനും പകലിനും ഇടയിൽ ഗ്രാമത്തിൽ നിന്ന് വളരെ അകലെ മേധാവികളും മാന്ത്രികരും ആരുടേയും ഭീഷണിയില്ലാത്ത സ്ഥലത്തുവെച്ച് രണ്ടുപേരിൽ ഒരാളെ ലൂബ (ആഫ്രിക്കൻ) കൊല്ലുന്നു - കാരണം അവർ ദൗർഭാഗ്യത്തിന്റെ സന്തതികളാണെന്ന് കണക്കാക്കുന്നു. അവരുടെ ജന്മം അഭൗതികമായ പ്രസവത്തിലൂടെയാണെന്ന് വിശ്വസിക്കുന്നു. അത് ദുശ്ശകുനമാണെന്ന് സ്വർഗ്ഗം നൽകുന്ന സൂചനയായി കണക്കാക്കുന്നു. പക്ഷേ, യോറുബായുടെ ഇടയിൽ നൂറ്റാണ്ടുകളായി ഞങ്ങൾ ‘ഇടിമുഴക്കത്തിന്റെ

ദൈവമായുള്ള' ഈ കുട്ടികളെ കൊല്ലില്ല. ഈ കുട്ടികൾ വർഷങ്ങളായി ഭയമുണ്ടാക്കിയിരുന്നു. പക്ഷേ കഴിഞ്ഞ കുറേ നാളുകളായി അവരുടെ ശാപം പ്രചോദിതമായ തീവ്ര ആരാധനയായി രൂപാന്തരപ്പെട്ടു. അതിനാൽ വംശീയ വിഭാഗമായ യോർബ അതുല്യമായ ഒരു വസ്തുത ഓരോ ഇരുപത് ജനനങ്ങളിലും ഓരോ ഇരട്ടകൾ പിറക്കുന്നതായി പറയുന്നു. അതിനാൽ ഇഗ്ബോ ഓറ (Igbo-ora) സ്വയം ഒരു ഗ്രാമം പ്രഖ്യാപിച്ചു. അത് ലോകതലസ്ഥാനമായി. ഇരട്ടകളുടെ ലോകതലസ്ഥാനം. ആദ്യ പേരുകൾ Taiwo തായ്‌വോ-ഒന്നാമൻ, രണ്ടാമത് - Kehinde കെഹിന്ദ്. രണ്ടാമൻ വളരെ സാധാരണമായത്. (Taiwo-First twin to taste the world) (Kehinde-the second born of twins) അതുകൊണ്ട് സ്ലിംബോയിന് ഒരു ഇരട്ട സഹോദരനുണ്ട്. ഉപേക്ഷിക്കപ്പെട്ട സഹോദരനെ കണ്ടെത്തി. എന്തുകൊണ്ട് അല്ല? ഇത് ആരെയും അത്ഭുതപ്പെടുത്തില്ല.

"അത് തെറ്റായ വൈവാഹിക പദവിക്ക് ഇടയാകും ജൂൺ അഭിപ്രായപ്പെട്ടു. ഇതെല്ലാം പണത്തെ സംബന്ധിച്ചാണ്." മാർച്ച് സമ്മതിച്ചു. M 16 ഏജന്റ് പിസ്സ ഓർഡർ കുറിക്കുന്നതുപോലെ കുറിപ്പ് കൈമാറുന്നു. "പുതിയ ഐഡന്റിറ്റി എന്തിനാണ്? എനിക്ക് എന്നെ സംബന്ധിച്ച്." സ്ലിംബോയ് ജൂൺ മറുപടി പറയുന്നു.

"നമുക്ക് ശരിയാക്കാം. നിനക്കായി ഒരു കഥ കണ്ടുപിടിക്കാം. ഒരു ഡിജിറ്റൽ അസ്തിത്വം ഉണ്ടാക്കിയെടുക്കാം. ഇത്തരത്തിലുള്ള കാര്യങ്ങൾ ചെയ്യുവാൻ ഞങ്ങൾക്കറിയാം." ജോൺ ഗ്രേ നിർബന്ധിക്കുന്നു.

"ഞങ്ങൾക്ക് കച്ചേരികൾ നടത്താം. പാട്ടുകൾ എഴുതാം, ഇരട്ടകൾ ഞങ്ങൾ ഒരു ഹിറ്റ് നേടാൻ പോകുന്നു." അവരിലൊന്ന് പുഞ്ചിരിക്കുന്നു. "അത് നല്ലതാണ്."

മറ്റേയാൾ ഉത്തരം നൽകുന്നു. പക്ഷേ ഒരു നീളമുള്ള പിങ്ക് ലിമോസിൻ ബോൻബോൺ പവലിയനു മുന്നിൽ നിർത്തുന്നു. സിൽക്ക് ചിക്ക് വസ്ത്രം, പച്ച കുപ്പിനിറമുള്ള റൈൻസ്റ്റോൺ ഗ്ലാസ് (കണ്ണട) മൂക്കിനു മുകളിൽ വച്ച് ഒരു ചെറിയ മനുഷ്യൻ പുറത്തുവരുന്നു.

സ്ലിം ബോയിൽ നിന്ന് സ്ലിംമെൻ

ദി ഗാർഡിയൻ, ലാഗോസ് എഡിഷൻ
2021 ജൂലായ് 2 വെള്ളി

സ്ലിം ബോയിന് ഒരു ഇരട്ട സഹോദരനുണ്ട്. ജനുവരി അവസാനം അമ്മ മരിച്ചതിനുശേഷമാണ് അവന് അമ്മ എഴുതിയ കത്ത് ലഭിക്കുന്നത്. ലോകഹിറ്റായ യാബാഗേൾസിന്റെ സംഗീത സംവിധായകൻ തന്റെ അസ്തിത്വം തിരിച്ചറിയിച്ചത് അന്നാണ്. രണ്ടു കുട്ടികളെ വളർത്തുന്നതിന് സാമ്പത്തികശേഷിയില്ലാതെ ജനിച്ച ഉടനെ കുഞ്ഞുങ്ങളെ അനാഥാലയത്തിൽ ഉപേക്ഷിച്ചു. എന്നിട്ട് അവരെ കണ്ടെത്തുന്ന ജോലി സ്ലിംബോയിന്റെ താഴെയുള്ള സഹോദരിമാരാണ് ചെയ്തത്. സഹോദരനായി തിരച്ചിൽ നടത്തുവാൻ ലോഗോസ് ഡിറ്റക്റ്റീവായ ആദവേൽ സേഹു എന്ന വിദഗ്ധന്റെ സഹായവും തേടി. അയാൾ അത് എളുപ്പമല്ലെന്ന് പറഞ്ഞു. ഏകദേശം നാലു മാസങ്ങൾ വേണ്ടിവന്നു ഈ അപരിചിത സഹോദരനെ കണ്ടെത്തുവാൻ. നമ്മൾ ഒരു കാര്യം സമ്മതിക്കണം. എന്റെ കക്ഷിയുടെ കുപ്രസിദ്ധി. നൈജീരിയയിലെ ഓരോരുത്തർക്കും അറിയാവുന്ന മുഖമായതിനാൽ എന്റെ ജോലി എളുപ്പമാക്കി. എനിക്ക് കണ്ടെത്തേണ്ടതായ ആൾ അവനെപ്പോലെ തോന്നിക്കുന്ന ഒരാൾ.

ഫെമി അഹ്മ്മദ് കടൂനയ്ക്ക് ഒരു സഹോദരനുണ്ട് - സാം. അവനും ഒരു മിടുക്കനായ സംഗീതജ്ഞനാണ്. ലാഗോസിയൻ സായാഹ്നങ്ങളെ കാർട്ടൂൺ ആനിമേറ്റഡ് രൂപത്തിൽ അവതരിപ്പിക്കാറുണ്ട്. അവൻ - ഡെലിവറി മാൻ (വിതരണക്കാരൻ) എന്ന നിലയിലെ ജോലി ഇല്ലാത്തപ്പോൾ. ഈ കാണാതായ സഹോദരൻ ലാഗോസിൽ നിന്ന് അധികം ദൂരെയല്ലാത്ത 'ഒജാഡു'വിൽ ആയിരുന്നു താമസം. ഈ രണ്ടു സഹോദരന്മാരും ഒത്തുചേർന്നിരുന്നത് വളരെ സ്വകാര്യതയോടെയാണ് എന്തെന്നാൽ ഇവർ രണ്ടുപേരും ആശയക്കുഴപ്പം ഉണ്ടാക്കിയേക്കും. (ഫോട്ടോ നോക്കൂ) രണ്ടുപേരും ചേർന്ന് ഒരു ഗാനാലാപനത്തോടെയുള്ള പര്യടനം നടത്തുവാൻ സ്ലിം മെൻ എന്ന പേരിൽ തീരുമാനിച്ചിരിക്കുന്നു.

ഞങ്ങൾ ഈ ഗ്രൂപ്പിന് എല്ലാ ആശംസകളും നേരുന്നു.

ഒരേ കളിക്കാർ
വീണ്ടും മരിക്കുന്നു

2021 ജൂൺ 28 തിങ്കൾ
മൗണ്ട് സിനായ് ഹോസ്പിറ്റൽ, ന്യൂയോർക്ക്

ഫാർമക്കോളജി വളരെ ഇഷ്ടപ്പെടുന്ന ഒരു ശാസ്ത്രമാകുവാൻ ആഗ്രഹിക്കുന്നു. കൃത്യം ഓരോ എട്ട് മിനിറ്റിലും മുഷിഞ്ഞ പമ്പ് 'ബീപ്' ശബ്ദം പുറപ്പെടുവിക്കുന്നു. രണ്ടു മില്ലിഗ്രാം ബോളുസ് മോർഫിൻ ഇടവിട്ട് ഡ്രിപ്പിലൂടെ നൽകുന്നു. ഈ പ്ലാസ്മ ഏകാഗ്രത കുറഞ്ഞതും ഫലപ്രദവുമാണ്. ഡേവിഡ് മാർക്കിളിന് വേദനയില്ല. അവൻ തന്റെ ആശുപത്രി മുറിയിൽ ക്ഷീണിതനായി ഉറങ്ങുന്നു. അവന്റെ ജീവിതം അവസാനഭാഗമായിരിക്കുന്നു. അവൻ ഉണരേണ്ടിവന്നാൽ അത് അവസാനശ്വാസമായിരിക്കും.

ജോഡി വീട്ടിലേക്ക് വിശ്രമിക്കുവാനായി മടങ്ങി. പിറ്റേന്ന് ഗ്രേസും ബെഞ്ചമിനും സ്കൂളിൽ പോവുന്നു. പക്ഷേ, പോൾ മാർക്കിളിന് FBIയുടെ ഒരു അസാധാരണ സാഹചര്യം ചർച്ച ചെയ്യാനുള്ള ഒരു സമൻസ് ഉണ്ടായിരുന്നു. പോൾ മൗണ്ട് സിനായ് ആശുപത്രിയിൽ എത്തിയപ്പോൾ ഒരു ഓഫീസർ അദ്ദേഹത്തെ അഭിവാദ്യം ചെയ്തുകൊണ്ട് വിശദീകരിച്ചു. അയാൾ തലകുലുക്കി, നെറ്റി ചുളിച്ചു. അയാൾക്ക് ആ സാഹചര്യം ഉൾക്കൊള്ളാനാവുന്നില്ല. സൈനിക നിരീക്ഷണത്തിലുള്ള ആശുപത്രി പ്രദേശം രഹസ്യാത്മകതയുമായി ബന്ധപ്പെട്ട് ഒരു നഴ്സിനെ ഒഴികെ മറ്റു ജീവനക്കാരെ ഒഴിപ്പിക്കുന്നു. പോൾ കാത്തിരിക്കുന്നു. മെഡിക്കൽ പ്രോട്ടോകോൾ 42 ടീം കൈമാറിയ ഫയലിലൂടെ കടന്നുപോകുന്നു. പുതിയ സ്കാൻ റിപ്പോർട്ടുകൾ, മറ്റൊരു ഡേവിഡ് മാർക്കിളിന്റെ MRI റിപ്പോർട്ടുകൾ.

പോൾ കാത്തിരിക്കുന്നു. പക്ഷേ, ആ മനുഷ്യൻ വാതിൽ തള്ളുന്നതു കണ്ട് രണ്ട് ഏജന്റുമാർ പിന്തുടർന്നു. പക്ഷേ, ഒരു വാക്ക് പോലും പുറത്തുവരാതെ അവന്റെ ചുണ്ടുകൾ കൊണ്ടുപോലും സാധിക്കുന്നില്ല. അവന്റെ കാലുകൾ തളരുന്നു. അവൻ ഇരുന്നുപോയി. ഡേവിഡ് തന്റെ സഹോദരൻ പോളിനെ നോക്കുന്നു. തുടർന്ന് മരിക്കാൻ പോകുന്ന

മറ്റൊരു ഡേവിഡ് കിടക്കയിൽ – പമ്പിന്റെ 'ബീപ്' ശബ്ദം അവരുടെ നിശ്ശബ്ദത ലംഘിക്കുന്നില്ല.

FBI ഉദ്യോഗസ്ഥൻ ഡേവിഡിനോട് പറഞ്ഞു, " നിങ്ങളുടെ ഭാര്യയ്ക്ക് ഞങ്ങൾ മുന്നറിയിപ്പ് നൽകിയിട്ടുണ്ട്. ഏജന്റുമാർ അവരോട് വിവരങ്ങൾ അന്വേഷിച്ചിട്ടുണ്ട്. നമുക്ക് അദ്ദേഹത്തെ ഒഴിവാക്കാം. അതിനു തയ്യാറെടുക്കുക. അവർ ഉറങ്ങട്ടെ."

ഡേവിഡ് പറഞ്ഞു, "അതായിരിക്കും നല്ലത്."

ഇതുകേട്ട് പോൾ വീണ്ടും അസ്വസ്ഥനായി. അദ്ദേഹം എഴുന്നേറ്റ് ചെന്ന് മൂത്ത ജ്യേഷ്ഠന്റെ കൈ പിടിക്കുന്നു. അത് അവന്റെ ഗന്ധമാണ്. അസുഖബാധിതനാവുന്നതിനു മുമ്പ് അവന്റെ വലിയ ശക്തമായ, ഉറച്ച ശരീരമായിരുന്നു. അയാൾ കെട്ടിപ്പിടിച്ച് പിന്നിലേക്ക് മാറി വീണ്ടും നോക്കുന്നു. എന്തോ മണ്ടത്തരം പറയുന്നു.

"അത് നിങ്ങളാണോ ശരിക്കും നിങ്ങൾ?"

"അതെ, ഞാൻ തന്നെ, പൈലറ്റ് മറുപടി പറഞ്ഞു. വരൂ നമുക്ക് പുറത്തു പോകാം."

സൈക്കോളജിസ്റ്റുകൾ അവരെ പിന്തുടരുവാൻ മടിച്ചു. ഡേവിഡിന്റെ ഒരു ആംഗ്യം അവരെ മുറിയിൽ തനിച്ചുവിടുന്നതിന് പ്രശ്നമായി. രണ്ടു സഹോദരന്മാരും മരിക്കുന്ന ഡേവിഡിന്റെ മുറിയിൽ നിന്ന് പുറത്തുകടന്നു. ആശുപത്രിയിലെ ചാരനിറമുള്ള ലെതർ സോഫയിൽ കൂടുതൽ ദുരന്തങ്ങളും അത്ഭുതങ്ങളും പങ്കുവെക്കുവാൻ ഉണ്ട് എന്നതുപോലെ ഡേവിഡ് കണ്ണുകളടച്ച് തലതിരിക്കുന്നു.

"എന്താണ് പോൾ, എനിക്കെന്തുപറ്റി? മേയിൽ അല്ലേ പാൻക്രിയാറ്റിക് കാൻസർ കണ്ടെത്തിയത്."

പോളുമായി സംസാരിക്കുന്ന സമയത്ത് ബോധം വന്ന് സഹോദരൻ ഡേവിഡ് കൈ കുലുക്കുന്നു.

ഡേവിഡ് കഴിഞ്ഞ ശനിയാഴ്ച നിങ്ങളുടെ പരിശോധനാഫലങ്ങൾ ഓർക്കുന്നുണ്ടോ? വിമാനശാലയിൽ അവർ എനിക്ക് നേരത്തെ അയച്ചിരുന്നു. ഡേവിഡ് മനസ്സിലാക്കുന്നു. മരണം കൂടുതൽ അസഹനീയമാകുന്നു. അത് എപ്പോഴാണെന്ന് തിരിച്ചറിവുണ്ടാകുമ്പോൾ – അവന് നടക്കണം. എഴുന്നേറ്റ് വാതിലിനടുത്തേക്ക് നിന്ന് കിടക്കയിലെ ശരീരത്തിലേക്ക് നോക്കി. വളരെ മെലിഞ്ഞ് ക്ഷീണിച്ച നോട്ടം. കല്ലുകൊണ്ടുണ്ടാക്കിയ സോഫയിൽ വന്നിരുന്നു. കേൾക്കുമെന്ന് ഭയക്കുന്നതുപോലെ അവൻ മന്ത്രിച്ചുകൊണ്ടിരുന്നു.

"നിങ്ങൾ വിചാരിക്കുന്നുണ്ടോ? എനിക്ക് വളരെ കുറവുസമയമാണെന്ന്."

"അതായത് മാർച്ച് 12, 13നു പകരം മെയ് മുപ്പതിന് കീമോ തെറാപ്പിയും റേഡിയേഷനും തുടങ്ങുമെന്നത്."

പോൾ ആശ്വാസത്തോടെ ഉറപ്പാക്കുവാൻ രേഖകൾ പരിശോധിച്ചു. "ഒരു മാസത്തിനു പകരം നാലുമാസത്തെ ചികിത്സ. അത് വളരെ വലുതാണ്. ഈ ക്യാൻസറിന്റെ ആക്രമണാത്മകത കണക്കിലെടുക്കുമ്പോൾ.

പോൾ വീണ്ടും തന്റെ വലിയ സഹോദരനോട് വിശദീകരിക്കുന്നു. ട്യൂമർ കരളിലുണ്ടായി മറ്റു ഭാഗങ്ങളായ ചെറുകുടലിലേക്കും കാര്യമായി പടർന്നിരിക്കുന്നു. അയാൾക്ക് അവനേക്കാൾ കൂടുതൽ പ്രവർത്തിക്കാൻ കഴിയില്ല. രണ്ടു മാസം മുമ്പ് ഡേവിഡ് മാർച്ചിനോട് പറഞ്ഞതിലധികം ഡേവിഡ് ജൂൺ അതേ ചോദ്യങ്ങൾ ഉന്നയിച്ച് വാദിക്കുന്നു. പോൾ അവനും അതേ ഉത്തരം നൽകുന്നു. അതേ വാക്കുകളിൽ ഇടയ്ക്കിടെ ഞാൻ നേരത്തെ പറഞ്ഞതുപോലെ എന്നു പറഞ്ഞ് അയാൾ രക്ഷപ്പെട്ടു. അദ്ദേഹത്തിന് സ്വയം ഒഴിയുവാൻ കഴിയില്ല. ഡേവിഡിനോട് അത് സമ്മതിക്കുവാനുമായില്ല. ഇതുവരെ ഒന്നും പറഞ്ഞിട്ടില്ലെന്ന്.

"എത്ര?" ഡേവിഡ് വീണ്ടും ചോദിക്കുന്നു. "കുറഞ്ഞത് മൂന്നു മാസങ്ങൾ, നിർബന്ധമായും കൂടുതൽ."

"നമുക്ക് മറ്റു ചികിത്സാരീതികൾ നോക്കാം. നിങ്ങൾ നിങ്ങളുടെ ഗിനിപ്പന്നികളിൽ എന്താണ് നല്ലതെന്ന് കൂടുതൽ തിരിച്ചറിയും."

പോൾ ദുഃഖത്തോടെ ചിരിക്കുന്നു. മരുന്നിലുള്ള വിശ്വാസവും പ്രോട്ടോക്കോളുകളും അവനേക്കാൾ കൂടുതൽ അറിയുന്നതിനാലാണ് ഈ ഭ്രാന്തമായ ജോലി തെരഞ്ഞെടുത്തത്. അതിൽ പ്രാഗത്ഭ്യം കാണിക്കുവാൻ. അയാൾ പലപ്പോഴും വിശ്വസിക്കുന്നു. ഈ പ്രൊഫഷനാണ് അയാളെ തെരഞ്ഞെടുത്തതെന്ന്. അയാൾക്ക് പ്രതീക്ഷ ഒരിക്കലും നഷ്ടമായിട്ടില്ല. ഓരോ രോഗികൾക്കും പ്രതീക്ഷ നൽകുന്നതിന് കളവു പറയാനും നന്നായി അറിയാം. പക്ഷേ, ഒരിക്കൽകൂടി ശ്വസനം മോശമായി. തൊട്ടടുത്ത് നിൽക്കുന്നത് ഡേവിഡ് എന്നയാളാണ്. അയാൾക്ക് ചിരിക്കുവാനും കരയുവാനും ഇഷ്ടമാണ്. അയാളെ നഷ്ടമായി.

"ജോഡി എന്തു പറയുന്നു?" ഡേവിഡ് വീണ്ടും ചോദിക്കുന്നു. "അവൾ ആകെ തളർന്നു. നിങ്ങൾക്ക് ചിന്തിക്കുവാനാകില്ല അവൾ നേരിട്ട വഴികൾ."

ഡേവിഡിന്റെ മുന്നിലുള്ള പ്രതിവിധി വളരെ ബുദ്ധിമുട്ടുള്ളതാണ്. ഡേവിഡിനെ കാത്തിരിക്കുന്നത് വളരെ മോശം അവസ്ഥയാണ് എന്നോർത്തു. പോളിന്റെ ഫോൺ ശബ്ദിക്കുന്നു. അയാൾക്ക് കൺമുന്നിൽ പ്രഹരമേറ്റതുപോലെ - ജോഡിയുടെ സംസാരത്തിന് വളരെ താഴ്ന്ന സ്വരത്തിൽ മറുപടി പറയുന്നു.

"ജോഡി?"

ഇത് ഒരു ചെറിയ ജാപ്പനീസ് പൂന്തോട്ടമാണ്. കറുത്ത മുളകൊണ്ടുള്ള ഉയർന്ന വേലി അത് ഒരു റിസോർട്ടിനേയും കളിസ്ഥലത്തേയും വേർതിരിക്കുന്ന ഒരു ഇംഗ്ലീഷ് രീതിയിലുള്ള പാർക്കാണ്. മിതമായ ഒരു

വെള്ളച്ചാട്ടത്തിൽ നിന്ന് അരുവി ഒഴുകുന്നു. തെളിഞ്ഞ കല്ലുകൾക്കിട യിൽ ശാന്തമായ ഒരു കുളത്തിൽ കരിമീനുകൾ നീന്തിക്കളിക്കുന്നു. ചരൽ പ്പാതയിലൂടെ മരപ്പാലത്തിലെത്തുന്നു. തടികൊണ്ടുണ്ടാക്കിയ ചെറിയ പാലം. മുറിയില്ലാത്ത ഒരു ചെറിയ ദ്വീപിൽ എത്തിയ പ്രതീതി. രണ്ട് കൽബഞ്ചുകൾ മാത്രമുള്ള ഈ പൂന്തോട്ടം രൂപകല്പന ചെയ്തവർ. അവിടെ ശാന്തമായി ശ്വസിച്ച് ജീവിക്കുവാനാഗ്രഹിച്ചു. പക്ഷേ, ഈ ആഡംബരം അവസാനത്തെ നടത്തത്തിനുള്ള പരമാനന്ദം ലഭിക്കുന്ന സ്ഥലമായി നിയോഗിച്ചിരിക്കുന്നു. ഒരു ആരോഗ്യകേന്ദ്രത്തിന്റെ മധ്യ ഭാഗത്താണ് ഇത് പണിതീർത്തിരിക്കുന്നത്. ഒരു ആഡംബര സാന്ത്വന കേന്ദ്രം. നല്ല ഇൻഷുറൻസ് തുകയുള്ളവരുടെ ഒരു സെൻ മരണം - അത് വെറും മരണമായിരിക്കില്ല.

ജോഡി മുളകൾക്കിടയിലൂടെ FBI ഏജന്റിനും പോളിനുമൊപ്പം നടന്നു വരുന്നതു കണ്ട് ഡേവിഡ് മരവിച്ചുപോയി. ഇടിവെട്ടില്ലാത്ത ഇടി മിന്നൽപോലെ അഥവാ ഇടിമിന്നലേറ്റ ശരീരം മുഴുവൻ പിൻവാങ്ങാതിരി ക്കുവാൻ പിടിച്ചുനിർത്തുന്നു. ഇനി ഒരു മടങ്ങിവരവ് ഇല്ലാത്തതുപോലെ - അയാൾ മെലിഞ്ഞ്, ഇരുണ്ട കണ്ണുകളോടെ, വരണ്ട് ചുവന്ന് ഓരോ അടയാളങ്ങളും മുഖത്ത് ക്ഷീണത്തിന്റെ സവിശേഷതകൾ എഴുതി വെച്ചതുപോലെയുണ്ട്. പോളിന്റെ സഹായത്തോടെ വളരെ പതുക്കെ അവളെ സമീപിക്കുന്നു. അവൾ ഭൂതകാലത്തിലേക്ക് നടന്നു. ചെറിയ പാലം കടന്ന് മറ്റേ ബഞ്ചിൽ ഇരുന്ന് കുറേ നേരം കീഴോട്ട് നോക്കിയി രുന്നു. പോൾ. സഹോദരന് ആശ്വാസകരമായ ഒരു ആംഗ്യം നൽകി നട ക്കുന്നു.

അവർ നിശ്ശബ്ദരായി മുഖാമുഖം നോക്കി ദീർഘനേരം ഇരുന്നു. ഡേവിഡ് പറഞ്ഞവസാനിപ്പിക്കുന്നു.

“എന്നെ വിശ്വസിക്കൂ, ഞാൻ കുട്ടികളുള്ള ഒരു ചത്വരത്തിന് മുൻ ഗണന നൽകുമായിരുന്നു. അവരുടെ നിലവിളികൾ ബഹളങ്ങൾ, മണ്ട ത്തരങ്ങൾ എല്ലാം. ചുരുങ്ങേണ്ടി വന്നതായി കരുതണം. മനശ്ശാസ്ത്ര ജ്ഞർ നിർദ്ദേശിച്ചപ്രകാരം മിണ്ടാതിരിക്കുകയാണ്.”

“മിണ്ടാതിരിക്കൂ.”

ജോഡി പതിഞ്ഞ സ്വരത്തിൽ സംസാരിച്ചു. ഡേവിഡ് അനുസരിച്ചു. അവൻ അപശബ്ദങ്ങൾ ശ്രദ്ധിക്കുന്നു. വെള്ളച്ചാട്ടത്തിന്റെ മാധുര്യം, നാടൻ കുരുവികൾ ശബ്ദിക്കുന്നു, അവരുടെ കൺമുന്നിൽ പച്ച നിറ മുള്ള വെള്ളത്തിൽ കരിമീനുകൾ ചുറുചുറുക്ക് കാണിച്ചുകൊണ്ട് കറങ്ങുന്നു. ഈ പൂന്തോട്ടത്തിന് അത്തരമൊരു മണ്ടൻ ആശയം ഉണ്ടാ കില്ല.

പെട്ടെന്ന് വിറയുന്ന ശബ്ദത്തിൽ ജോഡി പറഞ്ഞു.

“ഞാനും കുട്ടികളും നിങ്ങളെ കാണാൻ വരാൻ ആഗ്രഹിച്ചിരുന്നില്ല. ആശുപത്രിയിൽ നിങ്ങൾ ട്യൂബിട്ട് അബോധാവസ്ഥയിൽ മോർഫിനു കീഴിൽ സുഖം പ്രാപിച്ചുവെന്ന് ഞങ്ങൾ അവരോട് പറയുന്നു.”

അവനെക്കുറിച്ച് സംസാരിക്കുവാൻ ജീവനോടെ മറ്റൊരാൾ. മറ്റേത് മരിക്കാൻ പോകുന്നു വിവേചനരഹിതമായി. ഇതാണ് വാസ്തവത്തെ തിരസ്കരിച്ച് പുതിയത് സ്വീകരിക്കൽ. വരും ദിവസങ്ങളിൽ ഈ മനോഭാവം മനശ്ശാസ്ത്രജ്ഞർ എല്ലാവരിലും കാണും.

ഡേവിഡ് തലയാട്ടുന്നു. അവന് അവളെ കെട്ടിപ്പിടിക്കണമെന്നുണ്ട്. പക്ഷേ, അവൾ അതിന് തയ്യാറല്ലെന്ന് അവളുടെ ഭയവും വെറുപ്പും കണ്ട് മനസ്സിലാക്കുന്നു. ജോഡിക്ക് വെള്ളച്ചാട്ടത്തിന്റെ ശബ്ദമോ പക്ഷികളുടെ കളകളാരവമോ കേൾക്കാനാകുന്നില്ല. അവളുടെ കണ്ണുകൾ വെളുത്ത കൽബഞ്ചുകളിലേക്ക് നീങ്ങുന്നു. അവനെ നോക്കുന്നില്ല.

"ക്ഷമിക്കണം." അവൾ പറഞ്ഞു. "എനിക്ക് നിങ്ങളെ ചുംബിക്കണമെന്നുണ്ട്. പക്ഷേ, സാധിക്കുന്നില്ല."

ഓരോ പ്രാവശ്യവും മയക്കം വിടുമ്പോൾ ചോദ്യങ്ങൾ - ഓരോ തവണയും എല്ലാവരുടെയും മനസ്സിൽ വരുന്നത് ഒരേയൊരു കാര്യം. അവൾ പോളിനോട് ചോദിച്ചു, "കാൻസറിന്റെ കാര്യമാണോ?" അപ്പോഴൊക്കെ അവൾ ഏറ്റുപറഞ്ഞു ഈ ഡേവിഡ് മുമ്പത്തെ ആളാണെന്ന് അവൾ മനസ്സിലാക്കുന്നു. എവിടെ നിന്നോ വരുന്ന ഈ ഡേവിഡ് വീണ്ടും പോകാനിടയുണ്ട്, മരിക്കാൻ. രക്തം, തന്നെ വിട്ടുപോകുന്നതായി അവൾക്കു തോന്നി. ചിന്തിച്ചതിന് അവൾ സ്വയം കുറ്റപ്പെടുത്തുന്നു. എന്തുകൊണ്ടാണ് നിങ്ങൾ തിരികെ വന്നത്. ഡേവിഡ്, എന്തുകൊണ്ട് എല്ലാം ചെയ്യുന്നു. അത് ഒരു ഡ്രസ് റിഹേഴ്സൽ മാത്രമായിരുന്നോ? വേദനയുടെ ഒരു മാസം. കൂടുതൽ ഭീകരതകൾ, കൂടുതൽ കരച്ചിൽ എന്നിവയ്ക്കായി തയ്യാറെടുക്കൽ, നിസ്സഹായമായ ദേഷ്യം. സ്വർഗ്ഗം അവളുടേതാണെന്ന് വിശ്വസിക്കുവാൻ ആഗ്രഹിക്കുന്നു. രണ്ടാമത്തെ അവസരം വാഗ്ദാനം ചെയ്യുക. പക്ഷേ, ഇല്ല. ഇത് രണ്ടാമത്തെ വേദനയായിരിക്കും. - വേദന. അവൾ അനുഭവിക്കുന്നത് ദേഷ്യവും വികർഷണവും.

അവൾ ആവർത്തിച്ചു, "അവളുടെ തണുത്ത ശബ്ദത്തിൽ. കുട്ടികൾക്കായി നിങ്ങൾ വേഗത്തിൽ സുഖപ്പെടും. തിരികെ വരും."

"അതാണ് എളുപ്പമായത്."

"എനിക്ക് മക്കളെക്കൊണ്ട് അച്ഛനെ രണ്ടു പ്രാവശ്യം സംസ്കരിക്കുവാനാഗ്രഹമില്ല" എന്നവൾ കൂട്ടിച്ചേർത്തില്ല.

"ഞാൻ സുഖപ്പെടാൻ ആഗ്രഹിക്കുന്നു, ജോഡി. ഗ്രേസിനും ബെഞ്ചമിനും നിനക്കും വേണ്ടി."

"ശരി."

"എനിക്കുവേണ്ടിയും, എല്ലാം ഒന്നുതന്നെ."

അവൾ മുകളിലേക്കു നോക്കുന്നു. അവൻ അവളെ ചിരിപ്പിക്കുവാനാഗ്രഹിക്കുന്നു. അവൾക്ക് ശക്തിയില്ല. ഒരുതരം നിർബന്ധവും ഒന്നിലും ഇല്ല. അവൾ ആ നോട്ടത്തിന്റെ അഗാധതയിൽ ഊളിയിടുന്നു. അവളെ വിട്ടുപോവാത്ത നിരാശയെ തുരത്തുവാൻ. അവൻ കൈ നൽകുന്നു.

അവൾ അത് സ്വീകരിച്ചു മുറുകെ പിടിച്ച് ചൂട് വീണ്ടെടുക്കുന്നു. പെരു വിരൽകൊണ്ട് അടിക്കുന്ന രീതിയിൽ അവളെ തഴുകുന്നു.

“ശരിക്കും ഇത് നിങ്ങളാണോ?” അവൾ അവസാനം ചോദിച്ചു.

അതൊരു ചോദ്യമല്ല. അവൾ ഒരിക്കലും സംശയിച്ചിരുന്നില്ല. ഡേവിഡ് ഉത്തരം പറയുന്നില്ല. അവൻ അവളെ ആർദ്രതയോടെ ധ്യാനിക്കുന്നു. അത്യാഗ്രഹി. അവൻ ഇതിനകം അവളിൽനിന്ന് എല്ലാം തിരിച്ചുപിടിക്കാൻ ആഗ്രഹിച്ചതുപോലെ ദിവസങ്ങൾ ഇതിനകം എണ്ണിക്കഴിയുന്നു.

പൂന്തോട്ടത്തിന്റെ പ്രവേശനകവാടത്തിൽ നഴ്സ് ഒരു കുറിപ്പ് നൽകി. പോളിനെ അവർക്ക് കാണുന്നില്ല. പോളിന്റെ കണ്ണുകൾ ദുഃഖത്തിന്റെ മൂടുപടമണിഞ്ഞിരിക്കുന്നു. എഫ്.ബി.ഐ. ഉദ്യോഗസ്ഥൻ നൽകിയ ഉത്തരവ് അവൾ കേട്ടില്ല. സമയം കടന്നുപോയി. അത് എല്ലാ കഷ്ടപ്പാടുകളും വിഷമതകളും നിരായുധമാക്കുന്നു.

ഒരു കരിമീൻ വെള്ളത്തിനു പുറത്തു ചാടി തിരികെ പോയി. ആ ശബ്ദം അവരെ ചാടാൻ പ്രേരിപ്പിക്കുന്നു.

വുഡ്സും വാസ്ർമാനും

2021 ജൂൺ 28 തിങ്കൾ
കരോൾ സ്ട്രീറ്റ്, ബ്രൂക്ക്‌ലിൻ

ഒരു ശരീരത്തിന് എങ്ങനെ ഒരുപാട് കണ്ണുനീർ താങ്ങാനാകും. രണ്ടു ജൊവാനമാരും കരയുന്നു. ഒരേസമയം ഒരേ ചിന്ത രണ്ടുപേരിലും കണ്ണീർ വരുത്തുന്നു.

എബി വാസർമാന്റെ വലിയ സ്റ്റുഡിയോയിൽ അഞ്ചു രേഖാചിത്രങ്ങളുടെയും വാട്ടർ പെയിന്റിംഗിന്റെയും നടുവിൽ എഫ്.ബി.ഐയിലെ മനശ്ശാസ്ത്രവിദഗ്ധർ വിചിത്രമായ വലിയ സ്റ്റൂളുകളിൽ നിവർന്നു നിൽക്കുന്നു. രണ്ടു ജൊവാനമാർ - ഒരാൾ ചാരുകസേരയിലും ഒരാൾ പഴയ സോഫയിലും. അന്ധാളിച്ചുപോയ എബിക്ക് വാക്കുകൾ കണ്ടെത്തുവാൻ കഴിയുന്നില്ല. ഒന്നും ആലോചിക്കാതെ അവൻ തന്റെ ജൊവാനയ്ക്കരികിൽ ഇരുന്നു. അപ്പോൾ ദുരിതമനുഭവിക്കുന്ന മറ്റൊരാളുടെ നോട്ടം. ഈ സ്ത്രീയും അവനും മൂന്നുമാസം മുമ്പ് പാരീസ് ന്യൂയോർക്ക് യാത്രയിൽ ഇറങ്ങുംനേരം ആലിംഗനം ചെയ്തവരാണ്. അവന് അവളെ ചുംബിക്കണം, അവളെ ആശ്വസിപ്പിക്കണം. പക്ഷേ, ഇല്ല - അവൻ കല്ലായി ത്തീർന്നിരിക്കുന്നു.

വളരെ വേഗം അവർ ചലനമില്ലാതെ ഇരുന്നു. പെട്ടെന്ന് ഒരു ജൊവാന എഴുന്നേറ്റു. അനിക്ക് പുറത്ത് പോവണമെന്ന് പറയുന്നു. ഉടൻ മറ്റെയാളും (ജൊവാനയും) എഴുന്നേറ്റ് ജനൽ തുറന്ന് തെരുവിന് അഭിമുഖമായ വലിയ ബാൽക്കണിയിലേക്ക് പോയി. എബി അവരെ പിന്തുടർന്നു.

ഇവിടെ അവർ സൂര്യപ്രകാശമേറ്റ് കണ്ണുകൾ ചുമന്ന് ശ്വാസത്തിലേക്ക് തിരികെ വരുന്നു. ജൊവാന എല്ലായ്പ്പോഴും അതിഗംഭീരമായ നേട്ടങ്ങളിൽ വിശ്വസിക്കുന്നു. അവൾ ഒരിക്കലും സംശയിച്ചില്ല. കാറ്റ്, ആകാശം, മേഘങ്ങൾ ഇവ കുഞ്ഞുകൊമ്പുകൾകൊണ്ട് പ്രതികരണങ്ങളുണ്ടാക്കുന്നു. കുട്ടിക്കാലത്ത് എപ്പോൾ അവളെ ലോകം വിലക്കുന്നുവോ അപ്പോൾ അവൾ പ്രൊവിഡൻസ് പാർക്കിന്റെ പടിഞ്ഞാറേ മൂലയിൽ സമാധാനം തേടിപ്പോയി ഇരിക്കാറുണ്ട്. അവൾ തോൽക്കുവാൻ ഓടുകയായിരുന്നു. ശ്വാസം നിലയ്ക്കുന്നതുവരെ അസ്ഫാൽറ്റ് റോഡിലൂടെ ഓടുന്നു. ശ്വാസകോശം പൊട്ടുമെന്നു തോന്നുമ്പോൾ കൈകൾ നീട്ടിവച്ച് നിലത്ത്

ചെറിയ പുല്ലിൽ മലർന്നു കിടന്നു ശ്വസിക്കുന്നു. പ്രപഞ്ചം അവളിലേക്ക് പ്രവേശിച്ച് ഓരോ പ്രേരണകളും കുറേശ്ശെയായി വീണ്ടെടുത്തു സ്വന്ത മാക്കി. പക്ഷേ, കരോൾ സ്ട്രീറ്റിലെ മിന്നുന്ന മേപ്പിൾസിന് ഒരു ലളിത മായ പരിഹാരം പോലും അവൾക്ക് നൽകുവാനായില്ല. ജൊവാന മൂക്കു വിടർത്തി സാവധാനം ശ്വസിച്ചു. ശാന്തത ആഗ്രഹിക്കുന്നു. മറ്റേയാൾ കണ്ണുതുടയ്ക്കുന്നു.

"നിങ്ങളുടെ ജീവിതം മോഷ്ടിക്കുവാൻ ഞാനാഗ്രഹിക്കുന്നില്ല." ഒരാൾ മുരൾച്ചയോടെ പറഞ്ഞു.

"എനിക്കറിയില്ല."

"എന്റേത് നഷ്ടപ്പെടുത്തുവാൻ ഞാനാഗ്രഹിക്കുന്നില്ല." ജൊവാന ആ യുവാവിന് നേരെ തിരിയുന്നു.

"എബി എന്തെങ്കിലും പറയൂ."

അവൻ വലഞ്ഞു. അവന്റെ നോട്ടം ഒരു ജൊവാനയിൽ നിന്ന് മറ്റൊന്നി ലേക്ക് മാറിമാറി അലഞ്ഞു. വൃത്താകൃതിയിലുള്ള ആ വയർ മാത്രമേ അവരെ വേർതിരിച്ചറിയുവാൻ സഹായിക്കൂ.

"എന്നോട് ക്ഷമിക്കൂ. ഞാൻ അശക്തനാണ്. ഞാൻ... ഞാൻ കഴി വില്ലാത്തവനാണ്. എന്താണ് പറയേണ്ടതെന്നറിയുന്നില്ല."

അവൻ കുനിഞ്ഞിരുന്ന് തന്റെ കൈത്തണ്ടയിലെ ടാറ്റൂ ചെയ്തത് നിരീക്ഷിക്കുന്നു. ഒരു മൺകൂനയിൽ രണ്ട് ഈന്തപ്പനമരങ്ങൾ. അത് മുത്തച്ഛനോടുള്ള കൃതജ്ഞതയാണ് - അദ്ദേഹത്തിന്റെ ചരിത്രം. OA- SIS എന്ന വാക്ക് ആ വൃദ്ധന്റെ കൈയിൽ ടാറ്റൂ ചെയ്തത് അവൻ കണ്ടി രുന്നു. അതിന് കാരണം ചോദിച്ചപ്പോൾ എബിയോട് പറഞ്ഞു. 'ഒയാ സിസ്' എന്നാൽ 'മരുപ്പച്ച' അത് നീ കാണുന്നു. (മരുഭൂമിയുടെ ഹൃദയ ഭാഗത്തെ ജലം) അത് സ്നേഹവും സമാധാനവും പങ്കുവെക്കപ്പെടുന്ന സ്ഥലം. അതുകൊണ്ടാണ് ഞാൻ ഇരുപത് വയസ്സുള്ളപ്പോൾ ടാറ്റു ചെയ്തത് (പച്ച കുത്തിയത്). അത് യുദ്ധാനന്തരമുള്ള പുതുജീവിത ത്തിന്റെ പ്രത്യാശയെ പ്രതീകമാക്കുന്നു. അത് ആകർഷകമാണ്. മന സ്സിലായോ എബി. ഭാഗ്യം ഗ്ലൂക്സ് ബ്രിംഗർ. അത് എബിക്ക് ഇഷ്ടമായ തിനാൽ ആ വാക്ക് അവനാവർത്തിച്ചു. ജർമ്മൻ ഡിസൈനറിനെ ഗ്ലൂക്ക് എന്ന (Gluck) പദം ഇപ്പോഴും ആകർഷിക്കുന്നു. ഭാഗ്യം എന്നത് ചില പ്പോൾ ഒരു മോശം പാത്രമായിരിക്കും. എബിയുടെ പതിനൊന്നാം ജന്മ ദിനത്തിന് അവന്റെ മുത്തച്ഛൻ അവന് മനസ്സിലാക്കിക്കൊടുത്തു. പച്ച കുത്തിയ OASISഎന്ന പദം - ആ വാക്ക് അതല്ല അർത്ഥമാക്കുന്നതെന്ന്. അത് അർത്ഥമാക്കുന്നത്. 51540 എന്ന നമ്പറിലൂടെ നാടുകടത്തപ്പെട്ടവർ - ഓഷ്വിറ്റ്സിലേക്ക് എന്നത് തിരിച്ചറിഞ്ഞു. വൃദ്ധന്റെ മരണശേഷം അബി അവന്റെ തൊലിയിൽ അതേ സ്ഥലത്ത് OASIS എന്ന് പച്ചകുത്തിയിരുന്നു. അവന് മാത്രം അറിയാവുന്ന ആ രഹസ്യത്തിൽ ശക്തി കണ്ടെത്തി. രണ്ടു സ്ത്രീകളുടെയും നോട്ടം അവനെ അലട്ടുന്നു. അവന്റെ ടാറ്റുവിൽ നോക്കി യിരുന്നുകൊണ്ട് അവൻ അഭയം കണ്ടെത്തുന്നു.

അപ്പോൾ നമ്മൾ വിവാഹിതരായി ഇവിടെ ജീവിക്കുന്നു - ജൊവാന ജൂൺ ചോദിക്കുന്നു. "നമ്മുടെ വിവാഹം എങ്ങനെയായിരുന്നു?"

ഞങ്ങൾ അല്ലെങ്കിൽ അവർ മുൻകൂട്ടി നിശ്ചയിച്ചിരുന്നോ? പക്ഷേ, അവർ സന്തുലിതാവസ്ഥ സ്ഥാപിച്ചെടുത്തു. അവരുടെ ഭാഷയിൽ ജൊവാന വുഡ്സും ജൊവാന വാസ്ർമാനും എബിയുടെ കുഞ്ഞിനെ വഹിക്കുന്നു. അവളുടെ വിപരീത ഇടപെടലുകളില്ല. അവർ വിസ്മരിച്ച ദൗർഭാഗ്യമാണ്.

വേനൽക്കാല മന്ദമാരുതൻ വെള്ളിനിറമുള്ള ഇലകൾ ഇളക്കുന്നു. കാറുകളുടെ ശബ്ദം വളരെ കുറവു മാത്രം കേൾക്കുന്നു. എവിടെ നിന്നോ വരുന്ന കാറ്റ്. അവ വീശുമ്പോൾ ജൊവാനയ്ക്ക് കവിത വരുന്നു. അവൾ അത് ഒഴിവാക്കുന്നു.

"എനിക്ക് ശരിക്കും അറിയുന്നില്ല നമുക്ക് എന്ത് ചെയ്യുവാനാകുമെന്ന്. നിയമപരമായി ആദ്യത്തേത് സങ്കീർണ്ണമാണ്."

"ശരിക്കും കേസ്, നിയമം ഒന്നുമില്ല. നമുക്ക് മറ്റൊരു തരത്തിൽ ചിന്തിക്കാം. നാശം, ഞാനാണ് നിയമപരമായ ചോദ്യങ്ങളിലൂടെ സഞ്ചരിച്ചത്. അത് പെട്ടെന്ന് അവനിലേക്ക് എത്തുന്നു. പതിനാറാം നൂറ്റാണ്ടിലെ ഫ്രാൻസിലെ മാർട്ടിൻ ഗ്വേർ വിചാരണക്കേസ്. കവർച്ചക്കാരനായ അർണോഡ് ദ്തിൽഹ് സിനിമയിൽ മാർട്ടിൻ ഗ്വേറിന്റെ അപരനായി രംഗത്തുവരുന്നു. അയാളുടെ ഭാര്യയോടൊപ്പം ജീവിച്ച് അത് അവൻ തന്നെയെന്ന് ബോധ്യപ്പെടുത്തി. പക്ഷേ, സിനിമയിൽ ഒരു ട്വിസ്റ്റ് സംഭവിച്ച് മാർട്ടിൻ ഗ്വേർ ജന്മനാട്ടിൽ തിരികെയെത്തുന്നു. അയാളുടെ അപരനായി വന്ന വഞ്ചകനെ തൂക്കിലേറ്റി. നമ്മൾ എന്തായിരുന്നു സംസാരിച്ചിരുന്നത് ജൊവാന?" അവൾ ഊഹിക്കുന്ന അതേ ചിന്ത മറ്റേ ജൊവാനയ്ക്കും ഉണ്ടാകുന്നു. അവൾ മുറുമുറുക്കുന്നു.

"അതുമായി ഒരു ബന്ധവുമില്ല."

നിശ്ശബ്ദത അസ്തമിക്കുന്നു. ജനലിൽ മുട്ടുന്ന ശബ്ദം കേട്ട് മൂന്നു പേരും എഫ്.ബി.ഐ. ഉദ്യോഗസ്ഥരിലേക്ക് തിരിയുന്നു. ലജ്ജയാൽ ബാൽക്കണിയിലേക്ക് പോകുവാൻ ഭയപ്പെടുന്നു.

എബി അത് മറികടക്കുവാനായി സ്വയം ഒരു കോഫി ഉണ്ടാക്കിയെടുക്കുന്നു.

"'എലന്റെ' കാര്യം എന്തായി?" ജൊവാന ജൂൺ ചോദിക്കുന്നു. "അസുഖം?"

"കുഴപ്പമില്ല. അത് ശരിയാകും. അവൾ ചികിത്സയിലാണ്. ഞാൻ ഡെന്റൺ ആന്റ് ലോവ്ലിനിൽ ഒരു നിയമനം വാങ്ങി. ഞാൻ വാൽഡിയോയുടെ ചുമതലയിലാണ്. ആ ഹെപ്റ്റക്ലോറേൻ വിചാരണയ്ക്കായി അല്ലേ?"

"അല്ല, മുമ്പത്തെ ആ ജങ്ക്, നിഷ്ഫലം. നീ അത് ചെയ്തോ?"

"ചെയ്യും. ഇത് ജങ്ക് അല്ല. ക്ലീഷേ ആണ്. കാരണം അയാൾ കോടീശ്വരനാണ്."

ജൊവാന ജൂണിന് അതറിയാം. അത് വളരെ അസംബന്ധമായ തെളിവാണ്. തീർച്ചയായും അവൾ അതുതന്നെ ചെയ്തിരിക്കും. ചികിത്സയ്ക്ക് നൽകുവാനായി പണം. പക്ഷേ, കാരണം ഇതെല്ലാം ഡെന്റൺ ആന്റ് ലോവൽ ആയതിനാലാണ്. ഒന്നും ആലോചിക്കാതെ അവൾ എബിയുടെ കൈ ചേർത്തുപിടിക്കുന്നു. ഈ ആംഗ്യത്തിനു മുന്നിൽ മറ്റേ ജൊവാനയ്ക്ക് ശ്വാസം കിട്ടാത്തതുപോലെ , നെഞ്ച് തകർക്കുന്നപോലുള്ള വേദന. സഹോദരി എല്ലായ്പോഴും സഹോദരി. പക്ഷേ, എബി മാത്രമേ അവൾക്കുള്ളൂ. അവൾ ആ കൂട്ടിച്ചേർക്കൽ ഇഷ്ടപ്പെടുന്നു. മറ്റൊരാളെ ഒരിക്കലും വിഭജിക്കാതെ.

"ഭയങ്കരം തന്നെ." എബി കൈ പിടിച്ചുകൊണ്ട് പറഞ്ഞു. "ഞാൻ ചെയ്യില്ല. നിങ്ങളെ രണ്ടുപേരെയും ഇഷ്ടമല്ല. ഞാൻ ഒരു സ്ത്രീയെ സ്നേഹിക്കുന്നു. അവൾ - അവളുടെ പേര് ജൊവാന എന്നാണ്."

അവന് തുടരുവാൻ കഴിയില്ല. അവളുടെ തിളങ്ങുന്ന കണ്ണുകളിൽ നിന്ന് കണ്ണുനീർ അനിയന്ത്രിതമായി ഒഴുകുവാൻ തുടങ്ങുന്നു. ഒരുപാട് കണ്ണുനീർ.

ഒരു കുട്ടിയും രണ്ട് അമ്മമാരും

2021 ജൂൺ 29, ചൊവ്വ
റൂമ്യൂലോ, പാരീസ്

രണ്ടു ദിവസം മുമ്പ് എഫ്.ബി.ഐയുടെ മനശ്ശാസ്ത്രവിഭാഗം ആശയ വിനിമയം നടത്തിയിരുന്നു - സഖ്യരാജ്യങ്ങളുടെ സേവനപ്രോട്ടോക്കോളു മായി ബന്ധപ്പെട്ട അഞ്ചു കാര്യങ്ങൾ തയ്യാറാക്കുന്ന രീതി, വിവരശേഖ രണം, യോഗം ചേരൽ, തുടർ ചർച്ചകൾ, സംരക്ഷണം, ഇവയെ ആചാര പരമായി ഒന്നും നിയന്ത്രിക്കുന്നില്ല. പാരീസിലെ ഹോട്ടലിൽ വിവേക പൂർവ്വം SDECE (1944 മുതൽ 1982 വരെ ഫ്രഞ്ച് വിദേശ ഇന്റലിജൻസ് ഏജൻസിയായിരുന്നു. പിന്നീട് ഇതിനുപകരം വിദേശസുരക്ഷ ഡയറ ക്ടർ ജനറൽ എന്നാക്കി മാറ്റം വരുത്തി) മറ്റൊരു പേരിൽ കർട്ടനുകളിട്ട് മറച്ച മുറിയിൽ പാർക് മോൻസോ ഷോപ്പിംഗ് മാളിന് അഭിമുഖമായുള്ള സ്ഥലം ലൂസി ബൊഗേർട്ടിനെ പതിനഞ്ച് മിനിറ്റ് നേരത്തോളം ഇവിടെ അഭിമുഖീകരിക്കുന്നു - അവർ വളരെ ആക്രമണോത്സുകതയോടെയും തീവ്രമായും തൽക്ഷണവും പ്രതികരിക്കുന്നു.

മൊത്തം യുദ്ധമായിരുന്നു ലൂസി ജൂൺ ഫ്രാൻസിലേക്ക് മടങ്ങു മ്പോൾ അവൾ അതിൽനിന്ന് രക്ഷപ്പെട്ടില്ലെന്നു മനസ്സിലാക്കി. ലൂസി മാർച്ച് എല്ലാം നിശ്ചയിച്ച പ്രകാരം ശരിയാക്കി അവളുടെ മകൻ, അവരുടെ മകൻ, അപ്പാർട്ട്മെന്റുകൾ, സിനിമകൾ, ഒന്നിച്ചുള്ള സമയത്തെ അവരുടെ വസ്ത്രങ്ങൾ എല്ലാം സുപ്രധാന പോരാട്ടങ്ങളും വ്യർത്ഥമായ യുദ്ധങ്ങളും.

സൈക്കോളജിസ്റ്റുകൾ തയ്യാറെടുപ്പിലായിരുന്നു. ലൂസി പത്തു വർഷ മായി അവളുടെ മകന്റെ സ്നേഹത്തിന്റെയും ആർദ്രതയുടെയും ഒപ്പം അടഞ്ഞ വാതിലിനുള്ളിൽ ഒരുമിച്ച് താമസിക്കുന്നു. ആ യുവതി ശിശു പരിപാലനം ഒരിക്കലും പങ്കുവെച്ചിട്ടില്ല. ചെറുപ്പക്കാരൻ അച്ഛൻ ദൂരെ ഓടിപ്പോയി ഒരിക്കലും മകനെ വളർത്തുവാൻ ആഗ്രഹിക്കാതെ. കുറെ വർഷങ്ങളായി ഒരു താല്പര്യവുമെടുക്കാൻ സമ്മതിക്കാതെ - ഇപ്പോൾ അയാൾ ലൂസിയുമായി പരസ്പരം വാദപ്രതിവാദം നടത്തുന്നു. അവളെ കടിക്കാതെ വേദനിപ്പിക്കാതെ പരസ്പരം വേർപെടുന്നതിന്റെ അസഹീ നയത സഹിക്കണോ? രണ്ടുപേരും ഈ ബലിപീഠത്തിൽ തങ്ങളെത്തന്നെ

പ്രതിഷ്ഠിക്കുവാൻ തയ്യാറല്ല. കുട്ടിയുടെ വിശുദ്ധമായ സമതുലിതാവസ്ഥ ഏത് എന്നതിനെക്കുറിച്ച് ഒന്നുമറിയാത്ത ശിശുമനോരോഗവിദഗ്ധർ. സ്നേഹത്തിൽ മാതൃത്വത്തിന്റെ കറുത്ത സ്വാർത്ഥത ഏറ്റവും ക്രോധത്തോടെ പോരാടുന്നു. തിളങ്ങുന്ന ഔദാര്യം. ലൂവിസ് തയ്യാറല്ല, ലൂസി മാർച്ച് ആവർത്തിക്കുന്നു.

"അവൻ എന്റെ മകനാണ്." ലൂസി ജൂൺ പറയുന്നു. "നിങ്ങളുടേതു പോലെത്തന്നെ." ലൂസി മാർച്ച് നിർബന്ധപൂർവ്വം തറയിലേക്ക് തുറിച്ചു നോക്കുന്നു. തല ഉയർത്താതെ പ്രതികരിക്കുന്നു.

"നിങ്ങൾ സന്തുലിതാവസ്ഥയെക്കുറിച്ച് ചിന്തിക്കണം."

"അത് - ഇല്ല."

"ഇല്ലേ? എങ്ങനെ ഇല്ലാതാകും."

"അവന് അവകാശമുണ്ട്. അവരുടെ മകനെ കാണാൻ ഞങ്ങൾ വിസമ്മതിക്കുമോ? അവൾക്കറിയില്ലേ, അവളും അവന്റെ അമ്മയാണെന്ന്? എങ്ങനെ അത് നിയമാനുസൃതമല്ലാതാകും?" ലൂസി ജൂൺ പൂർണ്ണമായും ദേഷ്യത്തിലാണ്. അവൾക്ക് സ്വന്തമായി ചിന്തിക്കുവാൻ സാധിക്കാതായി. വ്യക്തമായും അതോ കോപത്താൽ മറ്റേ ലൂസിയുടെ കവിൾത്തടം വിറയ്ക്കുന്നു. കോപത്താൽ ശബ്ദത്തിന് വിറയലുണ്ടാക്കുന്നു.

"ഞാൻ ഒരു രാത്രികൂടി ഈ ഹോട്ടലിൽ താമസിക്കില്ല." ലൂസി ജൂൺ കരയുന്നു. "എനിക്ക് ഒരു അപ്പാർട്ടുമെന്റ് ഉണ്ട്. ഒരു നിമിഷം സങ്കല്പിക്കൂ. എന്റെ ജീവിതം."

ലൂസി ജൂൺ ദീർഘനിശ്വാസമെടുത്ത് പുനരാരംഭിച്ചു.

"നിനക്ക് എന്നോടൊപ്പം ജീവിക്കുവാനാകില്ല."

മനശ്ശാസ്ത്രവിദഗ്ധൻ ഒരാളുടെ നിശ്വാസത്തിനെ അമർത്തുന്നു. അയാൾ ഒരു വിവാഹത്തിന്റെ ഉപദേശിയായല്ല പ്രവർത്തിക്കുന്നത്. അയാളെ കണക്കിലെടുക്കുകയാണെങ്കിൽ ഒരു വിവാഹമോചനവിദഗ്ദ്ധൻ ആണ്. അവൾ ഇടപെടുന്നു. പക്ഷേ, ലൂസി ജൂൺ മനസ്സില്ലാമനസ്സോടെ കൂട്ടിച്ചേർത്തു.

"എല്ലായ്പ്പോഴും അല്ല. സാഹചര്യം ഇതാണ്. അഭൂതപൂർവ്വമായതാണ്. ശ്രീമതി ബൊഗേർട്ട് ഇത് പരീക്ഷിക്കൂ. ആഭ്യന്തര ഓഫീസിലെ ചെറുപ്പക്കാരൻ എല്ലാം വ്യക്തമായി പറയുന്നു. ആന്നാ അറേന്റിന്റെ സ്ഥാനക്കയറ്റം പ്രതിസന്ധി മുറിയിലേക്ക് വലിച്ചെറിയപ്പെട്ടത് കാർഷികവിഭാഗത്തിലെ പദവിയിലെടുത്ത നിലപാടിൽ ഖേദിച്ചാണ്. വളരെ മനസ്താപം അനുഭവിക്കുന്നു. അയാൾ വിക്കി വിക്കി പറയുന്നു.

"ഞങ്ങൾ ഒരു പരിഹാരം/പ്രതിവിധി കണ്ടെത്തുവാനാണ് ശ്രമിക്കുന്നത്."

"ഞാൻ മാഡത്തേക്കാൾ ഒട്ടും മുകളിലല്ല. വീട്ടിൽ ജീവിക്കുന്നത് എന്റെ മകനൊപ്പം. നിങ്ങൾക്കറിയുമോ അഞ്ചു ദിവസമായി എന്നെ ലൂവിസുമായി സംസാരിക്കുവാൻ അനുവദിച്ചുവോ?"

ലൂവിസ് മാത്രമല്ല എല്ലായ്പോഴും ക്രോധത്തിന്റെ ഉത്ഭവസ്ഥാനമാവാറുള്ളത്. ക്രോധം അയാളെ ആക്രമിക്കുമ്പോൾ അയാൾ താടി വെട്ടിച്ച്, ചുണ്ടിന്റെ കോണിലൂടെ ശാഠ്യഭാവത്തിൽ വേർപിരിയലിന്റെ മുഖംമൂടി ഉൾക്കൊണ്ട് നെറ്റി ചുളിച്ച് കണ്ണട വലിച്ചുവെക്കുന്നു. രണ്ടു മുഖങ്ങളിലും അത്രയും വ്യക്തമായ അടയാളങ്ങൾ കാണാം. എന്നിരുന്നാലും ഈ സുന്ദരിയുടെ മുന്നിൽ ഉടനടി ഒരു പിടിച്ചെടുക്കലിനായിരുന്നു ആഗ്രഹം. അവളുടെ മെലിഞ്ഞ ദുർബലമായ ശരീരത്തിനു മുന്നിൽ അത്യാഗ്രഹം മുന്നിൽ ഉണർത്താതിരിക്കുവാനും അതിലോലമായ സംരക്ഷണം കൈവശം വെക്കുവാനും ഉള്ള ഒരു വിശപ്പ്. ലൂസി ജൂൺ, ലൂസി മാർച്ചിനെ ദേഷ്യത്തോടെ നിരീക്ഷിക്കുന്നു -റാഫേലിനെക്കുറിച്ച് ചിന്തിച്ച്.

ലൂസി ഒരു വർഷം മുമ്പ് ഒരു ഷൂട്ടിംഗ് സെന്ററിൽ ക്യാമറാമാനായിട്ടാണ് റാഫേലിനെ കാണുന്നത്. അയാളുടെ ദൃഢമായ രൂപവും ബോക്സറുടെ മൂക്കും നല്ല ആകർഷകത്വമുള്ളതാണ്. അവൾ മനസ്സിലാക്കിയിരുന്നു അവന് അവളെ ഇഷ്ടമാണെന്ന്. കൂടെക്കൂടെ അവൻ അവളെ വിളിക്കുന്നു. അവൻ വരികയും അവളെ ചുംബിക്കുകയും ചെയ്യുന്നു. അവൾ അവന്റെ വസ്ത്രം മാറ്റുന്നു. കിടക്കയിൽ കിടന്ന് അവളെ അവനോട് എടുക്കുവാൻ പറയുന്നു. പുറകിൽ നിന്ന് മുടി പിടിച്ചുവലിച്ച് അവളുടെ അരക്കെട്ടിൽ പിടിച്ച് ആസ്വദിച്ച് ശക്തമായി ഉണർത്തുന്നു. അവൾ അവനെ തന്നിൽനിന്ന് മാറ്റി ഷവറിൽ നിൽക്കുന്നു. അവൾ അതിലേറെ ഒന്നും ആവശ്യപ്പെടുന്നില്ല. അത് അവന്റെ രഹസ്യപൂന്തോട്ടമല്ല. അത് തരിശുഭൂമിയാണ്. അവിടെ അവനെക്കൂടാതെ മറ്റുള്ളവരും എത്താറുണ്ട്. അത് ഇഷ്ടപ്പെടാതിരിക്കാൻ വളരെ എളുപ്പമാണ്.

ആന്ദ്രെക്കൊപ്പം ന്യൂയോർക്കിലേക്ക് പുറപ്പെടുന്നതിന് കുറച്ചു ദിവസങ്ങൾക്കു മുമ്പ് അവൾ അവനെ സന്ദർശിച്ചു.

അന്നും പതിവുപോലെ. അവൾ കോട്ട് അഴിച്ചുമാറ്റി. അവന്റെ വാച്ചും വെള്ള സ്വർണ്ണംകൊണ്ടുള്ള നീലക്കൽ മോതിരവും ഊരിമാറ്റി. എനിക്ക് അരമണിക്കൂർ സമയമുണ്ട്. ഇനി വേണ്ട. അവനും അവളിൽ അടിയന്തരത തോന്നി. അസ്വസ്ഥനായ അയാൾക്ക് അവളെ തൃപ്തിപ്പെടുത്താൻ കഴിഞ്ഞില്ല. അവൻ തുടകൾക്കിടയിൽ മുട്ടുകുത്തി അവളെ ആർദ്രമായി നുണയുവാൻ ഇഷ്ടപ്പെടുമായിരുന്നു. പക്ഷേ, ഓരോ തവണയും അവൾ നിർത്തു. ഇങ്ങനെയല്ല എന്നു പറഞ്ഞ് അയാളെ പഴയ അവളുടെ മുടി, പുറം, ചന്തി ഇവ മാത്രം കാണുന്ന നായസ്ഥാനത്തേക്ക് തള്ളിമാറ്റി. റാഫേൽ അവളോട് പറഞ്ഞു – അവന് ലൂസിയെ അറിയാം. അവളുടെ ശൂന്യമായ ഡയറിയിൽ അല്ലാതെ ഞങ്ങൾ പരസ്പരം കാണാൻ ആഗ്രഹിക്കുന്നു. ഞങ്ങൾ റസ്റ്റോറന്റിൽ പോയാലും തിയേറ്ററിൽ പോയാലും ലൂസിക്ക് അതുണ്ട്. ഒന്നും മിണ്ടാതെ ലൂസി നോക്കി. അവൾ തോർത്തിക്കഴിഞ്ഞ് പാന്റീസും സോക്സും ഇട്ടു. നമുക്ക് പരസ്പരം കൂടാം എന്ന് അദ്ദേഹം കൂട്ടിച്ചേർത്തു. കുറച്ചു ദിവസങ്ങൾ ബ്രൂഗ്സിൽ, വെനിസിൽ – നിങ്ങൾക്ക് ആവശ്യമുള്ളിടത്തെല്ലാം നാം ഇരുവരും അവൾ വസ്ത്രധാരണം പൂർത്തിയാക്കി. പെട്ടെന്ന് തണുപ്പോടെ അവൾ പറഞ്ഞു.

നമുക്ക് രണ്ടുപേർക്കും വേണ്ടി മാത്രമാണോ നാം ഇരുവരും? പക്ഷേ, എന്നെ സ്നേഹിക്കുന്നുണ്ടെന്ന് നിങ്ങൾ കരുതുന്നു. "നിങ്ങൾ എന്നിൽ സെക്സ് ആണോ കരുതുന്നത്?"

"ഞാൻ നിന്നെ സ്നേഹിക്കുന്നു. കാരണം എന്നെ ഭോഗിക്കൂ, എന്നെ എടുക്കൂ എന്ന നിന്റെ നിലവിളി എന്നെ ശക്തനാക്കുന്നു. അതാണോ? എന്നാൽ ഞങ്ങൾ ഒരുമിച്ചല്ല. റാഫേൽ അത് ഇഷ്ടപ്പെടാനല്ല. അത് ഒന്നുമല്ല - ഒന്നും - ഇതാണ് രസതന്ത്രം. ഇതൊരു തട്ടിപ്പാണ്. അതാണെന്നു മനസ്സിലായില്ലെ - തട്ടിപ്പ്."

ആ ചെറുപ്പക്കാരൻ നിശ്ശബ്ദനായി നിന്നു.

അവളുടെ കോപം മാറുന്നതിനു മുമ്പ് അവനെ മദ്യശാല, നീ, പോ എന്നു പറഞ്ഞുകൊണ്ട് എറിയുന്നു. ലൂസി തോളുകൾ ഉയർത്തി അവളുടെ വാച്ചും മോതിരവുമെടുത്ത് അവിടെ നിന്ന് പോയി. അവൻ വാതിലടച്ച് ജനലിന്നരികിലേക്ക് നീങ്ങിനിന്ന് അവൾ സ്കൂട്ടറിൽ കയറിപ്പോവുന്നത് തെരുവിൽ കണ്ണ് മറയുന്നതുവരെ നോക്കി നിന്നു. അയാൾ അവിടെത്തന്നെ നിന്നു. ഈ സ്ത്രീയിൽ നിന്നുള്ള ദുഃഖവും അപമാനവും കൊണ്ട് തകർന്ന നിലയിൽ ആയി അവന്റേതല്ലാത്ത അവളിലൂടെ. അയാൾക്ക് ഒരു ആഴ്ച കഴിഞ്ഞും ഒരു ധാരണയുണ്ടായില്ല. ഒരു മാസം കഴിഞ്ഞു. അവൾ തിരികെ വിളിക്കുമെന്നു കരുതി. ഒന്നും സംഭവിച്ചില്ല എന്നപോലെ. അയാൾ തുറന്നു പറയുമായിരുന്നു അവളോട് നീ തിരികെ വരില്ലെന്ന് കരുതിയെന്ന്. അപ്പോൾ അവൾ അയാളെ ആശ്ചര്യത്തോടെ നോക്കി വസ്ത്രം മാറ്റുമെന്നും.

അത്തരം കാര്യങ്ങളിൽ താൻ ഒരിക്കലും ലജ്ജിക്കില്ലെന്ന് ലൂസി ജൂൺ വിശ്വസിച്ച് രൂപം മാറ്റി. റാഫേൽ എന്തുവിചാരിച്ചാലും എന്താണ് എന്നാണ് അവൾ ചിന്തിച്ചത്. പക്ഷേ, പെട്ടെന്ന് മുന്നിൽ ഉരഗരൂപമുള്ള മറ്റൊരു സ്ത്രീ എല്ലാം അറിയുന്ന ആ സ്ത്രീ അവളിലൂടെ കടന്നുപോകുന്ന ആധിപത്യത്തിന്റെ വൃത്തികെട്ട ദൃശ്യങ്ങളിലേക്ക് അവളെ കൊണ്ടുവന്ന് മയപ്പെടുത്തി. ലൂസി ജൂൺ വെറുപ്പോടെ മരവിച്ചിരിക്കുന്നു. അശ്ലീലം അവൾ വൃത്തികെട്ട നഗ്ന, ഇത് ഇപ്പോൾ ഒരു തരിശുഭൂമിയല്ല. ഒരു തുറന്ന മാലിന്യമാണ്.

അവൾ വിറയ്ക്കുന്നു. ലൂസി മാർച്ച് ഈ നിമിഷം കണ്ട് അത്ഭുതപ്പെടുന്നു. റാഫേലിനെ വിചാരിച്ച് അവൾ ഇത് കണ്ടുകൊണ്ടിരിക്കുമെന്ന്. "എന്തു പ്രാധാന്യം അതിന്?" ലൂസി മാർച്ച് തുടരുന്നു.

ലൂവിസ് തയ്യാറാവുമെന്ന് എനിക്ക് ഉറപ്പില്ല. കണ്ടുമുട്ടാൻ എങ്ങനെ പറയും. അവന്റെ രണ്ട് അമ്മമാർ.

അവൻ വളരെ ബുദ്ധിമാനായ പക്വതയുള്ള ഒരു ആൺകുട്ടിയാണ്. മനശ്ശാസ്ത്ര വിദഗ്ദ്ധർ ഇടപെടുന്നു. ലൂസി മാർച്ചിനോട് ശിശു മനശ്ശാസ്ത്രവിദഗ്ദ്ധർ സംസാരിച്ചതിനുശേഷം ഒരു മണിക്കൂറോളം സമയം അടുത്ത മുറിയിലിരുന്ന് അവർ അവനോട് സംസാരിച്ചിരുന്നു. അവന്റെ പ്രതികരണങ്ങൾ. അവൻ അവയെ എങ്ങനെ നേരിടണമെന്നത് എല്ലാം അവനാണ് തീരുമാനിക്കേണ്ടത്.

ഇപ്പോൾ ലൂവിസിനറിയാം. കാരണം അവന്റെ സേവനം ശിശുമനോവിദഗ്ധർ ആവശ്യപ്പെട്ട് ഒരു മണിക്കൂർ സംസാരിച്ചതാണ്. അവന് മനസ്സിലായിരിക്കുന്നു. രണ്ട് അമ്മമാർ ഇല്ല പക്ഷേ, ഒന്നിന്റെ ഇരട്ടിയാണെന്നത്. അവൻ അത് തിരിച്ചറിഞ്ഞപ്പോൾ മനശ്ശാസ്ത്ര വിദഗ്ധർ സ്ക്രീനിൽ രണ്ടുപേരുടെയും കൂടിക്കാഴ്ച പുനഃസംപ്രേഷണം ചെയ്യുന്നു. അവന്റെ കുഞ്ഞുകണ്ണുകൾ വിശാലമായി തുറന്നിരിക്കുന്നു.

"ഇത് വളരെ വിചിത്രമാണ്."

തെറാപ്പിസ്റ്റ് ചിരിച്ചുകൊണ്ട് തലയാട്ടുന്നു. "അതെ അത് വളരെ വിചിത്രമാണ്." അവൾ വീണ്ടും അവനോട് പറയുന്നു. "ഇത് ഒരു രഹസ്യമാണ്. അത് ആവശ്യമാണ്. ആപത്തുണ്ട് സൂക്ഷിക്കുക." എന്നാൽ ലൂവിസിന്റെ ആശങ്ക അതല്ല.

എന്നോട് അവരിൽ നിന്ന് ഒരു അമ്മയെ തെരഞ്ഞെടുക്കുവാൻ ആവശ്യപ്പെടും. മാതാപിതാക്കൾ വേർപിരിയുമ്പോൾ കുട്ടികളോട് ചോദിക്കുന്നു - അവർ അമ്മയ്ക്കോ അച്ഛനോ ഒപ്പം ജീവിക്കുവാനാണ് ആഗ്രഹിക്കുന്നതെന്ന്?

ശരിയാണ്, തീർച്ചയായും. പക്ഷേ, ഇവിടെ അത് സമാനമല്ല.

ലൂവിസ് പറഞ്ഞു, "ശരിയാണ്. അത് സമാനമല്ല." മനശ്ശാസ്ത്രവിദഗ്ധർ കുറിച്ചെടുക്കുന്നു. എങ്കിലും കുട്ടിയുടെ നന്മയ്ക്കായി നമുക്ക് ഒരു ഉടമ്പടി. മുദ്ര വെക്കണം. നല്ലത് - ഒരു ഉടമ്പടി അത് ആരെയും ത്യജിക്കാത്ത കരാർ.

ലൂവിസിന് രൂപപ്പെടുത്തുവാനോ അത് ശരിവെക്കുവാനോ സാധിക്കുന്നില്ല. അവന്റെ പ്രിയപ്പെട്ട അമ്മയാണ്. മൂന്നു മാസങ്ങൾക്കു മുമ്പ് ആന്ദ്രെയെ എന്നും വിളിച്ച് രാത്രികളിൽ ഫോണിൽ ദീർഘനേരം സംസാരിക്കാറുള്ളതാണ്. അത് അമ്മൂമ്മയോട് സമ്മതിച്ചതുമാണ് ഓരോ ആഴ്ചയിലേയും സായാഹ്നങ്ങൾ. ലൂവിസ് അവന്റെ അമ്മയുടെ ജീവിതത്തിൽ വളരെ അത്യാവശ്യമാണ്. ഇതിന്റെ ആവിർഭാവം - നല്ല പൊക്കമുള്ള വികൃതമായ വെളുത്ത മുടിയുള്ള മൃഗതുല്യനായവൻ ഉണ്ടായിരുന്നത് ആദ്യം ഒരു ആശ്വാസമായിരുന്നു. ആ പതിവ് തെറ്റിച്ചു. ലൂവിസ് അയാളുടെ ശാന്തതയും ചിരിയും ചിലപ്പോഴുള്ള ചിന്താകുലമായ നോട്ടവും ഇഷ്ടപ്പെട്ടിരുന്നു. അവന്റെ അമ്മയിൽ നിന്ന് സർവ്വവ്യാപിയായ അമ്മയുടെ ഗുണങ്ങൾ ലഭിച്ചിരുന്നു. അവൾ ആന്ദ്രെയെ വിട്ടപ്പോൾ ലൂവിസ് അവളുടെ കേന്ദ്രസ്ഥാനത്തേക്ക് മടങ്ങി. അവരുടെ ശീലങ്ങൾ ഇഷ്ടപ്പെടാതെ പഴയ ദമ്പതികൾ മടങ്ങി.

ലൂവിസിന് മൂന്നു വർഷമായി ആന്ദ്രെയെ അറിയാം. അയാളുടെ നിശ്ചിതസമയപരിധിയുള്ള സമയകൃത്യത അനശ്വരമാക്കി. എല്ലാ വേനൽക്കാലത്തും ആർക്കിടെക്റ്റ് അയാളുടെ ദക്ഷിണഭാഗത്തുള്ള വീട്ടിലേക്ക് ക്ഷണിക്കാറുണ്ട്. ഇവിടെവച്ചാണ് ആന്ദ്രെ ഒരു ദിവസം മച്ചിൽ നിന്ന് ഒരു പെട്ടിയെടുത്ത് Dungeons and Dragons എന്ന കളി അവന് പഠിക്കുന്നതിനായി നൽകിയത്. ലോകം പിടിച്ചടക്കുവാനും കൊട്ടാരങ്ങൾ

കണ്ടെത്തുവാനും കഥാപാത്രങ്ങളെ പരിചയപ്പെടുത്താനും അതിനെതിരെ പോരാടുവാനായി കൊലയാളി തിമിംഗലവും രാക്ഷസന്മാരും. അയാൾ പെട്ടിക്കൊപ്പം പല മുഖങ്ങളുള്ള ഒരു കട്ട (dice) ഉപയോഗിച്ച് ഓരോ തവണ ഇടുമ്പോഴും സാധ്യതകളിൽ ഏറ്റവും നല്ല ആയുധം തെരഞ്ഞെടുക്കുവാനും തന്ത്രപരമായി നേരിടുവാനും പഠിപ്പിച്ചു. കുറച്ചു തവണ കളിക്കുമ്പോഴേക്കും മൂന്നാംഗ്രേഡുകാരനായ ലൂവിസ് മാന്ത്രികനായ എൽഫ് ആയി. അവന്റെ അമ്മ അമ്പെയ്ത്തു നടത്തുന്ന ഒരു കുള്ളൻ വില്ലാളിയായി. ആന്ദ്രെ അവന് കടങ്കഥകൾ പഠിപ്പിച്ചു.

"എനിക്ക് ഒരു ഊഹം തോന്നുന്നു." ലൂവിസ് പറഞ്ഞു.

"ഞാൻ ശ്രദ്ധിക്കുന്നു." മാനസികവിദഗ്ധൻ ചിരിച്ചുകൊണ്ട് പറഞ്ഞു. "പാവങ്ങൾക്കുണ്ട്, പണക്കാർക്കാവശ്യം നമ്മൾ ഇത് കഴിച്ചാൽ മരിക്കും."

മാനസികവിദഗ്ധൻ ഉത്തരം പറയാനാവശ്യപ്പെടുന്നു.

"അതൊന്നും ഇല്ല, അതൊന്നുമില്ല. (Nothing)"

Poor have 'nothing', the rich need 'nothing' and if we eat nothing we die.

അവർ വളരെ നല്ലതാണ്.

എനിക്ക് തിരികെ പിടിക്കണം.

ഞാൻ ഏത് അമ്മയോടൊപ്പമാണ് താമസിക്കേണ്ടത് എന്നറിയുവാൻ എനിക്ക് കഴിയും. ഈ ഡൈ (കട്ട) എറിഞ്ഞാൽ. ലൂയിസ് പെട്ടെന്ന് നിർദ്ദേശിക്കുന്നു. മാനസിക വിദഗ്ധൻ ഒരു പുഞ്ചിരിയോടെ ആരംഭിക്കുന്നു. ഫ്രഞ്ച് കവി മലാർമെക്ക് തെറ്റിയില്ല- പകിടയുടെ ഒരു ഉരുളലിൽ ഒരിക്കലും ഒരു കുഴപ്പവും ഇല്ലാതാകില്ല എന്ന് നമുക്ക് പറയാം. ഒപ്പം ലൂക്ക് റെൻവാർട്ടിന്റെ 'ഡൈ മാൻ' വളരെ ഇഷ്ടപ്പെട്ട് വർഷങ്ങളായി ആരാധിക്കുന്ന പുസ്തകമാണ്. വിരസതയാലും അസംതൃപ്തിയാലും കുടുങ്ങിപ്പോയ ഒരു മനശ്ശാസ്ത്രജ്ഞൻ 1970ൽ ജീവിതത്തിന്റെ ഓരോ തീരുമാനങ്ങളിലും ചൂതാട്ടം തുടരുന്നു. ശക്തമായ സമ്മർദ്ദം ഉണ്ടാകുമ്പോൾ അത് ഇല്ലാതാക്കാനുള്ള ലൂവിസിന്റെ തന്ത്രം അവൾ പ്രത്യേകിച്ച് അഭിനന്ദിക്കുന്നു. അവന്റെ പക്വത തെളിയിക്കുന്ന ആക്ഷേപഹാസ്യം. പെട്ടെന്ന് തെളിവുകളെല്ലാം അവളെ സ്തംഭിപ്പിക്കുന്നു. ലൂവിസ് ശരിയാണ്. ഇങ്ങനെയാണ് അവൻ ചെയ്യേണ്ടത്. അവന്റെ ജീവിതം നിയന്ത്രണത്തിലായിരിക്കുമ്പോൾ ലൂവിസിന് തീരുമാനമെടുക്കുന്നതിന്റെ ഭാരം ചുമക്കേണ്ടതില്ല.

"അതാണ് ശരിയായ ആശയം ലൂവിസ്." മാനസികവിദഗ്ധൻ ശരിവെക്കുന്നു.

അവൾ കുട്ടിയുടെ തീരുമാനം നിയമപരമായി എടുക്കുന്നു.

"നിങ്ങൾ എങ്ങനെയാണ് ചെയ്യുന്നത് എന്ന് സങ്കല്പിക്കൂ."

"ആഴ്ചയിൽ ഞാൻ ഏഴ് പ്രാവശ്യം ഡൈ കളിക്കും. ഓരോ ദിവസവും ഓരോ കളി. ഇരട്ടയക്കമാണ് എങ്കിൽ അത് തിങ്കൾ അതായത് ഒന്നാംദിനം. ഒറ്റയാണെങ്കിൽ മറ്റേത് അങ്ങനെ..."

“എന്തുകൊണ്ട് അല്ല?”

അവൾക്ക് മകനെ കാണാതിരിക്കുവാനുള്ള സാധ്യത നൂറിൽ ഒന്നാണ്. ഒരു വരിയിൽ ആയിരത്തിൽ പത്ത് ദിവസങ്ങൾ ലൂസി ഈ ത്യാഗത്തിന് ഒരിക്കലും അനുകൂലിക്കില്ല. അവർക്ക് സ്വയം സംഘടിപ്പിക്കുവാൻ കഴിയും.

“അപ്പോൾ നമ്മൾ അവരെ കാണുവാൻ പോവുകയാണോ?” മാനസിക വിദഗ്ദ്ധൻ വാഗ്ദാനം നൽകുന്നു.

ലൂവിസ് തലയാട്ടി. അവർ രണ്ടുപേരും മുറിയിലേക്ക് പ്രവേശിച്ചു. രണ്ടു ലൂസികൾ അവർക്കായി കാത്തിരിക്കുന്നു. വാതിൽക്കലെത്തിയപ്പോൾ അവൻ അവരെ ഒന്നു നോക്കി. പിന്നെ മറ്റേയാൾ വീണ്ടും പുഞ്ചിരിക്കുന്നു. ഇത് വളരെ കൂടുതലാണ്. വിചിത്രവും. അവൻ ഒന്നോ അല്ലെങ്കിൽ മറ്റൊന്നോ അനുകൂലിക്കാതെ അത് പരിഹരിക്കുന്നു. അവരുടെ മുന്നിൽ ഒരു ഇരിപ്പിടം ഇട്ട് അവന്റെ ആശയം ശാന്തമായി വിശദീകരിക്കുന്നു.

രണ്ടു യുവതികളും അവർക്കുള്ളിലെ തിളയ്ക്കുന്ന ലാവ ഉൾക്കൊണ്ട് ലൂവിസിനെ നോക്കി പുഞ്ചിരിക്കുന്നു. ലൂവിസ് ഒരു നായയായിരുന്നെങ്കിൽ കയ്യിൽ ഒരു എല്ലിൻകഷ്ണം മറച്ചുപിടിച്ച് ആരെങ്കിലും അത് അവരുടെ മുഷ്ടിയിൽ ഒളിപ്പിച്ച് ആകർഷിക്കുവാനുള്ള ശ്രമമായി തോന്നും. പക്ഷേ, ഒരാൾ മറ്റേതിന്റെപോലെതന്നെ നിരീക്ഷിക്കുന്നു. അവൻ പറയുന്നത് ശ്രദ്ധിച്ചു കേൾക്കുന്നു. നിശ്ചയമായും ആഴത്തിൽ മകനെ അഭിനന്ദിക്കുന്നു.

ലൂവിസ് പൂർത്തിയാക്കിയപ്പോൾ നിശ്ശബ്ദതയിൽ നിറഞ്ഞുനിന്ന ആശയക്കുഴപ്പം അസ്തമിക്കുന്നു. Dungeons and Dragons കാരണം ഞാൻ അതിനെക്കുറിച്ച് ചിന്തിച്ചു. അവൻ അഭിമാനത്തോടെ പുഞ്ചിരിക്കുന്നു. അതെല്ലാം വിശദീകരിക്കുന്നു. ഒരേസമയം സ്ത്രീകൾ തലയാട്ടി സമ്മതിച്ചു.

ചിലപ്പോൾ ഏറ്റവും മോശമായ പരിഹാരമാകും നല്ലതാകുക.

“എനിക്ക് ഒരു കടങ്കഥ പറയാനുണ്ട്.” ലൂവിസ് പറഞ്ഞു. “നമ്മൾ ജനിച്ചത് ഒരേ അമ്മയിൽ നിന്ന്, അതേ വർഷം, അതേ മാസം, ഒരേ ദിവസം അതേ സമയം എന്നിട്ടും ഞങ്ങൾ ഇരട്ടകളല്ല, ബൈനോക്കുലറുകളുമല്ല. എന്തുകൊണ്ട്?”

രണ്ടു ലൂസിമാരും ആശയക്കുഴപ്പത്തിലായി തലയാട്ടി. “ഞങ്ങൾ ട്രിപ്പിൾസ് ആണ്.”

ലൂവിസ് ചിരിക്കുന്നു.

തിരികെ വരുന്ന മിസേൽ ഛായാചിത്രം

2021 ജൂൺ 29, ചൊവ്വ
ഫലേസ് ദ്യുപോ മുനമ്പ്, നോർമോണ്ടി

അത് ഇവിടെയാണ്. പടിഞ്ഞാറൻ കാറ്റിൽ ലേഷേനേ ക്ലബ്ബ് വളയുന്നു. ഇംഗ്ലീഷ് ചാനലിന്റെ ചാര നിറത്തിലുള്ള ആകാശത്ത് ആൽബ്രട്രോസ് താഴ്ന്നു പറക്കുന്നു. കടലിൽനിന്ന് ഉയരുന്ന മൂടൽമഞ്ഞ് ദ്യോപോയിലെ ഭവനങ്ങളുടെ രൂപരേഖ നേർപ്പിക്കുന്നു. താഴെ, വിക്ടർ ഉയരമുള്ള പുല്ലിൽ കിടക്കുന്നു. മേഘങ്ങളെ നോക്കി ആസ്വദിക്കുന്നു. അയാൾക്കരികിലേക്ക് ഒരു കടൽക്കാക്ക വരുന്നു. തന്റെ അടുത്ത് കൈ എത്തുംവരെ അത് അടുത്തേക്ക് വരാൻ വിക്ടർ ആഗ്രഹിക്കുന്നു. അതിന്റെ ചിറകടി ആദിമ ജീവിതത്തിന് വാഗ്ദാനം നൽകുമെന്ന് സംശയമില്ല. അയാൾ എഴുന്നേറ്റ് നേരേ പാറക്കെട്ടിനരികിലേക്ക് നടക്കുന്നു. കൊടുമുടിക്കരികിലിരുന്ന് കൊടുങ്കാറ്റ് ആഞ്ഞടിക്കുന്ന ബിന്ദുവിൽ ചോക്കുകൊണ്ട് വരയ്ക്കുന്നത് - ഒരു നൂറു തവണയെങ്കിലും മഴ അത് കഴുകിക്കളയുന്നു.

അതെ, ഇവിടെത്തന്നെയാണ് കൃത്യമായും ഏപ്രിൽ അവസാനം മറ്റൊരു വിക്ടർ മിസേലിന്റെ ചിതാഭസ്മം വിതറിയത്. ആദ്യനോവലിലെ നായകൻ - മലകൾ നമ്മെ കണ്ടെത്തുവാനെത്തും - സ്വമേധയാ ഉള്ള പ്രവൃത്തിയിൽ മരണം വരിക്കുന്നു. ക്ലെമൻസ് ബാമർ വീണ്ടും ഈ സ്ഥലം തെരഞ്ഞെടുക്കുവാൻ ആലോചിച്ചു. ഇവിടെയാണ് കൊഹ് ലേത്തിന്റെ (Qohelet) വാക്കുകളിലൂടെ ഡേവിഡിന്റെ പുത്രനെ അവൾ വായിച്ചത്.

> പുകയുടെ പുക, കോഹ്ലേത്ത് പറഞ്ഞു.
> ഹാവെൽ പറഞ്ഞു ഹാവേൽ ഹെവ്‌ലിം.
> എല്ലാം പുകയാണ്.
> എല്ലാ തോടുകളും കടലിൽ ചേരുന്നു.
> എന്നാൽ സമുദ്രം ഒരിക്കലും നിറയുന്നില്ല.
> തോടുകൾ കടലിൽ ചേരുന്നു.

അവർ ഒഴുകിക്കൊണ്ടിരിക്കുന്നു.
അതെന്തായിരുന്നു, എന്താകും
എന്താണ് സംഭവിച്ചത്
എന്തു സംഭവിച്ചാലും അത് വീണ്ടും സംഭവിക്കും.
സൂര്യനു കീഴിൽ ഒന്നും പുതിയതായി ഇല്ല.

അന്ന് അവൾ ഒരു പ്രസംഗം നടത്തി. വളരെ ശാന്തവും ആത്മാർത്ഥവുമായത്. ഓരോ ആചാരങ്ങൾ അവയുടെ പ്രാധാന്യം ജീവിച്ചിരിക്കുന്നവരുടെ കൃത്രിമത്വം – അസ്വീകാര്യമായത് സഹിക്കുവാൻ അവൻ തുടങ്ങുകയായിരുന്നു. അപ്പോൾ മഴ വന്നു. അവൾ സത്യസന്ധമായും മഴയെ വല്ലാതെ സ്നേഹിക്കുന്നു. അവ കണ്ണീർ മറയ്ക്കുമെന്ന് ഒട്ടും പ്രതീക്ഷിച്ചതല്ല. "മരണം എന്നത് വളരെ മൂല്യവത്തായ ഒന്നല്ല വിക്ടറിന്. അത് എല്ലായ്പോഴും ഒറ്റപ്പെടുത്തലാണ്. പക്ഷേ നമുക്ക് യാത്ര പറയുന്ന ഈ നിമിഷങ്ങളിൽ പ്രതീക്ഷിക്കാം. അവ അവശേഷിക്കുന്നവർക്ക് ഉപകാരപ്രദമാകുവാൻ. സ്റ്റോയിസിസ്റ്റുകൾ (സ്റ്റോയിസിസം പറയുന്നത് ആത്മനിയന്ത്രണമെന്നാൽ വികാരങ്ങളുടെ നാശമാണെന്നാണ്) പറയുന്നത് ശരിയാണെങ്കിൽ പുരുഷനും സ്ത്രീയും തമ്മിൽ സ്നേഹമോ സൗഹൃദമോ ആർദ്രതയോ നിലനിൽക്കാതെ മറിച്ച് ശരീരമാണ് എല്ലാമെങ്കിൽ – അത് ശരിയായാൽ എല്ലാ സംവേദനങ്ങളും അതിൽ നിന്നുതന്നെ ഉടലെടുക്കുകയും അതിൽത്തന്നെ വേരൂന്നുകയും ചെയ്യുന്നതാണ്. അതിനാൽ വിക്ടറിന്റെ ഈ അവസാന വാക്ക് ഉപയോഗശൂന്യമല്ല."

ഈ വാക്യങ്ങൾ ക്ലെമൻസിന് ഭൂതകാലത്തെ ചിലതിനോട് ആവർത്തനം ചൂണ്ടിക്കാണിക്കുവാൻ കഴിയും. ക്രിറ്റ്ദ്വീപിന്റെ അതിരിലൂടെ ഒരു വരിയിൽ അവൻ അപകടകരമായി നടക്കുന്നത് അവൾ നിരീക്ഷിക്കുന്നു. അവൾ കാറ്റിനെ മറക്കാതെ അവനോട് ആക്രോശിക്കുന്നു. മുനമ്പിനരികിലേക്ക് അടുക്കരുത്. വിക്ടർ തിരിഞ്ഞ് അവളോട് ഒരു ആംഗ്യം കാണിച്ച് പുഞ്ചിരിച്ചുകൊണ്ട് അവളുടെ അടുക്കലേക്ക് തിരികെ വന്നു.

എന്തൊരു സന്തോഷം ഒരു സുഹൃത്ത് മരിക്കുവാൻ പോകുമ്പോൾ അത് തങ്ങളല്ലെന്ന് ഒരിക്കൽകൂടി സാക്ഷ്യപ്പെടുത്തുന്നതിൽ.

ക്ലെമൻസ് അസ്വസ്ഥയാണ്. അവളുടെ വിക്ടർ തിരിച്ചെത്തിയിരിക്കുന്നു. വളരെ അതിരാവിലെ സൈനികർ ചാർട്ടർ ചെയ്ത ഒരു എയർബസ് 006 അവനെ ഇറക്കി. അവനും വിമാനത്തിലെ മറ്റു ഫ്രഞ്ചുകാരും 'Evreux Fauville' എന്ന സൈനികതാവളത്തിൽ മണിക്കൂറുകളോളം ഞങ്ങൾ അവരോട് വിശദീകരിച്ചു. അവനെയാണ് ആദ്യം പുറത്തിറക്കിയത്. ഒരു നേരിടലും ഏർപ്പാട് ചെയ്തിട്ടില്ല. രണ്ടാമത്തെ മിസേലിനൊപ്പം പകുതിയോളം മാനസികവിദഗ്ധർ ഉണ്ട്. അത് അവരുടെ ജോലിയാണ്. പക്ഷേ, സേവനങ്ങൾക്കായി നിയോഗിച്ചവർ അവനെ ഒറ്റയ്ക്ക് വിടുന്നില്ല. ഇത്തരം സാഹചര്യം ഒരു മാനുവലിലും ലിസ്റ്റ് ചെയ്തിട്ടില്ല. ജോസ്ഫിൻ മിക്ക്‌ലെഫിന് മെച്ചപ്പെടുത്താൻ മാത്രമേ കഴിയു.

“നിങ്ങൾ ആദ്യം ഇവിടെ വന്ന് കൊണ്ടുപോകുന്നതാണ് ശരി.”

“മാഡം ഞാൻ സ്വീകരിക്കില്ല. എന്റെ ഉള്ളിൽ വിലാപമില്ല.” ഞാൻ ആ പാറക്കെട്ടിലേക്ക് ഒരു നിമിഷം നീങ്ങുമ്പോൾ എനിക്ക് കൂടുതൽ മനസ്സിലാക്കുവാൻ സാധിക്കുന്നു. പക്ഷേ, ചെയ്തത് എല്ലാം ശരിയല്ല എന്ന് ഇപ്പോൾ തോന്നുന്നു. ഞാൻ നാലു ദിവസം ശീതകാലത്ത് വീട് വിട്ടതിന് വേനലിൽ നാലു ദിവസം തടവിലാക്കുന്നു. നമുക്ക് ടൗണിൽ ആകാം ഉച്ചഭക്ഷണമെന്ന് വിക്ടർ പറയുന്നു. എനിക്ക് ആന്തോലേത്ത് സൊസാജ് വേണം, പിന്നെ മെദോക് വൈനും. തീർച്ചയായും ഒന്നോ അതിലധികമോ. അവർ കറുത്ത പോർഷ്വായിൽ കയറി ‘എത്രെതാ’ യിലേക്ക് (Etretat) പതുക്കെ വണ്ടി ഓടിക്കുന്നു. എസ്.ഡി.എൽ.പിയിലെ പ്രധാന സുരക്ഷാസേവന ഉദ്യോഗസ്ഥൻ നയിക്കുന്നു. മാനസിക വിദ ഗ്ധർ ആയ ചെറുപ്പക്കാർ യാത്രക്കാരിരിക്കുന്ന സ്ഥലത്തും വിക്ടറും ക്ലെമൻസും പിൻസീറ്റിലും ഇരുന്നു. കാർ നിശ്ശബ്ദമായി നീങ്ങുന്നു. അവർ കേൾക്കുന്നത് കമ്പ്യൂട്ടർ കീബോർഡിലെ നിരന്തരമായ മുഴക്കം മാത്രം. വിക്ടർ പുല്ലുകളുടെയും ചുണ്ണാമ്പുകല്ലിന്റെയും ഭൂപ്രകൃതിയിൽ സ്വയം ലയിക്കുന്നു. എഡിറ്റർ അങ്ങനെ ചെയ്യുന്നില്ല. എഴുത്തുകാരനിൽ നിന്ന് അവളുടെ കണ്ണുകൾ മാറ്റാൻ കഴിയുന്നില്ല. അവൾ നിർത്തിവച്ചു. ഇനി ഒരിക്കലും അവനെ കാണില്ല. അവൾക്ക് ചിന്തിക്കേണ്ടതെന്തെന്ന് അറിയുന്നില്ല. അവന്റെ പുനരവതാരം പ്രക്ഷുബ്ധതയെ തളർത്തുന്നു. അവൾ അവന്റെ എല്ലാ പുസ്തകങ്ങളും വീണ്ടും വായിച്ചു. അവൾ അവനോട് എന്നത്തേക്കാളും കൂടുതൽ അടുത്തു. അവന്റെ അഭാവം അവളിൽ അസ്വസ്ഥതയുണ്ടാക്കുന്നു.

റസ്റ്റോറന്റിൽ വിക്ടർ വട്ടമേശ തെരഞ്ഞെടുക്കുന്നു. എല്ലാവർക്കും ഉച്ചഭക്ഷണം അവിടെത്തന്നെ ആകാമെന്ന് നിർബന്ധിക്കുന്നു - പൊലീസിന് അത് നിയമവിരുദ്ധമാണെങ്കിലും. ഗ്രന്ഥകാരൻ ആന്തോലേത് ഓർഡർ നൽകുന്നു. ഒരു കുപ്പി ഷത്വലപയേത് 2016 ഉം - ക്ലെമൻസിനെ നോക്കി ചിരിക്കുന്നു.

“നിങ്ങൾ ഓർക്കുന്നുണ്ടോ കഴിഞ്ഞ ആഴ്ച ഞാൻ നിങ്ങൾക്കൊപ്പം അത്താഴം കഴിച്ചത്. അത് ഫെബ്രുവരി ആദ്യമായിരുന്നു. എന്നെ കണ്ട തിൽ നിങ്ങൾ സന്തോഷിക്കുന്നു അല്ലേ?”

എഡിറ്റർ അയാളെ ചിന്താശേഷിയുള്ളവനായി കണക്കാക്കുന്നു. പക്ഷേ, അവളുടെ നോട്ടം ഭൂതകാലത്തിലേക്ക് മാറുന്നു. മഴയിലും ചെളിയിലും കലശപാത്രവുമായി നടക്കുന്നു. ചാരത്തിന്റെ വെളുത്ത ചുഴലിക്കാറ്റ്, കാറ്റിന്റെ ശബ്ദം. സഭാധികാരിയുടെ വാക്കുകൾ. അത് അതായിരിക്കും എന്തായിരുന്നു സംഭവിച്ചത് അത് വീണ്ടും സംഭവിക്കും. സൂര്യനു കീഴിൽ പുതിയതായി ഒന്നുമില്ല. വിക്ടർ സ്വപ്നത്തിനു പുറകെ പോകുന്ന അവളെ തിരികെ കൊണ്ടുവരുന്നു.

“ക്ലെമൻസ്, നിങ്ങൾ എന്നെ വീണ്ടും കണ്ടതിൽ സന്തുഷ്ടയാണോ?”

"ശരിയാണ്, വളരെ സന്തോഷമുണ്ട്. എന്നോട് ക്ഷമിക്കണം. ഞാൻ കണ്ടു രണ്ട് വിചിത്രവും ക്രൂരവുമായ മാസങ്ങൾ ഒരേ സമയം. ഇപ്പോൾ ഇത് - അത് ഒരു കഥയാണ്."

ക്ലെമൻസ് വാക്കുകൾക്കായി പരതുന്നു. ജൂതരുടെ ഒരു തമാശ പറയുന്നു. "ദൈവം തുടർച്ചയായി തോറ പുനരാവർത്തി വായിക്കുന്നു. അവൻ സൃഷ്ടിച്ച ഈ ലോകത്തിൽ സംഭവിക്കുന്നത് എന്തെന്ന് മനസ്സിലാക്കുവാൻ അവൻ തിരികെ വരുന്നു.

"എന്തുകൊണ്ടാണ് നിങ്ങൾ എനിക്ക് മുന്നറിയിപ്പ് നൽകിയത്?"

"ഞാൻ മറ്റാരേക്കാളും നിന്നെ വിശ്വസിക്കുന്നു. എനിക്ക് നിന്നെ അറിയാം. നീ വിവേകിയാണ്."

"ആരോടെങ്കിലും പറഞ്ഞോ?"

"ഇല്ല നീ കാണുക. അത് നിമിഷങ്ങൾ വൈകിപ്പിക്കുന്നു."

ക്ലെമൻസ് പറഞ്ഞു. "ഇത് നിങ്ങളുടെ വിമാനമാണെന്ന് എല്ലാവരും മനസ്സിലാക്കും."

"അത് നിർബന്ധമില്ല." മിഖാലേഫ് ഇടപെടുന്നു. "യാത്രക്കാരുടെ പട്ടിക എക്കാലവും രഹസ്യമായി സൂക്ഷിക്കപ്പെടുമെന്ന് സേവനങ്ങൾ ഉറപ്പുതരും."

"ഞാൻ അപ്രത്യക്ഷനാകാം. വീണ്ടും മറ്റൊരു വ്യക്തിത്വത്തിൽ പുനരാരംഭമാകാം. ഗവണ്മെന്റ് ഞങ്ങൾക്ക് തെരഞ്ഞെടുക്കാൻ അവസരം നൽകുന്നുണ്ട്."

"ഒന്നാമതായി അത് നിങ്ങൾക്കാവശ്യമില്ല. മറ്റൊന്ന് അത് നിങ്ങൾക്ക് അസാധ്യവും."

അവൾ ടാബ്‌ലറ്റ് തുറന്ന് പബ്ലിഷിംഗ് കമ്പനിയുമായി ബന്ധിപ്പിക്കുന്നു. പുതുമകൾ തുറന്നു നോക്കി. 'L'anomalie' എടുത്തു ടാബ് അമർത്തുന്നു.

"എല്ലായിടത്തും നൂറിലധികം ലേഖനങ്ങളും ഷോകളും നിങ്ങളുടെ റീലുകളും ഈ മാസം ഒന്ന് വായിച്ചു. ഇതിനകം ആറ് വിവർത്തനങ്ങൾ പുരോഗമിക്കുന്നു. കൂടാതെ നിങ്ങളാണെന്ന് അവർ കണ്ടെത്തുമ്പോൾ തിരക്ക് - ഒന്ന് നിങ്ങൾ സങ്കല്പിക്കൂ. അതിനാൽ അപ്രത്യക്ഷമാവുക, നിങ്ങൾക്ക് സൗന്ദര്യാത്മക ശസ്ത്രക്രിയ ആവശ്യം."

രാവിലെ ഏവ്റോക്സ് സൈനികത്താവളത്തിൽ വിക്ടർ അനോമലി വായിച്ചു. അതിൽ അയാളുടെ വഴി കണ്ടെത്തിയെങ്കിലും പുറത്ത് മനസ്സിലാക്കാനാവുന്നില്ല. ഇതിന് രുചിയില്ല, ഫോർമുലയുടെ കലയല്ല. അതിൽ ഒരു ആകർഷണവുമില്ല - ആപ്തവാക്യം പുസ്തകത്തിലൂടെ ലഭിച്ച ആവേശം നഷ്ടമാവുന്നു.

ഫ്രഞ്ച് തത്ത്വചിന്തകനായ ദ്യോക്കോവിച്ചിന്റെ എൽ.എസ്.ഡി.യെ

നോക്കി വിക്ടർ ചിരിച്ചു. "ഞാൻ ന്യൂയോർക്കിലേക്ക് പോവുന്നതിനു മുമ്പ് ഒരു വരി പോലും എഴുതിയിട്ടില്ല ന്യൂയോർക്കിനായി."

"ഞാൻ നിങ്ങളെ അവിടെ കണ്ടെത്തി ഇഷ്ടപ്പെട്ടു." ക്ലെമൻസ് പറയുന്നു. "അല്ലെങ്കിൽ ഞാനത് പ്രസിദ്ധീകരിക്കുമായിരുന്നില്ല. നിങ്ങൾ അത് ഊഹിക്കേണ്ടതുണ്ട്. നിങ്ങളുടെ പുസ്തകം രണ്ട് ലക്ഷത്തിലേറെ കോപ്പികൾ വിറ്റുപോയി."

"ഞാൻ നേരത്തെ എൽ.എസ്.ഡി. പരീക്ഷിക്കണമായിരുന്നു." അവൾ ടാബ് അടച്ചു. ഒരു ഗ്ലാസ് മെദോക്ക് പകർന്നു. തീരുമാനിക്കപ്പെട്ട ഒരു ആംഗ്യം.

"നിങ്ങളുടെ ഉയിർത്തെഴുന്നേല്പ് നിങ്ങൾ പ്രഖ്യാപിക്കേണ്ടതുണ്ട്."

"ലിവിയോവിന് വളരെ സന്തോഷമാകും."

"എന്താണ് സലേർനോ?"

"നിങ്ങളുടെ മരണാനന്തര സുഹൃത്തുക്കൾ രൂപീകരിച്ചിരിക്കുന്ന ക്ലബ്ബിന്റെ പ്രധാന സാംസ്കാരിക പരിപാടികളുടെ സംഘാടകനാണ് അദ്ദേഹം."

"ഞാൻ അങ്ങനെയല്ല ഒരു സുഹൃത്തിനെ വിളിക്കുന്നത്, പരസ്പരം സുഹൃത്തുക്കളാണ്. നിങ്ങൾ മുമ്പ് പലതവണ പരസ്പരം കണ്ടിരിക്കും. എന്തായാലും അവൻ അത്ഭുതകരമായ ഒരു പ്രസംഗം ക്രിമിറ്റോറിയത്തിൽ ഇറ്റാലിയൻ ചുവയുള്ള ഭാഷയിൽ നിങ്ങളുടെ പുസ്തകത്തിലെ വരികൾ ചൂണ്ടിക്കാണിച്ചുകൊണ്ട് നടത്തി."

"ലിവിയോ എല്ലായ്പോഴും സംസ്കാരച്ചടങ്ങുകൾ ഇഷ്ടപ്പെട്ടിരുന്നു."

"സംസ്കരിക്കുന്നതിലെ അഭിമാനം, ആ നിമിഷങ്ങൾ അവൻ തെരഞ്ഞെടുത്ത് ആഭിജാത്യത്തോടെയും ആത്മാവിന്റെ മഹത്വമനുസരിച്ചും സജ്ജമാക്കുന്നു."

"ഞാൻ അംഗീകരിക്കുന്നു. അവൻ ആ ഘടകത്തിൽ ശ്രദ്ധ പതിപ്പിച്ചിട്ടുണ്ട്. എന്തു തന്നെയായാലും ഇലേന അവൾ പോകുന്നു."

"ഇലേന? അവൾ ആറുമാസം മുമ്പ് എന്നെ വിട്ടു പോയി. അവസാനം ഒമ്പത് അവൻ ഓർത്തെടുത്തു. അവസാനമാസങ്ങളിൽ നിങ്ങൾ അനുരഞ്ജനം ചെയ്തു എന്ന് അവൾ അവകാശപ്പെടുന്നു. നിങ്ങൾ പുനഃസ്ഥാപിച്ചുവെന്ന്."

"അത് എന്നെ ഒരുപാട് അത്ഭുതപ്പെടുത്തുന്നു. ഒരു ശരത്കാല പ്രഭാതത്തിൽ ഇലേന അവനെ ഉപേക്ഷിച്ചു. അവസാന കൂടിക്കാഴ്ച വെപ്പ്ലറിൽ വെച്ചായിരുന്നു."

തന്റെ നിത്യവും അനശ്വരവുമായ 'ഡബിൾ ഡികാഫ് ക്രീം' ദീർഘസമയം ക്രീം നുണഞ്ഞ് ഉറങ്ങുന്നു. എപ്പോഴും അവൾക്ക് ഒരു കാമുകൻ ഉണ്ടെന്ന് അയാളോട് പറയുവാൻ ആഗ്രഹിച്ച് അത് എന്നെ നന്നായി താഴ്ത്തിക്കളയുന്നു.

വിക്ടറിനെ അത്ഭുതപ്പെടുത്തുന്നു. അയാൾ ആ വാചകം ആവർത്തിച്ചു സംഗ്രഹിക്കുന്നു. രോഷാകുലയായി കൂടുതൽ ഊന്നൽ നൽകുന്ന അക്ഷരങ്ങൾ – 'എന്നെ നന്നായി താഴ്ത്തുന്നവൻ.' അയാൾ തോളുകൾ കുലുക്കി ചിരി വിടർന്ന് അയഞ്ഞിരുന്നു. "ഞാൻ എന്ത് ധരിക്കും ഇലേന?"

"എന്തു വേണമെങ്കിലും."

അവൾ ഉയിർത്തെഴുന്നേറ്റു എന്ന് കൂട്ടിച്ചേർത്തു.

"നിങ്ങൾക്ക് എന്നോട് കനിവുണ്ടോ? സഹതാപം പ്രതിധ്വനിപ്പിക്കുന്നതിലൂടെ നിങ്ങൾ എന്നോട് കരുണ കാണിക്കുന്നു. തുച്ഛമായ പ്രേക്ഷകരെ കെട്ടിപ്പടുക്കുന്നതിന്."

പിന്നീട് അവൾ തിരിഞ്ഞുനോക്കാതെ പോയി. അയാളുടെ അഹങ്കാരമുള്ള തുറിച്ചുനോട്ടം ഉറപ്പുവരുത്താതെ. ആ മുറിയിലുള്ള ഒരാൾക്കും ഈ പാവം മനുഷ്യന്റെ നികൃഷ്ടസ്വഭാവത്തെ സംശയിക്കുവാനാകാതെ. അയാൾ അവളുടെ പോക്ക് ശ്രദ്ധിച്ചുകൊണ്ട് ഒരു വലിയ ഘട്ടം പരിഹരിച്ചു. സാഹചര്യത്തിന്റെ അസാധാരണത്വത്തിനു മുന്നിൽ ഉല്ലാസം അവനെ ക്രമേണ കീഴടക്കി.

"അത് ശരിയാണ്. അവൻ അനുരഞ്ജനത്തിലായാൽ അത് അത്ഭുതമുളവാക്കുന്നതാണ്. ഞാൻ മരിക്കുന്നത് നന്നായി." മിസേൽ നെടുവീർപ്പിട്ടു. ചുരുക്കത്തിൽ എല്ലാവർക്കും എന്നെ കാണുവാൻ സന്തോഷമുണ്ടാവുന്നതിന് കാരണമുണ്ട്.

ഞാനാണ്. ക്ലെമൻസ് ചിരിക്കുന്നു. ആഭ്യന്തര മന്ത്രാലയത്തിലുള്ളവർ പബ്ലിഷിംഗ് ഹൗസിൽ വന്നപ്പോൾ എന്നോട് സാഹചര്യം വിശദീകരിക്കുകയുണ്ടായി. അത് എന്നെ ഇതുവരെ മുന്നോട്ട് നയിച്ചു. ഞാൻ ഭയപ്പെട്ടിരുന്നു. ഞാൻ ഒരു അന്യഗ്രഹജീവിയെ കണ്ടുപിടിക്കുവാൻ പോകയാണോ. 'ബോഡി സ്നാച്ചേർസ്' എന്ന സിനിമയിൽ ഉള്ള ശൂന്യമായ മജ്ജകളും മരവിച്ച ശബ്ദവുമുള്ള ഒരാൾ.

ക്ഷമിക്കണം ക്ലെമെൻസ്, ഇത് ഞാനാണ് – കൂടാതെ രണ്ടു ചോദ്യങ്ങളുണ്ട് – ഭൗതികമായ ആവശ്യം എനിക്ക് ഒരു സെൽഫോൺ ആവശ്യമാണ് എന്റെ പ്രവർത്തനങ്ങൾക്ക്. എന്റെ സിം കാർഡ് പ്രവർത്തനരഹിതമാണ്. ലോകത്തുനിന്ന് എന്നെ വിച്ഛേദിക്കപ്പെട്ടു എന്ന തോന്നൽ, എന്റെ 'വിധവ' എന്നു വിളിക്കുവാൻ ആഗ്രഹിക്കുന്ന അവളുടെ സന്തോഷം കേൾക്കാൻ.

"മിസ്റ്റർ മിസേൽ നിങ്ങൾക്ക് ഇതെല്ലാം ഉണ്ടാകും. എസ്.ഡി.എൽ.പി. ഓഫീസർ ഇടപെട്ട് പറയുന്നു. എല്ലാ കോളുകളിലും (വിളികളിലും) ജാഗ്രത പാലിക്കണം."

"എനിക്ക് എന്റെ വീട്ടിലേക്ക് പോകണം. ല്വാലോയ്സിൻ നിങ്ങൾക്കായി ഒരു മുറി സജ്ജീകരിച്ചിട്ടുണ്ട് മിസ്റ്റർ മിസേൽ."

"ഡി.ജി.എസ്.ഐ. (ആഭ്യന്തര സുരക്ഷാ ഡയറക്ടറേറ്റ് ജനറൽ) എതിർചാരവൃത്തി ഓഫീസ് പരിസരത്ത്, സുരക്ഷാകാരണങ്ങളാൽ

ഏർപ്പെടുത്തിയിരിക്കുന്നു. സുരക്ഷാ കാരണങ്ങളാൽ തന്നെ നാളെ നിങ്ങൾക്കായി പാരീസിൽ ഒരു ഹോട്ടൽ കണ്ടെത്തും."

തുടർന്ന് ക്ലെമൻസ് പറയുന്നു. "അവൾക്ക് എവിടെ തുടങ്ങണമെന്ന് അറിയുന്നില്ല. നിങ്ങളുടെ ശൂന്യമായ അപ്പാർട്ട്മെന്റിലെ ഫർണീച്ചർ ഉടനടി താങ്കളുടെ ഒരു വിദൂര കുടുംബത്താൽ പങ്കിട്ടു. അതിന്റെ വില്പന മികച്ച വിലയിലായിരുന്നില്ല - ആത്മഹത്യയായതിനാൽ. കൂട്ടുകാരായ നമ്മുടെ സൊസൈറ്റി വളരെ ചലനാത്മകമാണ്." വിക്ടർ കോപാകുലനാവുകയോ പ്രതികരിക്കുകയോ ചെയ്തില്ല. അവൾ തുടരുന്നു.

"നിങ്ങളുടെ ഗ്രന്ഥശാലയ്ക്കായി ഒരു സായാഹ്നം ഉപയോഗപ്പെടുത്തിയിരിക്കുന്നു. അവിടെ ഉപയോഗിച്ചിരുന്ന നിങ്ങളുടെ ജാറി/ജെറി, ഡോസ്റ്റോവ്സ്കി ഇവയെല്ലാം ഒരു പെട്ടിയിൽ ഉപേക്ഷിച്ചു. ആരും ഇനി അവ വായിക്കുകയില്ല. നിങ്ങളുടെ കസിൻസ് വാദിച്ചെടുത്ത് അലങ്കരിച്ചവയാണ് ഇ കോമേഴ്സിലൂടെ നന്നായി പോവുന്നത്. നിങ്ങളുടെ സ്വത്ത് വീണ്ടെടുക്കുവാൻ സർക്കാർ ക്രമീകരണം ചെയ്യുന്നു മിസ്റ്റർ." ഡ്യൂട്ടിയിലുള്ള ഉദ്യോഗസ്ഥൻ പറഞ്ഞു. ഒരു ചോദ്യം ക്ലെമൻസിനെ വേട്ടയാടുന്നു. മാനസികവിദഗ്ധർ അത് അവളുടെ മുന്നിൽ അവതരിപ്പിക്കുന്നു.

"വിക്ടർ ഞങ്ങൾ ഇതിനെക്കുറിച്ച് ഇതിനകം വിമാനത്തിൽ സംസാരിച്ചിരുന്നു. പക്ഷേ, മറ്റേയാളിലേക്ക് നയിച്ചത് എന്താണ്. വിക്ടർ സ്വയം മരണം വരിച്ചോ?"

ഗ്രന്ഥകാരന് രസകരമായി തോന്നുന്നു. ആരും സ്വയം കൊല്ലുന്നില്ല. ഞങ്ങൾ അത് നിങ്ങളെ പഠിപ്പിച്ചിട്ടില്ല. പീഡിപ്പിക്കുന്നവരെ കൊന്ന് രക്ഷപ്പെടുന്നവർ മാത്രമേ ഉണ്ടാകൂ.

"അതിന് ഒരു കാരണം ആകില്ലേ? ഇലേന ലെസ്ക്കോവ്?" ജോസഫീൻ മിഖാലേഫ് നിർബന്ധിക്കുന്നു.

"L'anomalieക്ക് ഒരു ആനോഗ്രാം ഉണ്ട്. Amo Ilena L. J'aime! Ilena L."

"അനോമലിയിലെ (L'anomalie) എന്നതിന്റെ ആനോഗ്രാം ആണ് Amo Ilena L - അത് അർത്ഥമാക്കുന്നത് ഞാൻ ഇലെനയെ സ്നേഹിക്കുന്നു. എനിക്ക് ഇലെനെയെ ഇഷ്ടമാണ്." മിസേൽ പൊട്ടിച്ചിരിച്ചു.

"അല്ല, ഇത് സത്യമാണ്."

"ആരാണ് അത്തരമൊരു കാര്യം കണ്ടെത്തിയത്?"

ഒരു അഭിമുഖത്തിൽ ഇലെന അത് സൂചിപ്പിച്ചു.

"ഭാഗ്യവശാൽ 'amo' യ്ക്ക് അനുയോജ്യമായ ലാറ്റിൻ നിലവിലുണ്ട്. (Amo - I Love) ജനറൽ കസ്റ്റർ പറഞ്ഞതുപോലെ നല്ല ഭാഷ ഒരു മൃതഭാഷയാണ്. തമാശ പറഞ്ഞാൽ ഈ ആംഗ്യത്തിന്റെ കാരണങ്ങൾ എന്നിൽ നിന്ന് അകലുന്നു. പൂർണ്ണമായും ഞാൻ ആത്മഹത്യ ചെയ്യുന്നവനല്ല. ശ്രദ്ധിക്കുക. ഞാൻ സ്വയം കൊല്ലും - സന്തോഷത്തോടെ പ്രത്യേകിച്ചും. പിന്നീട് - അത് വളരെ വൈകും."

“ആഹ്...” ക്ലെമൻസ് ഉദ്ഘോഷിക്കുന്നു. എഡിറ്റർ അവളുടെ ടാബ് തുറക്കുന്നു. ജ്വരമായി അവിടേക്ക് നീങ്ങുകയും വിജയത്തോടെ അനോമലിയിൽനിന്നുള്ള ഒരു വാചകം വിക്ടറിനെ കാണിക്കുന്നു.

“നിങ്ങൾ വിക്ടർ മിസേലിൽ നിന്ന് ഉദ്ധരിച്ചത്. അവൾ വിക്ടർ (victeur) എന്ന് ഉച്ചരിക്കുന്നു. ‘r’ ഉരുട്ടുന്നു ഒപ്പം രസകരമായ ഒരു ട്വിസ്റ്റ്. നടത്തുന്നു Oന് (Null) ശൂന്യം.”

“ഞാൻ അധികം മദ്യപിച്ചിരിക്കുന്നു. മെദോകിന് കീഴിലാണ്. ക്ലെമൻസ് മാത്രമാണ് വിശദീകരിക്കുന്നത്.” മോശം പ്രയോഗത്തിൽ എഡിറ്റർ പുഞ്ചിരിക്കുന്നു.

അവൾ ബാഗ് തുറന്ന് വിക്ടറിന് ഒരു കവർ നൽകുന്നു.

“എടുക്കൂ, എല്ലാം.” നിങ്ങളുടെ കൈയിലുണ്ടായിരുന്നത്.” കൈയിൽ വീണപ്പോൾ വിക്ടർ അത് തുറന്നു. അതിൽ അയാളുടെ സെൽഫോൺ, താക്കോലുകൾ ഒരു ചുവന്ന ലെഗോബ്രിക്ക് എന്നിവ ഉണ്ടായിരുന്നു. അവൻ സ്വന്തം പോക്കറ്റിൽ ഇടുന്നു. തന്റെ ഇരട്ട സഹോദരിയെ സ്മരിക്കുന്നു. ആദ്യം അയാൾ അത് എടുത്ത് പരിശോധിക്കുന്നു. ഒന്ന് മറ്റൊന്നിന് മുകളിലായി കൗതുകത്തോടെ ക്രമീകരിക്കുന്നു. ഓർമ്മ, ഓർമ്മയിൽ കൃത്യമായി ഉറപ്പിച്ച് യോജിപ്പിക്കുന്നു.

2021 ജൂൺ 30, ചൊവ്വ
ല്യുത്തീഷ്യൻ ലോഞ്ച്, പാരിസ്

ക്ലെമൻസ് ബാമർ മാധ്യമങ്ങളെ വിളിച്ച് ‘അനോമലി’യിലെ ഉദ്ധരണി ‘La double vie de victor Miesel’ ഹൈലൈറ്റ് ചെയ്യുന്നു. ഞാൻ വളരെയേറെ പ്രതീക്ഷ നൽകുന്നുവെന്ന് ഭയപ്പെടുന്നു - എന്റെ ഭാവി ജീവചരിത്രകാരന്റെ കഴിവില്ലായ്മയിൽ.

അവിടെ ആൾക്കൂട്ടമുണ്ട് - നല്ല തിരക്കാണ്. വിക്ടർ ബാക്ക് ഗ്രൗണ്ടിൽ (പുറകുവശത്ത്) (L’oranger) ലോറഞ്ച് എഡിഷൻ ടീമിനൊപ്പം അടുത്തുള്ള ചെറിയ മുറിയിലുണ്ട്. പോസിറ്റീവായ പ്രസ്താവനകൾ ഭയമുണ്ടാക്കുന്നു. നല്ല ഉയരമുള്ള പ്ലാറ്റ്ഫോമിൽ (സ്റ്റേജിൽ) ഒരു മേശ, രണ്ടു സീറ്റുകൾ - ഒന്ന് ക്ലെമൻസിനും ഒന്ന് വിക്ടറിനും. മുന്നിൽ നൂറോളം കസേരകൾ എല്ലാത്തിലും ജനം. മുറിയുടെ പുറകിൽ ഒരു ഡസനോളം ക്യാമറകൾ സജ്ജമാക്കിയിരിക്കുന്നു.

“അന്താരാഷ്ട്ര മാധ്യമങ്ങൾ അവിടെയുണ്ട്.” ക്ലെമൻസ് പറയുന്നു, “നിങ്ങളുടെ പുസ്തകം മിക്കവാറും അടുത്തയാഴ്ച എല്ലായിടത്തും പുറത്തിറങ്ങും. വിവർത്തനങ്ങൾ തിടുക്കത്തിൽ നടക്കുന്നു. അത് ഇപ്പോൾ ഏകദേശമായി. എന്നിട്ടും ഞാൻ ജോർജ് ക്ലൂണി അല്ല. നിങ്ങൾ അതിലുപരിയാണ്. നിങ്ങൾ റോമെയ്ൻ ഗാരിക്കും ജീസസ് ക്രൈസ്റ്റിനും ഇടയിലാണ്. ആത്മഹത്യയും ഉയിർത്തെഴുന്നേൽപ്പും.” വിക്ടർ തോളുകൾ

ഇളക്കുന്നു. ക്ലെമൻസ് സ്നേഹപൂർവ്വം അയാളുടെ ചാരനിറമുള്ള ജാക്കറ്റിലെ പൊടിതട്ടുന്നു.

വിക്ടർ പ്രസ് റൂമിന്റെ മുൻവാതിലിലേക്ക് നോക്കുന്നു.

“എന്റെ പ്രിയ ഇലേന ഇവിടെയുണ്ടോ? എന്റെ വിധവ വീട്ടിൽ വിഷമിച്ച് ഇരിക്കുകയാകും, ക്ഷമിക്കണം.”

ക്ലെമൻസ് നെറ്റി ചുളിക്കുന്നു. “ഇല്ല ഒന്നുമില്ല. എനിക്ക് മനസ്സിലാകുന്നു.” എഡിറ്റർ അവളുടെ വാച്ച് നോക്കുന്നു. ആറുമണിയായിരിക്കുന്നു.

“നമുക്ക് പോകണം. അകത്തേക്കുള്ള വാതിലിലെ സുരക്ഷാപരിശോധനകൾ കഴിഞ്ഞ് നമ്മൾ വൈകി – പലരും നമുക്കൊപ്പം ‘എട്ടുമണിക്ക്’ നിങ്ങൾക്കായി കാത്തിരിക്കുന്നു.”

“വലിയ ബഹളം ഇപ്പോഴും നിലനിൽക്കുന്നുണ്ടോ? ബി.എഫ്എമ്മും ഇന്റർനെറ്റും എല്ലാത്തിനേയും കൊല ചെയ്തില്ലേ? പത്ത് ദശലക്ഷത്തോളം പേർ അവരെ കാണുന്നു.”

“നമുക്ക് പോകാം, പകുതി ‘ലെക്സോമിൽ’ കഴിച്ചാൽ അതിനൊപ്പം ശാന്തത കൈവരും. ഒരുപക്ഷേ കൂടുതൽ കോമാളിയാക്കരുത്. ഞാൻ യാചിക്കുകയാണ്.”

“സത്യം ചെയ്യൂ.” വിക്ടർ പറഞ്ഞു.

അയാൾ പിന്നിൽ നിന്ന് ചിറകു വിടർത്തി പുറത്തുവന്ന് ഫ്ളാഷുകളുടെ മിന്നലിനു കീഴിൽ പ്ലാറ്റ്ഫോമിൽ കയറി തന്റെ ഇരിപ്പിടത്തിൽ നിശ്ശബ്ദനായി ഇരിക്കുന്നു. അയാൾ ശരിക്കും ശാന്തനാണ്.

“ഹലോ, എല്ലാവർക്കും സ്വാഗതം.” ക്ലെമൻസ് ബാമർ മൈക്രോഫോണെടുത്ത് പറഞ്ഞു. “നിങ്ങൾക്ക് ചോദ്യങ്ങൾ ഒരുപാട് കാണും. പക്ഷേ, വളരെ ചുരുക്കിപ്പറയാം.”

നൂറോളം മാധ്യമപ്രവർത്തകരിൽ ആരേയും വിക്ടർ തിരിച്ചറിയുന്നില്ല. സാഹിത്യത്തെക്കുറിച്ച് സംസാരിക്കുന്നതിൽ അപകടമില്ല. പത്രങ്ങൾ വിമർശകരെയല്ല റിപ്പോർട്ടർമാരെയാണ് അയച്ചത്. അവരിൽ ആരെങ്കിലും അനോമലി വായിച്ചിട്ടുണ്ടെങ്കിൽ അത് തൊഴിൽ സംബന്ധമായ ബാധ്യതകൾക്ക് പുറത്തായിരിക്കും. ക്ലെമൻസ് അവളുടെ അവതരണം പൂർത്തിയാക്കി എല്ലാ കൈകളും ഉയർത്തി. ശാന്തമായി അവൾ കുഴപ്പങ്ങളിൽ ആധിപത്യം സ്ഥാപിക്കുകയും ശബ്ദിക്കുകയും ചെയ്യുന്നു. മുൻനിരയിലെ ഉയരമുള്ള പയ്യൻ..

“മിസ്റ്റർ മിസേൽ...”

ല് മോന്ത്, ലെ ഷീൻ റീഗൽ..

“ഇതല്ല, നിങ്ങൾ പുറപ്പെട്ടതിനുശേഷം ഒരാഴ്ച കഴിഞ്ഞിരിക്കുന്നു. മാർച്ചിൽ പാരീസിലേക്ക് പോയിട്ട് ഈ നാലുമാസത്തിനിടെ ഒരുപാട് കാര്യങ്ങൾ ഉണ്ടായിക്കഴിഞ്ഞിരിക്കുന്നു. പ്രത്യേകിച്ച് എഴുത്തുകാരനെന്ന നിലയിൽ നിങ്ങൾ എഴുതിയ പുസ്തകം – അതിൽ നിങ്ങളുടെ മരണത്തെ

എന്തു വിളിക്കാം? എങ്ങനെ? അല്ലെങ്കിൽ ഈ അവിശ്വസനീയമായ സാഹചര്യങ്ങൾ നിങ്ങൾ അനുഭവിക്കുന്നുവോ?"

"ഞാൻ പരമാവധി പൊരുത്തപ്പെടുന്നു. എനിക്കാവുന്നവിധത്തിൽ ഞാൻ എന്റെ പുസ്തകം വായിച്ചു. വിവിധ പത്രങ്ങളിൽ വന്ന എന്റെ ചരമവാർത്തകളും. അത് എനിക്ക് മനസ്സിലാക്കിത്തരുന്നത് മരിക്കണം, എന്നാൽ മാത്രമേ കാണാനാകൂ എന്നാണ്. അതു കാണുവാൻ മാത്രമായി ഞാൻ മരിക്കുവാൻ ആഗ്രഹിക്കുന്നു ."

"അനോമലി നിങ്ങളുടെ ഒരു പുസ്തകമായി നിങ്ങൾ കരുതുന്നുണ്ടോ? നിർവ്വചിക്കുവാനാകുമോ നിങ്ങൾക്ക്?"

വിക്ടർ സംശയിക്കുന്നു. ആന്തരികമായി അവൾ വളർത്തുകയാണ്. കണ്ണുകൾ ഉരുട്ടി ആകാശത്തേക്കു നോക്കി അയാൾ മനോനിലയിലേക്ക് തിരിച്ചെത്തി.

"ഈ പരിവർത്തനത്തിന് എന്നോട് ക്ഷമിക്കൂ. എനിക്ക് തീർച്ചയായും കഴിയും. ചിലപ്പോൾ അതിന്റെ ഘടനകളിൽ കാണാനാകുന്നു. എന്നിരുന്നാലും ഇത് നിങ്ങളോട് സംസാരിക്കുന്ന എന്റെ കൈവശമുള്ള ഒരു പുസ്തകമല്ല അഥവാ എന്റെ പകർപ്പാവകാശമാണ് പ്രധാന കാര്യം."

"വിക്ടർ കോമാളിയായില്ല." ക്ലെമൻസ് നെടുവീർപ്പിട്ടു.

"അവൾ അവനെ ഉപദേശിച്ച ഈ ഉൽക്കണ്ഠയെക്കുറിച്ച് ആരാണ് ഖേദിക്കുന്നത്. നിങ്ങളുടെ അഭിപ്രായത്തിൽ നിങ്ങളുടെ പുസ്തകത്തിൽ ഈ വിമാനത്തിൽ സംഭവിച്ചതിനെപ്പറ്റി എന്തെങ്കിലും സൂചന അടങ്ങിയിരിക്കുന്നുണ്ടോ? ആയിരക്കണക്കിനാളുകൾ അത് തിരയുന്നു. ഉണ്ടെങ്കിൽ അവളെ എന്റെ മുന്നിൽ കണ്ടെത്തും. നിങ്ങളെപ്പോലെത്തന്നെ എനിക്കും നിങ്ങൾക്കറിയാവുന്നതുപോലെ മാത്രമാണ്. നിങ്ങളുടെ കൈവശം ചുറ്റികയുള്ളപ്പോൾ കാണുന്നതെല്ലാം ആണിയായാണ് അവസാനിക്കുന്നത്."

"നിങ്ങൾ കരുതുന്നുണ്ടോ നമ്മൾ ഒരു അനുകരണമാണെന്ന്."

"എനിക്കറിയില്ല."

"വുഡി അലൻ (നടനും ഗായകനും) എന്ന പദപ്രയോഗം അങ്ങനെയെങ്കിൽ പ്രോഗ്രാമർക്ക് എന്തെങ്കിലും ക്ഷമാപണത്തിന് പ്രതീക്ഷ നൽകുമോ. അവർ സൃഷ്ടിച്ച ലോകം നരകതുല്യമായി ഭയാനകമാണ്. അങ്ങനെയാണെങ്കിൽ അതിൽ നിന്ന് ഞാൻ മനസ്സിലാക്കുന്നത് ഇത് നിശ്ചയമായും നമ്മളാണ് എല്ലാം കൃത്യമായി സൃഷ്ടിക്കുന്നത്."

"മിസ്റ്റർ മിസേൽ, നിങ്ങൾക്ക് ഒരുപക്ഷേ അറിവുണ്ടാകും, മിക്കവാറും വലിയ വിമാനയാത്രക്കാരെല്ലാം തന്നെ സ്വന്തം അസ്തിത്വം വെളിപ്പെടുത്തുവാൻ മടിച്ചിരുന്നു. നിങ്ങൾ എന്തുകൊണ്ടാണ് തുറന്ന ജീവിതത്തിന് സമ്മതിച്ചത്?"

“എനിക്കെന്തെങ്കിലും ഭീഷണിയുണ്ടെന്ന് ഞാൻ കരുതുന്നില്ല. എന്താ യാലും പൊലീസ് സംരക്ഷണം ലഭിക്കുന്നു. ഒപ്പം മാനസിക പിന്തു ണയും.”

“ഞങ്ങൾ എല്ലാം ആലോചിച്ചു. ചിലർ ‘വ്യതിയാനം’ എന്നു വിളി ക്കുന്ന കൃത്യമായ ആ നിമിഷം നിങ്ങൾക്ക് അനുഭവപ്പെട്ടുവെന്ന് നിങ്ങൾ കരുതുന്നുണ്ടോ? അല്ലെങ്കിൽ ഇപ്പോൾ ഇതും ഒരു അനോമലി?”

“തീർച്ചയായും വിമാനത്തിലെ ബാക്കി എല്ലാവർക്കുമെന്നപോലെ, പ്രക്ഷുബ്ധത അവസാനിച്ച് സൂര്യരശ്മി കാബിനകത്ത് തിരികെയെത്തി. അവസാനവാചകം പ്രോസാക് ഗുളികയുടെ നിർവ്വചനം കൂടിയാണ്.”

പ്രേക്ഷകർ ചിരിക്കുന്നു. വിക്ടറും അതിനൊപ്പം പോകുന്നു. ക്ലെമൻസ് ആ രംഗത്തിന്റെ പിതൃത്വം ആഗ്രഹിക്കുന്നു.

“നിങ്ങളുടെ ‘ഇരട്ട’യുടെ ആത്മഹത്യയുടെ കാരണമെന്താണെന്ന് അറിയാമോ?”

“അവൻ മരിക്കുവാൻ ആഗ്രഹിച്ചിരിക്കാം.”

“ഇതാണോ പ്രധാന കാരണം ആത്മഹത്യയ്ക്ക്? ഇലെന ലെസ്ക്കോ വുമായുള്ള നിങ്ങളുടെ കൃത്യമായ ബന്ധം എന്താണ്?”

“ഇപ്പോൾ നിലവിലില്ല. ഏറ്റവും സന്തോഷപ്രദമാണെന്ന് പറയാം.”

വിക്ടർ ഇപ്പോൾ പ്രസന്നനാണ്. ഇതൊരു ജീവനുള്ള പരസ്യമാണ് ബ്രോമോസെപാം ടാബ്ലറ്റിന്.

“ടൈംസ് ലിറ്റററി മാഗസിനിലെ ആൻവാസ്ർ ചോദിച്ചു. “മിസ്റ്റർ മിസേൽ, നിങ്ങൾ ഇപ്പോൾ പുതിയ പുസ്തകത്തിന്റെ പണിപ്പുരയി ലാണോ?”

വിക്ടർ പുറകുവശത്തെ വരിയിൽ നിന്നു വരുന്ന മൃദുവും പരുഷ വുമായ സ്ത്രീശബ്ദത്തെ ശ്രദ്ധിക്കുന്നു. അവളുടെ മുഖം പ്രകാശമാന മായി.

ആ യുവതി ‘അസീസ് ദ് ആൽസ്’ൽ കണ്ട ഗോൺദ്ചരോവ് തമാശ കൾ ഇഷ്ടപ്പെടുന്നവളാണ്.

“അതെ. ഞാനൊരു പുസ്തകം എഴുതിക്കൊണ്ടിരിക്കുന്നു.”

ക്ലെമൻസ് അയാളെ അത്ഭുതത്തോടെ അതേസമയം മന്ദബുദ്ധി യാണോ എന്നും സംശയിച്ച് നോക്കുന്നു.

“ഇതൊരു ക്ലാസിക് വിഷയമാണ്.” മിസേൽ തുടരുന്നു. “ഒരു സ്ത്രീ ഒരു പുരുഷന്റെ ജീവിതത്തിൽ അവൻ അവളെ വിശ്വസിക്കുമ്പോൾ വീണ്ടും പ്രത്യക്ഷമാവുന്നു. ഒരിക്കലും അപ്രത്യക്ഷമാവുന്നില്ല. അതിനെ ആസ്കോട്ട് അല്ലെങ്കിൽ കസ്റ്റാർഡിന്റെ തിരിച്ചുവരവ് എന്നു പറയുന്നു. കസ്റ്റാർഡ് (ഇംഗ്ലീഷ് ക്രീം) അതൊരു അത്ഭുതകരമായ തലക്കെട്ടാണ്.”

യുവതി പുഞ്ചിരിക്കുന്നു.

അവസാനമായി ഒരു ചോദ്യം ക്ലെമൻസ് ബാമർ ചോദിക്കുന്നു.

"ഗ്രന്ഥകാരന് മറ്റെന്തെങ്കിലും പറയുവാൻ തലയിൽ ഉണ്ടെന്ന് ഊഹിക്കുവാൻതക്ക കഴിവുള്ള പത്രപ്രവർത്തകർ സമ്മേളനത്തിന്റെ സുഗമമായ നടത്തിപ്പിനു നല്ലതാണ്."

ഫ്രാങ്ക്ഫർട്ടിലെ ആൻഡ്രിയ ഹിൽഫിംഗേർ, അൽഷെമെയ്ൻ സേതുങ്ങ് എന്നിവർ ചോദിക്കുന്നു.

"നിങ്ങൾക്ക് യുണൈറ്റഡ് സ്റ്റേറ്റ്സിൽ കഴിഞ്ഞ രാത്രി എന്താണുണ്ടായതെന്ന് നിർവ്വചിക്കാനാകുമോ?"

"അത് നിർവ്വചിക്കണോ?

"യുണൈറ്റഡ് സ്റ്റേറ്റ്സ് ഓഫ് അമേരിക്കയാണെന്ന് ഞാൻ കരുതുന്നു. അതൊരു പേരു മാത്രം എപ്പോഴും രണ്ട് അമേരിക്കകൾ ഉണ്ടായിരുന്നു. ഒപ്പം ഇപ്പോൾ അവർ പരസ്പരം മനസ്സിലാക്കുന്നില്ല. അവയിൽ ഒന്നിനു പകരം മറ്റൊന്നായി ഞാൻ തിരിച്ചറിയുന്നില്ല. എന്നെപ്പോലെ പകരം മറ്റൊന്ന് ഞാൻ മനസ്സിലാക്കുന്നില്ല."

നിശാപ്രദർശനം

2021 ജൂൺ 29, ചൊവ്വ
എദ് സുളിവാൻ തിയ്യേറ്റർ, ന്യൂയോർക്ക്

സ്റ്റെഫൻ കോൾബർട്ടിനൊപ്പം രാത്രിഷോകളുടെ മേക്കപ്പ് ആർട്ടിസ്റ്റ് അവന്റെ കലാസൃഷ്ടിയെ ആവേശത്തോടെ ധ്യാനിക്കുന്നു.

"അഡ്രിയാന, നീ മികച്ചവളാണ്. ഞാൻ നിങ്ങൾക്കായി അവസരം, അല്പം വ്യത്യസ്തമായി വീണ്ടും രൂപപ്പെടുത്തി."

സ്റ്റെഫൻ ആമുഖത്തിനുശേഷം സ്റ്റേജ് അസിസ്റ്റന്റിനോട് പറഞ്ഞു, "എന്നെ പിന്തുടരൂ, ഞാൻ നിങ്ങളുടെ തോൾഭാഗത്ത് തൊടുമ്പോൾ നിങ്ങൾ സെറ്റിൽ കയറണം. ശരി."

അസിസ്റ്റന്റ് ഉത്തരത്തിനായി കാത്തിരിക്കാതെ ഡ്രസ്സിംഗ് മുറി വിട്ടു പോകുന്നു. യുവതികൾ ഹാളിന്റെ ഇടനാഴിയിൽ സ്റ്റേജിലെ പ്രകാശ ത്തിനടുത്തേക്ക് നടക്കുന്നു. സ്റ്റേജിലെ കറുത്ത തിരശ്ശീലയ്ക്കു പുറകിൽ കാത്തിരുന്നവർ മനുഷ്യർ നിലകൊള്ളുന്ന സമയം - അതിന്റെ ഭാഗം ചിത്രീകരണം പൂർത്തിയാക്കുന്നു.

തന്റെ മേശയ്ക്കു പുറകിൽ പൊതുജനങ്ങൾക്ക് അഭിമുഖമായ ഭാഗത്ത് സ്റ്റെഫൻ കോൾബർട്ട് ഫയൽ മറിച്ചുനോക്കുന്നു. ക്യാമറ അവനി ലേക്ക് മടങ്ങുമ്പോൾ സി.ബി.എസ്. അവതാരകനടൻ നെറ്റി ചുളിക്കുന്നു.

ഇന്നു രാത്രി ചെറുപ്പക്കാരിയായ എല്ലാവരുടേയും പ്രിയങ്കരിയുമായ നടിയെ സ്വാഗതം ചെയ്യുവാനുള്ള പദവി എനിക്കുണ്ട്. അവളുടെ പ്രശസ്തി തികച്ചും ആപേക്ഷികമാണ് - നിരാശയുടെ നിലവിളി. ഇത്ര പരുഷമായി പെരുമാറരുത്, എന്നെ ലജ്ജിപ്പിക്കരുത്. സ്ത്രീകളേ, മാന്യരേ, അഡ്രിയാൻ ബെക്കറിനെ സ്വാഗതം ചെയ്യുവാൻ ഞാൻ നിങ്ങളോട് അഭ്യർത്ഥിക്കുന്നു.

സ്റ്റെഫൻ കോൾബർട്ട് കരഘോഷത്തിനായി ആംഗ്യം നൽകുന്നു. കരഘോഷം എന്നതിന്റെ അടയാളം പാനലിൽ പ്രകാശിക്കുന്നു. ഉടൻ അത് അനുസരിക്കപ്പെടുന്നു.

മെലിഞ്ഞ, ഏതാണ്ട് കൗമാരക്കാരിയായ ഒരു യുവതി മുന്നോട്ട് വരുന്നു - ജീൻസും ഷൂസും കടുംനീല അംഗോറ സ്വെറ്ററും ധരിച്ച് അവളുടെ തവിട്ടുനിറമുള്ള ചുരുണ്ട മുടി തോളിൽ വീണുകിടക്കുന്നു. അവതാരകൻ അവളുടെ അടുത്തേക്ക് പോകുന്നു. അവളുടെ കവിളിൽ ചുംബിച്ച് ആശ്വസിപ്പിക്കുന്നു.

"ഹലോ അഡ്രിയാന ബേക്കർ, താങ്കളെ സ്വീകരിക്കുവാനായതിൽ ഞാൻ വളരെ സന്തോഷിക്കുന്നു."

"ഹലോ സ്റ്റെഫൻ ഞാനും ഇവിടെ എത്തിച്ചേരുവാനായതിൽ അതിയായി സന്തോഷിക്കുന്നു."

"താങ്കൾ സന്തുഷ്ടയാണെന്ന് കരുതുന്നു. ടെലിവിഷനിൽ ആദ്യമായാണോ?"

"അതെ. എല്ലാറ്റിന്റെയും ആദ്യമായുള്ളത് ഞാൻ ഓർമ്മിക്കുന്നു. എന്റെ ആദ്യപ്രണയം, റസ്റ്റോറന്റിലെ ആദ്യ അത്താഴം, അത് വളരെ റൊമാന്റിക് ആയിരുന്നു. അന്നത്തെ ബിൽ സൂക്ഷിച്ചിരിക്കുന്നു." ചിരിച്ചുകൊണ്ട് പറഞ്ഞു.

"അഡ്രിയാന നിങ്ങൾക്ക് ഇരുപത് വയസ്സ്, നിങ്ങൾ നടിയാണ്, കഴിഞ്ഞ മെയ് മാസത്തിൽ റോമിയോയും ജൂലിയറ്റും ഇതിൽ നിങ്ങളെ കണ്ടു."

"താങ്കളായിരുന്നോ ജൂലിയറ്റ്."

"തീർച്ചയായും ജൂലിയറ്റ് ആയിരുന്നു."

"പിന്നീട് നീ 'റോമിയോ ജൂലിയറ്റ്' എവിടെയാണ് കളിച്ചത്?"

"തിയേറ്ററിന്റെ പേര്..." താഴ്ന്ന ശബ്ദത്തിൽ ഉള്ളിൽ മന്ത്രിക്കുന്നു.

സാന്ദ്രാഫിയൻസ്റ്റിൻ - ഗാം തിയേറ്റർ

മുറിയിൽ ചില ക്രൂരമായ ചിരികളുയർന്നു.

ആ യുവതി പെട്ടെന്ന് ചുവന്നു - നാണം തോന്നി.

സ്റ്റെഫൻ കോൾബർട്ട് പുരികമുയർത്തുന്നു.

അവൾ കൂട്ടിച്ചേർത്തു.

"അത് വാർവിക്കിലെ റോഡ് ഐലൻഡിലുള്ള ചെറിയ ഒരു തിയേറ്ററാണ്."

അഡ്രിയാന "ലജ്ജിക്കാനൊന്നുമില്ല."

"നിങ്ങൾക്കറിയാമോ? മാറ്റ് ദേമൻ (അമേരിക്കൻ നടൻ) ഒരു എക്സ്ട്രാ ആയാണ് ആരംഭിച്ചത് അവൻ ഒരു പിസ ഷെഫ് ആയിരുന്നു. അവൻ ഒരു ഉപഭോക്താവിന് മാർഗരീത്ത പിസ നൽകി. അഞ്ച് ഡോളർ - ദയവായി എന്ന വരി മാത്രമേ ഉണ്ടായിരുന്നുള്ളൂ."

അദ്ദേഹം പറയുന്നു ഇപ്പോൾ എല്ലായിടത്തും ഇത് ഏഴ് ഡോളർ

വിലയുള്ള റീജിയണൽ പിസ ആയിരിക്കുന്നു. പക്ഷേ, അവനൊരു പൊങ്ങച്ചക്കാരനാണ്. അതൊരു നരകം (ചിരിക്കുന്നു)

"ക്ഷമിക്കണം അഡ്രിയാന."

"അടുത്തതായി ഏതു സ്ഥലത്താണ് നിങ്ങൾ കളിക്കുന്നത്."

"ആഗ്രഹിക്കുന്നത് ഫ്രാൻസിലെ എൽമ്സിലാണ് (ormes) അത് യൂജിൻ ഒനീലിന്റെ അഞ്ചു ഭാഗങ്ങൾ ഉള്ള നാടകമാണ്. അതിൽ ഒരു ചെറുപ്പം യുവതിയുടെ ഭാഗം ആണ്."

"ചെറിയ പെൺകുട്ടി? പക്ഷേ, അതിന് ഒരു പ്രശ്നമുണ്ട് അഡ്രിയാന. ഇതിൽ ഒരു ചെറിയ പെൺകുട്ടി മാത്രമാണോ? നിങ്ങൾ അങ്ങനെ വിചാരിക്കണ്ട."

പൊതുജനങ്ങൾ അഡ്രിയാനയ്ക്കൊപ്പം ചിരിക്കുന്നു. ഒന്നും മനസ്സിലാകാതെ. സ്റ്റെഫൻ കോൾബർട്ട് ചിരിച്ചുകൊണ്ട് സ്റ്റേജിനു പിൻവശത്ത് എത്തി.

"പ്രേക്ഷകരേ, ഇപ്പോൾ ഇടിമുഴക്കംപോലുള്ള ഒരു കയ്യടി അഡ്രിയാന ബേക്കറിനു നൽകൂ."

"ശരി. അഡ്രിയാന ബേക്കർ."

തിരശ്ശീലയ്ക്കു പുറകിൽ നിന്ന് രണ്ടാം അഡ്രിയാന പുറത്തുവരുന്നു. ഒരേ തരത്തിൽ മുടിയും അതേ ഡ്രസ്സും ചുവപ്പു സ്വെറ്ററുമാണ്. ഇപ്പോൾ മുറിയിലുള്ളവരെല്ലാം എഴുന്നേറ്റു നിൽക്കുന്നു. അവർ സ്തംഭിച്ചുപോയി ഉറക്കെ കൂകി വിളിച്ചു. സ്റ്റെഫൻ കോൾബർട്ട് കൈയടികളോടെ അവൾക്കരികിലേക്ക് നീങ്ങി ഒരു ചുംബനം നൽകി, നാണത്തോടെ നിൽക്കുന്ന അവളെ അവളുടെ ഇരട്ടയുടെ അടുത്ത് സോഫയിലേക്ക് നയിച്ചു. നിയന്ത്രണത്തോടെ സംവിധായകൻ അവളുടെ ഇലക്ട്രോണിക് സിഗരറ്റ് എടുത്ത് എല്ലാ ആന്തരികനിയന്ത്രണങ്ങളും നിയമങ്ങളും നിന്ദിക്കുന്നു അഥവാ അവഹേളിക്കുന്നു. ഇത് ടെലിവിഷന് നല്ലതാണ് എ.ബി.സി., എൻ.ബി.സി തുടങ്ങിയ ചാനലുകൾ അവൾക്ക് പുറകിൽ സംപ്രേഷണം തുടരുന്നു. പത്തോളം സോഷ്യൽ നെറ്റ്വർക്ക് സർവ്വീസുകൾ സി.ബി. എസ്. മുതൽ ടിറ്റർ, ഇൻസ്റ്റഗ്രാം, ഫെയ്സ്ബുക്ക് വരെ തത്സമയം പോകുന്നു. ലൈക്കുകളുടെയും ഷെയറുകളുടെയും എണ്ണം വർദ്ധിച്ചു.

അവർ അരികിലുണ്ട്. അവിടെ നെറ്റിയിൽ ഒന്നിന് ഒരു ചുവന്ന വര മറ്റേതിന് ഒരു നീല. മെയ്ക്ക്അപ്പ് കലാകാരന്റെ സൂക്ഷ്മമായ വിവേകപൂർണമായ സ്പർശം - എന്നാൽ പെട്ടെന്ന് നഗ്നമായ ആ സ്പർശം പ്രശംസകൾ ചൊരിയുന്നു, ആഹ്ലാദം നിലനിൽക്കുന്നു. കോൾബർട്ട് അവന്റെ മേശയ്ക്കു പുറകിൽ തിരിച്ചെത്തുന്നു.

"ഹലോ അഡ്രിയാന..."

"ഹലോ സ്റ്റീഫൻ. ഈ പുതുമുഖം വന്നത്? നിങ്ങൾ ഇരട്ടകളാണോ?"

"ഒരിക്കലുമല്ല." രണ്ടുപേരും ഒരുമിച്ച് ഒരേസമയം ഒരേ ചിരിയോടെ അതേ ശക്തിയിൽ പറഞ്ഞു.

“ഹേയ്, നല്ലത്. ഇത് പ്രേക്ഷകർക്ക് മനസ്സിലായെന്ന് ഞാൻ കരുതുന്നു.” ചിരിച്ചുകൊണ്ട് പറയുന്നു.

“കഴിഞ്ഞ കുറേ മണിക്കൂറുകളായി ഞങ്ങൾ നിങ്ങളെക്കുറിച്ച് മാത്രമാണ് സംസാരിച്ചുകൊണ്ടിരിക്കുന്നത്.” അവൻ തുടരുന്നു. “നിങ്ങളെ രണ്ടുപേരെയും തിരിച്ചറിയുവാനായി ഒരാളെ അഡ്രിയാന ജൂൺ, മറ്റേയാൾ അഡ്രിയാന മാർച്ച് എന്നും പറയുന്നു. ജൂൺ, മാർച്ച് ഇത് എഫ്.ബി.ഐ. നൽകിയ കോഡ് നാമങ്ങളാണ്.”

“ശരി.”

“ജൂൺ ചുവപ്പും മാർച്ച് നീലയുമാണ് അങ്ങനെയാണ് നിങ്ങളെ തിരിച്ചറിയുവാനാകുന്നത്. ഇല്ലെന്ന് പറയരുത് എന്നോട്. ഇത് ഉണ്ടാക്കുവാൻ ഒരു ഭ്രാന്തമായ വലിയ തുക - രണ്ടുതരം സ്വെറ്ററുകളും. ചായം മുക്കിയ രണ്ടു വരകൾക്കും തിരികൾക്കുമായി.”

“ശരിയാണ്.”

ഒരേസമയത്ത് യുവതികളുടെ അതേ പ്രതികരണം സദസ്സിൽ മാസ്മരിക പ്രതികരണമുളവാക്കുന്നു. യുവ അഡ്രിയാന സ്ക്രീനിലുണ്ടായിരുന്ന അഡ്രിയാനയെ വെല്ലുന്ന തരത്തിൽ സ്ക്രീനിൽ വരുന്നു.

“അഡ്രിയാന ജൂൺ, നിങ്ങൾ ജൂലിയറ്റ് ആയി കളിച്ചില്ല അല്ലേ?”

“ഇല്ല. എനിക്ക് കളിക്കുവാനായില്ല. കാരണം റോമിയോ ജൂലിയറ്റ് മെയ്മാസത്തിലായിരുന്നു അവതരണം. നിങ്ങൾ അഞ്ചു ദിവസത്തോളമായി മക്ഗ്വർ സൈനിക താവളത്തിൽ വന്ന് ഇരുന്നൂറ്റിനാല്പത്തിരണ്ട് പേർക്കൊപ്പം തടഞ്ഞുവെച്ചപ്പോൾ നിങ്ങൾ അത് മാർച്ച് മാസമാണെന്നു കരുതി. അല്ലേ, ശരിയല്ലേ?”

“അതെ, സ്റ്റെഫൻ, എനിക്ക് കൃത്യമായ ദിവസം പറയുവാൻ കഴിയില്ല. എഫ്.ബി.ഐ. ഞങ്ങൾക്ക് വിലക്ക് ഏർപ്പെടുത്തിയിരുന്നു. ഞങ്ങളുടെ സുരക്ഷയ്ക്കായി.”

“ഞാൻ മനസ്സിലാക്കുന്നു. എനിക്ക് കൂടുതൽ അറിയുവാൻ ആഗ്രഹമുണ്ട്. ഞാൻ കരുതുന്നു പ്രേക്ഷകർക്കും മനസ്സിലാക്കുവാൻ ആഗ്രഹമുണ്ടെന്ന്.”

“നിങ്ങൾ എങ്ങനെ ഡ്യൂപ്ലിക്കേറ്റ് ആയെന്ന് മനസ്സിലായോ?”

അവൻ രണ്ടു യുവതികളേയും വളരെ ശ്രദ്ധയോടെ നിരീക്ഷിച്ചു.

“അഡ്രിയാന മാർച്ച് കഴിഞ്ഞ ഞായർ, വളരെ അതിരാവിലെ എഫ്.ബി.ഐ. ഞങ്ങളെ മാതാപിതാക്കൾക്കരികെ വിളിച്ചുകൊണ്ടുപോയി. കോൾബർട്ട് തിടുക്കമൊന്നുമില്ലാതെ ഫയലുകൾ പരിശോധിച്ചു. ന്യൂജഴ്സിയിലെ എഡിസണിൽ നിങ്ങളുടെ ഒപ്പം മാതാപിതാക്കൾ പേടിച്ചിരിക്കുകയാണ്.”

“അതെ എഫ്.ബി.ഐ. ഉദ്യോഗസ്ഥർ ഞങ്ങളോട് ദേശസുരക്ഷാ

പ്രശ്നം ആണെന്ന് പറഞ്ഞു. എന്നിട്ടും അവർ ആശ്വസിപ്പിക്കുവാൻ ശ്രമിച്ചു."

"അത് ശരിയാണ് രണ്ട് എഫ്.ബി.ഐ. ഉദ്യോഗസ്ഥർ രാവിലെത്തന്നെ വന്ന് എല്ലായ്പ്പോഴും ആശ്വസിപ്പിക്കുന്നത് നല്ലതാണ് എന്ന് ചിരിച്ചു കൊണ്ട് പറയുന്നു."

"പിന്നീട് എന്ത്?"

"അതിനുശേഷം ഒരു ഹെലിക്കോപ്റ്ററിൽ സൈനിക വിമാനത്താവ ളത്തിൽ ഇറക്കി."

"ഞങ്ങൾ ആദ്യമായി ഹെലികോപ്റ്ററിൽ."

"അതെ."

അത് വലിയ ശബ്ദമുണ്ടാക്കുന്നു. സ്പിന്നിംഗ് നടക്കുമ്പോൾ വാഷിംഗ്മെഷിന്റെ ബ്ലേഡുകൾ, കാറ്റ്, ആ ശബ്ദമെല്ലാം. ഞാൻ ഹെലി കോപ്റ്ററുകളെ വെറുക്കുന്നു.

സ്റ്റെഫൻ കോൾബർട്ട് ജനത്തിന്റെ വർദ്ധിച്ച അക്ഷമയെ പരസ്യ മായി പരീക്ഷിക്കുന്നു. പക്ഷേ, എവിടെ എപ്പോൾ നിർത്തണമെന്ന് അവ നറിയാം.

"പിന്നെ സൈനികത്താവളത്തിൽ വന്ന് എന്തുണ്ടായി?"

"എന്നെ ഭരണനിർവ്വഹണ കെട്ടിടത്തിന്റെ വിഭാഗത്തിലേക്ക് സൈനികരുടെ അകമ്പടിയോടെ ഒരു ലളിതമായ മുറിയിൽ കൊണ്ടു പോയി. ഒരു മേശയും കുറച്ചു കസേരകളും മാത്രമാണുണ്ടായിരുന്നത്. ഞാൻ മനശ്ശാസ്ത്രവിഭാഗത്തിന്റെ കൂടെ എഫ്.ബി.ഐ. ഓഫീസർക്കു മുന്നിൽ ഇരുന്നു."

"അവർ നിങ്ങളോട് എന്താണ് പറഞ്ഞത്?"

"എന്നോട് ഭയപ്പെടേണ്ടതില്ലെന്നും ഞാൻ ഒരു അസാധാരണ നിമിഷം അനുഭവിക്കുവാൻ പോകുകയാണെന്നും പറഞ്ഞു."

"അത്രമാത്രം." സ്റ്റെഫൻ കോൾബർട്ട് പറഞ്ഞു.

അഡ്രിയാന ജൂൺ പറഞ്ഞു. "അവർ എന്നെ അകത്തേക്ക് പോകാൻ അനുവദിച്ചു. ഞാനും ഉണ്ടായിരുന്നു. മനശ്ശാസ്ത്രജ്ഞർക്കൊപ്പം."

"ഇത് നിങ്ങൾക്ക് ഞെട്ടലുണ്ടാക്കിയിരിക്കും അല്ലേ?" മനശ്ശാസ്ത്ര ജ്ഞർ ചിരിക്കുന്നു.

"എനിക്ക് കുറച്ചു നിമിഷങ്ങൾ വേണ്ടി വന്നു. ഞാൻ എന്നെത്തന്നെ യാണ് അഭിമുഖീകരിക്കുന്നത് എന്ന് തിരിച്ചറിയുവാനായി."

ആകാശനീല സ്വെറ്ററിലുള്ള യുവതി പറയുന്നു. "ഞാൻ തല തിരിച്ചു നോക്കി. അത്ഭുതപ്പെട്ട ഞാൻ, അവൾ ശരിക്കും നിലവിലുണ്ടെങ്കിൽ ആരായിരിക്കുമെന്ന് ചിന്തിച്ചു."

"നിങ്ങൾ അഡ്രിയാന മാർച്ച് പറയൂ, അത് എങ്ങനെയാണ് സംഭ വിച്ചതെന്ന്."

"ഞങ്ങളുടെ വിമാനം മൂന്നു ദിവസം മുമ്പ് ലാന്റ് ചെയ്തു. അവിടെ ഒരു വലിയ പ്രക്ഷുബ്ധതയാൽ വിമാനത്തിന് കേടുപാടുകൾ ഉണ്ടായി. പുറംലോകവുമായി സമ്പർക്കമില്ലാതെയായി. ഞാൻ ഇവിടെ തടവിലായി. ലാപ്പ്ടോപ്പോ മറ്റോ ഇല്ലാതെ."

ഞങ്ങൾക്ക് 'കാന്റിക്രഷ്' പോലും കളിക്കുവാൻ സാധിക്കാറില്ല എന്ന് ചിരിച്ചുകൊണ്ട് പറഞ്ഞു.

"കഴിഞ്ഞ തിങ്കളാഴ്ച രാവിലെ മൂന്നാംദിവസംവരെ അത് തുടർന്നു."

അവർ എന്റെ അടുത്ത് വന്ന് അസാധാരണമായ ആ നിമിഷം ഉണ്ടായത് സംബന്ധിച്ച് പറഞ്ഞു: "എന്നിട്ട് ഞാൻ ഒരിക്കലും കണ്ടുമുട്ടാൻ സാധ്യതയില്ലാത്ത ഒരാളെ കാണാൻ പോകുകയാണെന്നു പറഞ്ഞു."

"പിന്നെ നിങ്ങൾ അതാരാണെന്നു കരുതി?"

"എനിക്കറിയാം ഇത് അർത്ഥശൂന്യമാണ്. ഞാൻ എന്റെ മുത്തശ്ശിയെ കാണുവാൻ വീണ്ടും പോവുന്നു എന്നു കരുതി. അവർ ജനവരിയിൽ മരിച്ചു." (മുറിയിൽ എല്ലാവരും ദുഃഖഭാവം പങ്കുവെക്കുന്നു.)

"ക്ഷമിക്കണം അഡ്രിയാൻ എന്റെ അനുശോചനങ്ങൾ."

പിന്നീട് ഞാൻ മുറിയിലേക്ക് നടന്നു. അഡ്രിയാന ജൂൺ, മാർച്ചിനെ നോക്കി ചിരിക്കുന്നു. പ്രേക്ഷകർ വീണ്ടും കൈയടിക്കുന്നു.

കോൾബർട്ട് ആ താളം നഷ്ടപ്പെടുത്തുവാൻ ആഗ്രഹിക്കുന്നില്ല. അവൻ തുടരുന്നു. "ദൈവമേ നിങ്ങളുടെ സ്ഥാനത്ത് ഞാനായിരുന്നു വെങ്കിൽ എനിക്ക് ഹൃദയസംബന്ധമായ ഒരു പ്രതിസന്ധി ഉണ്ടാകുമായിരുന്നു."

"അഡ്രിയാന മാർച്ച് നിനക്ക് പേടി തോന്നിയില്ലേ?"

"തീർച്ചയായും, ആദ്യം ഞങ്ങൾക്ക് തമ്മിൽ തമ്മിൽ സംസാരിക്കുവാൻ ധൈര്യമുണ്ടായിരുന്നില്ല മനശ്ശാസ്ത്രജ്ഞരുടെയും എഫ്.ബി.ഐ. ഉദ്യോഗസ്ഥരുടെയും ഭാര്യമാരുടെയും മുന്നിൽ അവർ ഒരു വീഡിയോയിലൂടെ എല്ലാം ഞങ്ങൾക്ക് വിശദീകരിച്ചു. അതിൽ നമ്മൾ കാബിനകത്ത് എപ്പോഴെല്ലാം ഉണ്ട്, എപ്പോൾ ഇല്ല എന്ന് വ്യക്തമായി കാണാം."

"പൊരുത്തക്കേട്, അല്ലെങ്കിൽ എവിടെയാണ് അപാകത എന്ന് സ്റ്റെഫൻ പൂർത്തിയാക്കുന്നു." കോൾബർട്ട് ഫയലുകൾ നോക്കുന്നു.

"അതെ, അതിനുശേഷം ഞങ്ങളോട് പരസ്പരം ചോദിക്കുവാൻ അനുവാദം നൽകി. ഒരാൾക്ക് മറ്റെയാളോട് ചോദിക്കുവാൻ ആഗ്രഹമുള്ളത് എഫ്.ബി.ഐ. ആവശ്യപ്പെട്ടിരുന്ന ഒരാൾ മറ്റെയാൾ എന്നതിന്റെ തെളിവ് എനിക്കറിയില്ല. ഒരുതരം ക്ലോൺ – ഞങ്ങൾക്കുണ്ടായിരുന്നത് അതേ ഓർമ്മകൾ, അതേ ജീവിതം."

"അതേ ജീവിതം മാർച്ച് മാസം വരെ – പാരീസ്–ന്യൂയോർക്ക് വിമാനം എത്തുന്നതുവരെ" സ്റ്റെഫൻ കോൾബർട്ട് പറയുന്നു. "ഉദാഹരണത്തിന് അഡ്രിയാന മാർച്ച് – നിങ്ങൾ നിങ്ങൾക്ക് മാത്രമറിയാവുന്ന ഒരു കാര്യം ചോദിച്ചില്ലേ?"

“അതെ. പുതുവത്സര തലേന്ന് സംഭവിച്ച ഒരു കാര്യം. പക്ഷേ, അത് എനിക്കു മാത്രമേ അറിയൂ.” അഡ്രിയാന മാർച്ച് പറയുന്നു, “ഭീരുത്വം.”

“അവസാനമായി നമ്മൾ രണ്ടുപേരാണ് അറിയേണ്ടത്.” അഡ്രിയാന ജൂൺ കൂട്ടിച്ചേർക്കുന്നു, ചിരിച്ചുകൊണ്ട്.

മൂന്ന് - യഥാർത്ഥത്തിൽ രണ്ടുപേരും അവർക്ക് ഒരു ചെറിയ സഹോദരനും അഡ്രിയാന ആ മുറിയിൽ അനുവാദമില്ലാതെ വരരുതായിരുന്നു. അവൾക്ക് കമ്പ്യൂട്ടർ പെട്ടെന്ന് ഓഫാക്കുവാൻ അവസരമുണ്ടായില്ല.

സ്റ്റെഫൻ കോൾബർട്ട് പറഞ്ഞു - “നിങ്ങൾ അവിശ്വസനീയമാംവിധം ഭാഗ്യവാനാണ് - നിങ്ങൾക്കറിയാമോ? പുതുവത്സര രാവിൽ ഞാൻ വളരെയേറെ മദ്യപിച്ചു. എന്റെ ഓർമ്മകൾ ജനുവരി നാല് ഉച്ചയിലേക്ക് മടങ്ങുന്നു.” ചിരിച്ചുകൊണ്ട് പറയുന്നു. “ഇപ്പോൾ നിങ്ങൾക്ക് ബോധ്യമായോ നിങ്ങൾ രണ്ടാണെന്ന്.”

“പൂർണ്ണമായി ബോധ്യപ്പെട്ടു.” അവർ ഒരേ സമയം പറയുന്നു. ആകൃഷ്ടരായ പ്രേക്ഷകരുടെ ആഹ്ലാദപ്രകടനം തുടർന്നു.

“നിങ്ങൾക്കറിയാമോ, ചിലപ്പോൾ ഞാൻ വിചാരിക്കുന്നു നമ്മൾ ദുരന്തത്തിന്റെ അടുത്തെത്തിയെന്ന് വ്യോമസേന വിഭാഗം ഒന്നിനൊപ്പം. നിങ്ങൾക്ക് സങ്കല്പിക്കാമോ രണ്ടു പ്രസിഡണ്ടുമാർ - ആർപ്പുവിളികളും കരഘോഷവും നടക്കുന്നതിനൊപ്പം - അവർ രണ്ടുപേരും അതേ ദിവസം ട്വിറ്ററിനെ തകർത്തിരുന്നേനേ. ഞങ്ങൾ നിങ്ങൾക്ക് ചില ശാസ്ത്രീയ സിദ്ധാന്തങ്ങൾ നൽകിയിട്ടുണ്ടെന്ന് സങ്കല്പിക്കുന്നു. ഞങ്ങൾ തിരക്കിട്ട് എല്ലായിടത്തും കണ്ടിട്ടുള്ളവയാണ്.”

രണ്ടു യുവതികളും തലയാട്ടി. സംവിധായകൻ തുടർന്നു.

“നിങ്ങൾക്ക് കൂടുതൽ വിശ്വസനീയമെന്ന് തോന്നുന്ന വ്യാഖ്യാനമാണ് മറ്റേത്.”

“എന്തായാലും എന്നെ സംബന്ധിച്ചിടത്തോളം നിങ്ങൾ അനുകരണങ്ങളല്ല. ഏകദേശം ഇരുന്നൂറ്റി നാല്പത്തിമൂന്ന് അന്യഗ്രഹജീവികളായി കരുതുന്നവരുണ്ട്. നിങ്ങൾ ഭൂമി ആക്രമിക്കുമെന്ന് കരുതുന്നു. ചിരിച്ചുകൊണ്ട് ഇനി നിങ്ങൾ ഇപ്പോൾ എന്താണ് ചെയ്യാൻ പോകുന്നത്?”

അഡ്രിയാന ജൂൺ “ഞങ്ങൾ മാതാപിതാക്കളുടെ അടുത്തേക്ക് മടങ്ങി തീർച്ചയായും അവരോടൊപ്പം താമസിക്കും.”

“ഞാൻ എന്റെ പഴയ ബെഡ്റൂമിൽ എന്റെ ചെറിയ സഹോദരൻ - ഡ്യൂക്കിൽ പഠിക്കുന്ന അവനെ കഴിഞ്ഞ രാത്രി എഫ്.ബി.ഐ. ഉദ്യോഗസ്ഥൻ വീട്ടിൽ ഞങ്ങൾക്കൊപ്പം പോയ സമയത്ത് കണ്ടിരുന്നു.”

“ഇത് ഓസ്കാർ അല്ലേ? അവൻ എങ്ങനെ പ്രതികരിച്ചു?” അഡ്രിയാന മാർച്ച് ചോദിച്ചു.

ഇത് ഭ്രാന്താണെന്ന് പത്ത് തവണയെങ്കിലും പറഞ്ഞു. ഒപ്പം ഞങ്ങൾ മുടി വ്യത്യസ്തമായി ചെയ്യുന്നുവെന്നും അഭിപ്രായപ്പെട്ടു. പ്രേക്ഷകർ ചിരിക്കുന്നു.

സ്റ്റെഫൻ കോൾബർട്ട് അവരിൽ നിന്ന് അവന്റെ ശ്രദ്ധ ക്യാമറക്കണ്ണുകളിലേക്ക് കേന്ദ്രീകരിക്കുന്നു.

“ഓസ്കാർ ആ മുറിയിലാണ്.”

“ഞങ്ങൾ നിങ്ങളെ മാതാപിതാക്കൾക്കൊപ്പം അയയ്ക്കുവാൻ തീരുമാനമെടുത്തു. പക്ഷേ, അവർ വിസമ്മതിച്ചു. എങ്ങനെ അല്ലെങ്കിൽ എന്താണ് ഇവരുടെ കാര്യത്തിൽ സംഭവിക്കുന്നത്?”

രണ്ടു യുവതികളും പരസ്പരം നോക്കിയശേഷം ജൂൺ ആദ്യം പ്രതികരിക്കുന്നു. “എന്റെ അമ്മ ഭയംകൊണ്ടാണ്. അവർക്ക് ഇന്നു രാവിലെയും എന്നെ ചുംബിക്കുവാൻ ധൈര്യമുണ്ടായില്ല.”

“അവർ ഞങ്ങൾ രണ്ടുപേരെയും ഭയപ്പെടുന്നു.” അഡ്രിയാന മാർച്ച് കൂട്ടിച്ചേർത്തു. “അവർക്ക് ഞങ്ങളെ തിരിച്ചറിയുവാൻ കഴിയുന്നില്ല. അവർ കരുതുന്നു ഇതിൽ ഒന്ന് വ്യാജമാണ്.” അഡ്രിയാന ജൂൺ കൂട്ടിച്ചേർക്കുന്നു.

“നിങ്ങളുടെ അച്ഛൻ എന്തു പറയുന്നു?”

രണ്ടു യുവതികളും നിശ്ശബ്ദരാണ് സംവിധായകൻ ഖേദിക്കുന്നു. സ്റ്റെഫൻ കോൾബർട്ടിനെ ഇരുട്ടിൽ ഉപേക്ഷിച്ചതിന് - ബുധനാഴ്ച വൈകുന്നേരം രണ്ട് അഡ്രിയാനകളും എഫ്.ബി.ഐ. ഉദ്യോഗസ്ഥനായ എഡിസനും മനശ്ശാസ്ത്ര വിദഗ്ധരും അവരെ പിന്തുടർന്നു. അചിന്തനീയമായ രീതിയിൽ അവരെക്കുറിച്ച് മാതാപിതാക്കളോട് ദീർഘമായി വിശദീകരിച്ചു. പക്ഷേ, അമ്മ ആവർത്തിച്ചുകൊണ്ടേയിരുന്നു, “ദൈവമേ ഇതെങ്ങനെ സാധ്യമാകും?” അവസാനം അവർ ഒപ്പം പ്രവേശിച്ചപ്പോൾ പിതാവ് സോഫയിൽ നിന്നെണീറ്റ് സാഷ്ടാംഗം പ്രണമിച്ചു. ഒരു വാക്ക് പറയാതെ ഭയത്തോടെ എഴുന്നേറ്റിരുന്ന് കോണിപ്പടികൾ പുറകിലേക്ക് കയറിപ്പോയി. മുറി പൂട്ടി. അയാൾ പുറത്തുവരാൻ ഒരുപാട് സമയം കഴിഞ്ഞു. ആ വാതിൽക്കലൂടെ പറഞ്ഞു സമ്മതിപ്പിക്കുവാൻ ശ്രമിച്ചു. അന്നു മുതൽ അവന്റെ പെരുമാറ്റം ഭയമുളവാക്കി. എഫ്.ബി.ഐ. ഉദ്യോഗസ്ഥർ ഒരു ഓഫീസറെ എല്ലാ സമയവും അവിടെ നിരീക്ഷണത്തിനായി തുടരുവാൻ ആവശ്യപ്പെട്ടു.

കോൾബർട്ട് മനസ്സിലാക്കുന്നു. വിഷയം ഒഴിവാക്കേണ്ടതാണെന്ന്. അസ്വാസ്ഥ്യം കണ്ട് അവൻ ചുവന്ന സ്വെറ്ററിലുള്ള അഡ്രിയാനയിലേക്ക് തിരിയുന്നു.

ഏതൊരാൾക്കും ഒരു ബുദ്ധിമുട്ടിക്കുന്ന വിഷമസ്ഥിതിയുമായി പൊരുത്തപ്പെടുവാൻ ഒരു അതുല്യമായ സമയം ആവശ്യമാണ്. ശരിയായ വാക്ക് അതുല്യം അല്ല എന്ന് ചിരിച്ചുകൊണ്ട് പറയുന്നു. “മാതാപിതാക്കൾ നിങ്ങളെ സ്നേഹിക്കുന്നു. അവർ ഈ രണ്ടു പെൺകുട്ടികളെ കണ്ട് സന്തോഷിക്കും.”

പ്രേക്ഷകർ കയ്യടികളോടെ ഈ യക്ഷിക്കഥയെ ദീർഘമായി അഭിനന്ദിച്ചു. കോൾബർട്ട് ഇടപെട്ട് കൈയടി നിർത്തേണ്ടതായി വന്നു.

“നിങ്ങൾ രണ്ടുപേരും തമ്മിൽ എങ്ങനെ പോകുന്നു?”

“നല്ലത്.” അഡ്രിയാൻ ജൂൺ പറഞ്ഞു. മാർച്ച് തലയാട്ടി.

ഇത് വിശുദ്ധ നുണയല്ല. രണ്ടു യുവതികളും ഒരിക്കലും എതിരാളികളല്ല. അവരുടെ ജീവിതം അവരുടെ മുന്നിലാണ്. ഭാവിയെ അവർ കീഴടക്കും. അവർക്ക് ഇപ്പോഴും പങ്കിടാൻ ഒന്നുമില്ല.

“അഡ്രിയാന ജൂൺ നിങ്ങൾക്ക് കാമുകൻ - ഒരു ആൺസുഹൃത്ത് ഉണ്ടോ?”

“എനിക്ക് പേടിയില്ല, സ്പാനിഷ് അന്വേഷണം. ആരും അത് രഹസ്യമാക്കുന്നതിന് കുറ്റപ്പെടുത്തുന്നില്ല.”

“ഇല്ല. എനിക്ക് ഉത്തരമുണ്ട്. ഞാൻ അവിവാഹിത. ഒറ്റയ്ക്കാണ്.”

“ശരി. അഡ്രിയാന അത് ഇവിടെ സമ്മതിച്ച് ലൈവാക്കിയില്ല. നല്ല ആശയം.” ചിരിച്ചുകൊണ്ട് പറഞ്ഞു.

കോൾബർട്ട് നീല അഡ്രിയാനയിലേക്ക് തിരിയുന്നു. “നിങ്ങൾ അഡ്രിയാന മാർച്ച്? മാർച്ച് മുതൽ നിങ്ങൾ ആരെയെങ്കിലും കണ്ടുമുട്ടിയിട്ടുണ്ടോ?”

“അതെ. മൂന്നു മാസം മുമ്പ് ഉള്ള ഇത് ഞങ്ങളുമായി പങ്കിട്ടതിന് നന്ദി അഡ്രിയാന.” കോൾബർട്ട് പുനരാരംഭിച്ചു.

“പിന്നെ അവന്റെ പേരെന്താണ്?”

“നോലാൻ”

പ്രേക്ഷകർ സന്തോഷത്തോടെ തിക്കിത്തിരക്കുന്നു. സംവിധായകൻ ആഹ്ലാദത്തോടെ നിയന്ത്രിച്ചു. പ്രേമം എല്ലായ്പ്പോഴും ഒരു ലീഡ് ഉല്പന്നമാണെന്ന് മനസ്സിലാക്കുന്നു.

സ്റ്റെഫൻ കോൾബർട്ട് തുടരുന്നു.

“നോലാൻ, റോമിയോ ജൂലിയറ്റിൽ നിങ്ങൾ പങ്കാളികളിൽ ഒരാളായിരുന്നു. അത് റോമിയോ ആയിരുന്നോ എല്ലായ്പ്പോഴും.”

“അല്ല, അത് മെർക്യൂസിയോ ആയിരുന്നു. ഓ, മെർക്യൂസിയോ. റോമിയോവിന്റെ ഉറ്റ സുഹൃത്ത്. നോലാനും മെർക്യൂസിയോയും ആ മുറിയിൽ ഞങ്ങൾക്കൊപ്പം ഉണ്ടായിരുന്നോ?”

പ്രൊജക്റ്റർ പ്രേക്ഷകർക്കിടയിൽ ഒന്നാമത്തെ വരിയിൽ നല്ല ഉയരത്തിൽ മെലിഞ്ഞ് കറുത്ത ആളെ നിരീക്ഷിക്കുന്നു. അവൻ വിശാലമായ പുഞ്ചിരിയോടെ എഴുന്നേറ്റ് നിൽക്കുന്നു.

“സ്ത്രീകളേ, മാന്യരേ, ദയവായി മിസ്റ്റർ നോലാൻ സിമോൻസിനെ സ്വാഗതം ചെയ്യൂ.”

കോൾബർട്ട് അവന്റെ കൈനീട്ടി സ്റ്റേജിൽ കയറുവാൻ അവനെ സഹായിക്കുന്നു. പ്രതീക്ഷിച്ചതുപോലെ കരഘോഷം തുടർന്നു. അഡ്രിയാനമാർ പുഞ്ചിരിച്ചുകൊണ്ട് അഭിവാദ്യം ചെയ്യുന്നു. അഡ്രിയാന മാർച്ച്

ഒരു ചെറുപുഞ്ചിരിയോടെ നോലാനെ നോക്കി. അവൾ നോലാനെ സ്റ്റേജിനു പുറകിൽ കണ്ടിരുന്നു. പക്ഷേ, അവൾ അത്ഭുതം കാണിക്കുന്നു. അവർക്ക് ഇരുവർക്കും അത് ബോധ്യമാകുവാൻ പ്രയാസമുണ്ടായില്ല.

സ്റ്റെഫൻ കോൾബർട്ടിന്റെ ലേറ്റ് ഷോ വളരെ രസകരമായ ഒരു വിനോദമായി. വെളിച്ചം നിരസിക്കുവാനും ഭയപ്പെടുത്തുന്ന എളിമയിൽ സ്വയം പൊതിയാനും അവർ ഈ തൊഴിൽ തെരഞ്ഞെടുത്തതല്ല. എല്ലാവരും ഗെയിം കളിക്കുക. ഷോയ്ക്ക് പോവുക എന്നതാണ്.

“നിങ്ങൾക്ക് നിങ്ങളുടെ സുഹൃത്തായ നോലാനെ ചുംബിക്കാം. നിങ്ങൾ വഞ്ചിക്കരുതല്ലോ.” ചിരിച്ച് ആ യുവാവ് അഡ്രിയാന മാർച്ചിനെ വളരെ മൃദുവായി കവിളിൽ ചുംബിച്ചു. അഡ്രിയാന ജൂണിന് ഹസ്തദാനം നൽകുന്നതിനു മുമ്പ് സ്റ്റെഫൻ കോൾബർട്ട് ചെറുതായി തലയാട്ടുന്നു.

“വിഷമിക്കേണ്ട കുട്ടീ, ആരും അത്തരമൊരു സാഹചര്യം നേരിടുവാൻ തയ്യാറായിരിക്കില്ല. കോൾബർട്ട് സത്യം എന്നോട് പറയൂ. നോലാൻ നിങ്ങളെ ഡ്രസ്സിംഗ് റൂമിൽ കണ്ടിരുന്നില്ലെങ്കിൽ മനസ്സിലാകുമായിരുന്നോ, ഇത് ആരെല്ലാമാണെന്ന്.”

“ഞാൻ നിങ്ങൾക്ക് ആദ്യം മുതൽ ഉറപ്പു നൽകുന്നത് ഇതാണ്. അവർ പരസ്പരം ഡ്യൂപ്പുകൾ ആയ റോളുകൾ മാറ്റി ചെയ്യുവാൻ. ഞങ്ങൾ നിങ്ങളെ കബളിപ്പിക്കുവാൻ ശ്രമിച്ചെങ്കിലോ?”

സദസ്സിൽനിന്ന് വിസ്മയത്തിന്റെ മുഴക്കം ഉയരുന്നു. നോലാൻ യഥാർത്ഥത്തിൽ സംശയിക്കുന്നു. എല്ലാ സംയമനവും വിശ്വാസവും നഷ്ടമായി. അഡ്രിയാന മാർച്ച് സഹജമായി ഒരുപടി പിന്നോട്ട് പോവുന്നു. ഇത് അത് ഇനി കളിക്കില്ല. പെട്ടെന്ന് മുറിയിൽ ആകെ അസ്വസ്ഥത ഉടലെടുത്തു. കോൾബർട്ട് ഉടൻതന്നെ തന്റെ കൗശലത്തിൽ ഖേദിക്കുന്നു.

“വിഷമിക്കേണ്ട നോലാൻ. അത് നിങ്ങളുടെ അഡ്രിയാനയാണ്.” പ്രേക്ഷകരിൽ നിന്ന് ആർപ്പുവിളികൾ. “അത് ഒരു മോശം തമാശ, അത് പ്രതിരോധിക്കുവാനായില്ല. എന്നോട് ക്ഷമിക്കൂ.”

നോലാൻ വീണ്ടും അഡ്രിയാനയുടെ കൈ പിടിക്കുന്നു. സ്റ്റെഫൻ കോൾബർട്ട് ചിരിക്കുന്നു. അവൻ ക്രൂരനാണെന്ന് സ്വയം കുറ്റപ്പെടുത്തുന്നു. കാരണം അവൻ ഏറ്റെടുത്ത് മെച്ചപ്പെടുത്തുവാൻ ശ്രമിക്കുന്നു. അവൻ വീണ്ടും ഫയലുകൾ നോക്കുന്നു. തിരികെ വന്ന് അടയാളപ്പെടുത്തിയവയിൽ നിന്ന് പുനരാരംഭിച്ചു.

“ശരി, നിങ്ങൾ എങ്ങനെ റോളുകൾ വിഭജിക്കുവാൻ പോകുന്നു - ഇപ്പോൾ?”

സ്റ്റെഫൻ കോൾബർട്ട് ഷോയുടെ മൂഡ് വീണ്ടെടുക്കുമ്പോൾ നിയന്ത്രണങ്ങളിൽ വീണ്ടും ആശങ്കയുണ്ടാകുന്നു. ചില ടെലിവിഷൻ സ്ക്രീനുകൾ എദ് സുളിവാൻ തിയ്യേറ്ററിന് പുറംഭാഗം കാണിക്കുന്നു. സോഷ്യൽ നെറ്റ്‌വർക്ക് മുന്നറിയിപ്പുകൾ. പത്തോളം മതഭ്രാന്തരായ ക്രിസ്ത്യാനികൾ മുറിയിൽ ഒത്തുകൂടി, അവർ ഉപരോധമുണ്ടാക്കി അകത്തിരുന്നു.

“ന്യൂയോർക്കിൽ ഇത്രയേറെ ഭ്രാന്തൻ ദൈവങ്ങളുണ്ടെന്ന് എനിക്കറിയില്ലായിരുന്നു.” നിർമ്മാതാവ് മഞ്ഞ പുഞ്ചിരിയോടെ പറഞ്ഞു.

പരിപാടിയുടെ സുരക്ഷ ഇരട്ടിയാക്കി. പൊലീസിന്റെ ഒരു വരി അവരെ അകറ്റി നിർത്തുവാനായി ശ്രമിക്കുന്നു. എന്നാൽ നിരീക്ഷണക്യാമറകൾക്കു മുന്നിൽ പ്രകടനക്കാർ മുറവിളി കൂട്ടി. അവരുടെ വിദ്വേഷവും ഭീകരതയും പാനലിനു നേരെ തുപ്പുന്നു. തരംഗചിഹ്നങ്ങൾ വീശുന്നു. “എന്റെ പുറകെ പോവുക, എന്നെ പ്രലോഭിപ്പിക്കരുത്. നരകത്തിന്റെ സന്തതികൾ - സാത്താന്റെ സന്തതികൾ - ദൈവദൂഷണമാണ്.”

“ദൈവദൂഷണം, എന്ത് ദൈവദൂഷണം?” നിർമ്മാതാവ് ചോദിച്ചു.

“ഞാൻ വായിച്ചിരുന്നു. അവർ ഇരട്ടകളെ അപകീർത്തികരമായി (നരകസന്തതികൾ) കരുതുന്നുവെന്ന് സഹായി പറയുന്നു. ബാക്കി എല്ലാത്തിനുമൊപ്പം പത്തു കല്പനകളിൽ പറഞ്ഞതുമാണ്.”

“അതെന്താണ്? നിനക്ക് നന്നായി അറിയാമോ? അന്യന്റെ ഭാര്യയെ മോഹിക്കരുത്. നിങ്ങളുടെ അയൽക്കാരന്റെ വീട് നിനക്ക് വേണ്ട എന്നിങ്ങനെ. തീർച്ചയായും അവർക്ക് അത് പാലിക്കുവാൻ വളരെ ബുദ്ധിമുട്ടാകും. ഒരേ സാധനങ്ങളായതിനാൽ, മറ്റൊരു വശം നോക്കിയാൽ ഒരാൾക്ക് വാദിക്കുവാനാകും അവർ അയൽക്കാരല്ല.”

“അതെ എനിക്ക്. ഇവർ ഭ്രാന്തമായ ദൈവശാസ്ത്രപര വിഖ്യാതാക്കളാണോ എന്ന് സംശയമുണ്ട്.”

പൊടുന്നനെ പൊലീസ് സേനാവിഭാഗങ്ങളെത്തി പ്രതികൂലനിരയെ ശക്തമായി നേരിടുന്നതിന്. തിയേറ്ററിലേക്കുള്ള പ്രവേശനകവാടത്തിൽ തീജ്വാലകളെപ്പോലെ മൊളൊടോവ് കോക്ക്ടെയിൽ പറന്നുയരുന്നു. (ബോംബുപോലെ സ്ഫോടനാത്മകം) തിയേറ്റർ ജീവനക്കാർ തീ കെടുത്തുന്നു, പൊലീസ് പ്രകടനക്കാരെ പിന്തിരിപ്പിക്കുന്നു. ബാറ്റൺ വലിക്കുകയും അറസ്റ്റു ചെയ്യലും നടക്കുന്നു. പക്ഷേ, ഒന്നും ഫലിക്കാതെ അമിതാവേശം വീണ്ടും ഉയർന്നു. വേലികൾ പൊളിച്ചുമാറ്റി തിയേറ്ററിന്റെ പടികളിലേക്ക് കുറുക്കുവഴികളുണ്ടാക്കി കടക്കുവാൻ ശ്രമിക്കുന്നു.

ഷോ അവസാനിക്കുകയാണ്. സംഭവങ്ങളെക്കുറിച്ച് മുന്നറിയിപ്പ് നൽകിയ കോൾബർട്ട് പ്രേക്ഷകരിലേക്ക് തിരിയുന്നു.

“പ്രിയസുഹൃത്തുക്കളെ, ഞങ്ങൾ ഈ തിയേറ്ററിൽ പദ്ധതിയിട്ടതിലും അല്പംകൂടി കാത്തിരിക്കേണ്ടി വരും. പുറത്ത് വളരെ അക്രമാസക്തമായ പ്രകടനം നടക്കുന്നു. പൊലീസുമായി ഏറ്റുമുട്ടലുകൾ നടക്കുന്നു. നിങ്ങൾ പുറത്തിറങ്ങിയാൽ വഴിയിൽ ഇപ്പോൾ അപകടസാധ്യത കൂടുതലാണ്. ഇത് എന്റെ അവസാനചോദ്യമാണ്. നിങ്ങൾ രണ്ടുപേർക്കും എഫ്.ബി.ഐ. ഉദ്യോഗസ്ഥൻ അപകടസാധ്യതാ മുന്നറിയിപ്പ് നൽകിയിരുന്നു. മതതീവ്രവാദം ഉണ്ടാക്കുന്ന പ്രസ്താവനകൾ നടന്നിട്ടുണ്ട് നിങ്ങളുടെ യോഗ്യരായ വിവിധ സഭാനേതാക്കൾ വ്യത്യാസമൊന്നും കൂടാതെ - അതിലുപരി പൈശാചിക ജീവികളുടെ ‘മ്ലേച്ഛതകൾ’

നിങ്ങൾക്കു നേരെ വധഭീഷണി നടത്തിയിരിക്കുന്നു. ഇതല്ലേ ആ മുന്നറിയിപ്പുകൾ?"

"അതെ എന്റെ ഫെയ്സ്ബുക്ക് അക്കൗണ്ടുകളിൽ നൂറോളം - അവസാനം ഞാൻ നിങ്ങളോട് ഖേദിക്കുന്നു."

"നിങ്ങൾക്ക് എന്താണ് പറയുവാനുള്ളത് എന്ന് അവർ കേൾക്കുന്നില്ല. അവരുടെ ഭയപ്പാടിന്റെ കാരണം തിരിച്ചറിയുന്നില്ല."

സ്റ്റെഫൻ കോൾബർട്ട് നിശ്ശബ്ദത ശമിപ്പിക്കുവാൻ അനുവദിച്ചു. പരിപാടിയുടെ തീവ്രതയാർന്ന നിമിഷം എല്ലാവരും ഓർമ്മിക്കും. സ്റ്റെഫനും പെൺകുട്ടികളും ഏറെ നേരമെടുത്താണ് തയ്യാറാക്കിയത്. സംഘാടകർ പ്രത്യേക വ്യക്തികളെ പ്രതിസന്ധി പരിഹാരത്തിന് നിയോഗിച്ചിരിക്കുന്നു. ക്ഷമാപൂർവ്വം പരിശീലിച്ച ഒരു പ്രസംഗം നൽകണം. മെച്ചപ്പെടുത്തുക എന്നത് ഒരു മിഥ്യാധാരണയാണ് അഡ്രിയാന ജൂൺ അത് ഉൾക്കൊള്ളണമെന്ന് മനശ്ശാസ്ത്രവിദഗ്ധർ തീരുമാനിച്ചു. ഭൂരിപക്ഷവും അവളെയാണ് നുഴഞ്ഞുകയറിയതായി കണക്കാക്കുക.

തീർച്ചയായും അറിയുന്നില്ല ഈ വിമാനം രണ്ടാമതും എവിടെ നിന്നു വന്നുവെന്ന്. ആർക്കുമറിയില്ല. അഡ്രിയാന ജൂൺ സൗമ്യമായി പറയുന്നു. എല്ലാത്തിലുമുപരി കുറഞ്ഞ ശബ്ദത്തിൽ സംസാരിക്കുന്നു. വാക്കുകൾ വരാൻ വിഷമിക്കുന്നു. വികാരങ്ങൾ അറിയിക്കുവാൻ അപ്പോൾ സാധിക്കും.

"ഞാൻ, ഭയപ്പെട്ടിരിക്കുന്നത് നിങ്ങളെല്ലാവരോടുമായി പറയാനാഗ്രഹിക്കുന്നത് ഞാനും പേടിക്കുന്നു എന്നാണ്. എല്ലാവരും സങ്കല്പിക്കുവാൻ ശ്രമിക്കണം നമ്മൾ എന്തിലൂടെയാണ് കടന്നുപോവുന്നതെന്ന്. ഞാൻ തെരഞ്ഞെടുത്തതോ തെരഞ്ഞെടുക്കപ്പെട്ടതോ അല്ല. എനിക്കോ അല്ലെങ്കിൽ വിമാനത്തിലുണ്ടായിരുന്ന 243 പേരിൽ ആർക്കെങ്കിലും സംഭവിക്കുന്നതോ നമ്മൾക്ക് സംഭവിക്കുന്നതോ ആയ കാര്യങ്ങൾ ഈ മുറിയിലെ ആർക്കും സംഭവിക്കാം. ഞാൻ ഒരു വിഷയമല്ല. ആർക്കാണ് സാധ്യമെങ്കിൽ അത് ആവർത്തിക്കുക. ഇല്ല, ഇത് വളരെ കൂടുതലാണ് എനിക്ക് പ്രത്യേകമായി ഒന്നുമില്ല പ്രത്യേക സമയം അടയാളപ്പെടുത്തിയില്ല, ഞാൻ പത്തൊമ്പതു വയസ്സുള്ള പെൺകുട്ടിയാണ്. എഡിസണിൽ വർഷങ്ങളായി താമസിക്കുന്നു. ഒരു ടീച്ചറാകാൻ ആഗ്രഹിച്ചിരുന്നു. ഫ്രഞ്ച് ടീച്ചർ എന്നു പറയുന്നത് പലർക്കും ഇഷ്ടമല്ല. ശരി ടീച്ചർ, വേണ്ട ടീച്ചർ എന്നുപോലും പറയാതെ ലളിതമായി എല്ലാ ജനങ്ങളും ടീച്ചർമാരെ സ്നേഹിക്കുന്നു. ഒരു യുവതി - ഒരു കലാസക്ത അമേചർ - നാടകം ചെയ്യുന്നവൾ അമേചർ ആയി വേണമെന്ന് നിർബന്ധിക്കുന്നു. മാർച്ച് ആദ്യം യൂറോപ്പിൽ നിന്ന് ഫ്രാൻസിലേക്ക് മടങ്ങുകയായിരുന്നു. അവിടെയും ജൂണിൽ എത്തിയ ആൾക്ക് ഒന്നും മനസ്സിലാകുന്നില്ല. സംഭവിക്കുന്നു. പക്ഷേ, ആരാണ് അത് കൈകാര്യം ചെയ്യേണ്ടത്." വീണ്ടും താൽക്കാലികമായി നിർത്തുന്നു, വിക്കുന്നു, അമ്പരന്ന് വാക്കുകൾ കണ്ടെത്താനാവുന്നില്ല. "ഒപ്പം എന്റെ മുന്നിൽ മറ്റൊരു പെൺകുട്ടി എന്റെ മുന്നിൽ, ആരാണ്, ആരാണ് ഞാനെന്ന് അവൾക്ക് അറിയുമായി [illegible]

സ്ഥാപിക്കേണ്ടതായി വരും. ഈ അഡ്രിയാന എന്നേക്കാൾ മൂന്നുമാസം കൂടുതൽ ജീവിച്ചു. എന്നാൽ ഞങ്ങൾക്ക് ഒരേ ഓർമ്മകൾ, ഞങ്ങൾക്കും അങ്ങനെത്തന്നെ. ദൈവവിശ്വാസം - ഞാൻ ദൈവത്തെ ഏറെക്കുറെ മറന്നു. നാശം." അത് അനിവാര്യമായിരുന്നു. അവർ നിർബന്ധിച്ചു. "ഞാൻ ഏറെക്കുറെ മറന്നു, ഇത് ഭ്രാന്താണ്. ഞങ്ങൾക്ക് ഒരേ സുഹൃത്തുക്കളുണ്ട്, ഒരേ മാതാപിതാക്കൾ. ഞങ്ങൾ പരസ്പരം വളരെയേറെ സ്നേഹിക്കുന്നു. ഞങ്ങൾ വസ്ത്രങ്ങൾ പങ്കിടുന്നു. ഇത് അവളുടേതു കൂടിയാണ്."

"കൂടാതെ..." അഡ്രിയാന മാർച്ച് കൂട്ടിച്ചേർത്തു. "ഞങ്ങൾ ഓരോ തവണയും ഒരേതരം വസ്ത്രം ഒരേസമയം ധരിക്കുവാൻ ആഗ്രഹിക്കുന്നു. അത് കോൾബർട്ടിന്റെ ആശയമാണ്. അല്പം ഒന്ന് ചിരിക്കുവാനായി കാത്തിരിക്കൂ." വീണ്ടും ആരംഭിക്കുന്നു.

"അത് സത്യമാണ്." അഡ്രിയാന ജൂൺ പറയുന്നു. "അതുകൊണ്ട് ഇനി മുതൽ ഞങ്ങൾ രണ്ടുപേരുടെയും ജീവിതം വ്യതിചലിക്കും അത് തീർച്ച." അവർ അത് ചെയ്യുവാൻ തുടങ്ങി. നോലാനിലേക്ക് തിരിയുന്നു. മുറിയിലെ വികാരം ശ്രദ്ധിക്കൂ. ഉദാഹരണത്തിന് - എന്താണെന്നറിയില്ല - "ഞാൻ യൂറോപ്പ് യാത്ര പോകുന്നതിനു മുമ്പ് എനിക്ക് നോലനെ അറിയാമായിരുന്നെങ്കിൽ ഞങ്ങൾ അത് ചെയ്യുമായിരുന്നു, ഞാൻ അവനുമായി പ്രണയത്തിലായിരുന്നെങ്കിൽ. നിർബന്ധിക്കരുത്. വെറുതെ - പൊതുജനം അത് തിരിച്ചറിയട്ടെ. ആശയക്കുഴപ്പത്തിന്റെ വ്യാപ്തി അളക്കുക. എന്റെ തല തിരിച്ചിലുണ്ടാക്കുന്ന പല കാര്യങ്ങളിൽ ഒന്നാണിത്."

"ഞാൻ വിശ്വസിക്കുന്നു." അഡ്രിയാന മാർച്ച് പുനരാരംഭിക്കുന്നു. "ചെറിയ മാറ്റങ്ങൾ - ചില ശബ്ദങ്ങളിലൂടെ അവരുടെ നിലനില്പിനെ അടിവരയിടുന്നു. ഞാൻ കരുതുന്നു. ജനങ്ങൾക്ക് എന്നെ ഭയമുണ്ടാകരുതെന്ന് - മറ്റൊരു അഡ്രിയാനയേയും അല്ലെങ്കിൽ ഞങ്ങളെ." ദീർഘനേരത്തെ ഇടവേള കഴിഞ്ഞ് ഉപസംഹരിക്കുന്നു. "ഞങ്ങൾക്ക് ഞങ്ങളോട് ഏറ്റവും അടുപ്പമുള്ള എല്ലാവരുടെയും സ്നേഹം വേണം." താഴേക്ക് നോക്കി അഡ്രിയാന ജൂണിന്റെ കൈപിടിച്ച് കൈയടികൾക്കായി കാത്തുനിന്നു. "നമുക്ക് ഒന്നിച്ച് കരയുവാൻ കഴിയുമെന്ന് തോന്നിയാൽ എല്ലാത്തിനുമുപരി അതാണ് തോന്നുന്നതെങ്കിൽ കരയുക."

അഡ്രിയാന ജൂണിന്റെ കവിളിലൂടെ കണ്ണുനീർ ധാരയായൊഴുകുന്നു. അവൾ അങ്ങനെ ചെയ്യുന്നില്ല. സ്വയം നിർബന്ധിക്കേണ്ടതുണ്ട്. വികാരം എല്ലാത്തിലും വ്യാപിക്കുന്നു. അവൾക്ക് കരയാൻ കഴിയും. അഡ്രിയാന മാർച്ച് അവളുടെ അടുത്തേക്ക് നടന്നു. സ്റ്റെഫൻ കോൾബർട്ട് നോക്കി പുഞ്ചിരിച്ചുകൊണ്ട് തോളിൽ പിടിക്കുന്നു.

"നിങ്ങൾക്ക് വളരെയേറെ നന്ദി. എനിക്ക് മനസ്സിലാകുന്നു. നിങ്ങളെക്കുറിച്ച് കുറെയേറെ മനസ്സിലാക്കുവാനുണ്ട്. എനിക്ക് ഒരു അവസാന അഭ്യർത്ഥനയുണ്ട്. നിങ്ങളുടെ സഹോദരൻ പറയുകയുണ്ടായി, നിങ്ങൾ

ക്രിസ്തുമസ് രാവിൽ പ്രസിദ്ധമായ ബോസ നോവ (സാംബ സ്റ്റൈൽ ബ്രസീലിയൻ) പാടിയെന്ന്. 'ഇപനീമയിലെ പെൺകുട്ടി' (പെറി റെബെയ്റോയുടെ ഗാനം). ശരിയാണ്. 'എയ്മീസ് വൈൻ ഹൗസ് വെർഷൻ' ആണ് എന്ന് അഡ്രിയാന ജൂൺ പറഞ്ഞു."

"നിങ്ങൾ രണ്ടുപേരും ഞങ്ങളെ പിരിയുന്നതിനു മുമ്പ് ആ ഗാനം ആലപിക്കുമോ?" പ്രേക്ഷകർ ആർപ്പുവിളികൾ ഉയർത്തുന്നു. പെൺകുട്ടികൾ പുഞ്ചിരിക്കുന്നു. കോൾബർട്ട് കൂട്ടിച്ചേർക്കുന്നു, ആവർത്തിക്കാതെ വ്യക്തമായും നിർലജ്ജമായും അവർ അരമണിക്കൂർ അവിടെ ചെലവഴിച്ചു.

ഡ്രമ്മർ സ്റ്റേ ഹുമൺ, ഹൈ ഹാറ്റിലും സ്റ്റെയർ ഡ്രമ്മിലും ജോബിം, മൊറെയ്സ് എന്നിവരുടെ മാധുര്യമേറിയ ബോസനോവ അവതരിപ്പിക്കുന്നു. കൗണ്ടറിനടുത്ത് അരണ്ട വെളിച്ചത്തിൽ സ്റ്റേജിൽ അഡ്രിയാനമാരുടെ ദേഹത്ത് ചുവപ്പ്, നീല നിറങ്ങൾ തിരിച്ചറിയാനാവാത്തവിധം പതിക്കുന്നു. നിർമ്മാതാവിന്റെ ആശയമായിരുന്നു ആ നിറവ്യത്യാസം. വിനിഷ്യസ് മൊറേയ്സ് ഒരിക്കൽ പറഞ്ഞു. സമയമല്ലാതെ മറ്റൊന്നിനെക്കുറിച്ചും അവൾ സംസാരിക്കാത്ത പാട്ട് ഒഴുകുന്നു. എല്ലാവരുടെയും ദുഃഖത്തിനു മുകളിൽ സൗന്ദര്യതരംഗം, വിഷാദം നിറഞ്ഞ തിരമാലകൾക്കു മുകളിലൊഴുകുന്നു. ഒപ്പം സ്റ്റേജിൽ 'ഇപാനിമയുടെ ബീച്ച്' കോൾബർട്ട് സ്റ്റേജിൽ സൃഷ്ടിച്ചു.

രാത്രി ഷോ തുടങ്ങുമ്പോൾ രണ്ടാമത്തേതിൽ നിന്ന് പിന്തുടരുക എന്ന ഇരട്ടയുടെ വാക്യം "Tall and Tan and Young and Lovely..." ഒഴുകി.

രണ്ട് അഡ്രിയാനയും കൃത്യമായി യുഗ്മഗാനം ആലപിക്കുന്നു. സുന്ദരിയായ മത്സ്യകന്യകയെപ്പോലെ 'ഇപനീമ' (ബ്രസീലിലെ ഒരു ബീച്ച്)മണലിലൂടെ കടലിനടുത്തേക്ക് നടക്കുന്നു. ഒരാൾ ഒരു വരി അവസാനിപ്പിക്കുമ്പോൾ മറ്റേയാൾ ആരംഭിക്കുന്നു. അവർ ഒരുമിച്ച് അവതരിപ്പിക്കുന്നു സമാനതകളില്ലാതെ. അവരുടെ ഹാർമണി അതിരുകളില്ലാത്ത മാന്ത്രികത സൃഷ്ടിച്ച് തലകറക്കമുണ്ടാക്കി. ഒപ്പം ഓരോ ആവേശവും ഭീകരതയുടെ ഉയരങ്ങൾക്ക് ഹോമിയോപ്പതി ഡോസ് പ്രതിവിധി നൽകിയതുപോലെ.

"ഇതൊരു നല്ല ഫിലിമാണ്." നിർമ്മാതാവായ സ്ത്രീ പറഞ്ഞു.

ജേക്കബ്ബ് ഇവാൻസിന്റെ വചനം

ചൊവ്വ, ജൂൺ 29, 2021, 11 മണി
എദ് സുള്ളിവാൻ തിയേറ്റർ, ന്യൂയോർക്ക് സിറ്റി

ദൈവത്തിന്റെ കരങ്ങൾ ഒരിക്കലും പിഴയ്ക്കാറില്ല. ജേക്കബ്ബിന്റെ എല്ലാ പ്രവർത്തികളും ഇവാൻസിനാൽ നയിക്കപ്പെടുന്നു. ജേക്കബ്ബ് വെർജീനിയയിലെ സ്കോട്സ്വീയിൽ ക്രിസ്തുമത വിശ്വാസിയായാണ് ജനിച്ചത്. അവൻ പിതാവിൽ നിന്ന് മനസ്സിലാക്കിയിരിക്കുന്നത് കഷ്ടതകളില്ലാതെ ജനിക്കുന്നവർ ദൈവസൃഷ്ടികൾ അല്ലെന്നാണ്. എന്തുകൊണ്ടെന്നാൽ ചെറുപ്പം മുതൽ കൃഷിസ്ഥലത്തുവച്ച് അച്ഛനിൽ നിന്ന് തുടർച്ചയായി കേട്ട് അവന്റെ തലയിൽ രൂഢമൂലമായതാണ്.

മ്ലേച്ഛത മാധ്യമങ്ങളിലും സാമൂഹ്യമാധ്യമങ്ങളിലും വെളിവായപ്പോൾ ജോസഫ് ഇവാൻസ്നെ ദൈവമാണ് നയിച്ചത്. ബാപ്റ്റിസ്റ്റ് പള്ളിയിൽ അയാളും സഹോദരരും (അനുയായികളും) പ്രാർത്ഥനകൾക്കായി ചെന്നപ്പോൾ റവറന്റ് റോബേർട്സിന്റെ വാക്കുകൾ ശ്രദ്ധിച്ചു. അന്ന് സാത്താന്റെ സൃഷ്ടികളെക്കുറിച്ചായിരുന്നു സംസാരിച്ചിരുന്നത്. വെളിപാടുകളിൽ ദൈവത്തെ വ്രണപ്പെടുത്തിയ എല്ലാവരുടെയും വിശ്വാസം ഇടിമിന്നലും വലിയ കുലുക്കവും ആലിപ്പഴം പൊഴിച്ചിലും ഉണ്ടാകുമെന്ന് യോഹന്നാൻ പറയുന്നതായാണ്. സ്വർഗ്ഗത്തിൽ നിന്ന് മനുഷ്യർക്കുമേൽ കഴിവുകൾ വാരിച്ചൊരിയുന്ന ദൈവത്തിനു നന്ദി. റവറന്റ് റോബേർട്സും അദ്ദേഹത്തോടൊപ്പം ജേക്കബ്ബും എല്ലാവരേയും നയിക്കുന്നവരും വിശ്വാസികൾ കൊടുങ്കാറ്റിനേയും അവയിൽ അകപ്പെട്ട വിമാനത്തെയും തിരിച്ചറിയുന്നു. കർത്താവിന്റെ വഴിയിൽ വിശുദ്ധരല്ലാത്ത, ദൈവദൂഷണം പറയുന്നവരും ഉണ്ടായിരുന്നു. ദൈവം ആലിപ്പഴം പൊഴിച്ചതിനാൽ ഈ മഹാമാരി വളരെ വലുതായി.

കർത്താവിന്റെ ആനന്ദം ജേക്കബ്ബിന്റെ ശരീരമെമ്പാടും ഒഴുകുന്നു. ഇവാൻസും അവന്റെ ക്രോധവും അവന്റെ കൈകളിലേക്കൊഴുകി. അവൻ ആഗ്രഹിച്ചത് അതാണ്. മനുഷ്യരുടെ ലോകത്ത് ജേക്കബ്ബ് തന്റെ മഹത്വം പൂർത്തീകരിക്കുന്നു.

പത്രങ്ങൾ ആവർത്തിച്ചു വിശദീകരണങ്ങൾ നൽകിക്കൊണ്ടിരുന്നു. വിദഗ്ധരും പണ്ഡിതരും തമ്മിൽ ചർച്ചകൾ നടക്കുന്നു. പക്ഷേ,

ബുദ്ധിമാന്മാർ പറയുന്നു ജ്ഞാനികളുടെ ജ്ഞാനത്തെ ഞങ്ങൾ നശിപ്പിക്കും. കാരണം, അതെ ജേക്കബ്ബ് ഈശോയെ ഓർക്കുന്നു - അത് അഭിമാനമാണ്. അഭിമാനവും വിദ്വേഷവുമാണ് സ്വന്തം മുക്തിക്ക് കാരണമാകുന്നത്. തന്നിൽത്തന്നെ അന്വേഷിക്കുവാനുള്ള സർവ്വശക്തനോടുള്ള നിന്ദയും അവന്റെ മുക്തിയും ഇതാണ് പോളിന്റെ സന്ദേശം. ഈ സന്ദേശത്തിൽനിന്ന് മോചനം നേടുവാൻ ആഗ്രഹിക്കുന്ന കോരിന്തിയർക്ക് ദൈവവും മനുഷ്യമായയിലെ ജ്ഞാനവും വിനയവും ഭയവും കർത്താവായ യേശുക്രിസ്തുവിലെ വിശ്വാസവും ഉണ്ടെങ്കിൽ അവൻ ഉയിർത്തെഴുന്നേൽക്കും - യഥാർത്ഥത്തിൽ ഉയർത്തെഴുന്നേറ്റു. ദൈവം തന്റെ സന്ദേശത്തിൽ അവന്റെ മ്ലേച്ഛതയ്ക്കൊപ്പം തിന്മയുടെ നാശത്തിലും കർത്താവിന്റെ മഹത്വം മാത്രമേ രക്ഷ നൽകൂ എന്ന് ഉദ്ബോധിപ്പിക്കുന്നു. ജേക്കബ്ബിന്റെ കണ്ണുകൾ അടഞ്ഞിരുന്നു. അതെ - അത്യുന്നതർ രാത്രിയിൽ അവയെ വിശാലമായി തുറന്നു.

അനന്തമായ ഈ അഗ്നിയുടെ ഹൃദയത്തിൽ എപ്പോഴും യുദ്ധത്തിൽ അമേരിക്കയെ ഇരുട്ടു വിഴുങ്ങി. അജ്ഞതയ്ക്കും യുദ്ധരാഹിത്യത്തിനുമെതിരായി ബുദ്ധി ഉപയോഗിച്ച് യുദ്ധം - അതിനു മുന്നിൽ യുക്തി പടിപടിയായി പിൻവാങ്ങുന്നു. അറിവുകേടിനും യുക്തിരാഹിത്യത്തിനും ജേക്കബ്ബ് ഇവാൻസ് കവചമണിയിക്കുന്നു - അവന്റെ പ്രാകൃതവും കേവലവുമായ പ്രത്യാശയുടെ മതം കൊണ്ട്. അഗാധതയിലെ മാംസഭോജിയായ മത്സ്യം ഒരു ചെറിയ പ്രകാശം പുറപ്പെടുവിക്കുന്നു. ഇരയെ ആകർഷിക്കുവാൻ അതിന് വളരെയേറെ രാത്രികൾ വേണം.

ഇവാൻസും മറ്റ് സെവൻത്ത്ഡേ അനുയായികളും ഏഴുമണിക്കൂറുകളോളം കാറുകളുടെ ഘോഷയാത്രയ്ക്കൊപ്പം ക്രിസ്തുവിന്റെ കുരിശുമേന്തി സൈനികത്താവളത്തിനു മുന്നിൽ രക്ഷകനുവേണ്ടി ചീത്ത വാക്ക് വിളിച്ചുപറഞ്ഞുകൊണ്ട് ബഹളമുണ്ടാക്കി. പക്ഷേ, സൈനികർ അവരെ പിന്തിരിപ്പിച്ചു. ദൈവസഹായത്താൽ ഇൻസ്റ്റഗ്രാം, ഫെയ്സ്ബുക്ക് എന്നിവയിലൂടെ ജേക്കബ്ബ് ഇത്തരം രാക്ഷസീയത, ലോകത്തിനു മുന്നിൽ കാണിക്കുന്നത് വളരെ വെറുപ്പോടെയും ദേഷ്യത്തോടെയും നിരീക്ഷിക്കുന്നു. ഈ സുന്ദരിയായ പെൺകുട്ടി അവൾ മഹത്തായ വ്യക്തിയാണെന്ന് ജേക്കബ്ബിനറിയാം. വീണുപോയവരുടെ നുണയും വഞ്ചനകളും.

ജേക്കബ്ബും അദ്ദേഹത്തിന്റെ അനുയായികളും സി.ബി.എസ്. തിയേറ്ററിൽ കൂടിച്ചേർന്നു. അവർ അമ്പതാം സ്ട്രീറ്റിലെ നിയോൺ ലൈറ്റുകൾക്കും പൂർണ്ണ വർണ്ണ ബ്രോഡ്വേ ലൈറ്റുകൾക്കും ഇടയിലാണ് ഇറങ്ങുന്നത്. അവർ മഹത്തായ ബാബിലോണിൽ വൻ വേശ്യാനഗരത്തിൽ ജാഥയായി അണിചേർന്നു. പക്ഷേ, പൊലീസ് അവന്യൂവിലേക്കുള്ള പ്രവേശനം തടഞ്ഞു. തെക്കുഭാഗത്ത് ലോഹവേലികൾ കൊണ്ടുള്ള സംരക്ഷണം നൽകി തടസ്സം സൃഷ്ടിച്ച് മുറിയിൽ പ്രവേശിക്കുന്നതിനെ തടയുന്നു. ആഹ്ലാദഭരിതരായ ജനക്കൂട്ടം ഓരോ മിനിറ്റിലും വർദ്ധിച്ചു. നെറ്റ്വർക്കുകളിലെ റാലികളും വിളികളും ഏറിവന്നു.

അർദ്ധരാത്രിയിൽ ആദ്യത്തെ മൊളൊടോവ് ബോട്ടിൽ ജ്വലിച്ച് പറന്ന് എതിർവശത്തുള്ള സ്റ്റോറിന്റെ കെട്ടിടമേൽക്കൂരയിൽ വീണ് പൊട്ടിത്തെറിച്ചു. തീജ്വാലകൾ വൈദ്യുത ഷോർട്ട് സർക്യൂട്ട് ഉണ്ടാക്കി. ആയിരക്കണക്കിന് വഴിവിളക്കുകൾ, ബൾബുകൾ എന്നിവ കെട്ടുപോയി. സ്റ്റെഫൻ കോൾബർട്ടിന്റെ തിളങ്ങുന്ന ലേറ്റ് ഷോ അടയാളവും അണഞ്ഞുപോയി. എന്നാൽ ജേക്കബ്ബ് അഗ്നിജ്വാലയിലൂടെ നടക്കുന്നു. നരകത്തെ ഭയപ്പെടരുത്. യേശുക്രിസ്തു ഹൃദയത്തിൽ സന്തോഷമുണ്ടാകുന്നു. ചില കലാപകാരികളെ പൊലീസ് ചാർജ്ജ് ചെയ്യുകയും ചോദ്യം ചെയ്യുകയും ചെയ്തു. തന്നെ വിട്ടുപോകുന്ന കർത്താവിനോട് ജേക്കബ്ബ് യാചിക്കുന്നു. അവിശുദ്ധരെ സമീപിക്കുക, അവന്റെ ഇഷ്ടം നിറവേറ്റുവാൻ അവരെ അനുവദിക്കുക. കത്തുന്ന തീയിൽ അവൻ ചൂട് അനുഭവിക്കുകയും ഒപ്പം കർത്താവിനോട് പ്രാർത്ഥിക്കുകയും ചെയ്യുന്നു. തെരഞ്ഞെടുക്കപ്പെടുന്നവർക്ക് സ്വർഗ്ഗത്തിലെ തേൻ നുകരുവാൻ, അത് ആസ്വദിക്കുവാൻ കഴിയുമെന്നും തിരിച്ചറിയുന്നു.

മലമുകളിലിരുന്ന് കർത്താവ് തന്റെ കുഞ്ഞാട് ജേക്കബ്ബ് ഇവാൻസിനെ നിരീക്ഷിച്ച് അമ്പത്തിമൂന്നാം തെരുവിലേക്ക് നയിക്കുന്നു. ജേക്കബ്ബ് ആ പ്രകാശത്തിനു പുറകെ പോയി എന്തെന്നാൽ ദൈവത്തിനു മാത്രമേ ആ വഴി അറിയൂ. ബ്രോഡ്‌വേയിൽ ദൈവത്തിന്റെ അനുയായികൾ ഉറക്കെ കരയുന്നു. ജേക്കബ്ബ് ഭൂഗർഭ ഗാരേജ് കണ്ടു. അതിനു കുറച്ചു മീറ്ററുകൾ അകലെ ഒരു കറുത്ത ലിമോസിൻ. അവർ ഇടത്തോട്ട് തിരിഞ്ഞ് വിശ്വാസികളുടെ പ്രകടനത്തിൽ നിന്ന് ദൂരെ മാറി ഒഴിഞ്ഞുപോകാൻ ശ്രമിക്കുന്നു. പക്ഷേ, തെരുവിലെ തിരക്കു മൂലം കാർ 'ഡെലി'യിലെ സ്പെഷൽ ബ്രോഡ്‌വേയിൽ ഗതാഗതക്കുരുക്കിൽ നിന്നു. കാറിന്റെ ജനലുകൾ അടച്ചിരുന്നെങ്കിലും ന്യൂയോർക്ക് നഗരത്തിന്റെ തീവ്രമായ പ്രകാശത്തിൽ പുറകിലെ സീറ്റിലിരുന്ന സമാനമുഖമുള്ള രണ്ടു യുവതികളെ കണ്ടു. അത്രയും അഭേദ്യമാണ്. ദൈവത്തിന്റെ ജ്ഞാനം ആഴത്തിലറിയുവാനാകാത്ത അവിശുദ്ധർ ചിരിക്കുന്നു. അവരുടെ ദുഷിച്ച വായയും മുഖവും അതിനുള്ളിൽ വൃത്തിയുള്ള നിരയായ പല്ലുകൾ. അവരുടെ സംതൃപ്ത മുഖം പരമാനന്ദത്തിന്റേതും മാലാഖമാരുടെ വ്യാജമുഖം വഹിക്കുന്നതുമാണ്. ഒപ്പം കർത്താവ് എന്റെ പ്രതികാരം കൊതിക്കുന്ന വാളിനെ നയിക്കും.

ജീവജാലങ്ങളെല്ലാം നശിച്ചാലും എല്ലാം വലയം ചെയ്യുന്ന ആകാശം മനുഷ്യരെ സംരക്ഷിക്കും. ജേക്കബ്ബ് പോക്കറ്റിൽ നിന്ന് ഒരു Grendel P30 പിസ്റ്റൾ പുറത്തെടുത്തു. വളരെ ഇളംചൂടും തിളക്കവുമുള്ള പ്രകാശം അവന്റെ കൈ താങ്ങുന്നു. കർത്താവും അവനും പൊട്ടിത്തെറിക്കുന്ന ഗ്ലാസിനിടയിലൂടെ വെടിയുതിർക്കുന്നു. യേശുക്രിസ്തു, ഞാൻ നിന്നെ പിന്തുടരും. അവന്റെ ചുറ്റും നിലവിളികൾ ഉയരുന്നു. അവൻ വീണ്ടും വെടിയുതിർത്തു. മുഖാമുഖമുള്ള ഷോട്ട്. ഗബ്രിയേൽ എനിക്കടുത്തു വരും. ജേക്കബ്ബ് മറ്റൊരു രക്തരൂഷിതമായ അഡ്രിയാനയ്ക്കു നേരെ

കാഞ്ചി വലിച്ചു ശൂന്യമാക്കുന്നു. അവൻ മുട്ടുകുത്തി വീഴുന്നു. ക്രിസ്തു ജനിച്ചത് കാലിത്തൊഴുത്തിലാണ് .വൃത്തികെട്ട നിലത്താണ്. കൈകൾ നീട്ടി രക്ഷകനായ ക്രിസ്തുവചനം. കർത്താവും എന്റെ ആത്മാവും രക്ഷിക്കപ്പെടും. കൈ കൂപ്പുന്നു. അവന്റെ പുറകിൽ സൈറണുകളുടെ ശബ്ദവും തീവ്രമായ പ്രകാശവും. കർത്താവ് എന്റെ ഇടയനാണ്. അവൻ കൊടുക്കുകയും എടുക്കുകയും ചെയ്യുന്നു. അടഞ്ഞ കണ്ണുകളോടെ പുഞ്ചിരിക്കുന്ന ജേക്കബ്ബ് ഇവാൻസ് പുറത്തേക്ക് വരുന്നത് കാണുന്നു. മഹാസർപ്പത്തിന്റെ വായയുള്ള കള്ള പ്രവാചകന്റെ വായിൽ സമാന മായ മൂന്ന് അവിശുദ്ധാത്മാക്കൾ - തവളകൾക്കു സമാനമായവ. പിതാ വിനുവേണ്ടി ഇവരെ കൊന്നു.

മായ്ക്കലുകൾ

2021 ജൂൺ 30 12–h–43
ക്ലീഡ് ടോൾസൺ റിസോർട്ട്, ന്യൂയോർക്ക്

എഫ്.ബി.ഐയുടെ കെട്ടിടത്തിൽ എല്ലാ സ്ക്രീനുകളും തുടർച്ചയായി വാർത്താചാനലുകൾ പ്രദർശിപ്പിക്കുന്നു. പ്രോട്ടോകോൾ ടീം 42 അവ കൃത്യമായി നിരീക്ഷിക്കുന്നു. ഇരട്ട കൊലപാതകങ്ങളെക്കുറിച്ചുള്ള സംപ്രേഷണം. ഒരു മണിക്ക് സി.ബി.എസ്. ബുള്ളറ്റിൻ ഇറക്കി. സ്റ്റെഫൻ കോൾബർട്ട്, പത്രക്കാർക്കൊപ്പം ആനിമേഷൻ ദുരന്തം സമാധാനപരമാക്കുന്നതിന് മതപരമായി പ്രാവീണ്യം നേടിയ വിദഗ്ധർക്കൊപ്പം നടത്തുന്ന ഇടപെടലുകൾ നിഷ്ഫലമാകുന്നു. പുഡ്ലോവ്സ്കിയുടെ ഇടപെടൽ ഫലം കണ്ടില്ല. ഹോപ്പ് ചാനലിലെ പ്രഭാഷണങ്ങൾ കള്ളപ്രവാചകരുടെ തലമുറയെ അപലപിച്ചു. ഫോക്സ് ചാനലിൽ ടെലിവിഷൻ പ്രവർത്തകർ കുറ്റകൃത്യങ്ങളെ അപലപിക്കുന്നു. എന്നാൽ അവർ നിവർന്നുനിൽക്കുകയും ലോകാവസാനത്തെക്കുറിച്ച് സംസാരിക്കുകയും ചെയ്യുന്നു. രാവിലെ അഭിപ്രായ വോട്ടെടുപ്പ് നടത്തുന്നവർ ഗാലപ്പിലൂടെ മറ്റുള്ളവരേയും തെരുവിലിറക്കുന്നു.

നാല്പത്തിനാല് ശതമാനം അമേരിക്കക്കാർ ഇത് ലോകാവസാനത്തിന്റെ അടയാളമാണെന്ന് വിശ്വസിക്കുന്നു. മുപ്പത്തിനാല് ശതമാനം ഈ അന്ത്യം സമീപത്തെത്തിയതായി ചിന്തിക്കുന്നു. ഇതിൽ ഇരുപത്തിയഞ്ച് ശതമാനം വരുന്നവർ വളരെ വളരെ സമീപമായെന്നു കരുതുന്നു. ഒരു ശതമാനം പേർ ഇതിനകം ഇത് സംഭവിച്ചതായി കരുതുന്നു. പകൽസമയത്ത് ലോകമെമ്പാടും ആരാധനാലയങ്ങൾ അഭൂതപൂർവ്വമായ, അജ്ഞാതമായ തിരക്ക് നേരിടുന്നു. ഏഴ് മില്യൺ ജനങ്ങൾ തങ്ങൾ നിലവിലില്ലെന്ന് കണ്ടെത്തുന്നു. ഒരുപക്ഷേ, ശരിക്കും അത് വ്യക്തമല്ല.

കാര്യങ്ങൾ അത്ര നിസ്സാരമായെടുക്കുവാൻ ജാമി തയ്യാറല്ല. കുപിതയായ അവർ മുറിയിൽ അങ്ങോട്ടുമിങ്ങോട്ടും നടക്കുന്നു. ക്ലീഡ് ടോൾസൺ റിസോർട്ടിലെ പ്രോട്ടോകോൾ ടീം 42 വീണ്ടും കോൺഫറൻസ് ഹാൾ യോഗത്തിന് സജ്ജമാക്കി. അവൾ ആവർത്തിച്ചു.

എല്ലാ യാത്രക്കാരുടെയും അജ്ഞത ഉറപ്പാക്കണം - മാഫിയ വിചാരണകളുടെ സാക്ഷികളെപ്പോലെ, ഈ ആളുകൾ വേണം ബോധം കെട്ട് സ്വന്തം വ്യക്തിത്വം മാറ്റാൻ.

അവർക്കറിയാം, എന്തായാലും ദൈവം ഒരു പ്രശ്നമാകും. ദൈവത്തിന്റെ സർവ്വശക്തൻ എന്ന നില ഒന്നിനും തോല്പിക്കുവാനാവില്ല. അദ്ദേഹത്തിന്റെ രൂപകല്പനയുടെ ഭാഗമായ ബോയിംഗ് പ്രത്യക്ഷമായത് എവിടെ നിന്നാണ്? വിരോധാഭാസമെന്തെന്നാൽ അനുകരണം എന്ന അനുമാനം ഒരിക്കലും തർക്കമില്ലാത്തതാണ്. മനുഷ്യൻ ഏറ്റവും പരമമായ ബുദ്ധിയുടെ സൃഷ്ടിയാണ്. പക്ഷേ, ഒരു 'റോൾ പ്ലേ ഗെയിം'ന്റെ സ്മാരകമായ ഉപജ്ഞാതാവിനെ ആരാണ് ആരാധിക്കുക?

പ്രസിഡണ്ടിന്റെ പ്രഖ്യാപനം മുതൽ മിറ്റ്നിക് ഇടപെട്ടു. ആശുപത്രി പ്രവേശന കവാടങ്ങൾ ആത്മഹത്യാരംഗം റിപ്പോർട്ട് ചെയ്യുന്നു. ദുർബലരായ പലരും ഇതിനകം ഇതിന് വിധേയരായിട്ടുണ്ട്. ഗൂഢാലോചനാ പ്രബന്ധങ്ങൾ ജനപ്രിയമാണ്. മുഴുവൻ കാര്യവും സമ്മിശ്രമാണ്. ഈ കഥ, അനുകരണം പരിഹാസ്യമാക്കുവാൻ ലക്ഷ്യമിടുന്ന മുതലാളിത്തം മുതൽ കാലാവസ്ഥയിലെ ആഗോളതാപനം വരെയുള്ള എന്തിനോടും പോരാടുക. പരന്ന ഭൂമിയെ പിന്തുണയ്ക്കുന്നവർ അതിനെ ഒരു ബോധ്യത്തിന്റെ സ്ഥിരീകരണമായി എടുക്കുന്നു ഇത്യാദി എല്ലാം.

"എല്ലായ്പോഴും ജാഗ്രത വേണം." ജനത്തിനോട് കരുതൽ ആവശ്യപ്പെട്ടുകൊണ്ട് പുഡ്‌ലോവ്സ്കി സംഗ്രഹിച്ചു.

"അന്യഗ്രഹജീവികളും തിരിച്ചുവരവ് നടത്തുന്നു." മിറ്റ്നിക്ക് തുടരുന്നു. "പക്ഷേ, അത് എങ്ങനെ പ്രതിരോധിക്കുവാൻ കഴിയും. അവിടെ ഈ പെൺകുട്ടിയുണ്ട്." ടോമി ജിൻ അവളുടെ സ്വാധീനം ഈ പോസ്റ്റിലൂടെ ചെലുത്തുന്നു.

സ്ക്രീനിൽ മെലിഞ്ഞ ഒരു സ്ത്രീയുടെ സെൽഫി പ്രൊജക്ടറിലൂടെ മിറ്റ്നിക് പ്രദർശിപ്പിക്കുന്നു. ഒരു ഏഷ്യൻ - അമേരിക്കൻ - ഇതിനകം പ്രേക്ഷകരുടെ 1512 ലൈക്കുകളുണ്ട്. നെറ്റിയിൽ അലങ്കരിക്കപ്പെട്ട കടും ചുവപ്പ് ചുരുളൻ മുടി. 'അഡ്രിയാനാസ്' എന്ന അക്ഷരങ്ങൾക്കു കീഴിൽ 1,12,1000 പേർ അത് പങ്കിട്ടിരിക്കുന്നു. പുലർച്ചെ രണ്ടു മണിക്ക് 12816 തവണ. ഇത് ഏഴ് മണിയാകുമ്പോഴേക്കും ഏഴ് ദശലക്ഷം തവണയായി ത്തീരും. ഒപ്പം രാവിലെ എല്ലായിടത്തും പാരീസ് മുതൽ റിയോ വരെ, ഹോങ്കോംഗ് മുതൽ ന്യൂയോർക്ക് വരെ ആയിരക്കണക്കിനാളുകൾ മെഴുകുതിരിയുമായി തെരുവിലൂടെ നടക്കുന്നു. അഡ്രിയാന ജൂണിന് ചുവപ്പു നിറം നൽകി - സന്ദേശം അവ്യക്തമാണ്. പക്ഷേ. ഇന്റർനെറ്റിലെ ചിന്താ സ്വാതന്ത്ര്യം - നമ്മളെപ്പോലെ ആളുകൾ കൂടുതൽ ചിന്തിക്കുന്നത് നിർത്തിയിരിക്കുന്നുവെന്ന് ഉറപ്പായി.

കുറച്ചു മണിക്കൂറുകൾ കൂടി സഹാനുഭൂതിയും വികാരവും ചേർന്ന് വിജയകരമായ ബിസിനസ്സ് നടത്തുന്നു. വില്പനക്കാർ പരിഹസിക്കുന്നു.

'എന്നെ ഉത്തേജിപ്പിക്കുക', 'ഞാനൊരു പ്രോഗ്രാമാണ് എന്നെ അനുകരിക്കരുത്', 'എന്നെ റീസെറ്റ് ചെയ്യുക' തുടങ്ങിയ വാക്കുകളോടെ ടീഷർട്ടുകൾ വില്പനയ്ക്കെത്തിയിരിക്കുന്നു. 'ഞാൻ ഒന്ന്', 'നിങ്ങൾ രണ്ട്' ഞങ്ങൾ സ്വതന്ത്രരാണ്. പ്രഭാത ഷോകളിലെ ഹാസ്യനടന്മാർ അവരുടെ പരീക്ഷണങ്ങൾ തനിപ്പകർപ്പ് രേഖാചിത്രങ്ങളിലൂടെ അവതരിപ്പിക്കുന്നു.

"നിങ്ങൾക്കറിയാമോ അനുകരണം (Simulation) എന്താണെന്ന്?" ഹിലാരി, കോപ്പിയടിക്കുന്ന അവതാരകനോട് ചോദിക്കുന്നു.

പീറ്റർ ഹിലാരി ക്ലിന്റന്റെ ചോദ്യത്തിന് മറുപടി നൽകുന്നു. "എല്ലാ അമേരിക്കൻ വനിതകൾക്കും സിമുലേഷൻ എന്താണെന്നറിയാം."

അതുവരെയായി ഏകദേശം നൂറുകണക്കിന് ശാസ്ത്രജ്ഞർ വിമാനശാലയിൽ ഊഹങ്ങൾ നടത്തി. പെട്ടെന്ന് ഗ്രഹത്തിലുള്ള പത്ത് ലക്ഷത്തോളം ഗവേഷകർ അവരുടെ സിദ്ധാന്തങ്ങൾ നിരത്തി ബദൽ നിർദ്ദേശങ്ങളുമായി ചർച്ച നടത്തുന്നു. ഫോട്ടോ കോപ്പിയർ സങ്കല്പത്തിനും തമോഗർത്തത്തിനും ആദ്യഘട്ടത്തിൽ കുറേ അനുയായികളുണ്ടായി. വളരെ ലളിതമായതും എന്നാൽ മോശം സിദ്ധാന്തവും.

എന്നിരുന്നാലും സിമുലേഷൻ സിദ്ധാന്തം ശൂന്യാകാശ ശാസ്ത്രജ്ഞർ ഇഷ്ടപ്പെടുന്നില്ല. ബഹിരാകാശ ഏജൻസികൾക്ക് സ്പേസ് പര്യവേഷണം എന്നത് വളരെ ചെലവേറിയതാണ്. ശൂന്യാകാശത്തിന് വളരെ വിലയാണ്. കണികാസിദ്ധാന്തത്തിന്റെ വക്താക്കളും ഇതിനെ കാര്യമായി സ്വീകരിക്കുന്നില്ല. കൂടാതെ അവയുടെ എല്ലാ മനോഹര കണങ്ങളും ഗ്ലൂക്കോണുകളും കറുത്ത ദ്രവ്യവും എല്ലാം സാങ്കല്പികമായിരിക്കാനാകുമോ? ഒപ്പം അവർ അഭിമാനിക്കുന്ന പ്രേരകങ്ങൾ 3 ഡിയിലെ ഒരു വലിയ തമാശയാകുന്നു. സമയം - സമയം തന്നെ കൃത്രിമത്വമാണെങ്കിൽ അത് ഗൺഷോട്ടുപോലെ വളരെ വേഗത്തിൽ ഒരു വീഡിയോ ഗെയിം ആയി കളിക്കുവാൻ മനുഷ്യന് അവസരമുണ്ടാകുന്നു. ഒരു മനുഷ്യന് ലഭിക്കുന്ന സാങ്കല്പിക സമയത്തിൽ നിന്ന് തത്സമയം അളക്കുവാൻ എങ്ങനെ സാധിക്കും? ജീവശാസ്ത്രജ്ഞർ പ്രകോപിതരായി. പരിണാമവും ജീവജാലങ്ങളുടെ തിരോധാനവും ജൈവവൈവിധ്യത്തിന് നഷ്ടമാവുകയില്ലേ?

പക്ഷേ, എല്ലാവർക്കും അറിയാവുന്നതാണ് പ്രപഞ്ചം സാങ്കല്പികമായോ. അല്ലാതെയോ സമ്പൂർണ്ണമായി നിയന്ത്രിക്കുന്നത് മികച്ചവരും അറിയപ്പെടുന്നവരുമായ ഞങ്ങളിലൂടെയാണ്. ഞങ്ങളുടെ സിദ്ധാന്തങ്ങളിലൂടെയാണ്. ഏതെങ്കിലും ശാസ്ത്രജ്ഞർ വർഷങ്ങളായി സിമുലേഷനിൽ വ്യാപരിക്കാതെ, ഒരു സൂപ്പർ കമ്പ്യൂട്ടറിനാൽ പത്ത് വർഷത്തെ ശക്തി ഇരട്ടിയാക്കി അവൻ വളരെ എളുപ്പമായി സാങ്കല്പിക യന്ത്രശക്തി ശതകോടിക്കണക്കിന് ശക്തമാണെന്ന് പറയുന്നുണ്ടോ.

ബുധനാഴ്ച രാവിലെ ഉല്പാദനക്ഷമത അളക്കാതിരിക്കുന്നതാണ് നല്ലത്. വാസ്തവത്തിൽ ജോലി ചെയ്യുന്നത് പ്രോട്ടോകോൾ 42ലെ പുരുഷന്മാരും സ്ത്രീകളുമാണ്.

കാരണം, ബുധനാഴ്ച രാവിലെ ഓപ്പറേഷൻ ഹെമ്സ് (Joint military operation) ആരംഭിക്കുന്നു. മെറിഡിത്ത് 006 വിമാനത്തിന്റെയും യാത്രക്കാരുടെ പേരുകളുടെ രഹസ്യകോഡ് നാമവുമായി തളർന്നാണ് എത്തിയത്. ജേക്കബ്ബ് ഇവാൻസിന്റെ കുറ്റകൃത്യം സംഭവിക്കുന്നതുവരെ തങ്ങളാണ് ലക്ഷ്യമെന്ന് യാത്രക്കാരെ ബോധ്യപ്പെടുത്തുന്നതിൽ വിജയിച്ചിരുന്നില്ല. അക്കാര്യം യുണൈറ്റഡ് സ്റ്റേറ്റ്സിൽ എല്ലാവരും സമ്മതിക്കുന്നു. എൻ.എസ്.എ. മോഷണത്തിന്റെ എല്ലാ ഡിജിറ്റൽ തെളിവുകളും നീക്കം ചെയ്തിരുന്നു. ഫ്രഞ്ച് ഉദ്യോഗസ്ഥരും അമേരിക്കൻ ഉദ്യോഗസ്ഥരും ഫ്ളൈറ്റ് ഷീറ്റുകൾ വീണ്ടെടുത്തു. പൊതുസമൂഹത്തിന് അത് പാരിസ് –ന്യൂയോർക്ക് എയർഫ്രാൻസ് (ഫ്രഞ്ച് വിമാനം) ആയിരുന്നുവെന്നറിയാം – മാർച്ചിൽ പക്ഷേ, ഇരുന്നൂറിലേറെ ഉണ്ടായിരുന്നു.

2021 ജൂൺ 30, ബുധൻ

സ്റ്റുഡിയോ 4, ഫ്രാൻസ് 2 എസ്പ്ലാനെദ്ഹിദ്-ഫ്രാൻസ്, പാരിസ്

വാസ്തവത്തിൽ ഒരു മണിക്കൂറിനുള്ളിലെ സംഭവവികാസങ്ങൾ ലോകത്തെ അർത്ഥശൂന്യതയിലെത്തിച്ചു. ഉപദേശപരവും തെറ്റായതുമായ ഉത്തരം മതം നൽകുന്നു. അമൂർത്തവും തെറ്റായതുമായ തത്ത്വചിന്ത നൽകുവാൻ ഉദ്ദേശിക്കുന്നു. ലോകമെമ്പാടും പ്രത്യേകിച്ച് ഫ്രാൻസിൽ ചർച്ചകൾ (ടോക്ക്ഷോകൾ) വർദ്ധിച്ചുവരുന്നു. ഈ രാജ്യം ഐതിഹാസിക മാധ്യമ തത്ത്വചിന്തകരിൽ ഏകാഗ്രമായിരിക്കുന്നു. പ്രധാന തത്ത്വചിന്തകരിൽ ഒരാളായ ഫിലോമെദ് ആ സെറ്റിലുണ്ട്. ഒരു ദേശീയ ചാനലിന്റെ മറ്റൊരു അതിഥിയായി വിക്ടർ മിസേൽ ഇദ്ദേഹത്തോടൊപ്പമുണ്ട്.

എനിക്ക് അനുകരണത്തെക്കുറിച്ച് അഭിപ്രായമൊന്നുമില്ല. ഞാൻ ഇതിനെക്കുറിച്ച് പ്രതികരിക്കുവാൻ ആഗ്രഹിക്കുന്നില്ലെന്ന് ഫിലോമെദ് പറയുന്നു. പക്ഷേ, എന്റെ അഭിപ്രായത്തിൽ അത് ഒരു മാറ്റവും വരുത്തുന്നില്ല. ഞാൻ ഒരു ഭൗതികവാദിയാണ്. ചിന്തിക്കുക അല്ലെങ്കിൽ ചിന്താശേഷിയിൽ വിശ്വസിക്കുക എന്നതിൽ ഒരു വ്യത്യാസവുമില്ല, അതുകൊണ്ടുതന്നെ നിലനിൽക്കുന്നു എന്ന വിശ്വാസവും നിലനില്പും.

ആതിഥേയൻ പറയുന്നു"എല്ലാം ഒന്നുതന്നെ അല്ലേ?"

ഫിലോമെദ് പറയുന്നു"അങ്ങനെയല്ല. നമ്മൾ യഥാർത്ഥത്തിൽ നിലവിലുണ്ടോ? അല്ലെങ്കിൽ നമ്മൾ ഒരുപോലെയല്ല. എല്ലാം ഒരു വെർചൽ (സാങ്കല്പിക) അവസ്ഥയിലാണ്."

"എന്നോട് ക്ഷമിക്കൂ, പക്ഷേ ഞാൻ എല്ലാം ഒന്നു തന്നെയായി ചിന്തിക്കുന്നു. എന്റെ ചിന്തയും ഞാൻ ഒരു പ്രോഗ്രാം ചെയ്ത ചിന്തയാണെങ്കിലും ഒന്നുതന്നെയാണെന്ന് വിശ്വസിക്കുന്നു. എനിക്ക് സ്നേഹവും വേദനയും എല്ലാം ഒരുപോലെ. മരണംപോലും ഒരുപോലെ.നന്ദി, എന്റെ

എല്ലാ പ്രവർത്തികളുടെയും ഫലം ഒന്നുതന്നെയായിരിക്കും. അത് യഥാർത്ഥലോകത്തിലും അയഥാർത്ഥ ലോകത്തിലും."

"ഫിലോമെദ്, താങ്കളുടെ അടുത്ത് വിക്ടർ മിസേൽ എന്ന ഗ്രന്ഥകാരൻ കൂടി ഉണ്ട്. അദ്ദേഹത്തിന്റെ 'അനോമലി' എന്ന പുസ്തകം ഒരു (കൾട്ട്) ആരാധനാഗ്രന്ഥമായിത്തീർന്നിരിക്കുന്നു ഇന്ന്. വിക്ടർ, നിങ്ങൾ ആ വിമാനത്തിൽ യാത്ര ചെയ്തിരുന്നില്ലേ? നിങ്ങളുടെ 'ഇരട്ട' മരിച്ചുവെന്നും അറിയുവാൻ കഴിഞ്ഞു. നിങ്ങൾ ഇന്ന് ഈ മദ്ധ്യാഹ്നത്തിൽ ഈ പത്രസമ്മേളനത്തിൽ ഞങ്ങൾക്കൊപ്പം ഉണ്ടായതിൽ വളരെ സന്തോഷമുണ്ട്, നന്ദിയുണ്ട്. നിങ്ങളുടെ സങ്കല്പത്തിൽ എന്താണ് വരുന്നത്? 'ഇരട്ടിപ്പിലൂടെ' ഈ യാത്രക്കാരുടെ 'പിളർപ്പ്' അവരുടെ 'വിധി'യെ സംബന്ധിച്ച്. ഞങ്ങൾ ഇരുന്നൂറിലധികം പേരുണ്ട്. മാർച്ചിനും ജൂണിനുമിടയിൽ ഞങ്ങളുടെ 'ഡബിൾസ്' കടന്നുപോയ വഴികൾ നോക്കുമ്പോൾ ഒരുപക്ഷേ വേർപിരിയാൻ ഇഷ്ടപ്പെടാത്തതിൽ ഖേദിക്കുന്നു. ചിലത് മറ്റെന്തെങ്കിലും ചെയ്യുവാൻ ആഗ്രഹിച്ചേക്കാം. അല്ലെങ്കിൽ മറ്റൊരു നല്ല കാര്യം. പക്ഷേ, ഞാൻ എന്നെത്തന്നെ അഭിമുഖീകരിക്കുന്നതായി കണ്ടില്ല."

ഗ്രന്ഥകാരൻ പോക്കറ്റിൽ നിന്ന് രണ്ട് ചുവന്ന കട്ടകൾ എടുത്തു.

"ഇത് മുപ്പത് വർഷങ്ങൾക്കു മുമ്പ് എന്റെ അച്ഛൻ മരിക്കുമ്പോൾ ഉള്ളതാണ്. ഞാൻ എപ്പോഴും ഇത് എന്റെ പോക്കറ്റിൽ സൂക്ഷിച്ചു. അത് ഒരു മോഹമോ ഭാഗ്യമോ ആയിരുന്നില്ല. ഏതാനും ഗ്രാം മാത്രം, ഏതാനും ഓർമ്മകളുടെ ഒരു ശീലം. ആത്മഹത്യ ചെയ്ത വിക്ടർ സൂക്ഷിച്ചത് എനിക്ക് തിരികെ തന്നു. അത് ഇപ്പോൾ ആരുടേതാണ്, ഏതാണ് എന്ന് ഞാൻ മറന്നു. ഞാൻ അവരെ ഒന്നിപ്പിച്ചു. അവ എന്താണ് പ്രതീകമാക്കുന്നതെന്ന് പറയുവാൻ കഴിയില്ല. പക്ഷേ, എനിക്ക് ഒരു തോന്നൽ ഉണ്ട്. അത് പറയുവാൻ കഴിയുമെന്ന്. എന്നത്തേക്കാളും സ്വതന്ത്രനാകാൻ എനിക്ക് സാധ്യത കൂടുതലുള്ളതായി തോന്നുന്നു. എല്ലാം 'വിധി' എന്ന് പറയുന്ന ആ വാക്ക് എനിക്ക് തീരെ ഇഷ്ടമില്ല. അത് വെറും ഒരു ലക്ഷ്യവസ്തു ആയി വെച്ച് അമ്പ് തൊടുക്കുന്നു- വസ്തുതകൾക്ക് അനുസൃതമായി."

പ്രേക്ഷകർക്കിടയിൽ നിന്ന് ടൈംസ് സാഹിത്യമാസികയിലെ പത്രപ്രവർത്തക ആൻവാസർ അമ്പ് ലക്ഷ്യസ്ഥാനത്ത് തറയ്ക്കുന്നത് പല പ്രാവശ്യം ലക്ഷ്യം നഷ്ടമായതിനു ശേഷമായിരിക്കും എന്ന് തമാശയായി പറയുന്നു. വിക്ടർ ഏപ്രിലിൽ മരിച്ചുവെന്ന വാർത്ത കേട്ടപ്പോൾ അവൾ ഞെട്ടിപ്പോയി. മുറിവേറ്റ ആ വികാരത്തിന്റെ തീവ്രത അവളെ അത്ഭുതപ്പെടുത്തി. തീർച്ചയായും ആൾസിൽ വച്ച് അദ്ദേഹത്തിന്റെ ബുദ്ധിപരവും സംവേദനക്ഷമവുമായ ഇടപെടൽ അവൾ ശ്രദ്ധിച്ചതാണ്. കുട്ടികളുടെ പോലെ ഡിന്നർ സമയത്തെ അദ്ദേഹത്തിന്റെ സമീപനം അവളെ സ്പർശിച്ചു. മറ്റു പല കടപ്പാടുകൾ മൂലം അവൾ ആ കളി തുടരുവാൻ ആഗ്രഹിച്ചില്ല. അവൾ ആ നിമിഷത്തെ വെറുത്തു. അയാളുടെ

ബലഹീനത, അഹങ്കാരം എല്ലാം അനായാസം തിരിച്ചറിഞ്ഞ് അയാളെ പ്രസാദിപ്പിക്കുന്നത് വെറുത്തു. അവൾ അയാളെ ഇഷ്ടപ്പെട്ടിരുന്നെങ്കിലും പ്രതീക്ഷിച്ചതിലും വേഗം അയാൾ ആൾസ് വിട്ടുപോയി. സ്വാർത്ഥവും അശ്രദ്ധവുമായ ആ പെരുമാറ്റത്തിൽ അവൾ ലജ്ജിക്കുന്നു. ഒറ്റിക്കൊടുക്കുന്നതിൽ ആസ്വാദനം കണ്ടെത്തുന്ന ആ സ്ത്രീ വേദനിപ്പിക്കുന്നതിൽ സന്തോഷിക്കുന്നവൾ - അവൾ എവിടെ താമസിക്കുന്നുവെന്ന് അറിയിക്കാതെ അവസാനിപ്പിച്ച് ഓടിപ്പോയി. അവൾ പശ്ചാത്താപം കൂടാതെ ഈ അസുലഭനിമിഷം തെരഞ്ഞെടുക്കുമായിരുന്നു. പക്ഷേ, അവൾ ഈ വിവർത്തകനായ ഗ്രന്ഥകാരനെ ഗോന്ത്ചരോവിൽ നിന്ന് കണ്ടെത്താനുള്ള ശ്രമത്തിലായിരുന്നു. അവൾ അയാളുടെ മഹത്തായ 'ഉയിർത്തെഴുന്നേല്പ്' വായിച്ചിരുന്നു. അതിശയകരമായ ഒരു സൂചന, ഒരു അടയാളംപോലും പക്ഷേ, എല്ലാം. അതിനാൽ 'ടൈംസ്' സാഹിത്യമാസിക ചീഫ് എഡിറ്റർ അവളെ പ്രത്യേക പ്രതിനിധിയായി പകരം നിയോഗിച്ചു. ഇപ്പോൾ അവൾ അയാളെ നിരീക്ഷിക്കുന്നത് വളരെ കാലങ്ങളായി കൃത്യമായ ഒരു ലക്ഷ്യത്തോടെയാണ്.

"എന്നോട് പറയൂ, ഫിലോമെദ്." പത്രപ്രവർത്തകൻ ചോദിക്കുന്നു? "ഈ അവസ്ഥയോട് നിങ്ങൾ എങ്ങനെ പ്രതികരിക്കുന്നു?"

"ഒന്നാമതായി എനിക്ക് അവാസ്തവമായതിനെക്കുറിച്ച് എനിക്ക് ഒരു ചിന്തയുമില്ല. ഞാൻ നിലനിൽക്കുന്നുണ്ടോ എന്ന് സംശയം എന്നിലുണ്ടായാൽ ഞാൻ എന്നെത്തന്നെ ഒന്നു നുള്ളിനോക്കും. പിന്നെ മറ്റൊന്ന് ഒരിക്കലും പൊരുത്തമില്ലാത്ത കണ്ണാടിയാണ് ഇത്. എല്ലാത്തിനും ഉപരിയായി എന്നെക്കുറിച്ച് എല്ലാം അറിയാവുന്ന വ്യക്തിയാണ് - എന്റെ രഹസ്യങ്ങൾ എല്ലാമറിയാവുന്ന ഒരേയൊരു വ്യക്തി അവൻ മാത്രമാണ്. എന്നെ തുറന്നുകാണിക്കണോ, അതോ സ്വയം മാറ്റത്തിനു വിധേയനാകണോ അതും അല്ലെങ്കിൽ എന്നിൽ നിന്ന് ഒളിച്ചോടണമോ? അവസാനമായി ഒരു ജീവിതത്തിൽ 'രണ്ടായിരിക്കുക' വളരെ ബുദ്ധിമുട്ടാണ്. ഞാൻ എന്നോടുതന്നെ പറയേണ്ടിവരും 'മായ' എന്താണെന്ന്. അപ്പാർട്ട്മെന്റ്, ജോലി എല്ലാ ഭൗതികമായ കാര്യങ്ങളും - ഞാൻ എന്റെ ആന്തരികമായ 'കാമ്പിൽ' എന്താണോ ശക്തമായി സംരക്ഷിക്കുന്നത് അതിലാണ് ശ്രദ്ധ നിലനിർത്തുന്നത്. എനിക്ക് ഒരു മകളുണ്ട്. ഒരു ഭാര്യ, ഞാൻ സ്നേഹിക്കുന്ന 'എന്റെ സ്ത്രീ', 'എന്റെ മകൾ' എനിക്കറിയാം ഞാനെന്താണ് 'എന്റെ' എന്ന് ഊന്നിപ്പറയുന്നതിൽ നിറയ്ക്കുന്നതെന്ന്. ഞാൻ അതെല്ലാം പങ്കുവെക്കണമെങ്കിൽ മറ്റൊരു ചിന്താഗതിയിലൂടെ കൈവശം വയ്ക്കുവാനുള്ള ആഗ്രഹത്തെ മനസ്സിലാക്കണം. വാസ്തവം പറഞ്ഞാൽ എനിക്ക് എങ്ങനെ പ്രതികരിക്കണമെന്ന് അറിയുന്നില്ല."

"ഫ്രാൻസിസ് ഒന്നാമൻ മാർപ്പാപ്പയുടെ പ്രസ്താവന നിങ്ങൾ എങ്ങനെ വിശദീകരിക്കും?"

"എന്നോട് ക്ഷമിക്കൂ, അദ്ദേഹം എന്താണ് പറഞ്ഞതെന്ന് എനിക്കറിയില്ല."

ഞാൻ ഉദ്ധരിക്കുന്നു: "ദൈവം മനുഷ്യവർഗ്ഗത്തിന് അവന്റെ സാന്നിദ്ധ്യം എല്ലായിടത്തും വാഗ്ദാനം ചെയ്യുന്നു. അതിന്റെ അടയാളവും അതെല്ലാം ത്യജിക്കുവാനുള്ള അവസരവും അവന്റെ നിയമങ്ങൾക്ക് അനുസൃതമായി നൽകുന്നു:

"അദ്ദേഹം അങ്ങനെ പറഞ്ഞോ?"

"ഇന്നു രാവിലെ."

അതിന് നിങ്ങൾക്ക് ഒരു വചനമുണ്ട്. "പാവപ്പെട്ടവരേ നിങ്ങൾ പശ്ചാത്തപിക്കൂ, പാപികൾ എന്നോട് ക്ഷമിക്കൂ." പക്ഷേ, അവനിൽ നിന്ന് ഞാൻ നല്ലത് പ്രതീക്ഷിച്ചു. അല്പം മെച്ചപ്പെട്ട എല്ലാ മതവിശ്വാസികളുടെയും സോഫ്റ്റ്‌വെയർ ഇതാണ്. "ഇതാ നമ്മുടെ വിശ്വാസങ്ങൾ, അവ തെളിയിക്കുവാൻ നമുക്ക് വസ്തുതകൾ കണ്ടെത്താം." വാൾട്ടയറുടെ പാൻഗ്ലോസിനെപ്പോലെ (ഫ്രഞ്ച് സാഹിത്യകാരനും തത്ത്വചിന്തകനും) മൂക്കുകൾ ഉണ്ടായത് കണ്ണട ധരിക്കുവാനാണെന്നും അതിനാലാണ് കണ്ണടകൾ ഉണ്ടായതെന്നും അവർ വിശ്വസിക്കുന്നു. ഈ സാഹചര്യത്തിൽ ഞാൻ ദൈവത്തെ കേട്ടില്ല. ദൈവം മേഘപാളികളിലൂടെ പ്രത്യക്ഷപ്പെട്ടുമില്ല. സത്യം പറഞ്ഞാൽ അത് ഈ നിമിഷം അല്ലെങ്കിൽ പിന്നെ ഒരിക്കലുമില്ല. നമ്മൾ നിൽക്കുന്ന ഇടത്തിൽ യഥാർത്ഥ തത്ത്വശാസ്ത്രവും ശാസ്ത്രീയവുമായ സമീപനം മാത്രമേ അവശേഷിക്കുന്നുള്ളൂ. "ഇതാ, വസ്തുതകൾ നമുക്ക് സാധ്യമായ നിഗമനങ്ങളിലേക്ക് എത്തിച്ചേർക്കുന്നു."

"ബാക്കി എല്ലാവർക്കും എന്തു സംഭവിക്കുമെന്ന് നിങ്ങളുടെ അഭിപ്രായത്തിൽ പ്രവചിക്കുവാനാകുമോ" വിക്ടർ മിസേൽ ചോദിക്കുന്നു?

"ശരി."

"ക്ഷമിക്കൂ."

"ഒന്നും ഇല്ല, ഒന്നും. മാറുന്നുമില്ല. നമ്മൾ രാവിലെ ഉണരും, ജോലിക്ക് പോകും. കാരണം നിങ്ങളുടെ വാടക ഇനിയും അടയ്ക്കേണ്ടതുണ്ട്. നമ്മൾ തിന്നും കുടിച്ചും പഴയപോലെ പ്രണയിക്കും. നമ്മൾ യഥാർത്ഥത്തിൽ പ്രവർത്തനങ്ങൾ തുടരുന്നു. എന്നാൽ നമുക്ക് തെറ്റി. നമ്മൾ തെറ്റാണെന്ന് തെളിയിക്കുന്ന എന്തിനോടും നാം അന്ധരാണ്. അതാണ് മനുഷ്യൻ, ഞങ്ങൾക്ക് അത് യുക്തിസഹമല്ല."

ഫിലോമെദിനോട് വിക്ടർ മിസേൽ ചോദിക്കുന്നു. "ല്ഫിഗാറൊ" യിലെ താങ്കളുടെ ലേഖനത്തിൽ "വൈജ്ഞാനിക വൈരുധ്യം" കുറയ്ക്കുന്നതിന്റെ ആവശ്യകത എന്തുകൊണ്ടാണ് നിർദ്ദേശിക്കുന്നത്?"

"ശരിയാണ്. യാഥാർത്ഥ്യത്തെ വളച്ചൊടിക്കുവാൻ നമ്മൾ തയ്യാറാണ്, മൊത്തത്തിൽ നഷ്ടപ്പെടാതിരിക്കുന്നതിൽ ഒരു പങ്കു വഹിക്കുവാൻ. നമ്മുടെ ഉൽക്കണ്ഠകൾക്ക് നമുക്ക് ഒരു ഉത്തരം വേണം. അതിന് ലോകത്തെക്കുറിച്ച് ചിന്തിക്കുവാനുള്ള ഒരു മാർഗ്ഗം ആവശ്യമാണ്. അത് നമ്മുടെ മൂല്യങ്ങളെയും വികാരങ്ങളെയും ചോദ്യം ചെയ്യാതെയുള്ള

പ്രവർത്തനങ്ങളിലൂടെ വേണം. കാലാവസ്ഥ വ്യതിയാനം നിരീക്ഷിക്കൂ. നമ്മൾ ഒരിക്കലും ശാസ്ത്രജ്ഞരുടെ വാക്കുകൾ ശ്രദ്ധിക്കുന്നില്ല. ഇട തടവില്ലാതെ ഫോസിൽ ഇന്ധനങ്ങളിൽ നിന്ന് പുറപ്പെടുവിക്കുന്ന വെർചൽ കാർബൺ അന്തരീക്ഷത്തെ മൊത്തത്തിൽ ചൂടുള്ളതാക്കുന്നു. വെർചൽ ആണെങ്കിലും അല്ലെങ്കിലും അത് നമ്മുടെ വംശനാശത്തിന് ഇടയാക്കും. ഒന്നും ചെയ്യാതെ അനങ്ങാതെ ഇരുന്നാൽ സമ്പന്നർ ഒറ്റയ്ക്ക് രക്ഷപ്പെടുമെന്ന് പ്രതീക്ഷിക്കുന്നു. സാമാന്യബുദ്ധിയുള്ള മറ്റുള്ളവർ പ്രതീക്ഷയിലേക്ക് ചുരുക്കി ഇരിക്കുന്നു."

"നിങ്ങൾ ഫിലോമെദിനോട് യോജിക്കുന്നുണ്ടോ മിസ്റ്റർ വിക്ടർ മിസേൽ?"

"നിശ്ചയമായും. നിങ്ങൾക്ക് പണ്ടോരയുടെ പെട്ടി' ഓർമ്മയുണ്ടോ?"

"ഉവ്വ്, പക്ഷേ അത് ഇവിടെ എന്തു ബന്ധം?" മോഡറേറ്റർ അത്ഭുത പ്പെട്ടു.

"ഒന്നുണ്ട്, ഓർക്കുക, പ്രൊമിത്യൂസ് സ്വർഗ്ഗത്തിലെ അഗ്നി മോഷ്ടിച്ചു. അവനോടും ദൈവദൂഷണക്കാരോടും പ്രതികാരം ചെയ്യു വാനായി സഹോദരൻ എപിമെത്യൂസിന് പണ്ടോരയുടെ സഹായ ഹസ്തം വാഗ്ദാനം ചെയ്തു. ആ സ്ത്രീയുടെ ലഗേജിൽ സ്യൂസ് ഒരു നിഗൂഢമായ സമ്മാനപ്പെട്ടി നിക്ഷേപിച്ചു. ആ പെട്ടി ഒരു കാരണവശാലും തുറക്കരുതെന്ന് അവൻ അവളെ വിലക്കിയിരുന്നു. എന്നാൽ അമിതമായ ജിജ്ഞാസയാൽ അവൾ അനുസരണക്കേട് കാണിച്ചു. ആ പെട്ടിക്കകത്ത് പൂട്ടിവെച്ചിരുന്ന മനുഷ്യരാശിയുടെ എല്ലാ തിന്മകളും രക്ഷപ്പെടുന്നു. വാർദ്ധക്യം, രോഗം, യുദ്ധം, ക്ഷാമം, ഭ്രാന്ത്, ദുരിതം... ഒന്ന് മാത്രം രക്ഷ പ്പെടുവാൻ വളരെ വൈകി. അഥവാ സ്യൂസിന്റെ ആജ്ഞ അനുസരിച്ചു. ആ തിന്മയുടെ പേര് നിങ്ങൾക്ക് ഓർമ്മയുണ്ടോ?"

"ഇല്ല, ഞങ്ങളെ പ്രബുദ്ധരാക്കുക, വിക്ടർ മിസേൽ."

"ഈ തിന്മ എൽപിസ് ആണ്, പ്രതീക്ഷ ഇതാണ് ഏറ്റവും മോശ മായത്. അസുഖങ്ങൾ, പ്രത്യാശ ഇവയാണ് നമ്മളെ പ്രവർത്തിക്കുന്ന തിൽനിന്ന് വിലക്കുന്നത്. മനുഷ്യരുടെ ദൗർഭാഗ്യത്തെ ദീർഘിപ്പിക്കുന്ന പ്രതീക്ഷ മൂലം എല്ലാ തെളിവുകൾക്കും വിരുദ്ധമായി എല്ലാം പ്രവർത്തി ക്കുന്നു. ജനിക്കുമ്പോൾ ആകുവാനാകാത്തത് പിന്നീട് ആകുവാൻ കഴി യില്ല. യഥാർത്ഥ ചോദ്യം ഇതു തന്നെയാണ്. ഓരോ തവണയും നാം സ്വയം ചോദിക്കണം "എന്തുകൊണ്ടാണ് ഞാൻ ഈ വീക്ഷണകോൺ സ്വീകരിക്കുന്നത്? ഇത് എനിക്ക് ചേരുമോ? പ്രാവർത്തികമാകുമോ?"

ആതിഥേയൻ പറഞ്ഞു, "ഞാൻ കാണുന്നു ഫിലോമെദ്. ഇന്ന് നമുക്ക് ഓരോരുത്തർക്കും ഇതാണ് സംഭവിക്കുന്നതെന്ന് നിങ്ങൾ കണ്ടെ ത്തുന്നു. നമ്മൾ യാഥാർത്ഥ്യത്തിനെ നേരിടുവാൻ ഒരു വഴി കണ്ടെത്തുക എന്നതാണോ അങ്ങ് വാഗ്ദാനം ചെയ്യുന്നത്?"

"അതെ, തികച്ചും ശരിയാണ്. ഞാൻ നിങ്ങൾക്ക് ഫ്രെഡറിക് നിഷെയുടെ വാക്യം ഓർമ്മപ്പെടുത്താം. യാഥാർത്ഥ്യങ്ങൾ നമ്മൾ മറന്ന

മിഥ്യാധാരണകളാണ്. മറന്നുപോയ മായയാണ്. പ്രപഞ്ചം ഒരു പുതിയ സത്യം അഭിമുഖീകരിക്കുന്നു. അത് നമ്മുടെ എല്ലാ മിഥ്യാധാരണകളേയും ചോദ്യം ചെയ്യുന്ന സത്യം. നിസ്സംശയം നമുക്ക് ഓരോ സൂചനകൾ നൽകുന്നു. ചിന്തിക്കുവാൻ സമയം ആവശ്യമാണ്. വിരോധാഭാസം എന്തെന്നാൽ വെർച്ചൽ ആവുക എന്നത് ഒരുപക്ഷേ നമുക്ക് അടുത്ത ഗ്രഹത്തിലേക്കുള്ള കൂട്ട് ആകാം. എല്ലാത്തിനും ഉപരിയായി."

"അത് എന്തുകൊണ്ട്?"

"കാരണം, ഇതിനകം ഒരു ഗണിതശാസ്ത്രവിദഗ്ധൻ പറഞ്ഞിരുന്നു. ഈ പരിശോധന, വ്യക്തികൾ എന്ന നിലയിൽ ഞങ്ങളെ ഉദ്ദേശിച്ചുള്ള തല്ല. ഈ സിമുലേഷൻ (അനുകരണം) സമുദ്രത്തെക്കുറിച്ചാണ്. അതിലെ ഓരോ ജലതന്മാത്രയും അതിന്റെ ചലനത്തെ പരിഹസിക്കുന്നു. ഇതൊന്നും മനുഷ്യവർഗ്ഗ സിമുലേഷനെക്കുറിച്ചുള്ള പ്രതികരണത്തി നായി കാത്തിരിക്കുവാനാകില്ല. ഒരു പരമോന്നത രക്ഷകനായി നാം നമ്മെ ത്തന്നെ രക്ഷിക്കണം."

കത്തുകൾ മൂന്ന്, മെയിലുകൾ രണ്ട്
ഗാനം ഒന്ന്, കേവലം പൂജ്യം

2021 ജൂലായ് 10, ശനി
കരോൾ സ്ട്രീറ്റ്, ബ്രൂക്ക്ലിൻ

കവറിനു മുകളിൽ എഴുതിയിരുന്ന എബി ആന്റ് ജൊവാന വാസ്ർമാൻ എന്ന വിലാസം ജൊവാന തിരിച്ചറിഞ്ഞു. ദൃഢവും കെട്ടഴിഞ്ഞതുമായ അക്ഷരങ്ങൾ. എബി കവർ തുറന്നപ്പോൾ നാലായി മടക്കിയ ഒരു ഷീറ്റും സീൽ ചെയ്ത മറ്റു രണ്ട് കത്തുകളും കിട്ടി.

എബി, ജൊവാന,

ഈ കവറിനുള്ളിൽ നിങ്ങൾക്കുള്ള ഒരു കത്ത് കാണാം. ജൊവാന നീ അത് എബിക്ക് വായിച്ചു കൊടുക്കുമെന്ന് ഞാൻ കരുതുന്നു. ഒരെണ്ണം നിനക്ക് മാത്രമായി ഉള്ളതാണ്.

എബി, നിന്നെപ്പോലെ ജൊവാനയെപ്പോലെ പലരും ഈ വിമാനത്തിൽ യാത്രക്കാരായിരുന്നു. നിങ്ങളുടെ വിമാനത്തിൽ സഹയാത്രികനായിരുന്ന ഫ്രഞ്ച് എഴുത്തുകാരന്റെ വിചിത്രമായ 'അനോമലി' എന്ന പുസ്തകം ഞാൻ വായിച്ചു. പക്ഷേ, വ്യർത്ഥമായി. എനിക്ക് യാത്രയെക്കുറിച്ച് ഉത്തരങ്ങൾ ഒന്നും ലഭിച്ചില്ല. സൂചനകൾ മാത്രം - പലതും സാധിച്ചെടുക്കണമെങ്കിൽ നമുക്ക് ഭൂതകാലത്തെ കൊല്ലുവാൻ സാധ്യമാകണം എന്നു പറയുന്നു."

ഭൂതകാലത്തെ ജീവിതത്തിലേക്ക് തിരികെ കൊണ്ടുവരുവാൻ ഞങ്ങളും ആഗ്രഹിച്ചു. ഞങ്ങളും പ്രപഞ്ചസ്നേഹത്തിലമർന്ന് വെർമോന്തിലെ ഈ ചെറിയ വീട് വാങ്ങി. ജൊവാന, എബി നിന്നെ അവിടേക്ക് കൊണ്ടുപോയി. നിങ്ങൾ അവിടെ എത്തിയത് മഞ്ഞു നിറഞ്ഞ ദിനങ്ങൾ നീണ്ടകാലം അവിടെ താമസിച്ച്, ഒരു കുഞ്ഞുണ്ടാകുവാനും തീരുമാനിച്ചു.

എബിയുമൊത്തുള്ള അവിടുത്തെ അനുഭവങ്ങൾ അത്രയേറെ ശക്തമായിരുന്നു. എബിയുടെ ഓർമ്മകൾ വളരെ ശക്തമായിരുന്നു. ഞങ്ങളെ പിന്തുണച്ച് നിർദ്ദേശങ്ങൾ നൽകി മൂന്നുപേരുടെയും മുന്നോട്ടുള്ള പ്രയാണത്തിന് ശക്തിയേറി.

എന്നാൽ ഈ ഇടുങ്ങിയ കൽപ്പാതയിൽ പൈൻ, ഫിർ മരങ്ങൾക്കിടയിലുള്ള ഈ പാത വളരെ പ്രതീകാത്മകമാണ് നമ്മുടെ മുന്നോട്ടുള്ള ഗതിയിൽ എന്റെ പാവം എബി, നിങ്ങൾ സന്തോഷമില്ലാതെ ഒന്നിൽ നിന്ന് മറ്റൊന്നിലേക്ക് പോയിക്കൊണ്ടിരുന്നു - രണ്ടു യജമാനന്മാർക്കിടയിൽ ഒരു സ്പാനിയൽ പോലെ. സങ്കടകരമായ പുഞ്ചിരിയോടെ അപരനോട് അടുത്തിരുന്നതിന് ക്ഷമ ചോദിച്ചുകൊണ്ടേയിരുന്നു. പിന്നെ അധികം താമസിയാതെ അവളോടൊപ്പം ചേരേണ്ടി വന്നു. നിങ്ങൾ ഒരിക്കലും പൂർണമായി അവിടെ ഉണ്ടായിരുന്നില്ല. അവിടെ എന്നോടൊപ്പമോ അവൾക്കൊപ്പമോ അല്ല. ഹൃദയഭേദകമായിരുന്നു. നീ കീറിമുറിക്കപ്പെട്ടു. ഇല്ല. നീ നീതിമാനായിരുന്നു. നിങ്ങൾ വരച്ചത് അനന്തമായി അത് നിങ്ങളുടെ വഴിയായിരുന്നു. ഉത്തരം കിട്ടാത്ത ചോദ്യങ്ങളിൽ നിന്ന് രക്ഷപ്പെടുവാൻ നിങ്ങളെ എപ്പോഴും ഓർമ്മിപ്പിക്കുന്ന ഈ ജലച്ഛായങ്ങളുമായി ഞാൻ പോകുന്നു.

ഞാൻ നിന്നെ ഈ വീട്ടിൽ തനിച്ചാക്കി സങ്കടത്തോടെ പോവുന്നു. നമ്മൾ സ്വയം നശിക്കുന്നതിനു മുമ്പ്, ജൊവാനാ, നീ എബിയുടെ കുഞ്ഞിനെ ഗർഭം ധരിച്ച് ജീവിക്കുക. നീ സംശയിച്ചു ഞാനാണ് നിന്റെ തകർച്ചയ്ക്ക് കാരണമാവുന്നതെന്ന്. ആദ്യം ഓടിപ്പോവുന്നത് ഞാൻ. തീർച്ചയായും നിനക്ക് അത് നല്ലവണ്ണം അറിയാം.

ഞാൻ ഓടിപ്പോയെന്ന്.

ഞാൻ ന്യൂയോർക്കിലേക്ക് മടങ്ങി മൻഹട്ടൻ ആസ്ഥാനത്ത് ജാമി പുഡ്ലോവ്സ്കിയുമായി ബന്ധപ്പെട്ടു. ഒറ്റ ദിവസംകൊണ്ട് എഫ്.ബി.ഐ. എനിക്ക് പുതിയ ഐഡന്റിറ്റിയും ആറ് വർഷത്തെ ഡിജിറ്റൽ ജീവിതവും ജൊവാന ആഷ്ബറി എന്ന പേരും നൽകി സുരക്ഷിതമാക്കി. ആഷ്ബറി, ലണ്ടന്റെ വടക്ക് ഇംഗ്ലണ്ടിലെ ഒരു ചെറിയ പട്ടണമാണ് - അതിൽ ഒന്നുമില്ല. ഒരു റോമൻ പള്ളി - പിന്നെ വുഡ്സ് - വുഡ്സ് ആഷ്ബറി എന്നാൽ (Ash-buried) ചാരമായി - അവർക്ക് തമാശ എന്തായാലും കുറവല്ല എന്നു മനസ്സിലാക്കാം.

ഈ ജൊവാന ആഷ്ബറി ഇപ്പോൾ എഫ്.ബി.ഐ. നിയമവകുപ്പ് ഡയറക്ടറായി എൻ.എസ്.എ. മുഖേന പ്രവർത്തിക്കുന്നു. സ്റ്റാൻഫോർഡിന്റെ ഡിപ്ലോമയുമുണ്ട്. ബ്യൂറോയും നിർദ്ദേശിച്ചു. 'എലന്റെ' ചികിത്സാചെലവ് വഹിക്കുവാൻ ഈ ഉദാരമായ വാഗ്ദാനം നിരസിക്കേണ്ടതില്ലെന്ന്. 'ഡെന്റൺ ആന്റ് ലോവൽ'ലെ നിങ്ങളുടെ സ്ഥാനം വിട്ടുകൊടുക്കരുതെന്നും. പക്ഷേ, നിങ്ങളെ ഉപദേശിക്കേണ്ടതില്ലെന്ന് അറിയാം. നിങ്ങളുടെ തീരുമാനം എനിക്കറിയാം ജൊവാന. തീർച്ചയായും നമുക്ക് വീണ്ടും കാണാം. നാം എല്ലാ വഴികളും കടന്നുപോകും. 'എലനെ' കാണാൻ വരുന്ന ദിവസം അപ്പോൾ കാണാം.

നിങ്ങൾക്ക് എല്ലാവിധ സന്തോഷത്തിനും ആശംസകൾ നേരുന്നു.

ജൊവാന ആഷ്ബറി.

* * *

ജൊവാന,

നിങ്ങളെ അങ്ങനെ വിളിക്കുന്നത് എത്ര വിചിത്രമാണ്. നിങ്ങളുടെ പേര് ഇപ്പോൾ വാസ്ർമാൻ. ഞാൻ ആഷ്ബറി വാസ്ർ. വാസർ–വെള്ളം. ചാരം ഇതെല്ലാം എന്തൊരു വിരോധാഭാസമാണ്. ജൊവാന ആഷ്ബറി - അത് ജോൺ ആഷ്ബറിയെ ഓർമ്മിപ്പിക്കുന്നു. അദ്ദേഹത്തിന്റെ നീളമേറിയ കവിത (John Ashbery- അമേരിക്കൻ കവി - self portrait in a convex mirror) കുത്തനെയുള്ള കണ്ണാടിയിലെ ആത്മ ഛായ ചിത്രം - അത് വായിക്കേണ്ട കൃതിയാണ്. നീ ഓർക്കുക - ആഷ്ബറിയുടെ കവിത നവോത്ഥാന കാലഘട്ടത്തിലെ (ഷികെഷെന്റേ) മാനറിസത്തിന്റെ വക്താവായ ഫ്രാൻസിസ് കോരമസോള എന്ന പാർമിഷാനിനോയുടെ (Italian Portrait Painter) auto portrait in a convex mirror എന്ന പെയിന്റിംഗിനെ അടിസ്ഥാനമാക്കി എഴുതിയതാണ്. എനിക്ക് ഈ കവിത വായിച്ച് വളരെ ഇഷ്ടമായതിനാൽ ഞാൻ പെയിന്റിംഗിന്റെ ചരിത്രം അറിയുവാൻ ആഗ്രഹിക്കുന്നു.

ഒരു ദിവസം ഇരുപത്തിയൊന്ന് വയസ്സു മാത്രം പ്രായമുള്ള ചിത്രകാരൻ ബാർബർ ഷാപ്പിലെ കണ്ണാടിയിൽ കണ്ട സ്വന്തം ചിത്രം വരയ്ക്കുവാനാഗ്രഹിച്ചു. അയാൾ ആശാരിയുടെ സഹായത്തോടെ ഗോളാകൃതിയുള്ള കണ്ണാടിരൂപം മരത്തിൽ പണിതെടുത്തു. കണ്ണാടിയിൽ കണ്ട സ്വന്തം ഛായാചിത്രം അതേ രൂപവും വലുപ്പവും തോന്നിപ്പിക്കുവാനായി മുൻവശത്ത് താഴെ വലതുകൈ വരച്ചു ചേർത്തു. ഇടതുകൈ കൊണ്ട് വളരെ വലിയ വലതുകൈ വരച്ചു. മുഖം കണ്ടാൽ യഥാർത്ഥമാണെന്നു തോന്നും. നടുവിൽ മാലാഖയുടെ മുഖംപോലെ, ഒരു കൊച്ചുകുഞ്ഞിന്റെ കൃപാപുരസ്സരമുള്ള നോട്ടം. ലോകം ഈ മുഖത്തിനു ചുറ്റും കറങ്ങുന്നതുപോലെ. മറ്റുള്ളതെല്ലാം വികലമാണ്. നിലത്തിന്റെ പരിധി, പ്രകാശം, വീക്ഷണം എല്ലാം ചിത്രത്തിന്റെ ദർശനത്തിൽ വ്യത്യസ്തഭാവമുണർത്തുന്നു.

ജൊവാന ഈ ചിത്രം നിങ്ങളുടെയോ എന്റെയോ ചിത്രമോ കണ്ണാടിയോ ആയിരുന്നില്ല. എന്നിട്ടും ചിലർ അതിനെ ഉപമിക്കുന്നു. കാരണം എന്തെന്നോ, ഞാൻ അത് നോക്കി സ്തംഭിച്ചു നിന്നുപോയി. പെട്ടെന്ന് ഞാൻ ചിന്തിച്ച് കരയുവാൻ തുടങ്ങി. അത് വിവിധ വികാരങ്ങൾ ഉണർത്തുന്നു. ഈയിടെ ഞാൻ കരയുവാൻ വൈകുന്നു. എന്തെന്നാൽ എനിക്ക് ഈ 'കൈ' വളരെ വലുതാണെന്നു മനസ്സിലായി. ഇത് എന്നെ പിടികൂടിയ, എന്നെ ഭീഷണിപ്പെടുത്തിയ, എന്നിൽ നിന്ന് വരുന്നതെല്ലാം മോഷ്ടിച്ച ചിത്രകാരന്റെ കൈ' ആണെന്ന് മനസ്സിലായി.

വെർമോന്തിലെ ചെറിയ വീട്ടിൽ എനിക്ക് ഒരു സ്വപ്നമുണ്ടായി. നിങ്ങൾ പെട്ടെന്ന് മരിക്കുന്നു. പെട്ടെന്ന് ഞാൻ എന്റെ മുൻപത്തെ അസ്തിത്വം പുനരാരംഭിച്ച് തിരിച്ചെത്തിയാൽ നിങ്ങൾ മരിച്ചത് കണ്ട് സന്തോഷിക്കും. ഞാൻ എബിയെ ആശ്വസിപ്പിക്കുമായിരിക്കും. അത് വളരെ എളുപ്പമാണ്. തിരികെ ലഭിക്കുവാനും അവൻ നിന്നെ മറക്കുവാനും. ഞാൻ രാവിലെ നേരത്തെ ഉണർന്നു. പിന്നീട് എനിക്ക് വീണ്ടും ഉറങ്ങുവാനായില്ല. ഞാൻ കൈയിൽ ഒരു കപ്പ് കോഫിയുമായി ടെറസ്സിലേക്ക് പോയി. നിങ്ങൾ അപ്പോൾ അവിടെ ഉണ്ടായിരുന്നു. എനിക്കോ, നിനക്കോ പിന്നീട് ഉറങ്ങാനായില്ല. എന്റേതുപോലെ നിന്റെ കൈയിലും കോഫി ഉണ്ടായിരുന്നു. നഗ്നപാദയായിരുന്നു. എന്റെപോലെ ഒരു വെള്ളിക്കമ്പിയുടെ ക്ലിപ് കൊണ്ട് നീ മുടി പുറകുവശത്തേക്ക് കെട്ടിയിരുന്നു. നീ പാനപാത്രം വിരലുകൾക്കിടയിൽ എന്റെ അതേ നിലയിൽ ഒരുമിച്ച് പിടിച്ചിരിക്കുകയായിരുന്നു. നമ്മുടെ മുന്നിൽ മൂടൽമഞ്ഞ് മലയിൽ പറ്റിപ്പിടിച്ചു നിന്നിരുന്നു. സൂര്യൻ പ്രകാശിക്കുവാൻ മടിച്ചു നിൽക്കുന്നു. നമ്മൾ ഒരു തണുത്ത നോട്ടം കൈമാറുന്നു. ഞാൻ തിരിച്ചറിയുന്നു. സ്വപ്നത്തിൽ നീ എന്നെ കൊന്നു. നിനക്കും എന്നെ കൊന്ന സ്വപ്നമുണ്ടായോ? അപ്പോൾ ഞാൻ പോകാൻ തീരുമാനിച്ചു. ഭയം കൊണ്ടല്ല. അസൂയ മൂലം കഷ്ടപ്പാടുകൾ എന്നെ ഭയങ്കരനാക്കിയ അനുഭവം. ആ വലിയ വൈരൂപ്യം ഞാൻ നിന്നിൽ ഒരു മറയുമില്ലാതെ കണ്ടു.

എവിടേക്കാണ് പോകുന്നതെന്ന് എനിക്കറിയില്ല. പക്ഷേ, എനിക്കറിയാം അത് നിങ്ങളിൽ നിന്ന് വളരെ അകലെയാണ്. ഞാൻ എന്ന വ്യക്തിയെ കണ്ടെത്താൻ എനിക്ക് ഇപ്പോഴും അവസരമുണ്ട്. ഞാൻ ഞാനാകുവാനാഗ്രഹിക്കുന്നു.
ജൊവാന

എബി ബാൽക്കണിയിലേക്ക് നടന്നുനീങ്ങി. അവന് വന്നിരുന്ന കത്ത് തുറന്നുനോക്കുന്നു. ഓരോ വാക്കുകളും അവൻ ഹൃദയത്തോട് ചേർത്തുവെച്ച് തിരുത്തിക്കുറിക്കുന്നു.

എബി,

ഞാൻ നിന്നെ മാത്രം സ്നേഹിക്കുന്നു. ഞാൻ പോകുന്നു.

ഒരു വർഷം മുമ്പ് ഞങ്ങൾ തമ്മിൽ പരിചയമില്ലായിരുന്നു. നിങ്ങൾ വിശ്വസിക്കാത്ത ഒന്നുമില്ല. എല്ലാം ശരി. നിങ്ങൾ ഒരു അത്ഭുതത്തെക്കുറിച്ച് സംസാരിച്ചു. ഞാൻ പുഞ്ചിരിച്ചു. ഏറെ സന്തോഷിച്ചു. ഞാൻ ഡേറ്റിംഗിനെക്കുറിച്ച് മാത്രമാണ് സംസാരിച്ചത്.

എനിക്കറിയാം മറ്റേ ജൊവാന നിന്നെ കത്ത് വായിക്കുവാൻ പ്രേരിപ്പിക്കുമെന്ന്. ഞാൻ കുറച്ചു കാര്യങ്ങൾ കൂട്ടിച്ചേർക്കുന്നു.

ഞാൻ സൈനികത്താവളത്തിൽ നിന്ന് വന്ന ദിവസം നാം ഒരുമിച്ച് നിന്റെ വർക്ക്ഷോപ്പിനു മുന്നിലുള്ള പാർക്കിൽ പോയി ഇരുന്നു. നമ്മൾ ഒരു ബഞ്ചിൽ ഒരുപാട് നേരം സംസാരിച്ചിരുന്നു. നിന്റെ കൂടെ ഇരിക്കുമ്പോൾ നീ എന്നെ ചുറ്റിപ്പിടിച്ച്, ഞാൻ തല നിന്റെ തോളിൽ ചായ്ച്ച് കിടന്നു. നീ കൈ എന്റെ വയറിനു കീഴെ വച്ച് ഇരുന്നു. ആ ആംഗ്യത്തിൽ നിന്ന് രക്ഷപ്പെടണമെന്ന് ഞാൻ അപ്പോൾത്തന്നെ തിരിച്ചറിഞ്ഞു. നിങ്ങൾക്കിടയിലുള്ള ആർദ്രമായ ഒരു ആചാരമാണല്ലോ. നിങ്ങളുടെ കൈ നിങ്ങളുടെ കുട്ടിയെ സംരക്ഷിക്കുമെന്ന് സൂചന നൽകുന്ന ആ പ്രവൃത്തി. എന്നാൽ സംരക്ഷിക്കുവാൻ ഒന്നുമുണ്ടായിരുന്നില്ല. എന്റെ വയർ ശൂന്യമായിരുന്നു.

എബി അത് എന്റെ ആഗ്രഹമായിരുന്നു. അപ്പോൾ നീ ലജ്ജിച്ചുകൊണ്ട് നിന്റെ കൈ എടുത്തു, എന്ത്, എങ്ങനെ, എനിക്കറിയില്ല എന്നെല്ലാം പറഞ്ഞ് ഒഴിഞ്ഞു. ഞാൻ ഒന്നും ഊഹിച്ചിട്ടില്ലെന്ന് നീ കരുതുന്നുവെന്ന് നിന്റെ കണ്ണുകൾ പറഞ്ഞു. പിന്നെ നമ്മൾ വീട്ടിലേക്ക് പോയി. ഞാൻ ശൂന്യമായിരുന്നു. എന്റെ വയറും ജീവനില്ലാതെ ശൂന്യം.

നീ ഓർക്കുന്നുണ്ടോ? അന്ന് വെർമോന്തിലെ വീട്ടിൽ നല്ല ചൂടും ഈർപ്പവുമുള്ള ഒരു രാത്രിയിൽ ഞാൻ കുറ്റിക്കാട്ടിലേക്ക് നിന്നെ വലിച്ചുകൊണ്ടുപോയതും നീ മരച്ചുവട്ടിലിരുന്ന് മതിയാവോളം എന്നോട് പ്രണയിച്ചതും. നീ ഒരിക്കലും എന്നോട് എന്തെങ്കിലും ആംഗ്യം അല്ലെങ്കിൽ സൂചനപോലും ഉണർത്തുവാൻ ധൈര്യപ്പെടാതെ എന്റെ ഒരു ചെറിയ ആഗ്രഹംപോലും ഒഴിവാക്കാതെ ശ്രദ്ധിച്ചു. നീ എന്നെ എടുക്കുവാനും എന്റെ ഉള്ളിലെ ആഗ്രഹങ്ങളെ തട്ടിയുണർത്തുവാനും ആഗ്രഹിച്ചു. എന്നിട്ടും ഞാൻ നിന്നിൽ നിന്ന് അകന്നുപോകുന്നത് എന്നെ നിനക്ക് സമർപ്പിക്കുവാൻ ഇഷ്ടമില്ലാതെയല്ല, തിരസ്കരിച്ചതുമല്ല. മറിച്ച് എന്റെ ഉള്ളിൽ ഉയർന്നുവന്ന വെറുപ്പുകൊണ്ടാണ്. എല്ലാത്തിനും ഉപരിയായി ഞാൻ ആഗ്രഹിച്ചത് നിന്നിൽനിന്ന് ഗർഭവതിയാകുവാനായിരുന്നു. എന്റെ വിധി എന്നെ അനുവദിച്ചാൽ, മത്സരിക്കുവാൻ എന്തെങ്കിലും നൽകിയിരുന്നെങ്കിൽ എന്ന് ആശിക്കുന്നു.

എന്നിൽ വേദനിക്കുന്ന ഒരു സ്ത്രീയെ നീ ദർശിക്കുക. എനിക്ക് മടങ്ങണം. ദുഃഖിക്കരുത് എന്റെ എബി. നീ പുനരാവർത്തി വായിച്ച 'യുദ്ധവും സമാധാനവും' എന്ന കൃതിയിലെ ജനറൽ കുറ്റ്സോവിന്റെ രണ്ട് ശക്തരായ യോദ്ധാക്കളെ നിനക്ക് ഓർമ്മയില്ലേ? ക്ഷമയും സമയവും.

മറ്റൊരു പുരുഷനെ കണ്ടുമുട്ടും, കൂടിക്കാഴ്ചയുണ്ടാകും മറ്റൊരു അത്ഭുതം അതിൽ ഒരു സംശയവുമില്ല. ഞാൻ വീണ്ടും

സ്നേഹിക്കും. സ്നേഹം ജീവിതത്തിന് സ്ഥിരമായി അർത്ഥം കണ്ടെത്തുന്നതിനെ തടയുന്നു. നിരന്തരം അന്വേഷണം നടത്തുവാനായി പ്രേരിപ്പിക്കും.

നിങ്ങൾ ഉണ്ടാക്കിയ ഈ ഛായാചിത്രത്തിൽ ഞാൻ എല്ലാ മധുരവും കാണുന്നു. അസ്തമയ കിരണങ്ങൾ ഒരു പൊഴിയിലൂടെ എന്റെ തലയിലേക്ക് ചായുന്നു, കണ്ണുകൾ അടയുന്നു.

ഞാൻ നിന്നെ സ്നേഹിക്കുന്നു, എപ്പോഴും നിന്നെ സ്നേഹിക്കും. നിങ്ങൾ അത് അറിയും. കാരണം ഞാൻ നിന്റെ അടുത്ത് അത്തരം വിചിത്രമായ രീതിയിൽ ഉണ്ടാകും.

ജൊവാന

ന്യൂയോർക്കിലെ ക്ലൈഡ്
ടോൾസോൾ റിസോർട്ടിൽ, തലേന്ന്

“ജൊവാന, സുഖമാണോ നിനക്ക്?” ജാമി പുഡ്ലോവ്സ്കി എഫ്.ബി.ഐയുടെ പൊതുടോയ്ലറ്റ് വാതിലിന് അടുത്തുനിന്ന് ചോദിച്ചു.

“ഇല്ല. ജൊവാന ജൂണിന് ഇല്ല. വളരെയേറെ വിസ്കി, വേദന മാറുവാൻ കഴിച്ചു. അവളുടെ തലയും ഹൃദയവും കറങ്ങുന്നു. അവൾ അതിൽ മുങ്ങുന്നു, സ്വയം കളങ്കപ്പെടുന്നു.

കുറച്ചു മണിക്കൂറുകൾക്കു മുമ്പ് ജൊവാന ഈ കത്ത് എഴുതുമ്പോൾ അത് അയയ്ക്കുവാൻ സാധിക്കുമെന്ന് കരുതിയില്ല. അത് ബാഗിൽ ഇട്ടിരുന്നു. പക്ഷേ, അത് ചെയ്തത് തെറ്റായിപ്പോയി - ഒരു തോക്ക് വാങ്ങിയതുപോലെ. ഞങ്ങൾ കിടക്കയുടെ അരികിൽ ഒളിപ്പിച്ചത്. പക്ഷേ, അവന്റെ സാന്നിധ്യംമൂലം അല്പാല്പമായി സ്ഥലം മുഴുവൻ അലങ്കോലപ്പെടുത്തുന്നു. ഇപ്പോൾ അത് ഒരു ആസക്തിയാകുന്നു. അത് ഉപയോഗപ്പെടുത്തുവാൻ ആവശ്യപ്പെടുന്നു. അത് ഞങ്ങളുടെ ഒരു കൊലപാതകത്തിലോ ആത്മഹത്യയിലോ അവസാനിക്കും.

ജൊവാന ജൂണിന് അത് കൊണ്ടുവന്ന് കത്തിച്ചുകളയുവാനാകില്ല. അതിനാൽ മൂന്നു കത്തുകളും ഒരു പെട്ടിയിൽ ഇടേണ്ടത് ആവശ്യമാണ്.

നിങ്ങൾ ഇഷ്ടപ്പെടുന്ന ഒരാളെ ഉപേക്ഷിക്കുന്നതിന് നിങ്ങൾ ലോകം പുനർനിർമ്മിക്കേണ്ടതുണ്ട്. ജൊവാന ജൂണിന് അവരുടെ കഥ മാറ്റിയെഴുതേണ്ടി വന്നു. അവൾ കുഴിച്ചുമൂടിയ സംശയങ്ങളിൽ നിന്ന് ഒരാൾ വരുമ്പോൾ എബിയോടുള്ള അവളുടെ ആകർഷണം തീർന്നു. ഒരു വാക്ക് ആവർത്തിച്ചു, ഡസൻ തവണ അർത്ഥശൂന്യമായി. അവളുടെ മുടിയിലെ അമിതമായ തവിട്ടുനിറമുള്ള ചുരുളുകളെ ഇഷ്ടപ്പെടാതിരിക്കുവാൻ അവൾ പഠിച്ചു. നല്ല വിദ്യാർത്ഥിയുടെ നോട്ടം, വളരെ മെലിഞ്ഞ ആൺകുട്ടിയുടെ വിചിത്രരൂപം, വസ്ത്രങ്ങൾ ഒരു ചെറിയ മന്ദത തോന്നിപ്പിക്കുന്നു, എന്തിനും ചിരിക്കുവാനുള്ള ആഗ്രഹം അവന്റെ രീതികൾ അവൾ

ഓർക്കുന്നു. അവന്റെ ആഹ്ലാദത്തിനു മുന്നിൽ അവൾക്ക് ലജ്ജ തോന്നി. അവന് അടിയന്തിരമായി വിവാഹം ചെയ്യണം. ഒരു കരാറിൽ ഏർപ്പെടണം. നാളെ എല്ലാം അപ്രത്യക്ഷമായേക്കാം എന്ന മട്ടിൽ, അവളിലോ, അവനിലോ, അവരിലോ അവന് ആത്മവിശ്വാസമില്ലാത്തപോലെ.

ഒരു രാത്രിയിൽ വേദനയോടെ, അവനൊപ്പമുള്ള ഓരോ നിമിഷവും പുനരുജ്ജീവിപ്പിക്കുവാൻ അവൾ സ്വയം നിർബന്ധിതയായി. അവളിലെ തണുപ്പ് കണ്ടെത്തുവാനും ആർദ്രതയുടെ വെറുപ്പുളവാക്കുന്ന ചിത്രം ഇല്ലാതാക്കാനും ക്രമേണ മോഹഭംഗത്താൽ ഹൃദയവികാരം വിഘടിപ്പിക്കുവാനും. അഭിഭാഷകൻ ഒരു പ്രോസിക്യൂട്ടറായി മാറി. ദയ കൂടാതെ അവൾ തന്റെ എല്ലാ ബുദ്ധിയും കുറ്റകൃത്യം ചെയ്യുന്നതിനായി പ്രയോജനപ്പെടുത്തുന്നു. എബിയിലുള്ള ആയിരം പൂർണ്ണതകൾ, ജൊവാനയുടെ സ്നേഹവൃക്ഷത്തിന്റെ മൃദുവായ ചില്ലകളിലെ അനന്തമായ ഉപ്പുപരലുകളെ സ്ഫടികസമാനമാക്കി. മിന്നൽവേഗത്തിൽ ആ യുവതി അമ്പരപ്പിക്കുന്ന രീതിയിൽ നിസ്സംഗതയുടെ മഴ പെയ്യിക്കുന്നു. ഇവിടെ സ്നേഹവൃക്ഷശാഖകളിലെ പരലുകൾ അപ്രത്യക്ഷമാകുന്നു. ഇലകളില്ലാത്ത ശാഖ വളരെ നിന്ദ്യവും മങ്ങിയതുമാണ്. കാണുമ്പോൾ കരച്ചിലുണ്ടാക്കുന്നു.

ഈ മൂന്നു കത്തുകൾ പെട്ടിയിൽ പോസ്റ്റ് ചെയ്യുവാൻ സമയമാകുന്നതിനിടയിലെ മറ്റൊരു മണിക്കൂർ ഇടവേള ജൊവാനയ്ക്ക് എബിയെ ഇഷ്ടപ്പെട്ടിരുന്നില്ല. പിന്നീട് അവന്റെ പ്രണയം തിരമാലപോലെ തിരിച്ചുവന്നു. അവൾ 'തലിസ്കറിന്റെ' കുപ്പി തുറന്നു.

andre.vannier@vannier&edelman.com അയച്ചത്.
To: andre.j.vannier@gmail.com ലേക്ക്
2021 ജൂലായ് രാവിലെ 9.43ന്

വിഷയം: വിള്ളൽ

ആന്ദ്രെ (മറ്റെന്ത് നിന്നെ വിളിക്കും?)

'ഡ്രോമിൽ' നിന്ന് ഞാൻ നിങ്ങൾക്ക് എഴുതുന്നു. ഞാൻ ഇവിടെ കുറച്ച് കാലം തുടരാൻ പോകുന്നു. നിങ്ങൾക്ക് പാരീസിൽ എന്റെ സ്ഥലത്ത് അല്ലെങ്കിൽ നിങ്ങളുടെ സ്ഥലത്ത് എത്ര സമയം വേണമെങ്കിലും താമസിക്കാം. ന്യൂയോർക്കിൽ നിന്ന് മടങ്ങുന്നതിനു മുമ്പ്, ഞങ്ങളിൽനിന്ന് ലൂസിയുമായി കൈമാറിയ എല്ലാ 'ഇമെയിൽ' സന്ദേശങ്ങളും കൂട്ടിച്ചേർത്തത് വായിച്ചാൽ മനസ്സിലാകും. ഞാൻ ഒരുപാട് കത്തുകൾ എഴുതിയിട്ടുണ്ട്. അവർ കുറച്ചു മാത്രം ഉത്തരങ്ങൾ നൽകി. നിങ്ങൾ വായിക്കൂ. എനിക്ക് നിങ്ങളെ പിന്തുടരേണ്ട. ഞാൻ എഴുതിയത് മുഴുവൻ കള്ളത്തരങ്ങൾ എന്ന് വെറുതെ ശഠിക്കുകയാണ്. ഒന്നിനും കൊള്ളാതെ വീണ്ടും വീണ്ടും ഈ അവസാന 'ഇ-മെയിൽ', അവസാനിക്കാത്തത് - നാശം, അതിനാൽ ചെറുതാവാം എന്ന് കരുതി. ഇത് ഒരു ഫോർമുലയിൽ അവസാനിക്കുന്ന 'ഇ-മെയിൽ' ഭാവഭേദമാണ്. "ഏറ്റവും സാധ്യമായ, നിങ്ങളെ

ഒപ്പം കൊണ്ടുപോകാൻ ദൈർഘ്യമേറിയ പാത.” ഞാൻ പൊട്ടിത്തെറിക്കുകയും നിർബന്ധിക്കുകയും പരാതിപ്പെടുകയും ചെയ്യുമായിരുന്നു. അവൾ എന്നെ അവളുടെ ജീവിതത്തിൽനിന്ന് പുറത്താക്കിയപ്പോൾ അപ്പോഴും ഞാൻ തിരികെ പോരാൻ ആഗ്രഹിച്ചു.

ഞാൻ നിങ്ങളുടെ ശത്രുവോ, എതിരാളിയോ അല്ല. ഒരു മിത്രവുമല്ല. എന്നാൽ എന്റെ മെയിൽ ബോക്സിൽ എന്റെ ഭൂതകാലമുണ്ട്. നിങ്ങൾക്ക് താല്പര്യമില്ലെങ്കിൽ ഇത് നിങ്ങളുടെ ഭാവിയാണെന്നല്ല, പ്രവർത്തനം തുടരൂ. വിട

ആന്ദ്രെ

andre.j.vannier@gmail.com: അയച്ചത്.
lucie.j.bogaert@gmail.com ലേക്ക്
2021 ജൂലായ് 5.08 P.M
വിഷയം: നീയും ഞാനും, ഞാനും നീയും

ഞാൻ എന്റെ പുതിയ ‘ഇ-മെയിൽ’ വിലാസത്തിൽ നിന്ന് നിങ്ങളുടെ പുതിയ ‘ഇ-മെയിൽ’ വിലാസത്തിലേക്ക് എഴുതുന്നത്. പൂർവ്വികർ മറ്റുള്ളവരെ കൈവശപ്പെടുത്തിയിരിക്കുന്നു - നിങ്ങളപ്പോലെ - ഞാൻ കൂട്ടിച്ചേർത്തു. ജൂണിലെ ‘j.’ എന്തുകൊണ്ടാണ് പൊരുത്തപ്പെടേണ്ടത്? ഞാൻ സങ്കല്പിക്കുന്നു. നീയോ ഞാനോ ജീവിച്ചിട്ടില്ലാത്ത ഈ നാലുമാസങ്ങൾ, ആന്ദ്രേക്കും, ലൂസിക്കും ഈ നേട്ടങ്ങൾ.

നമ്മൾ എന്താണെന്ന് ഇപ്പോൾ നമുക്ക് രണ്ടുപേർക്കും അറിയാം. നീ എന്നെ തിടുക്കത്തിൽ വിട്ടുപോയി. എന്റെ അക്ഷമ, മടുപ്പ്. നമ്മൾ കൈമാറിയ ഇ-മെയിലുകൾ ഞാൻ വായിച്ചു. മറ്റൊരാളിൽ നിന്ന് വേർപിരിയുന്ന മറ്റൊരു ആന്ദ്രെ. എന്റെ വായനയിൽ ഉടനീളം ഞാൻ സ്വയം തിരിച്ചറിഞ്ഞ വാക്യങ്ങൾ എല്ലാം എന്റെ ദുർബലതയും എന്റെ വിഡ്ഢിത്തവും.

ഞാൻ ചുരുക്കി പറയാം. എന്നോടൊപ്പം ഉണ്ടായിരിക്കുക എന്നത് നിങ്ങൾ ഒരിക്കലും തെരഞ്ഞെടുത്തിരുന്നില്ല. യുക്തിയോടെ എന്നിട്ടും നീ എന്റെ അടുക്കൽ വന്നു. നിങ്ങളോടൊപ്പമുണ്ടായത് അത്ഭുതം. എന്നിട്ടും എനിക്ക് നിന്നെ നഷ്ടമായത് ഞാൻ സഹിച്ചു.

അപൂർവ്വമായി മാത്രമേ ഒരു പ്രണയം സംരക്ഷിക്കുവാൻ നമുക്ക് അവസരം ലഭിക്കൂ. അവനെ ഭീഷണിപ്പെടുത്തി, എനിക്ക് രണ്ടാമതും അവസരം ലഭിക്കുവാൻ ആഗ്രഹിക്കുന്നു. ആദ്യത്തേത് നശിപ്പിച്ചതിന് ഞാൻ നിന്നെ സ്നേഹിക്കുന്നു. ഞാൻ സ്നേഹിക്കുന്നു, നിങ്ങളെ ആലിംഗനം ചെയ്യാം. വളരെ ഇറുകിയല്ലാതെ.

ആന്ദ്രെ

പ്രേതങ്ങളുടെ ഗാനം

സംഗീതം, രചന: ഫെമി തായ്‌വോ കടുനയും
സാം കിയാന്ത്ഷുക്‌വിയേസും

യഥാർത്ഥ സ്ലിം വിനോദം-2021

ഞാനിവിടെ പരിശുദ്ധാത്മാവിനൊപ്പം നൃത്തം ചെയ്യുന്നു.
മണൽ നിറഞ്ഞ കാലബാർ ബീച്ചിൽ,
കാരണം പ്രണയമിപ്പോൾ കയ്യെത്തും ദൂരെ
ഓ, അവർ വരുന്നത് ഞങ്ങൾ കണ്ടില്ല.
നിങ്ങളുടെ ചർമ്മം സ്നേഹിച്ചത് ഞങ്ങളെ പാപികളാക്കി
അതിന് അവർ നിങ്ങളെ കത്തിച്ചുകളഞ്ഞു
ഞങ്ങളുടെ മഴവില്ലുകളെ അവരുടെ തീയിലെറിഞ്ഞു.
ഓരോ ചുംബനവും എന്നിൽ ഓർമ്മകളുണർത്തുന്നു,
നിന്നിലെ പലതും എനിക്ക് നഷ്ടമാവുന്നു.
അഗാധതയിലാണ്ടുപോയ ഹൃദയങ്ങളെ,
മറഞ്ഞുപോയ പ്രേതത്തിനൊപ്പം ഞാൻ പാടുന്നു.
പ്രകാശമാനമായ കാലബാർ ബീച്ചിൽ.
പ്രണയംപോലും ഇപ്പോൾ കയ്യെത്താദൂരെ,
ചുറ്റും നായ്ക്കൾ കുരയ്ക്കുന്നു
പൊടി പറത്തി വീശുന്ന കാറ്റ്
ഇരുളിൽ മറഞ്ഞ എന്റെ മധുരപ്രണയം,
വരൂ, നമുക്ക് അവസാന സ്രാവിനൊപ്പം നീന്താം.
ഓരോ ചുംബനവും എന്നിൽ ഓർമ്മകളുണർത്തുന്നു
നിന്നിലെ പലതും എനിക്ക് നഷ്ടമാവുന്നു
അഗാധതയിലാണ്ടുപോയ ഹൃദയങ്ങളെ
കാമുകനായ ടോമിനൊപ്പം ഞാൻ നടക്കുന്നു
കരയുന്ന കാലബാർ ബീച്ചിൽ
നോക്കൂ വെറുപ്പുപോലും അങ്ങു ദൂരെ
എനിക്ക് ക്ഷമയാകുന്ന മൂടൽമഞ്ഞുവേണം
അതിൽ കുറവൊന്നും ഞാൻ യാചിക്കില്ല.
രക്തവും കണ്ണുനീരും മൂടുവാൻ
ദയവായി എനിക്ക് കുറച്ചു സ്നേഹം നൽകൂ,
ഓരോ ചുംബനവും ഓർമ്മകളിൽ
എങ്കിലും നിന്നിൽ നിന്നെല്ലാം എനിക്ക് നഷ്ടമാവുന്നു
ഓ അഗാധതയിലാണ്ടുപോയ ഹൃദയങ്ങളേ

രക്തവും കണ്ണുനീരും മൂടുവാൻ
എനിക്ക് കുറച്ചു സ്നേഹം നൽകൂ
ദയവുണ്ടെങ്കിൽ, നിങ്ങൾക്ക്
ദയവുണ്ടെങ്കിൽ മാത്രം.

2021 ജൂലായ് 1, വ്യാഴം

ക്ലൈഡ്, ടോൾസോൻ റിസോർട്ട്, ന്യൂയോർക്ക്.

“നിങ്ങൾക്ക് റെക്കോർഡ് ചെയ്തത് ഒന്നുകൂടി കേൾക്കണോ ശ്രീമതി ക്ലെഫ്മാൻ?”

അവ്രിൽ ജൂൺ തലയാട്ടുന്നു. ജാമി പുഡ്‌ലോവ്സ്കി സീറ്റിൽ നോക്കിയപ്പോൾ ആരുമില്ല. അവളുടെ ഇരിപ്പിടം ശൂന്യം. അത് കുലുങ്ങുന്നു. ഈ കളി, മുഖം, സോപ്പ്, ലോകം മുഴുവൻ കറങ്ങുന്നു. ഓരോ വാക്കും പ്രതിധ്വനികൾ ഉയർത്തുന്നു അർത്ഥശൂന്യമായി. എഫ്.ബി.ഐ. ഉദ്യോഗസ്ഥ ഒരു ഗ്ലാസ് വെള്ളം നൽകുന്നു. വിശ്രമം ആവശ്യമാണ്. കൈകൾ വിറയ്ക്കുന്നു. ഈ വിമാന കഥ – ഇപ്പോൾ ഇത്.

കുട്ടികൾക്കുള്ള മാനസികാരോഗ്യ വിദഗ്ധൻ മകളെ സംസാരിക്കുവാൻ അനുവദിച്ചു. പക്ഷേ, അവൾ എന്തെങ്കിലും വ്യക്തമായി പറഞ്ഞില്ല. ആത്മവിശ്വാസം അവൾ വീണ്ടെടുക്കുന്നു. സോഫിയ ഓരോ ചിത്രങ്ങൾ വരച്ചതും വിശദീകരിച്ചുതന്നു. അവൾ ഒരു രഹസ്യത്തെക്കുറിച്ച് പറഞ്ഞു. നിങ്ങൾക്ക് മനസ്സിലായോ?

അവ്രിൽ സ്തംഭിച്ചുപോയി. ക്ലർക്ക്. അയാളുടെ സ്വന്തം മകളെ കുളിമുറിയിൽ വച്ച് ചെയ്ത കാര്യം ഒരു ചെറുചിത്രംപോലും ഓർമ്മിച്ചെടുക്കുവാൻ അവൾ വിസമ്മതിച്ചു.

“പിഞ്ച് ഏപ്രിൽ, ഗൂഢഏപ്രിൽ; കോമളമായ അവ്രിൽ, അതിലോല അവ്രിൽ” ഈ വരികൾ ക്ലർക്കിൽ നിന്നല്ല ലഭിച്ചതെന്ന് പറയുന്നു. ഉദ്യോഗസ്ഥർ വിശദീകരണങ്ങളിൽ നീണ്ട ഇടവേളകൾ എടുക്കുന്നു. പിന്നീട് ഓരോ തവണയും മധുരമായി തുടങ്ങുന്നു.

മേഡം ക്ലെഫ്മാൻ, ഞാൻ – ജാമി, “ഞാൻ നിങ്ങളെ അവ്രിൽ എന്നു വിളിക്കട്ടെ.”

“ശരി. അത് ഞാൻ തന്നെ.” അവ്രിൽ മൃദുവായി പറഞ്ഞു.

ജാമി വീണ്ടും അവ്രിലിന് ഒരു ഗ്ലാസ് കൂടി നൽകുന്നു.

“കുടിച്ചോളൂ അവ്രിൽ.”

അവ്രിൽ യാന്ത്രികമായി അനുസരിച്ചു. അവ്രിൽ മൃദുവും മധുരവുമുള്ള തണുത്ത നിദ്രയിൽ.

“ശരി. നന്ദി മാഡം.”

“അവ്രിൽ, ഞാൻ പറയുന്നത് കേൾക്കാമോ?” ജാമി ചോദിച്ചു.

“നിങ്ങളുടെ മകൾ നശിച്ചിട്ടില്ല. അവൾക്ക് അതിനെക്കുറിച്ച് പറയുവാൻ സാധിച്ചു. ആ വാക്കുകൾ വളരെ പ്രധാനമാണ്. വൈജ്ഞാനികർ അവളോട് കുറേനേരം അതിനെക്കുറിച്ച് സംസാരിച്ചു. അവളുടെ വെള്ളം, ഇരുട്ട് എന്നിവയോടുള്ള ഭയം ശരീരവുമായി ബന്ധപ്പെട്ട ഭയം എല്ലാത്തിനെപ്പറ്റിയും സംസാരിച്ചു. അവർ ഉറപ്പു പറയുന്നു. സോഫിയ കുറച്ചു സമയം അനുഭവിച്ച ആഘാതത്തിന്റെ അനന്തരഫലങ്ങൾ. പക്ഷേ, ഒന്നുണ്ട്, തീർച്ചയായും നമുക്ക് പറയുവാനാകില്ല. ക്ലെഫ്മാൻ - അതിന്റെ അനന്തരഫലങ്ങൾ. എല്ലാം ശരിയാകുമെന്ന് നമുക്ക് പ്രതീക്ഷിക്കാം. എല്ലാം നന്നാകും.”

“എന്തെല്ലാമാണ് സംഭവിക്കുക?”

നിങ്ങളുടെ ഭർത്താവ് വിചാരണ നേരിടേണ്ടതായി വരും. കൂടാതെ സോഫിയയുടെ സാക്ഷ്യപ്പെടുത്തലിന്റെ അടിസ്ഥാനത്തിൽ വളരെ മുന്നോട്ട് പോയി അവൻ ശിക്ഷിക്കപ്പെടും. കാരണം പാരിസിലും ഈ മൂന്നു മാസങ്ങളിലും. നിങ്ങൾക്ക് നഷ്ടമായ നിങ്ങളുടെ മകൾ, അവസാനം മറ്റേ സോഫിയ നിങ്ങളുടെ വീട്ടിൽ വീണ്ടും കഷ്ടതയനുഭവിച്ചു. ഞാൻ പറയുന്നത് മനസ്സിലാകുന്നുവോ? ന്യൂയോർക്കിലെ ഇന്നത്തെ അവസ്ഥയിൽ ലഭിക്കാവുന്ന ശിക്ഷ പത്ത് മുതൽ ഇരുപത്തിയഞ്ച് വർഷം വരെയുള്ളതാണ്.

“ഇരുപത്തിയഞ്ച് വർഷം?

“അതെ.”

“അത് കുറഞ്ഞേയ്ക്കാം. അയാൾ ചികിത്സകൾക്ക് വിധേയനാകുന്നതിനനുസരിച്ച്. നിങ്ങൾ മക്കൾക്ക് പറഞ്ഞുകൊടുക്കണം. പ്രത്യേകിച്ച് ലിയാമിനോട്. അവന് നിങ്ങളോടും സഹോദരിയോടും ദേഷ്യമാണ്. സ്വയം അവനോടുപോലും.”

“ലിയാം അങ്ങനെ പറഞ്ഞോ?”

“ഇല്ല. സൗഖ്യം ഉറപ്പു നൽകുന്നു. കൂടിക്കാഴ്ചകൾ സംശയമില്ലാതെ വ്യക്തമാക്കുന്നു.”

അവ്രിൽ അവളുടെ ചുണ്ടുകൾക്ക് മുകളിലൂടെ വിരലോടിക്കുന്നു. മുകളിലേക്ക് നോക്കിക്കൊണ്ട്. അവൾ മുടിയിഴകളിലൂടെ വിരലുകൾ ഓടിക്കുന്നു. ജാമി അവളെ നിരീക്ഷിക്കുന്നു, ഭയപ്പാട് തുടരുന്നു.

“നിങ്ങൾക്ക് നിങ്ങളുടെ പേര്, സംസ്ഥാനത്തിന്റെ പേര് എല്ലാം മാറ്റാം. പക്ഷേ, നിങ്ങളുടെ പതിപ്പ് അത് തന്നെ ചെയ്യും. അവൾ ഇതിനകം ഞങ്ങളുടെ നിർദ്ദേശം അംഗീകരിച്ചു കഴിഞ്ഞു. ഞാൻ സൈനികരുമായി ചർച്ച നടത്തി. നിങ്ങൾക്ക് നിങ്ങളുടെ ഭർത്താവ് മരിച്ചു എന്ന നിലയിൽ പെൻഷൻ വാങ്ങാം. ഭർത്താവ് യുദ്ധത്തിൽ മരിച്ചു എന്ന നിലയിൽ.”

“സൈനിക നടപടിയിലെ മരണം.” അവ്രിൽ ആവർത്തിക്കുന്നു. തീരെ മൃദുവായ സ്വരത്തിൽ.

അവർ പൂലോൻസിനെ (Poulins - 12th century - Latin Christian Settlers) ക്കുറിച്ച് ചിന്തിക്കുന്നു. അവൾ അമ്മയ്ക്കുവേണ്ടി വരച്ചു നൽകിയതും. പൂലോൻസ് അവർ രക്തനിറമുള്ളവരാണ്. അവ തിളങ്ങുന്ന നീലാകാശത്തിൽ മുഴുകുന്നു. ഒന്നും ചലിക്കുന്നില്ല. കേവലപൂജ്യം.

"അവ്രിൽ തണുപ്പേറിയ മഞ്ഞുവീഴ്ചക്കാറ്റിൽപെട്ടതുപോലെ."

-നിങ്ങൾക്കും നിങ്ങളുടെ കുട്ടികൾക്കും മെഡിക്കൽ സഹായവും മാനസികാരോഗ്യവിദഗ്ധരുടെ സഹായവും ലഭിക്കും.

അവ്രിലിന് ഒരു ആംഗ്യത്തിന് സമയമുണ്ടായില്ല. അവളുടെ കണ്ണുകൾ മലർക്കെ വിടർന്നു. ഭയാനകമായ ഒരു ഓക്കാനം വരുന്നു. ഇത് കറുത്ത തരംഗമാണ്. പിത്തരസം അനിയന്ത്രിതമായി അവൾ ഛർദ്ദിക്കാൻ ആഗ്രഹിച്ചു. പക്ഷേ, വിജയിക്കുന്നില്ല.

അവസാന വാക്കുകൾ

2021 ഒക്ടോബർ 21-1.42 AM

മൂന്നു പ്രാവശ്യം സൂപ്പർ ഹോണെറ്റ് പൈലറ്റ് ഉത്തരവ് ആവർത്തിച്ചു. ആ ശൃംഖലയിലെ അവസാന കണ്ണിയാണ്. പക്ഷേ, തലച്ചോറ് അനുസരിക്കുന്നില്ലെങ്കിൽ പിന്നെന്ത് കൈ കൊടുക്കൽ.

പെന്റഗണിലെ ഏറ്റവും പവിത്രമായ മുറിയാണ് 'The Tank'. ഈ മുറിയിലാണ് (Room 2E 924) സുപ്രധാന തീരുമാനങ്ങളെല്ലാം ഔദ്യോഗികമായെടുക്കുന്നത്. ജനലുകളില്ലാത്ത നിലവറയാണ് ഇത് തുറക്കാറില്ല. കാഴ്ചയിൽ നിസ്സാരമായ ഒരു കോർപ്പറേറ്റ് ഓഫീസ് മുറി. അതിനകത്ത് ഗോൾഡൻ ഓക്ക് മേശ, കറങ്ങുന്ന തുകൽകസേരകൾ അലങ്കാരങ്ങൾ എന്നിവ. കാലാതീതമായ ചുവരിൽ ഒരു ചോക്ക് ബോർഡിൽ അമേരിക്കൻ പ്രസിഡണ്ടായിരുന്ന എബ്രഹാം ലിങ്കന്റെ ഛായാചിത്രം - തന്ത്രപരമായ ആഭ്യന്തരയുദ്ധയോഗം ചേരുന്നത് അദ്ദേഹത്തിനു ചുറ്റും ലെഫ്റ്റനന്റ് ജനറൽ യൂലീസസ് ഗ്രോന്ത്, മേജർ ജനറൽ വില്യം ടെകം സെഷർമാൻ, റിയർ അഡ്മിറൽ ഡേവിഡ് ഡിക്സൻ പോർട്ടർ എന്നിവർ. ഈ ഉദ്യോഗസ്ഥർ എക്കാലത്തേയും രഹസ്യതീരുമാനങ്ങൾക്ക് സാക്ഷ്യം വഹിച്ചവർ - വിവിധ തലവന്മാർ പ്രസിഡണ്ടുമാരായിരുന്നപ്പോൾ ദീർഘകാല ചർച്ചാതീരുമാനങ്ങൾ നടത്തി അവസാനവാക്ക് പറയുവാൻ ആഗ്രഹിച്ചിരുന്നു.

മുകളിലേക്ക് ഉയർന്നു പൊങ്ങിയ പോർവിമാനത്തിന്റെ ചിറകിന്റെ ഭാഗത്തുനിന്ന് റോക്കറ്റ് വിക്ഷേപിച്ച് വടക്കുപടിഞ്ഞാറ് ദിശയിലേക്ക് AIM-120 (വായുവിൽ നിന്ന് ആകാശത്തേക്ക്) മിസൈൽ അയച്ചു. ഏതാനും നിമിഷങ്ങൾക്കുള്ളിൽ ക്രൂയിസർ വേഗതയിൽ പോകുന്നു. അവന്റെ പുറകിൽ ചാരനിറമുള്ള നേർരേഖ പോലുള്ള പാത സൃഷ്ടിക്കുന്നു. സൂര്യൻ അതിന്റെ സ്റ്റീൽ പ്രതലത്തിൽ മരണത്തെ പ്രകാശിപ്പിക്കുന്നു. മാക്-4 (Newest version of CNC) കമ്പ്യൂട്ടർ സോഫ്റ്റ്വെയറിന്റെ പുതിയ ഘടനയോടുകൂടിയത് അതിന്റെ ലക്ഷ്യത്തിലേക്ക് ഇനി 15 സെക്കന്റ് മാത്രം ദൂരെ.

പാരീസിൽ, ലക്സംബർഗിന് അഭിമുഖമായി ടെറസിൽ ഇരുന്ന് വിക്ടറും ആനും അത്താഴത്തിനു മുമ്പ് ഒരു കോഫി കുടിച്ചു. ഒക്ടോബർ വളരെ ചെറുതാണ്. പക്ഷേ, വേനൽക്കാലം ഇപ്പോഴും നീണ്ടു പോവുന്നു. അവൻ ഇന്ത്യക്കാരനാണ് ഒരാൾ പറയുന്നു. ആൻ വിക്ടറിനെ നോക്കി പുഞ്ചിരിക്കുന്നു. ഒരിക്കലുമില്ല, ഗ്രന്ഥകാരന് ഒരിക്കലും താൻ ജീവിക്കുന്നുവെന്ന തോന്നലില്ല. മറ്റേ വിക്ടറിന്റെ മരണചിന്ത അവന്റെ നിലനില്പിനെ അങ്ങനെയാക്കി, അവനെ കൂടുതൽ ആവിയാക്കിക്കളയുന്നു. അയാൾ പോക്കറ്റിൽനിന്ന് കടുംചുവപ്പ് മിഠായി പോലെയുള്ള ലെഗോബ്രിക്സ് കട്ടകൾ മേശപ്പുറത്ത് വച്ച് യാന്ത്രികമായി അവയെ കൂട്ടിച്ചേർക്കുന്നു. വീണ്ടും വേർപ്പെടുത്തുന്നു.

പുകയുടെ പുക, ക്വഓലേ പറഞ്ഞു.
അവെൽ ഇവെലിം, ക്വ ഓലെനോട്
എല്ലാം പുകയാണെന്ന് പറഞ്ഞു.
(എല്ലാ ജീവിതവും ശൂന്യം)

വിക്ടർ തന്റെ വിമാനത്തെക്കുറിച്ചുള്ള ചെറിയ പുസ്തകത്തിന് അവസാനം പേര് നൽകിയിരിക്കുന്നു. അപാകത അല്ലെങ്കിൽ വ്യതിചലനം എന്ന അർത്ഥമുള്ള (ല് അനോമലി) എന്നിവ പറയുന്നു. ഒരു ശീർഷകമെന്ന രീതിയിൽ അതിലുണ്ട്. "ഒരു ശീതകാല രാത്രിയിലെ ഇരുന്നൂറ്റിനാല്പത്തിമൂന്ന് യാത്രക്കാരെക്കുറിച്ചുള്ള അവരുടെ ചിന്തകൾ."

ആൻ തലകുലുക്കി. അപ്പോൾ അവൻ ആ പുസ്തകത്തിന് ആമുഖവാക്യം എഴുതുവാൻ ആഗ്രഹിച്ചു. ആൻ നെടുവീർപ്പിട്ടു. 'അനോമലി' ഒടുവിൽ അത് ഒരു തലക്കെട്ടായി. ചുരുക്കത്തിൽ ഒരു വാക്ക് മാത്രം. അയ്യോ 'അനോമലി' നേരത്തെ നടന്നതാണ് - അല്ല വിശദീകരിക്കുവാൻ ശ്രമിക്കരുത്. അവൻ ലളിതമായി സാക്ഷ്യപ്പെടുത്തുന്നു. അവൻ പതിനൊന്ന് പ്രതീകങ്ങൾ നൽകുന്നു - അവയിലൂടെ ഓർക്കുക. അയ്യോ - പതിനൊന്ന് ഇത് വളരെ കൂടുതലാണ്. അവന്റെ എഡിറ്റർ അവനോട് ആവശ്യപ്പെട്ടു, അപേക്ഷിച്ചു. വിക്ടർ ദയവായി, ഇത് വളരെ സങ്കീർണമാണ്. നിങ്ങൾക്ക് നിങ്ങളുടെ വായനക്കാരെ നഷ്ടമാകും. ലളിതമാക്കി കാര്യങ്ങളിലേക്ക് കടക്കൂ. പക്ഷേ, വിക്ടർ അത് തന്റേതാക്കി മാറ്റുക മാത്രമാണ് ചെയ്തത്. അയാൾ നോവലിനെ ആക്രമിക്കുന്നു, അമേരിക്കൻ ഹൊറർ നോവലിസ്റ്റും അഭിനേതാവുമായ മിക്കി സ്പിലേനെ അനുകരിച്ചുകൊണ്ട്, ആർക്കും കൂടുതലൊന്നും അറിയാത്ത കഥാപാത്രത്തെ സംബന്ധിച്ച് - അല്ല സാഹിത്യസംബന്ധിയായി ഇത് വേണ്ടത്ര പോരാ - ഒന്നാം അദ്ധ്യായത്തെ ക്ലെമൻസ് വീണ്ടും ആക്ഷേപിച്ചു. നിങ്ങൾ ഈ കളി എന്നാണ് നിർത്തുക? വിക്ടർ മുൻപത്തേക്കാൾ കളിക്കുന്നു.

ആയിരം കിലോമീറ്ററുകൾക്കപ്പുറത്ത് മൗണ്ട് സിനായ് ആശുപത്രിയിൽ ജോഡി മർക്കിളിന് കണ്ണുനീർ ബാക്കിയില്ല. അവൾ കണ്ണുകൾ അടയ്ക്കുന്നു. അവൾക്ക് വീണ്ടും ഡേവിഡിനെ നഷ്ടമാവുന്നു. നാലു

ദിവസത്തേക്ക് അഗാധമായ മയക്കത്തിലായിരുന്നു. ഫ്രെഞ്ച് നാനോ മരുന്നുകൾ വേദന മാറ്റുവാൻ പര്യാപ്തമാകാതായി. പോൾ മെലിഞ്ഞ് ഉണങ്ങി സഹോദരന്റെ അരികിൽ നിശ്ശബ്ദനായി നിൽക്കുന്നു. പുറമെ നിന്ന് ഗ്ലാസിന്റെ (ചില്ലിന്റെ) ശബ്ദം കേട്ട് ജനൽ തുറന്ന് പാർക്കിംഗ് വഴികളിലേക്ക് മുന്നോട്ട് വളഞ്ഞുനിന്നു നോക്കി. അവിടെ തകർന്ന വിളക്കുമാടത്തിനു സമീപം രണ്ടു പുരുഷന്മാർ പരസ്പരം കലഹിക്കുന്നു. അതിനിടെ മുറിയിൽ ഇലക്ട്രോ കാർഡിയോഗ്രാമിന്റെ (ഇ.സി.ജി.) തരംഗരൂപം കുറച്ചു സമയം സ്ഥിരമായി നിന്നുകൊണ്ട് ദുർബലമായി വന്നിരുന്ന ബീപ് ശബ്ദം പെട്ടെന്ന് തുടർച്ചയായി കേൾക്കുന്നു.

ലാഗോസിൽ ഉഷ്ണമേഖല രാവുകളായപ്പോൾ സ്ലിംമാൻ സംഗീതക്കച്ചേരി അവസാനിപ്പിച്ചു. കോൺസേർട്ടിന്റെ അവസാനം ഒരു അതിഥിയായി വന്ന അത്ഭുതമുളവാക്കുന്ന ചെറിയ മനുഷ്യൻ ഒരു ഗാനം ആവശ്യപ്പെട്ടു. ചെമ്പൻമുടിയും പിങ്ക് സ്യൂട്ടും ധരിച്ച് സ്വർണ്ണക്കണ്ണടകളോടെ ഉള്ള അയാൾ പ്രോത്സാഹിപ്പിക്കുന്നു. കരഘോഷം തുടരുന്നതിനൊപ്പം മൂവായിരത്തിലേറെ വരുന്ന നൈജീരിയൻ യുവാക്കൾ അവർക്കൊപ്പം കോറസ് പാടി എല്ലാവർക്കും ആന്തരികമായ അർത്ഥം അറിയാവുന്ന രീതിയിൽ:

എനിക്ക് ക്ഷമയിൽ കുറഞ്ഞൊരു മൂടൽമഞ്ഞും വേണ്ട
എങ്കിലും ഞാൻ അതിനായി യാചിക്കും
രക്തവും കണ്ണുനീരും മറയ്ക്കുവാൻ
നിങ്ങളാഗ്രഹിക്കുന്നെങ്കിൽ ദയവായി സ്നേഹം തരൂ.

ജൊവാന മാർച്ച് ശരീരഭാരം കൂടിയെങ്കിലും വേഗത്തിൽ എത്തിച്ചേരാനാകുന്നുണ്ട്. ഇത് അവളുടെ ഷാന എന്നു വിളിക്കുന്ന മകളാണ്. ഹീബ്രുവിൽ ദൈവസഹായം ലഭിച്ച കുട്ടി എന്നാണ് അർത്ഥമാക്കുന്നത്. ഇത് മറന്നുപോയ ഒരു ജാപ്പനീസ് രാജകുമാരിയും ഹീബ്രു 'വർഷവും' ഓർമ്മിപ്പിക്കുന്നു. അവൾക്ക് ഇപ്പോൾ ഒഴിവ് സമയമാണ്. വാൽഡിയോയുടെ വിചാരണ ഉണ്ടായില്ല. അവർ കക്ഷികളുമായി ഒരു ഉടമ്പടിയിലെത്തിയിരുന്നു.

ഹെപ്റ്റാക്ലോറാൻ കമ്പോളങ്ങളിൽ നിന്ന് പിൻവലിച്ചുകൊണ്ടാണ് ഉടമ്പടി. അതിനാൽ അവൾ അത് 'ഡോൽദേ' മീറ്റിംഗിന് ആ വിഷയം ചർച്ച ചെയ്തില്ല. അവിടെ അമർത്യതയ്ക്കായുള്ള അന്വേഷണങ്ങൾ. അത്താഴസമയത്ത് "ആഗോളതാപനം മൂലം ഗ്രഹങ്ങളിൽ നിന്നകലുന്ന സ്ഥലങ്ങൾ, ദേശാന്തര തരംഗങ്ങളുടെ സ്വാധീനം" എന്നതായിരുന്നു വിഷയം. അവൾ ഇതിനു മുമ്പുതന്നെ ന്യൂസ്‌ലാന്റിൽ നൂറ് ഹെക്റ്റർ വാങ്ങിയിരുന്നു.

ജൊവാനയുമായി കത്തിടപാടുകൾ തുടരുവാൻ എബി ആഗ്രഹിച്ചിരുന്നു. കുറ്റബോധവും. പ്രക്ഷുബ്ധതയും ചെളിയും നിറഞ്ഞ കോക്ടേൽ പാർട്ടിയിൽ ജൊവാന ജൂൺ – എന്നാൽ ഒരു ബന്ധം നിലനിർത്തുവാൻ

അവൾ വിസമ്മതിച്ചു. ഒരുപക്ഷേ, പിന്നീട് ബ്യൂറോയിൽ വച്ച് കലാസൃഷ്ടികൾ കടത്തുന്നതിൽ വിദഗ്ധനായ ഒരാളെ അവൾ കണ്ടുമുട്ടി. അത് ഗൗരവകരമാണെന്ന് അവൾ സംശയിക്കുന്നു. അവനെ വിശ്വസിക്കുവാൻ ആഗ്രഹിക്കുന്നു.

പടിഞ്ഞാറൻ അന്റാർട്ടിക്ക മേഖലയിൽ മഞ്ഞുപാളികൾ ഉറച്ച് വസന്തം തുടങ്ങിയിരുന്നു. ഫ്ളോറിഡയുടെ വലുപ്പത്തിൽ രണ്ട് കിലോമീറ്ററോളം 'തൈയ്തിൽ' കനത്ത ഐസ്ക്യൂബുകൾ നീണ്ടുകിടക്കും. ഈ സന്ദർഭത്തിൽ ജലത്തിന്റെ പരിധി ഒരു മീറ്ററോളം ഉയരും. സോഫിയയും ലിയാമും അവരുടെ അമ്മയും ഹവാദ് ബീച്ചിലെ വീട് ഉപേക്ഷിച്ചു പോയി. ജൂണുകൾ ക്ലേവ്ലാന്റിനടുത്ത് എക്രോണിൽ താമസിച്ചു. മാർച്ചുകൾ ലൂയിവീയിലും. എഫ്.ബി.ഐയും സൈന്യവും അവരുടെ വാഗ്ദാനം നിറവേറ്റി അവർ ഒരിക്കലും പരസ്പരം ബന്ധപ്പെടാൻ ശ്രമിക്കില്ല. അവർക്കെല്ലാം പൊതുവായ ഒന്നുണ്ട്. ക്ലാർക്കിന്റെ ശിക്ഷാവിധിയിൽ പറയുന്നു - ഇനിയുള്ള കാലം കുടുംബസമ്പർക്കം ഒഴിവാക്കണമെന്ന്. ലിയാമുകളുടെ കോപം സാവധാനം കുറഞ്ഞുവന്നു.

ബ്ലെയ്ക്കിന് ഒട്ടും വിഷമിക്കേണ്ടതില്ല. എഫ്.ബി.ഐയിൽ ആരും ഗവേഷണങ്ങൾ ഒന്നും നടത്തിയില്ല. കസ്റ്റംസ് പരിശോധനയിൽ എടുത്ത രണ്ട് മങ്ങിയ ചിത്രങ്ങളിൽ കെന്നഡിയിലെ യാത്രക്കാരനാകുവാൻ സാധ്യതയുള്ള ഒരു മനുഷ്യനിൽ നിന്ന് 30 ഇ സീറ്റിലെ ആളിന്റെ മുഖം തിരിച്ചറിയുവാൻ സാധിച്ചു. എൻ.എസ്.എ. നെറ്റ്‌വർക്കുകളിൽ 1049278 മുഖങ്ങൾ പരിശോധിച്ചു. ഈ ദശലക്ഷങ്ങളിൽ 1553 മുഖങ്ങൾ അടുത്ത ആഴ്ച ഈസ്റ്റ്കോസ്റ്റ് എയർപോർട്ട് ക്യാമറകളിൽ പതിഞ്ഞിരുന്നു. പക്ഷേ, അതൊന്നും തെളിയിക്കുവാൻ പര്യാപ്തമായില്ല. മറ്റു 4482 മുഖങ്ങൾ പ്രൊഫൈലുമായി യോജിക്കാത്തവയായിരുന്നു. ചിലപ്പോൾ പശ്ചാത്തലത്തിൽ മാത്രം. ആ മനുഷ്യൻ തനിപ്പകർപ്പാണെങ്കിൽതന്നെ ആ വ്യക്തി ശ്രദ്ധിക്കപ്പെടാതെ പോകുന്നു. ഈ അന്വേഷിക്കപ്പെടുന്ന ആൾ ഏത് കുറ്റമാണ് ചെയ്തത്. വിമാനശാലവാതിൽ തകർത്ത് കാർ മോഷണം നടന്നിട്ടുമില്ലെങ്കിൽ - പിന്നെ എന്ത്?

ആന്ദ്രെ മാർച്ച് മോൻത്ഷൂവിലെ പുതിയ വീട്ടിലെ അടുക്കളയുടെ വശങ്ങളിൽ നീല സെറാമിക് ടൈൽ ഇടുന്നു. ആഗസ്റ്റ് മാസം ആദ്യം ഗ്രാമക്ഷേത്രത്തിലെ ഒരു സംഗീതക്കച്ചേരിയിൽ അടുത്ത ഗ്രാമത്തിൽ താമസിക്കുന്ന ഒരു ഡബിൾ ബാസ് പ്ലേയറെ കണ്ടുമുട്ടി. നല്ല ഉയരത്തിലുള്ള അവളുടെ ഇരുണ്ട നിറവും നീലക്കണ്ണുകളും കണ്ട് ഇഷ്ടത്തോടെ ചിരിപ്പിക്കുകയും അവൾ ആവശ്യപ്പെട്ടതനുസരിച്ച് പുകവലി ഉപേക്ഷിക്കുകയും ചെയ്തു. ചില സമയങ്ങളിൽ അവൾ ധരിച്ചിരുന്ന അയഞ്ഞ പാന്റ്സിന്റെ തുറന്ന സ്ട്രാപ്പുകൾ ആന്ദ്രെയുടെ കൈകളെ ആനന്ദിപ്പിച്ചിരുന്നു. ആന്ദ്രെ അവന്റെ ഇലക്ട്രിക് ബൈക്കിലേറ്റി അവളെ സന്തോഷിപ്പിച്ചിരുന്നു. ഇന്നു രാവിലെ പ്രണയശേഷം അവൾ ബെഡ്റൂമിൽ വീണ്ടും ഉറങ്ങിപ്പോയ സമയത്ത് പ്രാതൽ മേശമേൽ ഒരുക്കി. ഇതിനിടെ ലൂസി മാർച്ച് സംഭാഷണത്തിനായി അവനെ വിളിച്ചു. അവൾ ഒരുപാട്

പ്രയത്നിച്ചു ശാന്തമാക്കുവാൻ - അവളുടെ ലൂസി ജൂണുമായുള്ള റിഥം ശരിയാക്കിയെടുക്കുവാൻ. ലൂവിസിനെ ലൂസി ജൂണിന്റെ സംരക്ഷണത്തിലാക്കി. അത് അത്ഭുതകരമായ മെച്ചപ്പെടുത്തലുണ്ടാക്കി.

അവന് സന്തോഷക്കുറവില്ല. തന്റെ മറ്റേ അമ്മയിൽ കുട്ടി അസന്തുഷ്ടനല്ല. ലൂസി ജൂൺ ഗർഭിണിയാണെന്നറിഞ്ഞതിനാൽ ജീവിതത്തിന്റെ കേന്ദ്രബിന്ദു ഏതാനും മാസങ്ങൾകൊണ്ട് സാധ്യമായതുപോലെ തോന്നി. നിങ്ങൾക്ക് തീർച്ചയുണ്ടോ? ആന്ദ്രെ ജൂൺ ചോദിക്കുന്നു. സന്തോഷവും വിഷമവും കലർന്ന ശബ്ദം. അതേ അവൾക്ക് തീർച്ചയാണ്. അത് ഒരു സമനില വരുത്തുന്ന ബിന്ദുവും സ്വന്തം വിധിക്കെതിരായ ഒരു വെല്ലുവിളിയുമാണ്. അവൾ റാഫേലിനെ വീണ്ടും വിളിച്ചില്ല. മറ്റൊരു ഭാഗ്യവാനായ സ്നേഹിതനും അവന് പകരം വെക്കുവാനില്ല.

അഡ്രിയാനും മെറിഡിത്തും വെനിസ്, ഇറ്റലി, യൂറോപ്പ് എന്നിവിടങ്ങളിലാണ്. അവർ അടുത്തുള്ള ഹോട്ടലിൽ അക്വആൾട്ടാ (തിരമാലകൾ പെട്ടെന്ന് ഉയരുന്ന പ്രതിഭാസം) മൂലം കുടുങ്ങി. എന്നാൽ അത് ഒരു നൈമിഷിക ദുരന്തമല്ല. അവരുടെ മുറി മികച്ചതാണ്. വെനിസിലെ 'ഫോന്തമെന്താദെൽ പാസമോന്തെ'യുടെ മികച്ച സേവനം മുറികളിൽ ലഭിക്കുന്നു. (വെനിസിലെ ഇറ്റാലിയൻ ഹോട്ടൽ) ഹോട്ടൽ മാനേജർ അഡ്രിയാനിൽ ഒരു മികച്ച അമേരിക്കൻ നടനെ തിരിച്ചറിയുന്നു. പക്ഷേ, അതാരാണ്? വെളുത്ത കളങ്കമില്ലാത്ത ഷർട്ട് - വൈറ്റ് ഹൗസ് സ്മരണയോടെ - കറുത്ത വസ്ത്രംകൊണ്ട് പൊതിഞ്ഞ് തറയിൽ പരന്നുകിടന്നു. അവർ താഴ്ന്ന ശബ്ദത്തിൽ പുതപ്പുകളുടെ പിരമിഡിനു കീഴിൽ സംസാരിക്കുന്നു. മെറിഡിത്തിന്റെ ചിരി വ്യക്തമായി കേൾക്കുന്നു.

സെപ്തംബറിൽ പ്രതിരോധ വകുപ്പ് പ്രോട്ടോകോൾ 42 അവസാനിപ്പിച്ചു. ഏർമ്സിലെ പ്രവർത്തനങ്ങളിൽ ശ്രദ്ധ കേന്ദ്രീകരിച്ചു. ദൗത്യസംഘത്തിന്റെ ഊഹാപോഹങ്ങൾ വേനലിലും നിലനിൽക്കുന്നു. ഒരു സിദ്ധാന്തവും അസാധുവാക്കി മറ്റൊന്നിനെ അതിനു മുകളിൽ സ്ഥിരീകരിക്കുവാൻ അമേരിക്കക്കാർ ഒരിക്കലും പഠിച്ചില്ല. ഒരു വിമാനം ഇത്തരത്തിൽ ചൈനയിലുണ്ടെന്നറിഞ്ഞു. അതിലെ യാത്രക്കാരെക്കുറിച്ച് ഞങ്ങൾക്ക് ഒരു വാർത്തയുമില്ല.

ജാമി പുഡ്ലോവ്സ്കി ക്വാന്റിക്കോയിലെ ഒരു ബാറിലിരുന്ന് ഡ്രൈ മാർട്ടിനി കുടിക്കുന്നു. അവസാന പരിശീലന സെഷൻ കഴിഞ്ഞ് അവർ അവസാനദിനത്തെ സംരക്ഷണപദ്ധതികൾ തയ്യാറാക്കുന്നതിനു മുൻപായി കൃത്യമായ, വിശ്വസനീയമായ രൂപരേഖ 006 വിമാനത്തിലെ യാത്രക്കാരുടേത് തയ്യാറാക്കി നൽകി. സാൻഫ്രാൻസിസ്കോയിലെ വെസ്റ്റ്കോസ്റ്റിലേക്ക് സ്ഥലം മാറ്റം വാങ്ങി. അവിടെ അവർ മേഖലാ ഓഫീസ് ഡയറക്ടറായി. അവർക്ക് കീഴിലുള്ള ഏഴ് സാറ്റലൈറ്റ് ഓഫീസുകളും നിയന്ത്രിക്കുന്നു. ഇപ്പോൾ നമ്മൾ അവരെന്താണ് ചിന്തിക്കുന്നത് എന്നു ചോദിച്ചാൽ അവർ വീണ്ടും ഒരു ഡ്രൈ മാർട്ടിനി (A cocktail made with gin & vermouth & garnished with olive or lemon twist) ഓർഡർ ചെയ്തേക്കും.

സൂപ്പർ ഹോർനെറ്റിന്റെ ഇടതുചിറകിന് താഴെയുള്ള വശത്തെ ക്യാമറ എ.എം. 120 യുടെ പാത പിന്തുടരുന്നു. കൂടാതെ വൈറ്റ്ഹൗസിന്റെ കമാന്റ് റൂമിൽ അമേരിക്കൻ പ്രസിഡണ്ട് ഭീമാകാരമായ സ്ക്രീനിലേക്ക് നെറ്റി ചുളിച്ച്, പുരികം വളച്ച് മുഷ്ടി ചുരുട്ടിക്കൊണ്ട് നിരീക്ഷിക്കുന്നു. അതെ, അത് ബുദ്ധിമുട്ടുള്ള ഒരു തീരുമാനമായിരുന്നു. ഞാൻ അത് സ്വന്ത മായി എടുത്തതാണ്. കാരണം അത് എന്റെ മാത്രം ചുമതലയാണ് തീരു മാനങ്ങളെടുക്കൽ. മൂന്നാമത്തെ വിമാനറാഞ്ചലിനെക്കുറിച്ച് അറിഞ്ഞ പ്പോൾ ഫ്രാൻസ് അറ്റ്ലാന്റിക് 006 ആകാശത്തുയർന്നു. അതേ കമാൻ ഡർ മാർക്കിളും ഫേവറൂസിന്റെ സഹായത്തോടെ അതേ വിമാനത്തിൽ ഒരേ യാത്രക്കാരുമായി. പ്രസിഡണ്ട് ആ വിമാനം നശിപ്പിക്കുവാൻ ഉത്ത രവ് നൽകി. നമുക്ക് കഴിയില്ല, അതേ വിമാനം വിശ്രമിക്കുവാൻപോലും അനുവദിക്കരുത്.

"നമുക്ക് അവസാനമായി ഒരു കോഫീ ആവാം അല്ലേ വിക്ടർ?" അവൻ ആൻനെ അരികിലേക്ക് ചേർത്തുപിടിച്ച് തണുത്ത വിരലുകൾ പൊട്ടിച്ചുകൊണ്ട് മൃദുവായി ചുംബിച്ചു. അവളുടെ ശ്വാസത്തിന് ടൊബാ ക്കോയുടെയും മെന്തോളിന്റേയും ഗന്ധമായിരുന്നു. അങ്ങനെയെല്ലാമാണ് അത് സംഭവിച്ചത്. പൊഴിഞ്ഞ ഇലകളുടെ ചീഞ്ഞ ഗന്ധം വായുവിൽ ക്ഷണികമായി വന്ന ചുഴലിക്കാറ്റിൽ മണ്ണിൽനിന്നുയർന്നു. വായുവിൽ വളരെ താഴ്ന്ന ഒരു എതിർദിശാചലനം ഉണ്ടാക്കുന്നു. ആകാശം കൂടു തൽ വ്യക്തമാകുന്നു. പക്ഷേ, കുറച്ചു മാത്രം. നല്ല വസ്ത്രം ധരിച്ച ഒരു സ്ത്രീ ഷോപ്പിംഗ് ബാഗ് വലിച്ചുകൊണ്ട് പുസ്തകശാലയ്ക്കു മുന്നിൽ നിൽക്കുന്നു. പരുത്തിവസ്ത്രം ധരിച്ചിരിക്കുന്ന ഒരാൾ കറുത്ത നായയെ പിടിച്ച് നടക്കുന്നു. ഒരു ചെറിയ പെൺകുട്ടി അവർക്കു മുന്നിലൂടെ സൈക്കിളിൽ പോകുന്നു. അവളുടെ സ്മാർട്ട് ഫോണിൽ നോക്കി ചിരി ക്കുന്നു. ഇത് ശാന്തസുന്ദരമായ ഒരു നിമിഷമാണ്.

എയർഫ്രാൻസ് 006 ലേക്ക് വിമാന മിസൈൽ ഒരു സെക്കന്റ് സമയം മാത്രം അകലെയാണ്. സ്ഫോടനത്തിന് ഏതാനും സെക്കന്റ് ബാക്കി.

എന്താണ് സംഭവിക്കുന്നതെന്ന് വിവരിക്കുവാൻ പ്രയാസമാണ്. വാക്കുകളില്ല. ഈ സാവധാനത്തോടെയുള്ള ചലനത്തെ നിർവ്വചിക്കു വാൻ ഭാഷയിൽതന്നെ വാക്കുകളില്ല. ഈ അനന്തമായ സ്പന്ദനം ലോക ത്തിൽ, ഭൂമിയിൽ എല്ലായിടങ്ങളേയും ബാധിക്കുന്ന അർക്കനാസ് കോട്ടേ ജിന്റെ അടുപ്പിനരികിൽ ഉറങ്ങുന്ന പൂച്ചയേയും ബോർഡോ ആകാശ ത്തിനു മുകളിൽ പറക്കുന്ന അരയന്നങ്ങളേയും സാംബെസി വെള്ള ച്ചാട്ടത്തിനേയും ആനപുർനയിലെ പ്രാകൃതമഞ്ഞിനേയും വെനിസിലെ ഗ്രാന്റ് കനാലിനു മുകളിലെ റിയാൽത്തോ പാലവും ധാരാവിയിലെ അടഞ്ഞ ധമനികൾപോലുള്ള കുടിലുകളും മോൺജുവിലെ സിങ്കിനരി കിലെ വൃത്തികെട്ട സ്പോഞ്ചും മുംബൈയിലെ ഗരാജിന്റെ മുന്നിലെ നിരപ്പായ ടയറുകളും വിക്ടർ മിസേലിന്റെ കൈയിലെ ഇല്ലിബ്രാന്റ് കോഫിമഗ്ഗും.

ആ ൻ വാ സ റു ടെ മോ തി ര ത്തി ലെ
ക റു ത്ത ഡ യ മ ണ്ടും ജോ ർ ജ്
പെ റോ ക്കി ന്റെ
നോ വ ലാ യ
യൂ ൽ സെ റേ
സി യോ സും...
എ ല്ലാം
അ വ
സാ
നി
ച്ചു.

(അവസാനവരികളിലെ മണൽഘടികാരരൂപം ഈ നോവലിലെ പ്രധാന ഭാഗമാണ്. മണൽഘടികാരരൂപം ഇടവേളകൾ അളക്കുവാൻ സഹായിക്കുന്നു. കപ്പലുകളുടെ വേഗത സൂചകങ്ങളായി അളക്കുവാനുപയോഗിക്കുന്നു. പെയർ പഴത്തിന്റെ രൂപത്തിലുള്ള ഗ്ലാസുകൾ നടുഭാഗം യോജിച്ച് പരസ്പരസഞ്ചാരത്തിന് വഴിയൊരുക്കുന്നു. അവസാനമെത്താറായി. കൗണ്ട്ഡൗൺ തുടങ്ങി എന്നീ സൂചനകൾ നൽകി വായനക്കാർക്ക് സമർപ്പിക്കുന്നു.)

■

www.ingramcontent.com/pod-product-compliance
Lightning Source LLC
LaVergne TN
LVHW090306051026
849518LV00005B/1674